முகலாயர்கள்

**முகில்**

யூதர்கள், செங்கிஸ்கான், ஹிட்லர்: சொல்லப்படாத சரித்திரம், பயண சரித்திரம், உணவு சரித்திரம், கிறுக்கு ராஜாக்களின் கதை, கிளியோபாட்ரா போன்ற குறிப்பிடத்தகுந்த வரலாற்று நூல்களை எழுதியுள்ளார். ஜே.பி. சந்திரபாபு, எம்.ஆர். ராதா - ஆகிய இரண்டு மாபெரும் திரைக்கலைஞர்களின் வாழ்க்கையைப் பதிவு செய்துள்ளார். இந்தியாவின் சமஸ்தானங்களை ஆண்ட மகாராஜாக்களின் வாழ்க்கையைச் சொல்லும் 'அகம், புறம், அந்தப்புரம்' எனற இவரது மாபெரும நூல பலத்த வரவேற்பைப் பெற்றது. முழு நேர எழுத்தாளர். புத்தகம், தொலைக்காட்சி, சினிமா ஆகிய தளங்களில் இயங்கி வருகிறார்.

**ஆசிரியரின் பிற நூல்கள்**

செங்கிஸ்கான்

யூதர்கள் : வரலாறும் வாழ்க்கையும்

கிளியோபாட்ரா

# முகலாயர்கள்

முகில்

கிழக்கு

முகலாயர்கள்
Mugalayargal
Mugil ©

First Edition: October 2009
496 Pages

ISBN: 978-81-8493-277-5
Title No. Kizhakku 422

Kizhakku Pathippagam
177/103, First Floor,
Ambal's Building, Lloyds Road,
Royapettah, Chennai 600 014.
Ph: +91-44-4200-9603

Email : support@nhm.in
Website : www.nhm.in

Author's Email : writermugil@gmail.com

Cover & Inside Images : Wikimedia

Kizhakku Pathippagam is an imprint of New Horizon Media Private Limited

This book is sold subject to the condition that it shall not, by way of trade or otherwise, be lent, resold, hired out, or otherwise circulated without the publisher's prior written consent in any form of binding or cover other than that in which it is published and without a similar condition including this the rights under copyright reserved above, no part of this publication may be reproduced, stored in or introduced into a retrieval system, or transmitted in any form or by any means (electronic, mechanical, photocopying, recording or otherwise), without the prior written permission of both the copyright owner and the above-mentioned publisher of this book.

அன்புடன்
ஐஸ்வர்யா, வித்யாவுக்கு

# தர்பார்

| | | |
|---|---|---|
| டெல்லி - முகலாயர்களுக்கு முன் | / | 19 |
| பாபர் | / | 29 |
| ஹுமாயூன் | / | 69 |
| அக்பர் | / | 103 |
| ஜஹாங்கிர் | / | 173 |
| ஷாஜஹான் | / | 221 |
| ஒளரங்கசீப் | / | 289 |
| முகலாயர்கள் வீழ்ச்சி | / | 375 |
| தாஜ்மஹால் - சில குறிப்புகள் | / | 447 |
| முகலாயர்கள் ஆட்சியில் சமூகம், பொருளாதாரம் | / | 458 |
| முகலாய அந்தப்புரம் | / | 463 |
| காலவரிசை | / | 476 |
| உதவியவை | / | 491 |

இஸ்லாமியர்களின் வருகைக்கு முன் இந்தியா [1030]

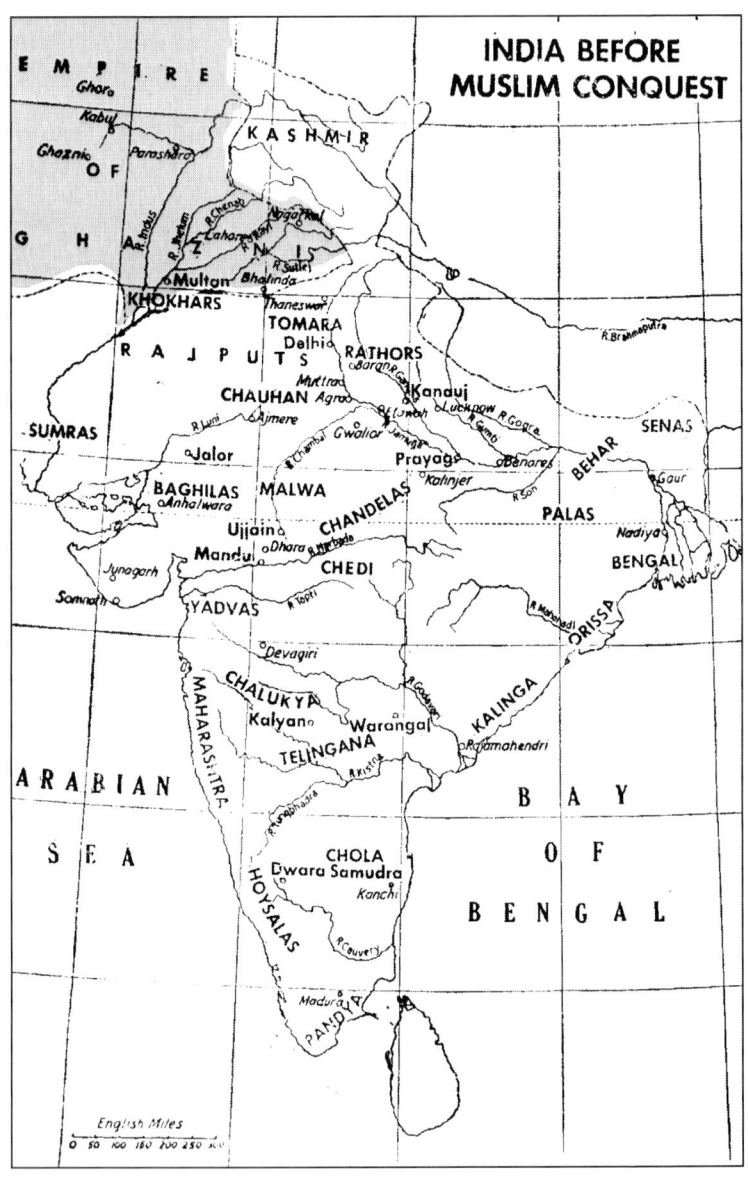

தக்காண பேரரசுகள், விஜய நகர பேரரசு (1529)

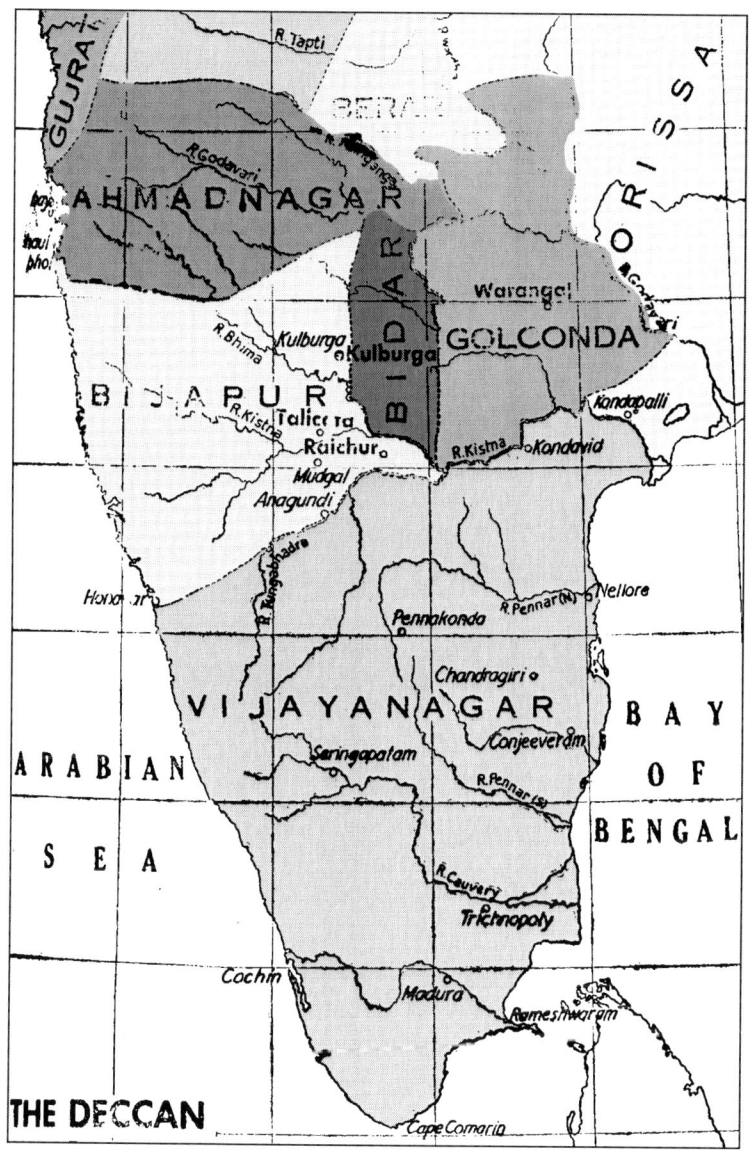

## ஷேர் ஷா பேரரசு (1545)

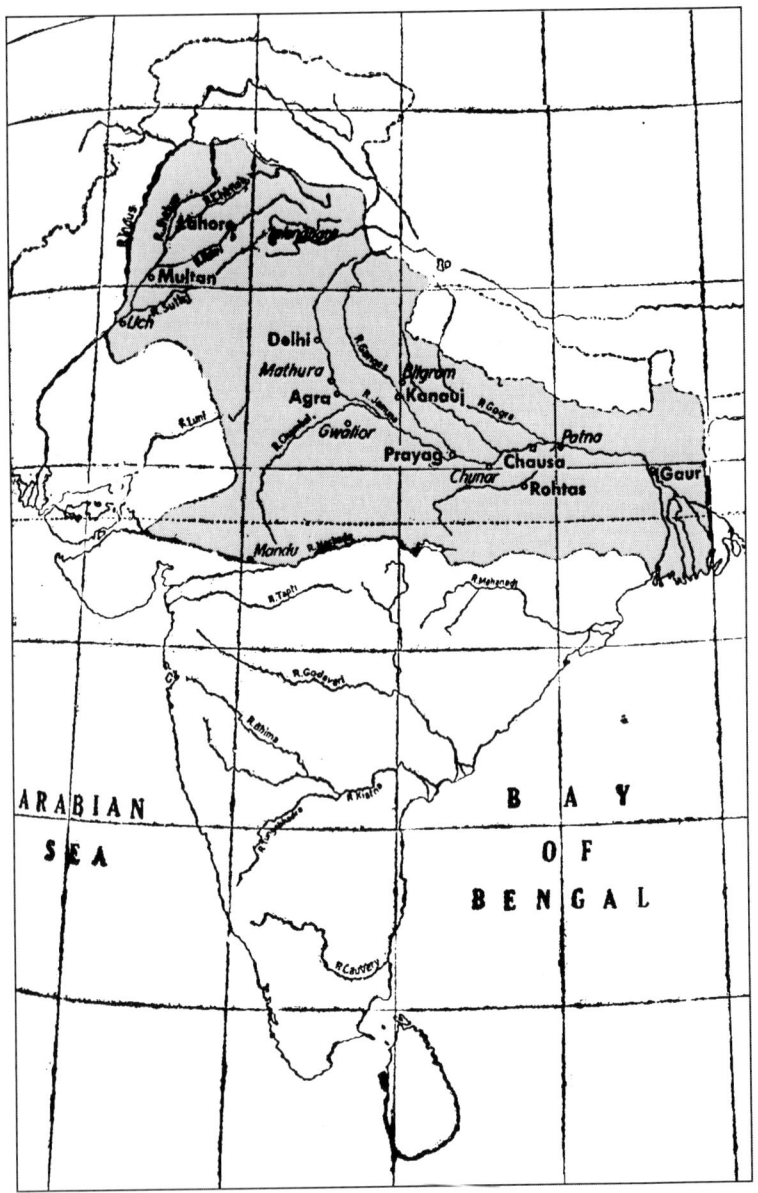

## அக்பரின் பேரரசு (1605)

## சிவாஜி ராஜ்ஜியம் (1680)

ஔரங்கசீபின் பேரரசு (1700)

# முகலாயப் பேரரசர்கள்

**பாபர்** (1483 - 1530)
ஆட்சி (1526 - 1530)

- கம்ரான்
- மிர்ஸா ஹிண்டால்
- **ஹுமாயூன்** (1508 - 1556) ஆட்சி (1530 - 1543; 1555 - 1556)
- மிர்ஸா அஸ்காரி

**அக்பர்**
(1542 - 1605)
ஆட்சி (1556-1605)

**ஜஹாங்கிர்**
(1569 - 1627)
(ஆட்சி 1605-1627)

- குஷ்ரவ் (1587 - 1622)
- பர்வேஷ் (1589 - 1626)
- ஷாரியார் (1605 - 1628)

**ஷாஜஹான்**
(1592 - 1666; ஆட்சி 1628 - 1658)

- ஜஹானரா பேகம் (1614 - 1681)
- தாரா சுகோக் (1615 - 1659)
- ஷா சுஜா (1616 - 1659)
- ரோஷனரா பேகம் (1617 - 1671)
- முராட் பக்ஷ் (1624 - 1661)
- கௌஹரரா பேகம் (1631 - 1706)

**ஔரங்கசீப்**
(1618 - 1707)
(ஆட்சி 1658 - 1707)

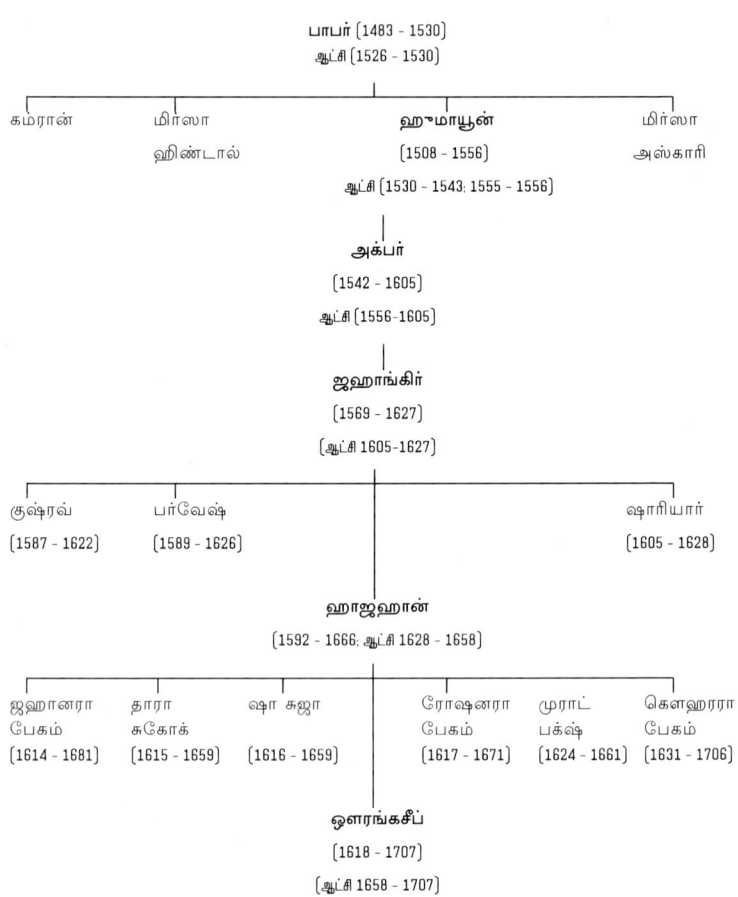

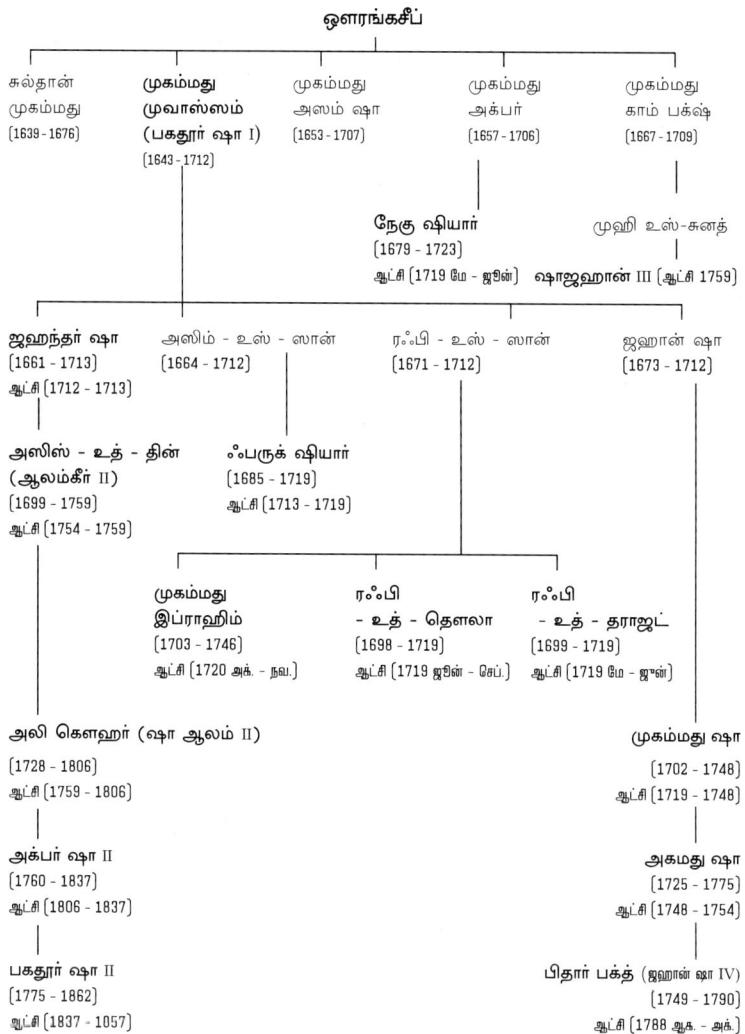

**ஔரங்கசீப்**

- சுல்தான் முகம்மது (1639 - 1676)
- **முகம்மது முவாஸ்ஸம் (பகதூர் ஷா I)** (1643 - 1712)
  - **ஜஹந்தர் ஷா** (1661 - 1713) ஆட்சி (1712 - 1713)
    - **அஸிஸ் - உத் - தின் (ஆலம்கீர் II)** (1699 - 1759) ஆட்சி (1754 - 1759)
      - **அலி கௌஹர் (ஷா ஆலம் II)** (1728 - 1806) ஆட்சி (1759 - 1806)
        - **அக்பர் ஷா II** (1760 - 1837) ஆட்சி (1806 - 1837)
          - **பகதூர் ஷா II** (1775 - 1862) ஆட்சி (1837 - 1057)
  - அஸிம் - உஸ் - ஸான் (1664 - 1712)
    - **ஃபருக் ஷியார்** (1685 - 1719) ஆட்சி (1713 - 1719)
  - ரஃபி - உஸ் - ஸான் (1671 - 1712)
    - **முகம்மது இப்ராஹிம்** (1703 - 1746) ஆட்சி (1720 அக். - நவ.)
    - **ரஃபி - உத் - தௌலா** (1698 - 1719) ஆட்சி (1719 ஜூன் - செப்.)
    - **ரஃபி - உத் - தராஜட்** (1699 - 1719) ஆட்சி (1719 மே - ஜுன்)
  - ஜஹான் ஷா (1673 - 1712)
    - **முகம்மது ஷா** (1702 - 1748) ஆட்சி (1719 - 1748)
      - **அகமது ஷா** (1725 - 1775) ஆட்சி (1748 - 1754)
        - **பிதார் பக்த்** (ஜஹான் ஷா IV) (1749 - 1790) ஆட்சி (1788 ஆக. - அக்.)
- முகம்மது அஸம் ஷா (1653 - 1707)
- முகம்மது அக்பர் (1657 - 1706)
  - **நேகு ஷியார்** (1679 - 1723) ஆட்சி (1719 மே - ஜூன்)
- முகம்மது காம் பக்ஷ் (1667 - 1709)
  - முஹி உஸ்-சுனத்
    - **ஷாஜஹான் III** (ஆட்சி 1759)

## மராத்திய மன்னர்கள்

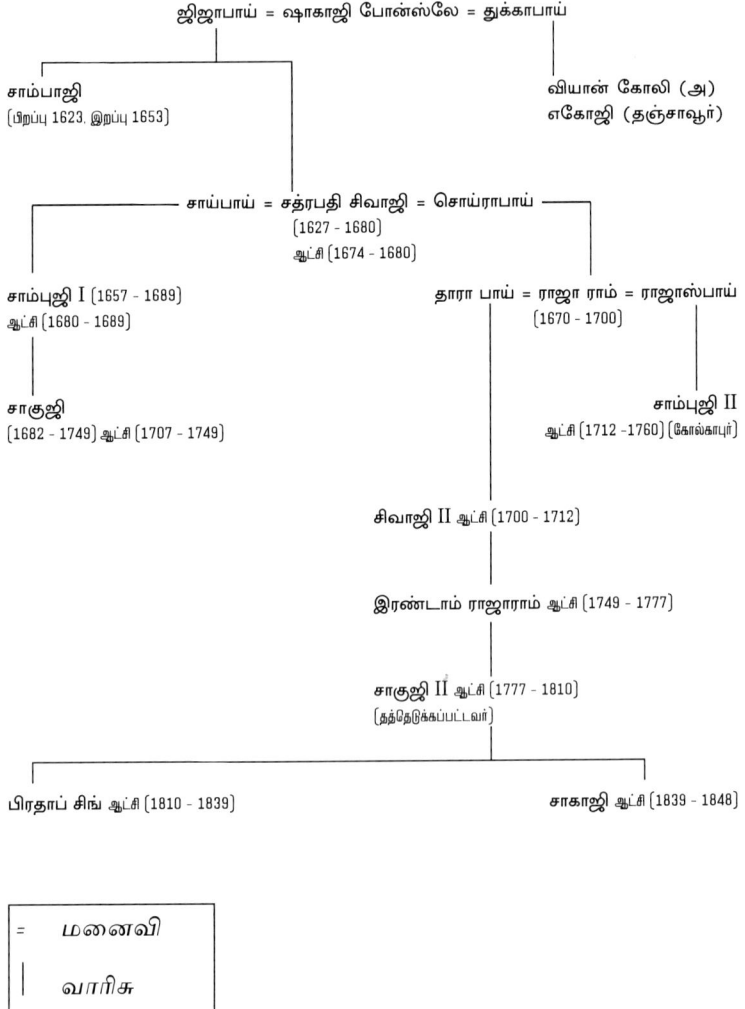

16 / *முகில்*

# பேஷ்வாக்கள்

- 1. பாலாஜி விஸ்வநாத் (1713 - 1720)
  - 2. பாஜி ராவ் (1720 - 1740)
    - 3. பாலாஜி பாஜி ராவ் (நானா சாகேப்) (1740 - 1761)
      - விஸ்வாஸ் ராவ் (மூன்றாம் பானிபட் போரில் மரணம், 1761)
      - 4. மாதவ ராவ் I (1761 - 1772)
      - 5. நாராயண ராவ் (1772 - 1773)
        - 7. மாதவ ராவ் II (1774 -1796)
    - 6. ரகுநாத் ராவ் (1773 - 1774)
      - 8. பாஜி ராவ் (1796 - 1818)
  - ஜிம்னாஜி அப்பா
    - சதாசிவ ராவ் பாகு (மூன்றாம் பானிபட் போரில் மரணம், 1761)

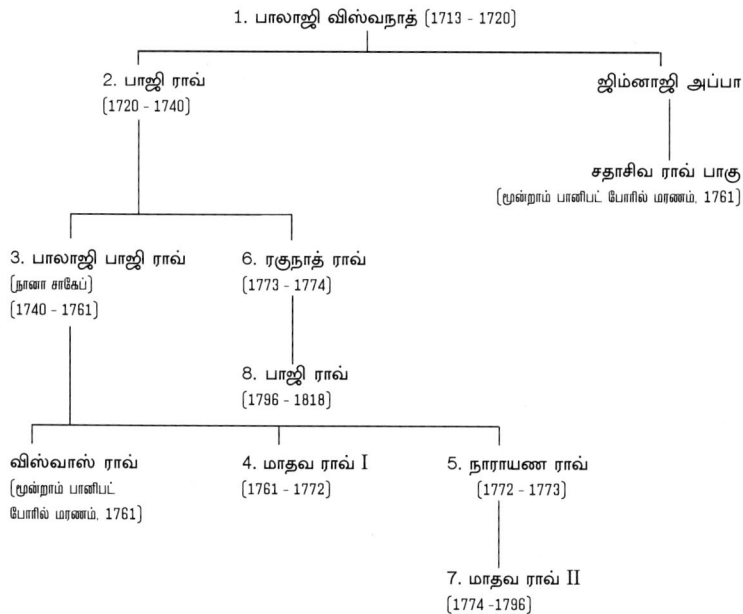

# சீக்கிய குருக்கள்

1. குருநானக் (பிறப்பு - 1469. இறப்பு 1538)

2. அங்கத்
குருவாக இருந்த காலம் (1538 - 1552)

3. அமர்தாஸ் (1552 - 1574)

4. ராம்தாஸ் (1574 - 1581)
(அமர்தாஸின் மகள் பிபி பானியை மணந்து கொண்டவர். மருமகன்)

5. அர்ஜூன் சிங் (1581 - 1606)

6. ஹர்கோபிந் சிங் (1606 - 1645)

குர்டிட்டா

7. ஹர்ராய்
(1645 - 1661)

ராம் ராய்

8. ஹர்கிருஷன் சிங்
(1661 - 1664)

9. தேஜ் பகதூர்
(1664 - 1675)

10. கோபிந்த் சிங்
(1675 - 1708)

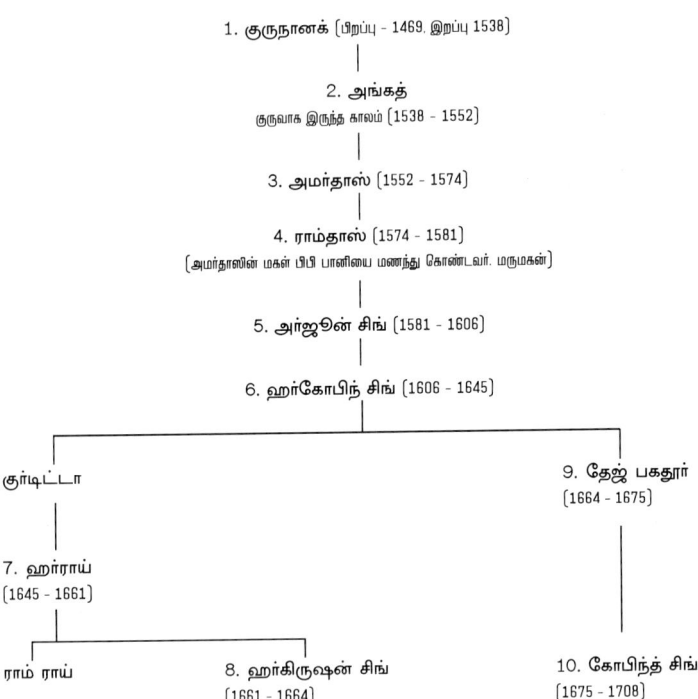

# டெல்லி

## முகலாயர்களுக்கு முன் - சிறு அறிமுகம்

காலம் : 1206 - 1526

முகம்மது கோரி ஈட்டியால் தாக்கியதில் கோவிந்த ராஜாவின் முன்பற்கள் உடைந்து விழுந்தன. சட்டென சுதாரித்தகோவிந்த ராஜா, கோரியுடன் தொடர்ந்து நேருக்கு நேராக மோதினார். பழகிய இடம் என்பதால் தாரோரி* யுத்த களத்தில் ராஜபுத்திர வீரர்களின் கை ஓங்கி இருந்தது. துருக்கிய வீரர்கள் கொஞ்சம் கொஞ்சமாக பின் வாங்கிக் கொண்டிருந்தார்கள்.

பலத்த காயமடைந்த முகம்மது கோரி களத்திலிருந்து தப்பித்து ஓட ஆரம்பித்தார். முதல் தாரோரி யுத்தத்தில் ராஜபுத்திரர்களுக்கே வெற்றி *(1191)*. முகம்மது கோரிக்குப் படுதோல்வி.

முகம்மது கோரி - மத்திய ஆப்கனிஸ்தானின் அமைந் திருந்த கோர் ராஜ்ஜியத்தின் கவர்னர். படையின் தலைமைத் தளபதிகூட. அதன் சுல்தானாக, கோரியின் சகோதரர் கியாஸ் உத்-தின் முகம்மது இருந்தார். கோரிக்கு இஸ்லாமியர்களின் ஆட்சியை வளமையான இந்துஸ்தானிலும் பரப்ப ஆசை. தன் ராஜ்ஜியத்தின் வடமேற்கு எல்லை தாண்டி இந்துஸ்தானுக்குள் காலடி எடுத்து வைத்தார்.

அது ராஜபுத்திரர்களின் சௌகான் ராஜ்ஜியம். இன்றைய ராஜஸ்தான், ஹரியானா, பஞ்சாபின் சில பகுதிகள், உத்திர பிரதேசத்தின் சில பகுதிகளை உள்ளடக்கியது. மூன்றாம் பிரித்வி ராஜ் என்ற பிரித்வி ராஜ் சௌகான் அதனை ஆண்டு வந்தார். அஜ்மீரைத் தலைநகரமாகக் கொண்டு ஆண்டு வந்த

---

* ஹரியானாவில் கர்னாலுக்கு அருகிலுள்ள ஓர் இடம்.

அந்த வலிமையான ராஜபுத்திரரின் கையில்தான் டெல்லியும் இருந்தது.

1191ல் முகம்மது கோரி செளகான் ராஜ்ஜியத்தினுள் நுழைந்தார். பஞ்சாபில் சில கோட்டைகளைப் பிடித்தார். அத்துமீறி நுழைந்த எதிரியை அடித்துத் துரத்த நினைத்த பிரித்வி ராஜ், இளவரசர் கோவிந்த ராஜா தலைமையில் ராஜபுத்திரப் படைகளை அனுப்பினார். நடந்த முதலாம் தாரோரி யுத்தத்தில் கிடைத்த தோல்வி கோரியின் நிம்மதியைக் குலைத்தது.

அடுத்த ஆண்டே சுமார் 1,20,000 வீரர்களுடன் மீண்டும் படையெடுத்த வந்தார் முகம்மது கோரி. லாகூரில் முகாமிட்டபடி, பிரித்வி ராஜுக்குத் தூது அனுப்பினார். 'மரியாதையாகச் சரணடைந்து விடுங்கள், இல்லையேல் பெரும் இழப்பைச் சந்திக்க வேண்டியதிருக்கும்.'

பிரித்வி ராஜ் அதற்கு செவி சாய்க்கவில்லை. தாரோரி மீண்டும் யுத்தத்தைச் சந்திக்கத் தயாரானது. சுமார் 150 ராஜபுத்திர ஆட்சியாளர்களின் துணையோடு களமிறங்கினார் பிரித்வி ராஜ். ராஜபுத்திர படை கோரியின் படையைவிட இருமடங்கு பெரியது. குறிப்பாக சுமார் 3000 யானைகள் களத்தில் இருந்தன. கோரி, முறையாக வியூகங்களை அமைத்துப் போரிட்டார். ராஜ புத்திரர்களே வெற்றியை நோக்கி முன்னேறிக் கொண்டிருந் தனர். ஆனால் ராஜபுத்திரர்களின் தலைமைத் தளபதி கண்டே ராவ் கொல்லப்படவும் ராஜபுத்திர வீரர்களின் நம்பிக்கை குலைந் தது. காலையில் கைநழுவிய வெற்றி வாய்ப்பை மாலையில் விடாமல் பிடித்துக்கொண்ட கோரி, ராஜபுத்திரர்களைத் துவம்சம் செய்தார். பிரித்வி ராஜ் தப்பி ஓடினார். ஆனால் சரஸ்வதி நதிக்கரையில் கோரியின் படையினர் பிரித்வி ராஜின் தலையைச் சீவினார்கள்.

இரண்டாம் தாரோரி யுத்தத்தின் வெற்றியினால் சிந்து - கங்கைச் சமவெளியில் லாகூர், சிந்து, கஜினி, முல்டான், டெல்லி ஆகியவை முகம்மது கோரியின் வசமாகின. அவர் தனது நம்பிக்கைக்குரிய தளபதி குத்ப்-உத்-தின் ஐபெக்கை★ (Qutb-ud-din Aibak), புதிதாகக் கைப்பற்றப்பட்ட அந்த வடமேற்கு பிரதேசங்களின் கவர்னராக நியமித்தார். கோரி, பிரித்வி ராஜின்

★ துருக்கியர். இரண்டாம் தாரோரி யுத்தத்தின் வெற்றிக்கு இவரும் ஒரு முக்கியக் காரணம்.

மகனான கோலாவை ஒரு சிறு பிரதேசத்தின் அரசராக்கினார். கோர் ராஜ்ஜியத்துக்குக் கட்டுப்பட்டு நடக்கும்படியாக ஏற்பாடுகள் செய்துவிட்டு ஆப்கனுக்குத் திரும்பினார்.

1202ல் கியாத் உத்-தின் முகம்மது இறந்துபோக, கோர் ராஜ்ஜியத்தின் சுல்தானாக முகம்மது கோரி பொறுப்பேற்றார். இந்துஸ்தானில் இஸ்லாமிய மதத்தைப் பெருமளவில் பரப்ப வேண்டும் என்பது அவரது எண்ணம். ஆனால் 1206லேயே இறந்துபோனார்.

கோரியின் மறைவுக்குப் பிறகு குத்ப்-உத்-தின் ஐபெக், எதிர்ப்பு களை எல்லாம் முறியடித்து கோர் ராஜ்ஜியத்தின் சுல்தானாகத் தனக்குத் தானே முடிசூட்டிக் கொண்டார். முதலில் லாகூரைத் தலைநகரமாகக் கொண்டு செயல்பட ஆரம்பித்த இவர், பின் டெல்லிக்கு நகர்ந்தார். குத்ப்-உத்-தின் ஐபெகின் மூலம் டெல்லியில் சுல்தான்களின் ஆட்சி ஆரம்பமானது. அந்த வம்சத்தின் பெயர் மாமுல்க் (Mamluk, அரபியில் 'சொந்தமான' என்று பொருள்.)

டெல்லியில் இஸ்லாமியச் சின்னங்கள் உருவாக்கப்பட ஆரம்பித்தன. குதுப் மினார் வளர்ந்தது. 1210ல் குத்ப்-உத்-தின் ஐபெக், போலோ விளையாடும்போது கீழே விழுந்து இறந்து போனார்.

அடுத்த எண்பத்து நான்கு வருடங்கள் (1206 - 1290), டெல்லி மாமுல்க் வம்சத்தினரின் ஆட்சியில் இருந்தது. டெல்லியின் பத்தாவது சுல்தானான முயிஸ் உத்-தின், இளவயதிலேயே பக்க வாதத்தால் பாதிக்கப்பட்டார். எனவே அவரது மூன்று வயது மகன் அரியணை ஏற்றப்பட்டார் (1290).

கில்ஜி வம்சத்தைச் சேர்ந்த ஜலாலுதின்*, அப்போது டெல்லியை நோக்கிப் படையெடுத்து வந்தார். சுல்தானின் படைகளைச் சிதறடித்தார். கொல்லப்பட்ட முயிஸ் உத்-தினின் உடல், யமுனை நதியில் எறியப்பட்டது. ஜலாலுதின் கில்ஜி டெல்லியின் புதிய சுல்தான் ஆனார். கில்ஜி வம்சத்தின் ஆட்சி ஆரம்பமானது.

---

* கில்ஜி வம்சத்தினரும் துருக்கியர்கள்தான். மாமுல்க் வம்சத்தினரிடம் பல காலமாகப் பணியாற்றியவர்கள். ஜலாலுதின் கில்ஜியும் டெல்லி சுல்தானுக்குக் கட்டுப்பட்டு ஒரு பகுதியை நிர்வாகம் செய்தவர்தான்.

ஜலாலுதினுக்குப் பின் சுல்தான் ஆனவர் அலாவுதின் கில்ஜி. அடுத்த சுல்தான் அவரது மகனான குத்ப்-உத்-தின் முபாரக் (1316). இளவயதிலேயே சுல்தான் ஆன முபாரகின் அனுபவமின்மையும் பருவத் திமிரும் நிர்வாகத்தைச் சீர்குலைத்தன. டெல்லியின் அரியணையைக் கைப்பற்ற பலரது கண்கள் நோட்டமிட்டுக் கொண்டிருந்தன.

அதில் ஒருவர் கியாத் அல்-தின் துக்ளக். இவரும் துருக்கியரே. துக்ளக் என்ற வம்சத்தைச் சேர்ந்தவர். முபாரகின் ஆட்சியில், இந்துக்கள் ஆதிக்கம் செலுத்துவதை அறிந்து கொதித்தார். முபாரக்கை நீக்கி அரியணையைக் கைப்பற்ற முடிவு செய்தார். படை திரட்டினார். அதற்குள் குஷ்ரோ கான் என்ற நெருக்கமான தளபதியே முபாரக்கைக் கொன்றார் (1320). டெல்லியின் கில்ஜி வம்சத்தின் ஆட்சி முடிவுக்கு வந்தது (1290 - 1320).

குஷ்ரோ கானின் பிடியில் டெல்லியின் அரியணை சுமார் நான்கு மாதங்களுக்கு இருந்தது. கியாத் அல்-தின் துக்ளக், குஷ்ரோ கானோடு போரிட்டு டெல்லியைக் கைப்பற்றினார். டெல்லியின் துக்ளக் வம்சத்தின் ஆட்சி ஆரம்பமானது. 1414 வரை அது தொடர்ந்தது.

துக்ளக் வம்சத்தினரின் வீழ்ச்சியில், சயீத் (Sayyid) வம்சத்தினர் டெல்லியைக் கைப்பற்றினார்கள். டெல்லியின் முதல் சையத் சுல்தான், கிஸ்ர் கான். முதல் முப்பதாண்டுகளுக்குள் மூன்று சையத் சுல்தான்கள் மாறினார்கள். 1445ல் அலா-உத்-தின் ஆலம் ஷா என்பவர் நான்காவது சுல்தானாகப் பதவியேற்றார்.

அந்தச் சமயத்தில் பஞ்சாபின் கவர்னராக இருந்தவர் பஹ்லுல் கான் லோடி (Bahlul Khan Lodhi). ஆலம் ஷாவுக்கு பஹ்லுல் கான் லோடியின் நிர்வாகத் திறமை மீது பெரிய மதிப்பு இருந்தது. ஆகவே அவரை பஞ்சாப் மாகாணத்தில் அமீர் ஆக பதவி உயர்வு கொடுத்தார். (அமீர் என்றால் தன்னாட்சி அதிகாரம் கொண்டவர்.)

ஆலம் ஷாவுக்கு மேலும் டெல்லியின் சுல்தானாகப் பதவியைத் தொடருவதில் விருப்பம் இருக்கவில்லை. தனிப்பட்ட காரணங்கள். அமைதியாக ஓய்வெடுக்க விரும்பினார். ஆகவே டெல்லி சுல்தான் பதவியை பஹ்லுல் கான் லோடியிடம்

அளித்தார். உத்தரப்பிரதேசத்திலுள்ள பாதுன் என்ற நகரத்துக்குச் சென்று ஒதுங்கி வாழ ஆரம்பித்தார்.

டெல்லியில் லோடி வம்சத்தின் ஆட்சி ஏப்ரல் 19, 1451ல் ஆரம்பமானது. அதுவரை இருந்த சுல்தான்கள் எல்லோருமே துருக்கியர்கள். லோடி வம்சத்தினர் ஆப்கனியர்கள். ஆகவே பஞ்சாபிலும் அதைச் சுற்றியிருந்த பகுதிகளும் வாழ்ந்த ஆப்கனியர்கள் ஒன்றிணைந்தார்கள். வட இந்தியா முழுவதுமே ஆப்கனியர்கள் வசமிருப்பது போலத் தோன்றியது.

இருந்தாலும் பஹ்லுல் கான் லோடிக்குப் பெரும் சவாலாக இருந்தவர் ஜவுன்புர் (உத்திரப்பிரதேசத்தில் உள்ளது) சுல்தான். அவரது ஆட்சிக்காலத்தில் பெரும்பான்மையான நாள்கள் ஜவுன்புர் சுல்தானோடு போரிடுவதிலேயே கழிந்தது. 1486ல் ஜவுன்புர் வீழ்ந்தது. பஹ்லுல் கான் லோடி, தனது மூத்த மகன் பார்பக் ஷாவை ஜவுன்புர் சுல்தானாக நியமித்தார். அதே நேரத்தில் இளைய மகனான சிக்கந்தர் லோடியை டெல்லியின் அடுத்த சுல்தானாக அறிவித்தார். 1489ல் இறந்து போனார்.

இறப்பதற்கு முன் மூத்த மகனுக்கு, இளைய மகனுக்கு, முக்கியமான உறவினர்களுக்கு என்று தனது அரசின் பகுதிகளைப் பங்கு போட்டுக் கொடுத்திருந்தார். சிக்கந்தர் லோடிக்கு அதில் விருப்பமில்லை. துண்டுத் துண்டாக பிரிந்துகிடந்தால் வேற்று நபர்களும் கொள்ளையர்களும் உள்ளே புகுந்துவிடுவார்கள் என்று நினைத்த அவர், மீண்டும் பழையபடி எல்லாப் பகுதிகளையும் டெல்லி சுல்தானாகிய தனது அதிகாரத்தின்கீழ் கொண்டு வருவதற்கான முயற்சிகளில் இறங்கினார்.

முதல் எதிர்ப்பு மூத்த சகோதரர் பார்பக் ஷாவிடமிருந்து வந்தது. பார்பக் ஷாவின் எதிர்ப்பை எல்லாம் முடக்கி ஜவுன்புரை தன் வசமாக்கினார். இருந்தாலும் சகோதரப் பாசம். மீண்டும் ஜவுன்புரின் நிர்வாகப் பொறுப்பை பார்பக் ஷாவிடமே ஒப்படைத்தார். பிரித்துக் கொடுக்கப்பட்ட ஒவ்வொரு பகுதியையும் தன் அதிகாரத்தின்கீழ் கொண்டு வந்தார். அலம் கான் என்ற உறவினரே சிக்கந்தர் ஷாவுக்கு எதிராக சதியில் ஈடுபட்டார். அதை முறியடித்து, உறவினரையும் மன்னித்து உயர்பதவி கொடுத்தார். புதிதாக குவாலியர், பிகார், தோல்புர் ஆகிய பகுதிகளைக் கைப்பற்றினார். 1504ல் ஆக்ரா என்ற

இப்ராஹிம் லோடி

அழகான நகரை உருவாக்கினார். அதே சமயத்தில் மதுராவில் இருந்து இந்து ஆலயங்களை இடிக்கவும் செய்தார். இந்துக்கள் மீது ஜிஸியா (Jizya)★ வரி விதித்தார். சிக்கந்தர் லோடியின் ஆட்சியில் விவசாய வளர்ச்சி, பொருளாதார வளர்ச்சி எல்லாமே நிகழ்ந்தன. சமஸ்கிருத இலக்கியங்கள் பல பாரசீக மொழிக்கு மாற்றப்பட்டன. இசையும் கலையும் வாழ்ந்தது. எல்லையும் விரிவடைந்தது.

1517ல் சிக்கந்தர் லோடி இறந்த பிறகு, அவரது மகன் இப்ராஹிம் லோடி டெல்லியின் சுல்தானாகப் பொறுப்பேற்றார். சிக்கந்தர் அளவுக்கு இப்ராஹிமால் கட்டுக்கோப்பான நிர்வாகத்தைத் தர இயலவில்லை.

ஜலால் கான் என்ற அவரது சகோதரர், ஜவுன்புரைத் தனியாகப் பிரித்து ஆட்சி அமைக்க முனைந்தார். அதற்கு பல அமைச்சர்களும் தளபதிகளும் துணை நின்றார்கள். இப்ராஹிம்

★ இஸ்லாமியர்களின் ஆட்சியின் கீழ் வாழும் இஸ்லாமியர் அல்லாத பிற மக்கள் செலுத்த வேண்டிய வரி ஜிஸியா. அங்கு வாழ்வதற்காகவும் தங்களது பாதுகாப்புக்காகவும் இந்த வரியைக் கட்டி வந்தார்கள். வரி செலுத்த முடியாதவர்கள் இஸ்லாம் மதத்துக்கு மாறக் கட்டாயப்படுத்தப்படுவதும் நிகழ்ந்தது.

லோடியால் பொறுத்துக்கொள்ள முடியவில்லை, சதி செய்து ஜலால் கானைக் கொன்றார். அவரது தந்தையின் ஆட்சிக் காலத்தில் இருந்த தளபதிகள், கவர்னர்களோடு அவரால் ஒத்துப்போக முடியவில்லை. முதலில் மியான் புவா (Mian Bhua) என்ற வாஸிரை (பிரதம மந்திரி) சிறையில் தள்ளினார். சிறைக்குள் அவருக்கு ராஜ கவனிப்பு. நல்ல உணவு முதல் ஒயின் வரை பரிமாறப்பட்டன. ஒருநாள் சிறையில் மியான் புவா வாயில் நுரைதள்ளி இறந்து கிடந்தார். ஒயினில் விஷம்.

இந்தச் சம்பவத்துக்குப் பிறகு கவர்னர்கள், தளபதிகள் பலர் இப்ராஹிம் லோடிக்கு எதிராகத் திரும்ப ஆரம்பித்தார்கள். ஆகவே அவர்களை முடக்க நினைத்தார். அஸம் ஹிமாயுன், ஹுசைன் கான் என்ற இரண்டு முக்கியமான மந்திரிகள் கொல்லப்பட்டார்கள். எங்கே தனக்கு எதிராக எல்லோரும் திரண்டுவிடுவார்களோ என்று பயத்திலேயே மேலும் மேலும் தவறுகளை நிகழ்த்திக் கொண்டே இருந்தார் இப்ராஹிம் லோடி.

ஒருபுறம் ராஜஸ்தானின் மேவார் (உதய்பூர் அரசு) ஆட்சியாளர் ரானா சங்க்ராம்சிங் (என்ற சங்கா), தனது எல்லைகளை விரிவுபடுத்திக் கொண்டே வந்தார். மால்வா, பேயனா, ஆக்ரா வரை அவரது அதிகாரம் நீண்டிருந்தது. ராஜபுத்திர அரசர்களை எல்லாம் ஒன்று திரட்டி, டெல்லியைக் கைப்பற்ற வேண்டும் என்பதே ரானா சங்காவின் லட்சியமாக இருந்தது.

இப்ராஹிம் லோடி மீது ஆப்கன் பகுதி கவர்னர்களும் அதிருப்தியில் இருந்தார்கள். லாகூரின் கவர்னராக இருந்த தௌலத் கான் லோடிக்கு இப்ராஹிம் லோடியிடம் இருந்து அழைப்பு வந்தது. 'டெல்லிக்கு வந்து என்னைச் சந்திக்கவும்.' தௌலத் கானுக்குள் பதைபதைப்பு. டெல்லி சென்றால் உயிரோடு திரும்பி வருவது நிச்சயம் கிடையாது. ஆகவே தனது மகனை டெல்லிக்கு அனுப்பி வைத்தார்.

'உனது தந்தை வரவில்லையா? என்னை மதிக்காதவர்கள் நிலை என்ன ஆகும் என்று உனக்குத் தெரியுமா?' - ஆணவச் சிரிப்புடன் எதிரே இருந்த சுவற்றை நோக்கித் தன் கையை நீட்டினார் இப்ராஹிம் லோடி. அங்கே தலையில்லாத பலரது உடல்கள் மட்டும் தொங்கிக் கொண்டிருந்தன. நடுநடுங்கிப் போனான் அந்த இளைஞன்.

தௌலத் கான், பாபரது உதவியை நாட முடிவு செய்திருந்தார்.

# பாபர்

**காலம் :** 1483 - 1530
**ஆட்சி :** 1526 - 1530

'இந்துஸ்தான் மீது தாங்கள் படையெடுத்து வரவேண்டும்.'

லாகூரின் கவர்னர் தௌலத் கான் லோடி சொன்ன வார்த்தைகளைக் கேட்டதும் காபுலின் அரசர் பாபரின் முகத்தில் கோப ரேகைகள். சற்றும் தாமதிக்காமல் எதிர்வினை புரிந்தார்.

'நீங்களும் உங்களுக்கு முன் வாழ்ந்த பரம்பரையினரும் டெல்லி சுல்தான்களின் உப்பைத் தின்றுதானே வாழ்ந்திருக்கிறீர்கள். இப்போது ஏன் நம்பிக்கைத் துரோகம் செய்யக் கிளம்பி விட்டீர்கள்?'

பாபரிடமிருந்து இவ்வளவு கோபத்தை எதிர்பாராத தௌலத் கான் லோடி கொஞ்சம் திகைத்துத்தான் போனார். டெல்லியில் நடக்கும் அராஜகங்களுக்கு ஒரு முடிவுகட்ட வேண்டுமென்றால் வேறுவழி யில்லை. பாபரைத்தான் நம்பியாக வேண்டும். அவருக்கு நிலைமையைத் தெளிவாகப் புரிய வைக்க வேண்டும். ஆகவே தைரியத்தை வர வழைத்துக் கொண்டு தொடர்ந்து பேசினார்.

'நானும் என் தந்தையும் அவருடைய தந்தையும் லோடி வம்சத்தினரின் நிழலில்தான் வாழ்ந்திருக் கிறோம் என்பதை நான் ஒருபோதும் மறக்க வில்லை. ஆனால் டெல்லி சென்ற எனது மகன் திரும்பவில்லை அரசரே. இப்ராஹிம் லோடி அவனைச் சிறைப்படுத்திவிட்டான். அதுபோக லோடி வம்சத்தினருக்கு விசுவாசமாக இருந்த இருபத்து மூன்று முக்கிய மந்திரிகளை இப்ராஹிம்

லோடி கொன்றுவிட்டான். ஆகவே தங்களது மேலான உதவியை நாடி வந்துள்ளேன். தாங்கள் இந்துஸ்தான் மீது படையெடுத்து வந்து, இப்ராஹிம் லோடிக்கு முடிவுகட்ட வேண்டும் என்பது என் விருப்பம் மட்டுமல்ல, அவனால் பாதிக்கப்பட்ட பல குடும்பத்தினரின் விருப்பம்.'

பணிவோடு தௌலத் கான் லோடி சொன்ன வார்த்தைகள், பாபரின் கோபத்தைப் போக்கியிருந்தன. யோசிக்க ஆரம்பித் திருந்தார் அவர். அப்போதைக்கு 'சரி. உதவுகிறேன்' என்று தௌலத் கானிடம் சொல்லியனுப்பினார் பாபர்.

அடுத்த சில நாள்களிலேயே ராணா சங்காவின் தூதுவர் காபுலுக்கு வந்தார். கொண்டுவந்த செய்தி இதுதான். 'தாங்கள் இந்துஸ்தான் மீது படையெடுக்க வேண்டும். அந்த இப்ராஹிம் லோடியை ஒழிக்க நாங்கள் உங்களுக்கு உதவுகிறோம். ராஜபுத்திரர்களின் சார்பாக நான் உங்களை அழைக்கிறேன்.'

பாபருக்கு மகிழ்ச்சி. இந்துஸ்தான். எவ்வளவு பெரிய தேசம் அது. பொன்னும் பொருளும் கொட்டிக் கிடக்கும் பூமியல்லவா. இங்கே காணக்கிடைக்காத வளமையும் செழுமையும் அங்கே நிரம்பிக் கிடப்பதாகச் சொல்லாதவர் இல்லை. சமர்கண்ட்தான் எப்போதும் எனக்கு எட்டாத கனவாக இருக்கிறது. வருகிறேன். இனி இந்துஸ்தானை அடைவதே என் லட்சியம்.

பாபர் புதிய திட்டத்தோடு படையெடுக்கத் தயாரானார்.

•

செங்கிஸ்கானின் வம்சாவழியில் வந்தவர்கள் தெமூரித்கள் (தைமூர்கள் என்றும் சொல்வதுண்டு). இரானை மையமாகக் கொண்டு இயங்கிய அவர்கள் மத்திய ஆசியா முழுவதும் இரானிய - துருக்கிய கலாசாரத்தை வளர்த்தார்கள். பாபர் நாமாவிலும் மற்ற நூல்களிலும் துருக்கி வழிவந்த செங்கிஸ்கானின் பரம்பரையினரை யும் ஆதி மங்கோலியர்களையும் குறிக்கப் பயன்படுத்தப்பட்டுள்ள சொல் 'மொகல்'. மொகலிஸ்தான் என்பது உண்மையான மங்கோலியாவைக் குறிக்கப் பயன்படுத்தப்பட்ட சொல். அதிலிருந்து தோன்றிய சொல்தான் முகலாயர்கள்.

பதினான்காம் நூற்றாண்டில் வாழ்ந்த உண்மையான இஸ் லாமியர்கள், மங்கோலியர்கள் வழிவந்து பின் இஸ்லாமிய

மதத்தைத் தழுவியவர்களை முறையான நாகரிகமுள்ள மக்களாகக் கருதவில்லை, முழு இஸ்லாமியர்களாகவும் ஏற்றுக் கொள்ளவில்லை. சமர்கண்ட், புகாராவில் வாழ்ந்த அந்த பாதி இஸ்லாமியர்களை 'முகலாயர்கள்' என்று பிரித்து அழைக்க ஆரம்பித்தார்கள்.

தெமூரித்களில் முதன்மையானவர் அமீர் தெமூர் (1336 -1405). சிரியா, அனடோலியா ஆகியவற்றின் மீது படையெடுத்து வென்ற அவர், இந்தியாவின் பல பகுதிகளையும் தன் வசமாக்கி இருந்தார். தான் வென்ற இடங்களிலிருந்து கலைஞர்களைத் திரட்டி, சமர்கண்டுக்கு* அனுப்பினார். அந்த நகரத்தை கலைகளின் தலைநகரமாக மாற்றுவது அமீர் தெமூரின் லட்சியமாக இருந்தது.

பதினைந்தாம் நூற்றாண்டின் பிற்பாதியில் மூன்று இனத்தவர்கள் மத்திய ஆசியாவை தம் வசமாக்கக் கடும்போட்டிக் கொண்டார்கள். அவர்களில் தெமூரித்களின் கை ஓங்கி இருந்தது. வடக்கே உஸ்பெகிஸ்தானிலிருந்து மங்கோலியர்களின் வம்சாவழியில் வந்த சன்னி முஸ்லீம்கள், ட்ரான்ஸோக்ஸியானாவுக்குள்** ஊடுருவ முயற்சி செய்துகொண்டிருந்தார்கள். ஆனால் அவர்களை தெமூரித்கள் முஸ்லீம்களாக ஏற்றுக்கொள்ளவில்லை, கலாசாரமற்ற காட்டுமிராண்டிகளாகத்தான் கருதினார்கள். மேற்கில் ஷியா முஸ்லீம்களால் சஃபாவித் என்றொரு புதிய சமஸ்தானம் உருவாகியிருந்தது. அவர்கள் இரானை தம் வசப்படுத்தி வைத்திருந்தார்கள். இரானுக்கு மேலும் வடக்கில் ஒட்டமான் பேரரசு வலுப்பெற்றிருந்தது. அவர்கள் கிழக்கு ஐரோப்பியப் பகுதிகளையும், இரான், இராக்கையும் வளைத்துப் போடத் துடித்துக் கொண்டிருந்தார்கள். போர்களும் ஆக்கிரமிப்புகளும் வெற்றிகளும் இழப்புகளும் தொடர்ந்து கொண்டு இருந்தன.

ட்ரான்ஸோக்ஸியானாவின் சுல்தானாக இருந்தவர் அபு ஸயீத் மிர்ஸா. இவர் அமீர் தெமூரின் பேரன். பாபரின் தாத்தா. அபு

---

★ சமர்கண்ட் - உஸ்பெகிஸ்தானின் இரண்டாவது பெரிய நகரம். சீனாவிலிருந்து மேற்கு நோக்கி நீளும் பட்டுச் சாலையின் நடுவில் அமைந்துள்ளது.

★★ ட்ரான்ஸோக்ஸியானா - இன்றைய உஸ்பெகிஸ்தான், தஜகிஸ்தான், தென்மேற்கு கஸகஸ்தானுக்கு இடைப்பட்ட பகுதி. பூகோள ரீதியாக அமுர் தார்யா, சைர் தார்யா ஆறுகளுக்கு இடையே அமைந்துள்ளது.

ஸயீத் மிர்ஸா, இறுதிக் காலத்தில் தனது அரசை மகன்களுக்காகப் பிரித்துக் கொடுத்தார். அதில் உமர் ஷேக் மிர்ஸாவுக்கு ஃபெர்கானா பள்ளத்தாக்கும், அகமது மிர்ஸாவுக்கு சமர்கண்டும் பொக்காராவும், உலுக் மிர்ஸாவுக்கு காபுலும், அபுபக்ர் மிர்ஸாவுக்கு பாதக்ஷனும், மூரத் மிர்ஸாவுக்கு காந்தஹாரும் கிடைத்தன.

ஃபெர்கானாவை தமது பங்காகப் பெற்ற உமர் ஷேக் மிர்ஸாவுக்கு மகனாகப் பிறந்தவர் பாபர்.

ஸாகிர் உதின் டின் முகம்மத் பின் உமர் ஷேக் (Zahir ud-Din Muhammad bin Omar Sheykh) என்பது பாபரின் முழுப்பெயர். பிப்ரவரி 14, 1483ல் உஸ்பெகிஸ்தானிலுள்ள ஒரு நகரமான அண்டிஜனில் பிறந்தவர். அது ஃபெர்கானாவின் தலைநகரம். பாபருடைய தாயார் க்வட்லக் நிகார் கானும் (Quatluq Nigar Khanum), அவரும் செங்கிஸ்கானின் பரம்பரையில் வந்தவர். அதாவது அவரது தாய்வழித் தாத்தாவான யூனுஸ் கான், செங்கிஸ்கானிலிருந்து பதிமூன்றாவது நேரடிப் பரம்பரை. ஆக, பாபர் துருக்கிய - மங்கோலிய கலப்பு இனத்தவர். தைமூரும் மங்கோலிய இனத்தவராக இருந்தாலும் பேசும் துருக்கிய மொழியால் வேறுபட்டனர். பாபர் தன்னை துருக்கிய இனத்தவர் என்று சொல்லிக் கொள்ளவே விரும்பினார். காரணம் மங்கோலியர்களை அவர் கலாசாரம் நிறைந்தவர்களாக ஒப்புக்கொள்ளவில்லை.

பாபரின் சிறுவயது வாழ்க்கை பற்றிய விவரங்கள் எதுவும் பதிவு செய்யப்படவில்லை. தனது பதினான்கு வயதிலிருந்து வாழ்க்கையை மிகவும் விரிவாக 'பாபர் நாமா'வில் பதிவு செய்துள்ளார் அவர். அது துருக்கிய மொழிகளுள் ஒன்றான சாகெட்டெயில் (Chagatai) எழுதப்பட்டது.

அண்டிஜன் நகரத்துக்கு வெளியே ஓரிடத்தில் கூடாரமிட்டுத் தங்கியிருந்தார் பன்னிரண்டு வயது பாபர். அப்போது அவரது தந்தையின் இறப்புச் செய்தி வந்து சேர்ந்தது. குள்ளமான உருவம், வட்டமான தாடி, சதைப்பிடிப்புள்ள முகம், பருமனாக இருந்தவர் உமர் ஷேக் மிர்ஸா. தினமும் ஐந்து வேளை தொழுகையைத் தவறாதவர். வீரமானவர். குறிபார்த்துத் தாக்குவதில் சற்று வல்லவர். அதிகம் குடிப்பவர். மாஜுன் என்ற போதை இனிப்பை விரும்பிச் சாப்பிடுபவர். கவிஞர். அவர்,

அக்ஷி கோட்டையில் புறா ஒன்று புறாக்கூண்டோடு சரிந்து விழுவதைப் போல கீழே விழுந்து இறந்தார்.*

தனது மூத்த மகனான பாபரைத்தான் ஃபெர்கானாவின் அடுத்த சுல்தானாக அமர வைக்க வேண்டும் என்பது உமர் ஷேக் மிர்ஸாவின் விருப்பம். ஆனால் திடீரென்று நேர்ந்த அவரது மரணம், நிலைமையைக் கொஞ்சம் கவலைக்கிடமாக்கியிருந்தது. பாபரின் இளைய சகோதரரான ஜஹாங்கிரை அடுத்த சுல்தானாக்க ஒரு கூட்டம் சதி செய்துகொண்டிருந்தது. அண்டைப் பகுதிகளில் ஆட்சியிலிருந்த உமர் ஷேக் சுல்தானின் சகோதரர்கள், அதாவது பாபரின் சித்தப்பா, பெரியப்பாக்கள் மற்றும் அவர்களது மகன்கள், ஃபெர்கானாவைக் கைப்பற்றத் தயாராகவே இருந்தார்கள்.

ஆகவே உமர் ஷேக் மிர்ஸாவின் நம்பிக்கைக்குரிய அமைச்சர்கள் தக்க பாதுகாப்புகளுடன் பாபரைத் தேடி வந்திருந்தார்கள். பாபரை ஃபெர்கானாவுக்கு பத்திரமாக அழைத்துச் சென்று சுல்தான் ஆக்கினார்கள். எந்நேரமும் எந்தச் சதியும் நடக்கலாம். யாரும் எப்போதும் நம்பிக்கைத் துரோகம் செய்யலாம். வாளைக் கீழே வைத்தால் பதவிக்கு மட்டுமல்ல, வாழ்க்கைக்கே ஆபத்து என்ற சூழலில் ஃபெர்கானாவில் ஆட்சி செலுத்த ஆரம்பித்தார் பாபர்.

ஃபெர்கானா. பள்ளத்தாக்கு பூமி. கால்நடைகளை வளர்ப்பதற்கு ஏற்ற செழிப்பான பிரதேசம். பயிர்த் தொழிலுக்கேற்ற நிலம். முலாம்பழங்களும் திராட்சைத் தோட்டங்களும் நிறைந்த ஃபெர்கானாவில் போராட்டங்களும் நிரம்பியே கிடந்தன. சிறிய பிரதேசம்தான், ஆனால் அதைத் தக்கவைப்பதற்கே ஒவ்வொரு நாளும் விழிப்புடன் இருக்க வேண்டியதிருந்தது. இருந்தாலும் பாபருக்குள் ஒரு கனவு. சமர்கண்டை கைப்பற்ற வேண்டும்.

ஃபெர்கானாவுக்கு மேற்கில் அடுத்து அமைந்திருந்த சமர் கண்டை ஆண்டு வந்தவர் பாபரின் ஒன்றுவிட்ட சகோதரரான பைசங்கார். 1495, செப்டெம்பரில் பாபர் சமர்கண்டை முற்றுகையிட முயற்சி செய்தார். தோல்வியே கிடைத்தது. சரியாக ஓர் ஆண்டு கழித்து மீண்டும் முற்றுகையிட்டார். அப்போதும் தோல்வி. முயற்சியைக் கைவிடாத பாபர், 1497ன்

---

★ சுயசரிதையில் பாபர் தனது தந்தையைப் பற்றியும் அவரது மரணத்தையும் கிட்டத்தட்ட இப்படித்தான் கூறியுள்ளார். இறந்த நாள் - ஜூன் 9, 1494.

சைபானி கான்

ஆகஸ்டில் அடுத்த முற்றுகையை நிகழ்த்தினார். வெற்றி வசமானது.

பதினைந்து வயதில் தெமூர் இனத்தின் சுல்தானாகப் பதவி. சிறிய வயதில் பெரிய சாதனைதான். இருந்தாலும் எப்போது வேண்டுமானாலும் எதிரிகள் சமர்கண்டுக்காக நாக்கைச் சுழற்றிக் கொண்டு வரலாம். வாளுக்கு ஓய்வில்லை.

நூறு நாள்கள் கழிந்திருந்தன. அப்போது பாபருக்கு உடல் நலம் சரியில்லை. அந்த கெட்ட செய்தி வந்தடைந்தது. 'ஃபெர்கானா பறிபோய்விட்டது. தங்கள் சகோதரர் ஜஹாங்கிர் அதைப் பிடித்துவிட்டார்.' கூடவே அடுத்த கெட்ட செய்தியும் அணி வகுத்து வந்தது. 'போருக்குத் தயாராகுங்கள். சுல்தான் அலி மிர்ஸா* சமர்கண்டை முற்றுகையிட்டுள்ளார்.'

அந்தப் போரில் பாபர் உயிர் பிழைக்கத் தப்பி ஓடிவர வேண்டிய தாயிற்று. ஃபெர்கானா, சமர்கண்ட் இரண்டுமே கைநழுவிப் போய்விட்டன. அடுத்தது? பாதுகாப்புள்ள ஓரிடத்தில் பதுங்க வேண்டும். மீண்டும் படைதிரட்டி இழந்தவற்றை மீட்க வேண்டும்.

---

★ அலி மிர்ஸா போகாராவின் சுல்தான். பாபரது ஒன்றுவிட்ட சகோதரர்.

மீட்டார். ஆனால் புதிய எதிரி ஒருவரோடு மோத வேண்டியிருந்தது. பலமான எதிரி. தெமூரிக்களை முற்றிலுமாக அழித்து ஒழிக்க வேண்டுமென்பதே அந்த எதிரியின் வாழ்க்கை லட்சியம். அவர் சைபானி கான். செங்கிஸ்கானின் பரம்பரைதான். உஸ்பெகிஸ்தானின் வலிமையான சுல்தான்.

சைபானி கானிடம் பாபரால் தாக்குப்பிடிக்க முடியவில்லை. மீண்டும் இரண்டையும் இழந்தார். அடுத்த சில வருடங்களுக்கு பாபரது வாழ்க்கை சதுரங்க ஆட்டம் போல்தான் இருந்தது. ஃபெர்கானைவை மீட்பது, சமர்கண்டைக் குறி வைப்பது, சமர்கண்டை அடைவது, அதனை இழப்பது, உயிர்தப்பி ஓடுவது, மீண்டும் படைதிரட்டத் திரிவது என்று.

1500ல் சமர்கண்ட் மீண்டும் பாபரை வரவேற்றது. ஆனால் ஆறே மாதங்கள்தான் நிம்மதியாக இருக்க முடிந்தது. உஸ்பெகிஸ்தானின் சுல்தான்களின் ஒருவரான வேர்ம்ஸ்வுட் கான், சமர்கண்டைக் குறிவைத்தார். வயதில் மூத்தவர். அனுபவம் மிக்கவர். போர்த் தந்திரங்களில் கரைகண்ட வேர்ம்ஸ்வுட் கான், கொஞ்சம் கொஞ்சமாக முற்றுகையிட்டார். பாபராலோ, மற்ற வீரர்களாலோ, மக்களாலோ வெளியே வரமுடியாதபடி சமர்கண்ட் கோட்டை முற்றிலுமாக முற்றுகையிடப்பட்டது. மூன்று மாதங்களுக்கு மேல் வேர்ம்ஸ்வுட் கான் தனது படையோடு கோட்டையைச் சுற்றிச் சுற்றி வந்தாரே தவிர, தாக்குதலைத் தொடங்கவில்லை.

அந்த ஏப்ரலில் பொறுமையிழந்த பாபர், தனது ஒரு பகுதி படையினரோடு கோட்டையை விட்டு வெளியே வந்தார். எதிரிகளின் பலம் அறியாமல் தாக்குதலைத் தொடங்கினார். விரைவிலேயே தான் செய்து கொண்டிருப்பது தவறு என்பதை உணர்ந்துகொண்டார். உயிர் பிழைக்க மீண்டும் கோட்டைக்குள் ஓடிச் செல்ல வேண்டியதாயிற்று.

வேர்ம்ஸ்வுட் கான் முற்றுகையைத் தொடர்ந்தார். கோட்டைக்குள் உணவுப் பொருள்கள் காலியாகின. மக்கள் உணவும் தானியங்களும் இல்லாது நாய்களையும் கழுதைகளையும் அடித்துத் தின்ன ஆரம்பித்தார்கள். கால்நடைகள், ஏதாவது கிடைக்காதா என்று இலை தழைகளுக்காக ஏங்கி மெலிந்து மடிந்தன. பாபர் வலிமை இழந்தார். சுற்றுவட்டாரத்தில் ஆட்சியில் இருக்கும் தமது உறவினர்களிடம் பொருள் உதவி

முகலாயர்கள் / 37

கேட்டும், படை உதவி கேட்டும் தூது அனுப்பிப் பார்த்தார். யாரும் உதவ முன்வரவில்லை. மக்கள், வீரர்கள், நம்பிக்கை இழந்த மற்றவர்கள் பசியின் பிடியில் சிக்கி, கோட்டையை விட்டு வெளியேறினார்கள், எதிரிகளிடம் சரணடைந்தார்கள்.

வேர்ம்ஸ்வுட் கான் கருணை காட்டினார். பாபரையும் அவரைச் சார்ந்தவர்களையும் சமர்கண்டை விட்டுப் பிழைத்து ஓடுவதற்கு அனுமதி கொடுத்தார்.

தனது தாய் நிகர் கானும், மேலும் சில உறவுக்காரப் பெண்கள், நெருங்கிய விசுவாசிகளோடு குதிரையேறித் தப்பினார் பாபர். காடு, மலை, கரடு முரடுப்பாதை, ஓய்வெடுப்பது பற்றி சிந்திக்கக்கூட முடியாத நெடும் பயணம். தன் குதிரையில் முன்னால் சென்று கொண்டிருந்த பாபர், பின்னால் எல்லோரும் வருகிறார்களா என்று பார்க்க சடாரெனத் திரும்பினார். அவரது குதிரையின் சேணம் அறுந்துபோக, கையைவிட்டு கடிவாளம் நழுவியது. பாபரும் குதிரை மீதிருந்து நழுவினார். தலையில் அடி.

நினைவு கலங்கியிருந்தது. படுத்து ஓய்வெடுக்க நேரமில்லை. பாபரை மீண்டும் குதிரையில் ஏற்றி உட்கார வைத்தார்கள். பயணத்தைத் தொடர்ந்தார்கள். வழியில் பசிக்கு குதிரை ஒன்றைக் கொன்று சாப்பிட்டார்கள். பாபருக்கு நினைவு முழுவதுமாகத் திரும்ப ஒருநாள் பிடித்தது. அப்போதுதான் அவர்களுக்கு மரண பயம் நீங்கியிருந்தது. தாக்கட் என்ற ஊரை அடைந்திருந்தார்கள். தன்னுடன் வந்தவர்களை அங்கே விட்டு விட்டு, பாபர் வேறுசில உறவினர்களைப் பார்க்க தாஷ்கண்ட் சென்றார்.

கொடுமையான நாள்கள். வறுமை பாபரை முற்றுகையிட்டிருந்தது. சுல்தானாக வாழ்ந்தவர் ஒருவேளை உணவுக்கே அல்லாடும் நிலை. நம்பிக்கை தரும்படி பேசுவதற்குக்கூட அங்கே யாருக்கும் தெரியவில்லை. ஸோக்-உச்யார் என்ற குன்றுகளில் தங்கியிருந்த அவர், அடுத்து என்னவென்று தெரியாமல் நொடிகளை விழுங்கிக் கொண்டிருந்தார். அவ்வப்போது தனக்குத் தானே ஆறுதல் சொல்லும்படியாக அங்குள்ள பாறைகளில் கவிதைகள் எழுதி வைத்தார்.

துன்பத்தில் இருப்பவர் எவரையும் எவரும் நினைப்பதில்லை;

நாடிழந்து அலைபவர் எவரையும் எவரும் மகிழ்வூட்டுவ
தில்லை;

தேசம் விட்டுத் தேசம் திரியும் என் இதயத்தில் இன்பமில்லை;

நாட்டையிழந்து எங்கோ வாழும் ஒருவருக்கு ஆறுதல்
சொல்லவே முடியாது.

மேலும் மேலும் துன்பங்கள் வந்தபோது இப்படிச் சொல்லிக்
கொண்டார் - என் ஆன்மாவைவிட உண்மையான சிநேகிதனைப்
பார்த்ததில்லை. என் மனத்தைவிட நம்பிக்கையானவர் வேறு
எவரும் இல்லை.

●

காபுலில் உலுக் பெக் மிர்ஸா என்பவர் ஆண்டு வந்தார்.
ஒருவகையில் பாபருக்கு உறவினர்தான் அவர். அவரது
ஆட்சிக்காலத்திலேயே காபுலைக் கைப்பற்ற எதிரிகள் முயற்சி
செய்து வந்தார்கள். ஆனால் அதனைச் சமாளித்து வந்தார்.
திடீரென நோய்வாய்ப்பட்ட உலுக் பெக் மிர்ஸா இறந்து
போனார்.

அடுத்து அரியணை ஏற ஆள் இருந்தது. அப்துல் ரஸாக் மிர்ஸா.
அவரது மகன். ஆனால் அரியணை ஏறுவதற்கேற்ற வயது
இல்லை அந்தச் சிறுவனுக்கு. அப்துல் ரஸாக்கை ஆட்சியில்
அமர வைத்துவிட்டு, ராஜப்பிரதிநிதியாக அமீர் ஜெரிம் ஜாகா
என்ற விசுவாசி பொறுப்பேற்றுக் கொண்டார். ஆனால் சில
நாள்களிலேயே அவர் எதிரிகளால் படுகொலை செய்யப்
பட்டார்.

முகம்மது முகீம் அர்கன் என்பவர் படையெடுத்து வந்து காபுலை
வளைத்தார். சிறுவன் அப்துல் ரஸாக் துரத்தியடிக்கப்பட்டான்.
முகீம் அர்கன், உலுக் பெர் மிர்ஸாவின் மகளை மணந்தார்.
ஆட்சியை எடுத்துக் கொண்டார். காபுலில் மிகவும் குழப்பமான
சூழல்.

அது பாபருக்குப் புதிய வாசலைத் திறந்துவிட்டது. சில
மாதங்களாகவே காபுலின் நிலைபற்றிய செய்திகளைக்
கவனமாகக் கேட்டு வந்தார் பாபர். 'சமர்கண்டில் தாங்கள்
நுழையும் சூழ்நிலை இப்போது இல்லை. தற்போதுள்ள சூழலில்
நீங்கள் முடிந்தவரை உஸ்பெகியர்களிடமிருந்து விலகி இருப்பது

நல்லது. காபுலுக்குச் செல்லுங்கள். அங்கே உங்களுக்கான வாய்ப்புகள் காத்திருக்கின்றன.' பாபரது உறவினர்கள் சிலர் அவருக்கு ஆலோசனை சொன்னார்கள். பொருளுதவி, படை உதவி செய்தார்கள்.

காபுலை நோக்கிப் பாபர் செல்லும் வழியிலெல்லாம் பல்வேறு உறவினர்கள், நிலப்பிரபுக்கள் அவருக்கு ஆதரவாக இணைந்தார்கள். முகலாய தேசியப் படை என்ற பெயரில் திரண்டார்கள். பாபரது சகோதரரான ஜஹாங்கிர் மிர்ஸாவும் தனது படையோடு வந்து இணைந்தார்.

பாபர் காபுல் கோட்டையை முற்றுகையிட்டார். பெரும் போர் எதுவுமின்றி, முகீம் அர்கன் சரணடைந்தார். பாபர் அவரையும் அவரது குடும்பத்தினரையும் பாதுகாப்புடன் வெளியேற உதவினார். தனது இருபத்தியிரண்டாவது வயதில் காபுலின் அரசர் ஆனார் பாபர்.

எப்போது என்ன பிரச்னை முளைக்குமோ என்ற பயம் இல்லாத வாழ்க்கை. இரண்டு வருடங்கள் ரமலான் நோன்பை ஒரே இடத்தில் இருந்து கழிக்குமளவுக்கு வாழ்க்கையும் ஆட்சியும் நன்றாகவே போய்க்கொண்டிருந்தது. சிறு வயதுக்குப் பின் காபுலில்தான் அந்த பாக்கியம் பாபருக்குக் கிட்டியது.

வளமையைவிட வறுமை காபுலில் நிறையவே இருந்தது. பொருளாதார ரீதியாக காபுலை உயர்த்த என்ன செய்யலாம்? சிந்தித்துப் பார்த்த பாபருக்கு அமீர் தெமூர்தான் நினைவுக்கு வந்தார். இந்துஸ்தான் மீது அவர் படையெடுத்த சம்பவங்கள் நினைவுக்கு வந்தன. இதோ எல்லை தாண்டினால்* இந்துஸ்தான். கைபர் கணவாய் வழியே அங்கு கால்வைத்துப் பார்த்தாலென்ன?

பாபர் முதன்முதலில் இந்தியாவுக்குள் காலடி எடுத்து வைத்த ஆண்டு 1505. படையெடுத்து வந்து நகரங்களைக் கைப்பற்ற வேண்டும், எல்லைகளை விரிவாக்க வேண்டும் என்ற எண்ணமெல்லாம் அப்போது அவருக்குக் கிடையாது. வந்தார். செல்வங்களைக் கொள்ளையடித்துவிட்டுச் சென்றார். இந்நிலையில், மீண்டும் உஸ்பெகிஸ்தானின் வலிமையான சுல்தான் சைபானி கானின் அச்சுறுத்தல் தலைதூக்க ஆரம்பித்தது.

---

★ அப்போது பாகிஸ்தான், ஆப்கனிஸ்தான் என்ற தனி நாடுகள் கிடையாது என்பதை நினைவில் கொள்ளவும்.

‘மத்திய ஆசியாவிலுள்ள தெமூரித்களை அழிப்பதே சைபானி கானின் நோக்கம். அவன் உயிரோடு இருக்கும்வரை முகலாயர்களின் அரியணைக்கு ஆபத்து இருந்துகொண்டேதான் இருக்கும். தெமூரித் அரசர்கள் எல்லாம் ஒன்றிணைந்தால் அவனை ஒழித்துவிடலாம். தாங்கள் என்னோடு இணைவதற்குத் தயாரா?’

இஸ்லாமியர்களின் அன்றைய கலாசாரத் தலைநகரமான ஹீரத்திலிருந்து செய்தி வந்திருந்தது. அனுப்பியவர் ஹீரத்தின் சுல்தானான ஹுசைன் மிர்ஸா. அவரும் தெமூரித் பரம்பரைதான். தெமூர் இனத்தின் மூத்த, வலுவான சுல்தான். பாட்ஷா என்றழைக்கப்படும் பேரரசர். அவரோடு இணைந்து சைபானி கானை எதிர்க்கச் சம்மதம் தெரிவித்து செய்தி அனுப்பினார் பாபர். தனது படைகளோடு ஹீரத் நோக்கி நடைபோட்டார். நோக்கம் நிறைவேறவில்லை. வயதான ஹுசைன் மிர்ஸா இறந்து போயிருந்தார்.

பெரியவர். அனுபவஸ்தர். இறந்துவிட்டார். பேரிழப்புதான். இருக்கட்டுமே, அவருக்கு ஒன்றல்ல, இரண்டு மகன்கள் இருக்கிறார்களே. ஹீரத்தின் அடுத்த சுல்தான்களாக கை கோர்த்துப் பதவியேற்றிருக்கிறார்கள். வாழ்க சகோதரப் பாசம். அவர்களிருவரும் நம்மோடு கைகோர்த்தால் சைபானி கான் ஒழிந்தான்.

ஆனால் பாபரது ஆசை பொய்த்துப் போனது. ஹீரத்தின் புதிய சுல்தான்களுக்குப் போர் மீதெல்லாம் துளியும் ஆர்வம் இருக்கவில்லை. மது, உல்லாசம், கேளிக்கை. ஆளப்பிறந்தவர்களுக்கு அதைவிட வேறென்ன வேலை?

இசை, ஓவியம், இதர கலைகள் எல்லாம் செழித்துக் கிடந்த ஹீரத்தைப் பார்க்கப் பார்க்க பாபருக்கு ஆச்சரியமாகத்தான் இருந்தது. இருந்தாலும் வீரம் என்றால் என்னவென்றே அறியாத சகோதர சுல்தான்களின் கையில் அது இருக்கிறதே. இவர்களை நம்பிப் பிரயோசனமில்லை. இதற்கு மேலும் நாம் இங்கிருந்தால் நமக்கும் ஆபத்து’ - பாபரைச் சார்ந்தவர்கள் அவரை எச்சரித்தார்கள்.

ஆகவே அவர் காபுலை நோக்கித் திரும்ப ஆரம்பித்தார். அவர் காபுலை அடைந்ததும் அந்தச் செய்தியைக் கேள்விப்பட்டார். ‘ஹீரத்தை சைபானி கான் பிடித்துவிட்டார். சுல்தான் சகோதரர்கள் உயிர்தப்பி ஓடிவிட்டார்கள்.’ எதிர்பார்த்த செய்திதான்.

ஆகவே பாபருக்கு அதிர்ச்சி எதுவுமில்லை. அப்போதைக்கு தெமூர் இனத்தில் சற்றே வலுவான சுல்தானாக மிஞ்சியிருந்தவர் பாபர் மட்டுமே. ஆகவே பாபர் ‘பாட்ஷா’ ஆனார்.

•

பல்வேறு இடங்களை வென்ற செருக்கு சைபானி கானின் தலைக்கு ஏறியிருந்தது. எப்போதுமே திட்டமிட்டுக் காய் நகர்த்தும் அவர், அந்தமுறை ஆர்வக் கோளாறில் பாரசீகத்தை நோக்கி அடியெடுத்து வைத்தார். அங்கே ஆண்டு கொண்டிருந்த சஃபாவித் பரம்பரையைச் சேர்ந்த ஷா இஸ்மாயில் சாதாரண மானவரல்லர், அவரது படைபலமும் சாதாரணமானதல்ல. போர்க்களத்தில் உஸ்பெக்குகளை நசுக்கிப் போட்டார்கள். சைபானி கானைக் கொன்று உடலைக் கூறு போட்டார்கள். அவரது தலை மட்டும் தனியே எடுத்துச் செல்லப்பட்டது. அந்த மண்டை ஓட்டில் தங்கத்தை உருக்கி ஊற்றி, கோப்பை போலாக்கி உபயோகிக்க ஆரம்பித்தார் ஷா இஸ்மாயில்.

சைபானி கானின் இறப்பு தெமூரித்கள் மத்தியில் உற்சாகத்தைப் பரப்பியது. உஸ்பெக்குகளிடம் தங்கள் பிரதேசங்களை இழந்த வர்கள் அதனை மீட்கக் கிளம்பினார்கள். பாபருக்கும் மகிழ்ச்சி. மீண்டும் அவரது கண்களில் சமர்கண்ட் மின்னியது. தனது சகோதரர்களில் ஒருவராகிய நாஸிர் மிர்ஸாவிடம் காபுலின் ஆட்சிப்பொறுப்பை ஒப்படைத்துவிட்டு, பெர்சிய படை உதவியுடன் ட்ரான்ஸோக்ஸியானா நோக்கிக் கிளம்பினார் (1510 - 1511).

ஹஸ்ஸார் என்ற இடத்தில் போர். ஹம்ஸா சுல்தான், மஹ்தி சுல்தான் ஆகியோரது தலைமையில் திரண்டிருந்த உஸ்பெக்கு களைப் பாபர் தோற்கடித்தார். ட்ரான்ஸோக்ஸியானா மீண்டும் அவர் வசமானது (அக்டோபர் 1511.)

ஆறு மாதங்கள்கூட இல்லை. மீண்டும் உஸ்பெகிஸ்தானியர்கள் திரண்டு இழந்ததை மீட்டார்கள். மீண்டும் சமர்கண்ட் பாபரின் கையைவிட்டுப் போனது. ட்ரான்ஸோக்ஸியானாவை விட்டே ஓடிப்போக வேண்டிய சூழல். காபுலுக்குத் திரும்பி யிருக்கலாம்தான். ஆனால் பாபருக்கு மனம் கேட்கவில்லை. மீண்டும் எப்படியாவது சொந்த பூமியை அடைந்துவிட வேண்டுமென்ற தவிப்பு. ஆகவே பாதக்ஷனில் தங்கினார்.

மாதங்கள் கழிந்தன. காபுலில் இருந்து செய்தி வந்தது, 'பாட்ஷா, தங்கள் சகோதரருக்கு உடல் நலமில்லை.' மூன்று ஆண்டுகள் கழித்து காபுலுக்குத் திரும்பினார் பாபர். பிப்ரவரி 15, 1515ல் நாஸிர் மிர்ஸா இறந்துபோனார்.

அடுத்த சில ஆண்டுகளுக்கு பாட்ஷா பாபருக்கு காபுலில் இயல்பு வாழ்க்கை சாத்தியமாயிற்று. தனது ஆப்கனிய எல்லையை விரிவுபடுத்தும் பணியில் இறங்கினார். சுற்றிலுமிருந்து சிறு சிறு பிராந்தியங்கள் மீது படையெடுத்து அவற்றை கைப்பற்றிக் கொண்டார். படைபலத்தைப் பெருக்கினார். முகாம்களை நடத்தினார். வீரர்களுக்கு விதவிதமான போர்ப் பயிற்சிகள் அளித்தார். நவீன ஆயுதங்களைக் கையாளக் கற்றுக் கொண்டார். பாபரது வீரர்களுக்கு துப்பாக்கியும் பீரங்கியும் அறிமுகமானது. பாட்ஷா, தேவைப்படும் சமயத்தில் கொள்ளையும் அடித்தார்.

அப்புறம்? கலை, இலக்கியம், உல்லாசம். அதுவரை பாபர் ஒயினைச் சுவைத்ததில்லை. அவரது தந்தையே சில சமயங்களில் வற்புறுத்தியிருக்கிறார். உறவினர்கள் பலமுறை வற்புறுத்தி யிருக்கிறார்கள். அப்போதெல்லாம் ஒயினை ஒதுக்கவே செய்தார். வற்புறுத்தல் அதிகமாகும் சமயங்களில் கோப்பை யைக் கையில் வாங்கியிருக்கிறாரே தவிர சுவைத்ததில்லை. மனக் கட்டுப்பாடு. மதக் கட்டுப்பாடு.

ஆனால் முப்பதாவது வயதில் அவருக்கு ஒயின்மீது ஈடுபாடு வந்தது. அதுமட்டுமல்ல, ஓபியம் போதைப் பொருளிலும்கூட. தனது போதை அனுபவங்கள் குறித்து பாபரே எழுதியும் வைத்துள்ளார். அப்புறம் பல திருமணங்கள். அந்தப்புரத்தில் ஆசைநாயகிகள்.

பாபரது முதல் மனைவியின் பெயர் அய்ஷா சுல்தான் பேகம். அவரது ஐந்து வயதில் நிச்சயிக்கப்பட்ட உறவுக்காரப் பெண். பாபருக்கு பதினாறு வயது இருக்கும்போது ஃபெர்கானாவில் வைத்து அவளைத் திருமணம் செய்துகொண்டார். மூன்று வருடங்கள் கழித்து பெண் குழந்தை ஒன்று பிறந்து இறந்துபோனது. அப்புறம் பிற மனைவிகளுக்கு* ஏகப்பட்ட குழந்தைகள். 1507 மாஹமா பேகத்துக்கு ஓர் ஆண் குழந்தை

---

★ பீவி முபாரிகா, தில்தார் பேகம், குல்ருக் பேகம், மாஷுமா பேகம், ஷாயிதா அஃபக் ஆகியோர் பாபரின் பிற மனைவிகளில் அடங்குவர்.

பிறந்தது. குழந்தைக்கு பாபர் வைத்த பெயர் அபுல் முஸாஃபர் நஸிர்-உத்-தின் முகம்மது ஹுமாயூன்.

அன்றைய மத்திய ஆசிய சுல்தான்களுக்கு மீசை, தாடி முளைக்காத அழகான சிறுவர்கள்மீது ஆசையிருந்தது. ஓரினச் சேர்க்கை என்பதை கௌரவமான கலாசாரமாகத்தான் கருதினார்கள். பாபரும் அதில் ஒருவரே. அவருடைய பதினாறு வயதில் 'பாப்ரி' என்ற சிறுவனை கடைவீதியில் கண்டிருக்கிறார். ஈர்ப்பு கொண்டிருக்கிறார். தனக்கும் அந்தச் சிறுவனுக்குமான உறவை எழுதியும் வைத்திருக்கிறார். ஆனால் பிற்பாடு அந்தச் சிறுவன் என்ன ஆனான் என்பது பற்றிய குறிப்புகள் இல்லை.

●

சமர்கண்ட் - அவ்வப்போது பாபரின் கனவில் வந்துபோய்க் கொண்டிருந்தது. நினைவில் எப்போதுமே இருந்தது. ஆனால் மீண்டும் ஒருமுறை படைதிரட்டிக் கொண்டு சென்று சமர் கண்டை அடைவதற்கான சூழ்நிலை எதுவும் அமையவில்லை. உஸ்பெக்குகள் அந்தப் பிரதேசத்தில் அவ்வளவு வலிமையாக இருந்தார்கள்.

அந்தச் சமயத்தில் பாபர், இந்தியாவைப் பற்றி நிறையவே அறிந்து கொண்டார். இந்தியாவின் வளமும் செழிப்பும் அவருக்குள் கொஞ்சம் கொஞ்சமாக ஆசையை வளர்த்துக் கொண்டிருந்தன. 1519ல்★ ஒருமுறை ஆப்கன் எல்லையைத் தாண்டி இந்தியாவுக்கு வந்தார். கொள்ளையடித்துவிட்டுச் சென்றார். ருசி கண்ட நாக்கு. மேலும் ருசி பார்க்கத் துடித்தது.

அடுத்தடுத்த ஆண்டுகளில் மேலும் சிலமுறை வந்து கொள்ளை யடித்துவிட்டுப் போனார். எல்லாமே எல்லையோரப் பகுதிகளில் நடந்த கொள்ளைகள். ஜீலம் நதியைக்கூடத் தாண்ட வில்லை. அப்போதெல்லாம் இந்தியாவுக்குள் நுழைந்து பிரதேசங்களைக் கைப்பற்றி எல்லைகளை விரிவுபடுத்த வேண்டும் என்ற எண்ணமெல்லாம் பாபருக்கு இல்லை. 1524ல் தௌலத் கான் லோடியும், ரானா சங்காவும் வந்து அழைப்பு விடுக்கும்வரை.

---

★ அதே ஆண்டிலேயே காந்தஹாரையும் குறிவைத்தார். முற்றுகையிட்டார். ஆனால் பல்வேறு பிரச்னைகளால் 1521ல்தான் காந்தஹார் பாபர் வசமானது. அதற்கு முன்பே (1520) பாதக்ஷனைக் கைப்பற்றியிருந்தார்.

44 / முகில்

**1524**. பெரும்படை ஒன்றைத் திரட்டிக் கொண்டு கிளம்பிய பாபர், பஞ்சாப் மாகாணத்துக்குள் நுழைந்தார். தௌலத் கான் லோடியின் படைகளோடு கூட்டணி. வெற்றி வசப்பட்டது. ஆனால் தௌலத் கான் லோடி வார்த்தை மீறினார். மேலும் முன்னேறி டெல்லியைக் கைப்பற்றுவதுதான் திட்டம். ஆனால் பஞ்சாப் முழுவதும் தனக்கு வேண்டும் என்று தௌலத் கான் பிரச்னையை எழுப்பினார்.

நம்பகத்தன்மை இல்லாத நபருடன் கூட்டணி வைத்துக் கொண்டு இதற்கு மேலும் டெல்லி நோக்கி முன்னேறுவது ஆபத்து என்று அப்போது பாபருக்குத் தோன்றியது. ஆகவே காபுலை நோக்கிப் பின்வாங்கினார். தனது படையில் ஒரு பிரிவினரை மட்டும் லாகூரில் பாதுகாப்பான ஓரிடத்தில் நிறுத்திவைத்துவிட்டுப் போனார்.

நவம்பர், 1525. பனி பெய்ய ஆரம்பித்திருந்தது. மீண்டும் படைகளைப் பெருமளவில் திரட்டிக் கொண்டு இந்தியாவை நோக்கிக் கிளம்பினார் பாபர். இலக்கு டெல்லி. எதிரி இப்ராஹிம் லோடி. காபுலிலிருந்து கிளம்பி மிகவும் நிதானமாகவே நகர்ந்தார். ஓய்வாக. பரபரப்பு ஏதுமின்றி. பனிபடர்ந்த மலைப்பாதைகளில் பயணமும் சிரமம் தரக்கூடியதாகவே அமைந்தது. அந்த டிசம்பரில் சிந்து நதியைக் கடந்தார்.

தௌலத் கான் எதிரியாக மாறியிருந்தார். அவரது படைகள் பாபரது படையை எதிர்த்துக் களமிறங்கின. கொஞ்சம் நேரம், விடாமல் சூறாவளி வீசியது போன்ற உணர்வு. தௌலத் கானின் படைகள் தொலைந்து போயிருந்தன. வயதான காலத்தில் தப்பி ஓட முடியாத தௌலத் கான் தலைகுனிந்து சரணடைந்தார். கைகள் கட்டப்பட்டன. கழுத்தில் அவரது இரண்டு வாள்களும் தொங்கவிடப்பட்டன. பாபரது முன் கொண்டு செல்லப்பட்ட தௌலத் கான் அவரது கோபத்துக்கு ஆளானார்.

‘உங்களை எனது தந்தையாக நினைத்தேன். தந்தை போலத்தான் நடத்தினேன். மற்றவர்களுக்குக் கொடுப்பதைவிட உங்களுக்கு அதிக மரியாதை கொடுத்தேன். பெருமைப்படுத்தினேன். நீங்கள் என்னிடம் எதிர்பார்த்ததைவிட அதிகமாகவே செய்து கொடுத்துள்ளேன். ஆனால் நீங்கள் வார்த்தை தவறிவிட்டீர்கள். எனக்கெதிராகவே வாள் தூக்கிவிட்டீர்கள். இதுதான் உங்கள்

நேர்மையா? உதவி கேட்டு வந்துவிட்டு எனக்கே உபத்திரவம் செய்ய நினைப்பதுதான் உங்கள் நியாயமா?'

பாபரின் கேள்விகளுக்குப் பதில் தௌலத் கானிடம் இல்லை. அவரது பதிலும் பாபருக்குத் தேவைப்படவில்லை. லட்சியம் டெல்லி. இம்மாதிரியான சில்லரை விவகாரங்களில் நேரம் கடத்திக் கொண்டிருக்கலாகாது. அதற்கு மேலும் அவர் அங்கே இருக்கவில்லை. படைகளோடு நகர ஆரம்பித்தார்.

●

குருஷேத்ரா. மகாபாரத யுத்தம் நடந்ததாகக் கூறப்படும் இடம். 1526ன் ஏப்ரலில் கோடை வெயில் கொளுத்த ஆரம்பித்திருந்த நேரத்தில் சட்லெஜ் நதியைக் கடந்து யமுனைக்கு அருகே அமைந்திருந்த அந்த இடத்தை பாபர் அடைந்திருந்தார். படைகளுடன் முகாமிட்டார்.

'சொன்னால் கேளுங்கள் சுல்தான். இப்போது தங்களுக்கு நேரம் சரியில்லை. எடுக்கும் முயற்சிகள் எல்லாம் வீபரிதமாகத்தான் போய்முடியும். ஆகவே இந்தப் போரைத் தவிர்த்துவிடுங்கள்' - அரண்மனை ஜோதிடர்கள் எல்லாம் அழுத்தமாகக் கூறினார்கள். இப்ராஹிம் லோடி அதைக் காதில் போட்டுக் கொண்டாலும் மனத்தில் ஏற்றிக்கொள்ளவில்லை. தனது படைபலத்தைப் பெரிதும் நம்பியிருந்தார் டெல்லி சுல்தான்.

டெல்லியிலிருந்து சுமார் எட்டு கிலோமீட்டர் தொலைவில் பானிபட். பல்வேறு யுத்தங்களைக் கண்ட மரணக் களம். ரத்தம் குடித்தே பழகிய மண். பிணந்திண்ணிப் பறவைகளின் வேடந் தாங்கல். மீண்டும் ஒரு யுத்தத்துக்காகக் காத்துக் கிடந்தது. பானிபட்டுக்கு வடக்கிலிருந்து முகலாயப் படைகள் முன்னேறிக் கொண்டிருந்தன. தெற்கிலிருந்து ஆப்கன் படைகள்.

சிந்து நதியைக் கடக்கும்போது பாபர் வசமிருந்த வீரர்களின் எண்ணிக்கை ஏறக்குறைய 12000. கூடுதலாக, சிற்றரசர்களும், லோடியை எதிர்க்கும் மனநிலையிலிருந்த ஆப்கன் குழு வீரர்களும் முகலாயப் படையோடு இணைந்துகொண்டார்கள். பானி பட்டை அடையும்போது முகலாய வீரர்களின் எண்ணிக்கை கிட்டத்தட்ட 20000.

ஆப்கன் வீரர்கள் சுமார் ஒரு லட்சம் பேர் இருப்பார்கள், யானைகள் ஓராயிரம் இருக்கும் என்பது பாபர் உத்தேசித்து

வைத்திருந்த எதிரியின் படைபலம். அதை மனத்தில் வைத்து போர் வியூகங்களை உருவாக்கி வைத்திருந்தார். லட்சம் வீரர்கள், ஆயிரம் யானைகளுக்கு முன் முகலாயப் படை எறும்புக் கூட்டம் போன்றதுதான். ஆனால் பாபர் தன்னிடமிருந்த துப்பாக்கிகளையும் பீரங்கிகளையும்* பெரிதும் நம்பினார்.

முன்வரிசையில் துப்பாக்கிவீரர்களை வைத்து வேண்டிய மட்டும் எதிரிப்படைச் சிதறடித்துவிடலாம். அப்போதுதான் அவ்வளவு பெரிய எதிரிப்படை முகலாயப்படையைச் சுற்றி வளைக்காமல் தடுக்க முடியும். அதற்குப் பின் ஊடுருவித் தாக்குவதற்கு இருக்கவே இருக்கிறது குதிரைப்படை. பாபர் பானிபட்டைப் பற்றி முழுவதும் அறிந்துகொள்வதற்கு முன்புவரை யோசித்து வைத்திருந்த போர் வியூகம் இதுதான்.

சில வீரர்களை மட்டும் பானிபட்டுக்கு அனுப்பி வைத்தார் பாபர், கள ஆய்வு செய்ய. ஆராய்ச்சி அறிக்கை நம்பிக்கையூட்டும்விதமாக இல்லை. காரணம் பானிபட், பரந்துவிரிந்த வெட்டவெளிக் களம். முகலாயர்கள் அதுநாள் வரை செய்த யுத்தங்கள் எல்லாம் வேறு வகை. பெரும்பாலும் கோட்டைகளை முற்றுகையிட்டுத் தாக்கியிருக்கிறார்கள். மலைப் பிரதேசங்களில் மறைந்திருந்து தாக்கியிருக்கிறார்கள். சமவெளியில் ஆயிரக்கணக்கான எதிரி வீரர்களோடு நேருக்கு நேர் மோதிய அனுபவம் அதுவரை இல்லை.

'பெயருக்குக்கூட ஒரு மரம் கிடையாது, மறைவிடம் கிடையாது பாட்ஷா. ஆங்காங்கே காய்ந்த புதர்களும் முள்செடிகளும் மட்டும் காணக்கிடைக்கின்றன.' யோசித்த பாபர், மீண்டும் ஒரு சில வீரர்களை மட்டும் கள ஆய்வுக்கு அனுப்பினார், 'பானிபட் நகரை ஆராய்ந்து வாருங்கள்.'

சென்று திரும்பியவர்கள் சொன்ன விஷயங்கள் பாபருக்குத் தெம்பூட்டின. பானிபட்டை அடைந்தார். முகாமிட்டார். போருக்கான முன்னேற்பாடுகளில் இறங்கினார். அவரது கட்டளைகளின்படி, வலதுவரிசை முகலாய வீரர்கள் பானிபட் நகர வீடுகளைக் கைப்பற்றி ஆயுதங்களோடு பதுங்கிக் கொண்டார்கள். இடதுவரிசை வீரர்கள் நகரத்துக்கும் ஆற்றங்

---

★ முதன்முதலாக இந்தியாவுக்குள் வெடிமருந்தைக் கொண்டு வந்து அறிமுகப்படுத்தியவர் பாபர்தான். முகலாயப் படையில் இருந்த துப்பாக்கி வீரர்களின் உத்தேச எண்ணிக்கை 4000.

முதலாம் பானிபட் யுத்தம்

கரைக்கும் இடையே இருந்த பரப்பில் பள்ளங்களையும் பதுங்கு குழிகளையும் உருவாக்கினார்கள். அந்தப் பகுதியில் மரங்களும் போதுமான அளவு இருந்தன.

‘வலதுபுறமாகவோ அல்லது இடதுபுறமாகவோ, இனி எதிரிகள் எப்படி முயற்சி செய்தாலும் நம்மைச் சுற்றி வளைக்க முடியாது.’

முன்வரிசையில் எதிரிகளின் தாக்குதலைத் தடுத்தாட்கொள்ளும் விதமாக பாதுகாப்பு அரண்களை அமைக்கச் சொன்னார். வண்டிகள், பீரங்கிகள், நான்கு மீட்டர் இடைவெளியில் எழுப்பப் பட்ட சிறுசிறு சுவர்கள், ஒவ்வொரு சுவருக்குப் பின்னாலும் ஏழெட்டு துப்பாக்கிவீரர்கள். ஏப்ரல் 12 அன்று பாபர் ஆப்கன் படையை எதிர்கொள்ள முழுஅளவில் தயாராக இருந்தார்.

எதிரிகள் வந்தால் முதலில் தடுக்கவும் பின்பு தாக்கவும் திட்டமிட்டிருந்தார் பாபர். மாபெரும் படையொன்றை சிறிய படைகொண்டு சமாளிப்பதற்கேற்றவாறு நன்கு யோசித்து வகுக்கப்பட்டிருந்த வியூகம்தான். ஆனால் முகலாயப் படைகள் போர்க்களத்துக்குள் செல்லாமல் அதற்கு முன்பாகவே தக்க மறைவிடங்களில் காத்திருந்தன. ஆப்கன் படைகள் அங்கு தேடிவந்து தாக்கினால் திட்டம் எடுபடும். இல்லையேல், அவ்வளவுதான்.

லோடி தேடி வருவார் என்று நம்பினார் பாபர். ஆனால் லோடியின் எண்ணம் வேறுமாதிரி இருந்தது. முகலாயர்கள் முன்னேறி வந்து கொண்டிருக்கிறார்கள். அவர்கள் டெல்லியை நெருங்கவிடக்கூடாது. தேடிச் சென்று தாக்கவேண்டுமென்ற அவசியமில்லை. பானிபட்டில்தானே இருக்கிறோம். இங்கே வரும்போது தடுத்து நசுக்கிக்கொள்ளலாம்.

ஆகவே, ஆப்கன் படைகள் பானிபட் களத்துக்கு தெற்கில் காத்திருந்தன. அங்கிருந்து சிறிதும் நகரவில்லை. நாள்கள் நகர்ந்தன. முகலாயப் படைகளின் பொறுமை கொஞ்சம் கொஞ்சமாகக் கரைந்து கொண்டிருந்தது. ஆறு நாள்கள். எந்தவித முன்னேற்றமும் இன்றி ஒரே இடத்தில். எதிரிகள் அப்போது வருவார்கள், இப்போது தாக்குவார்கள், எப்போது வேண்டுமானாலும் களத்தில் குதிப்பார்கள் என்ற நினைப்பி லேயே காத்துக்கிடக்க முடியவில்லை. பாபர் சிறுபடை ஒன்றை

அனுப்பினார். அவர்களும் ஆப்கன் படையினர் இருக்குமிடத் துக்குச் சென்று அதிரடியாக அம்புமழை பெய்துவிட்டுத் திரும்பினார்.

'நான் இங்குதான் இருக்கிறேன். தைரியம் இருந்தால் வா, வந்து தாக்கு' என்று எதிரிகளைத் தூண்டிவிடும் தந்திரம். நான்கைந்து முறை அப்படிச் செய்தும் தந்திரம் பலிக்கவில்லை. திடீர்த் தாக்குதல்களினால் மலையளவு ஆப்கன் படைக்கு கடுகளவுகூட சேதாரம் இல்லை. ஆகவே லோடி பொறுமை காத்தார். பாபர் பொறுமை இழந்தார்.

'இரவு தயாராக இருங்கள்' தனது இடதுவரிசைப் படைகளுக்குக் கட்டளையிட்டார். அது ஏப்ரல் 19. நள்ளிரவில் ஆப்கன் படை முகாமைத் தேடிச் சென்று இடைவிடாத திடீர்த் தாக்குதல் நடத்தி இயன்ற அளவு சேதாரத்தை ஏற்படுத்திவிட்டுத் திரும்ப வேண்டும் என்பதே திட்டம். சுமார் ஐயாயிரம் வீரர்கள் கிளம்பிச் சென்றார்கள். பாபர் செல்லவில்லை. மற்ற வீரர்களுடன் தயார்நிலையில் காத்திருந்தார்.

பெரும் ஏமாற்றம். அந்த நள்ளிரவிலும் ஆப்கன் வீரர்கள் தயார் நிலையிலேயே இருந்தார்கள். முகலாய வீரர்கள் தாக்குதலை நடத்த ஆரம்பிக்கும் முன்னேயே ஆப்கன் வீரர்களிடமிருந்து அம்புகள் வர ஆரம்பித்தன. சிக்கிக் கொண்டால் பெரும் நஷ்டம் என்று உணர்ந்த முகலாய வீரர்கள், அதே வேகத்தில் திரும்பினார் கள்.

முகலாய முகாமில் பேரமைதி. எந்நேரமும் ஆப்கன் வீரர்கள் தாக்குவதற்குக் கிளம்பிவரலாம் என்ற உச்சபட்ச படபடப்பு. அனுப்பிய படை வினையை முடிக்காவிட்டாலும், எதிரிப்படை எதிர்வினை புரிய வருவார்கள் என்று காத்திருந்தார் பாபர். எதிர்பார்ப்பு பொய்க்கவில்லை. விடிந்து கொண்டிருந்த வேளையில் அந்தச் செய்தி வந்தது. 'ஆப்கன் படைகள் நெருங்கிக் கொண்டிருக்கின்றன.'

இப்ராஹிம் லோடி தப்புக்கணக்கு ஒன்று போட்டிருந்தார். இத்தனை நாள் முகலாயப்படை வரும் வருமென்று காத்திருந் தேன். நேற்றிரவுதான் வந்தார்கள். வந்தவர்களும் போரிடத் திராணியில்லாமல் திணறி திரும்பி ஓடிவிட்டார்கள். இந்தச்

சிறிய படைக்காக மேலும் காத்திருந்து காலத்தை வீணாக்க வேண்டாம். வாருங்கள், அழித்துவிட்டு திரும்பலாம்.

பானிபட் மற்றுமொரு பேரழிவு யுத்தத்துக்குத் தயாரானது. புழுதி பறக்க ஆப்கன் படைகள் பானிபட் நகரத்தை நோக்கி முன்னேறிக் கொண்டிருந்தன. தான் விரித்துவைத்த வலையில் இரை சிக்கப்போவதை நினைத்து பாபருக்குள் உற்சாகம். வேகவேகமாகக் கட்டளைகளைப் பிறப்பித்தார். 'முன்வரிசையில் துப்பாக்கிகளும் பீரங்கிகளும் தொடர்ந்து தாக்கிக் கொண்டே இருக்கட்டும். எதிரிகள் அந்தத் தாக்குதலில் நிலை குலையும் சமயத்தில் இடது வரிசை வீரர்களும் வலது வரிசை வீரர்களும் சுற்றிவளைத்துத் தாக்கவேண்டும்.' பாபர் சில ஆயிரம் வீரர்களை மத்தியில் வைத்துக் கொண்டு எல்லாவற்றையும் கண்காணித்துக் கொண்டிருந்தார்.

பானிபட் நகர எல்லைக்குள் ஆப்கன் குதிரை வீரர்கள் விரைந்து கொண்டிருந்தார்கள். நகருக்குள் இருந்து முகலாயர்களைப் பிடித்து உயிரைப் பிடுங்க வேண்டும் அல்லது அடித்துத் துரத்த வேண்டும் என்பதே அவர்களுக்கிடப்பட்ட கட்டளை. ஆனால் நகர எல்லையில் U வடிவில் முகலாயர்கள் தடுப்பு அரண்களோடு காத்திருந்த தந்திரத்தை அவர்கள் கண்டுபிடிக்கவில்லை. சட்டென துப்பாக்கிகளும் பீரங்கிகளும் வெடிக்க ஆரம்பித்தன.

என்னது இது? பெரும் சத்தம். அளவில்லாப் புகை. மின்னல் வேகத்தில் வந்து உடலைத் துளைத்து ரத்தக் களறியாக்குகிறதே. குதிரைகள் மிரள்கின்றன. சகவீரர்கள் சரிந்துவிழுகிறார்கள். நம்மிடம் இல்லாத ஆயுதமாக இருக்கிறதே.

ஆப்கனியப் படைகளுக்குள் பெரும் குழப்பம். சட்டென திரும்பி ஓடமுடியாதபடி ஒரிடத்தில் குவிந்திருந்தார்கள். எல்லாப் புறங்களிலிருந்தும் இடைவிடாத குண்டு தாக்குதல்கள். ஆப்கன் படையின் பெரும்பலமாக இருந்த யானைப்படையே அப்போது அவர்களுக்கு வினையானது. குண்டுகளால் மிரண்ட யானைகள் பிளிறி ஓட ஆரம்பித்தன. மிதிபட்டு பல ஆப்கன் வீரர்கள் மடிந்தார்கள்.

முகலாய இடதுவரிசை வீரர்களும் வலதுவரிசை வீரர்களும் ஆப்கன் வீரர்களைச் சுற்றிவளைத்துத் தாக்க ஆரம்பித்தார்கள். வீறுகொண்ட எழுந்த வில்கள். சதைக்குள் புதைந்த அம்புமுனைகள். ரத்தம் பூசிக் கொண்ட வாள்கள். சிதறிக் கிடந்த உடல்

உறுப்புகள். மரண முனகல்கள். மத்தியில் நிறுத்திவைத்திருந்த படைகளோடு பாபரும் புறப்பட்டுப் புகுந்து துவம்சம் செய்ய ஆரம்பித்திருந்தார்.

ஆரம்பத்திலிருந்தே வீழ்ச்சியைச் சந்தித்த ஆப்கன் படையினரால் தற்காப்புத் தாக்குதலை நடத்த முடிந்ததே தவிர, திருப்பித் தாக்க முடியவில்லை. வெறியோடு தாக்கும் ஓசை அடங்கி, வெற்றிக் களிப்பின் ஆரவாரம் கேட்க ஆரம்பித்தது. களத்தின் மத்தியில் ஆப்கன் வீரர்களின் பிணக்குவியல்★. சில முகலாய வீரர்கள் பாபரைத் தேடி ஓடி வந்தார்கள். அவரது காலடியில் ஒரு மனிதத்தலையை வைத்தார்கள்.

'பாட்ஷா, பிணக்குவியலில் சுல்தான் இப்ராஹிம் லோடியும் இறந்துகிடந்தார். இதோ அவரது தலை. முகலாயர்களின் வெற்றிச் சின்னம்.'

போரில் மடியும் எதிரிகளின் தலையை மட்டும் துண்டாக வெட்டிஎடுத்து வந்து வெற்றிச் சின்னமாக வைத்துக் கொள்வது முகலாயர்களின் வழக்கம். லோடியின் தலையைக் கண்ட அந்தக் கணம் மகிழ்ந்த பாபர், சட்டென அதற்கு மரியாதையும் செய்தார். 'உண்மையான வீரர் இவர். இது வீர மரணம். லோடிக்கு என் வணக்கங்கள். இவரது உடலை, அது கண்டுபிடிக்கப்பட்ட இடத்திலேயே சகல மரியாதைகளுடன் தகனம் செய்யுங்கள்.'

வலிமை வாய்ந்த சுல்தான் இப்ராஹிம் லோடி. சுமார் ஒரு லட்சம் வீரர்கள். ஆயிரம் யானைகள். ஆனால் ஐந்தே மணி நேரத்தில் கதை முடிந்து போனது. இனி டெல்லி முகலாயர்கள் கையில். இந்தியாவில் முகலாயர்களின் முதல் வெற்றி. முதல் ராஜ்ஜியம். பானிபட் வாசல் வழியாக.

தனது பதினெட்டு வயது மகன் ஹுமாயூனை அழைத்தார் பாபர். 'நீ உனது படைப்பிரிவுடன் உடனே லோடியின் தலைநகரமான ஆக்ராவுக்குக்★★ கிளம்பு. செல்வங்களைக் கைப்பற்று. கஜானாவைக் கட்டுப்பாட்டுக் கொண்டு வா.' அதேநேரத்தில்

---

★ களத்தில் மடிந்த ஆப்கன் வீரர்களின் எண்ணிக்கை பதினைந்தாயிரம் முதல் பதினாறாயிரம் வரை இருக்கலாம் என்று நம்பப்படுகிறது.

★★ ஆக்ரா நகரம், 1504ல் சுல்தான் சிக்கந்தர் லோடியால் யமுனை நதிக்கரையில் உருவாக்கப்பட்டது. அவருக்குப் பின் ஆட்சிக்கு வந்த இப்ராஹிம் லோடி, தலைநகரை டெல்லியிலிருந்து ஆக்ராவுக்கு மாற்றிக் கொண்டார். ஆக்ரா கோட்டையானது முதலில் வலிமையில்லாத, சாதாரண செங்கல்

இன்னொரு படைப்பிரிவை டெல்லிக்கு அனுப்பிவைத்தார். 'விரைந்து சென்று டெல்லியை நம் கட்டுப்பாட்டுக்குள் கொண்டுவாருங்கள்.' பாபர், மிச்சம் மீதமிருந்த, தப்பி ஓடிய, சுற்றுவட்டாரத்தில் முகாமிட்டிருந்த ஆப்கன் வீரர்களின் கதையை முடிக்கக் கிளம்பினார். பின்பு டெல்லிக்குள் காலடி எடுத்துவைத்தார்.

சில நாள்கள் ஓய்வு. அரண்மனையை, மாளிகைகளை, கருவூலங் களை, தோட்டங்களை, கட்டடங்களை, மசூதிகளைப் பார்வை யிட்டார்.

அன்று வெள்ளிக்கிழமை. பகல் நேரத் தொழுகை. முடிவில் மசூதியில் டெல்லியின் சுல்தானாக பாபரது பெயர் முறைப்படி அதிகாரபூர்வமாக அறிவிக்கப்பட்டது (Khutbah).

மே 4. ஆக்ராவின் எல்லையை அடைந்தார். நகருக்குள் நுழையவில்லை. வெளியே முகாமிட்டார். நல்ல நாள், நேரம் எல்லாம் ஜோதிடர்கள் குறித்துக் கொடுத்திருந்தார்கள். மே 10. ஆக்ரா நகரம் அலங்கரிக்கப்பட்டிருந்தது. உள்ளூர் மக்கள் எல்லாம் பயந்து வீட்டுக்குள் முடங்கிக் கிடந்தார்கள். முகலாயர் கள் உற்சாகமாகக் கொண்டாட, ஆக்ராவுக்குள் இந்தியாவின் பேரரசராகக் காலடி எடுத்துவைத்தார் முகலாய பாட்ஷா பாபர்.

பாபருக்குப் பேரானந்தம். ஆனால் அடுத்தடுத்த நாள்களில் அவரைச் சுற்றியிருந்தவர்களும் முகலாய வீரர்களும் உற்சாகம் இழந்தனர். அவர்களிடையே ஒரு தவிப்பு. இனி இங்குதானா, இந்துஸ்தானில்தானா நம் வாழ்க்கை? காபுலுக்குத் திரும்பிச் செல்ல முடியாதா? வந்து போரிட்டு முடித்துவிட்டுக் கிளம்பலாம் என்றல்லவா நினைத்துக் கொண்டிருந்தோம். வேட்டையாட வந்த மண்ணில் வாழச் சொல்வது நியாயமா? என்ன கொடுமையான வெயில்? ஆப்கனில் மலையடிவாரத்தில் குளுகுளுவென வாழ்க்கை நடத்திய நமக்கு இந்தச் சீதோஷ்ண நிலை சரிப்பட்டுவராது.

---

கோட்டை. பத்தாம் நூற்றாண்டுக்கு முன்பு அது ராஜபுத்திரர்கள் வசம் இருந்ததாகத் தெரிகிறது. பின்பு சிக்கந்தர் லோடிதான் அதைக் கொஞ்சம் மேம்படுத்தி, தன் வாழ்விடமாக மாற்றிக் கொண்டார். தற்போது இருக்கும் வலிமையான ஆக்ரா கோட்டை, 1565ல் அக்பரால் கட்டப்பட ஆரம்பித்தது. 1573ல் கட்டி முடிக்கப்பட்டது. ஷாஜஹான் காலத்தில் ஆக்ரா கோட்டை மார்பிள்கள் பதிக்கப்பட்டு மேம்படுத்தப்பட்டது.

பேரரசருக்கு நெருக்கமானவர்கள் இந்தக் கருத்துகளை எல்லாம் அவர் காதில் போட்டார்கள். பாபர் பதிலளித்தார். 'ஏன் திரும்பிச் செல்ல வேண்டும்? இது நாம் வென்ற பூமி. நம் போராட்டத்துக்குக் கிடைத்த பரிசு. கைவிட்டுத் திரும்பிச் செல்வதற்காக ஒன்றும் நாம் இவ்வளவு ரத்தம் சிந்தவில்லை. இனி இந்துஸ்தானில்தான் நம் வாழ்க்கை. இங்கே எல்லைகளை விரிவாக்குவதே நம் லட்சியம்.'

வெளிப்படையாக இப்படிச் சொன்னாலும் இந்துஸ்தானை, இந்துஸ்தானின் மக்களை பாபரால் முற்றிலுமாக ஏற்றுக் கொள்ள முடியவில்லை. 'என்ன மக்கள் இவர்கள்? நாகரிகமும் கலாசாரமும் வளரவே இல்லையே. என் கண்களுக்கு எந்தப் பெண்ணும் அழகாக இல்லை. கலைமிளிரும் கட்டடங்களாக ஒன்றுகூட என் பார்வையில் தென்படவில்லை. நாவுக்குச் சுவையான புதிய பழம் எதுவும் இதுவரை கிட்டவில்லை. உணவும் சரியில்லை. நல்ல மெழுகுவர்த்திகூட இங்கு இல்லை.'

இந்திய மக்களாலும் முகலாயர்களை ஏற்றுக்கொள்ள முடிய வில்லை. கொள்ளைக் கூட்டத்தினரைப் பார்த்ததுபோல் நடுங் கினார்கள். முகலாயப் படைகளைப் பார்த்தாலே அலறி அடித்து ஓடினார்கள். வீடுகளைப் பூட்டிக் கொண்டு பதுங்கிக் கொண்டார் கள். சென்ற இடங்களிலெல்லாம் இதே வரவேற்புதான் பாபருக்குக் கிடைத்துக் கொண்டிருந்தது.

இந்துஸ்தானில் டெல்லியைக் கைப்பற்றியிருக்கிறோம். அவ்வளவுதான். இதைத் தக்கவைத்துக் கொள்ள பெரும் போராட்டங்கள் நிகழ்த்த வேண்டியதிருக்கும் என்பது பாபருக்குத் தெளிவாகப் புரிந்துபோனது. அதேநேரத்தில் காபுலுக்குத் திரும்பிச் செல்வது குறித்து முகலாய வீரர்களின் குரல் பலமாக ஒலிக்க ஆரம்பித்தது. பாபரும் சளைக்கவில்லை. அதைவிட வலிமையான குரலில் சொன்னார், 'இது வளமையான பூமி. எத்தனையோ தியாகங்களுக்குப் பிறகு இதனை அடைந் திருக்கிறோம். அடைந்ததை அப்படியே விட்டுவிட்டு வறுமை வாழும் பூமியான காபுலுக்குத் திரும்பிச் செல்ல நினைப்பது முட்டாள்தனம். உங்களுக்கெல்லாம் மீண்டும் ஒரு துயரமான வாழ்க்கையைத் தர நான் விரும்பவில்லை.'

பாபரது இந்த வார்த்தைகளுக்குப் பிறகும் சில தளபதிகள் காபுலுக்குத் திரும்பிச் செல்வதில் பிடிவாதமாக இருந்தார்கள்.

பாபர் தடுக்கவில்லை. சில தளபதிகள் தலைமையில் சில நூறு வீரர்கள் காபுலுக்குத் திரும்பினார்கள். அவர்களை ஏக்கத்தோடு வழியனுப்பி வைத்தார் பாபர்*.

●

அடுத்தடுத்த போர்களுக்குத் தயாராகவே இருந்தார் பாபர். இரண்டு மாதங்கள் ஓடிப்போயிருந்தன. அந்த நாள்களில் டெல்லியிலும் ஆக்ராவிலும் சுற்றுவட்டாரங்களிலும் பெரும் அசம்பாவிதங்களோ, கலவரங்களோ, போர்களோ, படுகொலை களோ முகலாயர்களால் நிகழ்த்தப்படவில்லை. அதுவே அந்தப் பகுதி மக்களுக்கு பயத்தைத் தெளிய வைத்திருந்தது. மக்களது மனநிலையில் பெரும் மாற்றம்.

பாபரது அழைப்பின் பெயரில் பல முகலாயர்கள் ஆப்கனி லிருந்து இந்துஸ்தானுக்கு வந்த வண்ணம் இருந்தார்கள். அதே நேரத்தில் லோடிக்கு எதிராக இருந்த ஆப்கனிய பிரபுக்கள் சிலரும் புதிய பேரரசரைத் தேடிவந்து தங்கள் ஆதரவை நல்கினார்கள்.

இருந்தாலும் முகலாயர்களுக்கு எதிரான ஆப்கனியர்கள் பல இடங்களில் இருக்கவே செய்தார்கள். பிகாரிலும் வங்காளத் திலும் குஜராத்திலும் ஆப்கனியர்களின் ஆட்சிதான் நடந்து கொண்டிருந்தது. டெல்லிக்குத் தெற்கே எங்கெங்கும் சுல்தானின் ஆட்சியை ஒழிக்க விரும்பிய ராஜபுத்திரர்கள் ஆட்சி. அவர்களது கனவு இந்துஸ்தானில் ஓர் இந்துப் பேரரசு. விந்திய மலைத்தொடருக்கு அப்பால் தக்காண சுல்தான்கள், அதையும் தாண்டினால் பலம் வாய்ந்த விஜயநகரப் பேரரசு. கிருஷ்ண தேவராயர் அதனைச் சீரும் சிறப்புமாக ஆட்சி செய்துகொண்டிருந்தார்.

முதல் சவால். கிழக்கில் பாபருக்கு எதிராக ஆப்கனியர்கள் ஒன்றுகூடினார்கள். கன்னோஜில் (உத்தரபிரதேசம்) முகலாயப் படைக்காகக் காத்திருந்தார்கள். மாபெரும் முகலாயப் படை ஒன்று கன்னோஜை நோக்கி வந்துகொண்டிருக்கிறது என்ற தகவல் கிடைத்த உடன் பயந்து சிதறி ஓடிப்போனார்கள்.

---

★   பாபர், தான் காபுலை, அதன் மலைகளை, ரசிக்கத்தக்க தட்பவெப்பநிலையை, சுவைமிகு பழங்களை எல்லாம் இழந்துவிட்டதாக கண்ணீர் கசிய பாபர் நாமாவில் குறிப்புகள் எழுதி வைத்துள்ளார்.

முகலாயர்கள் / 55

இன்னொருபுறம் ராஜபுத்திரர்கள் தங்கள் வாள்களைக் கூர்தீட்டிக் கொண்டிருந்தார்கள். ரானா சங்காவின் தலைமையில் ராஜ புத்திரர்கள் ஒன்று சேர்வதாக பாபருக்குத் தகவல் கிடைத்தது. முகலாயர்களுக்கு எதிரான சில ஆப்கன் படையினரும் ராஜ புத்திரர்களோடு இணைந்திருந்தார்கள். குறிப்பாக இப்ராஹிம் லோடியின் சகோதரரான மஹ்மூத் லோடியும் ரானா சங்காவோடு கைகோர்த்திருந்தார்.

ஆனால் பாபர் ராஜபுத்திரர்களைப் பற்றி தப்புக்கணக்கு போட்டிருந்தார். 'என்ன மிஞ்சிப்போனால் லோடியின் படையளவு வீரர்கள் இருப்பார்களா? இப்போதுள்ள முகலாயப் படைபலத்தைக் கொண்டு சமாளிப்பது சுலபம்தான்.' ஆனால் லோடியின் படையையிட இருமடங்கு வலிமை வாயந்தது ரானா சங்காவின் கூட்டணிப்படை.

மழைக்காலம் ஆரம்பித்திருந்தது. ஆகவே யுத்தகளங்களும் ஆயுதங்களும் ஓய்வில் இருந்தன. பாபரும்தான். அந்த நேரத்தில் ஆக்ராவைத் தனது விருப்பப்படி அலங்கரிப்பதற்காக நேரத்தைச் செலவிட்டார் பாபர். தோட்டங்கள் முதற்கொண்டு கட்டடங்கள் வரை கலைநயத்தோடு திருத்தியமைக்க யோசனைகள் சொன்னார். வேலைகள் நடந்தன.

மழை முடிந்து பனிபெய்ய ஆரம்பித்திருந்தது. ரானா சங்கா தனது கூட்டணிப் படைகளுடன் ஆக்ராவை நோக்கி முன்னேறி வருவதாக பாபருக்குத் தகவல் வந்தது. சில வருடங்களுக்கு முன்பு இந்துஸ்தானுக்குப் படையெடுத்துவரச் சொல்லி தூது அனுப்பிய ரானா, இப்போது வார்த்தை தவறிவிட்டார். அவரது எதிரியான லோடியை அழித்து உதவியிருக்கிறேன், ஆனால் ரானாவோ எனக்கு எதிராகவே திரும்பிவிட்டார். பாபருக்குக் கோபமும் வருத்தமும்.

ரானாவின் எண்ணம் வேறுமாதிரி இருந்தது. நான்தான் பாபருக்கு அழைப்பு விடுத்தேன். ஆனால் பாபரோ டெல்லியைக் கைப்பற்றிவிட்டதோடு மட்டுமன்றி, இப்போது ராஜபுத்திரர் களின் சொந்த மண்ணையும் கைப்பற்றத் துடிக்கிறார். விட மாட்டேன். இத்தனைக் காலம் சுல்தான்களின் ஆட்சியில் இந்துஸ்தான் அல்லல்பட்டது போதும். இனி இந்தியாவில் ராஜபுத்திரர்களின் பேரரசுதான்.

பாபர் எதிர்பார்த்ததைவிடப் பெரும்வீரர் ரானா சங்கா. பல போர்க்களங்களைக் கண்டவர். தன்னை எதிர்த்து வந்தவர்களின் உயிர் தப்பவிடமாட்டார். ஒரு விபத்தில் கண் ஒன்றை இழந் திருந்தார். உடம்பில் எட்டு இடங்களில் மாபெரும் தழும்புகள்.

ரானா பற்றி மட்டுமல்ல, அவரது தளபதிகள், வீரர்கள் பற்றிக் கிடைத்த தகவல்களும் முகலாயர்களை சற்று மிரளவே வைத்தது. 'பேசாமல் மீண்டும் காபுலுக்கே திரும்பிவிடலாம். அதுதான் நல்லது. இதைப் பேரரசரிடம் யார் எடுத்துச் சொல்வது?' - புலம்ப ஆரம்பித்தார்கள் முகலாய வீரர்கள்.

நாளொரு கெட்ட செய்தியும் பொழுதொரு பொல்லாத தகவலு மாக வந்து குவிந்த அந்த நேரத்தில் காபுலில் இருந்து பாபரது ஆஸ்தான ஜோதிடர் முகம்மத் ஷெரிஃப் வந்திருந்தார். அவர் சொன்ன வார்த்தைகளிலும் அவநம்பிக்கை வேர்விட்டிருந்தது. 'தற்போது பேரரசருக்கு கிரக அமைப்புகள் சரியில்லை. குறிப்பாக புதன் எதிராக இருப்பதால் யுத்தம் செய்வது நல்ல தல்ல. மீறி செய்தால் ரானா சங்காவிடம் தோற்றுப்போக நேரிடும்.'

எல்லோரும் கலங்கிப் போனார்கள். பாபர் தெளிவாகப் பேசினார். 'இம்மாதிரியான கெட்ட சொற்களுக்குச் செவி சாய்க்கக்கூடாது. திட்டமிட்டபடி நாம் போருக்குச் செல்லப் போகிறோம். தீர்மானம் செய்தபடி நாம்தான் வெல்லவும் போகிறோம்.'

பிப்ரவரி 11, 1527. படைகளோடு ஆக்ராவிலிருந்து கிளம்பினார் பாபர். முகாமிடும் இடங்களில் எல்லாமே வெகு விழிப்புணர் வோடு தக்க பாதுகாப்பு அரண்கள் அமைத்தே தங்கினார். பேரரசரின் கட்டளைக்குக் கட்டுப்பட்டு வந்தார்களே தவிர, முகலாய வீரர்களின் மனத்தில் பானிபட்டின் போதிருந்த உத்வேகம் எல்லாம் இல்லை.

போர்ப்பயிற்சி தேவையில்லை, முகலாய வீரர்களுக்கு மனப்பயிற்சிதான் தேவைப்படுகிறது. உணர்ந்திருந்த பாபர், ஒருநாள் வீரர்களைக் கூட்டிவைத்துப் பேசினார். 'நாம் மேற்கொள்ளவிருப்பது மிகவும் முக்கியமான போர். இது கடவுளின் விருப்பம். ஆகவே ஒழுக்கம் அவசியம்.' சொல்லிய பாபர், ஒரு ஜாடி மதுவை எடுத்துத் தரையில் ஊற்றினார்.

‘எந்தவிதமான உல்லாசங்களுக்கும் கேளிக்கைகளுக்கும் இடம் தரக்கூடாது. நான் ராஜபுத்திரர்களுக்கு எதிராக மேற்கொள்ளவிருக்கும் யுத்தம் புனிதமானது. ஜிஹாத்!’

உணர்ச்சிபொங்கப் பேசிய பாபர், வானத்தை நோக்கி கைகளை உயர்த்தி கடவுளின் ஆசியை வேண்டி நின்றார். உணர்ச்சிவசப்பட்டிருந்த வீரர்கள் தங்கள் வசமிருந்த மது நிரம்பிய ஜாடிகளை, கோப்பைகளைப் போட்டு உடைத்தார்கள். தொழுகை செய்துவிட்டு மீண்டும் தன் வீரர்களை நோக்கி குரலை உயர்த்திப் பேச ஆரம்பித்தார் பாபர்.

‘என்னுடைய மதிப்புக்குரிய தளபதிகளே! சிறந்த வீரர்களே! எப்போதும் வாழ்க்கை நமக்கு மிகச் சிறந்த விருந்தை பரிமாறிக் கொண்டே இருக்காது. எப்போது விருந்து முடிகிறதோ, அப்போது ஒரு கோப்பை மரணம் நமக்குப் பரிமாறப்படும். வீரமாக, மானத்துடன் செத்துமடிவது, பயந்து அவமானப்பட்டு தொடர்ந்து வாழுவது - இரண்டில் எது பெருமை என்று நீங்களே பதில் சொல்லுங்கள். மிகச் சிறந்த அருளுடைய கடவுள் நமக்கு எப்போதும் துணையாக இருக்கிறார். அந்தக் கடவுள்தான் நம்மை இப்போது இந்தப் போர்க்களத்திலும் இறக்கிவிட்டுள்ளார். இந்தப் போரில் நமக்கு மரணம் வாய்க்குமென்றால் அது தியாகம். நமக்கு வெற்றி வாய்க்குமென்றால் அது நம்மை எதிர்க்க நினைத்தவர்களும் நாம் கொடுக்கும் மரணப் பரிசு. இதனை நிகழ்த்துவதெல்லாம் கடவுள். எல்லாம் நல்லபடியாகவே நிகழும்.’

பாபரின் எழுச்சி உரையைக் கேட்ட வீரர்களின் முகத்தில் தெளிவு. புத்துணர்வு. புதிதாகப் பல மடங்கு சக்தி பெற்றது போல ஓர் உற்சாகம். பாபர் நினைத்ததுபோலவே வீரர்களின் மனோபலம் பெருகியிருந்தது.

•

ஆக்ராவுக்கு மேற்கே சுமார் முப்பது மைல்கள் தொலைவிலுள்ள சிறிய கிராமம் கானுவா. முகலயாப் படைகள் அங்கே முகாமிட்டிருந்தன. ‘ரானாவின் படைகள் நெருங்கிவிட்டன’ - ஒற்றர்களிடமிருந்து பாபருக்குச் செய்தி வந்து சேர்ந்திருந்தது. மறைந்திருந்து தாக்குவதற்கு வசதியான மலையடிவாரப் பகுதி. குன்றுகள், பாறைகள் இயற்கை அரண்கள். பள்ளங்கள்

தோண்டுவதிலும் சிறு சுவர்கள் அமைப்பதிலும் வீரர்கள் வேகமாக ஈடுபட்டிருந்தார்கள். பீரங்கிகள், போதுமான இடை வெளியில் நிறுத்தப்பட்ட பிற வண்டிகள், அதில் மறைந்திருந்து தாக்கும் துப்பாக்கி வீரர்கள் - இதுவே முன்வரிசை. அதுபோக வழக்கம்போல வலது வரிசைப் படை, இடது வரிசைப்படை. மத்தியில் சில ஆயிரம் வீரர்களோடு எல்லாவற்றையும் கண் காணித்துக் கொண்டு பாபர். அதே பானிபட் உத்திதான்.

மறுநாள் காலை ஒன்பது மணியளவில் போர் ஆரம்பித்தது. ராஜ புத்திர கூட்டணிப்படைகள் நெருங்கும் சமயத்தில் பீரங்கிகளும் துப்பாக்கிகளும் வேலையைக் காட்ட ஆரம்பித்தன. ரானாவுக்கு முதல் சறுக்கல். சுமார் இரண்டு லட்சம் வீரர்களோடு வந்திருந் தாலும் வெடிக்கும் சத்தம், யுத்தத்தை முகலாயர்கள் பக்கமாக கொண்டு சென்றது. முகலாய வலது வரிசை, இடது வரிசை வீரர்கள் சூழ்ந்து தாக்க ஆரம்பித்தார்கள்.

பானிபட்டைப் போல யுத்தம் அவ்வளவு எளிமையானதாக இருக்கவில்லை. வீரம் செறிந்த ராஜபுத்திரர்களின் வாள்கள் எங்கும் முகலாய ரத்தக் கறை. அதே சமயம் முகலாயர்களின் அம்புகள் வழியே ராஜபுத்திரர்களின் உயிர்கள் வெளியேறிக் கொண்டிருந்தன. இருபுறமும் பலத்த உயிரிழப்புகள். இறுதிவரை பீரங்கிகள் களைப்படையாமல் முழங்கிக் கொண்டிருந்தன.

மாலைச் சூரியன் மறைந்திருந்த வேளையில் மிச்சமிருந்த ராஜபுத்திரர்கள் பின்வாங்க ஆரம்பித்தார்கள். முகலாயக் குதிரைகள் அவர்களைத் துரத்த ஆரம்பித்தன. மஹ்மூத் லோடி தப்பிப் போயிருந்தார். பாபரது கண்கள் ரானா சங்காவைத் தேடித் துழாவின. சில குதிரை வீரர்கள் பாபரை நோக்கி வந்தார்கள். அவர்களிடம் ரானாவின் தலையை எதிர்பார்த்தார் பாபர். 'மன்னிக்க வேண்டும் பேரரசே. ரானாவைத் தேடிப்பார்த்தோம். கிடைக்கவில்லை. அவர் தப்பி ஓடிவிட்டார்.'

கிட்டத்தட்ட பத்துமணி நேர யுத்தம். பெரும் சேதத்துக்குப் பின் கிடைத்த வெற்றி. மேவார் (ராஜஸ்தான்) பாபர் வசமானது. காஸி (Ghazi) - புனிதப் போராளி என்ற பட்டம் பாபருக்குக் கிடைத் திருந்தது. இறந்த எதிரிகளின் தலைகளை மட்டும் வெட்டி மலைபோலக் குவியுங்கள்' - பாபரது கட்டளை. நிறைவேற்றி னார்கள். ஒவ்வொரு போரின் வெற்றிக்குப் பின்னும் யுத்தம்

நடந்த இடத்தில் இறந்த எதிரிகளின் தலையை வெட்டி குன்று போலக் குவித்து வைப்பது முகலாயர்களின் வழக்கம். அது வெற்றியின் சின்னம். பின்பு அந்த மண்டை ஓட்டுக் குவியலைப் பார்க்கும் வேறு எதிரிகளிடையே முகலாயர்கள் மீதான பயத்தை உருவாக்குவதற்காக இந்தச் செயல்.

●

இரவு வேளை. முகாமில் இருந்தார் பாபர். முகம்மத் ஷெரிஃப் கூடாரத்துக்கு வெளியே நின்றிருந்தார். 'பேரரசே, ஜோதிடர் வந்திருக்கிறார்.' உள்ளே வரச்சொன்னார். யுத்தத்தில் வென்ற தற்கு தன் வாழ்த்துகளைத் தெரிவித்தார் ஷெரிஃப். பாபருக்கு அவர்மேல் கடும்கோபம். ஒருமுறை வாளை வீசினால் போதும். அவர் உயிர் தாங்காது. ஆனாலும் என் பழைய வேலைக்காரர் இவர். அதனால்தான் யோசிக்கிறேன்.

ஷெரிஃபை உபசரித்தார். கொஞ்சம் செல்வத்தை அவர் கையில் அளித்தார். விடைகொடுத்தார். அவர் கூடாரத்தைவிட்டு வெளியே போகும்முன் பாபர் சொன்னார், 'இனி நீ என் ஜோதிடன் அல்ல. என் எல்லைக்குள் நீ இருக்கக்கூடாது.'

●

வாளெடுத்தவன் தன் வலிமையான கரங்களால் எதிரிகளை எல்லாம் வீழ்த்தலாம். ஆனாலும் அவனே வீழும்வரை அவனது வாளுக்கு ஓய்வு கிடைக்காது. வெற்றி என்பது ஒரு மாயச்சுழல். எப்போதும் ஜெயித்துக் கொண்டே இருப்பவன்கூட, அதனைத் தக்கவைத்துக்கொள்ள போராடிக் கொண்டே இருக்க வேண்டும்.

இந்தியாவின் பேரரசர் என்ற பதவி உறுதியான பிறகுகூட பாபரால் அக்கடாவென்று அரியணையில் நிம்மதியாக உட்கார முடியவில்லை. எதிரிகள் வீழ்ந்தார்களே தவிர, முற்றிலும் தீர்ந்து போகவில்லை. ஆண்டாண்டு காலமாக அனுபவித்துக் கொண்டிருப்பவர்கள், புதிதாக வந்தவனை வணக்கம் வைத்து வரவேற்பார்களா என்ன? யாரும் யாருடனும் கூட்டணி சேர லாம். எவரும் எப்போது வேண்டுமானாலும் எந்தப்பக்க மிருந்தும் படைதிரட்டிக் கொண்டு வரலாம் என்ற அசாதாரண மான சூழ்நிலை. கொஞ்சம் மெத்தனமாக இருந்தால்கூட மொத்தமும் பறிபோய்விடக்கூடிய ஆபத்து நேரலாம் என்று

உணர்ந்திருந்தார் பாபர். ஆகவே ஓய்விலும்கூட சுதாகரிப் பாகவே இருந்தார்.

ஆக்ராவின் அழகுப்படுத்தும் பணிகளில் இறங்கினார். குறிப்பாக தோட்டங்கள். இந்தியத் தாவரங்கள் பற்றியெல்லாம் ஆர்வமுடன் அறிந்துகொண்டார். பூச்செடிகளை உருவாக்கு வதில் நேரம் செலவழித்தார். கரும்பு பயிரிட்டுச் சுவைத்தார். தௌல்பூரிலும் நீரூற்றுகள் நிரம்பிய தோட்டம் ஒன்றை அமைத்தார். அங்கே ஆறுக்கு ஆறு அளவில் அழகிய தொட்டி ஒன்றை அமைக்கச் சொன்னார். 'சீக்கிரமாகக் கட்டி முடியுங்கள், இதை நான் ஒயினால் நிரப்ப வேண்டும்.'

கவிஞர்களை வரவேற்றார். தானும் கவிதைகள் எழுதினார்★. இந்திய இசைக்கலைஞர்களை ரசித்தார். அறிஞர்களிடம் பழகினார். இந்தியாவில் அவருக்குப் புதிதாகக் கிடைத்த புத்தகங்களை வாசித்தார். புதிய எழுத்துருக்களை உருவாக்கி னார். அதற்கு அவர் வைத்த பெயர் 'பாபுரி'. இந்தக் கால கட்டத்தில்தான் பாபர் தனது சுயசரிதையையும் எழுதினார். அப்புறம் கொஞ்சம் ஓபியம். நிறைய ஒயின்.

பல இடங்களுக்குச் சுற்றுப்பயணம் மேற்கொண்டார். புதிய பேரரசரை, முகலாயர்களை இந்திய மக்கள் அறிந்துகொள்வதற் காக இந்தப் பயணம். குவாலியர் சென்றார். அங்கே ஏரிக்கரை யோரமான அமைந்திருந்த ஜைனக் கோயில் அவரை உறுத்தியது. 'அந்தரங்க உறுப்புகளைக்கூட மறைக்காத முழு நிர்வாணச் சிலைகள். இந்த இடம் அவ்வளவு மோசமாக இல்லை. சிலைகள்தான் குறையுடன் இருக்கின்றன. என் பங்குக்கு நான் அவற்றை அழிக்கச் சொல்லிவிட்டேன்.'

பாபர் தனது பானிபட் வெற்றியின் அடையாளமாக அங்கே ஒரு மசூதியைக் கட்டி முடித்தார் (1528). அதற்கு அவர் வைத்த பெயர் காபுலி பாக். இதுவே பாபர் இந்தியாவில் கட்டிய முதல் மசூதி★★.

★ பாபருக்கு துருக்கியும் பெர்சிய மொழியும் எழுதத் தெரியும். அவரது சுயசரிதையில் உள்ள சில கவிதைகளைத் தவிர மற்றவை எல்லாம் தொலைந்துபோய்விட்டன.

★ 1528 சமயத்தில் பாபர் அயோத்திக்கு அருகே முகாமிட்டிருந்தார். அப்போது அயோத்திக்குச் சென்றாரா என்பது குறித்த ஆதாரபூர்வ தகவல்கள் இல்லை. ஏனென்றால் பாபர் நாமாவில் அந்த குறிப்பிட்ட காலத்துக்குரிய

முகலாயர்கள் / 61

இந்தியாவின் பேரரசர் என்று பெருமை பொங்க அறிவித்துக் கொண்டாலும் பாபரால் முறையான நிர்வாக அமைப்பைக் கொண்டுவர முடியவில்லை. அடிக்கடி நிதி நெருக்கடிக்கு ஆளாக நேர்ந்தது. அப்போதெல்லாம் அவரது எல்லைக்கு உட்பட்ட பகுதிகளில் அமீராகப் பொறுப்பில் அமர்த்தப்பட்ட வர்களுக்குக் கட்டளை செல்லும். 'நிதி திரட்டி அனுப்பவும்.'

திரட்டப்படும் நிதியில் பெரும்பகுதி போர் வீரர்களைப் பராமரிக்கவும், ஆயுதங்களை, குறிப்பாக வெடிமருந்து வாங்கவே பயன்படுத்தப்பட்டது. அமீர்கள் திரட்டித் தரும் நிதிபோக, பிற தேவைகளுக்கு என்ன செய்ய? 'கொள்ளை அடியுங்கள் அல்லது இருப்பவர்களிடம் பெற்றுக்கொண்டு அல்லது மிரட்டி எடுத்துக் கொண்டு வாருங்கள்.'

இந்தியாவைக் கைப்பற்றிய அளவில் வெற்றியாளராக இருந்தா லும், அதை ஆட்சி செய்த விதத்தில் பாபர் படுதோல்வியாளர் தான்.

●

'உங்கள் மனம் காபுலைத்தான் நாடுகிறதா? ஒன்றும் பிரச்னை இல்லை. நீங்கள் செல்லலாம். அதற்கு எனது பூரண அனுமதி உண்டு.' - தனக்கு மிகவும் நெருக்கமான அமீர்களிடம் சொன்னார் பாபர். சிலர் கிளம்பிச் சென்றார்கள். ஹுமாயூனை பாபரே பாதக்ஷனுக்கு அனுப்பிவைத்தார், அதன் கவர்னராக.

1528ன் மழைக்காலம் முடிந்ததும் மற்றுமொரு படையெடுப்பு. வடகிழக்கு மால்வாவின் சந்தேரிக் கோட்டைமீது. ராஜபுத்திர அரசரான மேதினி ராயும் அவரது வீரர்களும் தோல்வி உறுதி

---

விஷயங்கள் தொலைந்துபோய்விட்டன. அந்தச் சமயத்தில் பாபர், தனது தளபதியான மீர் பாகியிடம் அயோத்தியில் மசூதி ஒன்றை எழுப்பச் சொல்லியிருக்கலாம். அதுவே அங்கிருக்கும் பாபர் மசூதி. வெற்று நிலத்தில் அந்த மசூதி எழுப்பப்பட்டதா அல்லது ஏற்கெனவே இருந்த கோயிலை இடித்து அந்த இடத்தில் கட்டப்பட்டதா என்பது போன்ற கேள்விகளுக்கான விடையைத் தரும் முறையான ஆதாரங்கள் இல்லை. அயோத்தி பாபர் மசூதியில் காணப்படும் கல்வெட்டு, மீர் பாகி இந்த மசூதியைக் கட்டியதாக மட்டும் சொல்கிறது. தவிர, அயோத்தி மசூதி குறித்த தகவல்கள் எதுவும் பாபர் நாமாவில் எழுதப்படவில்லை அல்லது கிடைக்கப் பெறவில்லை.

என்று அறிந்தும் அசராமல் போரிட்டு மடிந்தார்கள். தோல்விக்குப் பின் ராஜபுத்திர பெண்களும் மற்ற மக்களும் எதிரிகளிடம் சிக்கிக்கொள்ள விரும்பவில்லை. 'வா, கிணற்றில் குதிக்கலாம்.', 'நெருப்பை மூட்டுங்கள். மரணத்தைத் தழுவலாம்.'

ஜாஹர் (Jauhar)* என்றழைக்கப்பட்ட இந்தச் சடங்கைக் கண்டு முகலாயர்கள் கொஞ்சம் ஆடித்தான் போனார்கள்.

அடுத்த சவால். ஆக்ராவுக்குக் கிழக்கே மஹ்மூத் லோடியின் தலைமையில் ஆப்கன் படைகள் மீண்டும் ஒன்று திரண்டு முன்னேறி வந்து கொண்டிருந்தன. பிஹாருக்கு பாபர் முகலாயப் படைகளுடன் விரைந்தார். பாட்னாவுக்கு அருகில் யுத்தம் (மே 6, 1529). எஞ்சியிருந்த ஆப்கன் படையினர் உயிர்தப்பி ஓடினார்கள். பாபர் நேரடியாகப் பங்குபெற்ற கடைசி யுத்தம் இதுவே.

அந்தச் சமயத்தில் பாபருக்கு ஒரு செய்தி வந்து சேர்ந்தது. 'மத்திய ஆசியாவில் உஸ்பெக்குகள் வலுவிழந்து கொண்டிருக்கிறார்கள். பெர்சியர்கள் (பாரசீகர்கள்) ஆதிக்கம் செய்கிறார்கள்.' பழைய சமர்கண்ட் கனவு மீண்டும் பாபரது கண்களில். 'தெமூரின் பூமியை மீட்க மீண்டும் ஒரு வாய்ப்பு. இந்தமுறை விடவே கூடாது.' துடிதுடிப்புடன் இயங்க ஆரம்பித்தார். ஹுமாயூ னுக்குச் செய்தி அனுப்பினார். 'பாதக்‌ஷனில் இருந்து நீ படைதிரட்டிக் கொண்டு புறப்படு.' தானும் இந்தியாவிலிருந்து படைதிரட்டிக் கொண்டு பூர்வ பகுதிக்குச் செல்லலாம் என்றுதான் திட்டமிட்டிருந்தார். அடுத்த சில தினங்களிலேயே இன்னொரு செய்தி வந்து சேர்ந்தது. 'உஸ்பெக்கியர்கள் இழந்ததை மீட்டுவிட்டார்கள். பெர்சியர்கள் பின்வாங்கி விட்டார்கள்.' பாபருக்குப் பெருத்த ஏமாற்றம். ஹுமாயூனும் படையோடு பாதக்‌ஷனுக்கே திரும்பிவிட்டதாக செய்தி வந்தது.

அந்த ஆண்டின் இறுதியில் இரண்டு மாதங்கள் லாகூரில் சென்று தங்கினார். மீண்டும் காபுலுக்குச் செல்ல வேண்டும், அங்கு சில

---

★ சதி போன்றே ராஜபுத்திரர்கள் கடைபிடித்த இன்னொரு சம்பிரதாயம் ஜாஹர். அதாவது போரில் தோல்வி உறுதிப்படும் பட்சத்தில் எதிரிகளின் கையில் மாட்டி வதைபடாமல் இருப்பதற்காக ஆண்கள், பெண்கள், குழந்தைகள் எல்லோரும் கூட்டம் கூட்டமாக உயிரை மாய்த்துக் கொண்டார்கள்.

அரசவையில் பாபர்

நாள்களைக் கழிக்க வேண்டும் என்று பாபருக்கு ஆசை இருக்கவே செய்தது. ஆனால் ஆக்ரா திரும்பினார்*.

கடுமையான காய்ச்சல். வயிற்றுப்போக்கு. இருமினால் எச்சிலோடு வரும் ரத்தம். கொஞ்ச நாள்களுக்குப் பாபர் நோயாளி ஆகிப்போனார். பின் தேறினார். உயரமான இடத்திலிருந்து கங்கையில் குதித்து எதிர்நீச்சல் அடிக்கும் அளவுக்குத் தெம்பு. 'பேரரசருக்கு வயது நாற்பத்தாறு போலவே இல்லை. இளைஞன்போல சாகசங்கள் செய்கிறாரே.'

அந்த 'வயதான' காலகட்டத்தில் பாபருக்கு அந்தப்புரம் மீது சற்றே ஆர்வம் அதிகமாகியிருந்தது. ரோஜா கன்னங்கள் கொண்ட அழகிகள் அவரைச் சூழ்ந்திருந்தார்கள். குறிப்பாக குல்நார், நார்குல் இரண்டு அடிமை அழகிகள். அடிக்கடி விருந்து. உதடுகளில் எப்போதும் ஒயின். பேரரசர் மகிழ்ச்சியாக இருந்தார்.

அவ்வப்போது சமர்கண்ட் நினைவுகளும் காபுல் சிந்தனைகளும் பாபரைச் சூழ்ந்துகொண்டு சோகம் கொடுத்தன. காபுலில் இருக்கும் தனது வாரிசுகள் சிலரைப் பார்க்க வேண்டுமென்று ஏங்கினார். அந்தச் சமயத்தில் ஹுமாயூன் அங்கு வந்து நின்றார். பாபருக்கு அதிர்ச்சி, ஆத்திரம்.

'என்னுடைய அனுமதி இல்லாமல் நீ எப்படி பாதக்ஷனிலிருந்து திரும்பி வரலாம்?'

ஹுமாயூனின் முகத்தில் அதிர்ச்சி. 'தந்தையே, தங்களுக்கு உடல்நிலை சரியில்லை என்று தகவல் வந்தது. ஆகவே விரைந்துவந்தேன். இப்போதுதான் புரிகிறது அது யாரோ கிளப்பிய வதந்தி என்று.'

எதிர்பாராமல் இளவரசரைக் கண்ட மகிழ்ச்சியில் ஆத்திரம் கரைந்தது. சிலநாள்கள் தந்தையுடன் இருந்துவிட்டு பாதக்ஷன் நோக்கிக் கிளம்பினார் ஹுமாயூன். வழியில் சம்பலில் தங்கினார். அந்தச் சமயத்தில் பாபர் தனது சில மனைவிகளுடன் தௌல்பூர் தோட்ட மாளிகைக்குச் சென்றார். 'இளவரசர்

---

* லாகூரிலிருந்து ஏன் காபுலுக்குச் செல்லவில்லை, மீண்டும் ஆக்ராவுக்குத் திரும்ப வேண்டிய காரணம் என்ன போன்ற தகவல்கள் எல்லாம் பாபரின் சுயசரிதையில் தெளிவற்ற நிலையில் உள்ளன.

ஹுமாயூனுக்கு உடல்நிலை மிகவும் மோசமாக உள்ளது. இளவரசரின் தாயார் இங்கு வந்தால் நல்லது.'

சம்பலில் இருந்துவந்த தகவலால் உடைந்துபோனார் பாபர். 'நீங்கள் பேரரசர். ஹுமாயூன் மட்டும் உங்கள் மகனல்ல. உங்களுக்கு மற்றவர்கள் இருக்கிறார்கள். எனக்குத்தான் வேறு மகன்கள் இல்லை' - மாஹமா பேகத்தின் குரல் உடைந்தது.

'இல்லை பேகம். யாரும் என் அருமைப் புதல்வன் ஹுமாயூனுக்கு ஈடு கிடையாது. நான் அவன்மேல் வைத்திருக்கும் பாசத்துக்கு இணையாக வேறொன்றைச் சொல்லமுடியாது. ஹுமாயூன்தான் எனக்குப் பின் அரியணை ஏறப்போகிறவன். அவனைத் தவிர வேறு யாருக்கும் அந்தத் தகுதி இல்லை. இறைவன் அவனுக்கு நீண்ட ஆயுளைக் கொடுக்க வேண்டும்.' பாபர் அழுதார். பின் தொழுதார்.

உடனே ஹுமாயூனை ஆக்ராவுக்குப் படகில் வைத்து அழைத்து வரும்படி உத்தரவிட்ட பாபர், தானும் ஆக்ராவுக்குத் திரும்பினார். ஆனால் ஹுமாயூன் ஆக்ராவை அடைந்தபோது முற்றிலும் நினைவிழந்து, துவண்டு கிடந்தார்.

வேறு வழியில்லை. இறைவன் விட்ட வழி. சுற்றியிருந்தோர் எல்லோரும் பாபருக்கு ஆறுதல் சொன்னார்கள். எல்லோரும் ஹுமாயூன் மீதான நம்பிக்கையை இழந்திருந்த சமயத்தில் பாபர் அந்த அதிரடி முடிவை எடுத்தார். 'என் உயிரைக் கொடுத்து என் மகன் உயிரை மீட்கப் போகிறேன்.'

பலர் கதறினார்கள். கூடாது என்று தடுத்தார்கள். பெரும் மதிப்புடைய கோஹினூர் வைரத்தைக்* கொடுத்து இளவரசரைக்

---

★ கோஹினூர் வைரத்தின் கதை புராண காலத்திலிருந்தே ஆரம்பிக்கிறது. எல்லாம் வாய்வழிக் கதைகள்தாம். டெல்லி சுல்தான்கள் வசமிருந்த கோஹினூர் வைரம், பின்பு பாபர் கைக்குச் சென்றிருக்கலாம் என்று நம்பப்படுகிறது. முகலாயர்கள் இந்தியாவைக் கைப்பற்றிய பின், குவாலியர் ராணிகள், முகலாயர்களிடம் இருந்து தப்பிப்பதற்காக ஹுமாயூனிடம் கோஹினூர் வைரத்தைக் கொடுத்ததாகவும் சொல்லப்படுகிறது. பாபர் நாமாவில் கோஹினூர் வைரம் குறித்து பாபர் எழுதியிருக்கிறார். கோஹினூர் வைரம் குறித்த முதல் வரலாற்றுக் குறிப்பு பாபர் எழுதியதே. கோஹினூர் வைரத்தை விற்றால் உலகத்திலுள்ள அனைத்து மக்களின் ஒருநாள் பசியைத் தீர்க்கலாம் என்பதுபோல பாபர் எழுதியுள்ளார்.

காப்பாற்றலாம் என்றார்கள். 'ஹுமாயூனின் உயிருக்கு முன் எதுவுமே மதிப்பில்லை' என்று மறுத்துவிட்டார் பாபர்.

தனது மகனது படுக்கையைச் சுற்றி மூன்றுமுறை வலம் வந்தார். 'இறைவா, எனது மகனது உடலில் இருக்கும் வியாதிகளை எல்லாம் என் உடலுக்குக் கொடுத்துவிடு.' மனமுருக வேண்டினார். அடுத்த சில நிமிடங்களில் பாபரது உடலில் சூடுபரவ ஆரம்பித்தது. அடுத்தடுத்த நாள்களில் பேரரசர் படுத்த படுக்கையாகிப் போனார். ஹுமாயூன் கண் விழித்தார். கொஞ்சம் கொஞ்சமாக உடல்நிலை தேற ஆரம்பித்தார்*.

'அய்யோ என் தந்தைக்கு என்ன ஆயிற்று? சென்றமுறை நான் அவரை நல்லவிதமாகத்தானே பார்த்துவிட்டுச் சென்றேன்' - உடல்நலமாகி வந்த ஹுமாயூனின் கதறலுக்கு யாராலும் பதில் சொல்லமுடியவில்லை. தனது மகன் குணமாகி வந்ததைக் கண்டு பாபருக்கு நிம்மதி. மறுநாளே முக்கியமான அமைச்சர்களை எல்லாம் அழைத்தார். அங்கே அரியணை இடப்பட்டிருந்தது. ஹுமாயூனை அதில் அமரச் சொன்னார். 'ஹுமாயூன் அடுத்த பேரரசர். என் மனம் எடுத்த முடிவு இது,' அறிவித்தார்.

பின் ஹுமாயூனின் கரங்களைப் பிடித்துக் கொண்டு தட்டுத் தடுமாறிப் பேச ஆரம்பித்தார். 'உன் சகோதரர்களுக்கு எதிராக எந்தவித நடவடிக்கையும் எடுக்காதே, அவர்கள் உனக்கு உண்மையாக இருக்கும்வரை.'

பாபர் இறந்த தினம் டிசம்பர் 26, 1530. ஆக்ராவில் பாபரது இறுதிச் சடங்குகள் நடந்தன. காபுலில் தனது இறுதி ஓய்விடம் அமைய வேண்டும் என்பது பாபரின் விருப்பம். 1539ல் பாபரது உடல் தோண்டி எடுக்கப்பட்டு, காபுலில் அவர் அமைத்திருந்த பாக்-ஐ-பாபர் என்ற தோட்டத்தில் புதைக்கப்பட்டது.

---

★ பாபரது இறப்பு குறித்து இஸ்லாமிய ஆசிரியர்கள் கூறும் சம்பவம் இதுதான். பல்வேறு சரித்திர ஆசிரியர்களும் இதே சம்பவத்தைத்தான் வழி மொழிந்திருக்கிறார்கள்.

முகலாயர்கள் / 67

# ஹுமாயூன்

காலம் : 1508 - 1556
ஆட்சி : 1530 - 1540, 1555 - 1556

'உன் சகோதரர்களுக்கு எதிராக எந்தவித நடவடிக்கையும் எடுக்காதே, அவர்கள் உனக்கு உண்மையாக இருக்கும்வரை.' பாபர் சொல்லி விட்டுச் சென்ற இந்தக் கடைசி வார்த்தைகள்தான் ஹுமாயூனுக்கு வினையாக அமைந்தன.

ஜோதிடர்கள் குறித்துக் கொடுத்த நல்ல நாளில் இருபத்து மூன்று வயது ஹுமாயூன் முகலாயப் பேரரசராக ஆக்ராவில் பதவியில் அமர்ந்தார் (டிசம்பர் 1530). பரந்து விரிந்த பேரரசு. பாபரது மரணம் ஆப்கன்களுக்கு உற்சாகத்தைக் கொடுத்திருந்தது. டெல்லியைக் கைப்பற்ற காய்கள் நகர்த்த ஆரம்பித்திருந்தார்கள். இன்னொரு புறம் அவ்வளவு பெரிய பேரரசைக் கட்டியாளும் அளவுக்கு நிதி இல்லாத நிலை.

ஹுமாயூனுக்கு எந்தப் பக்கம் திரும்பினாலும் பிரச்னைகளே விஸ்வரூபமெடுத்து நின்றன. புதிய பகுதிகளைப் பிடித்து பேரரசை விரிவாக்குவதா? நிதி நெருக்கடியைச் சமாளித்து நிர்வாகத்தைச் சீரமைப்பதா? தலைதூக்கும் எதிரிகளை எதிர்த்துப் போரிட்டு இருப்பதைக் காப்பாற்றிக் கொள்வதா?

எல்லாவற்றையும் நானே என் தோளில் சுமப்பதால் தானே மூச்சு திணறுகிறது. எங்கே என் சகோதரர் கள்? வாருங்கள். இளையவன் கம்ரான். இங்கே வா. காபுலையும் காந்தஹாரையும் நீ கவனித்துக் கொள். சகோதரன் மிர்ஸா ஹிண்டால், அல்வாரையும் மேவாத்தையும் நீ நிர்வகி. சம்பலை நீ எடுத்துக் கொள் மிர்ஸா அஸ்காரி, யாரது? மிர்ஸா

முகலாயர்கள் / 71

தோட்டத்தில் ஹுமாயூன்

சுலைமானா? உடன்பிறக்காவிட்டாலும் நீயும் என்ற சகோதரன் தானே. பாதக்ஷனின் அரசாங்கத்தை நீ பார்த்துக் கொள். அனைவருக்கும் மகிழ்ச்சிதானே?

சகோதரர்களைப் பெரிதும் நம்பி பொறுப்பைப் பிரித்துக் கொடுத்தார் ஹுமாயூன். பிரச்னை முதலில் காம்ரன் வடிவில் ஆரம்பமானது. ‘மற்ற எல்லோருக்கும் செழிப்பான பிரதேசங் களைக் கொடுத்துவிட்டு, எனக்கு மட்டும் வறுமையைத் தவிர வேறெதுவும் காணக்கிடைக்காத காந்தஹாரையும் காபுலையும் கொடுத்திருக்கிறார் என் அருமைச் சகோதரர். அவை எனக்குப் போதாது. எனக்குத் தேவையானவற்றை நானே எடுத்துக் கொள்கிறேன்.’ காம்ரன் லாகூரையும் முல்டானையும் கைப்பற்றித் தன் பொறுப்பில் வைத்துக் கொண்டார்.

ஹுமாயூனுக்குக் கோபம் வரவில்லை. ‘எனது சகோதரன் கூடுதல் சுமையைப் பகிர்ந்து கொண்டான். வீணாகப் பனிப்போர் எதற்கு?’ என்று இருந்துவிட்டார். காம்ரனும் தன் பங்குக்கு செய்தி அனுப்பினார். ‘தாங்கள்தான் பேரரசர். எப்போது எனது உதவி தேவையோ தாங்கள் பெற்றுக் கொள்ளலாம்.’

•

ஆக்ராவைச் சுற்றிலுமிருந்த சிறு சிறு பகுதிகளை ஆண்ட உறவினர்கள் தலைமைக்கு அடங்காமல் வாலாட்டிக் கொண்டிருந்தார்கள். ஆக வாலை நறுக்க வேண்டியதிருந்தது. அது ஒன்றும் பேராபத்து இல்லை, இன்று இல்லையென்றால் நாளை நறுக்கிக் கொள்ளலாம். முகலாயர்களை ஒழித்துக் கட்ட வேண்டுமென்று ஆங்காங்கே ஆப்கனியர்கள் திணவெடுத்துத் திரிகிறார்கள். அவர்கள் ஒட்டுமொத்தமாக இணைந்துவிட்டால் பேராபத்து. தனித்தனியாக இருக்கும்போது தட்டிவைப்பதே புத்திசாலித்தனம்.

குறிப்பாக ஷேர் கான். ஆப்கனியர். ஃபரிட் கான் என்பது நிஜப் பெயர். அவரது தந்தை ஹசன் கான் ஜவுன்புரில் வாழ்ந்தவர். குதிரை வளர்ப்பாளர். சிறு வயதிலேயே தந்தையின் மனைவி யுடன் (சித்தி) மனக்கசப்பு. வீட்டைவிட்டு வெளியேறிய ஃபரிட் கான், ஜவுன்புருக்குச் சென்றார். அங்கே உருது, பெர்சிய மொழிகளைத் திறம்படக் கற்றார். பின்பு பிகாரில் ஒரு பகுதியின் தளபதியாக இருந்த ஜமால் கானின் படையில் சேர்ந்து

கொண்டார். ஒரு சிறு பகுதியின் ஜாகிர்தார் (நிலச்சுவான்தாரர்) ஆனார். ஒரு சமயம் ஃபரீத், சிங்கம் (ஷேர்) ஒன்றுடன் நேருக்கு நேர் மோதி அதனைக் கொன்றதால் ஷேர் கான் என்றழைக்கப்பட ஆரம்பித்தார்.

பாபர் இம்ராஹிம் லோடியைத் தோற்கடித்து டெல்லி அரியணையைக் கைப்பற்றியபோது, ஷேர் கான், முகலாயர்களின் தலைமையை ஏற்றுக்கொண்டார். பிகாரில் ஒரு பகுதிக்கான தளபதி பொறுப்பு ஷேர் கானுக்குக் கிடைத்தது. கொஞ்சம் கொஞ்சமாக பிகாரின் மற்ற பகுதிகளையும் தனது வீரத்தினால், புத்திசாதுர்யத்தினால் கைப்பற்றிக் கொண்டிருந்தார். ஆனால் தான் முகலாயப் பேரரசருக்குக் கட்டுப்பட்டவன் என்று மட்டும் அவ்வப்போது பறைசாற்றிக் கொண்டிருந்தார். உண்மையில் ஷேர் கானின் மனத்தில் முகலாயர்களைத் துரத்தியடித்திவிட்டு டெல்லியைக் கைப்பற்ற வேண்டுமென்ற வெறியே மேலோங்கி இருந்தது.

ஷேர் கான் பிகாரின் பல பகுதிகளைக் கைப்பற்றியிருந்தார். ஹுமாயூனைச் சுற்றியிருந்த விசுவாசிகள் எச்சரிக்கை மணி அடித்தார்கள். 'ஷேர் கானை அடக்க வேண்டும். இல்லையேல் ஆபத்து.' ஹுமாயூனும் அதற்கு ஒப்புக் கொண்டார். பிகார் பக்கமாகப் படைகளோடு சென்று கொஞ்சம் மிரட்டிவிட்டு வந்தால் ஷேர் கான் அடங்கிவிடுவார் என்பது அவரது நம்பிக்கை.

படைகளோடு கிழக்கு நோக்கி கிளம்பினார். முதலில் ஒரு பழைய எதிரியைச் சந்திக்க வேண்டியதிருந்தது. மஹ்மூத் லோடி. மீண்டும் ஆப்கனியப் படைகளைத் திரட்டிக் கொண்டுவந்தார். 1532ல் தௌலா என்ற இடத்தில் நடந்த யுத்தத்தில் ஆப்கன் படைகள் முகலாயப் படைகளால் அடித்துத் துரத்தப்பட்டன. பிகாரும் உத்தரப்பிரதேசத்தின் கிழக்கிலுள்ள ஜவுன்புரும் ஹுமாயூன் வசமானது.

'சுனார் கோட்டையைச் சுற்றிவளைப்போம். ஷேர் கானின் வசமுள்ள முக்கியக் கோட்டை அது.' தனது தளபதிகளின் ஆலோசனைக்கேற்ப உத்தரபிரதேசத்திலுள்ள சுனார் கோட்டையை முற்றுகையிட்டார் ஹுமாயூன். இந்தியாவின் கிழக்குப் பகுதியின் வாசல் என்றே சொல்லலாம். கிட்டத்தட்ட நான்கு மாதங்கள் அந்தக் கோட்டையைப் பிடித்த ஹுமாயூன்

அங்கிருந்துகொண்டே அருகிலிருந்த பகுதிகளையும் கைப்பற்ற ஆரம்பித்தார். ஷேர் கான் படைதிரட்டிக் கொண்டுவந்து ஹுமாயூனோடு நேரடியாக மோத வரவில்லை. பதிலாக, தூது அனுப்பினார்.

'பேரரசரே, சுனார் கோட்டையை மட்டும் எனக்கு விட்டுக் கொடுங்கள். நான் உங்களுக்குக் கட்டுப்பட்டு நடக்கிறேன். அதற்குச் சாட்சியாக எனது மகன்களின் ஒருவனைத் தங்களது அடிமையாக அனுப்பிவைக்கிறேன்.'

ஹுமாயூன் மறுப்பு எல்லாம் சொல்லவில்லை. அவரும் அப்போது ஆக்ராவுக்குத் திரும்ப வேண்டிய கட்டாயத்தில் இருந்தார். ஷேர் கானின் வேண்டுகோள் ஏற்றுக்கொள்ளப் பட்டது. முகலாயப் படைகள் சுனார் கோட்டையை விட்டு விலகின. ஆக்ராவை நோக்கிக் கிளம்பின.

1526ல் குஜராத்தில் ஆட்சிக்கு வந்த பகதூர் ஷா, குஜராத்தைச் சுற்றி தனி சாம்ராஜ்யத்தையே நிறுவியிருந்தார். வளமான படைகள் அவர் வசமிருந்தன. சித்தூரை* வென்றிருந்தார். சுற்றியிருந்த ராஜபுத்திர அரசர்கள் (அஹமத் நகர், காண்டேஷ், பேரார்) பகதூர் ஷாவின் தலைமையை ஏற்று அடிபணிந்து நடந்து கொண்டார் கள். பஞ்சாப் பகுதியின் மால்வாவையும் அவர் கைப்பற்றிருந் தார். கூடவே வணிக நோக்கில் குஜராத்தின் கடல் பகுதிகளில் நங்கூரமிட்டுப் பெருக ஆரம்பித்திருந்த போர்த்துக்கீசியர்களின் ஆதரவும் பகதூர் ஷாவுக்குப் பக்கபலமாக இருந்தது. 'நேற்று வந்த முகலாயர்களைத் துரத்த வேண்டும். டெல்லியை எனதாக்க வேண்டும்' - பகதூர் ஷாவின் லட்சியம் அதுவே.

'பேரரசே, பகதூர் ஷாவை இன்னமும் விட்டுவைத்திருப்பது நல்லதல்ல. தவிரவும், குஜராத்தைப் போல் வளமானதொரு பகுதியை நமதாக்கிக் கொள்வதும் அவசியம்.' தளபதிகள் நெருக்கினார்கள். ஹுமாயூன் குஜராத் மீது படையெடுக்கத் தயங்கவில்லை. ஆனால் அப்போது தயாராக இல்லை. ஓய்வெடுக்க நினைத்தார்.

அடுத்த ஒன்றரை வருடங்களை ஆக்ராவிலும் பெரும்பாலும் டெல்லியிலும் கழித்தார் ஹுமாயூன். காரணம், அவர்

---

★ சித்தூர் ராணி கருணாவதி, ஹுமாயூனுக்கு 'ராக்கி' அனுப்பியதாகவும், பகதூர் ஷா மீது படையெடுக்கச் சொல்லிக் கேட்டுக் கொண்டதாகவும், அதை ஹுமாயூன் ஒப்புக் கொண்டதாகவும் ஒரு தகவல் உண்டு.

டெல்லியில் தின்பனா என்ற புதிய நகரம் ஒன்றைக் கட்டிக் கொண்டிருந்தார். கேளிக்கை விருந்துகளில் ஹுமாயூனின் இரவுகள் கழிந்தன. 'நிதிநிலை நலிந்து காணப்படும் இந்தச் சமயத்தில் இதெல்லாம் தேவைதானா' என்று எழுந்த முணுமுணுப்புகளைச் சட்டை செய்யவில்லை ஹுமாயூன். எனது ஆட்சிக்காலத்தில் எழுப்பப்பட்ட அடையாளச் சின்னமாக தின்பனா விளங்கப்போகிறது. அதுவே முக்கியம்.

ஆப்கன் தளபதி பகதூர் ஷாவின் பலம் குஜராத்தில் ஏகத்துக்கும் பெருகிவிட்டது. அசட்டையாக விடும்பட்சத்தில் ஆக்ராவுக்கே ஆபத்து நேரலாம். நெருக்கமான மந்திரிகள் ஹுமாயூனிடம் வற்புறுத்த ஆரம்பித்தார்கள். பெரும்பாலான சமயங்களில் ஓபியத்தால் நினைவிழந்து கிடந்த ஹுமாயூனுக்கு அந்த எச்சரிக்கையின் தீவிரம் புரியவில்லை.

பகதூர் ஷா, அஜ்மீரைக் கைப்பற்றியிருந்தார். ராஜஸ்தானின் கிழக்குப் பகுதிகளில் அவரது படைகள் முன்னேறியிருந்தன. ஹுமாயூனின் மெத்தனம் பகதூர் ஷாவுக்குப் பெரும் தைரியத்தைக் கொடுத்திருந்தது. ஆகவே தன்னுடைய படை வீரர்கள் நாற்பதாயிரம் பேரை இப்ராஹிம் லோடியின் உறவினரான டடார் கான் என்பவரது தலைமையில் ஆக்ராவுக்கு அனுப்பினார்.

முகலாயப் படைகளின் முன்னால் டடார் கான் சரணடைய வேண்டியிருந்தது, பிணமாக. அவரது படைகள் ஆவியாகிப் போயின. பகதூர் ஷா மீது படையெடுக்க வேண்டிய அவசியம் ஹுமாயூனுக்கு அப்போதுதான் உரைத்தது. ஆக்ராவை விட்டுக் கிளம்பினார், குஜராத்தை நோக்கி.

தனது பலத்தைப் பலமடங்கு பெருக்கி வைத்திருந்தாலும் முகலாயப் படைபலத்தைப் பற்றி தப்புக் கணக்குப் போட்டு வைத்திருந்தார் பகதூர் ஷா. முகலாயப் படைகள் எளிதாக மால்வாவைக் கைப்பற்றின. சித்தூரில் முகாமிட்டிருந்த பகதூர் ஷாவின் கணிப்புகள் உயிரிழந்தன. தற்போதைய சூழலில் நின்று மோதுவது புத்திசாலித்தனமல்ல, படைகளை, உயிரைக் காப்பாற்றிக் கொள்வதே அதிஅவசியம். உணர்ந்திருந்த பகதூர் ஷா சித்தூரைக் காலிசெய்துவிட்டு மாண்டு என்ற நகரத்தில் பதுங்கினார்.

ஹுமாயூன் விடவில்லை. துரத்தினார். சேகரித்து வைத்திருந்த ஆயுதங்களைக்கூட காப்பாற்றிக் கொள்ளமுடியாமல் பகதூர் ஷாவும் அவரது வீரர்களும் ஓடினார்கள். மாண்டுவும் முகலாயர்கள் வசமானது. பகதூர் ஷா குஜராத்தின் சம்பனீர் நகரத்தில் பதுங்கினார். அங்கிருந்த உயரமான கோட்டைச் சுவர்களைத் தாண்டி முகலாயப் படையினரால் வரமுடியாது என்பது அவரது கணக்கு.

முகலாயர்களின் போர்த்தந்திரங்கள் எல்லாம் மங்கோலியப் பேரரசர் செங்கிஸ்கான் பயன்படுத்தியதே. எப்போதும் கையில் ஏணிகளையும் கொண்டு செல்லும் மங்கோலிய வீரர்கள் உயரமான கோட்டைச் சுவர்களை எல்லாம் ஒரு தடையாக மதித்ததில்லை. சுவரில் ஏணியை வை, ஏறிக் குதி. மிகவும் உயரமான சுவரா? ஏணிகளை ஒன்றோடு ஒன்று இறுக்கிக் கட்டு. தாண்டிக் குதி. அவ்வளவுதான். மாண்டுவின் சுவர்களில் முகலாயப் படையினர் ஏணிகளைச் சாய்த்த நேரத்தில் பகதூர் ஷா ஓட்டத்தை ஆரம்பித்தார். தலைநகரம் அகமதாபாத்துக்குச் சென்றுவிடலாம். அதைவிட பாதுகாப்பான இடம் வேறு இல்லை.

எதிர்வந்த எதிர்ப்புகளை எல்லாம் ஊதித் தள்ளிவிட்டு முன்னேறிய முகலாய வீரர்கள் அகமதாபாத்தை அடைந்தபோது பகதூர் ஷா கதியவாருக்கு ஓடிப்போயிருந்தார். எந்த இடத்துக்குச் சென்றாலும் முகலாயப் படைகள் துரத்திக் கொண்டு வர, இறுதியில் கடலோர டையுவில் போர்த்துக்கீசியர்களின் உதவியோடு ஒளிந்து கொண்டார் பகதூர் ஷா. அங்கும் விடாமல் துரத்திவந்த ஹுமாயூன் பரந்துவிரிந்த நீர்ப்பரப்பைக் கண்டதும் திகைத்து நின்றார்.

'பேரரசரே, இதுதான் கடல்.'

சமவெளிகளிலும் மலைப்பிரதேசங்களிலுமே வாழ்ந்து பழகிய முகலாயர்கள் முதன்முதலாக கடலைப் பார்த்து பிரமித்து நின்றார்கள். 'வாருங்கள். இங்கிருந்து கிளம்பலாம்.' ஹுமாயூன் சற்றே மிரண்டுதான் திரும்பினார். கடலைப் பார்த்த முதல் முகலாயப் பேரரசர் அவரே.

சுமார் நான்கு மாதங்கள் படைகளோடு குஜராத்தில் வாசம். வீரர்களே இயன்றவரை செல்வங்களைக் கொள்ளையடியுங்கள்.

களைப்பாக இருக்கிறதா. போதைக்குள் புதைந்து இன்பமாக இருங்கள். வெற்றியைக் கொண்டாடுவோம். ஹுமாயூனின் சந்தோஷ நாள்கள் அவை.

●

பேரரசே, செழிப்பு நிறைந்த குஜராத்தை எந்தச் சமயத்திலும் விட்டுவிடலாகாது. முகலாயப் பேரரசின் நிதிநிலை சீரடைய வேண்டுமென்றால் குஜராத் அவசியம். தாங்களே சில வருடங்கள் இங்கிருந்து இதைக் காப்பாற்றிக் கொள்வது நல்லது. பகதூர் ஷா இன்னமும் உயிரோடுதான் இருக்கிறான் என்பதையும் நினைவில் வைத்துக் கொள்ளுங்கள்.

மந்திரிகளின் ஆலோசனை இது. ஹுமாயூன் கேட்கவில்லை. நான் இங்கேயே கிடந்தால் யார் ஆக்ராவைக் கவனிப்பது? பிற பகுதிகளில் எதிரிகள் வளர்ந்துவிடுவார்களே, அவர்களை யார் முடக்குவது? தனது சகோதரர் மிர்ஸா அஸ்காரியை அழைத்தார் ஹுமாயூன், 'அகமதாபாத் அரியணை உனக்கே. குஜராத்தையும் நீயே கவனித்துக் கொள்.'

படைகளோடு ஆக்ராவுக்குத் திரும்பும் வழியில் மாண்டுவில் முகாமிட்டிருந்தார் ஹுமாயூன். காரணம் அங்கு தட்பவெப்ப நிலை வெகுசாதகமாக இருந்தது. புதிய தலைமையை குஜராத் மக்களால் ஏற்றுக் கொள்ளமுடியவில்லை. ஆங்காங்கே சலசலப்புகள். அதுபோக, அனுபவமில்லாத அஸ்காரியின் தலைமையை அவருக்கு கீழ் நியமிக்கப்பட்டிருந்த முகலாய அமைச்சர்களாலேயே ஏற்றுக்கொள்ள முடியவில்லை.

இப்படி ஒரு சந்தர்ப்பத்துக்காகவே காத்திருந்தார் பகதூர் ஷா. சுற்றமெல்லாம் அவருடைய நண்பர்கள்தாம். உதவி கேட்காமலே கிடைத்தது. மீண்டும் பகதூர் ஷாவின் படைகள் அகமதாபாத்தை ஆக்கிரமிக்க வந்தன. அதைச் சந்திக்கத் திராணியில்லாத அஸ்காரி அங்கிருந்து சம்பனீர் கோட்டைக்கு (பரோடாவுக்கு அருகிலுள்ளது) ஓடினார். அங்கே பொறுப்பிலிருக்கும் முகலாயத் தளபதியின் உதவியுடன் பகதூர் ஷாவை எதிர்கொள்ளலாம் என்பது அவரது திட்டம். ஆனால் சம்பனீரில் அஸ்காரிக்கு ஒத்துழைப்பு கிடைக்கவில்லை. வேறுவழியில்லை, மாண்டுவுக்குச் சென்று சகோதரர் ஹுமாயூனிடம்தான் உதவிகேட்க வேண்டும். அஸ்காரிக்கு ஹுமாயூனை எப்படி

எதிர்கொள்வதென்ற பயம்? ஆகவே நேராக ஆக்ராவுக்குச் சென்றார்.

'அகமதாபாத்தை பகதூர் ஷா மீண்டும் கைப்பற்றிவிட்டார். தங்கள் சகோதரர் அஸ்காரி ஆக்ராவுக்கு சென்றுவிட்டார்' - மாண்டுவிலிருந்த ஹுமாயூனுக்குச் செய்தி சென்றது.

என்னது பகதூர் ஷா மீண்டும் முளைத்துவிட்டனா? அஸ்காரி ஏன் ஆக்ராவுக்குச் செல்ல வேண்டும்? அதுவும் எனது உத்தரவின்றி? எனில் அவன் எதுவும் சதித்திட்டம் வைத்திருக்கிறானா? நான் இல்லாத சமயத்தில் ஆக்ராவில் அரியணையைக் கைப்பற்றப் பார்க்கிறானா? ஹுமாயூனுக்குள் கேள்விகளின் புயல். பகதூர் ஷாவைப் பற்றிக் கவலைப்பட நேரமில்லாமல், ஆக்ராவை நோக்கிப் படைகளோடு கிளம்பினார். அந்த நேரத்தில் பகதூர் ஷா இழந்தையை எல்லாம் மீட்க ஆரம்பித்திருந்தார். குஜராத், மால்வா மீண்டும் பகதூர் ஷாவின் வசம்.

ஆக்ராவுக்கு எந்த ஆபத்தும் இல்லை. அஸ்காரி தன் சகோதரரைக் கண்டதும் அடிபணிந்தார்.

•

ஹுமாயூன், சுமார் இருபது மாதங்கள் (1534 நவம்பர் முதல் 1536 ஆகஸ்ட் வரை) குஜராத்தைக் கைப்பற்றுவதற்காகவும் தக்க வைத்துக் கொள்வதற்காகவும் செலவிட்டார். ஆனால் மீண்டும் எல்லாவற்றையும் இழந்திருந்தாலும் பெரும் செல்வம் வசமாகியிருந்தது. கஜானாவின் பசிக்கு உணவு கிடைத்திருந்தது.

மீண்டும் குஜராத்துக்குச் செல்வோம். அந்த பகதூர் ஷாவுக்குப் பாடம் கற்பிப்போம் பேரரசே. சில முகலாயத் தளபதிகள் முழங்கினார்கள். அப்போது அந்தச் செய்தி வந்து சேர்ந்தது. பகதூர் ஷா இறந்து விட்டார்* (1537).

மேற்குப் பக்கமாக ஹுமாயூன் ஒதுங்கியிருந்தபோது கிழக்கில் ஷேர் கான் தன் ஆதிக்கத்தைத் திட்டமிட்டு பன்மடங்கு பெருக்கியிருந்தார். கேள்வி கேட்க யாருமில்லாத சூழலில்

* ஒரு விபத்தில் கடலில் விழுந்து இறந்துவிட்டார். போர்த்துக்கீசியர்களால் தாக்கப்பட்டு கடலில் தள்ளிக் கொல்லப்பட்டார். போர்த்துக்கீசியர்களின் தாக்குதலில் இருந்து தப்பிப்பதற்காக கடலில் குதித்த அவர், இறந்துபோனார். பகதூர் ஷாவின் மரணம் குறித்த செய்திகள் இவை.

பிகாரின் பேரரசராக கோலோச்சியிருந்தார். வங்காளத்திலும் அவரது எல்லைகள் விரிவடைந்து கொண்டிருந்தன. வேறு பல ஆப்கனிய சிற்றரசர்களின் ஆதரவும் தானாகவே சேர்ந்திருந்தது. ஹுமாயூன் எப்படியும் தேடித் தாக்க வருவார். வருபவரைத் தோற்கடித்துவிட்டு ஆக்ராமீது படையெடுத்துவிடலாம் என்பதே ஷேர் கானின் திட்டம். ஆனால் அதுவரையிலும் தான் முகலாயப் பேரரசுக்குக் கட்டுப்பட்டு நடப்பதுபோலத்தான் காட்டிக் கொண்டார் ஷேர் கான். வெளிப்படையாக எதிர்ப்பைக் காட்ட வில்லை. பகதூர் ஷாவோடு நல்லுறவு வைத்திருந்த ஷேர் கான், அவர் வழியாக நிறைய படை உதவிகளையும் பெற்றிருந்தார். பகதூர் ஷாவின் இறப்பால் ஷேர் கானுக்கு வருத்தமே தவிர, இழப்பில்லை.

ஹுமாயூன், குஜராத்திலிருந்து ஆக்ராவுக்குத் திரும்பிய சமயத்தில் ஷேர் கான் போரில் வங்காள அரசரைத் தோற்கடித் திருந்தார். பெரும் பணம், செல்வம், ஆயுதங்கள் அவர் வசமாகி யிருந்தன. 'ஹுமாயூன் வருகையை ஆவலோடு எதிர்பார்த்துக் கொண்டிருக்கிறேன்' - நெருங்கியவர்களிடம் ஷேர் கான் இறுமாப்போடு சொல்லிக் கொண்டார்.

●

கொஞ்ச நாள்கள் ஓய்வு. மீண்டும் முகலாயப் படைகளை எல்லாம் புதுப்பித்துக் கொண்டு, பலத்தையும் பெருக்கிக் கொண்டு பிகார் நோக்கிப் பயணமானார் ஹுமாயூன். அவரது படையெடுப்புத் திட்டத்தில் முதன்மையாக இருந்தது சுனார் கோட்டைதான். சென்ற பிகார் படையெடுப்பிலேயே கைப்பற்றிய பகுதி. மீண்டும் ஷேர் கான் வசம் சென்றிருந்தது. ஒப்பந்த மீறல்.

'சுனார் கோட்டை நாம் பழகிய இடம். முக்கியமாக அந்தப் பகுதியின் தலைவாசலே அதுதான். அதை ஆக்கிரமித்துக் கொண்டால் தப்பிக்க வழியின்றி ஷேர் கான் திணறுவார்.'

முகலாயப் படைகள் சுனாரை முற்றுகையிட்டன. கோட்டைக் குள்ளிருந்த ஆப்கன் வீரர்கள் கடும் நெருக்கடி கொடுத்தார்கள். இரு படைகளிடமும் துப்பாக்கிகளும் பீரங்களும் இருந்ததால் சண்டை கடுமையாக இருந்தது. முகலாயப் படையின் துப்பாக்கி வீரர்களின் தலைமைத் தளபதியான ரூமி கான், ஹுமாயூனின் நம்பிக்கையைக் குலைக்காத வண்ணம் வியூகங்கள் அமைத்துத்

தாக்கினார். இருந்தாலுமே அந்தக் கோட்டை முற்றிலும் முகலாயர்கள் வசம் வர ஆறு மாதங்கள் பிடித்தது. ஆக்ரா விலிருந்து சீரான உணவு மற்றும் பிற பொருள்கள் விநியோகம் தடையின்றி இருந்ததால் முகலாயப் படையினருக்கு எந்தவித பிரச்னையும் உருவாகவில்லை. இழந்த கோட்டையை மீட்க ஷேர் கான் பாய்ந்து வருவார் என்ற ஹுமாயூனின் கணக்கு பகல் கனவாகிப் போனது.

ஷேர் கானின் மனக்கணக்கே தனிக்கணக்காக இருந்தது. கொஞ்சமும் அலட்டிக் கொள்ளாத அவர், சுனார் கோட்டையை மீட்கவும் முகலாயப் படைகளை எதிர்த்துப் போராடவும் படை களை அனுப்பவில்லை. பதிலாக தனது குடும்பத்தினரோடும் படையினரோடும் பிகாரின் வடகிழக்கு எல்லையை நோக்கி நகர்ந்தார். அங்கே இருந்த ரோதாஸ் என்ற வலிமையான கோட்டையைக் கைப்பற்றினார். அங்கே தனது குடும்பத்தினரை தங்க வைத்தார். தேவையான அளவுக்கு பாதுகாப்பு வீரர்களை நிறுத்திவைத்துவிட்டு வங்காளத்தை நோக்கி முன்னேறினார்.

இந்தமுறை அவர் முதலில் கைப்பற்றிய இடம், மேற்கு வங்கத்திலுள்ள கௌர். உள்ளே புகுந்த பிகாரியப் படைகள் கௌர் நகரைச் சூறையாடின. நல்ல வசூல். ஷேர் கானின் மனத்தில் ஏகப்பட்ட தெம்பு. அங்கிருந்தபடியே ஹுமாயூ னுக்குச் செய்தி அனுப்பினார்.

'பேரரசர் ஹுமாயூனுக்கு என் வணக்கங்கள். தங்களது படைகள் பிகாரை முற்றுகையிட்டுள்ளன. நான் தங்களோடு சமாதானமாகச் செல்வதையே விரும்புகிறேன். பிகாரை நீங்களே எடுத்துக் கொள்ளுங்கள். வருடந்தோறும் பத்து லட்சம் தினார் தங்கள் பேரரசுக்குக் கப்பமாகக் கட்டிவிடுகிறேன். அதற்குப் பதிலாக வங்காளத்தை நான் எடுத்துக் கொள்கிறேன்.'

ஹுமாயூனுக்குக் கடும் கோபம். இருந்தாலும் நிதானமாக யோசித்தார். ஷேர் கான் அசாதாரணமானவன். எல்லாமே திட்டமிட்டுத்தான் செய்துள்ளான். கோபம்கொண்டு அவனைத் துரத்திச் சென்று போரிடுவது சரியல்ல. அவனை வீழ்த்துவதற் கேற்ப முகலாயப்படைகளைத் தயார் செய்யவேண்டியது அவசியம். எனில் அவன் கேட்டபடி வங்காளத்தை விட்டுக் கொடுத்துவிடலாமா?

முகலாயர்கள் / 81

'ஷேர்கானுக்கு நெஞ்சுரம் அதிகம்தான் பேரரசரே. தங்கம் உள்பட செல்வங்கள் கொட்டிக் கிடக்கும் வங்காளத்தைத் தான் எடுத்துக் கொள்வதாக செய்தி அனுப்பியிருக்கிறான். வங்கத்தில் கடல் பகுதிகளில் நடக்கும் வணிகத்தால் கிடைக்கும் லாபமெல்லாம் அவனுக்கு வேண்டுமாம். பஞ்சம் தவழும் பிகாரை நமக்குப் பிச்சை போடுகிறானாம். பெரும் செல்வம் சேர்த்துக்கொண்டு மீண்டும் நம்மையே அழிக்க முயலுவான் அந்த நயவஞ்சகன். இதை இப்படியே விட்டுவிடக்கூடாது.'

முக்கிய மந்திரிகள் முணுமுணுத்தார்கள். ஹுமாயூனும் வங்காளத்தை விட்டுக் கொடுக்கத் தயாராக இல்லை. அந்தச் சமயத்தில் வங்காளத்தின் அரசர் ஒருவர் படுகாயமடைந்த நிலையில் ஹுமாயூன் முன்வந்து விழுந்தார். 'பாதுஷா, தாங்கள்தான் வங்காளத்தைக் காப்பாற்ற வேண்டும். ஆணவம் பிடித்த அந்த ஷேர் கானை அழிக்க வேண்டும்.'

சற்றே நிதானத்தைக் கடைபிடித்த ஹுமாயூனை அந்தச் சம்பவம் உசுப்பேற்றியது. உடனே வங்காளத்தை நோக்கிப் படைகளைக் கிளப்பினார். வழியில் சாவ்ஸா (Chausa)★ என்ற இடத்தில் முகாமிட்டார். முகலாயப் படைகளின் நகர்வு பற்றிய செய்திகள் ஷேர் கானுக்கு வந்துகொண்டேயிருந்தன. எந்தச் சமயத்திலும் முகலாயப் படைகளோடு மோதல் ஏற்பட்டுவிடக் கூடாது என்பதில் கவனமாக இருந்த ஷேர் கான், கௌரிலிருந்து கிளம்பி பிகாரின் தெற்குப் பக்கம் நோக்கித் தனது படைகளோடு நகர்ந்தார்.

எதிர்க்க ஆளில்லை. வெட்டிச் சாய்க்கவும் எதிரிகள் தென்பட வில்லை. மளமளவென பிகாரின் எல்லையைக் கடந்த முகலாயப் படைகள், வங்காளத்துக்குள் நுழைந்தன. அங்கும் எதிர்த்துப் போரிட ஓர் எதிரி எறும்புகூட வரவில்லை. முகலாயப் படைகள் கௌர் நகரை அடைந்தன.

ஷேர் கானின் படைகள் சிதைத்துச் சீரழித்துவிட்டுப் போன அந்த நகரைச் சீரமைக்கவே வாரங்கள் பிடித்தன. அடுத்து செய்ய வேண்டியது என்னவென்று ஹுமாயூனுக்கே தெரியவில்லை. மீண்டும் பிகாரை அடைந்த ஷேர் கான், முதல் வேலையாக ஆக்ராவிலிருந்து பிகாருக்குள் வரும் பாதைகளை ஆக்கிரமித்துக்

---

★ பிகாரின் பக்ஸார் மாவட்டத்திலுள்ள ஒரு நகரம்.

கொண்டார். அங்கே காவலுக்கிருந்த சொற்ப முகலாய வீரர் களுக்கு மோட்சம். பொறிக்குள் சிக்கிய எலிபோல ஹுமாயூனும் படைவீரர்களும் தவிக்க ஆரம்பித்தார்கள். உணவு முதற்கொண்டு முக்கிய பொருள்களின் விநியோகம் முழுமையாகத் தடை பட்டிருந்தது. ஆக்ராவில் என்ன நடக்கிறது என்ற செய்திகூட ஹுமாயூனுக்குக் கிடைக்கவில்லை.

சரி, அப்போது ஆக்ராவில் என்னதான் நடந்தது? அரியணை அடிதடி.

'நான்தான் இனி பேரரசர்' என்று கலவரம் செய்து அரியணை யைக் கைப்பற்றினார் மிர்ஸா ஹிண்டால், ஹுமாயூனின் சகோதரர்.

கௌரை அடைந்து நான்கு மாதங்கள் ஆயிருந்தன. இதற்கு மேலும் அங்கேயே காத்திருப்பது முட்டாள்தனமென தோன்றிய தால், படையில் ஒரு பிரிவினரோடு ஆக்ரா நோக்கிக் கிளம்பினார் ஹுமாயூன். மீதிப்படையினரை வங்காளத்திலேயே விட்டு வைத்தார். மழைக்காலம் என்பதால் அந்தப்பயணம் சிரமம் மிகுந்ததாகவே இருந்தது. தவிர, ஆங்காங்கே திடீரெனத் தோன்றிய ஆப்கன் எதிரிகள் அதிரடித் தாக்குதல் நடத்தி பூச்சாண்டி காட்டினார்கள். அந்தத் தடைகளையெல்லாம் கடந்து மீண்டும் பிகாரின் சாவ்ஸாவை அடைந்திருந்தார் ஹுமாயூன்.

அதே நேரத்தில் அவரது இன்னொரு சகோதரரான கம்ரான், தனது படைகளோடு ஆக்ராவை நெருங்கிக் கொண்டிருந்தார். ஹிண்டாலைக் காலி செய்துவிட்டு அரியணையை அபகரிக்க. பிகாரை நோக்கிச் சென்ற முகலாயப்படைகளும் ஹுமாயூனும் என்ன ஆனார் என்பதைப் பற்றி அந்தப் பாசமிகு சகோதரர்கள் கொஞ்சமும் கவலைப்படவில்லை. அண்ணன் இல்லையா, அரியணை எனக்கே.

ஆக்ராவின் நிலை குறித்தும், ஷேர் கான் பற்றியும் எந்தத் தகவலும் அறிய முடியாத நிலைக்கு ஆளாக்கப்பட்டிருந்தார் ஹுமாயூன். இடைப்பட்ட காலத்தில் ஷேர் கான் தனது படை பலத்தைப் பல மடங்கு பெருக்கியிருந்ததை அவர் அறிந்திருக்க வில்லை. ஆக்ராவை விட்டு வந்து ஒரு வருட காலத்துக்கும் மேல் ஆனநிலையில் முகலாய வீரர்கள் பாதி பலத்தை இழந்திருந்தார்கள்.

சாவ்ஸாவை விட்டு முகலாயப் படைகள் புறப்பட்டன (மார்ச், 1539). அருகில் கர்ம்நாஸா நதிக்கரை. திடீரென்று எதிரே தோன்றி, முகலாயப் படைகளைச் சுற்றி வளைத்தது ஆப்கனிய குதிரைப் படை. அதிரடித் தாக்குதல். ஆரம்பத்திலேயே நிலை குலைந்துபோன முகலாயப்படையினரால் மீண்டு எதிர்த் தாக்குதல் நிகழ்த்த முடியவே இல்லை. முகலாய வீரர்கள் உயிர் பிழைக்கச் சிதறி ஓடினார்கள். அதில் ஹுமாயூனும் அடக்கம். சாவ்ஸா யுத்தம் என்றழைப்படும் இதில் உயிர் நீத்த முகலாய வீரர்களின் எண்ணிக்கை சுமார் ஏழாயிரம்.

●

மூச்சு வாங்க அந்த நதியில் நீந்திக் கொண்டிருந்தார் ஹுமாயூன். ஒரு கட்டத்துக்கு மேல் இயலவில்லை. எங்கிருந்தோ வந்த மரத்துண்டு வாழ்வளித்தது. அந்த மரத்துண்டின் போக்கில் செல்ல வேண்டியதுதான். அந்த ஷேர் கானிடம் மட்டும் சிக்கி விடக்கூடாது. மனத்தளவில் நொந்து போயிருந்தார் ஹுமாயூன்.

சாவ்ஸா யுத்தத்தில் ஹுமாயூனை வென்றிருந்த ஷேர் கான், 'ஷேர் ஷா'வென தன்னை அறிவித்துக் கொண்டார். தனது உருவம் பொறிக்கப்பட்ட நாணயங்களை வெளியிட்டார். 'பிகாருக்கும் வங்காளத்துக்கும் நானே பேரரசர். அடுத்தது ஆக்ராதான்' என்று வெளிப்படையாக விடப்பட்ட சவால் அது.

கலவரமான சூழ்நிலையில் இருந்த ஆக்ராவை ஹுமாயூன் வந்து அடைந்தபோது அவர் நிராயுதபாணி. நீயா நானா என்று மோதிக் கொண்டிருந்த கம்ரானும் ஹிண்டாலும் சண்டையை நிறுத்தினார் கள். 'அண்ணா, தங்களை இந்த நிலைக்கு ஆளாக்கிய அந்த ஷேர் ஷாவை நாங்கள் கவனித்துக் கொள்கிறோம்' என்று நேசமிகு பாபரின் புதல்வர்கள் நெஞ்சுயர்த்தி குரல் கொடுக்கவில்லை. மாறாக, எப்படி ஹுமாயூனை அங்கிருந்து துரத்துவது, அரியணையைக் கைப்பற்றுவது என்றே சிந்தித்துக் கொண்டிருந்தார்கள்.

'ஷேர் ஷா மீது போர் தொடுக்க எனது வீரர்கள் பத்தாயிரம் பேரைத் தருகிறேன்' - கம்ரான் ஒப்புக்குச் சொல்லிவைத்தார். ஆனால் உண்மையிலேயே கம்ரானின் வீரர்களை நம்பிப் போருக்கும் செல்ல முடியாது என்பதை உணர்ந்திருந்தார் ஹுமாயூன். கம்ரானின் வீரர்களும் ஹுமாயூனின் தலைமை மீதான

நம்பிக்கையை இழந்திருந்தார்கள். ஆகவே லாகூருக்கே தனது படைகளோடு திரும்பினார் கம்ரான்.

ஹுமாயூன் மீண்டும் ஒரு படையைத் திரட்ட பெரும்பாடு பட்டார். ஷேர் ஷா, தனது படைகளோடு ஆக்ராவின் திசையில் வந்து கொண்டிருந்தார். கன்னோஜ் நகரில் ஷேர் ஷாவின் படைகள் முற்றுகையிட்டிருப்பதாக ஹுமாயூனுக்குத் தகவல் வந்தது.

'வேறு வழியில்லை. ஷேர் ஷாவைச் சந்தித்தே ஆகவேண்டும் அல்லது ஆக்ராவை மறந்துவிட வேண்டும். முகலாயப் பேரரசின் அரியணைக்கு வந்த மாபெரும் சோதனை. பேரரசர் பாபர் என்னிடம் ஒப்படைத்துச் சென்ற பொக்கிஷத்தை அவ்வளவு சீக்கிரத்தில் விட்டுக் கொடுத்துவிட மாட்டேன்.'

கன்னோஜ் நோக்கி உக்கிரத்துடன் கிளம்பினார் ஹுமாயூன் (மே, 1540). சென்ற படையெடுப்பின் போதிருந்த பலம் அப்போது இல்லை. வீரர்களின் எண்ணிக்கை குறைவாகத்தான் இருந்தது. ஹுமாயூனிடமிருந்த நெஞ்சுரம், வீரர்களிடம் இல்லை அல்லது விதைக்கப்படவில்லை. ஆகவே கன்னோஜ் யுத்தம் தொடங்கிய முதல் நிமிடத்திலிருந்தே ஷேர் ஷா படைகளே ஆதிக்கம் செலுத்தின. பல முகலாய வீரர்கள் தங்களது இறுதி நொடிகளை அனுபவித்தார்கள். அதைச் சந்திக்கத் தயாராக இல்லாத வீரர்கள் ஓட்டம் எடுத்தார்கள். தோல்வியின் விளிம்பில் ஹுமாயூன்.

'அய்யோ, பாபர் உருவாக்கிய பேரரசு கைநழுவிப் போகிறதே. இறுதி மூச்சுவரை போராடிச் சாக நான் தயார். ஆனால் எனக்குப் பின் இந்தப் பேரரசை மீண்டும் கட்டியெழுப்ப யார் இருக்கிறார்கள்? பதவி வெறி பிடித்த என் சகோதரர்களால் அது எக்காலமும் முடியாது. இப்போது போனால் போகட்டும். இழந்த பேரரசை மீட்க என்னால் மட்டுமே முடியும். அதற்கு நான் உயிர் பிழைத் திருப்பது அவசியம். எதிரியின் குருதி குடிக்கும் ஆயுதங்களுக்குப் பயந்து உயிர் பிழைத்து ஓடித்தான் ஆக வேண்டும். இது தோல்வியல்ல, எனது வருங்கால வெற்றிக்காகத் தாற்காலிகமாக ஏற்பட்டுள்ள பின்னடைவு.'

முன்னாள் பேரரசர். இந்நாளில் ஒதுங்கக்கூட இடமின்றித் திரியும் நாடோடி. ஹுமாயூனின் நிலை மிகவும் பரிதாபமாகிப் போனது. கன்னோஜிலிருந்து ஆக்ராவுக்குத் தப்பி வந்த அவர் கொஞ்சம்

செல்வத்தை அள்ளிக்கொண்டு, குடும்பத்தையும் அழைத்துக் கொண்டு ஓட ஆரம்பித்தார். கூடவே பாதுகாப்புக்காகச் சிறிய படை ஒன்று. எங்கே செல்வது?

சகோதரர்களிடம் தஞ்சமடைய அவரது தன்மானம் ஒப்புக் கொள்ளவில்லை. சிந்து நதிக்கரையோரப் பகுதிகளில் இலக்கின்றி திரிந்தார். கூடவே ஹமீதா பானு பேகம். ஹுமாயூனின் புதிய மனைவி. பேரரசரை மணந்துகொண்ட காரணத்தால் காடு மேடெனத் திரிந்து கொண்டிருந்தாள்.

யாரிடம் சென்று உதவி கேட்பது? ஒன்றுமே புரியவில்லை ஹுமாயூனுக்கு. தம்பிகளிடம் உதவி கேட்பதைவிட தனது ஆட்சியில் தனக்குக் கீழ் இருந்த ஆட்சியாளர்களிடம் உதவி கேட்பது தவறில்லை என்றே தோன்றியது. ஆனால் ஷேர் ஷாவின் அசுரப் பாய்ச்சலில் முகலாயர்கள் வசமிருந்த பகுதிகள் ஒவ்வொன்றாக பறிபோய்க்கொண்டிருந்தன. ஹுமாயூன் யாரிடம் உதவி கேட்க நினைத்தாரோ, அந்த ஆட்சியாளரே ஏதாவதொரு சிக்கலில் விழிபிதுங்கிக் கிடந்தார்.

முயற்சிகளெல்லாம் வீண். நினைப்புகளெல்லாம் பொய்த்துக் கொண்டே இருந்தன. எந்தப் பக்கம் திரும்பினாலும் கெட்ட செய்தி. அவையே ஒரு கட்டத்துக்குப் பின் ஹுமாயூனின் மன உறுதியை ஸ்திரப்படுத்த ஆரம்பித்தன. எந்தக் கணமும் தன்னுள் நம்பிக்கை வற்றிப் போகாமல் பார்த்துக் கொண்டார் ஹுமாயூன்.

●

டெல்லியின் ஷாவாகப் பதவியேற்றியிருந்த ஐம்பத்தைந்து வயது ஷேர் கான் (1540), தனது ஸுரி (Suri) பரம்பரையின் ஆட்சியை நிறுவினார். அத்தோடு விட்டுவிடவில்லை, தனது எல்லையை விரிவாக்கும் முயற்சிகளில் இறங்கினார். கம்ரானின் கட்டுப்பாட்டில் இருந்த பஞ்சாப், எளிதாக ஷேர் ஷாவின் வசமானது. மால்வா, ரெய்சன் (மத்தியப்பிரதேசம்), சிந்து, முல்தான் பகுதிகளையும் ஷேர் ஷா அடைந்தார்.

ரெய்சனின் ராஜபுத்திர அரசர் புரான் மால், ஷேர் ஷாவின் படைகளுக்குக் கடும் கஷ்டத்தைக் கொடுத்தார். ரெய்சனின் வலிமையான கோட்டையைப் பிடிக்கப் பல மணிநேரம்

போராட வேண்டியதிருந்தது. நிலைமை கைமீறிப் போனதை உணர்ந்த புரான் மால், கோட்டையில் இருந்து ஷேர் ஷாவுக்குத் தூது அனுப்பினார். 'கோட்டையை ஒப்படைத்துவிடுகிறேன். ஆனால் நானும் என் மனைவிகளும் குழந்தைகளும் இங்கிருந்து பாதுகாப்பாக வெளியேறத் தாங்கள் அனுமதிக்க வேண்டும். வெளியேறும்போதோ அல்லது அதற்குப் பின்போ எங்கள் மீது எந்தவிதமான தாக்குதலையும் தங்கள் வீரர்கள் நடத்தக்கூடாது. சம்மதமா?'

ஷேர் ஷாவின் சம்மதம் கிடைத்ததும் புரான் மால் கோட்டையை விட்டு சிறு நகக்கீறல்கூட படாமல் வெளியேறினார். ஆனால் அவர் நகரின் எல்லையைத் தாண்டுவதற்குள் ஷேர் ஷா படையின் பழங்குடி வீரர்களிடம் சிக்கிக் கொண்டார். வெறித்தாக்குதல். உயிர்ச் சிதறல்கள்.

அடுத்த சில ஆண்டுகளில் ஷேர் ஷாவின் எல்லை மேற்கே சிந்து பகுதியிலிருந்து கிழக்கே வங்காளம் வரை நீண்டு பரந்து கிடந்தது.

●

சுமார் இரண்டரை வருடங்கள். நாடோடி வாழ்க்கை பழகி யிருந்தது. அப்போது ஜோத்பூரின் அருகில் இருந்தார் ஹுமாயூன் அதன் மகாராஜா ராவ் மால்தியோ ரதோருக்குத் தூது அனுப்பினார். 'ஷேர் ஷாவை எதிர்க்க உதவ வேண்டும்.' நல்ல பதில்தான் வந்தது. 'தங்களுக்கு உதவுவதில் மகிழ்ச்சி. ஷேர் ஷா ஒழிக்கப்பட வேண்டியவன். இருபதாயிரம் ராஜபுத்திர வீரர்களைத் தர தயாராக இருக்கிறேன்.'

ரதோரின் வார்த்தைகளை நம்பினார் ஹுமாயூன். ஜோத்பூரை நோக்கிக் கிளம்பினார். அது ஒரு கோடைக் காலம். மிகச் சரியாகச் சொல்வதென்றால் 1542, மே.

கொளுத்தும் வெயிலில் பயணம் செய்வதென்பது எவ்வளவு கொடுமையான விஷயம். அது பாலைவனப் பயணம் என்றால், கேட்க வேண்டுமா? கண்ணுக்கெட்டிய தூரம் வரை எந்த கட்டடமோ, மக்களோ தென்படவில்லை. ஆங்காங்கே இருந்த கிணறுகளில் மணல்தான் நிரம்பியிருந்தது. கானல் நீரின் காட்சிகள் கண்களை ஏமாற்றின.

ஹமீதா பானு பேகம்* மிகவும் களைத்துப் போயிருந்தாள். பதினைந்து வயதுப் பெண் அவள். அப்போது அவள் கர்ப்பிணி. வெயில் தாங்காமல் அவளது குதிரை வேறு இறந்து போயிருந்தது.

ஹுமாயூனும் சோர்ந்துதான் இருந்தார். இறந்த குதிரையை அப்படியே விட்டுவிட்டு தன் மனைவி ஹமீதாவை ஓர் ஒட்டகத்தில் ஏற்றிக் கொண்டார். தானும் ஏறிக் கொண்டார். பயணம் தொடர்ந்தது. அவரிடம் மீதமிருந்த சிறிய அளவிலான படைவீரர்கள் பின்தொடர்ந்தார்கள்.

பாலைவனத்தைக் கடந்த ஹுமாயூன், உமர்கோட் என்ற சிறிய நகரத்தை அடைந்தார். அதற்குள் மகாராஜா ரதோரின் உதவும் மனநிலையை உடனிருந்தவர்கள் மாற்றியிருந்தார்கள். 'ஷேர் ஷா அதிபயங்கரமானவன். ஒதுங்க இடமின்றித் திரியும் ஹுமாயூனை நம்பி நமது ராஜபுத்திர வீரர்களை அனுப்புவது முட்டாள்தனம்.'

ஆக ரதோர் பின்வாங்கினார். ஹுமாயூனுக்கு பலத்த ஏமாற்றம். மீண்டும் பாலைவனப் பயணம். அமர்கோட் வரவேற்றது. ராஜா ரானா பிரசாத் அன்புடன் வரவேற்றார். ஆறுதல் சொல்லி, அடைக்கலமும் கொடுத்தார்.

ஹமீதாவுக்கு நிறைமாதம். பிரசவ வலி. கையைப் பிசைந்தபடி காத்திருந்த ஹுமாயூனுக்கு நீண்ட நாள்கள் கழித்து நல்ல செய்தி கிடைத்தது. 'ஆண் குழந்தை பிறந்துள்ளது.'

ஹுமாயூனின் கண்கள் ஆனந்தத்தில் குளித்தன. 'பேரரசரின் இளவரசராகப் பிறக்க வேண்டிய வாரிசு, நான் நாடிழந்த நிற்கும்போது பிறந்துள்ளது. இருக்கட்டுமே. மகனே, நீ கவலைப் படாதே, இழந்த பேரரசை மீட்டு உன்னிடம் ஒப்படைப்பேன். இந்துஸ்தானின் வருங்காலப் பேரரசர் நீதான்' - குழந்தையின் நெற்றியில் முத்தமிட்டார் ஹுமாயூன்.

---

★ மிர்ஸா ஹிண்டாலின் நண்பர் மிர் பாபா தோஸ்த். பாபாவின் மகள் ஹமீதா பானு பேகம். ஹுமாயூன், பேரரசை இழந்து இலக்கின்றித் திரிந்த கொஞ்ச நாள்களில் அவளை சிந்து பிரதேசத்தில் சந்தித்தார். பார்த்ததும் பிடித்திருந்தது. திருமணம் செய்துகொள்ள ஆசைப்பட்டார். ஆனால் அவள் சம்மதிக்கவில்லை. 'என்றைக்கு இருந்தாலும் அவர் ஒரு பேரரசர். அவரைத் திருமணம் செய்துகொள்வதில் உனக்கு என்ன தயக்கம்?' என்று மற்றவர்கள் ஹமீதாவிடம் பேசி அவளைச் சம்மதிக்க வைத்தார்கள்.

ரானா பிரசாத் ஹுமாயூனின் வாரிசு பிறந்ததைக் கொண்டாட கோலாகல ஏற்பாடுகள் செய்தார். குழந்தைக்குப் பெயர் சூட்டப்பட்டது. ஜலால்-உத்-தின் முகம்மது அக்பர்*.

●

'யார் நீங்கள்?' - அவை அதிரக் கேட்டார் ஷேர் ஷா.

'ஷா, நான் கல்யாண் தாஸ், இவர் என் சகோதரர் பீம். தங்களிடம் உதவியை நாடி வந்துள்ளோம். நாங்கள் பிகானிரின் இளவரசர்கள். எங்கள் தந்தை மால்தியோவால் கொல்லப்பட்டுவிட்டார். நாங்கள் மீண்டும் பிகானிரை அடையத் தாங்கள்தான் உதவ வேண்டும்.'

யோசனையில் ஆழ்ந்தார் ஷேர் ஷா. இனியும் மால்தியோவை வளர விட்டுக் கொண்டிருப்பது சரியல்ல என்று தோன்றியது. உடனே படையெடுக்கப் பறக்கவில்லை. காரணம் மால்தியோ வின் கையில் ஒட்டுமொத்த ராஜஸ்தானும் வசமாகியிருந்தது. வெல்வதற்குக் கடுமையாகப் போராட வேண்டியதிருக்கும் என்று உணர்ந்திருந்தார் ஷேர் ஷா.

மால்தியோ யார்? மேவாரின் அரசர். 1532ல் ஆட்சிக்கு வந்த மால்தியோ, ஷேர் ஷாவும் ஹுமாயூனும் மோதிக் கொண்டிருந்த சமயத்தில் ராஜஸ்தானின் வடக்கு, மேற்குப் பகுதிகளில் தன் கொடியை நாட்டியிருந்தார். பின்பு அஜ்மீர். அப்புறம் பிகானிர்.

1544, அஜ்மீருக்கும் ஜோத்பூருக்கும் இடைப்பட்ட சமேல் பகுதி. படு அமைதியாக இருந்தது, போருக்கு முன். ஒருபுறம் மால்தியோவின் தலைமையிலான ராஜபுத்திர வீரர்கள். எதிர்ப்புறம் ஷேர் ஷாவின் தலைமையில் ஆப்கன் வீரர்கள். வீரர்கள் உத்வேகக் குரலோடு கிளம்பினார்கள். குதிரைகள் புழுதி பறக்கக் கிளம்பின. வாள்களின் ரத்தக் கச்சேரி. துப்பாக்கிக் குண்டுகளின் கொலைவெறிப் பிளிறல்.

இருபுறமும் இழப்புகள். எந்நேரமும் மால்தியோ பின்வாங்கி விடுவார் என்றிருந்த சூழலில் ஷேர் ஷா சுற்றி வளைக்கப் பட்டார். ஆனால் சாமர்த்தியமாகச் செயல்பட்ட ஆப்கனிய துப்பாக்கி வீரர்கள் ஷேர் ஷாவை மீட்டனர். மால்தியோ

---

★ அக்பர் பிறந்த நாள் என்று மாறுபட்ட தேதிகள் சொல்லப்படுகின்றன. பொதுவாகச் சொல்லப்படும் தேதி நவம்பர் 23, 1542.

காணாமல் போனார். ஆக, வெற்றி ஷேர் ஷாவைத் தேடி வந்தது. 'மால்தியோ கட்டியாண்ட எல்லை முழுவதையும் கைப்பற்றுங்கள். எதையும் விட்டுவைக்காதீர்கள்.'

அடுத்த பத்து மாதங்களில் ராஜஸ்தான் மொத்தமும் ஷேர் ஷாவின் அதிகாரத்தின் கீழ் வந்துவிட்டது.

●

வாரிசு பிறந்த உற்சாகம். இழந்ததை மீண்டும் மீட்க வேண்டும் என்ற உத்வேகம். ரானா பிரசாத்தின் கனிவான உதவி. அருகிலிருந்த பக்கார் நகரம் (பஞ்சாப், பாகிஸ்தான்) மீது படையெடுத்தார் ஹுமாயூன். நகரம் வசப்படுவது போலிருந்த சமயத்தில் ஹுமாயூனின் படை வீரர்களுக்கும் ராஜபுத்திர வீரர்களுக்கும் இடையே புகைச்சல். ரானாவின் வீரர்கள் விலகிச் செல்வது போலிருந்த சூழல். இவ்வளவு போராடியும் பக்கார் கைக்கு எட்டாதோ என்பது போன்ற சூழல்.

பக்காரின் தளபதி சமாதானத்துக்கு வந்தார். ஹுமாயூனுக்கு செல்வங்களும், நிறைய ஆயுதங்களும் பொருள்களும் கொடுத்தார். ஹுமாயூனுக்கு மகிழ்ச்சி. உற்சாகத்தோடு பெர்சியாவை நோக்கி கிளம்பினார்.

வழியில் காந்தஹாருக்கு அருகே சில நாள்கள் தங்கும் சூழல். அப்போதும் காந்தஹார் கம்ரானின் ஆட்சியில்தான் இருந்தது. காந்தஹாருக்கு வெளியே முகாமிட்டுத் தங்கியிருந்தார் ஹுமாயூன். நம்பிக்கைக்குரிய உறவினரான அஸ்கரி என்பவர் உதவிகள் செய்தார். அப்போது அக்பர் பதினான்கு மாதக் குழந்தை.

ஹுமாயூனின் அடுத்த திட்டம் இந்துகுஷ் மலைகளைக் கடந்து பாரசீகத்துக்குச் செல்வதுதான். அந்த டிசம்பர் குளிரில் குழந்தையைத் தூக்கிக் கொண்டு பனிப்பிரதேசத்தில் பயணம் செய்வதில் ஹுமாயூனுக்கு விருப்பமில்லை. தன் வாரிசுக்கு ஏதாவது ஆகி விட்டால்? தன் உறவினர் அஸ்கரியிடம் ஆலோசனை கேட்டார் ஹுமாயூன். 'கவலைப்படாதீர்கள். குழந்தை அக்பரை பத்திரமாக வளர்க்கும் பொறுப்பை நானும் என் மனைவியும் எடுத்துக் கொள்கிறோம். நீங்கள் சென்று வெற்றிகரமாக படை திரட்டி வாருங்கள்.' - அஸ்கரி நம்பிக்கை கொடுத்தார்.

'அக்பர், இனி என் மகன்' - அஸ்கரியின் மனைவி சுல்தானம் பேகமும் பாசமுடன் சொன்னார். மனம் நிறைய பாரத்துடன், மகனைப் பிரிய மனமின்றி, ஹுமாயூனும் ஹமீதாவும் பெர்சியாவை நோக்கித் தங்கள் பயணத்தைத் தொடர்ந்தனர்.

பெர்சியாவின் ஷாவான தஹ்மஸ்ப் (Tahmasp) ஹுமாயூனுக்கு உதவுவதாக வாக்குறுதி கொடுத்திருந்தார். நம்பிக்கை பொய்க்க வில்லை. பாரசீகத்தை அடைந்த ஹுமாயூனுக்கு பலத்த மரியாதை, பகட்டான வரவேற்பு. இருந்தாலும் தஹ்மஸ்ப் ஷா, ஹுமாயூனுக்கு ஒரே ஒரு நிபந்தனை மட்டும் விதித்தார்.

'நான் ஷியா பிரிவைச் சார்ந்தவன். தாங்கள் சன்னி பிரிவு. எனது பிரிவுக்குத் தாங்கள் மாறுவீர்கள் எனில் எனது பரிபூரண ஒத்துழைப்பு கிடைக்கும்.'

இப்படி ஒரு நிபந்தனையைக் கேட்டதும் ஹுமாயூனுக்கு என்ன பதில் சொல்வதென்றே தெரியவில்லை. யோசிக்க சற்று அவகாசம் கேட்டார். தன்னைச் சார்ந்தவர்களிடம் ஆலோசனை கேட்டார். 'ஒரே மதத்துக்குள் ஒரு பிரிவிலிருந்து இன்னொரு பிரிவுக்கு மாறுவதில் எந்தவித தயக்கமும் வேண்டாம். அதனால் எந்தவித நஷ்டமும் இல்லை. நம்முடைய இப்போதைய தேவை எல்லாம் படைபலம் மட்டுமே.'

நிபந்தனைக்கு ஒப்புக்கொண்டார் ஹுமாயூன். சொன்னபடியே படை உதவி செய்தார் தஹ்மஸ்ப் ஷா.

●

14000 வீரர்கள். ஹுமாயூன் காந்தஹாரை நோக்கி முன்னேறிக் கொண்டிருந்தார். வழியெல்லாம் குழந்தையின் நினைவே. 'அக்பர் எப்படி இருப்பான்? வளர்ந்திருப்பானல்லவா? நடக்க ஆரம்பித்திருப்பானா? விட்டுவந்து இரண்டு வருடங்களாகப் போகிறதே ஓடக்கூட செய்வான். மகனே, உன் தந்தையும் தாயும் வந்து கொண்டிருக்கிறோம். எங்களை உன் மழலைக் குரலால் அழைப்பாயா?'

இன்னொருபுறம் உறுத்தல். 'முதல்முறையாக என் சகோதரன் கம்ரானை நோக்கிப் படையெடுத்துச் செல்கிறேன். தந்தை பாபருக்குக் கொடுத்த வாக்குறுதியை மீறப் போகிறேன். மன்னித்துக் கொள்ளுங்கள் தந்தையே. எனக்குத் துரோகம்

தஹ்மஸ்ப் அவையில் ஹுமாயூன்

மட்டுமே செய்யும் சகோதரர்களிடம் நான் எதற்குப் பரிவு காட்ட வேண்டும்?'

காந்தஹாரின் போர் சில மணி நேரங்கள்கூட நீடிக்கவில்லை. உயிரிழக்கத் தயாராக இல்லாத கம்ரானின் வீரர்கள் ஆயுதங்களை தூர எறிந்துவிட்டு ஓடினார்கள். விரட்டிப் பிடித்து வெட்டுவது மட்டும்தான் ஹுமாயூனுடைய வீரர்களின் வேலையாக இருந்தது. கம்ரான், காபுலுக்குத் தப்பி ஓடினார். கம்ரானுக்கு ஆதரவாக மற்ற இரண்டு சகோதரர்களான ஹிண்டாலும் அஸ்காரியும் களமிறங்கியிருந்தார்கள். அது அவர்களது இறுதிக் களம். ஹிண்டால் கொல்லப்பட்டார். அஸ்காரி கைது செய்யப்பட்டார்.

காபுலை நோக்கி விரைந்தார் ஹுமாயூன். சிறிய அளவில் எதிர்ப்புகள். சுலபமாக வசமானது. கம்ரான் தலைமறைவானார்.

தனது மகன் அக்பரை மனம் குளிரக் கொஞ்சினார் ஹுமாயூன் (1545). காபுலில் கொண்டாட்டங்கள் ஆரம்பமாயின. ஆனால் மீண்டும் ஒரு சிறுபடையோடு வந்த கம்ரான், அதே வேகத்தில் அடிபட்டுத் திரும்பினார். பின்பு சில நாள்கள் தலைமறைவாகத் திரிந்த அவரை, சிலர் பிடித்துக் கொண்டு வந்து ஹுமாயூனிடம் ஒப்படைத்தார்கள். கம்ரானைக் கொல்ல ஹுமாயூனுக்கு மனம் வரவில்லை. ஆனால் அவரை விட்டுவைத்தால் எந்நாளும் தொல்லைதான். ஆகவே உத்தரவிட்டார், 'அவனது பார்வை யைப் பறித்துவிடுங்கள்.'

கம்ரான் அடங்கிப்போனார். பிறகு கம்ரானையும் அவரது மனைவியையும் பிடிபட்ட அஸ்காரியையும் மெக்காவுக்கு அனுப்பி வைத்தார் ஹுமாயூன்.

நான்காவது வயதில் அக்பருக்கு 'சுன்னத்' நிறைவேற்றப்பட்டது.

●

டெல்லி, ஆக்ரா மட்டுமன்றி தனது அதிகாரத்துக்கு உள்பட்ட எல்லாப் பகுதிகளிலும் ஒரே மாதிரியான சட்டத்தை அமல் படுத்தினார் ஷேர் ஷா. வழிப்போக்கர்களிடம் கொள்ளையடிக் கிறானா அல்லது பொதுமக்களிடம் திருடுகிறானா, நிலவரி கட்டாமல் ஏமாற்றப்பார்க்கிறானா, சட்டத்துக்குப் புறம்பாக நடக்கிறானா - பிடி. முடி. எல்லாக் குற்றங்களுக்குமே கடுமை

யான தண்டனைகள்தாம். ஆகவே பாபர், ஹுமாயூன் காலத்தில் இல்லாத சட்டம், ஒழுங்கு ஆகிய வார்த்தைகள் மீண்டும் அர்த்தம் பெற்றன.

வங்காளத்தில் கடல் பகுதிகள் வழியாகவும், தன் எல்லைக்குள் பிற துறைமுகங்கள் வழியாகவும் வெளிநாடுகளுடன் வாணிகம் வளர்ப்பதில் அதிக கவனம் செலுத்தினார். ஜோத்பூர் - சித்தூர், சிந்து - வங்காளம், லாகூர் - முல்டான் - புதிது புதிதாக சாலைகளை அமைத்தார். தரைவழி வணிகமும் வளர்ந்தது. நிதி குவிந்தது.

சாலைகளில் எட்டு கிலோமீட்டர் இடைவெளிகளில் சத்திரங்களை (சரய்) அமைத்தார். வழிப்போக்கர்களும் வணிகர்களும் பயன்படுத்தும் வகையிலான சர்வ வசதிகளும் கொண்ட பாதுகாப்பான சத்திரங்கள். அதுவும் இந்துக்களுக்கும் இஸ்லாமியர்களுக்கும் தனித்தனியாக. இந்தச் சத்திரங்களால் சுற்றுவட்டார கிராம மக்கள் வேலைவாய்ப்பு பெற்றார்கள். ஷேர் ஷாவின் ஆட்சிக் காலத்தில் கட்டப்பட்ட சத்திரங்களின் எண்ணிக்கை 1700*.

இந்தச் சத்திரங்களின் வழியே தகவல் தொடர்பை வளப்படுத்தினார் ஷேர் கான். ஒரு சத்திரத்திலிருந்து இன்னொரு சத்திரத்துக்கு நியமிக்கப்பட்ட பணியாளர்கள் செய்திகளைச் சுமந்து சென்றார்கள். அதனால் செய்திகள் அனுப்பப்படும், பெறப்படும் வேகம் அதிகமானது.

ஷேர் ஷா அநாவசிய வரிகள் பலவற்றை நீக்கம் செய்தார். இறக்குமதி செய்யப்படும் பொருள்களுக்கு வரி, எல்லைப் பகுதிகளில் வரி, பின்பு விற்பனை வரி தவிர பிற மற்றவை அகற்றப்பட்டன. தன் எல்லைக்குள் வரும் வெளி வணிகர்களின் பாதுகாப்புக்கு பெரும் கவனம் செலுத்தினார். ஒரு வணிகரிடம் வழிப்பறி கொள்ளையர்கள் கொள்ளையடித்துவிட்டுச் சென்றால், அந்த நஷ்டத்துக்கு அந்தப் பகுதியைச் சார்ந்த நிர்வாக அதிகாரிதான் (கிராமத் தலைவர் அல்லது ஜமீந்தார்) பொறுப்பேற்க வேண்டும் என்பது ஷேர் ஷா கொண்டுவந்த புது சட்டம். ஆகவே நிர்வாக அதிகாரிகள் தத்தமது எல்லைகளில்

---

* ஒரு சில சத்திரங்கள் இன்னும் இருப்பதாகச் சொல்லுகிறார்கள்.

ஷேர் ஷா

கொள்ளைச் சம்பவங்கள் நிகழா வண்ணம் கவனமாகக் கண்காணித்துக் கொண்டார்கள். அர்த்த ராத்திரியில்கூட அத்துவானக் காட்டுப் பகுதியில் அழகுப்பெண் ஒருத்தி அங்கமெல்லாம் தங்க நகை மின்ன அச்சமின்றிச் சென்றுவரலாம் என்னுமளவுக்கு நிலைமை சீராக இருந்தது.

வணிகத்துக்காக தங்க நாணயங்கள் தவிர பிற உலோகங்களிலும் புதிய நாணயங்களை அறிமுகப்படுத்தினார். குறிப்பாக ஷேர் ஷா கொண்டுவந்த வெள்ளி நாணய முறை பலத்த வரவேற்பைப் பெற்றது. விவசாயிகளை பெரிதும் மதித்த ஷேர் ஷா, அவர்கள் பயன்பெறும் வகையில் புதிய திட்டங்களைக் கொண்டுவந்தார். குறிப்பாக பல விவசாயிகள் தங்கள் நிலத்துக்கான 'பட்டா' பெற்று மகிழ்ந்தனர்.

மாபெரும் எல்லை கொண்ட பேரரசைத் தக்கவைத்துக் கொள்ள வேண்டுமே. அதற்கு படையினை பலப்படுத்திக் கொண்டே இருக்க வேண்டுமே. செய்தார். ஷேர் ஷாவுக்கான தனிப்படையில் மட்டும் 1,50,000 குதிரை வீரர்கள், 25,000 தரைப்படை வீரர்கள், 5000 யானை வீரர்கள் இருந்தார்கள். தன் எல்லைக்குள் ஆங்காங்கே தனித்தனி படையினை நிறுத்தி வைத்திருந்தார்.

நீதி, நிர்வாகம், வணிக விஷயங்களை எல்லாம் பார்த்தாயிற்று. அடுத்தது? கலை. குறிப்பாகக் கட்டடக் கலை. பிகாரில் சஸாரம் என்ற இடத்தில் கலைவேலைப்பாடுகள் நிறைந்த மாபெரும் கட்டடம் ஒன்றைக் கட்டினார். அது ஷேர் ஷா தனக்கென கட்டிவைத்துக் கொண்ட சமாதி. டெல்லிக்கு அருகே யமுனை நதிக்கரையோரமாக புதிய நகரம் ஒன்றையும் (Purana Qila) நிர்மாணித்தார்.

எவ்வளவோ வரிவிலக்குகள் கொண்டுவந்த ஷேர் ஷா, இந்துக்கள் மீதான ஜிஸியா வரியை மட்டும் நீக்கவில்லை.

●

கலிஞ்சர் கோட்டை (உத்திரபிரதேசத்துக்கும் மத்தியபிரதேசத் துக்கும் இடையிலமைந்துள்ள பண்டல்கண்டில் உள்ளது). அங்கு முற்றுகையிட்டிருந்தார் ஷேர் ஷா. ஆயுதங்களை அவர் பார்வை யிட்டுக் கொண்டிருந்தபோது எதிர்பாராத விதமாக துப்பாக்கி ஒன்று வெடித்தது. படுகாயம். ஷேர் ஷாவின் கடைசிப் போர் அதுதான்.

சில நாள்கள் படுத்த படுக்கை. 'ஷா, கலிஞ்சர் கோட்டையைப் பிடித்துவிட்டோம்.' நல்ல செய்தி வந்து சேர்ந்தது. உயிரை விட்டார் அறுபது வயது ஷேர் ஷா.

●

ஹுமாயூன் கொண்டாடினார். மிகப்பெரிய தடை நீங்கி விட்டது. விரைவில் நான் என் ராஜ்ஜியத்தை மீட்பதற்கான சந்தர்ப்பம் அமையும். என் அருமை ஆக்ராவை நான் மீண்டும் அடைவேன். நம்பிக்கை இருக்கிறது.

இஸ்லாம் ஷா. ஷேர் ஷாவின் இளைய மகன். அவருக்குப் பின் அரியணை ஏறியவர். வீரர்தான். நிர்வாகத் திறமைகளும் உள்ளவர்தான். ஆனால் ஷேர் ஷாவின் மற்ற மகன்கள் இஸ்லாம் ஷாவிடமிருந்து அதிகாரத்தைப் பிடுங்க சதி செய்தார்கள். பாதுகாப்பற்ற சூழல். சதித் திட்டங்களை முறியடிப்பதிலேயே கவனம் செலுத்த வேண்டியதிருந்தது. ஆகவே நிர்வாகம் கொஞ்சம் கொஞ்சமாக நசிந்துபோனது.

1553ல் இஸ்லாம் ஷாவுக்கு இறப்பு நேர்ந்தது. அரியணை ஏறியவர் அவரது பன்னிரண்டு வயது மகனான ஃபைரஸ் ஷா.

பாதுகாப்பற்ற சூழல். சில நாள்களிலேயே அந்தச் சிறுவன் கொல்லப்பட்டான். கொன்றது முகம்மது ஷா அடில் என்ற ஷேர் ஷாவின் மருமகன்தான். முகம்மது ஷா அடிலின் ஆயுசு அடுத்த இரண்டு ஆண்டுகளில் முடிந்துபோனது. 1555ல் டெல்லியின் அடுத்த ஷாவாகப் பதவியில் அமர்ந்தவர் இப்ராஹிம் ஷா.

●

'டெல்லியில் மிகவும் குழப்பமான சூழல். இப்ராஹிம் ஷாவுக்கெதிராக கலகங்கள் நடந்து கொண்டிருக்கின்றன.' - ஹுமாயூனுக்குத் தகவல் சென்றது. 'இதுதான் சமயம். இதை நழுவ விடக்கூடாது' சொன்னார் பைரம் கான். ஹுமாயூனின் நம்பிக்கைக்குரிய தளபதி. பாதக்ஷனில் பிறந்தவர். பாபர் காலத்தில் பைரம் கானின் தாத்தாவும் பின்பு தந்தையும் அவரிடம் பணியாற்றினார்கள். பரம்பரை பரம்பரையாக பாபர் குடும்பத்துக்கு விசுவாசமாக உழைத்துவந்த பைரம் கானின் குடும்பத்தினர்மேல் ஹுமாயூனுக்கு எப்போதுமே தனிப் பிரியம் உண்டு.

'நீங்கள்தான் இந்தமுறை தலைமையேற்றுச் செல்ல வேண்டும்' - டெல்லியையும் ஆக்ராவையும் கைப்பற்றும் பொறுப்பை பைரம் கானிடம் ஒப்படைத்தார் ஹுமாயூன்.

●

அது 1540. அந்த இளைஞன் ஷேர் ஷாவின் படையினருக்கு உணவு கொண்டு வந்து கொடுக்கும் பணியில் ஈடுபட்டிருந்தான். அது ஹுமாயூனுடனான கன்னோஜ் யுத்தத்துக்கு முந்தைய சூழல். படையினருக்கும் வெடிமருந்தும் அதிக அளவு தேவைப்பட்டது. அதையும் பரபரவென விநியோகம் செய்வதில் உதவினான் அந்த இளைஞன். ஷேர் ஷாவுக்கு அவனை மிகவும் பிடித்திருந்தது. அவனது பின்னணியை விசாரித்தார்.

'அல்வாரில் பிறந்த பிராமணன். அவன் பெயர் ஹெமு என்கிற ஹெமச்சந்திர பார்க்வா. அவனது தந்தைக்குப் புரோகிதம்தான் தொழில். அதில் வருமானம் இல்லாது போகவே மேவாத்துக்கு வந்து வியாபாரத்தில் ஈடுபட்டுள்ளார். அந்த இளைஞன் நன்கு கற்றவன். மல்யுத்தம் தெரியுமாம். ராஜபுத்திரர்களோடு சேர்ந்து

குதிரையேற்றம், வாள்சண்டை உள்ளிட்ட போர்ப்பயிற்சிகளையும் பெற்றுள்ளானாம். பீரங்கிகளைத் தயாரிப்பதில் விஷயம் அறிந்தவனாக உள்ளான்.'

அனைத்தையும் கேட்டு வைத்துக் கொண்டார் ஷேர் ஷா. ஹெமுவுக்கு ஆப்கனிய படையினரோடு நெருங்கிப் பழகும் வாய்ப்பு கிடைத்தது. ஷேர் ஷா டெல்லியில் அமர்ந்தபின் அவரது அரசாங்கத்தில் ஒரு வேலையும் கிடைத்தது.

1548. அப்போது பதவியில் இருந்த இஸ்லாம் ஷாவுக்கு நல்ல அரசியல் ஆலோசகர் தேவைப்பட்டது. ஹெமு கொஞ்சம் கொஞ்சமாக தன்னை நிலைப்படுத்திக் கொண்டு ஓரளவு உயர்ந்த நிலையை அடைந்திருந்தார். இஸ்லாம் ஷாவின் பார்வை ஹெமு மீது விழுந்தது. அந்தப் பதவி கிடைத்தது. தனக்குக் கிடைத்த வாய்ப்பை வெகுசாமர்த்தியமாகப் பயன்படுத்திக் கொண்டார் ஹெமு. நிர்வாகம் முதற்கொண்டு வணிகம் வரை பல்வேறு விஷயங்களில் ஷாவுக்கு நல்ல ஆலோசனைகளை வழங்கி தன் இடத்தை உறுதிப்படுத்திக் கொண்டார். ஹெமுவின் அதிகார எல்லை விரிவடைந்தது.

தேவைப்படும் சமயங்களில் ஷாவுக்காகப் போர்களுக்கும் சென்றார். ஷாக்கள் மாறிய போதும் ஹெமுவின் பதவிக்கு ஆபத்து வரவில்லை. எல்லோருக்கும் ஹெமுவின் உதவி தேவைப்பட்டது. குறிப்பாக முகம்மது ஷா அடிலுக்கு. நிர்வாகத்தைக் கவனிக்காமல் எந்நேரமும் உல்லாசமாகப் பொழுதைக் கழிப்பதிலேயே கவனம் செலுத்திய அடிலின் ஆட்சிக் காலத்தில் ஏகப்பட்ட கொந்தளிப்புகள்.

அடில், ஹெமுவைத் தனது தலைமைத் தளபதியாக நியமித்தார். ஹெமுவும் அடிலுக்கு எதிராகத் திரண்டவர்களை விட்டுவைக்கவில்லை. ஒவ்வொரு போர்க்களமும் ஹெமுவுக்குச் சாதகமாகவே அமைந்தது. ஹெமுவின் தலைமையை ஆப்கன் வீரர்கள் ஏற்று வெற்றிகளைக் குவித்ததால், இந்துக்களிடையேயும் அவரது புகழ் பரவியிருந்தது.

ஹுமாயூனின் தளபதி பைரம் கானும் ஹெமுவைப் பற்றி நன்றாகவே அறிந்து வைத்திருந்தார். 'இந்துஸ்தானை மீண்டும் கைப்பற்ற வேண்டுமெனில் அழித்தொழிக்கப்பட வேண்டிய முதல் எதிரி ஹெமுதான்.'

பைரம் கானின் தலைமையில் பெர்சிய வீரர்கள் இணைந்த முகலாயப்படைகள் இந்தியாவுக்குள் நுழையும்போது டெல்லியில் ஆட்சி மாறியிருந்தது. இப்ராஹிம் ஷாவைத் தூக்கி எறிந்துவிட்டு பதவிக்கு வந்திருந்தார் சிக்கந்தர் ஷா. இவரும் ஷேர் ஷாவின் உறவுதான். முகலாயப் படைகள் டெல்லியை நெருங்கும் சமயத்தில், ஆப்கனியர்களின் தலைமைத் தளபதி ஹெமு அங்கே இல்லை. அவர் சிக்கந்தர் ஷாவின் சகோதரரான அடில் ஷாவின் தளபதியாக வங்காளப் பகுதியில் யுத்த களத்தில் இருந்தார். வங்காள அரசர் முகம்மது ஷா கொல்லப்பட்டார். அடில் ஷாவின் அதிகாரத்தின்கீழ் வங்காளம் வந்தது.

ஆனால் சிக்கந்தர் ஷாவுக்கோ டெல்லியில் நிலைமை சரியில்லை. வீரத்தளபதி ஹெமு இல்லாத சூழல். முகலாயப் படைகள் டெல்லி நோக்கி வருகின்றன என்று கேள்விப்பட்டதுமே நடுங்கித்தான் போயிருந்தார். சரியான தலைமை இல்லாத ஆப்கனிய வீரர்களும் டெல்லியையும் ஆக்ராவையும் எளிதில் விட்டுக் கொடுத்தனர். சிக்கந்தர் ஷா தலைமறைவானார்.

மீண்டும் ஆக்ராவில் முகலாயர்களின் வாசம். ஹுமாயூனின் முகத்தில் ஈடுஇணையில்லாத பெருமிதம். அந்த நாள் ஜூலை 23, 1555. பாபர் அளித்துச் சென்ற அரியணையில் பதினைந்து வருட வனவாசத்துக்குப் பின் மீண்டும் அமர்ந்தார் பேரரசர் ஹுமாயூன்.

அக்கம் பக்கத்துப் பகுதிகளைப் பிடித்து மீண்டும் முகலாயப் பேரரசின் கீழ் கொண்டுவரும் வேலையை பைரம் கான் கவனித்துக் கொண்டார். ஆகவே ஹுமாயூன் கிட்டத்தட்ட ஓய்வில்தான் இருந்தார். நிறைய படித்தார். அவர் ஆசை ஆசையாக டெல்லியில் உருவாக்கிய தின்பனா நகரத்தைச் சென்று பார்வையிட்டார். பார்ப்பதற்கு அங்கு ஒன்றுமில்லை. ஷேர் ஷா அதனை முற்றிலுமாகச் சிதைத்திருந்தார்.

ஹுமாயூன் ஒரு கவிஞர். தனது முன்னோர்களைப் போலவே கட்டடக்கலை ஆர்வலர். ஏழு கோள்களின் பெயரைக் கொண்டு அவர் அமைத்த ஏழு அரங்குகள் புகழ் பெற்றவை. விதவிதமான தோட்டங்களை அமைத்த ஹுமாயூன், மிதக்கும் அழகான படகு வீடுகள் அமைப்பதில் ஆர்வம் காட்டினார்.

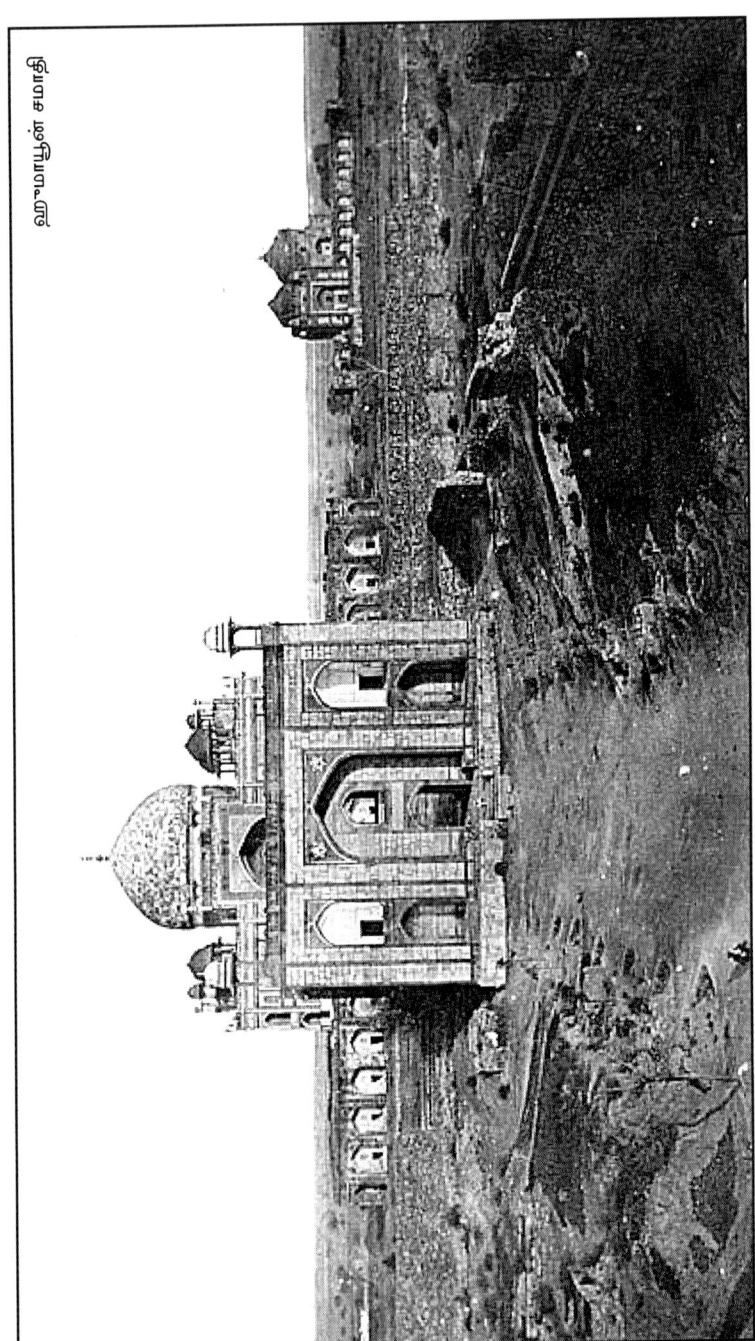

ஹுமாயூன் சமாதி

ஆக்ராவில் அரண்மனைக்கு வெளியே முரசு ஒன்றை அமைத்திருந்தார். பொதுமக்கள் முரசை ஒருமுறை கொட்டினால் நோயால் பாதிக்கப்பட்டிருப்பதாக அர்த்தம். இரண்டு முறை கொட்டினால் தவறு நடந்திருப்பதாக பொருள். மூன்று முறை என்றால் கொள்ளைச் சம்பவம், நான்கு முறை என்றால் கொலை நடந்திருப்பதாக அர்த்தம். அனுதினமும் முரசுச் சத்தம் கேட்காமலிருக்கும்படியான ஆட்சியை வழங்க வேண்டும் என்று நினைத்தார் ஹுமாயூன்.

ஆறு மாதங்கள் கடந்திருக்கும். ஹுமாயூன் டெல்லியில் தன்னுடைய நூலகத்தில் இருந்தார். அப்போது தொழுகைக்கான அழைப்பு கேட்டது. அதற்காகக் கிளம்பிய அவர், கால் இடறி படிகளில் உருண்டு விழுந்தார். பலத்த அடி.

சிகிச்சை எதுவும் பலனளிக்கவில்லை. மூன்றாவது நாளில் பேரரசர் ஹுமாயூன் இறந்து போனார்* (பிப்ரவரி, 1556). அப்போது பதிமூன்று வயது அக்பருக்குச் செய்தி அனுப்பப் பட்டது.

---

★ ஹுமாயூனின் மறைவுக்குப் பின்பு, டெல்லியில் அவருக்கு ஒரு சமாதி எழுப்பப்பட்டது. கட்டியது அவரது மனைவி ஹமீதா பானு பேகம். தாஜ்மஹாலுக்கு முன்னோடி அந்தக் கட்டடம்தான். கட்டுவதற்கு எட்டு ஆண்டுகள் பிடித்தன. ஹுமாயூனின் வாழ்க்கை அவரது இறப்புக்குப்பின் ஹுமாயூன் நாமா என்ற பெயரில் பதிவு செய்யப்பட்டுள்ளது. பதிவு செய்தவர், அவரது தங்கை குல்பதான் பேகம். பதிவு செய்யும்படி கேட்டுக் கொண்டவர் அக்பர்.

முகலாயர்கள் / 101

# அக்பர்

காலம் : 1542 - 1605
ஆட்சி : 1556 - 1605

புத்தகங்களைவிட சிறுவன் அக்பருக்கு புறாக்களையும் பூக்களையும் பார்ப்பது பிடித்திருந்தது. ஹுமாயூன் புத்தகப் பிரியர். ஆனால் காபுலில் வளர்ந்த அக்பருக்குக் கல்வி கசக்கத்தான் செய்தது. கல்வி கற்றுக் கொடுப்பதற்கு என நியமிக்கப்பட்ட தனி ஆசிரியர், அக்பரை எழுத, படிக்க வைப்பதற்குள் திணறிப் போனார்.

குதிரையேறி வேகமாகச் செல்வது, காடு, மேடெல்லாம் சுற்றித் திரிந்து இயற்கையை ரசிப்பது, விதவிதமாக வேட்டையாடுவது, வாளெடுத்து நண்பர்களுடன் போர் புரிவது - இவை மட்டுமே அக்பருக்குப் பிடித்திருந்தன. எழுத்துகள் அல்ல. தன் பெயரை எப்படி எழுத வேண்டும் என்று கற்றுக் கொள்வதில்கூட அக்பர் ஆர்வம் காட்டவில்லை.

ஹுமாயூனின் இறப்புக்குப் பிறகு கலகம் எதுவும் ஏற்படாதபடி கவனித்துக் கொண்டார் தளபதி பைரம் கான். அடுத்து அக்பரை அரியணையில் அமர்த்த வேண்டும். சிறுவன்தான். வேறு வழியில்லை. அக்பர் அரியணையில் இருக்கட்டும், ஆட்சிப் பொறுப்பை நான் பார்த்துக் கொள்கிறேன். முடிவெடுத்திருந்தார் பைரம் கான்.

டெல்லி நோக்கி வந்துகொண்டிருந்தார் அக்பர். பஞ்சாபில் கலானௌளர் என்ற இடத்தில் அவரைச் சந்தித்தார் பைரம் கான். தந்தை இறப்புக்கு முறைப்படி துக்கம் அனுஷ்டித்த அக்பர், பின்பு அரியணை ஏறத் தயாரானார்.

இளவயதில் வேட்டையாடும் அக்பர்

அந்த இடத்திலேயே பதவியேற்பு விழாவுக்கு ஏற்பாடு செய்திருந்தார் பைரம் கான். 1556ல் இந்தியாவின் பேரரசராகப் பதவியேற்றார் ஜலால்-உத்-தின் முகம்மது அக்பர்.

பதினைந்து வருடங்களுக்கு முன்பிருந்த காட்சிகள், ஆட்சிகள் மாறியிருந்தன. ஹுமாயூன் டெல்லி, ஆக்ராவை மீண்டும் அடைந்திருந்தாரே தவிர பழையபடி அதே பேரரசை உருவாக்க வேண்டிய பொறுப்பு சிறுவன் அக்பர் தோள்களில். திரும்பிய திசையெங்கும் எதிரிகள்.

குஜராத், மால்வா ஆட்சியாளர்கள் டெல்லி ஷாக்களுடன் நல்லுறவு வைத்திருந்தார்கள். ராஜஸ்தானை ராஜபுத்திர அரசர்கள் மீண்டும் மீட்டெடுத்திருந்தார்கள். யாரும் மீண்டும் நெருங்காதபடி பலப்படுத்தியும் வைத்திருந்தார்கள். கோண்ட்வானாவிலும் பரம்பரை ஆட்சியாளர்களே மீண்டும் அரியணை ஏறியிருந்தார்கள். தக்காணப் பகுதிகளான பிஜப்பூர், கோல்கொண்டா, காந்தேஷ், பேரார், அஹமத் நகர் போன்றவற்றில் அந்தந்தப் பகுதி சுல்தான்களின் ஆட்சி. அதற்கும் தெற்கே வலிமையான விஜயநகரப் பேரரசு. டையு, கோவா உள்பட அரபிக்கடலோர துறைமுகப் பகுதிகள் போர்த்துக்கீசியர்கள் வசமிருந்தன. வங்காளத்தில் அடில் ஷாவின் ஆட்சி. தலைமறைவாக இருக்கும் சிக்கந்தர் ஷா எந்நேரமும் படைதிரட்டி வரலாம் என்ற சூழல். ஹெமு பற்றி சொல்லவே வேண்டாம். ஆபத்தின் ஒட்டுமொத்த உருவம். அவர் உயிரோடு இருக்கும்வரை டெல்லி அரியணைக்கு ஆபத்துதான்.

பைரம் கான், அக்பருக்கு எந்தவிதச் சங்கடங்களும் மனக்கவலைகளும் நேராமல் அனைத்து பொறுப்புகளையும் கவலைகளையும் தன் தோள்களில் போட்டுக் கொண்டார். டெல்லிக்குச் சென்ற அக்பர் அங்கே சில வாரங்கள் மட்டுமே இருந்தார். பின்பு பஞ்சாபுக்குச் சென்று முகாமிட்டிருந்தார், முறைப்படி தன்னைப் பேரரசராக அறிவித்துக் கொள்ள.

•

'இதைவிட நல்ல சந்தர்ப்பம் கிடைக்கவே கிடைக்காது. விட்டதைப் பிடிப்போம். டெல்லி என்றும் நமதே.' ஹெமு முழங்கினார். வங்காளத்தையும் அதன் அருகிலுள்ள ஒவ்வொரு பகுதிகளையும் போரிட்டு வரிசையாக ஆக்கிரமித்துக் கொண்டே வந்தார் ஹெமு.

ஆக்ராவுக்குள் ஹெமு படைகளோடு நுழைந்ததும் பொறுப்பிலிருந்த முகலாய வீரர்கள் காணாமல் போனார்கள். வாள்களுக்கும் துப்பாக்கிகளுக்கும் வேலையின்றி ஆக்ரா, எட்டாவா, கல்பி பகுதிகள் ஹெமு வசமாயின. அடுத்தது டெல்லி. முன்னேறினார் ஹெமு. துக்ளகாபாத்தில் அவரது படைகள் முகாமிட்டிருந்தன.

அக்பர் நிறுத்தி வைத்திருந்த படையினர் குறைவான எண்ணிக்கையில் இருந்தாலும் முடிந்தமட்டும் எதிர்த்துப்

சாம்ராட் விக்கிரமாதித்யா என்ற ஹெமு

போராடினார்கள். பொறுப்பிலிருந்த முகலாயத் தளபதி தார்டி பெக் தப்பித்து ஓடினார். ஏறத்தாழ 3000 முகலாய வீரர்கள் கொல்லப்பட்டார்கள். வெற்றிப் பெருமிதத்தோடு பேரரசரின் அரண்மனைக்குள் நுழைந்தார் ஹெமு (அக்டோபர் 6, 1556). அது அவர் பெற்ற இருபத்தியிரண்டாவது தொடர் வெற்றி.

ஆக, மீண்டும் டெல்லியில் ஷேர் ஷா உருவாக்கிய சுர் பரம்பரையினரின் ஆட்சி. பெயரளவில் அடில் ஷா அந்தப் பரம்பரையின் ஏழாவது ஷா ஆனார். ஆனால் முடிசூட்டிக் கொண்டதென்னவோ தளபதி ஹெமுதான். தனக்கு 'சாம்ராட் விக்கிரமாதித்யா' என்ற பட்டத்தைக் கொடுத்துக் கொண்ட அவர், டெல்லியின் அரசராக அமர்ந்தார். முதன்முதலில் டெல்லியில் ஓர் இந்து மன்னர். தனது அதிகாரத்தை வெளிப் படுத்தும் விதத்தில் தன் உருவம் பதிக்கப்பட்ட நாணயங்களை வெளியிட்டார்.

•

பஞ்சாபின் கலானௌர் பகுதியில் முகலாய முகாமில் சலசலப்பு. 'பேரரசரே, ஹெமு பயங்கரமானவன். ஆக்ரா, டெல்லியையே

ஆக்கிரமித்துவிட்டான். அங்கிருந்த நம் படையினர் பலரும் கொல்லப்பட்டு விட்டார்கள். தற்போது இருக்கும் படையோடு சென்று அவனை எதிர்த்துப் போரிடுவதென்பது சரியாகப்பட வில்லை. காபுலுக்குச் சென்றுவிடுவது நல்லதென்று தோன்று கிறது.' ஆனால், பைரம் கான் மட்டும் உறுதியாகச் சொன்னார் - 'தயாராகுங்கள். டெல்லியைக் கைப்பற்றுவோம்.'

பைரம் கானின் தலைமையில் சுமார் 15000 முகலாய வீரர்கள் டெல்லியை நோக்கி நகர்ந்தார்கள், உடன் அக்பரும். முகலாயப் படைகள் வருவதை அறிந்த ஹெமுவும் 30000 வீரர்களுடன் டெல்லியிலிருந்து கிளம்பினார்.

முகலாய வீரர்களை உற்சாகப்படுத்த ஏதாவது செய்ய வேண்டும் என்று திட்டமிட்டார் அக்பர். பேரரசர் என்றாலும் மீசை முளைக்க ஆரம்பிக்கும் வயதுதானே. கொஞ்சம் குழந்தைத் தனமாகவே யோசித்தார். பட்டாசுகள், வெடி என்றால் அக்பருக்கு இஷ்டம். வாண வேடிக்கை நடத்தினால் என்ன வென்று தோன்றியது. அக்பர் உத்தரவிட, வாண வேடிக்கைகள் நடந்தன. வீரர்கள் மகிழ்ச்சியில் ஆர்ப்பரித்தார்கள். ஆர்வமிகுதி யில் ஒரு தளபதி, ஹெமுவின் உருவ பொம்மை ஒன்றைச் செய்து அதில் பட்டாசை நிரப்பி, கொளுத்தியதாகவும் சில வரலாற்றுக் குறிப்புகள் தெரிவிக்கின்றன.

நவம்பர் 5, 1556. இரண்டு படைகளும் மோதுவதற்குத் தயாராக இருந்தன. இப்ராஹிம் லோடியை வென்று பாபர் முகலாய ஆட்சிக்கு வழிவகுத்த அதே பானிபட். பேரன் அக்பருக்காகவும் காத்திருந்தது.

இருமடங்கு பலம் கொண்ட எதிரிப்படை. குறிப்பாக 1500 போர் யானைகள் வேறு. முகலாய வீரர்களை மனத்தளவில் பலப்படுத் தினார் பைரம் கான். ஆனால் அவர் அமைத்த போர் வியூகங்கள் எல்லாம் ஹெமுவின் யானைப்படை முன் எடுபடாமல் போயின. எப்படிச் சுற்றி வளைத்துத் தாக்கினாலும் முன்வரிசை யில் இருந்த ஆப்கன் யானைப்படையைத் தகர்த்து முன்னேற முடியவில்லை. அதுவும் ஹெமு யானை ஒன்றின் மேலமர்ந்து கொண்டு உக்கிரமாக கட்டளைகள் இட்டுக் கொண்டிருந்தார். போர் ஆரம்பமான நொடியிலிருந்தே ஆப்கன் படைவீரர்களின் கைதான் ஓங்கியிருந்தது.

சட்டென வியூகத்தை மாற்றினார் பைரம் கான். முகலாய குதிரைப் படையினர் சற்றே பின்வாங்கினர். வில்வித்தை வீரர்கள் எதிரிகளைச் சூழ்ந்து தாக்க ஆரம்பித்தார்கள். விடாத அம்பு மழை. யானைகள் திமிறின. மிரண்டு ஓட ஆரம்பித்தன. வில் வீரர்கள் முன்னேறினார். ஹெமுவைச் சுற்றிவளைத்துத் தாக்கக் கட்டளையிட்டார் பைரம் கான்.

பாய்ந்து சென்ற அம்பு ஒன்று ஹெமுவின் ஒரு கண்ணைப் பதம் பார்த்தது. அலறித் துடித்து யானை மேலிருந்து கீழே விழுந்தார் ஹெமு. அந்த நொடியில் வெற்றி வாய்ப்பு முகலாயர்கள் பக்கம் திரும்பியது.

தங்கள் தளபதி காயம்பட்டு விழுந்ததும் ஆப்கன் வீரர்கள் நிலைகுலைந்து போனார்கள். பைரம் கான் ஹெமுவைப் பிடித்து இழுத்துச் சென்றார். முகலாய குதிரைப் படையினரின் வாள்கள் வதத்தை ஆரம்பித்தன. எதிர்க்கக்கூட நினைக்காமல் உயிர் பிழைத்து ஓட ஆரம்பித்தார்கள் ஆப்கன் வீரர்கள்.

யுத்த களத்துக்கு சற்று அருகே ஒரு கூடாரம். காத்திருந்தார் அக்பர். 'இதோ, இவன்தான் ஹெமு' - இழுத்து வந்து அக்பர் முன் தள்ளினார் பைரம் கான். 'ஓ, இவர்தானா அவர். காஸி (உண்மையான வீரர்) என்ற பட்டத்தை இவருக்குக் கொடுக்கிறேன்' - அக்பர் சொன்னார். ஏற்கெனவே அரைமயக்கத்தி லிருந்த சாம்ராட் விக்கிரமாதித்யா ஹெமு அங்கே கொல்லப் பட்டார்*. ஹெமுவின் தலை காபுலின் முகலாய அந்தப்புரத் துக்கு வெற்றிப் பரிசாக அனுப்பப்பட்டது. உடல் டெல்லி அரண்மனைக்கு வெளியே காட்சிப்பொருளாகத் தொங்கவிடப் பட்டது.

முகலாயத் தளபதிகளுள் ஒருவரான இஸ்கந்தர் கான், தப்பி ஓடிய ஆப்கன் யானைப் படைவீரர்களை துரத்தி வளைத்துப் பிடித்தார். அந்தப் போர் யானைகள் முகலாயப் படையில் இணைக்கப் பட்டன. போரில் கொல்லப்பட்ட எதிரி வீரர்களின் தலைகள்

---

★ அக்பர் தன் வாளால் ஹெமுவின் தலையை வெட்டினார். அக்பர் தன் வாளால் ஹெமுவின் தலையைத் தொட்டார். பைரம் கான் வெட்டினார். அக்பர் நினைவிழந்து கிடக்கும் எதிரியைக் கொல்ல மறுத்துவிட்டார். அதில் கோபப்பட்ட பைரம் கான், உடனே ஹெமுவின் தலையை அறுத்தார். ஹெமு கொல்லப்பட்டதை வரலாற்று ஆசிரியர்கள் இப்படி மூன்றுவிதமாகச் சொல்லியிருக்கிறார்கள்.

ஓரிடத்தில் மலைபோலக் குவிக்கப்பட்டன. ஹெமுவின் மரணச் செய்தியறிந்ததும் டெல்லியிலிருந்த அவரது மனைவி செல்வங்களை அள்ளிக் கொண்டு ஒரு குழுவினரோடு குதிரை வண்டியில் தப்பி ஓடினாள். துரத்திச் சென்ற முகலாய வீரர் பீர் முகம்மது, ஹெமுவின் மனைவியைக் கோட்டைவிட்டார். மற்றவர்களுக்கு மரணம் கொடுத்தார்.

இரண்டாம் பானிபட் யுத்தத்தில் வென்றதன் மூலம் டெல்லியில் மீண்டும் ஒருமுறை முகலாயர்கள் ஆட்சி நிலைப்படுத்தப் பட்டது. இருபத்தியிரண்டு போர்களைத் தொடர்ச்சியாக வென்ற ஹெமுவையே தோற்கடித்ததால் மற்ற எதிரி ஆட்சியாளர் களுக்கு முகலாயர்கள் மேல் பழைய பயம் படிந்தது.

டெல்லி சென்ற அக்பருக்கு தகவல் ஒன்று வந்தது. 'சிக்கந்தர் ஷா மீண்டும் படை திரட்டுகிறான். பஞ்சாபில் உள்ளான்.' பைரம் கான் அடுத்த படையெடுப்புக்குத் தயாரானார். 'ஷா வம்சத் தினரை விட்டு வைத்திருப்பது சரியல்ல.'

முகலாயப் படைகளைக் கண்டதுமே சிக்கந்தர் ஷாவின் படைகள் கரைய ஆரம்பித்தன. பைரம் கான் அலட்டிக் கொள்ளாமல் போரிட்டார். தோற்கடிக்கப்பட்ட சிக்கந்தர் ஷா மீண்டும் உயிர் தப்பி ஓடினார். அவர் மீண்டும் எழுச்சி பெறவே இல்லை. ஷா பரம்பரையில் மீதமிருந்தது அவரது சகோதரரான அடில் ஷா. வங்காளத்தில் ஆட்சியிலிருந்த அவருக்கு ஹெமு இன்றி வலுவிழந்திருந்தார். அடில் ஷாவால் கொல்லப்பட்ட வங்காள மன்னரான முகம்மது ஷாவின் மகன் பகதூர் ஷா படைதிரட்டி வந்தார். அடில் ஷாவைக் கொன்று ஆட்சியைக் கைப்பற்றியினார். அதன்மூலம் ஷேர் ஷா பரம்பரையினரின் எதிரிகள் முற்றிலும் அழிந்திருந்தார்கள்.

•

பைரம் கான் இருக்க பயம் எதற்கு? பருவ வயது அக்பர் பயமின்றி வளர்ந்தார். பைரம் கான் ராஜ்ஜியத்தின் எல்லையை பழையபடி விரிவாக்கும் பணியில் இறங்கினார்.

கிழக்கே ஜவுன்புர் வரையிலும், மேற்கில் அஜ்மீர் வரையிலும் முகலாயர்களின் எல்லை விரிவுபடுத்தப்பட்டது. குவாலியர், சுனார் ஆகியவையும் கைப்பற்றப்பட்டன. ஒரு வருட தொடர்

படையெடுப்புகளுக்குப் பின் பைரம் கான் நிர்வாகத்தில் கவனம் செலுத்த ஆரம்பித்தார்.

ஹுமாயூன் மீது அவர் வைத்திருந்த விசுவாசம் எல்லாம் அக்பர் மீது பாசமாகப் படிந்தது. அந்தப் பாசமே ஒரு கட்டத்தில் அக்பர் தான் சொல்வதைத் தவிர வேறு எதையும் செய்யக்கூடாது என்று உரிமை எடுத்துக் கொள்ளும் அளவுக்கு மாறிப்போனது. அது அக்பரின் குடும்பத்தாருக்கு எரிச்சலை ஏற்படுத்த ஆரம்பித்தது. குறிப்பாக அக்பரின் தாய் ஹமீதா பானு, வளர்ப்புத் தாய் (அதாவது தாய்ப்பால் கொடுத்தவள்) மாகம் அனகா ஆகியோர், பைரம் கான் மீது கடும் அதிருப்தியில் இருந்தார்கள். பருவ வயது அக்பர் தன் நண்பர்களுக்கு ஏதாவது செய்தால்கூட பைரம் கான் தலையிட்டு அந்த நண்பர்களைக் கண்டிக்க ஆரம்பித்தார். அதனால் அக்பருக்கும் தர்ம சங்கடம்.

நான்கு வருடங்கள் கழிந்தன. வாலிபரான அக்பர் ஆட்சிப் பொறுப்பைத் தானே ஏற்று நடத்துமளவுக்கு மனவலிமையையும் முதிர்ச்சியையும் பெற்றிருந்தார். அந்தச் சமயத்தில் பைரம் கானை எதிர்த்து குரல்கள் ஒலிக்க ஆரம்பித்தன.

பைரம் கான் தனக்குக் கொடுக்கப்பட்டுள்ள அதிகாரத்தைத் தவறாகப் பயன்படுத்துகிறார். தனக்குக் கீழ் உள்ளவர்களைக் கொடுமைப்படுத்துகிறார். பைரம் கான் ஷியா என்ற பிரிவைச் சேர்ந்தவர். ஷியா முஸ்லிம்களுக்கே முன்னுரிமை கொடுத்து பதவிகளில் அமர்த்துகிறார். மற்ற பிரிவு முஸ்லிம்களை ஒதுக்கி வைக்கிறார். டெல்லியின் கவர்னர் சாகப்-உத்-தீன் இப்படியும் சில குற்றச்சாட்டுகளைச் சுமத்தினார். பைரம் கானுக்கு ஓய்வு கொடுத்துவிடலாம் என்று முடிவெடுத்தார் அக்பர்.

பைரம் கானிடம் எப்படிச் சொல்வது? வயதில் மூத்தவர். அவரைப் போலொரு விசுவாசி கிடைப்பதரிது. ஹுமாயூன் மீண்டும் முகலாயப் பேரரசை மீட்க முதன்மையான காரணம் அவர்தான். அதற்குப் பின்பும் எதிரிகளிடமிருந்து என்னைக் காப்பாற்றி வருபவர். நான் எப்படி நேரடியாக அவர் முகம் பார்த்து பதவி விலகச் சொல்லமுடியும். தவறாகப் புரிந்து கொண்டு உடைந்துபோய் விடுவாரே. என்ன செய்யலாம்?

யோசித்த அக்பர், ஒரு திட்டமிட்டார். வேட்டைக்குச் செல்வதாகச் சொல்லிவிட்டு ஆக்ராவிலிருந்து கிளம்பினார்.

டெல்லிக்குச் சென்றார். அங்கிருந்தபடி, பைரம் கானை பொறுப்புகளிலிருந்து விடுவிப்பதாக ஒரு செய்தி அனுப்பினார். அக்பர், ஆட்சியைத் தன் கையில் எடுத்துக் கொள்ள விரும்புவது பைரம் கானுக்கு புரிந்து போனது. ஆனால் அதிகாரத்தில் இருக்கும்வரைதானே மற்றவர்கள் பயப்படுவார்கள். பதவியை விட்டு இறங்கியதுமே, அவர்மேல் தாக்குதல் நடத்துவதற்காக எதிரிகள் காத்திருந்தனர்.

அதனாலேயே ராஜிநாமா செய்யாமல் நாள்களைக் கடத்தினார். 'பேரரசருக்கு நான் என்றும் உண்மையானவனாக இருப்பேன்' என்ற செய்தியோடு அக்பருக்குத் தன் தூதுவர்களை அனுப்பினார். தூதுவர்கள் சிறைபிடிக்கப்பட்டார்கள். விஷயமறிந்த பைரம் கான் கோபப்பட்டு வாளை உருவினார். கலகத்தில் இறங்கினார். ஆகவே கைது செய்யப்பட்டார்.

அப்போது அக்பர் லாகூரில் இருந்தார். பைரம் கான் அங்கு கொண்டு வரப்பட்டார். தனது தவறுக்கு கண்ணீர் சிந்தினார். உணர்வுபூர்வமான நிமிடங்கள். அக்பர் இரண்டு வாய்ப்புகளை முன் வைத்தார்.

'தாங்கள் முகலாய சாம்ராஜ்யத்தில் எங்காவது ஓர் இடத்தில் கவர்னராக இருந்து கொள்ளலாம் அல்லது மெக்காவுக்குச் செல்லலாம்.'

'எப்போது தாங்கள் என் மீதுள்ள நம்பிக்கையை இழந்து விட்டீர்களோ, அதற்குமேல் நான் பதவியில் இருப்பது சரியல்ல. மெக்காவுக்குச் செல்கிறேன்' - பைரம் கான் சொன்னார்.

தகுந்த மரியாதைகள் செய்து பைரம் கானை மெக்காவுக்கு அனுப்பி வைத்தார் அக்பர். 1561, ஜனவரி 31. மெக்காவுக்குச் செல்ல குஜராத் அருகே ஓரிடத்தில் காத்திருந்தார் பைரம் கான். மறுநாள் கப்பல் ஏறவேண்டும். ஆனால் ஆப்கன் எதிரிகள் அவரது முகாமைச் சூழ்ந்தார்கள். கொல்லப்பட்டார் (ஜனவரி 31, 1561). சிதைந்து கிடந்த அவரது உடலுக்கு இறுதிச் சடங்குகள் செய்வதற்குக்கூட ஆளில்லை. ஃபகீர்கள் சிலர் பைரம் கானின் உடலை எடுத்துப் புதைத்ததாகக் குறிப்புகள் உள்ளன.

அக்பர், பைரம் கானுக்காக துக்கம் அனுஷ்டித்தார். பின்பு பைரம் கானின் மனைவியான சலிமாவைத் திருமணம் செய்து

கொல்லப்படும் பைரம் கான்

கொண்டார். சலிமா, அக்பரின் இரண்டாவது மனைவி. அதற்கு முன்பே ரஹூய்யா பேகம் என்ற பெண்ணை அக்பர் திருமணம் செய்திருந்தார். சலிமாவின் மகனான அப்துர் ரஹீமைத் தானே வளர்த்தார் அக்பர்.

தனது வளர்ப்புத் தாயான மாகம் அனகா மீது அக்பருக்குத் தனி பாசம் இருந்தது. அதாவது அனகா என்ன தவறு செய்தாலும் அக்பர் கண்டுகொள்ள மாட்டார். அந்த உரிமையில் அனகா, தனது சொந்த மகன் அதம் கானை, பைரம் கானின் பதவியில் அமர வைக்க ஆசைப்பட்டாள். அதற்கான திரைமறைவு வேலைகளில் ஈடுபட்டாள்.

அதம் கான் நல்ல வீரன்தான். ஆனால் நல்ல குணங்களைக் கொண்டவனல்ல. தனது சகோதரனாக அதம் கானைக் கருதிய அக்பர், அவனது திருமணத்தைப் பெரிய அளவில் நடத்தி வைத்தார். தனது படையில் முக்கியமான தளபதியாக அவனை நியமித்திருந்தார். 1561ல் முகலாயப் படைகள் அதம் கானின் தலைமையில் மால்வாவைக் (மத்திய பிரதேசம்) கைப்பற்றச் சென்றன. அவன் கைப்பற்ற நினைத்தது மால்வாவை மட்டு மல்ல, ரூப்மதியையும்தான். யாரவள்? மால்வாவின் மகாராணி. மகா அழகி. அவள்மேல் அதம் கானுக்குக் காதல். படை யெடுப்பின் உள்நோக்கம் அதுவாகத்தான் இருந்தது.

மால்வாவை ஆண்டு வந்த மன்னர் பாஷ் பகதூர். அவருக்கு இசைதான் எல்லாமும். மிகச் சிறந்த பாடகர். இசைக் கருவிகளை மீட்டுவதில் வல்லவர். அவரது ஆட்சியில் இசைக் கலைஞர்கள் ராஜ வாழ்க்கை வாழ்ந்து வந்தனர். பாஷ் பகதூரின் இசையில் மயங்கினாள் ரூப்மதி. அவளது அழகில் மயங்கினார் பாஷ் பகதூர். அவள் கவிதாயினி. இசையும் கவிதையும் கலந்தன. காதலித்து இந்து, இஸ்லாமிய முறைகள்படி திருமணம் செய்து கொண்டனர்.

பாஷ் பகதூருக்கு நாட்டை நிர்வகிப்பதிலோ, போர் செய் வதிலோ, படைகளை உருவாக்குவதிலோ ஆர்வம் இருக்க வில்லை. இருந்த மிகச் சிறிய படையையும் அவர் சரிவரப் பராமரிக்கவில்லை. இது அதம் கானுக்கு மிகவும் வசதியாகப் போயிற்று. முகலாயப் படைகள் வருவது தெரிந்த உடனேயே மால்வா படையினர் சரணடையத் தயாராகினர். பாஷ் பகதூர் மால்வாவை விட்டுத் தலைமறைவானார்.

முகலாயர்கள் / 115

எதிர்பாராத நேரத்தில் மால்வாவுக்குள் நுழைந்த அதம் கான், எதிர்ப்பட்டவர்களையெல்லாம் தாக்கினான். மால்வா முழு வதும் பாஷ் பகதூரைத் தேடினான். கிடைக்கவில்லை. நேராக மால்வா அரண்மனையின் அந்தப்புரத்துக்குள் நுழைந்தான். எங்கே என் ரூப்மதி?

அவளது இடத்தை அடைந்தான். ஆனால் அதற்குள் அவள் மரணத்தை அடைந்திருந்தாள், விஷத்தின் உதவியுடன்.

ஏமாற்றம். தோல்வி. அதம் கானை மிகவும் கோபப்படுத்தியது. நிதானம் இழந்தான். காட்டுமிராண்டித் தனமாக நடக்க ஆரம்பித்தான். அங்குள்ள பெண்களை எல்லாம் கொல்லச் சொன்னான். அப்பாவி மக்கள் வெட்டப்பட்டனர். சமாதானம் பேசவந்த மதகுருமார்கள்கூட தலை இழந்தனர். மால்வா நகரம் கொடூரமாகச் சூறையாடப்பட்டது.

அதம் கானின் இந்த வெறிச் செயல் அக்பரின் காதுகளுக்குச் சென்று சேர்ந்தது. உடனே அக்பர் ஒரு சிறு படையோடு மால்வாவை நோக்கி அவசரமாகக் கிளம்பினார். அக்பர் மால்வாவை அடையும் முன்னரே அதம் கானுக்கு மாகம் அனகாவிடம் இருந்து தகவல் போயிருந்தது, ‘மகனே, அக்பர் அங்கு வருகிறார். ஜாக்கிரதை.’

உஷாரான அதம் கான், அக்பர் வந்ததும் அவர்முன் அடிபணிந்து நின்றான். நடந்த தவறுகளுக்கெல்லாம் மிகவும் பணிவாக மன்னிப்புக் கேட்டான். அக்பரும் அவனை எச்சரித்த பின்பு மன்னிப்பு கொடுத்தார். அவன் கைப்பற்றிய செல்வங்களை எல்லாம் உரியவர்களிடம் ஒப்படைக்கச் சொன்னார். அதற்குப் பின் தன் படைகளோடு ஆக்ராவுக்கு கிளம்பினார்.

படைகள் பின்னால் வந்துகொண்டிருக்க, அக்பரின் குதிரை முன்னால் வேகமாக விரைந்து கொண்டிருந்தது. அது காட்டுப் பகுதி. அக்பர் திடீரெனத் தன் குதிரையின் வேகத்தைக் குறைத்தார். பின்பு நிறுத்தினார். அந்தப் புதர் லேசாக அசைந்து கொண்டிருந்தது.

சுதாரித்துக் கொண்ட அக்பர் குதிரையிலிருந்து இறங்கினார். அவர் தன் இடையிலிருந்து வாளை உருவுவதற்கும், அந்தப் புதரிலிருந்து ஒரு பெண் புலி பாய்வதற்கும் சரியாக இருந்தது.

படையினர் வந்து சேரும்போது, வாளில் ரத்தம் சொட்டிக் கொண்டிருந்தது. இறந்த புலி எடுத்துச் செல்வதற்கு ஏதுவாக கம்பு ஒன்றில் கட்டப்பட்டது.

●

இயல்பிலிருந்து மீறி எத்தனை நாள்தான் நல்லவன் போல நடிக்க முடியும்? அதம் கானின் அராஜகங்கள் தொடரவே செய்தன. அக்பருக்குத் தெரியாமல் மால்வாவிலிருந்து இரண்டு அழகான பெண்களை, கடத்திக் கொண்டு வந்து அடைத்திருந்தான். இந்த விஷயம் மாகம் அனகாவுக்கு மட்டும் தெரியும். சில ஒற்றர்கள் மூலம் அக்பருக்கும் விஷயம் தெரியவந்தது.

தன் மகனுக்கு ஆபத்து என்று தெரிந்த மாகம் அனகா, அந்தப் பெண்களைக் கொன்று புதைத்தாள். இதற்கு மேலும் அதம் கானுக்கு அதிகாரம் கொடுத்து பதவியில் வைத்திருந்தால் சரியாக இருக்காது என்று முடிவு செய்தார் அக்பர். அதம் கானுக்குப் பதிலாக அட்கா கான் என்றொரு ஆப்கனியரைப் பதவியில் நியமித்தார். கோபத்தாலும் அவமானத்தாலும் துடித்த அதம் கான், அட்கா கானைக் கொல்ல திட்டம் தீட்டினான்.

அன்று அக்பர் தன் அமைச்சரவைக் கூட்டத்தைக் கூட்டி யிருந்தார். அவைக்கு வெளியே அதம் கான் தன் ஆள்களுடன் பதுங்கியிருந்தான். கூட்டம் முடிந்து வெளியே வந்த அட்கா கான், அதம் கானின் ஆள்களால் சூழப்பட்டான். வந்து குதித்த அதம் கான், அட்கா கானின் கதையை முடித்தான்.

அக்பருக்குத் தகவல் சென்றடைந்தது. ஓடோடி வந்தார் அக்பர். ரத்த வெள்ளத்தில் கிடந்த அட்கா கானைப் பார்த்ததும் அவரது கண்கள் சிவந்தன. கோபம் தலைக்கேறியது. அக்பர் வருவதற்குள் தப்பித்துவிடலாம் என்று எண்ணியிருந்தான் அதம் கான். ஆனால் அக்பர் வந்ததும் நிலை தடுமாறினான். வேகமாகச் சென்று அவரது கால்களில் விழுந்தான். அதே நடிப்பு. மன்னித்து விடுமாறு கெஞ்ச ஆரம்பித்தான். ஆனால் அக்பர் அவனது முகத்தில் ஓங்கி ஒரு குத்து விட்டார்.

சுருண்டு விழுந்தான்.

'இவனைத் தூக்கிக் கீழே எறியுங்கள்' என்று தன் வீரர்களுக்கு உத்தரவிட்டார் அக்பர். வீரர்கள் நாற்பது அடி உயரமுள்ள

அதம் கானுக்கு மரணத் தண்டனை

மாடத்திலிருந்து அதம் கானைத் தூக்கி எறிந்தனர். கீழே வந்து விழுந்த அதம் கானின் உயிருக்கு எதுவும் ஆகவில்லை.

'இவனை மீண்டும் தலைகீழாகத் தூக்கி எறிந்து கொல்லுங்கள்' என்று கத்தினார் அக்பர். அப்படியே செய்தனர். அதம் கான் உயிரிழந்தான்.

தன் வளர்ப்புத் தாயான மாகம் அனகாவிடம் விரைந்து சென்றார் அக்பர். 'மன்னித்து விடுங்கள் தாயே. அதம் கான் எல்லைமீறிச் சென்றுவிட்டான். ஆகவே கொன்றுவிட்டேன்' - சொல்லி விட்டுக் கிளம்பினார். தகுந்த மரியாதைகளுடன் அதம் கானின் இறுதிச் சடங்குகள் நடத்தப்பட்டன. மனத்தளவில் பாதிக்கப் பட்ட மாகம் அனகாவும் அடுத்த நாற்பதாவது நாளில் இறந்து போனாள். அந்த வளர்ப்புத் தாய்க்கும் அவளது சொந்த மகனுக்கும் டெல்லியில் ஒரே இடத்தில் சமாதி கட்டினார் அக்பர்.

ஓடிப்போன பாஷ் பகதூர், காந்தேஷ் (மகாராஷ்டிராவின் வட மேற்குப் பகுதி) அரசரிடம் உதவிபெற்று மீண்டும் மால்வாவை மீட்டார். விடுவாரா அக்பர்? அப்துல்லா கான் என்ற தளபதியின் தலைமையில் முகலாயப் படையை அனுப்பினார். பாஷ் பகதூருக்கு மீண்டும் தோல்வி. இந்தமுறை அவர் தப்பி ஓட முடியவில்லை. அக்பர் முன் சரணடைந்தார். முகலாயப் பேரரசுக்கு அடிபணிந்து நடப்பதாக உறுதியளித்தார். ஆகவே அக்பர் இரக்கம் காட்டினார். பதவி ஒன்றைக் கொடுத்து கௌரவப்படுத்தினார். இறந்தபின் பாஷ் பகதூரும் ரூப்மதி புதைக்கப்பட்ட இடத்துக்கு அருகிலேயே புதைக்கப்பட்டார்.

•

எங்கு திரும்பினாலும் எதிரிகள் கூட்டமாகத்தான் தெரிகிறது. போர்கள்தான் ராஜ்ஜியத்தை விரிவாக்க உதவும். போர்கள் மட்டும்தானா? வேறு வழிகளே இல்லையா? எத்தனைக் காலம்தான் வாளால் மட்டும் பேசிக் கொண்டிருப்பது? வார்த்தைகளால் பேசவே முடியாதா? இந்துஸ்தானத்தின் பேரரசராக இருக்கும் என்னை இந்த மக்கள் எல்லாம் எப்போதுதான் கனிவோடு நோக்குவார்கள்? அக்கம் பக்கத்து அரசர்களோடு நட்போடு பழகுவதற்கு வாய்ப்பே இல்லையா என்ன?

பத்தொன்பது வயது அக்பர் பலமாக யோசித்தார். மோதலை விரும்பாத மன்னர்களும் இருக்கத்தான் செய்கிறார்கள். அவர்களில் சிலர் அடிபணிந்து போய்விடுகிறார்கள். ஆனால் எப்போது வேண்டுமானாலும் அவர்கள் நிறம் மாறலாம். வெகுண்டெழுவார்கள். வெட்டிச் சாய்க்க வேண்டியது வரும். காலம் முழுவதும் இதையே செய்துகொண்டிருக்க முடியுமா என்ன? இப்படிச் செய்தால் என்ன? மோதலை விரும்பாத மன்னர்களோடு திருமண உறவை ஏற்படுத்திக் கொண்டால்?

அதற்கான முயற்சிகளில் இறங்கினார். அதுவும் குறிப்பாக ராஜபுத்திர மன்னர்களோடு திருமண உறவை உருவாக்கிக் கொள்ள வேண்டுமென களமிறங்கினார். ஓர் இஸ்லாமியருக்கு இந்துப்பெண்ணைத் திருமணம் செய்து வைப்பதெல்லாம் எந்தக் காலத்திலும் சர்ச்சைக்குரியதுதானே. ஆனால் அக்பர் மதம் எல்லாம் பார்க்கவில்லை. பேரரசை விரிவுபடுத்த வேண்டும், அதற்காக கலப்புத் திருமணம் செய்துகொள்ளவும் தயாராக இருந்தார்.

அம்பர் (தற்போதைய ஜெய்ப்பூர்) சமஸ்தானத்தை முகலாய சாம்ராஜ்யத்தோடு இணைக்க விரும்பினார் அக்பர். அம்பரை ஆண்டு வந்தவர் ராஜா பர்மால். அவருடைய அழகான மகள் ஹிரா கன்வாரி. அக்பருக்கு ஹிராவைப் பிடித்திருந்தது. ராஜ பர்மாலும் அக்பரோடு சம்பந்தம் செய்துகொள்ளத் தயங்க வில்லை.

அக்பர் - ஹிரா திருமணம் நடந்தது. ஹிராவை மதம் மாறவெல்லாம் சொல்லவில்லை. அரண்மனையில் ஓர் இந்துவாக வாழ, பூஜைகள் எல்லாம் செய்துகொள்ள அனுமதி கொடுத்தார். எப்போதாவது அந்தப் பூஜையில் தானும் கலந்துகொண்டார்.

முகலாயர்களின் குறிப்புகளின் ஹிராவுக்கு வழங்கப்பட்டிருக்கும் பெயர் மரியம்-உல்-ஸமானி. பின்னாள்களில் பல்வேறு கதைகளில் சொல்லப்பட்ட பெயர் ஜோதாபாய்*.

---

* முகலாயர்களின் சரித்திரக் குறிப்புகளில் எந்த இடத்திலும் ஜோதாபாய் என்ற பெயரே இல்லை. அது இந்திய பாரம்பரியக் கதைகளில் குறிப்பிடப்படும் ஒரு கற்பனைக் கதாபாத்திரம் என்பது எழுத்தாளர் சல்மான் ரஷ்டியின் வாதம்.

ஹிரா

கோண்ட்வானா, மத்தியப் பிரதேசத்திலுள்ள ஒரு பகுதி. நர்மதா நதிக்கரையோரமாக அமைந்துள்ளது. அதனை ராஜபுத்திரர்களும், கோண்ட் இனத்தவர்களும் ஆண்டு வந்தனர். பல்லாயிரக் கணக்கான குதிரைகளும், ஆயிரக்கணக்கான யானைகளும் அவர்களது பெரும் பலம்.

அதன் மன்னரான சங்ராம் ஷா, தன் ராஜ்யத்தை மேலும் வலுப்படுத்துவதற்காக அருகிலிருந்த மகோபா சமஸ்தானத்தின் இளவரசியான துர்காவதியை மணந்து கொண்டார். திருமணமான சில வருடங்களில் சங்ராம் ஷா இறந்து போனார். அவருக்கும் துர்காவதிக்கும் பிறந்த மகன் சந்திரா ஷா.

துர்காவதி வெகு தைரியமான பெண். போர் புரிவதில் கில்லாடி. குறிப்பாக குறிபார்த்து அம்பு எய்வதிலும், துப்பாக்கியால் சுடுவதிலும் கெட்டிக்காரர். தன் எல்லைக்குள் ஒரு புலி வந்துவிட்டால் போதும், அதைச் சுட்டு வீழ்த்தும்வரை ஒரு சொட்டு தண்ணீரைக் கூட குடிக்க மாட்டார் என்றெல்லாம் அவரைப் பற்றிய செய்திகள் உண்டு. சங்ராம் ஷாவின் இழப்பினால் முடங்கிப் போகவில்லை. தன் மகன் சந்திரா ஷாவை அரியணையில் அமர வைத்து ஆட்சியைக் கவனித்துக்

முகலாயர்கள் / 121

கொண்டார். பக்கத்து சமஸ்தானங்கள் மீது படையெடுத்து தன் ராஜ்ஜியத்தை விரிவாக்கினார்.

அக்பர், துர்காவதியின் கட்டுப்பாட்டிலிருந்த கரா மணிக்பூர் மீது கண் வைத்தார். முகலாயர்களின் அலகாபாத் தளபதியான அஸஃப் கான் தலைமையில் படை ஒன்று அங்கு சென்றது. துர்காவதியின் வீரம் பற்றி பெரிதும் கேள்விப்பட்டிருந்த அஸஃப் கான், அவரைக் காதலிக்க ஆரம்பித்திருந்தார். ஆகவே எப்படியாவது கரா மணிக்பூரைக் கைப்பற்றிவிட வேண்டுமென்று உத்வேகத்துடன் படையெடுத்துச் சென்றார்.

கடுமையான மோதல். முகலாயர்களின் பெரும் படைக்குமுன், துர்காவதியின் படையினரால் தாக்குப் பிடிக்க முடியவில்லை. சில வீரர்களுடன் துர்காவதி தப்பி ஓடினார். முகலாயப் படையினர் சூழ்ந்து கொண்டனர். எதிரிகளின் கையில் சிக்கிச் சீரழிவதா? முடிவெடுத்த துர்காவதி, சட்டென தன் குறுவாளை உருகி, தன்னைத் தானே மாய்த்துக்கொண்டார்.

அஸஃப் கானுக்கு தன் ஒருதலைக் காதல் அழிந்ததில் வருத்தம் தான். ஆனால் அடைந்திருந்த வெற்றியால் குதுகலமடைந்திருந்தார். அங்கிருக்கும் செல்வங்களை எல்லாம் கொள்ளையடிக்க உத்தரவிட்டார். அவர்களின் குதிரைகளை, யானைகளைப் பெருமளவில் கைப்பற்றினார். அக்பருக்கு விஷயம் தெரிய வந்தது. அஸஃப் கானை எச்சரித்த அவர், கொள்ளையடித்த செல்வங்களை திரும்பக் கொடுக்குமாறு உத்தரவிட்டார்.

துர்காவதியின் மகனான சந்திரா ஷாவை மீண்டும் ஆட்சியில் உட்கார வைத்தார். மற்றபடி அதைச் சுற்றியுள்ள பகுதிகள் முகலாயர்களின் ஆட்சியின் கீழ் வந்தது.

●

அடுத்த பத்து வருடங்கள் அக்பர் வாழ்க்கையில் போர்க்களமே மிகுந்திருந்தது. காரணம், இந்தியா முழுவதையும் முகலாயர்களின் ஆட்சிக்குக் கீழ் கொண்டுவந்து விட வேண்டுமென்ற ஆசை. பல அரசர்கள் அடிபணிந்து முகலாயர்களின் ஆட்சியை ஏற்றுக் கொண்டனர். மேவார் மன்னர் ராணா உதய் சிங்கைத் தவிர.

மேவார் சமஸ்தானத்தின் தலைநகரம் சித்தூர். அடிபணிந்து விடுமாறு உதய் சிங்குக்கு அக்பர் தூது விட்டார். திருமண உறவு

ஏற்படுத்திக் கொள்வதற்கும் பேசிப் பார்த்தார். ஆனால் உதய் சிங் அதற்கு ஒப்புக் கொள்ளவில்லை. 1567 செப்டம்பரில் முகலாயப் படைகள் சித்தூர் கோட்டையைச் சூழ்ந்தன.

சாதாரண கோட்டையா அது? நூற்றி இருபது மீட்டர் உயரமுள்ள ஒரு சிறிய மலையின் மேல் கட்டப்பட்டது. கோட்டையைச் சுற்றி, பன்னிரண்டு கிலோ மீட்டர் சுற்றளவுக்கு மதில் சுவர்கள். சுவருக்கு வெளியே சுற்றிலும் அகழி. நீராலும் முதலைகளாலும் நிரப்பப்பட்ட பெரிய கால்வாய். எதிரிகள் யாரும் எளிதில் கோட்டையை நெருங்கிவிடவே முடியாது. எட்டாயிரம் சுத்த ராஜபுத்திர வீரர்கள். கோட்டையின் பாதுகாப்புக் கோபுரங்களி லிருந்து அம்பு மழை பெய்ய ஆரம்பித்தால் எதிரிகள் உயிர் பிழைப்பது கடினமே.

அந்த தைரியத்தில்தான் மன்னர் உதய் சிங், முகலாயப் படைகளை 'வந்து பார்' என்று சவால் விட்டார். அக்பருக்கும் அது பெரிய சவால்தான். ஏனென்றால் சித்தூரை வென்றால்தான் எஞ்சியிருக்கும் ராஜபுத்திரர்களும் அடிபணிய முன்வருவார்கள். அதுவரை முகலாயர்களுக்குப் பணிந்திருக்கும் ராஜபுத்திர மன்னர்கள்கூட, சித்தூர் மன்னர் பணியாத தைரியத்தில் எதிர்ப்பு காட்ட ஆரம்பிக்கலாம். மலை மேலிருக்கும் சித்தூர் கோட்டை யைத் தாக்குவதற்கென மிகவும் மெனக்கெட்டு போர் வியூகங் களை அமைத்தார் அக்பர்.

முகலாயப் படைகள் கோட்டையை நெருங்குவதற்கே மிகவும் கஷ்டப்பட்டனர். கோட்டையைத் தாக்குவதற்கு இன்னமும் கஷ்டப்பட வேண்டியதிருந்தது. இருந்தாலும் முகலாயர்களின் படைபலம் அதிகம் என்பதால் தாக்குதலைத் தொடர்ந்து நடத்த முடிந்தது.

பட்டா, சித்தூரின் முக்கியத் தளபதி. ஜெய்மால், சித்தூரின் முதன்மைத் தளபதி. 'சித்தூர் சிங்கம்' என்பது அவருக்கு வழங்கப் பட்ட பட்டம். ஆகச் சிறந்த வீரர். அவரது தலைமையில் சித்தூர் வீரர்கள் பெற்ற வெற்றிகள் நிறைய. இந்த இரு தளபதிகளின் கட்டளைகளின்படி சித்தூர் வீரர்கள் நடத்திக் கொண்டிருந்த தாக்குதலால் முகலாய வீரர்கள் முன்னேற முடியாமல் திணறிக் கொண்டிருந்தார்கள். கோட்டைக்குள்ளிருக்கும் மக்களுக்கு உணவுக்கோ, தண்ணீருக்கோ பஞ்சம் வராதபடி பார்த்துக் கொண்டார் அவர்.

பாதுகாப்புக் கோபுரங்களைத் தகர்ப்பதற்காக தன்னிடம் இருக்கும் பீரங்கிகளிலேயே சில மாறுதல்களைச் செய்தார் அக்பர். அதாவது உயரமான கோட்டையை நோக்கி அதிக அளவு வெடிமருந்தை உமிழ்வதற்கேற்ப அதை மாற்றினார். 1568 பிப்ரவரியில் முகலாயப் படைகள் முழுவீச்சில் தாக்குதலை ஆரம்பித்தார்கள்.

ஆனாலும் எவ்வளவு நாள்கள்தான் தாக்குப் பிடிக்க முடியும்? போர் தொடங்கி ஆறு மாதங்கள் கழிந்திருந்தன. சித்தூர் கோட்டைக்குள் நீர் குறைந்தது. உணவில்லை. ராஜபுத்திர வீரர்கள் சோர்வடைந்திருந்தனர். முகலாயர்கள் தாக்குதலை வேகப்படுத்தினர். தளபதி பட்டா கொல்லப்பட்டார். கோட்டை யில் அதிகம் சிதைந்துபோன ஒரு பகுதியை சிலர் சரிசெய்து கொண்டிருந்தார்கள். அவர்களை மேற்பார்வையிட்டுக் கொண்டிருந்தார் ஒருவர். அக்பர் தனது துப்பாக்கியால் அந்த நபரைச் சுட்டார். அவர் சுருண்டு விழுந்தார். அதற்குப் பிறகே தெரியவந்தது, அவர் தளபதி ஜெய்மால் என்று*.

ஜெய்மால் கொல்லப்பட்டதுமே மன்னர் உதய் சிங் அங்கிருந்து தப்பினார். ஆரவல்லி மலைப் பகுதியில் சென்று ஒளிந்து கொண்டார்.

முகலாயப் படையினர் கோட்டைக்குள் நுழைந்தனர். சித்தூர் வீரர்களைத் தேடிப் பிடித்துத் தீர்த்துக் கட்டினர். மறுநாள் காலை கண்ட காட்சி அக்பரை அதிர்ச்சியடையச் செய்தது. இறந்த வீரர்களின் சடலங்கள் ஆங்காங்கே எரிந்து கொண்டிருந்தன. அவர்களது மனைவிமார்கள் அந்தத் தீயில் விழுந்து தங்கள் உயிரையும் மாய்த்துக் கொண்டிருந்தனர்.

அந்தப் பெண்களைத் தடுக்கச் சொல்லி தம் வீரர்களுக்கு உத்தரவிட்டார். ஆனால் அந்தப் பெண்கள் தம் நகங்களால் கீறியும், பற்களால் கடித்தும் முகலாய வீரர்களைக் காயப் படுத்தினர். ஒரு கட்டத்தில் கோபமடைந்த வீரர்கள், நிதான மிழந்து அந்தப் பெண்களைத் தாங்களே கொல்ல ஆரம்பித்தனர்.

---

★ வீரத்தால் தன்னைக் கவர்ந்த தளபதி பட்டாவுக்கும் ஜெய்மாலுக்கும் சிலைவைக்க நினைத்தார் அக்பர். யானை மேல் அமர்ந்திருப்பதுபோல இருவருக்கும் தனித்தனியே சிலைகள் ஆக்ரா கோட்டையில் நுழைவாயிலில் நிறுவப்பட்டன.

மற்ற மக்களும் கொல்லப்பட்டனர். எல்லாமே அக்பரின் உத்தரவின் பெயரிலேயே நடந்தது.

பல மணி நேரங்கள் தொடர்ந்த அந்த வெறிச் செயலின் முடிவில் சித்தூர் மக்கள் யாருமே உயிர் பிழைக்கவில்லை. சுமார் எட்டாயிரம் வீரர்களும், இருபதாயிரத்துக்கும் மேற்பட்ட மக்களும் கொன்று குவிக்கப்பட்டிருந்தனர்.

அக்பர், தன் வாழ்வின் செய்த மிகக் கொடூரமான செயல் என்றால் அது இந்த சித்தூர் சம்பவம்தான்.

இத்தனைக்கும் சித்தூர் கோட்டை மட்டும்தான் அக்பர் வசமாகி யிருந்தது, மேவார் சமஸ்தானமல்ல.

●

சித்தூரில் முகலாயர்கள் ஏற்படுத்திய அதிர்வுகளால், ரன்தாம்பூர், கலிஞ்சர் ஆகிய கோட்டைகள் எளிதாக வசப்பட்டன. ரன்தாம்பூர் ராஜபுத்திர ராஜா சர்ஜனா ஹரா, தனது இரு மகன்களை அக்பரிடம் அனுப்பினார், சமாதானத் தூதாக. அக்பர் அவர்களுக்கு மரியாதை கொடுத்தார். ரன்தாம்பூர் அக்பரின் அதிகாரத்தின் கீழ் வந்தது. அதன் ராஜாவுக்கு வாரணாசியின் கவர்னர் பதவி கொடுக்கப்பட்டது.

கலிஞ்சர் கோட்டையின் ராஜாவான ராம் சந்திராவும் எதிர்த்து முஷ்டி உயர்த்தவில்லை. வளைந்து வணங்கினார். ஆதாயம் அடைந்தார். ஆனால் ராணா உதய் சிங்கின் மனத்தில் பழிவெறி கனன்று கொண்டிருந்தது. மேவார் சமஸ்தானத்தின் தலைநகர மான சித்தூர் மட்டும்தானே என் கையை விட்டுப் போயிருக் கிறது. புதிதாக ஒரு தலைநகரத்தை நான் உருவாக்கிக் காட்டு கிறேன்.

உதய்பூர். அவரது பெயரிலேயே புதிய தலைநகரம் உருவானது. 1572ல் அவர் இறந்து போனார். உதய் சிங்தான் இறந்து விட்டாரே. இனி மேவாரை எளிதாகக் கைப்பற்றிவிட முடியும் என்றுமுகலாயர்கள் நினைத்துக்கூட பார்க்க முடியவில்லை. காரணம் ஆட்சிக்கு வந்த ராணா பிரதாப் சிங். உதய் சிங்கின் மகன்.

'இந்தியாவை ஆள இந்துக்களுக்கு மட்டுமே உரிமை உண்டு. இங்கே கால் பதித்திருக்கிற ஒவ்வொரு இஸ்லாமியனையும்

*முகலாயர்கள்* / 125

அடித்துத் துரத்துகிறவரையில் நான் ஓயமாட்டேன்' - பிரதாப் சிங் மார்தட்டிக் காத்திருந்தார், தக்க தருணத்துக்காக.

●

எத்தனையோ வெற்றிகள் பெற்ற பின்னும் மேவாரை அடைய முடியாதது அக்பருக்கு உறுத்தலாகவே இருந்தது. கண்ணில் விழுந்த தூசு போல உறுத்திக் கொண்டே இருந்தார் பிரதாப் சிங். அமைதிப் பேச்சுவார்த்தைக்கு அவரும் தன் தந்தையைப் போலவே உடன்படவில்லை. இழந்த சித்தூரை மீட்பதற்காகப் போராடுவேனே தவிர, இருப்பதையும் விட்டுக் கொடுப்பேன் என்று கனவுகூட காண வேண்டாம் என்று முஷ்டியை உயர்த்தினார்.

அக்பருக்கு பிரதாப் சிங்கின் செயல் மிகுந்த எரிச்சலைக் கொடுத்தது. தன் அமைச்சர் மன் சிங்கிடம் ஒரு வேலையைக் கொடுத்தார். 'நீங்கள் எப்படியாவது பிரதாப் சிங்கை ஒரு மதிய விருந்துக்கு அழைத்து வாருங்கள். பேசிக் கொள்ளலாம்.'

மன் சிங்கும் அதற்கான முயற்சிகளை மேற்கொண்டார். அதாவது அடங்கிப் போகாத பிரதாப் சிங்கிடம், நேரடியாகச் சமாதானம் பேசலாம் என்பதே அக்பரின் எண்ணம். ஆனால் தன்மானம் நிறைந்த பிரதாப் சிங் அக்பரின் அழைப்பை நிராகரித்தார். பெயருக்கு தன்னுடைய மகன் அமர் சிங்கை விருந்துக்கு அனுப்பி வைத்தார். அக்பரது சமாதான முயற்சிகள் தோல்வியடைந்தன.

1576ல் ஹல்திகட் (Haldighat) என்ற இடத்தில் பிரதாப் சிங்கின் படைகளும், முகலாயர்களின் படைகளும் மோதிக் கொண்டன. முகலாயப் படைகளுக்குத்தான் படுசேதம். எண்பதாயிரம் பேர் கொண்ட முகலாயப் படையினரால், இருபதாயிரம் பேர் கொண்ட பிரதாப் சிங் படையினரைச் சமாளிக்கக் கூட முடியவில்லை. தன் யானை மீதிருந்து போரிட்டுக் கொண்டிருந்த மன் சிங்கை நெருங்கினார் பிரதாப் சிங். அவரது கையிலிருந்த ஈட்டி மன் சிங்கை நோக்கிப் பாய்ந்தது. சட்டென நகர்ந்த மன் சிங் உயிர் தப்பினார். ஈட்டி, பாகனின் உயிரைக் குடித்துக் கொண்டிருந்தது.

வெறி கொண்ட மன் சிங், புதிய வியூகமொன்றை வகுத்தார். படைகளை அடக்க முடியாவிட்டாலும், பிரதாப் சிங்கையாவது

ரானா பிரதாப் சிங்

கொன்று விடலாம் என்பதே அந்தத் திட்டம். அதன்படி முகலாயப் படையினர், பிரதாப் சிங்கைச் சுற்றி வியூகம் அமைத்தனர். அவர் கடுமையாகத் தாக்கப்பட்டார்.

அந்தச் சமயத்தில் அவரது உறவினர் சக்தி சிங் உள்ளே புகுந்து தன் உயிரைக் கொடுத்து பிரதாப் சிங் தப்பிக்க உதவி செய்தார். தன் குதிரை சேத்தக்கின் உதவியுடன் அங்கிருந்து தப்பி உயிர் பிழைத்தார் பிரதாப் சிங்.

அந்தப் போரில் அப்போதைக்குத் தோல்வியடைந்தாலும் ரானா பிரதாப் சிங், தன் முயற்சிகளைக் கைவிடவேயில்லை. விரைவிலேயே முகலாயர்களிடம் இழந்த பகுதிகளை எல்லாம் மீட்டார், சித்தூரைத் தவிர.

●

அக்பரின் அடுத்த இலக்கு குஜராத். முன்னர் ஹுமாயூன் முழுமையாகக் கைப்பற்றிய பிரதேசம். குஜராத்தின் செல்வச் செழிப்பும், வியாபார வாய்ப்பும் அக்பரை வியப்பில்

ஆழ்த்தியது. குஜராத்தைப் பிடிப்பது எளிதானதல்ல, அதற்காக எளிதில் விட்டுவிடக்கூடிய பிரதேசமும் அல்ல அது.

1572ன் இறுதியில் அஜ்மீர் வழியாக அகமதாபாத் வரை முன்னேறினார் அக்பர். முகலாய வீரர்கள் வாளை உருவும் முன்னரே அகமதாபாத் அவர்கள் வசமானது. அக்பர், கம்பாத்தை அடைந்தார். அப்போதுதான் முதன்முதலில் கடலைக் கண்டார். ஹுமாயூன் போல மிரண்டு திரும்பவில்லை.

கடலைக் கண்ட மகிழ்ச்சியில் அதில் பயணம் செய்ய ஆசைப் பட்டார். படகு ஏற்பாடு செய்யப்பட்டது. ஆசைதீரப் பயணம் செய்தார். அலைகளோடு குழந்தையாக விளையாடினார். அந்தக் கடல் பகுதியில் போர்த்துக்கீசியர்கள் நிறைந்திருந்தனர். வணிக ரீதியாக வந்திருந்தாலும் போர்த்துக்கீசியர்களின் உள்நோக்கம் இந்தியாவைக் கொஞ்சம் கொஞ்சமாக ஆக்கிரமிப்பதுதானே. அக்பர், சில போர்த்துக்கீசிய வணிகர்களைச் சந்தித்துப் பேசினார். ஆனால் அக்பரின் படைகளைப் பார்த்த போர்த்துக் கீசியர்கள் கலங்கித்தான் போயினர்.

1573-ல் சூரத் அக்பர் வசமானது. குஜராத் முகலாயர்களால் முழுமையாகக் கைப்பற்றப்பட்டது.

பொறுப்பாகச் சிலரை வைத்துவிட்டு அக்பர் மீண்டும் ஆக்ராவுக்குத் திரும்பினார். ஆனால் அந்தச் சமயத்தில் குஜராத்தில் ஆங்காங்கே பதுங்கியிருந்த எதிரிகள் ஒன்றிணைந்து, தாக்குதல்களை ஆரம்பித்தார்கள். பல பகுதிகள் முகலாயர்களின் கைகளைவிட்டுப் போயின.

அக்பருக்குத் தகவல் சென்றது. குதிரைகள், ஒட்டகங்கள், தேர்களுடன் சுமார் மூவாயிரம் வீரர்களைத் தயார் செய்தார். மின்னல் வேகத்தில் குஜராத் நோக்கிக் கிளம்பினார்.

அந்த நாள்களில் ஆக்ராவிலிருந்து குஜராத்தை அடைய குறைந்தது ஆறு வாரங்களாவது பிடிக்கும். ஆனால் ராஜஸ் தானின் குறுக்கே பயணம் செய்து, பதினோராவது நாளில் குஜராத்தை அடைந்தார் அக்பர்.

எதிரிகள் வெலவெலத்துப் போய்விட்டனர். அவர்கள் இருபதாயிரம் பேராகத் திரண்டிருந்தாலும், மூவாயிரம் பேர் கொண்ட முகலாயப் படையினரின் நேர்த்தியான அதிரடித்

தாக்குதலைச் சமாளிக்க இயலவில்லை. தோல்விக்கு அடி பணிந்தனர். அக்பரின் நிதி அமைச்சரான ராஜா தோடர் மாலும், ஒரு தளபதியாகக் களமிறங்கி வெற்றிக்கு வழிவகுத்தார். அக்பர் ஒவ்வொரு பகுதியையும் ஆட்சி செய்ய கவர்னரை நியமித்தார். துறைமுகப் பிரதேசமான குஜராத்தால் முகலாயப் பேரரசுக்கு வருமானம்* அதிகரித்தது.

●

அக்பரது அடுத்த இலக்கு பிகாரும் வங்காளமும். அவை ஆப்கனியர்கள் வசத்தில்தான் இருந்தன. ஓரிஸ்ஸாவின் மன்னரைக் கொன்று அதனையும் ஆப்கனியர்கள் கைப்பற்றி யிருந்தனர். அப்போது தாவுத் கான் என்பவர், தன்னை மன்னராக அறிவித்திருந்தார். அவர் முகலாயர்களோடு மோதுவதற்காகக் காத்துக் கொண்டிருந்தார்.

தாவுத்துக்குத் தனது மாபெரும் படைகளின் மேல் அபார நம்பிக்கையிருந்தது. நாற்பதாயிரம் குதிரைகள், ஒரு லட்சத்து ஐம்பதாயிரம் வீரர்கள், ஆயிரக்கணக்கான யானைகள், எக்கச்சக்கமான துப்பாக்கிகள், பீரங்கிகள்.

கவனத்துடன் தான் செயல்பட வேண்டிய நேரம் இது என்று அக்பருக்குப் புரிந்திருந்தது. கொஞ்சம் தவறவிட்டாலும் பழைய கதைதான் நிகழும். பழைய கதை என்றால், ஹுமாயூன், ஆப்கன் மன்னர் ஷேர் ஷாவிடம் தோற்று பரதேசியாகத் திரிந்தாரே, அதே நிலை.

அப்போதுதான் அஜ்மீர் சுற்றுப் பயணத்தை முடித்துவிட்டு ஆக்ராவுக்குத் திரும்பியிருந்தார் அக்பர். உடனே ஒரிஸ்ஸா வுக்குச் சென்றாக வேண்டிய சூழல். தானே நேரடியாகக் களத்தில் இறங்குவது என்று முடிவு செய்திருந்தார் அவர். தரை வழியில் சென்றால் பெரும் தாமதம் உறுதி. எனவே ஆற்றில் இறங்கினார் அக்பர். ஏகப்பட்ட பெரிய, சிறிய படகுகள். தனது முக்கிய அமைச்சர்களுடனும் தளபதிகளுடனும் யமுனை வழியே கிளம்பினார். பயணத்தில் பொழுதுபோக்குக்காக படகு களில் கலைஞர்களும் பெண்களும்கூட அழைத்துச் செல்லப் பட்டனர். பால்சுந்தர், சமன் என்ற இரண்டு போர் யானைகளும், அவற்றுக்குத் துணையாக இரண்டு பெண் யானைகளும்கூட

---

★ வருட வருமானம் ரூ. 50,00,000 என்றொரு குறிப்பு உண்டு.

படகுகளில் சென்றன. மழைக்காலம். நதிகளில் நீரோட்டம் சீறற்று இருந்ததால் பயணம் அபாயகரமானதாகத்தான் இருந்தது. சில படகுகள் உடைந்தன. சில மூழ்கின.

பயணத்தை ஆரம்பித்த இருபத்தாறாவது நாளில் வாரணாசியை அடைந்தார் அக்பர். அங்கு மூன்று நாள் ஓய்வெடுத்துவிட்டு, கங்கை நதியில் பயணத்தைத் தொடர்ந்தார். பின் அதன் கிளை நதியான கோமதியில். அதற்குப் பின்பு தரைவழியாக அந்தப் பகுதியில் கூடிய முகலாயப் படைகள், அக்பரோடு சேர்ந்து கொண்டன. தரைவழிப் படைகள் நதிக்கரை வழியே பயணத்தைத் தொடர, படகுகள் பாட்னாவை நோக்கிச் சென்றன.

அப்போது தாவுத் பாட்னாவின் மலைப்பகுதிகளில் தலைமறை வாக இருந்தார். 'வா, வந்து மோதிப்பார்.' அக்பரின் சவாலை எதிர்கொள்ள தாவுத் தயாராக இல்லை. இரவோடு இரவாக தனது படைகளுடன் தப்பித்து ஓடினார், வங்காளம் நோக்கி. பாட்னா முகலாயர்கள் வசமானது. ஆசைதீர கொள்ளையடித்தார் கள். தங்கம், வெள்ளி மட்டுமல்ல, 265 யானைகளும் அதில் அடக்கம்.

அக்பருக்கு, தாவுத் உடனான போர் நீண்ட காலம் இழுக்கும் என்று தோன்றியது. தான் இல்லாத அந்த நீண்ட இடை வெளியைப் பயன்படுத்தி, எதிரிகள் ஆக்ராவையோ, டெல்லியையோ கைப்பற்ற முயற்சி செய்தால்? ஆகவே அக்பர் ஆக்ரா நோக்கித் திரும்பலானார். பாட்னாவை, தனது நம்பிக்கைக்குரிய தளபதியான கான்-ஐ-கானன் முனிம் கானிடம் ஒப்படைத்தார். தாவுதை ஒழிக்கும் பொறுப்பும் வங்காளத்தை பிடிக்கும் சவாலும் முனிம் கானிடம் சேர்ந்துகொண்டன.

முனிம் கானின் தலைமையில் முகலாயர்கள் தொடர்ந்து வெற்றி கரமாகப் போரிட்டனர். ஆனால் எண்பது வயது கிழட்டுப் புலியான முனிம் கான் 1575ல் இறந்துபோனார். மீண்டும் தாவுத்தின் கை ஓங்கியது. அக்பர் மீண்டும் படைகளை அனுப்பினார். இறுதியாக 1576, ஜூலையில் பிகாரில் தாவுத் கான் சுற்றி வளைக்கப்பட்டார். களத்திலேயே தாவுதின் தலை கழுத்தைவிட்டு விடைபெற்றது.

தாவுதின் முடிவுக்குப் பின் ஆப்கனியர் பெருமளவில் ஒடுக்கப் பட்டனர். வங்காளமும் முகலாயப் பேரரசோடு இணைக்கப் பட்டது.

•

'ஆட்சி நடத்தும் விதம் சரியில்லை. நிர்வாகம் சரியில்லை. மத உணர்வுகள் மதிக்கப்படுவதில்லை. தாங்கள்தான் காபுலை மீட்டெடுக்க வேண்டும்' - கிழக்குப் பிராந்தியத்திலுள்ள பல இஸ்லாமிய மதகுருக்களிடமிருந்து அக்பருக்கு வேண்டுகோள் கள் வந்த வண்ணம் இருந்தன. இருந்தாலும் அக்பர் மௌனம் காத்தார். காரணம் காபுலை ஆண்டு வந்தவர் மிர்ஸா முகம்மது ஹக்கிம், அக்பரின் சொந்தச் சகோதரர்.

ஹக்கிம் 1554ல் காபுலில் பிறந்தவர். அக்பரைவிட பன்னிரண்டு வயது இளையவர். ஹக்கிம் இளைஞர் ஆனவுடன் காபுலை ஆளும் பொறுப்பை அளித்தார் அக்பர். அரியணை ஆசையில் ஹக்கிம், எல்லை தாண்டினார். பஞ்சாபின் பகுதிகளை ஆக்கிர மிக்கப் படையெடுத்தார். முதல் சில முயற்சிகள் தோல்வி யடைந்தன. 1581ல் ஹக்கிமின் தளபதி சத்மானின் தலைமையில் வந்த படையினர், ராஜா மன் சிங்கின் தலைமையிலான முகலாயப் படையினரைத் தோற்கடித்தனர். பஞ்சாப் ஹக்கிம் வசம் போனது.

அதுவரை ஹக்கிமைச் சகித்துக் கொண்டு, பொறுமை காத்த அக்பர் வெகுண்டெழுந்தார். படையெடுப்பு. போர். கடும் தாக்குதல். ஹக்கிமுக்குச் சரணடைவது தவிர வேறு வாய்ப்புகள் வழங்கப்படவில்லை. பஞ்சாப் மீட்கப்பட்டது. காபுலையும் முகலாயப் பேரரசோடு இணைத்துக் கொண்டார் அக்பர். இருந்தாலும் சகோதரப் பாசம். ஹக்கிமிடமே மீண்டும் ஆட்சிப் பொறுப்பைக் கொடுத்தார். பதவி போதை ஹக்கிடமிருந்து இறங்கியிருந்தது. ஆனால் மதுவின் போதை அதிகம் தேவைப்பட்டது. சில நாள்களாக கண்ணே விழிக்க முடியாத அளவுக்குக் குடித்தார். அப்புறம் நிரந்தரமாகக் கண்விழிக்கவே இல்லை (1585). ஹக்கிமின் இறப்புக்குப் பின் ராஜா மன் சிங்கின் பொறுப்பில் காபுல் ஒப்படைக்கப்பட்டது.

**1528**ல் மத்தியப்பிரதேசத்தில் கோஹரா என்ற கிராமத்தில் பிறந்தவர் மகேஷ் தாஸ். ஏழைதான். ஆனால் படித்தவர். அவரது

தாத்தா ருப்தார் ஒரு சமஸ்கிருத பண்டிதர். ஆகவே பேரனுக்கு வளமான கல்வியை வழங்கினார். மகேஷ் தாஸ் தனது பேச்சுச் சாதுர்யத்தால் அனைவரையும் கவருபவராக இருந்தார். அவர் பேச ஆரம்பித்தாலே கூட்டம் கூடிவிடும்.

அக்பர் ஒருமுறை வேட்டைக்குச் சென்றிருந்தார். ஓரிடத்தில் மக்கள் கூட்டம். பேரரசர் வருவதைக் கூட கவனிக்காமல் வேறு எதையோ ஆர்வமாகக் கேட்டுக் கொண்டிருந்தனர். அக்பரும் கூட்டத்தை விலக்கி உள்ளே நுழைந்தார். பேசிக் கொண்டிருந்தவர் மகேஷ் தாஸ்தான்.

நகைச்சுவையும் குறும்பும் அதே சமயத்தில் அறிவுபூர்வமான விஷயங்களும் கலந்திருந்த அந்தப் பேச்சு அக்பரையும் கவர்ந்தது. 'உங்கள் பேச்சு எனக்கு மிகவும் பிடித்திருக்கிறது. நீங்கள் எப்போது வேண்டுமானாலும் என்னை ஆக்ராவின் அரண்மனையில் வந்து சந்திக்கலாம். இது என் மோதிரம். இதைக் காட்டினால் நீங்கள் என்னைச் சந்திக்க அனுமதி கிடைக்கும்' என்று மோதிரத்தை மகேஷ் தாஸிடம் கொடுத்து விட்டுக் கிளம்பினார் அக்பர்.

மகேஷ் தாஸுக்கு மட்டற்ற மகிழ்ச்சி. தன் ஏழைமை நீங்க வழி பிறந்துவிட்டது என்று அடுத்த சில நாள்களிலேயே ஆக்ராவுக்குக் கிளம்பினார். அரண்மனையை அடைந்தார். வாசலிலேயே இரண்டு காவலர்கள் மறித்து என்னவென்று கேட்டனர்.

'மன்னரைச் சந்திக்க வந்திருக்கிறேன்.'

'என்ன மன்னரையா? நீயா?' - மகேஷ் தாஸின் பரிதாபமான தோற்றமும், கிழிந்த உடைகளும் காவலர்களை அப்படிக் கேட்க வைத்தது.

'ஆமாம்' என்ற மகேஷ் தாஸ், அக்பர் அளித்த மோதிரத்தை எடுத்துக் காட்டினார்.

காவலர்கள் அசந்து போயினர். எப்படியும் மன்னரைச் சந்தித்து விட்டு பெரிய சன்மானத்துடன்தான் இந்த ஆள் திரும்புவான் என்று கணக்குப் போட்டனர்.

'சரி, உன்னை உள்ளே அனுமதிக்கிறோம். ஆனால் ஒரு நிபந்தனை. மன்னர் அளிக்கும் சன்மானத்தில் பாதியை எங்களுக்குத் தந்துவிட வேண்டும். சம்மதமா?'

'சம்மதம்' என்று சொல்லிவிட்டு அக்பர் இருந்த அவையைச் சென்றடைந்தார் மகேஷ் தாஸ். அவரை மீண்டும் சந்தித்ததில் அக்பருக்கு பெரும் மகிழ்ச்சி. 'உங்களுக்கு என்ன வேண்டுமோ கேளுங்கள்' என்றார்.

'எனக்கு நூறு சாட்டையடிகள் வேண்டும் மன்னா' என்றார் மகேஷ் தாஸ். அவையில் இருந்தவர்களுக்கெல்லாம் அதிர்ச்சி. இவர் இப்படி விஷமமாகச் சொல்கிறார் என்றால் உள்ளே வேறு ஏதோ விஷயம் இருக்கிறது என்று புரிந்துகொண்டார் அக்பர். ஆகவே 'என்ன நடந்தது சொல்லுங்கள்' என்றார்.

மகேஷ் தாஸ் வாயில் காவலர்களுக்கு அளிக்க வேண்டிய பாதி சன்மானத்தைப் பற்றிச் சொன்னார். அந்தக் காவலர்கள் அழைக்கப்பட்டனர். அவர்களுக்கு ஐம்பது சாட்டையடிகள் வழங்கப்பட்டன. மகேஷ் தாஸுக்கு அக்பரின் அமைச்சரவை யிலேயே வேலை கொடுக்கப்பட்டது.

மகேஷ் தாஸுக்கு அக்பர் சூட்டிய புதிய பெயர் பீர்பால். வலுவான அறிவு கொண்டவர் என்று அதற்குப் பொருள். தத்துவம், மதம், அரசியல், சட்டம், நகைச்சுவை என்று எந்த விதமாக அக்பர் கேள்வி கேட்டாலும் அதற்கு நகைச்சுவை யோடு பதில் சொல்லி அக்பரை மகிழ்வித்தார் பீர்பால், நல்ல கவிஞரும்கூட.

ஒருசமயம் போலோ விளையாடும்போது குதிரையிலிருந்து தவறி விழுந்த பீர்பால் கண்திறக்கவில்லை. உடன் விளையாடிக் கொண்டிருந்த அக்பர் துடிதுடித்துப் போய்விட்டார். உடனே பீர்பாலை அள்ளி எடுத்துக் கொண்டு அரண்மனைக்கு ஓடினார். மருத்துவர்கள் வந்து பீர்பாலில் மயக்கம் தெளிய வைத்த பிறகே அக்பரின் முகத்தில் நிம்மதி படர்ந்தது.

இன்னொரு சமயத்தில் யானைச் சண்டையை ரசித்துக் கொண்டிருந்தார் அக்பர். தறிகெட்டு ஓட ஆரம்பித்த யானை ஒன்று பீர்பாலைக் குறி வைத்தது. குதிரை மீதிருந்த அக்பர், விரைந்து சென்று பீர்பாலின் உயிரைக் காப்பாற்றினார். பீர்பாலோடு அக்பர் கொண்டிருந்த சிநேகம் அலாதியானது.

பல்வேறு படையெடுப்புகளில் அக்பருக்குத் தளபதியாக செயல்பட்டிருக்கிறார் பீர்பால். காபுலில் பொறுப்பிலிருந்த

*முகலாயர்கள்* / 133

பீர்பால்

ராஜா மன் சிங், ஆப்கன் எதிரிகளைச் சமாளிக்க முடியாமல் திணறினார். அவரை அந்தப் பொறுப்பிலிருந்து விடுவித்த அக்பர், பதிலாக பீர்பாலை காபுலுக்கு அனுப்பி வைத்தார்.

பீர்பால், எவ்வளவுக்கு எவ்வளவு அக்பரோடு நெருக்கமாக இருந்தாரோ அதே அளவு நெருக்கடிகளையும் சந்தித்தார். தன் மனத்திலும் ராஜ்ஜியத்திலும் அக்பர் பீர்பாலை வைத்திருந்த உயரம், மற்றவர்களை வயிறெரிய வைத்தது. பீர்பாலின் மதிப்பைக் காலிசெய்ய, அவரையே காலிசெய்ய பின்னப்பட்ட சதிகள்★ ஏராளம். தனது புத்தி சாதுர்யத்தால் ஒவ்வொரு சதியிலிருந்தும் தப்பித்து, அக்பருடனான உறவு கெடாமல் பார்த்துக் கொண்டார் பீர்பால்.

---

★ பீர்பாலைச் சுற்றி பின்னப்பட்ட பல சதிகள், நகைச்சுவை கலந்த கதைகளாகச் சொல்லப்படுவதுண்டு. அவற்றில் எத்தனைக் கதைகள் உண்மையானவை, எத்தனை புனையப்பட்டவை என்று சொல்ல முடியாது. பீர்பால் கதைகளுக்கு இந்தியாவின் நாடோடிக் கதைகள் வரிசையில் தனி இடமுண்டு.

134 / முகில்

காபுலின் பிரச்னைகள் வளர்ந்துகொண்டேதான் சென்றன. பீர்பாலுக்குப் பொறுப்பு கடினமாகிக் கொண்டே போனது.

●

தன் ஆட்சிக் காலத்தில் வெகு சில சந்தர்ப்பங்களில் மட்டுமே தர்பாரைத் தவிர்த்திருக்கிறார் அக்பர். அன்றும் அப்படித்தான். அந்தச் செய்தியைக் கேட்ட கணத்திலிருந்தே மௌனத்துக்குள் புதைந்துபோனார் பேரரசர். அவர் அப்படி அழுது மற்றவர்கள் பார்த்ததே இல்லை. உணவு, நீர் தவிர்த்தார். தன் அறைக்குள் இருந்து வெளியே வரவேயில்லை. இரண்டு நாள்கள் முழுமையாக. துக்க அனுஷ்டிப்பு.

'பீர்பால் இறந்துவிட்டார்.'

எல்லைப் பகுதியில் Yusafzai என்ற ஆப்கன் பழங்குடியினருக்கும் முகலாய வீரர்களுக்குமான மோதல். மலண்டரி என்ற மலைப்பகுதியில் நடந்த யுத்தம் அது. பீர்பாலின் தலைமையில் கடுமையாகப் போரிட்ட முகலாய வீரர்களால் சமாளிக்க முடியவில்லை. பீர்பால் கொல்லப்பட்டார். தலைமையை இழந்த பிறகு முகலாயப் படையும் சிதைந்து போனது. இது 1586ல் நடந்ததாக நம்பப்படுகிறது.

போரில்தான் பீர்பால் கொல்லப்பட்டார் என்பது சில சரித்திர ஆசிரியர்கள் சொல்வது. அப்போது முகலாயப் படையில் இருந்த தளபதி ஸெய்ன் கான் செய்த சதி என்கிறார்கள் சிலர். பீர்பாலுக்குத் தவறான வழியைக் காட்டினான் அவன். ஆக, மீண்டு வரமுடியாத ஒரு மலைப்பகுதியில் பீர்பால் படைகளோடு சிக்கிக்கொண்டார். அங்கு மறைந்திருந்த பழங்குடியினர் அதிரடியாகத் தாக்குதல் நடத்தி பீர்பாலை வீழ்த்தினர்.

'எனது அஸ்தியைக் கங்கையில் கரைக்க வேண்டும். பேரரசரிடம் சொல்லிவிடுங்கள்.' பீர்பாலின் கடைசி ஆசை அக்பரிடம் தெரிவிக்கப்பட்டது. ஆனால் அக்பர் அப்படிச் செய்யவில்லை. தன் ஆருயிர் நண்பரின் அஸ்தி கங்கையோடு கரைந்து காணாமல் போவதை அவர் விரும்பவில்லை. ஹரித்வாரில் கங்கை நதிக்கருகே கிணறு ஒன்றைத் தோண்டச் சொன்னார். அந்தக் கிணற்றில் பீர்பாலின் அஸ்தி கரைக்கப்பட்டது.

முகலாயர்கள் / 135

எல்லைகளை விரிவுபடுத்துவது ஒன்றுதான் எண்ணமாக இருந்தாலும் இன்னொருபுறம் இருக்கின்ற எல்லைகளைக் கட்டிக்காப்பதே கடினமான விஷயமாக இருந்தது. குறிப்பாக வடமேற்கு எல்லை. எந்த நேரம் வேண்டுமானாலும் ஆப்கனியர்களும் உஸ்பெக்கியர்களும் உள்ளே நுழைந்து உருக்குலைத்து விடும் அபாயம் நிறைந்த பகுதி. ஆக காபுலைத் தன்பிடியில் வைத்திருப்பதென்பது அக்பருக்கு முக்கியமானதாகப்பட்டது.

உஸ்பெக்குகளின் தலைவராகக் கருதப்பட்ட அப்துல்லாவுக்கு, பூர்விக ஆப்கனியர்களின் பேராதரவு இருந்தது. குறிப்பாக Yusafzais பழங்குடியினரின் அமோக ஆதரவு அவருக்கு இருந்தது. 'டெல்லியைக் கைப்பற்றினால் என்ன?' - அப்துல்லாவுக்கு அப்படி ஓர் ஆசையும் இருக்கவே செய்தது.

இந்தமுறை தனது நம்பிக்கைக்குரிய இன்னொரு தளபதி ராஜா தோடர் மாலை காபுலுக்கு அனுப்பினார் அக்பர். கூடவே தனது இரண்டாவது மகன் இளவரசர் முராடையும் அனுப்பினார். கடந்த கால தோல்விகள் மீண்டும் ஏற்பட்டுவிடக்கூடாது என்று ஜாக்கிரதையாக மாபெரும் படை ஒன்றையும் அனுப்பி வைத்தார். போர் கடுமையாக ஆரம்பித்தாலும் வெற்றி வெகு சீக்கிரத்திலேயே முகலாயர் வசம் வந்தது. அப்துல்லா, டெல்லியின் மீதிருந்த தனது ஆசையைக் குழிதோண்டி புதைத்துக் கொண்டார்.

காபுலை தன்வசப்படுத்தியபின் லாகூரைத் தலைமையகமாகக் கொண்டு இயங்க ஆரம்பித்தார் அக்பர்.

●

பேரரசருக்கு கோடைகாலத்தைச் சமாளிப்பதென்பது சற்றே சிரமமான செயலாகத்தான் இருந்தது. உடலுக்கும் கண்ணுக்கும் குளிர்ச்சியான பிரதேசங்கள் எதுவும் இங்கே இல்லையா என்று யோசித்துக் கொண்டிருக்கும்போதே காஷ்மீர் நினைவுக்கு வந்தது. பாபரும் ஹுமாயூனும் மனதார நேசித்த பகுதி. கைப்பற்ற நினைத்த பிரதேசம். இஸ்லாமிய ஆட்சியாளர்கள் கையில்தான் இருந்தது.

மிர்சா ஷாருக், ராஜா பக்வான் தாஸ் இருவரையும் காஷ்மீருக்கு அனுப்பினார் அக்பர். 'நீங்கள் பேசுங்கள். சுல்தானை முகலாயப் பேரரசோடு இணைந்துகொள்ளச் சொல்லுங்கள்.'

அப்போது காஷ்மீரை ஆண்டுவந்த சுல்தான் யூசுப் ஷாவுக்கு தன் ராஜ்ஜியத்தை விட்டுக்கொடுக்க விருப்பமில்லை. அதே சமயத்தில் அவர் முகலாயர்களுடனான போரையும் விரும்ப வில்லை. 'பாதுஷாவுக்குக் கட்டுப்பட்டு ஆட்சிசெய்கிறேன்' என்ற செய்தியோடு தனது இரு மகன்களையும் அக்பரின் அரசவைக்குப் பணயமாக அனுப்பிவைத்தார். அக்பரால் அதை ஏற்றுக்கொள்ள முடியவில்லை. படை ஒன்றை தயாராகச் சொன்னார். காஸிம் கான் என்ற தளபதியின் தலைமையில் காஷ்மீருக்கு அனுப்பினார். 'காஷ்மீரைக் கைப்பற்றுங்கள். சுல்தானை என் காலடியில் வந்து விழச் சொல்லுங்கள்.'

சுல்தான் யூசுப் ஷாவால் பெரிய எதிர்ப்பு எல்லாம் காட்ட முடியவில்லை. ஆனால் அவரது மகன் யாகுப், அங்கிருந்து தப்பித்துச் சென்று தலைமறைவானார். பின் படைதிரட்டி வந்து எதிர்ப்பைக் காட்டினார். ஆனால் முகலாயப் படையினர் யாகுபை மண்டியிடச் செய்தனர். யூசுபும் யாகுபும் பின்பு அக்பரால் மன்ஸப்தார்களாக நியமிக்கப்பட்டனர். 1589ல் அக்பர் முதன்முதலில் காஷ்மீர் குளுமையை அனுபவித்தார். அதுமுதல் காஷ்மீர் முகலாயர்களின் கோடைவாசஸ்தலமானது.

•

1574 முதலே முல்டான் முகலாயர்கள் வசம்தான் இருந்தது. அதை ஆண்டுவந்த கவர்னர் கான்-ஐ-கானன் அப்துர் ரஹீம் (பைரம் கானின் மகன்தான்). தன் பேரரசின் வடமேற்குப் பகுதியை மேலும் பலப்படுத்தும் விதமாக சிந்துப் பகுதியைக் குறி வைத்தார் அக்பர். முதலில் சிந்து, அப்புறம் பலுசிஸ்தான். அடுத்ததாக காந்தஹாரையும் பிடித்து கட்டுப்பாட்டுக்குள் கொண்டு வந்துவிட்டால் யாராலும் அசைக்க முடியாது.

அக்பர், பொறுப்பை கவர்னர் அப்துர் ரஹீமிடம் ஒப்படைத்தார். சிந்தின் ஆட்சியாளர் மிர்ஸா ஜானி பெக் சரணடைந்தார். தட்டா என்ற ஒரு சிறு பகுதியை ஆளும் உரிமை அவருக்கு வழங்கப் பட்டது. அடுத்தது பலுசிஸ்தான். 1595ல் பலுசிஸ்தான் முழுவதும் முகலாயர் வசம். காபுலில் இருந்தபடி காந்தஹாரைக் கவனிப்பது எளிதாக இருந்தது. காந்தஹார் அரசர் மிர்ஸா முஸாஃபர் ஹுசைனும் சிக்கலில்தான் இருந்தார். துருக்கியர்களும் உஸ்பெக்கியர்களும் அடிக்கடி தொல்லை கொடுத்துக் கொண்டிருந்தார்கள். ஏறிவரும் எதிரிகளைத்

துவம்சம் செய்யுமளவுக்கு வலிமையான நிலையில் அரசர் இல்லை. முகலாயப் படைகள் காந்தஹாரை நெருங்கிய சமயத்தில் (மே, 1595) உஸ்பெக்கியர்கள் அதைச் சூழ்ந்திருந்தார்கள்.

இதோ காப்பாற்ற நாங்கள் வந்துவிட்டோம் என அழையா விருந்தாளியாக உள்ளே சென்றது முகலாயப் படை. உஸ்பெக்கியர்கள் பின்வாங்கினார்கள். அரசர் அடிபணிந்தார். சொட்டு ரத்தம்கூட சிந்தாமல் சிதறாமல் காந்தஹார் முகலாயப் பேரரசோடு இணைக்கப்பட்டது.

உஸ்பெக்கியர்களின் தலைவரான அப்துல்லா, அக்பரோடு நட்புக்கரம் நீட்டினார். அக்பரும் ஏற்றுக்கொண்டார். இனி வடமேற்கு எல்லை குறித்த வீண் கவலைகள் வேண்டாம். தெற்கு அழைக்கிறது.

•

தக்காணம். அக்பரின் கனவில் நீண்ட காலமாக வந்துபோய்க் கொண்டிருந்த பிரதேசம். தக்காணத்தையும் வசப்படுத்தி விட்டால் அகண்ட முகலாய சாம்ராஜ்ஜியம் உருவாகிவிடும். பலகாலமாகவே பொறுமையாக தக்காணத்து நிகழ்வுகளை நோட்டமிட்டுக் கொண்டிருந்தார் அக்பர். விஜயநகரப் பேரரசின் வளர்ச்சி அக்பரின் நிம்மதியான தூக்கத்தைக் கொஞ்சம் களவாடத்தான் செய்திருந்தது.

அப்போது தக்காணத்தில் என்ன நிகழ்ந்து கொண்டிருந்தது? விஜயநகரப் பேரரசு தொலைந்து போய்க் கொண்டிருந்தது.

1336ல் ஹரிஹரராயர், புக்கா ராயரால் தோற்றுவிக்கப்பட்ட விஜயநகர அரசு, ஹம்பியைத் தலைநகராகக் கொண்டு அடுத்த இரண்டு நூற்றாண்டுகளில் பேரரசாக வளர்ந்தது. ஹரிஹரராய ரும் அவருக்குப் பின் வந்தவர்களும் சங்கம வம்சத்தினர் ஆவார்கள். 1485ல் சங்கமர்களைத் துரத்திவிட்டு சாளுவ வம்சத்தின் நரசிம்ம தேவராயர் ஆட்சிக்கு வந்தார். 1491ல் சாளுவர்களிடமிருந்து அரசைப் பிரித்து, துளுவ வம்சத்தின் நரச நாயக்கர் அரியணை ஏறினார். துளுவ வம்சத்தில் வந்த மூன்றாவது பேரரசர்தான் கிருஷ்ணதேவராயர் (1509-1529). அவரது ஆட்சிக்காலத்தில் விஜயநகரப் பேரரசின் எல்லைகள்

விரிவடைந்தன. கிட்டத்தட்ட ஆந்திரா, கர்நாடகா, கேரளா, தமிழகம் முழுவதுமே விஜயநகரப் பேரரசின் கட்டுப்பாட்டில் தான் இருந்தன.

கிருஷ்ணதேவராயருக்குப் பின்வந்த அவரது தம்பியான அச்சுதராயர் காலத்தில் இருந்தே விஜயநகரப் பேரரசு பலவீன மடைய ஆரம்பித்தது. அறவிடு வம்சத்தைச் சேர்ந்த ராமராயர் பேரரசைப் பிரித்துக் கொண்டு தனியாக ஆட்சி செய்ய ஆரம்பித் தார். பழைய எதிரிகள் எல்லாம் தலையெடுக்க ஆரம்பித்தார்கள், குறிப்பாக தக்காணத்தின் முஸ்லீம் ஆட்சியாளர்கள்.

1565, ஜனவரி 26. தலைக்கோட்டையில் (கர்நாடகா) மாபெரும் யுத்தம். ராமராயரின் விஜயநகரப் படைகள், தக்காண சுல்தான் கள் மற்றும் பிற ராஜாக்கள் இணைந்த கூட்டணிப் படைகளுடன் மோதின. அதுவரை விஜயநகரப் படையில் இருந்த முஸ்லிம் தளபதிகளும் வீரர்களும் எதிரணியில் திரண்டிருந்தாலும் இருபக்கமும் சமபலம். ராமராயரின் யானைப்படை எதிரிகளை மிரட்டியது. ஆனால் கூட்டணிப்படை வசமிருந்த துப்பாக்கி களும் பீரங்கிகளும் விஜயநகரப் படைகளை நிலைகுலைய வைத்தன. ராமராயர் கொல்லப்பட்டார். தோல்வி. விஜயநகரப் பேரரசு தனது அந்திமக் காலத்தில் இருந்தது.

அஹமத்நகர், பிஜப்பூர், கோல்கொண்டா, காந்தேஷ், பேரார், பிடார் போன்ற பகுதிகள் ஒவ்வொன்றும் சுல்தான் கள் அதிகாரத்தில்தான் இருந்தன. ஆனால் சுல்தான்களுக்குள் ஒற்றுமையில்லை. ஷியா பெரியதா, சன்னி பெரியதா என்ற வாழையடி வாழை மோதல். எப்போது யாரை வீழ்த்தலாம் என்றுதான் ஒவ்வொருவரும் தனித்தனியாகத் திட்டமிட்டுக் கொண்டிருந்தார்கள். அதுவே அக்பருக்கு வசதியாக இருந்தது.

முகலாயப் பேரரசுக்குக் கட்டுப்பட்டு நடக்கும்படி எல்லோருக் கும் செய்தி அனுப்பினார். அதை மதித்து கட்டுப்பட்டவர் காந்தேஷின் சுல்தான் ராஜா அலி மட்டுமே. மற்றவர்கள் மறுத்துவிட்டனர்.

புவியியல் ரீதியாக தெற்கில் காலடி எடுத்து வைத்ததும் முதலில் அகப்பட்டது அஹமத் நகர். நிஷாம் ஷாகி பரம்பரை சுல்தான்கள் அதை ஆண்டு வந்தார்கள். பேராரும் அவர்கள் கட்டுப்பாட்டில்

சந்த் பீவி சுல்தானா

தான் இருந்தது. தளபதி கான்-ஐ-கானன் அப்துர் ரஹீம், இளவரசர் முராட் தலைமையில் மிகப்பெரிய முகலாயப் படை அஹமத் நகரை அதகளம் செய்ய முற்றுகையிட்டது.

அத்தனை பெரிய படையைக் கண்டு சற்றும் மிரளாமல் தைரியமாகக் களமிறங்கினாள் சந்த் பீவி சுல்தானா. தனது கணவர் இரண்டாம் அஹமது ஷாவை இழந்திருந்த சுல்தானாவுக்கு, சிறுவயது மகன் பகதூர் ஷாவையும் கூடவே ராஜ்ஜியத்தையும் கட்டிக் காக்க வேண்டிய பெரிய பொறுப்பு இருந்தது. சுல்தானைவை வீழ்த்திவிட்டு ஆட்சியைப் பிடிக்க நம்பிக்கை துரோகக் கூட்டம் ஒன்று நாக்கைச் சுழட்டிக் கொண்டிருந்தது. எதற்கும் அஞ்சாத சுல்தானாவின் தலைமையில் அஹமத் நகர் வீரர்கள், முகலாய வீரர்களோடு வலிமையாகப் போராடினார்கள் (1595).

முகத்திரையோடு களமிறங்கி தன் வாளில் ரத்தம் பார்த்துக் கொண்டிருந்தாள் சுல்தானா. ஒரு கட்டத்தில் முராடுக்கும் அப்துர் ரஹீமுக்கும் இடையே உரசல். முகலாயத் தலைமையில் குழப்பம். வீரர்கள் கலைந்துபோயினர். முற்றுகையைக் கைவிட வேண்டிய சூழல். முகலாயத் தரப்பிலிருந்து சுல்தானாவோடு அமைதிப் பேச்சுவார்த்தை நடத்தப்பட்டது. பேராரை

விட்டுக்கொடுப்பதாக ஒப்புக்கொண்டாள் சுல்தானா. குட்டி இளவரசர் பகதூர் ஷாவை அஹமத் நகரின் சுல்தானாக்க முகலாயர்கள் ஒப்புக் கொண்டார்கள். ஒப்பந்தம் கையெழுத்தானது. முராட் அதற்குப் பொறுப்பாக நியமிக்கப்பட்டார்.

அடுத்த மூன்று வருடங்களுக்கு அக்பரால் போர் குறித்து சிந்திக்க முடியவில்லை. கடுமையான பஞ்சம். பற்றாக்குறை. இந்தியா முழுவதும். ஒரு வழியாக மீண்டபோது, அந்தச் செய்தி வந்து சேர்ந்தது. 'இளவரசர் முராட் அளவுக்கு அதிகமாக மது அருந்துகிறார். யாராலும் கட்டுப்படுத்த முடியவில்லை.' மே, 1599ல் அந்த கெட்ட செய்தியும் வந்து சேர்ந்தது. 'போதை அதிகமாகி இளவரசர் இறந்துவிட்டார்.'

பேராரைக் கைப்பற்ற ஒரு கூட்டம் கிளம்பியது. முகலாயப் படைகள் பேராருக்குச் சென்று நிலைமையைக் கட்டுக்குள் கொண்டு வந்தன. அடுத்ததாக அஹமத் நகரில் ஒரு குழப்பம். 1600ன் வசந்த காலம் சந்த் சுல்தானா தனது சொந்த எதிரிகளால் படுகொலை செய்யப்பட்டாள். அக்பர், தனது நெருங்கிய நண்பரும், அந்தரங்கக் காரியதரிசியுமான அபுல் பாஸ்லின் தலைமையில் படையொன்றை அஹமத் நகருக்கு அனுப்பி வைத்தார். நிலைமை சீர்படுத்தப்பட்டது.

பின்பு அக்பரே நேரே அஹமத் நகருக்குச் சென்றார். அக்பரது இளைய மகனான இளவரசர் தானியல், தளபதி அப்துர் ரஹீம் தலைமையில் முகலாயப் படைகள் அஹமத் நகரை முழுமையாகக் கைப்பற்றின. தன் பேரரசின் கட்டுப்பாட்டின் கீழ் அஹமத் நகர் வந்தபிறகுதான் அக்பருக்கு நிம்மதியே பிறந்தது.

•

இப்போது காந்தேஷிலிருந்து பிரச்னை கிளம்பியது. முகலாயப் பேரரசுக்கு இணக்கமாக இருந்த சுல்தான் ராஜா அலி இறந்துபோயிருந்தார். புதிய சுல்தானாகப் பொறுப்பேற்றிருந்த மிரான் பகதூருக்கு அக்பிடம் அடிபணிந்து போகும் எண்ணமில்லை. என் ராஜ்ஜியத்தை நான் ஆண்டு கொள்கிறேன். என்னைக் கட்டுப்படுத்த அக்பர் யார்?

அஸிர்கர் கோட்டை. காந்தேஷின் அதிமுக்கியமான, மிக வலிமையான கோட்டை. எதிரிகள் எளிதில் நெருங்கவோ, நுழையவோ முடியாத அளவுக்கு பாதுகாப்பு அரண்கள்

கொண்டது. அதைப் பிடித்துவிட்டால் காந்தேஷையே கைப் பற்றியது போலத்தான். கோட்டையை மேலும் பலப்படுத்திக் கொண்டு முகலாயர்களுக்குச் சவால் விட்டார் மிரான் பகதூர். தைரியமிருந்தால் வந்துபார்.

இந்தமுறை அக்பரே களமிறங்கினார். முகலாயப்படைகள் அஸிர்கர் கோட்டையை முற்றுகையிட்டன. மாதங்கள்தான் கழிந்தன. முன்னேற்றம் ஏதுமில்லை. ஏழு மாத இடைவிடாத முற்றுகைக்குப் பிறகே அக்பரால் அஸிர்கர் கோட்டையைக் கைப்பற்ற முடிந்தது. காந்தேஷும் கைகூடியது (1601). அஹமத் நகர், பேரார், காந்தேஷ் - மூன்றையும் ஆளும் பொறுப்பை இளவரசர் தானியலுக்குக் கொடுத்தார் அக்பர்.

அஸிர்கர் குறித்த சர்ச்சை ஒன்றும் உண்டு. அந்தக் கோட்டையை அக்பரால் கைப்பற்றவே இயலவில்லை. மாதங்கள் கரைந்து கொண்டேயிருந்தன. கைவிட்டுத் திரும்புவதும் கௌரவப் பிரச்னையாக இருந்தது. அதே நேரத்தில் வடக்கில் ஏதோ பிரச்னை என்று அக்பரது இன்னொரு மகனான இளவரசர் சலீமிடமிருந்து தகவல் வந்தது. ஆகவே உடனடியாக அங்கிருந்து திரும்பவேண்டிய நிலைக்குத் தள்ளப்பட்டார் அக்பர். அந்தச் சூழ்நிலையில் அஸிர்கர் ஆட்சியாளருடன் பேச்சுவார்த்தை நடத்தி, தேவையான வெகுமதி கொடுத்து கோட்டையைத் தன்வசப்படுத்திக் கொண்டார் என்று பதிவு செய்துள்ளனர் அக்பர் காலத்தில் உடனேயே இருந்து அவரது ஆட்சிமுறையைப் பதிவு செய்த கிறித்தவ ஆசிரியர்கள்*.

•

அக்பரின் முதல் மனைவி ரஹுய்யா பேகத்துக்கு பல ஆண்டுகளாகக் குழந்தையில்லை. இரண்டாவதாக அக்பர் திருமணம் செய்து கொண்ட சலிமா பேகத்துக்கும் (பைரம் கானின் மனைவி) குழந்தை கிடையாது. மூன்றாவது மனைவி ஹிராவுக்கும் குழந்தை பிறப்பு தள்ளிக்கொண்டே போனது. அக்பர், கவலையில் உழன்றார்.

ஹஸன், ஹுசைன் என்ற இரட்டைக் குழந்தைகள் பிறந்து கொஞ்ச நாள்களிலேயே இறந்துபோனதாகவும் தகவல் உண்டு.

---

★ Akbar and the Jesuits - An account of the Jesuit missions to the court of Akbar by Father Pierre Du Jarric, S.J.

சிக்ரி என்ற ஆக்ராவுக்கு அருகிலிருந்த கிராமத்தில் வசித்த ஒரு ஃபகீர் மீது அக்பருக்கு ஏக மரியாதை. அவர், ஷேக் சலிம் சிஸ்தி. அவரது தர்காவில் குழந்தை வரத்துக்காக மனமுருகப் பிரார்த்தனை செய்துகொண்டார் அக்பர். ஹிரா, நல்ல செய்தி சொன்னாள். அவளது பிரசவம் ஷேக் சலிம் சிஸ்தியின் தர்காவுக்கு அருகிலுள்ள மாளிகையில்தான் நடந்தது.

1569, செப்டெம்பர் 20ன் நள்ளிரவை நெருங்கும் வேளையில் ஹிராவுக்குப் பிறந்தது ஆண் குழந்தை. ஆக்ராவின் அரண்மனையில் இருந்த அக்பருக்குச் செய்தி கொண்டு சென்றார் ஷேக் இப்ராஹிம் (ஷேக் சலிமின் மருமகன்). வெகுமதிகளால் நனைந்தார். சிறைக் கைதிகள் சுதந்தரக் காற்றைச் சுவாசித்தனர். அடுத்த ஏழுநாள்கள் ஆக்ராவில் தினமும் திருவிழாதான். வீட்டில் யாரும் அடுப்பு பற்றவைக்கவில்லை. வேளா வேளைக்கு விருந்துச் சாப்பாடு.

பேரரசரின் கடலில் உதித்திருக்கும் விலைமதிப்பில்லா முத்து!
தெய்வீக ஒளியில் தோன்றிய ஒளிவிளக்கு! -

புலவர்கள் படையெடுத்து வந்தார்கள். இளவரசரைப் புகழ்ந்து பாடினார்கள். நிறைவாகத் திரும்பினார்கள்.

அக்பர் தனது வாரிசுக்கு வைத்த பெயர் நூர்-உத்-தின் சலிம். பின்னாளில் நிலைத்த பெயர் ஜஹாங்கிர். அந்தப்புரப் பெண்களின் கவனம் எல்லாம் குட்டி இளவரசர் மீதுதான். குழந்தையைத் தூக்குவதற்கும் கொஞ்சுவதற்கும் கவனித்துக் கொள்வதற்கும் ஏகப்போட்டி. சலிமுக்கு பின் முராட், தானியல், குஷ்ரவ் ஆகியோர் பிறந்தனர். பிறகு, ஒரு பெண்குழந்தை, ஷெகர்-உன்-நிஷா.

தந்தையைப் போலல்ல, சலிமுக்குப் படிப்பில் ஆர்வம் இருந்தது. துருக்கிய மொழி, பாரசீகம், அராபிக், உருது மொழிப் பயிற்சிகள் நான்கு வயதிலேயே ஆரம்பமாகியிருந்தன. கூடவே வரலாறு, புவியியல், கணிதப் பாடங்களும். சலிமின் முதல் ஆசிரியர் கான்-இ-கானன் அப்துர் ரஹீம். தான்சேன், சலிமுக்கு இசை கொடுத்தார்.

தனது பன்னிரண்டாவது வயதிலேயே முதல் போர்க்களத்தைச் சந்தித்தார் சலிம். 1581ல் காபுலில் நிலைமை சரியில்லாதபோது அதைச் சீராக்கச் சென்ற முகலாயப் படைத் தளபதிகளில் சலிமும்

ஒருவர். அவருடைய கண்காணிப்பின் கீழ் பத்தாயிரம் வீரர்கள் இயங்கினார்கள்.

1585ல் பன்னிரண்டாயிரம் வீரர்களை சலிமுக்குக் கொடுத்தார் அக்பர். தனது மகனுக்காகப் பெண்ணும் தேடிக் கொண்டிருந் தார். ஆப்கனிலிருந்தும் பாரசீகத்திலிருந்தும் ஏகப்பட்ட வரன்கள். எல்லா திசைகளிலிருந்தும் எக்கச்சக்க தூதுகள். சலிமின் தாயைப் போலவே மனைவியும் ராஜபுத்திரப் பெண்ணாக இருக்கட்டும் என்று முடிவெடுத்தார் அக்பர்.

பிப்ரவரி 13. திருமண நாள். ராஜபுத்திர மணப்பெண். முறைப்பெண்தான். அம்பர் ராஜா பர்மாலின் பேத்தி. அதாவது ஹிரா கன்வாரின் சகோதரர் மகள். மன்பாவதி பாய்*. இந்து முறைப்படியும் இஸ்லாமிய முறைப்படியும் திருமணம் நடந்தது. திருமணம் நிகழ்ந்த கச்வாகா மாளிகையிலிருந்து, சிக்ரியின் அரண்மனை நோக்கி மணமக்கள் ஊர்வலம். யானைகள், குதிரைகள், ஒட்டகங்கள் அணிவகுக்க பிரமாண்ட பேரணி. வழியெங்கும் அள்ளிவீசப்பட்ட தங்கக் காசுகளையும் நகைகளையும் சேகரித்து மகிழ்ந்தார்கள் மக்கள். ஏகப்பட்ட குதிரைப் படைகள், நூறு யானைகள், ஒட்டகங்கள், வேலையாள் கள், நகைகள், தங்கத்தாலான பாத்திர பண்டங்கள் என மன்பாவதி கொண்டுவந்த சீர்வரிசைப் பட்டியல் வெகு நீளம்.

சிக்ரியின் அரண்மனைக்குள் மணமக்கள் காலடி எடுத்து வைத்த நேரத்தில் பீரங்கிகள் முழங்கின. தீபாவளி போல அன்று இரவு எங்கும் விளக்குகளின் ஒளிப்பாய்ச்சல். அந்த பிரத்யேக அறை மலர்களாலும் மணத்தாலும் நிறைந்திருந்தது. கேலி, கிண்டல், சிரிப்பொலிகளுடன் இளவரசியை அந்த அறைக்குள் தள்ளிவிட்டார்கள் அந்தப்புரத் தோழிகள். இரவு முழுவதும் வெளியே கேலிபேச்சும் பாடல்களும் ஓயவில்லை.

விடிந்ததும் வயதில் மூத்த ராஜபுத்திர பெண்ணொருத்தி அறைக்குள் சென்றாள். வெளியே வந்தாள். மலர்களும் மஞ்சமும் கலையாமல் அப்படியே இருக்க, ஏமாற்றம் தழுவிய முகத்தோடு வெளியே வந்தாள்.

---

★ மன்பாவதி பாய்க்கு வைக்கப்பட்ட பெயராகச் சொல்லப்படுவதும் மரியம்-உல்-ஸமானி. இவர்தான் ஜோதாபாய் என்று சொல்பவர்களும் உண்டு. அது குறித்த முடிவில்லாத சர்ச்சையும் உண்டு.

அன்று மாலைக்கான திட்டம் தயாரானது. இடத்தை மாற்றலாம். ஏரிக்கு அருகிலுள்ள குஸ்கானா மாளிகை அம்சமாக இருக்கும். மாளிகை தன்னை அலங்கரித்துக் கொண்டது. இளவரசியைச் சுமந்துகொண்டு பல்லக்கு ஒன்று ஏரிக்கரையை நோக்கிச் சென்றது. மாளிகையில் கீழ்தளத்தில் ஆட்டம், பாட்டம், கொண்டாட்டம். மேல்தளம் தேவையான ஏற்பாடுகளுடன் தயாராக இருந்தது.

> ஆடைகள் அணிந்து நிற்கும் அவளிடம் எந்த அழகுக்கும் குறைவில்லை; ஆடைகள் களைந்து நிற்கையில்தான் அவள் சுயஅழகோடு தெரிகிறாள். ஏ, இளவரசியே! நீ மலர்ந்த மலர். தேன்குடிக்க வந்த தேனீ அவர். ஓ, இளவரசரே! ஜாக்கிரதை. மேடுகளும் பள்ளங்களும் நிறைந்த காட்டுக்குள் தொலைந்து போய்விடாதீர்கள்.

ராஜபுத்திரப் பெண்கள் காலம் காலமாகப் பாடிவரும் பாரம்பரியப் பாடல்கள் அவை. எல்லாமே இன்பத்துப்பால் ரகம். மறுநாள் காலையில் அறைக்குள் சென்று வந்த வயதான பெண்மணியின் முகத்தில் புன்னகை.

•

தனது திருமணம் வரை மதுவைச் சுவைத்ததில்லை சலிம். அதிலிருந்து விலகியே இருந்தார். தான் வணங்கும் இறைவனுக்கு உண்மையாக. 'இளவரசரே, கொஞ்சம் சுவைத்துத்தான் பாருங்களேன்.' ஒருநாள் சலிமுக்கு நெருங்கிய வேலைக்காரன் ஒருவன் ஆசையைத் தூண்டினான்.

அன்று சலிம் மதுவை முதன்முறையாகச் சுவைத்தார். பின்பு கொஞ்சம் கொஞ்சமாக மது அவரைச் சுவைக்க ஆரம்பித்தது. அடுத்த பத்தாவது வருடத்தில் ஒரு நாளைக்கு இருபது கோப்பை மது உண்ணும் அளவுக்கு அடிமையாகிப் போனார் சலிம். பகலில் குறிப்பிட்ட இடைவேளைவிட்டு பதினான்கு. இரவில் ஏகாந்தமாக ஆறு.

'இதைச் சொல்வதற்கு வருத்தப்படுகிறேன். நீங்கள் மதுவைக் குறைத்துக்கொள்ளாவிட்டால் அது உங்கள் உயிருக்கே ஆபத்தாக மாறிவிடும் இளவரசே.' அரண்மனை மருத்துவர் ஹகிம் ஹுமாம், சலிமை அக்கறையுடன் எச்சரித்தார். சலிமால்

இயலவில்லை. சூஇளவரசருக்கு ஒரு நாளைக்கு ஆறு கோப்பைகள் மதுதான் கொடுக்க வேண்டும். அதற்குமேல் கூடவே கூடாது' - அவரது பணியாளர்களுக்குக் கட்டளையிடப் பட்டது. அதற்கு ஓரளவு பலனிருந்தது.

•

சலிமுக்கும் மன்பாவதி பாய்க்கும் முதலில் ஆண் குழந்தை பிறந்தது (1587). லாகூரில். குஷ்ரவ் மிர்ஸா. சலிமின் திருமணங் கள் தொடர்ந்தன. பல்வேறு இனப் பெண்கள் அவரது மனைவி ஆனார்கள். சில காதல் திருமணங்கள். சில அரசியல் திருமணங் கள். இளவரசரது அந்தப்புரத்திலும் பெண்களின் எண்ணிக்கை அதிகரித்துக் கொண்டே போனது. முந்நூறு பெண்கள் வரை இருந்ததாகச் சொல்கிறது ஒரு குறிப்பு.

அந்தப் பருவ வயது பெண்ணைப் பார்த்ததுமே சலிமுக்கு வானத்தில் பறப்பது போலிருந்தது. அப்போது அவர் காஷ்மீரில் இருந்தார். அவளது அழகுக்கு முன் காஷ்மீரின் அழகு தோற்றுப்போவது போலத் தெரிந்தது. அவளிடம் பழகினார். யாரென்று விசாரித்தார். அதிர்ச்சியூட்டும் ஓர் உண்மை வெளிவந்தது.

அவள் ஸெய்ன்கான் கோகா என்பவரது மகள். ஸெய்ன்கான், அக்பருக்கு சகோதரர் முறை. ஆக, அவள் சலிமுக்கு சகோதரி போன்றவள். காதலில் விழுந்தபின் இளவரசர் வேறு எதைப் பற்றியும் யோசிக்கவில்லை. தனது தந்தைக்கு செய்தி அனுப்பி னார். 'பேரரசரே, நான் அவளைத் திருமணம் செய்துகொள்ள தாங்கள் அனுமதிக்க வேண்டும்.'

அக்பருக்கு தூக்கிவாரிப்போட்டது. 'முடியாது' என்றார் அழுத்தமாக. இளவரசரிடமிருந்து அடுத்த செய்தி வந்தது. 'தாங்கள் அனுமதிக்காவிட்டால் நான் அவளோடு சேர்ந்து ஜீலம் நதியில் குதிக்கத் தயாராக இருக்கிறேன்.'

'உன் இஷ்டப்படி செய்துகொள்' என்று பதில் அனுப்பினார் அக்பர். அவள் சலிமின் மனைவி ஆனாள். அந்தப்புரத்தில் அவளுக்கு அளிக்கப்பட்ட பட்டம் ஷாகிப்-ஐ-ஜமால். அழகிய துணைவி.

அனார்கலி. இந்தப் பெயரைப் பார்க்கும்போதே சலிம் என்ற பெயரும் நினைவுக்கு வரும். அனார்கலிக்கும் இளவரசர் சலிமுக்கும் இடையேயான காதல் கதை நிஜமாக நடந்ததுதானா?

லாகூரைச் சேர்ந்த ஓர் அடிமைப் பெண் அவள். பெயர் நாதிரா. அழகி. நடனமாடுவதில் தேர்ந்தவள். லாகூரில் ஒருநாள் அக்பரின் அவை கூடியிருந்தது. அப்போது இளவரசர் சலிமும் அங்கிருந்தார். கலை நிகழ்ச்சிகள் நடந்தன. அதில் நாதிராவின் முஜ்ரா நடனமும் ஒன்று. அவள் அழகில், நடன நளினத்தில் கிறங்கிப்போனார் சலிம். அக்பரும் அவளது நடனத்தை மிகவும் ரசித்தார். அவளுக்குப் புதிய பெயர் ஒன்றைச் சூட்டினார். அனார்கலி. அதன் பொருள் மலர்ந்த மாதுளை போன்றவள்.

சலிம், அனார்கலியைத் தனியாகச் சந்திக்கும் வாய்ப்புகளை உருவாக்கிக் கொண்டார். ரகசிய சந்திப்புகள் தொடர்ந்தன. காதலர்களானார்கள். ஒருநாள் அக்பரிடம் சலிம் தனது விருப்பத்தைத் தெரிவித்தார். 'நான் அனார்கலியை மணம் செய்துகொள்ள விரும்புகிறேன்.' அக்பர் மறுத்தார். காரணம் அவள் உயர்குடியைச் சேர்ந்தவளல்ல. தந்தைக்கும் மகனுக்கும் இடையே உரசல்.

தனக்குத் தெரியாமல் திருமணம் செய்துகொள்வார்களோ என்ற பயத்தில் அக்பர், அனார்கலியைக் கைது செய்யச் சொன்னார். லாகூரில் சிறைவைத்தார். துடித்துப்போன சலிம், படைதிரட்டினார். பகிரத பிரயத்தனங்களுக்குப் பிறகு அனார்கலியைச் சிறையிலிருந்து மீட்டார். ஆனால் லாகூர் எல்லையைத் தாண்ட முடியவில்லை. அதற்குள் அக்பரின் படைகள் சலிமைச் சூழ்ந்தன. சலிமுக்கு இரண்டு வாய்ப்புகள் வழங்கப்பட்டன. அனார்கலியை ஒப்படைத்துவிடு அல்லது மரண தண்டனைக்குத் தயாராகு.

சலிம் தன் காதலியை விட்டுக்கொடுக்கத் தயாராக இல்லை. அக்பர், அனார்கலியிடம் பேசி அவள் மனத்தை மாற்றினார். 'பிரிந்துபோய்விடு. அதுவே இளவரசரின் எதிர்காலத்துக்கு நல்லது.' சம்மதித்த அனார்கலி அக்பரிடம் ஒரே ஒரு கோரிக்கை வைத்தாள். 'ஒரே ஓர் இரவு இளவரசருடன் வாழ்ந்துவிட்டுப் போகிறேன். அனுமதி கொடுங்கள்.'

அனார்கலி (கற்பனை ஓவியம்)

அக்பர் இசைந்தார். இந்தத் திட்டமெல்லாம் சலிமுக்குத் தெரியாது. அந்த இரவில் அனார்கலி தன் வாழ்வின் இறுதி சந்தோஷக் கணங்களை அனுபவித்தாள். சலிமுக்கு அதிக அளவு மதுவை அருந்தக் கொடுத்தாள். மயங்கினார். கிளம்பி னாள்.

லாகூரில் ஓரிடத்தில் அனார்கலியை ஒரு குழிக்குள் வைத்து உயிரோடு சமாதி கட்டினார்கள் என்றும், நிற்க வைத்து உயிரோடு எரித்து, பின் சமாதி கட்டினார்கள் என்றும் சொல் கிறார்கள். அந்தக் குழிக்குள் இருந்து ஒரு சுரங்கம் வழியாக அனார்கலியைத் தப்பவைத்தார் அக்பர். அவளும் அவளது தாயாரும் முகலாய எல்லையை விட்டே வெளியேறினார்கள். அதற்குப் பின் என்ன ஆனார்கள் என்று தெரியாது என்று சொல்பவர்களும் உண்டு.

இந்த அனார்கலி - சலிம் காதல் கதை, காலம் காலமாகச் சொல்லப்படுவது. இதற்கான முறையான ஆதாரங்கள் எல்லாம் கிடையாது. எந்த வருடத்தில் நடந்தது என்றும் தெரியாது. லாகூரில் ஓரிடத்தில் இன்றுவரை அனார்கலி பஸார் என்றொரு சந்தை இயங்குகிறது. அதற்கு அருகில் இருக்கும் ஒரு

சமாதியைத்தான் அனார்கலியினுடையதாக இருக்குமென நம்புகிறார்கள்.

●

தனது குருவாகப் போற்றி வணங்கிய ஷேக் சலிம் சிஸ்தி வாழ்ந்த இடம் என்பதால் சிக்ரி கிராமம் மீது அக்பருக்கு தனி பாசம். தனக்கென ஒரு வாரிசை வழங்கிய ஊர் அது. ஆக்ராவில் இருப்பதைவிட சிக்ரியில் இருப்பது மன அமைதி கொடுத்தது. தலைநகரை ஆக்ராவிலிருந்து இங்கே மாற்றிக் கொண்டால் என்ன? அக்பர் திட்டமிட்டார். முகலாயப் பேரரசின் தெற்குப் பகுதியையும் வடக்குப் பகுதியையும் இணைக்கும் மையப்புள்ளியாக சிக்ரி இருந்தது. மத்தியில் இருந்தால் நிர்வாகம் செய்வது எளிதல்லவா. சுற்றியிருந்த மலைப்பகுதிகள் தகுந்த பாதுகாப்பு அரண்களாகத் தெரிந்தன. அந்தச் சின்ன கிராமம், முகலாயப் பேரரசின் தலைநகரமாக உருமாற ஆரம்பித்தது.

பேரரசருக்கான பிரம்மாண்டமான அரண்மனை. மேலும் சில அரண்மனைகள். கேளிக்கைக் கூடங்கள். அமைச்சர்கள், தளபதிகளுக்கான மாளிகைகள் கட்டப்பட்டன. கட்டுமானப் பணிகளுக்கு சிவப்புக் கற்கள் பயன்படுத்தப்பட்டன. நகரமே வெட்கத்தால் சிவந்ததுபோல எங்கும் சிவப்பு. குஜராத், ராஜஸ்தான், வங்காள கட்டடக்கலை நிபுணர்கள் நகரை அங்குலம் அங்குலமாகச் செதுக்கினார்கள். இஸ்லாமியக் கலாசாரமும் கூடவே இந்து, ஜெயின் கலாசாரத்தின் பிரதி பலிப்புகளும் கட்டடங்களில் தெரிந்தன. 1569ல் பெரும் பாலான வேலைகள் நிறைவடைந்தன. புதிய தலைநகரம் பதேஃபூர் சிக்ரி என்ற புதிய பெயரோடு 1571 முதல் செயல்பட ஆரம்பித்தது.

அரண்மனைக்கு வெளியில் அமைந்திருந்த நௌபத் கானா என்ற அந்தக் கட்டடத்தில் முரசின் ஓசை ஒலிக்கிறது என்றால், முக்கிய பிரமுகர்களோ, விருந்தினர்களோ வருகிறார்கள் என்று அர்த்தம். அதற்காகவே மிகப்பெரிய முரசு ஒன்று அங்கே அமைக்கப் பட்டிருந்தது.

வரும் பிரமுகர்களை, விருந்தினர்களை அக்பர் சந்திப்பதற்காக அமைக்கப்பட்ட மாளிகை, திவான்-ஐ-காஸ். மாளிகையின்

மையத்தில் அமைந்துள்ள தூண் ஏகப்பட்ட கலை வேலைப் பாடுகள் கொண்டது. திவான்-ஐ-அம் என்றொரு கட்டடம். இங்கும் அழகிய தூண்கள் நிறைய உண்டு. பொதுமக்கள், பேரரசரைச் சந்திப்பதற்கான இடம் அது.

ஐந்து அடுக்குகளைக் கொண்ட மாளிகை, பஞ்ச் மஹால். தரைத் தளத்தில் எண்பத்து நான்கு தூண்கள் கொண்ட அகன்ற மண்டபம். உச்சத்தில் நான்கு அடுக்குகளைக் கொண்ட சிறிய மண்டபம் என கோபுர அடுக்கில் அமைந்தது இது.

அந்தப்புரத்தை ஒட்டி அமைந்துள்ள இந்த மஹால், ஆனந்தமாக காற்று வாங்குவதற்காகக் கட்டப்பட்டது. மேல்தளத்தில் இருந்தபடி அந்தப்புரப் பெண்கள் நகரத்தின் மொத்த அழகையும் ரசிக்கலாம். பஞ்ச் மஹாலை ஒட்டி ஓர் அழகிய குளம். சர் சமன். இந்தப் பெரிய குளத்தின் நடுவில் ஒரு மண்டபம். குளத்தில் நான்கு புறங்களிலிருந்தும் மண்டபத்துக்குச் செல்ல சிறிய பாலங்கள் உண்டு. குளத்தில் எப்போதும் நீர் நிறைக்கப் பட்டிருந்ததால் பஞ்ச் மஹாலில் குளிரூட்டப்பட்ட மாளிகையாக இருந்தது.

புலந்தர் வாசா - என்றால் பெர்சிய மொழியில் மிகச் சிறப்பான வாசல் என்று பொருள். பதேஃபூர் சிக்ரியின் வாசலாக அமைக்கப் பட்டது இது. தனது குஜராத் படையெடுப்பின் வெற்றிச் சின்னமாக அக்பர் இதை அமைத்தார். சுமார் 54 மீட்டர் உயரம், 42 படிகள், அலங்கார வளைவுகள், மேற்கூரை டூம்களுடன் கட்டப்பட்ட இந்த கட்டடத்தின் முகப்பில் குஃபிக் (kufic) எழுத்துவடிவத்தில் பொறிக்கப்பட்டுள்ள வாசகத்தின் கருப் பொருள்: இயேசு, மேரியின் மகன் (அவருக்கு அமைதி உண்டா கட்டும்) சொன்னது: உலகம் ஒரு பாலம். கடந்து செல்லுங்கள். அதன்மேல் வீடு கட்டாதீர்கள்.

புலந்தர் வாசாவுக்கு அருகில்தான் ஜமா மஸ்ஜித் என்ற தர்காவும் இருக்கிறது. அதே வளாகத்தில்தான் அக்பர் தன் வழிகாட்டியாக மதித்த ஷேக் சலிம் சிஸ்தியின் நினைவிடமும் உள்ளது. இவை தவிர பதேஃபூர் சிக்ரியில் உள்ள முக்கியமான அரண்மனைகள் ஜோதா பாய் அரண்மனை, அப்புறம் தனது பிரியத்துக்குரிய பீர்பாலுக்காக அக்பர், குஜராத்திய கலாசாரப்படி கட்டிக் கொடுத்த அரண்மனை.

புலந்தர் வாசா

1585ல் அக்பர், லாகூரைத் தலைநகரமாக் கொண்டு செயல்பட ஆரம்பித்தார். காரணம், பதேஃபூர் சிக்ரியில் நிலவிய நீர்ப் பற்றாக்குறை என்பது பெரும்பாலான வரலாற்று ஆசிரியர்களின் கருத்து. ஆனால் தலைநகரம் மாறிய பின்பும் அங்கே முகலாய ராணிகள் வசிக்கவே செய்தார்கள். 1599ல் அக்பர் ஆக்ராவுக்குத் தலைநகரை மாற்றினார். அக்பருக்குப் பின் பதேஃபூர் சிக்ரிக்கு யாரும் முக்கியத்துவம் கொடுக்கவில்லை*.

●

இன வேறுபாடு, மத வேறுபாடு இரண்டையும் தவிர்த்து ஆட்சி புரிந்தால்தான் ஓர் ஆட்சியாளரால் மக்கள் மனத்தில் பேரரசராக உயரமுடியும் என்பதில் அக்பர் தெளிவாக இருந்தார். ஆகவே அனைத்து மதங்களுக்கும் மதத்தினருக்கும் மதிப்பு கொடுத்தார். பாகுபாடின்றி பல்வேறு மதத்தினருக்கு பல்வேறு விதமாய பதவிகளை வழங்கி கௌரவித்தார். ராஜபுத்திர இனப் பெண்களைத் திருமணம் செய்திருந்த அக்பர், மதக்கலப்புத் திருமணங்களை வரவேற்று ஆசிர்வதித்தார்.

---

★ தற்போது உத்திரப்பிரதேச மாநிலத்தில் அமைந்துள்ள ஃபதேபூர் சிக்ரி, உலகின் முக்கியமான புராதனச் சின்னங்களுள் ஒன்றாக யுனெஸ்கோவால் அறிவிக்கப்பட்டுள்ளது.

முகலாயர்கள் / 151

கத்தோலிக்கத் திருச்சபைகள் எந்தப் பிரச்னைகளுமின்றி செயல்பட்டன. அக்பரின் பேரன்கள் மூன்று பேர் கிறித்தவர்களாக மாறியதாகவும், பின்னர் மீண்டும் இஸ்லாமுக்கே மாறியதாகவும் தகவல் உண்டு.

தன் மக்களின் மத வழிபாடுகளுக்கு எந்தவிதக் கட்டுப்பாடுகளையும் விதிக்கவில்லை. மக்கள் தம் மதத்தைப் பற்றிச் சுதந்தரமாகப் பேச அனுமதிக்கப்பட்டனர்.

பதேஃபூர் சிக்ரியில் அக்பர், இபாதத் கானா (Ibadat Khana) என்றொரு அரங்கத்தை அமைத்திருந்தார். அவ்வப்போது அங்கே கூட்டங்கள் நடைபெற்றன. கூட்டங்கள் என்று சொல்வதைவிட, விவாதங்கள் என்றால் சரியாக இருக்கும். ஒவ்வொரு மதத்தினரும் தங்களது கடவுள்களைப் பற்றிய, மதங்களைப் பற்றிய தத்துவங்கள், சிறப்புகள், நெறிகள், கோட்பாடுகள் குறித்து நீண்ட உரையாற்றினர். அக்பர் எழுப்பிய கேள்விகளினால், சந்தேகங்களினால் உரைகள் ஆரோக்கியமான விவாதங்களாக நீண்டன.

'எல்லா மதங்களைப் பற்றியும் எவ்வளவோ தெரிந்துகொண்டாயிற்று. ஒவ்வொன்றிலும் நல்ல விஷயங்கள் இருக்கின்றன. ஏற்றுக் கொள்ளவே முடியாத குறைபாடுகளும் இருக்கின்றன. எதுவுமே மனத்துக்கு திருப்தி கொடுப்பதாக இல்லை. இஸ்லாம் உள்பட. என்ன செய்யலாம்?'

அக்பர், அமைச்சர்களோடும் நெருக்கமானவர்களோடும் கலந்து ஆலோசித்தார். அப்போது அபுல் பாஸ்ல், சொன்ன திட்டம் அக்பரை மிகவும் யோசிக்க வைத்தது.

'ஷாயின் ஷா*, நீங்கள் ஏன் ஒரு மதத்தை உருவாக்கி அதற்குத் தலைவராக இருக்கக் கூடாது?'

தன் அமைச்சரவை சகாக்களோடும், பிற மதத்தினவர்களோடும் இதைப் பற்றி தொடர் விவாதங்கள் நடத்தினார். நாள் கணக்கிலோ, மாதக்கணக்கிலோ அல்ல, வருடக்கணக்கில். அதன்படி ஒரு புதிய மதம் உருவானது.

---

★ ஷாயின் ஷா என்றால் அரசர்களின் அரசர் என்று பொருள்.

தீன்-இ லாஹி. 1581ல் அக்பர் உருவாக்கிய மதம். அக்பர் இந்த மதம் பற்றிய அறிவிப்பை வெளியிட்டபோது, அவர் எதிர்பார்த்தபடியே இஸ்லாம் மதத்தினரிடையே பெரும் சலசலப்பு எழுந்தது. எதிர்ப்பு கிளம்பியது. இஸ்லாமுக்கு எதிரான செயலில் அக்பர் ஈடுபடுகிறார் என்று குரல்கள், குமுறல்கள் எழவே செய்தன. இருந்தாலும் பேரரசரின் செய்கையை யாரால் முடக்க முடியும்?

சரி, தீன்-இ லாஹி எப்படிப்பட்ட மதம்? தீன்-இ லாஹிக்கு அக்பர் கொடுத்துள்ள விளக்கம் 'உண்மையின் மதம்.' இந்து, இஸ்லாம், சீக்கிய மதங்களிலிருந்து பல நல்ல விஷயங்களை அடிப்படையாகக் கொண்டு உருவாக்கப்பட்டது. கிறித்தவம், ஜெயின், ஜோராஸ்டிரினிசம் - ஆகிய மதங்களிலிருந்தும் சில கொள்கைகள் இந்த மதத்தில் இணைக்கப்பட்டன. தன்னை, தன் ஆன்மாவை உணரும் தன்மை, தத்துவ நிலை, இயற்கையான வழிபாடு போன்றவை தீன்-இ லாஹியின் அடிப்படை.

கடவுள் இல்லை, தேவதூதர்கள் யாரும் கிடையாது என்பது தீன்-இ லாஹியின் நம்பிக்கை. இந்த விஷயம்தான் இஸ்லாமியர்களைக் கொதிப்படையச் செய்தது. அக்பருக்கு எதிராக விமரிசனங்களை எழச் செய்தன.

ஆனால் அக்பர், தீன்-இ லாஹியைத்தான் பின்பற்ற வேண்டும் என்று யாரையும் கட்டாயப்படுத்தவில்லை. அக்பருக்கு அடுத்தபடியாக பீர்பால் மட்டுமே தீன்-இ லாஹியை உண்மை யாகப் பின்பற்றினார். அவரது இன்னொரு அமைச்சரான மன் சிங், தீன்-இ லாஹியை ஏற்றுக் கொள்ளவே இல்லை.

மொத்தமாகப் பார்த்தால் தீன்-இ லாஹியை ஏற்றுக் கொண்டவர்கள் மொத்தம் ஐம்பது பேர்கூட இருக்காது. அக்பருக்குப் பின் தீன்-இ லாஹியும் மறைந்துபோனது.

•

அனைத்து தரப்பு மக்களின் ஆதரவோடு ஆட்சி புரிவதுதானே ஒரு பேரரசருக்கு அழகு. தான் ஆட்சிக்கு வந்த சில வருடங்களி லேயே மக்கள் ஆதரவைப் பெறுவதற்கான நடவடிக்கைகளில்

இறங்கினார் அக்பர். வெளி சமஸ்தானங்களிலிருந்தோ, வெளி நாடுகளிலிருந்தோ முகலாயப் பேரரசின் எல்லைக்குட்பட்ட பகுதிகளில் புனிதப் பயணம் மேற்கோள்ள வரும் மக்களிடம் சுங்க வரி (Pilgrim Tax) வசூலிக்கப்பட்டது. அக்பர், தான் ஆட்சிக்கு வந்த எட்டாவது ஆண்டில் சுங்க வரியை நீக்கினார். ஒன்பதாவது ஆண்டில் ஜிஸியா (jizya) வரியை நீக்கினார். தனக்கு எல்லா மதத்தினர்களும் முக்கியமானவர்களே என்று பறைசாற்றவே இந்த வரி நீக்க நடவடிக்கைகள்.

அக்பரின் அமைச்சரவை நான்கு முக்கிய துறைகளைக் கொண்டிருந்தது. பிரதம அமைச்சர் (வகீல்), நிதி அமைச்சர் (திவான் அல்லது வாசிர்), ராணுவ அமைச்சர் (மிர் பக்ஷி) நீதி மற்றும் மத நிர்வாக அமைச்சர் (Sard Us-Sudur) என்று ஒவ்வொரு துறைக்கும் தனித்தனி மந்திரிகள்.

அலாகாபாத், ஆக்ரா, அயோத்யா, அஜ்மீர், அகமதாபாத், பிகார், வங்காளம், டெல்லி, காபுல், லாகூர், முல்டான், மால்வா, அஹமத்நகர், காந்தேஷ், பேரார் - ஆகிய பதினைந்து மாகாணங்கள் பிரிக்கப்பட்டிருந்தன. காஷ்மீரும் காந்தஹாரும் காபுலின் கீழ் மாவட்டங்களாக இருந்தன. ஒரிஸ்ஸா, வங்காளத்தின் ஒரு பகுதியாக இருந்தது.

மேலே சொன்ன நான்கு அமைச்சர்களும், கவர்னரும் ஒவ்வொரு மாகாணத்துக்கும் தனித்தனியாக நியமிக்கப்பட்டிருந்தனர்.

மாகாணங்கள் மாவட்டங்களாகப் பிரிக்கப்பட்டிருந்தனர். மாவட்டத்தை நிர்வகிப்பவர் கொத்வால் என்றழைக்கப்பட்டார். முதலில் இஸ்லாமியர்களுக்கு மட்டும் ராணுவத்திலும் மற்ற துறைகளிலும் உயர் பதவிகள் வழங்கப்பட்டன. பின்னர் ராஜபுத்திரர்களுடன் அக்பர் உறவை வளர்ந்துக் கொண்ட பின்பு இந்துக்களுக்கும் அம்மாதிரியான உயர்பதவிகள் ஒதுக்கப் பட்டன. குறிப்பாக ராஜபுத்திர அரசர்களின் குடும்பத்தினர் களுக்கு பல துறைகளில் உயர் பதவிகள் கிடைத்தன.

முகலாயப் பேரரசை ஏற்றுக் கொண்ட ராஜபுத்திர அரசர்கள் ஜமீன்தார்கள் போல நடத்தப்பட்டனர். பரந்து விரிந்த முகலாயப் பேரரசின் பல பகுதிகளை ராஜபுத்திர வீரர்களே காவல் காத்துவந்தனர்.

பொது நிர்வாகம், ராணுவத்தில் பதவிகள் ரேங்க் அடிப்படையில் நிர்ணயிக்கப்பட்டிருந்தன. இது பழைய டெல்லி சுல்தான்களும் மங்கோலியர்களும் பின்பற்றி வந்த முறையாகும். ரேங்க் என்பது 10 முதல் 5000 வரை இருந்தது. 10 என்பது மிகவும் சாதாரண நிலை. 5000 மிகவும் உயரிய பதவிக்குரிய ரேங்க். இந்த ரேங்க் பட்டியலில் வருபவர்கள் மன்ஸப்தார்ஸ் என்றழைக்கப் பட்டனர். பாபர் காலத்திலிருந்தே இந்த மன்ஸப்தாரி முறை கடைபிடிக்கப்பட்டது. ஆனால் இந்த முறையில் அக்பர் சில முக்கியமான மாற்றங்களைக் கொண்டு வந்தார். முக்கியமாக ரேங்க் 5000 என்பதை 7000 வரை உயர்த்தினார்.

எல்லா துறைகளிலும் இந்த மன்ஸப்தார்கள் இருந்தனர். அக்பர் தன் முக்கிய அமைச்சர்களான மன் சிங்குக்கும், மிர்சா அஸிஸ் கொகாவுக்கும் ரேங்க் 7000 கொடுத்திருந்தார். ஒவ்வொரு மன்ஸப்ஸையும் பதவியில் அமர்த்தும் அல்லது நீக்கும் அதிகாரம் அக்பருக்கு மட்டுமே உண்டு.

இந்த மன்ஸப்தார்களில் இரண்டு வகையினர் இருந்தனர். ஸட் மற்றும் ஸாவர் (Zat and Sawar). தனக்குக் கீழ் படைவீரர்களை வைத்துப் பராமரிப்பவர் ஸட் வகையினர். தனக்குக் கீழ் விலங்கு களை (குதிரைகள், ஒட்டகங்கள், யானைகள், கழுதைகள்) வைத்து பராமரிப்பவர் ஸாவர் வகையினர். அவர்களுக்குரிய ரேங்கைப் பொருத்து படையினரது எண்ணிக்கையும், குதிரை களின் எண்ணிக்கையும் மாறுபடும்.

சில மன்ஸப்தார்கள் தனக்குக் கீழ் ஏழாயிரம் முதல் பத்தாயிரம் வரையிலான வீரர்களை (அதுபோக விலங்குகளை) வைத்திருப் பர். அதனால் அவர்கள் அடிக்கடி இடம் மாற்றப்படுவர். அந்த இடத்துக்கு புதிய மன்ஸப்தார் நியமிக்கப்படுவார். காரணம் ஒரே இடத்தில் ஒருவர் பதவியில் இருந்தால் அவ்வளவு பெரிய படையை மேலும் விரிவாக்கி, அந்தப் பகுதி மக்களின் ஆதரவைத் திரட்டி அரசுக்கு எதிராகச் செயல்பட நினைக்கலாம் என்ற எச்சரிக்கை உணர்வுதான்.

ரேங்க் 5000க்கு மேலுள்ள மன்ஸப்தார்கள் சிலர், தங்களுக்குக் கீழ் 340 குதிரைகள், 100 யானைகள், 400 ஒட்டகங்கள், 100 கழுதைகளைப் பராமரிக்க வேண்டும் என்ற நிலை இருந்தது. அதுவும் தங்களுக்குக் கொடுக்கப்படும் ஊதியத்தில்தான் (மாதம்

முகலாயர்கள் / 155

அக்பர் வெளியிட்ட வெள்ளி நாணயங்கள்

சுமார் முப்பதாயிரம் ரூபாய்) படைகளைப் பராமரிக்க வேண்டும் என்ற நிலை இருந்தது. பின்பு, பராமரிப்புச் செலவுக்கென தனியாக நிதி வழங்கப்பட்டது.

மன்ஸப்தார்களில் ரேங்க் 100க்கு கீழ் உள்ளவர்கள் வருடம் ரூபாய் ஏழாயிரம் ஊதியம் பெற்றனர். மன்ஸப்தாரி முறையை பின்பற்றிய அரசுகளில் முகலாயர்களைப்போல அதிகம் ஊதியம் கொடுத்தவர்கள் யாரும் இல்லை. நில வரி வசூலிப்பதில் அக்பர் ஷேர் ஷாவின் முறையைப் பின்பற்றினார். அக்பரின் முக்கிய அமைச்சரான ராஜா தோடர் மாலின் நிர்வாகத்தில் வருவாய்த் துறை சிறப்பாக இயங்கியது. எல்லோருக்கும் ஒரே மாதிரியான வரி என்ற நியாயமில்லாத முறை அங்கு செயல்படுத்தப்படவில்லை. பல்வேறு காரணிகளைக் கருத்தில்கொண்டு வரி நிர்ணயம் செய்யப் பட்டது.

அதாவது ஒரு நிலத்துக்குச் சொந்தக்காரர் எவ்வளவு நிலத்தை வைத்திருக்கிறார்? அவரது மொத்த நிலத்தில் எவ்வளவு விளைநிலம் உள்ளது? எவ்வளவு தரிசல்நிலம் உள்ளது? அந்த விளைநிலத்தின் மண் தரமானதா? அந்தப்பகுதியின் நீர்வளம் எப்படி? அருகிலேயே நீர் ஆதாரங்கள் இருக்கின்றனவா? மழை அளவு எப்படி? அந்த விளைநிலத்தில் அவர் என்ன பயிரிட்டிருக்கிறார்? அந்தப் பயிர் பணப்பயிரா? சாதாரண மானதா? விளையும் பொருளின் தரம் எப்படி? நல்ல லாபத்தைப் பெற்றுத் தருமா? அந்த வருடத்தில் மழை எப்படி?

மழையினால் சேதம் ஏற்பட்டதா? வேறு இயற்கைச் சீரழிவுகள் உண்டானதா? அந்தப் பகுதியின் சந்தை எப்படி? விளை பொருள்கள் எவ்வளவு விலை போகும்? இப்படி பல்வேறு காரணிகள் கருத்தில் கொள்ளப்பட்டன.

விளைச்சலால் கிடைக்கும் பணத்தில் மூன்றில் ஒரு பங்கை அரசுக்கு வரியாகச் செலுத்த வேண்டும் என்பது பொதுவான விதி. ஆனால் மேற்கூறிய காரணிகள் ஆராயப்பட்டு அதற்கேற்ப வரி விதிக்கப்பட்டது.

இந்தத் திட்டம் ஸப்ட் (zabt) என்றழைக்கப்பட்டது. வரி வசூல் செய்வதற்குரிய பொறுப்பு, அந்தந்தப் பகுதிகளைச் சேர்ந்த இனக்குழுத் தலைவருக்கோ, ஜமீன்தாருக்கோ வழங்கப்பட்டது. அந்தந்த மாகாண கவர்னர்களால் நியமிக்கப்பட்ட திவான்கள் (மக்கள் நிர்வாகி), வரி வசூல் அறிக்கைகளை, கணக்குகளை அரசிடம் சமர்ப்பித்தனர். இந்த நிர்வாக அமைப்பு சரியாகச் செயல்பட்டதால், நில உரிமையாளர்களிடமிருந்து வரி வசூல் செய்வதென்பது கஷ்டமில்லாத செயலாக இருந்தது. திவான்கள் வசூலித்த மொத்தத் தொகையில் ஒரு சிறு பகுதியை பொது வளர்ச்சிப் பணிகளுக்கு எடுத்துக் கொண்டு, மீதித் தொகையை அரசிடம் கட்டினர்.

எங்கெங்கே எப்படி எப்படி வரி வசூல் இருக்கிறது என்பதைக் கண்டறிந்து அரசிடம் தெரிவிப்பதற்கென்றே தனியாக செய்தி யாளர்களும் நியமிக்கப்பட்டிருந்தனர். திட்டம் வெற்றிகரமாக இயங்கியது. கஜானா புஷ்டியாக இருந்தது.

அக்பர் தன் ஆட்சியில் இஸ்லாமியச் சட்டங்களைப் (ஷரியத்) பின்பற்றினார். பெரும்பாலும் நகரங்களில் இஸ்லாமியர்கள் வாழ்ந்தனர். இந்துக்களும் மற்ற மதத்தினர்களும் சுற்றியிருந்த சிறு ஊர்களிலும் கிராமங்களிலுமே வாழ்ந்தனர். மேலும் இந்த இஸ்லாமியச் சட்ட நடைமுறை என்பது நகரங்களுக்கு மட்டுமே பொருந்தும் என்று அறிவிக்கப்பட்டிருந்தது.

இஸ்லாமிய சட்டங்கள் கடுமையானது என்பதால் தண்டனை களும் மிகக் கடுமையானதாகவே இருந்தன. கிரிமினல் வழக்கு களில் மட்டும் பிற மதத்தினரும் இஸ்லாமியச் சட்டத்தின்படி தண்டிக்கப்பட்டனர்.

அக்பர் தன் ஆட்சிக்காலத்தில் சட்டங்களில் சிறு சிறு சீர்திருத்தங்களைக் கொண்டுவந்தார். அரசைப் பொருத்தவரை மன்னர்தான் எல்லாவற்றையும் விட உயர்ந்தவர். அவரது தீர்ப்பே இறுதியானது. மன்னருக்குக் கீழ் அடுத்த அதிகாரம் படைத்தவர் தலைமை நீதிபதி (Chief Sadr). அவருக்குக் கீழ் மாகாண, மாவட்ட, நகர நீதிபதிகள் (Qazis) வருவார்கள். அவர்களுக்கு உதவி செய்வதற்கென்றே நியமிக்கப்பட்டவர்கள் முஃப்திஷ்கள் (Muftis).

ஒரு நீதிமன்றத்துக்கும் இன்னொரு நீதிமன்றத்துக்குமான உறவு என்பது வரையறுக்கப்படவில்லை. ஓர் இடத்திலிருந்து மற்றோர் இடத்துக்கு வழக்குகளை மாற்றுவதில் பயங்கரக் குழப்பம் நிலவியது. நீதித்துறையில் நிலவிய குறைபாடாக இதைச் சொல்லலாம்.

புதன்கிழமைகளில் அக்பர் தலைநகரில் இருக்கிறார் என்றால் மக்கள் பரபரப்பாகிவிடுவார்கள். அன்று மிகச்சரியான நேரத்தில் அந்த பிரத்யேக நீதிமன்றம் கூடும். அக்பர்தான் அதன் நீதிபதி. அவர் விசாரிப்பதற்கென சில வழக்குகள் ஒதுக்கப் பட்டிருக்கும்.

அவரே வழக்குகளை நேரடியாக விசாரிப்பார். சாட்சிகளிடம் கேள்விகள் கேட்பார். பின் தீர்ப்பை அறிவிப்பார். சாதாரண அபராதம், சிறை தண்டனை, கசையடி, கண்களைக் குருடாக்கு தல், மரண தண்டனை - அக்பரின் உதடுகள் எல்லா வகைத் தீர்ப்புகளையும் வழங்கியிருக்கின்றன.

அக்பர் தன் அரசில் மூன்று விதமான நாணயங்களை வைத்திருந் தார். தங்கம், வெள்ளி, செம்பு நாணயங்கள். இவற்றில் செம்பு நாணயங்கள் அதிக அளவில் மக்கள் புழக்கத்தில் இருந்தன. சந்தை முதல் வரி செலுத்துவது வரை செம்பு நாணயங்களே உபயோகப்படுத்தப்பட்டன.

தன் பேரரசு முழுவதிலும் ஒரேவிதமான நாணய முறையைக் கொண்டு வர வேண்டுமென அக்பர் முயற்சிகள் எடுத்தார். எந்த விதமான பழைய நாணயங்களையும் அப்போதைய நடைமுறை யில் இருந்த நாணயங்களாக மாற்றிக் கொள்ள வசதிகள் செய்து கொடுத்திருந்தார். முகலாய மன்னர்களில் அக்பர் காலத்திலேயே மிகச் சிறப்பான நாணய நடைமுறை இருந்தது.

ஷேர் ஷா வகுத்துக் கொடுத்த பாதையில்தான் அக்பர் நிர்வாகம் செய்தார். அவருக்குப் பின் வந்தவர்கள்கூட சில மாறுதல்களோடு அதே நிர்வாக முறையைத்தான் பின்பற்றினார்கள்.

•

அக்பருக்கு இருந்த விதவிதமான ஆசைகள் பற்றி சில கதைகள் உண்டு. பிறந்த ஒரு குழந்தைக்கு யாருமே எந்த மொழியுமே கற்றுக்கொடுக்காவிட்டால், சில வருடங்கள் யார் பேசுவதையும் அந்தக் குழந்தை கேட்காமலே வளர்ந்தால், வருங்காலத்தில் அது என்ன மொழி பேசும்?

நீண்ட நாள்களாக அக்பர் விடை அறியத் துடித்த கேள்வி இது. பதேஃபூர் சிக்ரியிலிருந்து பத்து மைல் தொலைவில் ஒரு மாளிகையை ஏற்பாடு செய்தாராம். அதற்கு இடப்பட்ட பெயர் கூங்கா மஹால் (ஊமை வீடு). புதிதாகப் பிறந்த பத்துக்கும் மேற்பட்ட குழந்தைகள் அந்த மாளிகையில் தனித்தனியாக வைத்து வளர்க்கப்பட்டனவாம். குழந்தைகளை வளர்ப்பவர்களுக்கு இடப்பட்ட கட்டளை, 'யாரும் எக்காரணத்தைக் கொண்டும் குழந்தைகளிடம் எதுவும் பேசக்கூடாது, சத்தம்கூட எழுப்பக்கூடாது.' ஒரு குழந்தைக்கும் இன்னொரு குழந்தைக்கும் தொடர்பு இல்லாதவாறு, வெளி உலகமே தெரியாதவகையில் அந்தக் குழந்தைகள் வளர்ந்தனவாம்.

மொழி வல்லுநர்கள் எல்லாம் அக்பரிடம் சவால் விட்டார்களாம். 'யாரும் கற்றுக்கொடுக்காவிட்டாலும், ஒரு குழந்தைக்கு அதன் தாய்மொழி இயல்பாக வந்துவிடும். நீங்கள் வேண்டுமானால் பாருங்கள்.' சில இஸ்லாமியர்கள் அடித்துச் சொன்னார்களாம், 'எந்தக் குழந்தைக்கும் இயல்பாக வரக்கூடியது பெர்சிய மொழியே. அந்தக் குழந்தைகளும் அதைத்தான் பேசப் போகின்றன.' சில இந்துக்களும் தங்கள் கருத்துகளை சொன்னார்களாம், 'சாஸ்கிருதத்தைத் தவிர வேறு மொழி பேச வாய்ப்பே இல்லை.'

சுமார் பத்து வருடங்கள் கழித்து அக்பர் முன் அவைக்கு அந்தக் குழந்தைகள் கொண்டு வரப்பட்டனவாம். பல்வேறு மொழி அறிஞர்கள் காத்திருந்தார்கள். யாருமே எந்தக் கேள்வியுமே எழுப்பாத நிலையில், ஒவ்வொரு குழந்தையும்

அந்தச் சூழலில் மிரண்டு போயினவாம். எதைப் பார்த்தாலும் யாரைப் பார்த்தாலும் கத்தினார்களாம். அந்தக் குழந்தை களின் மீதி ஆயுட்காலமும் அப்படித்தான் கழிந்ததெனச் சொல்கிறார்கள்.

•

புனிதம் புனிதம் என்று எல்லோரும் கொண்டாடுகிறார்களே, அந்த கங்கை நதி எங்கேயிருந்து உற்பத்தியாகிறது? அந்த இடத்தை அறிய முடியுமா? அக்பர் கண்டுபிடிக்க நினைத்தார்.

பணம், பொருள், வேலையாள்கள் என சகல வசதிகளும் செய்துகொடுத்து பல்வேறு குழுக்களை அனுப்பினார். 'கங்கை எங்கிருந்து உற்பத்தியாகிறது என கண்டுபிடித்துவிட்டு வாருங்கள்.'

சென்று திரும்பிய ஒவ்வொரு குழுவினரும் கிட்டத்தட்ட ஒரே பதிலைத்தான் சொன்னார்கள். ஏகப்பட்ட மலைகளைக் கடக்க வேண்டியதிருந்தது. அடர்ந்த காடுகளையும் மிகவும் கஷ்டப் பட்டுத்தான் கடந்தோம். குளிர் வாட்டியெடுத்துவிட்டது.

இமயமலையில் மிகப்பெரிய பனிப்பரப்பைக் கண்டோம். அங்கே ஓரிடத்தில் பாறையானது பசுவின் தலைபோல இயற்கையாகவே அமைந்துள்ளது. பசுவின் வாய்போலத் தெரியும் அந்த இடத்திலிருந்து நீர் வெகுவேகமாகச் சுரக்கிறது*. எங்களால் அந்த இடத்தைப் பார்க்க முடிந்ததே தவிர, நெருங்க முடியவில்லை. அந்த இடத்தைத் தாண்டி மிக உயரமான மலைச் சிகரத்தின்மீது ஏறவும் முடியவில்லை. அதற்கு மேல் நதி எதுவும் இருப்பதாகவும் தெரியவில்லை.

இந்த அறிக்கைகளுக்குப் பின், அக்பர் வாழ்நாள் முழுவதும் தன் தேவைகளுக்கு கங்கை நீரை மட்டுமே உபயோகித்தார். பேரரசரது இருப்பிடத்துக்கு ஹரித்துவாரிலிருந்து கங்கை நீர் கொண்டு செல்லப்பட்டது.

---

★ அந்த இடத்தின் பெயர் கௌமுக் (பசுவின் முகம்). கங்கோத்ரி கிளேசியரில் அமைந்துள்ளது. கங்கோத்ரி நகரத்திலிருந்து பதினோரு மைல் தொலைவில் அமைந்துள்ளது.

புதுவருடம் பிறக்கப்போகிறதென்றால் பதேஃபூர் சிக்ரியும் ஆக்ராவும் தன்னை அலங்கரித்துக் கொள்ள ஆரம்பித்துவிடும். புதுவருடக் கொண்டாட்டங்களின் பெயர் நௌரோஸ்★. ஃபர்வாதின் மாதத்தின் முதல் நாளிலிருந்து பதினெட்டாவது நாள் வரை நீளும் மிகப் பெரிய கொண்டாட்டம் அது. அதிலும் முதல், பதினெட்டாவது நாள்களில் இடைவிடாத ஆட்டம், பாட்டங்கள் உண்டு.

பேரரசரின் அரண்மனைகளும் அமைச்சர்களின், தளபதிகளின், முக்கியஸ்தர்களின் மாளிகைகளும் வண்ணமயமாக ஜொலி ஜொலிக்கும். ஆங்காங்கே கலைஞர்கள் தங்கள் திறமைகளை வெளிக்காட்டிக் கொண்டு இருப்பார்கள். பொதுமக்களும் சேர்ந்து ஆடிப்பாடி மகிழ்வார்கள். சுற்றியுள்ள கிராமங்களி லிருந்து மக்கள் ஆக்ராவுக்கும் பதேஃபூர் சிக்ரிக்கும் வந்து குவிவார்கள். நகரத்தின் முக்கியமான இடங்களுக்கு பேரரசர் விஜயம் செய்வார். தன்னோடு பணிபுரியும் சகாக்களின் மாளிகை களுக்குச் சென்று கௌரவிப்பார்.

பதினெட்டாவது நாளில் நிர்வாகத்தைச் சார்ந்த எல்லோருக்கும் ஏதாவது வெகுமதி நிச்சயம். அது, இருகைகள் கொள்ளாத அளவுக்கு பொன், பொருளாகவும் இருக்கலாம், குதிரை, யானை, ஒட்டகங்களாகவும் இருக்கலாம். பதவி, அந்தஸ்து உயர்வாகவும் இருக்கலாம். பதினெட்டு நாள்களிலும் அக்பரின் அந்தப்புரத்தில் நடைபெறும் கொண்டாட்டங்கள் தனி. ஆனால் தினமும் நிகழ்ச்சியில் பேரரசருக்கு மிகவும் பிடித்த கதக் நடனம் மட்டும் தவறாமல் இருக்கும்.

அடுத்தது மீனா பஸார். அக்பரே ஏற்பாடு செய்து கொண்டாடிய களிப்பூட்டும் சந்தை இது. ஆண்கள் எல்லோரும் வெளியில் செல்கிறார்கள், ஏகப்பட்ட கலை நிகழ்ச்சிகளைக் கண்டுகளிக் கிறார்கள். ஆனால் பெண்களுக்கு அந்த மாதிரியான வாய்ப்புகள் கிடைப்பதில்லையே என்று யோசித்த அக்பர், மீனா பஸாரைக் கொண்டு வந்தார்.

லாகூர், ஃபதேபூர் சிக்ரி, ஆக்ரா - இந்த மூன்றில் அக்பர் எங்கு இருக்கிறாரோ அந்த அரண்மனை வளாகத்தில் ஒரு குறிப்பிட்ட

★ மத்திய கிழக்கு, மத்திய ஆசிய நாடுகளில் கொண்டாடப்படும் புதுவருடப் பண்டிகை. பொதுவாக மார்ச் 21 அன்று கொண்டாடப்படுகிறது.

நாளில் சந்தை (பஸார்) கூட்டப்படும். அக்பரது நிர்வாகத்தில் பணிபுரியும் அதிகாரிகளின் குடும்பப்பெண்கள் மட்டும் அந்தச் சந்தையில் கலந்துகொள்ள வேண்டும். அதிலும் குறிப்பாக, அழகான மகள்களையுடைய தாய்மார்கள், தங்கள் மகள்களோடு சந்தையில் கலந்து கொள்ளுதல் அதிஅவசியம்.

அந்தப் பெண்கள் ஏதாவது கடைபரப்பி விற்கலாம். இன்னது தான் என்றில்லை, எதை வேண்டுமானாலும் விற்கலாம். விற்பதற்கு எதுவும் இல்லையென்றால்கூட பரவாயில்லை, கடையில் நிற்கும் பெண்கள், பேரரசர் மனம் மகிழும் வகையில் தங்களை அலங்கரித்துக் கொண்டு வந்திருக்க வேண்டும்.

அக்பர் தனது மனைவிகளோடும் தன்னைச் சார்ந்த பெண்களோடும் சந்தைக்கு வருவார். ஒவ்வொரு கடையாகச் சுற்றிப் பார்ப்பார். தன் அரண்மனைப் பெண்களுக்காக பேரம் பேசி வம்பு செய்வார். இறுதியில் கடைக்கார அழகுப் பெண்கள் கேட்ட தொகையைவிட இருமடங்கு கொடுத்து பொருள்களை வாங்கிச் செல்வார்.

சந்தைக்குள் அரச குடும்பத்தினர் தவிர, வெளிநபர்கள் நுழைய முடியாது. மிகவும் ஓய்வான நாள்களில் மீனா பஸாரைக் கூட்ட அக்பர் தவறியதில்லை.

•

மால்வாவுக்கு இளவயது அக்பர் சென்றிருந்த சமயம் அது (1561). பாஷ் பகதூர் ஏற்படுத்திய சச்சரவுகளை எல்லாம் தீர்த்துவிட்டு, ஓய்வெடுத்துக் கொண்டிருந்தார். 'ஒரு புதிய விதமான நடனத்தைக் காணத் தயாரா? இது இந்தப் பிரதேசத்தின் பாரம்பரிய நடனம்.' அக்பர் தயாரானார். இசை ஆரம்பமானது. நடனக் கலைஞர்கள் நளினமாக ஆடத் தொடங்கினார்கள். அது கதக்.

சிறுவயதிலிருந்தே போர்ப் பயிற்சிகளிலும் போர்க் களங்களிலுமே காலத்தைப் பெரும்பாலும் செலவழித்துக் கொண்டிருந்த அக்பரது மனம், கலைகளின் பக்கம் ஈர்க்கப்பட்டது அப்போது தான். மால்வாவிலிருந்து ஆக்ராவுக்குத் திரும்பியதும் அக்பர் கட்டளை ஒன்றைப் பிறப்பித்தார். 'இசை, நடனம், பாடல், ஓவியம் எதுவாக இருந்தாலும் சரி, நாடெங்கிலும் உள்ள சிறந்த

கலைஞர்களைத் தேடிக் கண்டுபிடித்து முகலாய அரசவைக்குக் கொண்டு வாருங்கள்.'

நாடெங்கும் ஒற்றர்கள் வியாபாரிகளாகவும் வேறு வேஷத்திலும் கலைஞர்களைத் தேடிச் சென்றார்கள். ஆர்ச்சாவிலிருந்து (மத்திய பிரதேசம்) ஓர் ஒற்றன் அக்பருக்குத் தகவல் அனுப்பினான். 'இங்கே ராஜா இந்த்ரஜித் சிங்கின் அந்தப்புரத்தில் ஒரு பெண் இருக்கிறாள். பெயர் ராய்பிரவின். பாடகி. கவிதாயினி. அவளது பாடலை எல்லோரும் கங்கை நதியோடு ஒப்பிட்டுப் புகழுகிறார்கள். அவ்வளவு அழகானது, தூய்மை யானதாம்.'

அக்பர் உடனே தன் அவையிலிருந்த ஒரு கவிஞரை ஆர்ச்சாவுக்கு அனுப்பினார். ராஜா இந்த்ரஜித்தின் அவையில் அந்தக் கவிஞர், ராய்பிரவினின் கவிதையைக் கேட்டு உருகிப்போனார். அக்பருக்குத் தகவல் சென்றது. 'கவிதாயினி ராய்பிரவினியை முகலாய அரசவைக்கு வந்து பாட அழைக்கிறேன்' - அக்பர் செய்தி அனுப்பினார். ராய்பிரவினிக்கு அதில் விருப்பமில்லை. 'என் அரசருக்கு நான் உண்மையானவள். ஆர்ச்சாவின் அரசவை தவிர நான் வேறு எங்கும் பாட விரும்பவில்லை.'

இந்த பதில் அக்பரை உசுப்பேற்றியது. 'அனுப்பப்போகிறீர்களா, இல்லையா?' என்ற ரீதியில் ஆர்ச்சாவின் ராஜாவுக்கு மிரட்டல் கொடுத்தார். ராய்பிரவினிடமிருந்து பதில் வந்தது. 'நான் வேண்டுமானால் என் தொண்டையை மட்டும் வெட்டி, ஆக்ராவுக்குப் பரிசாக அனுப்புகிறேன்.'

அக்பர் பதறிப்போனார். ராய்பிரவினின் ராஜ விசுவாசத்தைப் புரிந்துகொண்டார். அதே சமயத்தில் அக்பரது அவைக்கு பொக்கிஷமாக வந்து சேர்ந்தார் ராம்தானு பாண்டே என்ற தான்சேன். ரேவாவை ஆண்ட ராஜா ராமசந்திர பகேலாவின் அவையில் தான்சேன் அப்போது இருந்தார். தான்சேனின் இசைத் திறமையைக் கேள்விப்பட்ட அக்பர், அவருக்கு அழைப்பு விடுத்தார். தட்டாமல் முகலாய அவைக்கு வந்து சேர்ந்தார் தான்சேன் (1562). தனது இசையால் அக்பருக்கு நெருக்கமானவ ராகிப் போனார். முதல் முறையாக தான்சேனின் இசையைக் கேட்டதுமே அகமகிழ்ந்த அக்பர் அவருக்கு ஒரு லட்சம் தங்கக்காசுகளைப் பரிசாக அளித்தார் என்றொரு குறிப்பு உண்டு.

தான்சேன், அக்பர், ஹரிதாஸ்

தான்சேன் தன் இசையால் மழையை வரவழைத்தார், ராகத்தால் தீபத்தை ஏற்றினார் என்றெல்லாம் கதைகள் உண்டு. ஒருமுறை இவ்வாறு நெக்குருகப் பாடி தீபம் ஏற்றியபோது நெருப்பு கட்டுப்படுத்த முடியாமல் பரவியது. அந்த விபத்தில்தான் தான்சேன் இறந்துபோனார் என்றும் குறிப்புகள் உண்டு. தான்சேனின் இறந்த தேதியாகச் சொல்லப்படுவது ஏப்ரல் 26, 1586. குவாலியருக்கு அருகில் அவரது இறுதிச் சடங்குகள் அக்பரால் நடத்தப்பட்டன.

இந்துஸ்தானி இசையை வளர்த்ததில் பெரும்பங்கு ஆற்றிய தான்சேன், அக்பர் அவையின் நவரத்தினங்கள் என்றழைப்பட்ட ஒன்பது முக்கியமான நபர்களில் ஒருவர். பீர்பாலும் அதில் ஒருவர். மற்றவர்கள் அபுல் பாஸ்ல், ஃபைஸி, கான்-இ-கானன் அப்துர் ரஹீம், ராஜா தோடர் மால், ராஜா மன் சிங், பஃகிர் அஸியோ-தீன், முல்லா தோ பியாஸா.

ஃபைஸி, சிறந்த கவிஞர். அபுல் பாஸ்லின் சகோதரர். நள தமயந்தியின் காதல் வரலாற்றை விளக்கும், நள்-உ-தமன் என்ற கவிதை நூலை சமஸ்கிருத்தத்தில் வழங்கியுள்ளார். அக்பரது மகன்களுக்கு கணிதம் சொல்லிக் கொடுத்தவர் இவரே.

முல்டானின் கவர்னராக இருந்த அப்துல் ரஹிம், மிகச் சிறந்த நிர்வாகி மட்டுமல்ல. பல மொழிக் கவிஞர். இஸ்லாமியராக இருந்தாலும் கிருஷ்ண பக்தர். பாபர் நாமாவை சாகெட்டெய் மொழியிலிருந்து பெர்சிய மொழிக்கு பெயர்த்தவர் இவரே.

அரசின் உள்விவகாரங்களில் முதன்மை ஆலோசகராகச் செயல்பட்டவர் பஃகிர் அஸியோ-தின் (Fakir Aziao-Din). பீர்பாலுக்கு நெருங்கிய நண்பராக இருந்த முல்லா தோ பியாஸா, நிர்வாகத்திலும் பெரும்பங்கு வகித்தார். இவரும் பீர்பாலைப் போன்றே நகைச்சுவைத் திறன் கொண்டவரே.

அக்பரது அந்தரங்க ஆலோசகரான அபுல் பாஸ்ல் எழுதிய மிக முக்கியமான நூல் அக்பர் நாமா. அக்பரது வாழ்க்கையை அவர் காலத்திலேயே பதிவு செய்த நூல் இது. மூன்று பாகங்கள் கொண்டது. முதல் பாகம் தெமூர் பரம்பரையினரின் ஆதி வரலாறு முதல் அக்பரது பதினேழாவது வயது வரையிலான வாழ்க்கையைச் சொல்வது. இரண்டாவது பாகம் அக்பரது நாற்பத்தாறாவது வயது (1604) வரையிலான வாழ்க்கையைச் சொல்வது. மூன்றாவது பாகம் அயின்-ஐ-அக்பரி. அக்பரது நிர்வாகத்தை, அக்பர் கால முகலாய அரசை விரிவாக விளக்குவது.

1604க்கு மேல் அக்பர் நாமாவைத் தொடர்ந்து எழுதுவதற்கு அபுஸ் பாஸ்ல் இல்லை. காரணம்?

●

அப்பன் எப்போது சாவான்? அரியணை எப்போது காலியாகும்? இளவரசர் சலிமின் மனத்தில் இந்தக் கேள்விதான் விஸ்வரூபம் எடுத்து நின்றது. பேரரசர் அக்பர் இப்போதைக்கு விட்டுக் கொடுப்பதாகத் தெரியவில்லை. அவர் மட்டும் தனது பதினான்காவது வயதிலேயே அரியணை ஏறி அதிகாரத்துக்கு வந்துவிட்டார். எனக்கு முப்பது வயது ஆகிவிட்டது (1599). விட்டுக் கொடுக்கும் எண்ணமே இல்லை அவருக்கு. இந்த ஐம்பத்தெட்டு வயதிலும் உற்சாகமாகப் போர் போர் என்று சென்று கொண்டிருக்கிறார். நான் ஒருபோதும் பேரரசர் ஆகவே முடியாதா?

அக்பர் ஆக்ராவிலிருந்து தக்காணம் நோக்கிக் கிளம்புவதற்கு முன்பாக தனது மகன் சலிமுக்கு கட்டளை ஒன்றை

பிறப்பித்திருந்தார். 'மேவாரைக் கைப்பற்றிவிட்டு வா!' பேரரசின் எல்லை எவ்வளவோ விஸ்தீரணம் அடைந்திருந்தாலும், நீண்ட வருடங்களாக வசப்படாத மேவார், அக்பரை உறுத்திக் கொண்டே இருந்தது. சலிம், பேரரசரின் கட்டளையை மதிக்கவில்லை. எனக்குக் கட்டளையிட அவர் யார்? நான் ஒன்றும் அவரது அதிகாரத்துக்குக் கட்டுப்பட்டவன் அல்ல.

1600ன் மத்தியில் அஜ்மீரில் இருந்தார் சலிம். அக்பர் இல்லாத சூழலில் ஆக்ராவைக் கைப்பற்றிவிட்டால் என்ன? சாத்தியமா? கைப்பற்ற முடியாவிட்டாலும் குறைந்தபட்சம் கஜானாவை யாவது கொள்ளையடிக்க முடியுமா? முயற்சி செய்து பார்க்கலாமா வேண்டாமா என்ற குழப்பத்துடனேயே தன் படைகளோடு ஆக்ராவை அடைந்தார் சலிம்.

கஜானாவைக் கைப்பற்றவும் முயற்சி செய்தார். இளவரசரே இப்படிச் செய்கிறாரே. தடுக்கவா வேண்டாமா என்று ஆக்ரா விலிருந்த அக்பரின் வீரர்கள் குழம்பிப் போயினர். சலிமுக்கும் முழு அளவில் தைரியமெல்லாம் இல்லை. அவரிடம் அந்த அளவுக்குப் படைபலமும் இல்லை. அதுபோக ஹுமாயூனின் மனைவியும் சலிமின் பாட்டியுமான ஹமீதா பானு பேகம், ஆக்ராவின் அரண்மனையில்தான் இருந்தார். சலிம், அவரது செல்லப் பேரன். அந்தச் சூழலில் பாட்டியை நேரடியாக எதிர்கொள்ளும் மனநிலையும் இல்லை. ஆக, அரைகுறையாக கையில் கிடைத்த செல்வங்களை எல்லாம் அள்ளிக் கொண்டு ஆக்ராவிலிருந்து திரும்பினார்.

அலகாபாத்துக்குள் படைகளோடு நுழைந்தார். அதன் கஜானாவைக் கைப்பற்றினார். தன்னை அரசராகப் பிரகடனப் படுத்திக் கொண்டார். படைபலத்தை பெருக்க ஆரம்பித்தார்.

அக்பருக்கு மனவருத்தம்தான். இதை அவர் குடும்பப் பிரச்னை யாக மட்டுமே நோக்கினார். பேச்சுவார்த்தையின் மூலம் சலிமின் மனத்தை மாற்ற நினைத்தார். குவாஜா முகம்மத் ஷெரிஃப் என்ற தனது அமீர்களுள் ஒருவரை அலகாபாத்துக்கு அனுப்பினார். ஷெரிஃப், சலிமின் பால்ய நண்பன். அவர் பேசினால் சலிமைச் சாந்தப்படுத்த முடியுமென நம்பினார் அக்பர். 'வா நண்பா, உனது வரது எனது மகிழ்ச்சி. நீ ஏன்

என்னுடனேயே இருந்துவிடக்கூடாது, எனது அமைச்சராக?' - சலிம், ஷெரிஃபை வளைத்துப் போட்டார்.

அஸிர்கர் கோட்டை முற்றுகைக்குப் பிறகு ஆக்ராவுக்குத் திரும்பினார் அக்பர். சலிமுடனான சச்சரவைத் தீர்க்க வேறு முயற்சிகள் எடுக்காமல் அமைதியாக இருந்தார். 1601ன் ஆகஸ்டுக்கு மேல் சலிம் பொறுமை இழந்தார். முடிவும் எடுத்தார். ஆக்ராவைக் கைப்பற்றிவிட வேண்டியதுதான்.

முப்பதாயிரம் குதிரைப்படை வீரர்களுடன் ஆக்ரா நோக்கிக் கிளம்பினார். பேரரசருக்குச் செய்தி போனது. 'இளவரசர் படைகளோடு வந்து கொண்டிருக்கிறார்.' சலிம், படை யெடுத்து வருகிறாரா அல்லது பேரரசருக்கு மரியாதை செய்ய வருகிறாரா என்று யாராலும் புரிந்துகொள்ள முடியவில்லை. ஆக்ராவுக்கு நூறு கிலோமீட்டர் தொலைவிருக்கும்போது சலிமை அந்தச் செய்தி சென்றடைந்தது. 'என்னைச் சந்திக்க வருவதென்றால் உனது பாதுகாப்பு வீரர்களுடன் மட்டும் வா. படையைத் திருப்பி அனுப்பிவிடு. அல்லது படையெடுக்க வருகிறாய் என்றால் தாக்குப்பிடிக்க முடியுமா என்று யோசித்துக் கொள்.'

இந்தச் செய்தி சலிமைக் கலங்கடித்தது. யோசிக்காமல் வந்து விட்டோமோ? முகத்தைக் காட்டி முன்னேறிக் கொண்டிருந்த குதிரைகள், வாலை ஆட்டியபடி திரும்பி நடக்க ஆரம்பித்தன.

சலிம் திரும்பிச் சென்றதில் அக்பருக்கு திருப்தியே. ஆணை ஒன்றைப் பிறப்பித்தார். 'வங்காளம், ஒரிஸ்ஸாவுக்கான ஆளுநராக சலிமை நியமிக்கிறேன்.' இந்தச் செய்தியையும் சலிம் கண்டுகொள்ளவில்லை. அலகாபாத்திலேயே இருந்தார். தனது பெயர் பொறிக்கப்பட்ட புதிய நாணயங்களை கொண்டுவந்தார். அதை அக்பருக்கு அனுப்பிவைத்தார். அக்பர் கோபப்பட வில்லை. மாறாக 'உனது கலைநயத்தைப் பாராட்டுகிறேன்' என்று தனது மகனுக்குச் செய்தி அனுப்பினார்.

அக்பர் தனது அடுத்த முயற்சியாக அபுல் பாஸ்லைக் களமிறக்கினார் (1602). 'தாங்கள்தான் அலகாபாத்துக்குச் சென்று இளவரசருக்கு எடுத்துச் சொல்ல வேண்டும். மனத்தை மாற்ற வேண்டும்.' அபுல் பாஸ்லுக்கும் சலிமுக்கும் பல விஷயங்களில் ஒத்துப்போனதில்லை. தான் சொல்லி சலிம்

கேட்கப்போவதில்லை என்று அவருக்குத் தெரியும். ஆனாலும் பேரரசர் சொல்லிவிட்டாரே என்பதற்காக அலகாபாத் சென்றார். எதிர்பார்த்தபடியே பேச்சுவார்த்தை சுமுகமாக நடக்கவில்லை.

தனது பாதுகாவலர்களுடன் ஆக்ராவுக்குத் திரும்பிக் கொண்டிருந்தார் அபுல் பாஸ்ல். திடீரென தோன்றிய கும்பல் ஒன்று, அவர்களைச் சுற்றி வளைத்துத் தாக்கியது. அபுல் பாஸ்ல் கொலை செய்யப்பட்டார்*. கொலை செய்தவன் மத்திய பிரதேசத்தின் ஆர்ச்சாவைச் சேர்ந்த பிரபல கொள்ளைக்காரன் பீர்சிங் பண்டேலா. கொலை செய்யச் சொன்னவர் சலிம்.

ஆக்ராவில் தனது அரண்மனைத் தோட்டத்தில் புறாக்களுக்கு இரைபோட்டுக் கொண்டிருந்தார் பேரரசர். செய்தி சொல்பவர் அவர் முன் வந்து நின்றார். அவரது இடுப்பில் நீல நிறத்துணி. துக்க செய்திகளைச் சொல்ல வருபவர்கள், இடுப்பில் நீல நிறத்துணி அணிந்து செல்வது முகலாயக் கலாசாரம். அக்பர் நொறுங்கிப் போனார். அபுல் பாஸ்லையும் இழந்து விட்டேனா? சலிம், பேரரசர் ஆக விரும்பினால் என்னைக் கொல்ல வேண்டியதுதானே? ஏன் அபுல் பாஸ்லைக் கொல்ல வேண்டும்?

அக்பர், பொறுமையை காக்க வேண்டிய கட்டாயத்தில் இருந்தார். காரணம் இளவரசர் முராட் ஏற்கெனவே இறந்து போயிருந்தார். இளைய இளவரசர் தானியலும் போதைப் பழக்கத்தால் தனது உடல் நலத்தைத் தொலைத்திருந்தார். நீண்ட நாள்கள் வாழ்வது கடினம்தான் என மருத்துவர்கள் கைவிட்டிருந்தார்கள். எஞ்சியிருக்கும் வாரிசு சலிம் மட்டுமே. ஆனால் சலிமின் தொந்தரவுகள் மேன்மேலும் அதிகரித்துக் கொண்டே சென்றன.

'நான் பேசிப் புரிய வைக்கிறேன். சலிமை தங்கள் முன் கொண்டு வந்து நிறுத்துகிறேன்' என்று சவாலாகக் களமிறங்கினாள் சலிமா பேகம், பேரரசரின் இரண்டாவது மனைவி. அலகாபாத்துக்குச்

---

★ 1602 முதல் 1605 வரையிலான அக்பரது வாழ்க்கை, முகம்மது சலிஹ் என்பவரால் பின்னர் எழுதப்பட்டு அக்பர்நாமாவில் இணைக்கப்பட்டது. அதில் பல்வேறு விஷயங்கள் விடுபட்டுப் போயிருந்தன.

சென்றாள். யானை ஒன்றையும், குதிரை ஒன்றையும் தனது மகனுக்குப் பரிசளித்தாள். தங்க இழைகளால் நெய்யப்பட்ட அங்கவஸ்திரம் ஒன்றை சலிமுக்கு அணிவித்துக் கௌரவப் படுத்தினாள். 'மகனே, நீ என்னோடு ஆக்ராவுக்கு வரவேண்டும். பேரரசர் உன்னைப் பார்க்க வேண்டும் என ஏக்கமுடன் காத்திருக்கிறார்.' சலிம், பெரியம்மாவின் அன்புக்குக் கட்டுப்பட வேண்டியதாகப் போயிற்று. ஆக்ராவுக்குச் சென்றார். தயங்கித் தயங்கி பேரரசர் முன் நின்றார். காலில் விழுந்தார்.

அக்பர், தனது மகனைத் தூக்கி நிறுத்தினார். தனது தலையில் அணிந்திருந்த தலைப்பாகையை கழற்றி, மகனுக்கு அணி வித்தார். எனக்குப் பின் நீதான் பேரரசர் என்று அதற்கு அர்த்தம். கிட்டத்தட்ட மூன்று வருடங்களாகத் தொடர்ந்த அந்த சச்சரவு முடிவுக்கு வந்தது. அப்போதும் அக்பர் சலிமிடம் கேட்டுக் கொண்ட விஷயம், 'மேவாருக்குச் சென்று அதைக் கைப்பற்றி விட்டு வரமாட்டாயா?'

சரியென்று தலையாட்டி விட்டுச் சென்ற சலிம் கொஞ்ச நாள்கள் பதேஃபூர் சிக்ரியில் தங்கினார். அங்கிருந்து 'அலகாபாத்துக்குச் செல்கிறேன்' என்று அக்பருக்குத் தகவல் கிளம்பினார். மேவாருக்குப் படையெடுத்துச் செல்லும் எண்ணமே சலிமுக்கு இல்லை. அலகாபாத்தில் சலிமின் நாள்கள் பெண்கள் சூழ போதையில் கழிய ஆரம்பித்தன.

அக்பர் மனம் வெறுத்துப் போனார். 1604ன் ஏப்ரலில் தானியல் இறந்துபோனார். எனக்குப் பின் பேரரசைக் கட்டிக்காக்க சலிமாவது மிஞ்சுவானா? காலம் கவலையோடு நகர்ந்தது. அந்த செப்டெம்பரில் அக்பரின் தாயாரான, ஹமீதா பானு பேகம் காலமானார். ஹுமாயூனின் கல்லறைக்கு அருகிலேயே தனது தாய்க்கும் இறுதிச் சடங்குகளை நிறைவேற்றிய அக்பர், தலை, மீசை, தாடி, புருவம் எல்லாவற்றையும் மழித்துக் கொண்டார். தன்னைச் சுற்றி யாருமே இல்லாதது போன்ற தனிமையில் மூழ்கிக் கொண்டிருந்தார் பேரரசர்.

அன்று ஆக்ராவில் அவை கூடியிருந்தது (1605). சலிமை வரச் சொல்லியிருந்தார் அக்பர். வந்தார். எல்லோர் முன்னிலையிலும் சலிமுக்கு மரியாதை கொடுத்த அக்பர், அவை கலைந்ததும் தனது மகனைத் தனி அறைக்கு இழுத்துச் சென்றார். கன்னத்தில் ஒரே

அறை. கலங்கிப்போனார் சலிம். 'என்னை ஏமாற்றிக் கொண்டிருக்கிறாயா நீ?'

அரண்மனை மருத்துவர் சாலிவாஹனன் வரவழைக்கப்பட்டார். 'இனி இளவரசர் போதை வஸ்துக்கள் பக்கமே போகக்கூடாது. சிகிச்சை கொடுங்கள். எந்நேரமும் அவர் கண்காணிக்கப்பட வேண்டும்.' சலிம், அரண்மனையில் கிட்டத்தட்ட சிறை பிடிக்கப்பட்டார். முதலில் முரண்டு பிடித்தாலும் பின்பு சிகிச்சைக்கு ஒத்துழைக்க ஆரம்பித்தார். அவரது உடல்நிலை தேறியது.

சலிம் சரிப்பட்டு வருவானா? நான் பாடுபட்டு உருவாக்கிய பேரரசை மேலும் விஸ்தரிப்பானா அல்லது கைவிட்டுவிடு வானா? பேசாமல் சலிமின் மூத்த மகன் குஷ்ரவ் மிர்ஸாவை அடுத்த பேரரசராக அறிவித்துவிடலாமா? அக்பருக்குள் குழப்பம். முடிவெடுக்க முடியாமல் திணறிய அக்பர், ஒருநாள் சலிமின் யானைக்கும், குஷ்ரவின் யானைக்கும் சண்டை ஏற்பாடு செய்தார். யாருடைய யானை வெல்கிறதோ, அவரையே அடுத்த பேரரசராக முறைப்படி அறிவித்துவிடலாம் என்பது அக்பரின் மனக்கணக்கு. அக்பர் பெரிதும் எதிர்பார்த்த குஷ்ரவின் யானை தோற்று ஓடியது. மேலும் சோர்ந்துபோனார். அன்று இரவெல்லாம் அவருக்குத் தூக்கமே இல்லை.

காலையில் வயிற்றுப்போக்கு ஆரம்பித்தது. அக்பரின் பிரத்யேக மருத்துவரான ஹக்கிம் அலி கிலானி ஓடோடி வந்தார். மருந்து கொடுத்தார். வயிற்றுப் போக்கு நின்று கடும் காய்ச்சல் ஆரம்பமானது. கிலானி, காய்ச்சலுக்கு மருந்து கொடுத்தார். அது கொஞ்சம் கொஞ்சமாகக் குறைந்தது. ஆனால் மீண்டும் வயிற்றுப்போக்கு. கிட்டத்தட்ட மூன்று வாரங்கள். அக்பர் உடல்நிலை தேறவே இல்லை.

ஆஜானுபாகுவான தோற்றம். ஐந்து அடி, ஏழு அங்குல உயரம். பெரிய முகம், அதில் சற்றே சிறிய நாசி. சீர்படுத்தப்பட்ட மீசை. கூர்மையான பார்வை, அதிர்வுகளை ஏற்படுத்தும் குரல். எல்லாம் தொலைந்து போயிருந்தன. ராஜா மன் சிங்கும் பல அமீர்களும் அக்பரைச் சூழ்ந்து நின்றிருந்தார்கள். சலிம் மீது அதிருப்தியில் இருந்தார்கள் அவர்கள். அடுத்த பேரரசராக குஷ்ரவை நியமிக்க வேண்டும் என்பது அவர்களது விருப்பம்.

அக்பரின் நினைவிடம்

அக்பர் அமைதியாக இருந்தார். அக்டோபர் 21 அன்று சலிம், தந்தையைப் பார்க்க வந்தார். அக்பர் சுயநினைவோடுதான் இருந்தார், ஆனால் பேச இயலவில்லை. அவரது கண்கள் கலங்கியிருந்தன. ஹுமாயூனின் தலைப்பாகையையும் வாளையும் எடுத்துவரச் சொல்லி சைகை செய்தார். அவற்றைத் தன் கையால் சலிமிடம் ஒப்படைத்தார். சலிமுக்கு அக்பர் செய்துவைத்த பதவிப் பிரமாணம் அது.

அக்டோபர் 27ன் நள்ளிரவு. இசைக்கலைஞர்கள் கண்ணீரோடு பாடிக் கொண்டிருந்தார்கள். அறுபத்து மூன்று வயது பேரரசரின் இறுதி ஆசை அது. பாடிக் கொண்டிருந்தவர்கள், அப்படியே கதறி அழ ஆரம்பித்தனர். ஆக்ராவில் பேரரசரின் இறப்புச் செய்தி பரவ ஆரம்பித்தது.

ஆக்ராவிலிருந்து எட்டு கிலோ மீட்டர் தொலைவிலுள்ள சிகந்தரா. தனக்கான நினைவிடத்தைத் தானே கட்ட ஆரம்பித்திருந்தார் அக்பர். வேலை பாதிதான் முடிந்திருந்தது. சலிம், அக்பரது சவப்பெட்டியைத் தன் தோள்கொடுத்து தூக்கி வந்தார். இறுதிச் சடங்குகள் நிறைவேறின. 1613ல் அந்த நினைவிடம் முழுமையாகக் கட்டி முடிக்கப்பட்டது.

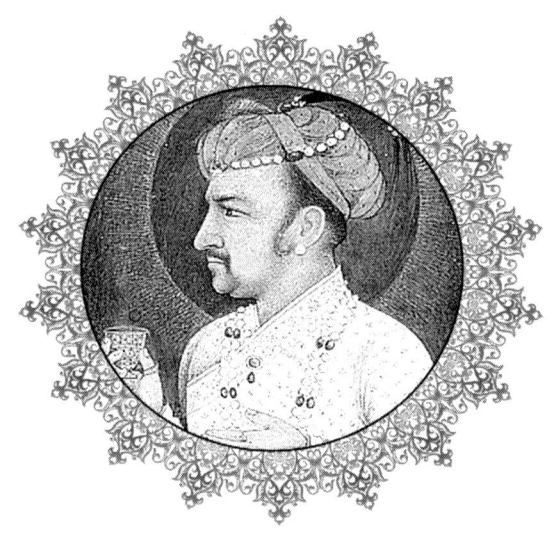

# ஜஹாங்கிர்

காலம் : 1569 - 1627
ஆட்சி : 1605 - 1627

மதகுருக்கள் இல்லை. சடங்கு, சம்பிரதாயங்கள் எதுவுமில்லை. 1605, நவம்பர் 3 அன்று ஆக்ராவின் கோட்டையில் அரசவையில் அனைவரும் கூடியிருக்க தனக்குத் தானே முடிசூட்டிக் கொண்டார் சலிம். உலகை வெல்பவர் (World Grasper) என்ற பொருளில் அப்போது அவருக்கு வழங்கப்பட்ட பட்டம் ஜஹாங்கிர். அதுமுதல் அவர் நூர்-உத்-தின் முகம்மது சலிம் ஜஹாங்கிர் ஆனார். முகலாயப் பேரரசர் ஜஹாங்கிர் பெயர் பொறிக்கப்பட்ட நாணயம் வெளியிடப்பட்டது.

தான்தான் அடுத்த பேரரசர் என்று திமிறிக் கொண்டிருந்தானே என் அருமை மகன் இளவரசர் குஷ்ரவ், அவனை என்ன செய்வது? அவனுக்கு ஆதரவாகத் திரண்ட என் அருமைத் தந்தையின் பிரியத்துக்குரிய அமைச்சர்களையும் அமீர்களையும் என்ன செய்வது?

தன் ஆட்சிக்கு எதுவும் பாதிப்பு வந்துவிடாமல் இருக்க, இந்த விஷயத்தில் உடனடி நடவடிக்கை எடுத்தார் ஜஹாங்கிர். அவருக்கு எதிராகச் செயல்பட்ட அமைச்சரவைச் சகாக்கள் உள்பட எல்லோருக்கும் பதவி உயர்வு அளித்து தன் வசப்படுத்தினார். தன்னோடு பல வருடங்களாக பல்வேறு காரியங்களில் தோள் கொடுத்து நின்ற ஸமனா பெக் என்ற தளபதியை அழைத்தார். ‘மஹபத் கான்’ என்ற பட்டத்தை அவருக்குக் கொடுத்து முகலாயப் படையின் முதன்மைத் தளபதியாகப் பதவி கொடுத்து கௌரவித்தார். அபுல்

பாஸ்லைக் கொன்று சேவை செய்த கொள்ளைக்காரனான பீர்சிங் பண்டேலாவுக்கும் பதவி கிடைத்தது.

அக்பரை பெரும்பான்மையான மக்கள் முழுமையாக ஏற்றிருந் தனர். அதேபோல் தானும் மக்களின் மனத்தில் இடம்பிடிக்க வேண்டுமென எண்ணினார் ஜஹாங்கிர். புதுவருடம் பிறக்கவிருந்தது. எல்லோரும் வெகுசிறப்பாக நௌரோஸ் பண்டிகையைக் கொண்டாடும்படி ஏற்பாடுகள் செய்தார். பணியில், பதவியில் இருந்தவர்களுக்கு மட்டுமல்ல, பொது மக்களுக்கும் நிறைய வெகுமதிகள் கிடைத்தன. ஜஹாங்கிரை உளமாற வாழ்த்தினார்கள்.

ஆக்ரா கோட்டையின் வெளியே உயரத்தில், தங்க முலாம் பூசப்பட்ட மணிகள் தொங்கவிடப்பட்டன. அதோடு கயிறுகள் இணைக்கப்பட்டிருந்தன. யார் வேண்டுமானாலும், எப்போது வேண்டுமானாலும் எந்தப் பிரச்னை குறித்தும் நேரடியாகப் பேரரசரிடம் முறையிடுவதற்காக இந்த 'நீதி மணி' ஏற்பாடு. 'மணியின் ஓசை கேட்காமலேயே இருந்தால் என் ஆட்சியில் மக்கள் நன்றாக வாழுவதாக அர்த்தம்.' நிர்வாகத்தில் அக்பர் கடைபிடித்த பல்வேறு விஷயங்களை அப்படியே பின்பற்றி னார் ஜஹாங்கிர். புதிதாக சில திட்டங்களையும் கொண்டு வந்தார்.

பேரரசுக்குள்பட்ட அனைத்து இடங்களிலும் அடிப்படை வசதிகள் நிறைவேற்றப்பட்டிருக்க வேண்டும். கிணறு, குளம் வெட்டுதல், சாலை போடுதல், சத்திரம் அமைத்தல் போன்ற ஒவ்வொரு தேவைகளையும் அந்தந்த பகுதிகளில் ஜாஹிர் தார்களே முன்நின்று உடனே நடத்தி முடிக்க வேண்டும் என்றொரு அவசர கட்டளையைப் பிறப்பித்தார். எல்லா நகரங்களிலும் அரசு வைத்தியசாலைகள் உடனே நிறுவப்பட வேண்டும். அதற்குரிய மருத்துவர்களை, பணியாளர்களை அரசே நியமிக்கும். ஒரு பகுதியிலிருந்து இன்னொரு பகுதிக்குக் கொண்டு செல்லப்படும் சரக்கு மூட்டைகளை தேவைப்பட்டால் அதிகாரிகள் பிரித்து சோதனை செய்யலாம். அதற்கு சரக்கின் உரிமையாளர் அனுமதி தேவையில்லை. கடத்தல்களைத் தடுப்பதற்காக இப்படி ஓர் ஆணை. வாரிசு இன்றி இறந்துபோகும் ஒருவருடைய சொத்துகளை வேறு யாரும் கொண்டாட முடியாது. அந்த சொத்துகள் பள்ளிவாசல்களுக்கோ,

இளவயது ஜஹாங்கிர்

கோயில்களுக்கோ சொந்தமாகும். பேரரசின் எல்லைக்குள் ஓபியம் போன்ற போதை வஸ்துக்களை விற்பதோ, வாங்குவதோ தண்டனைக்குரியது. கை, கால்களை வெட்டுவது, கண்களைக் குருடாக்குவது போன்ற கொடிய தண்டனைகள் அகற்றப் படுகின்றன.

இவை எல்லாம் ஜஹாங்கிர் ஆட்சிக்கு வந்த கொஞ்ச நாள் களிலேயே மக்களின் அபிமானத்தைப் பெறுவதற்காக கொண்டு வந்த சட்ட, திட்டங்கள். ஆனால் கொடிய தண்டனைகளுக்கான எதிரான சட்டத்தை ஜஹாங்கிரே மீற வேண்டிய நிலை வந்தது.

•

அப்போது ஜஹாங்கிரின் மூத்த மகனான குஷ்ரவுக்கு பதினெட்டு வயதுதான். ஜஹாங்கிருக்குப் பிறகு அரியணை ஏற உரிமையுள்ள நபர். ஆனால் குஷ்ரவுக்குப் பொறுமை இல்லை. தாத்தா அக்பர் வேறு தன் மகனுக்கு எதிராகப் பேரனைக் கொஞ்சம் உசுப்பேற்றிவிட்டுக் கண் மூடியிருந்தார். என் தந்தைக்கே அவருடைய முப்பத்தாறாவது வயதில்தான் அரியணை

முகலாயர்கள் / 177

பாக்கியம் கிட்டியிருக்கிறது. நான் இன்னும் எத்தனை ஆண்டுகள் காத்திருக்க வேண்டுமோ?

குஷ்ரவ் ஆக்ராவில் அமைதியாக இருப்பதுபோலத்தான் இருந்தார். எப்போது வேண்டுமானாலும் இளங்காளை அத்துக் கொண்ட ஓடத் தயாராக இருந்ததால், ஜஹாங்கிரும் அவரைக் கண்காணித்துக் கொண்டேதான் இருந்தார்.

1606, ஏப்ரல் 6 அன்று சூரியன் தரையிறங்கிக் கொண்டிருந்த சமயத்தில் கமுக்கமாகத் தனது மாளிகையில் இருந்து கிளம்பினார் குஷ்ரவ். தனது தாத்தாவின் சமாதிக்குச் சென்று வணங்கினார். அவரது குதிரை ஊரைவிட்டு வெளிப்பக்கமாகச் செல்ல ஆரம்பித்தது. சற்று தொலைவில் சிறிய குதிரைப்படை ஒன்று அவரோடு இணைந்துகொண்டது.

'என்னது இது, இந்த நேரத்தில் குதிரைகள் கூட்டமாகப் போகிற சத்தம் கேட்கிறதே?' என்ற சந்தேகத்துடன் அந்தக் காவலாளி, கோபுரத்தின் உச்சத்தில் அவசரமாக ஏறினான். அது காட்டுப் பகுதியில் அமைக்கப்பட்டிருந்த கண்காணிப்பு கோபுரம்.

சற்று நேரத்திற்கெல்லாம் ஆக்ராவின் கோட்டைக்குத் தகவல் சென்றடைந்தது. ஜஹாங்கிரிடம்தான் உடனே தெரிவிக்க முடியவில்லை. அவர் அந்தப்புரத்துக்குச் சென்றிருந்தார். பேரரசர் வெளியே வரும்வரை பொறுமையிழந்து காத்திருந் தார்கள். வந்தார். சொன்னார்கள். 'குதிரையில் சென்றது இளவர சராகத்தான் இருக்கக்கூடும். அவரது மாளிகையிலும் மற்ற இடங்களிலும் தேடிப்பார்த்து விட்டோம். ஆள் இல்லை.'

'படைகள் உடனே கிளம்பட்டும். விடாதீர்கள். விரட்டிப் பிடியுங்கள்' - ஜஹாங்கிரின் குரலில் கோபம் தெறித்தது. ஜஹாங்கிரின் சிந்தனை பல்வேறு திசைகளில் ஓடியது. அப்போது முகலாயப் படை ஒன்று மேவாரை நோக்கிக் கிளம்பிச் சென்றிருந்தது. ராஜஸ்தானை அடைந்திருக்கலாம். குஷ்ரவ் அந்தப் படையில் சென்று சேர்ந்து, அதை தனதாக்கிக் கொண்டு ஆக்ரா மீதே படையெடுத்துவிடுவானா?

'உடனே, மேவாருக்குச் சென்றுள்ள படைகளைத் திரும்ப அழையுங்கள்.' ஜஹாங்கிரின் அடுத்த கட்டளை இது.

அவன் வடமேற்கு எல்லை தாண்டிச் சென்று உஸ்பெக்கு களுடனும் பெர்சியர்களுடனும் இணைந்துவிட்டால்? அவர் களது படைபலத்தோடு டெல்லியைக் கைப்பற்ற வந்தால்? ஜஹாங்கிருக்கு இருப்பு கொள்ளவில்லை. நான் பதவியேற்றே ஐந்து மாதங்கள்தான் ஆகின்றன. அதற்குள்ளேயே ஆபத்தா? அதுவும் என் மகனால்.

மறுநாள் விடியும் வேளையில் ஜஹாங்கிர் ஒரு படையுடன் கிளம்பினார், குஷ்ரவைப் பிடிக்க.

குஷ்ரவோடு முந்நூற்றைம்பது குதிரை வீரர்கள் இருந்தார்கள். அவர் மதுராவுக்குச் சென்றார். மதுராவை நிர்வகித்துக் கொண்டு இருந்த ஹுசைன் பெக் பகதூர், மூவாயிரம் குதிரை வீரர்களோடு குஷ்ரவுக்குக் கைகொடுத்தார். மேலும் படைபலத்தைச் சேர்க்க நகர்ந்துகொண்டே இருந்தார். ஆனால் கைவசம் இருக்கின்ற படையின் அத்தியாவசியத் தேவைகளைக் கவனிப்பதற்கே குஷ்ரவிடம் பணமில்லை. ஆகவே, கிடுகிடுவென உயர்ந்த படைவீரர்களின் எண்ணிக்கை கடகடவென குறைந்து கொண்டே போனது.

'குருவைச் சந்திக்க வந்திருக்கிறேன்.'

'நீங்கள் யார்?'

'முகலாய இளவரசர் குஷ்ரவ் மிர்ஸா.'

பஞ்சாபில் சீக்கியர்களின் ஐந்தாவது குருவான அர்ஜுன் சிங்கின்* இருப்பிடத்துக்குச் சென்ற குஷ்ரவ், அவருக்கு மரியாதை செய்தார். தன் திட்டத்தை, நிலையை வெளிப்படையாகச் சொன்னார். உதவி கேட்டார். குரு மனது வைத்தால் பஞ்சாபைத் தன் வசப்படுத்திக் கொள்ளலாம் என்பது குஷ்ரவின் கணக்கு. 'தாங்கள் எதிர்பார்க்கும் அளவுக்குப் பெரிய உதவியெல்லாம் என்னால் செய்ய இயலாது' என்று கூறிய குரு, கொஞ்சம் பணம் கொடுத்து உதவினார். அப்போதிருந்த சூழ்நிலையில் குஷ்ரவுக்கு அதுவே பெரிதாகத் தெரிந்தது. குருவிடம் விடைபெற்றுக்

---

★ அர்ஜுன் சிங், அமிர்தசரஸில் 1563ல் பிறந்தவர். நான்காவது குருவான ராம் தாஸின் இளைய மகன். 1581ல் சீக்கியர்களின் ஐந்தாவது குருவானார். தனக்கு முந்தைய நான்கு குருக்களின் போதனைகளை அர்ஜுன் சிங் தொகுத்தார். அதுவே சீக்கியர்களின் புனித நூலான ஆதி கிரந்த்.

முகலாயர்கள் / 179

குரு அர்ஜுன் சிங்

கிளம்பினார், லாகூரை நோக்கி. வழியிலேயே லாகூரின் திவானாகிய அப்துல் ரஹிம் சிறிய படையுடன் குஷ்ரவோடு இணைந்துகொண்டார். லாகூரில் கவர்னர் திலாவர் கானும் ஆதரவு கொடுத்தால் பெரும்படை உதவி கிடைக்கும். அப்புறம் ஆக்ராவை நோக்கிச் செல்லவேண்டியதுதான்.

ஆனால் திலாவர் கான், லாகூருக்குள் நுழையும் எல்லா வழிகளையும் அடைக்கச் சொல்லி உத்தரவிட்டிருந்தார். உதவி கேட்டு வந்தால், உபத்திரம் தருகிறார்கள். லாகூரைக் கைப்பற்றிவிட வேண்டியதுதான். குஷ்ரவ், கோட்டைக் கதவு ஒன்றுக்கு தீ வைக்கச் சொன்னார். வழி கிடைத்தது. குஷ்ரவின் படைகள் லாகூருக்குள் நுழைந்தன. மோதல் ஆரம்பமானது.

லாகூரிலிருந்து எண்பது கிலோமீட்டர் தொலைவிலுள்ள சுல்தான்பூரில் முகாமிட்டிருந்தார் ஜஹாங்கிர். குஷ்ரவ் குறித்த ஒவ்வொரு செய்தியும் அவருக்குக் கிடைத்துக் கொண்டே இருந்தது. ஜஹாங்கிரிடமிருந்து லாகூருக்கு செய்தி ஒன்று சென்றது. 'அவனைப் பிடிக்காமல் நான் திரும்பிச் செல்வதாக இல்லை.' இந்தச் செய்தி கேட்டதுமே குஷ்ரவ், ஆடித்தான்

போனார். சொற்ப படைகளை வைத்துக் கொண்டு போராடுவது முட்டாள்தனம். தப்பி ஓட முடிவெடுத்தார் குஷ்ரவ்.

'ராவி நதியைத் தாண்டிவிட்டால் ஓரளவு பாதுகாப்பான இடத்துக்குச் சென்றுவிடலாம் இளவரசரே. இன்று இரவு தயாராக இருங்கள்.' குஷ்ரவும் அவரது சகாக்களும் ராவி நதிக்கரையை அடைந்தார்கள். படகோட்டிகள் வடிவில் சோதனை வந்தது. 'நீங்களெல்லாம் யார் என்றே தெரியவில்லை. படகெல்லாம் வராது.'

குஷ்ரவும் மற்றவர்களும் படகோட்டிகளைத் தாக்கிவிட்டு தாங்களே படகுகளில் ஏறி ஓட்ட ஆரம்பித்தார்கள். நீரோட்டம் அதிகமாக இருந்ததால் சமாளிக்க முடியவில்லை. படகுகள் கவிழ்ந்தன.

●

'இளவரசரைக் கைது செய்துவிட்டோம்' என்ற செய்தி கேட்டதும் ஜஹாங்கிரின் முகத்தில் நிம்மதி வந்தது, மூன்று வாரங்கள் கழித்து. லாகூருக்கு வந்திருந்தார் அவர். 'அவனைக் கொண்டு வாருங்கள்.'

கை, கால்கள் சங்கிலிகளால் பிணைக்கப்பட்டிருக்க, குஷ்ரவ் இழுத்து வரப்பட்டார். அவரது கண்கள் கலங்கியிருந்தன. 'துரோகிகளுக்கெல்லாம் மன்னிப்பு கிடையாது' என்று ஜஹாங்கிர் சொல்லவும் குஷ்ரவ் முன்னோக்கிப் பாய்வதற்காகச் சீறினார். 'இவனைக் கொண்டுபோய் சிறையிலடையுங்கள்.'

குஷ்ரவுக்குத் துணைபோன சுமார் முந்நூறு வீரர்களுக்கு மரண தண்டனை நிறைவேற்றப்பட்டது. இரண்டு முக்கிய அமீர்கள் லாகூரில் பொதுமக்கள் முன்னிலையில் கொண்டுவரப்பட்டார்கள். அவர்களது உடைகள் உருவப்பட்டன. புதிதாக உரிக்கப்பட்ட மாட்டின் தோல் அவர்களது உடலோடு ஒட்டி வைத்து தைக்கப்பட்டது. கைகள் கட்டப்பட்ட நிலையில் இருவரும் கழுதைமேல் ஏற்றப்பட்டார்கள். பின்பக்கம் பார்த்து உட்கார்ந்துள்ளபடியாக தெருத்தெருவாக ஊர்வலம். வெயில் ஏற ஏற, மாட்டுத் தோல் உடலை இறுக்க, துளித்துளியாக வலியை அனுபவித்து இறந்துபோனார்கள்.

லாகூர் சிறையில் குஷ்ரவ் கொதித்துக் கொண்டிருந்தார். மூன்று நாள்கள் சாப்பிடவில்லை, தூங்கவில்லை. சிறை அதிகாரியிடம் கொஞ்சம் கொஞ்சமாகப் பேசிப்பேசி ஜஹாங்கிருக்கு எதிராகத் திட்டமும் போட்டார். விஷயம் ஜஹாங்கிரின் காதுகளுக்குச் சென்றது. 'இனி எத்தனைக் காலம் சிறையில் இருந்தாலும் இவன் அடங்கப்போவதில்லை. கண்களைத் தோண்டிவிடுங்கள்.'

'இளவரசர் சிறையில் வலியால் துடித்துக் கொண்டிருக்கிறார்' - செய்தி ஆக்ராவில் ஜஹாங்கிரின் மகள்களான இளவரசிகள் நிஸார் பேகத்துக்கும், பாஹர் பானு பேகத்துக்கும் தெரிய வந்தது. பதறிப்போனார்கள். தங்களது தந்தையிடம் அனுமதி கேட்டார்கள். 'குஷ்ரவின் பிழைகளுக்காக நாங்கள் தங்களிடம் மன்னிப்பு கேட்கிறோம். அவனுக்கு வைத்தியம் பார்க்க அனுமதி கொடுங்கள் தந்தையே!'

ஜஹாங்கிர் மனது வைத்தார். குஷ்ரவ் ஆக்ராவுக்குக் கொண்டு வரப்பட்டார். நாளடைவில் குஷ்ரவுக்கு ஓரளவு பார்வை திரும்பியது. ஆனால் சிறைவாசம் தொடர்ந்தது.

●

சீக்கியர்களின் ஐந்தாவது குருவான அர்ஜுன் சிங் காலத்தில் பஞ்சாபில் சீக்கிய மதம் வேகமாகத் தளைத்தோங்க ஆரம்பித் திருந்தது. குருவின் போதனைகளால் கவரப்பட்ட இஸ்லா மியர்களும் இந்துக்களும் சீக்கிய மதத்தைத் தழுவ ஆரம்பித் திருந்தனர். அக்பர் தன் காலத்தில் சீக்கிய குருக்களிடம் நட்பு பாராட்டிக் கொண்டுதான் இருந்தார். ஆனால் ஜஹாங்கிருக்குப் புதிதாக ஒரு மதம் தளைப்பதில் அவ்வளவாக உடன்பாடு இருக்கவில்லை.

'இளவரசர் குஷ்ரவ் பஞ்சாபை முழுவதுமாகக் கைப்பற்ற குரு ஆசிர்வாதம் செய்திருக்கிறார். அதுவும் தலையில் கைவைத்து, நெற்றியில் திலகம் இட்டு.' அர்ஜுன் சிங் குறித்த செய்திகள் பல்வேறு விதங்களில் ஜஹாங்கிரின் செவிகளை வந்தடைந்தன. கோபத்துடன் கட்டளையிட்டார், 'குருவைக் கைது செய்யுங் கள்.'

முகலாய வீரர்கள் குருவைச் சூழ்ந்தனர். அவர் எந்தவித எதிர்ப்பும் காட்டவில்லை. சிறைக்குச் சென்றார். சிறையில் ஆறுநாள்கள் குருவைக் கொடுமைப்படுத்தியிருக்கிறார்கள்

என்கின்றனர் சீக்கிய சரித்திர ஆசிரியர்கள். ஒரு பெரிய அண்டாவில் கழுத்தளவு நீரில் குருவை அமரவைத்து கீழே நெருப்பு மூட்டினார்கள். அவர் தலையில் சுடுமணலைக் கொட்டினார்கள். தகிக்கும் இரும்புத் தகட்டில் உட்கார வைத்தார்கள். இப்படி ஒவ்வொரு நாளும் ஒவ்வொருவிதமான கொடுமைகளை வரிசைப்படுத்தியிருக்கிறார்கள். குரு, அமைதியாக இருந்தார். ஆறாவது நாள். உடலெங்கும் தீக்காயங்களுடன் இருந்த அர்ஜுன் சிங்கை, ராவி ஆற்றுக்கு அழைத்துச் சென்றார்கள். குளிர் நீரில் இறங்கச் சொன்னார்கள். சுற்றிலும் வீரர்கள். ஏராளமான பொதுமக்களும் கூடியிருந் தார்கள்.

குரு மறுக்கவில்லை. இறங்கினார். ஆற்றுக்குள் நடந்தார். நீருக்குள் தலை மூழ்கினார். வெளியே வரவே இல்லை. அவரது உடலும் கிடைக்கவில்லை என்கிறார்கள்.

அதுவரை அன்பையும் சமாதானத்தையும் தங்கள் மதக் கொள்கையாகக் கடைபிடித்து வந்த சீக்கியர்கள், குரு அர்ஜுன் சிங்கின் இழப்புக்குப் பின் ஆயுதத்தின் பக்கம் தங்கள் பார்வையைத் திருப்ப ஆரம்பித்தார்கள்.

●

புதிய பிரதேசங்களைக் கைப்பற்றி முகலாயப் பேரரசின் எல்லையை விரிவாக்க வேண்டும் என்பதுதான் ஜஹாங்கிரின் ஆசையும். ஆனால் ஆரம்பத்தில் இருப்பதைத் தக்கவைத்துக் கொள்வதில் அதிக கவனம் செலுத்த வேண்டி வந்தது. நீண்ட நாள்களாக மேவார் போக்குக் காட்டிக் கொண்டிருக்கிறது. பேரரசர் அக்பரின் தீராத ஆசை. என் காலத்திலாவது மேவாரை அடைந்தே தீருவேன் என்று தீர்மானம் செய்திருந்தார் ஜஹாங்கிர்.

ராணா பிரதாப் சிங்கின் மகன் அமர் சிங்கின் கட்டுப்பாட்டில் இருந்தது மேவார். தனது இரண்டாவது மகன் பர்வேஷ் மிர்ஸாவிடம் பொறுப்பை ஒப்படைத்தார் ஜஹாங்கிர். 'மகனே, ராஜபுத்திரப் பிரதேசங்கள் அனைத்தும் நம் பேரரசில் எப்போ ாதோ இணைந்துவிட்டன, போர் ரீதியாக. உறவு ரீதியாக. மேவார் மட்டும் தனியே துருத்திக் கொண்டிருக்கிறது. இது பல வருட சவால். முடித்துவிட்டு வா!'

பர்வேஷும் உத்வேகத்துடன்தான் சென்றார். ஆனால் மேவார் ரானா அமர் சிங்கின் தடுப்பு அரண்களைத் தாண்டி அவரால் முன்னேற முடியவில்லை. குறிப்பிட்ட இடைவெளிகளில் பலமுறை முயற்சி செய்தார். அவரது ஒவ்வொரு தாக்குதலும் முறியடிக்கப்பட்டது. இரண்டு வருடங்கள். முடியவில்லை. தன் அன்புத் தளபதி மஹபத் கானிடம் பொறுப்பை ஒப்படைத்தார் ஜஹாங்கிர். எத்தனையோ களம் கண்ட அவராலும் அமர் சிங்கின் தலைமையில் தீரத்துடன் போரிட்ட ராஜபுத்திரர்களை முடக்க முடியவில்லை. மலைகள் சூழ்ந்த அந்தப் பிரதேசத்தில் என் போர்த்தந்திரங்கள் எடுபடவில்லை என்று தனது தோல்வியை ஒப்புக்கொண்டார் மஹபத் கான்.

மிகவும் யோசித்த ஜஹாங்கிர், இறுதியாகத் தனது மூன்றாவது மகனான குர்ராம் ஷாகிப்-உத்-தின் முகம்மதுவுக்கு★ (என்ற ஷாஜஹானுக்கு) அழைப்பு விடுத்தார். 'குர்ராம், உன்னால்தான் மேவாரைக் கைப்பற்ற முடியும் என்று நம்புகிறேன். இது நம் முகலாய வம்சத்தின் தன்மானப் பிரச்னை. வெற்றியோடு திரும்பி வா.'

*1614*ல் பெரும்படை ஒன்றுடன் மேவாரை முற்றுகையிட்டார் இளவரசர் குர்ராம். இதுவரை முகலாயர்களுக்குக் கிடைத்த தோல்வி ஒவ்வொன்றையும் அவர் அறிந்து வைத்திருந்தார். அதேபோல எதிரி ராஜபுத்திரர்களின் பலத்தையும் அறிந்து வைத்திருந்தார். மலையும் குன்றுகளும் நிறைந்த இயற்கை, அவர்களுக்கு பெரும் அரணாக இருந்தது. இவர்களிடம் மோதி

---

★ *1592*ல் லாகூரில் ஜஹாங்கிருக்கும் அவரது மூன்றாவது மனைவியான மனாவதி பாய் (எ) ஜகத் கொசைன் தாஜ்பீவி சாஹிபாவுக்கும் பிறந்த மகன் குர்ராம். ஜனவரி 15, பிப்ரவரி 5 என்று இருவேறு தேதிகள் சொல்லப்படுகின்றன. குர்ராம் என்பது அக்பர் வைத்த பெயர். அதன் பொருள் மகிழ்ச்சிகரமானவன். அக்பர், தனது முதல் மனைவியான ரஹுய்யா பேகத்திடம் குர்ராமை ஒப்படைத்தார். குழந்தையில்லாத அவள்தான், குர்ராமை வளர்த்தவள். அக்பர், பேரன் குஷ்ரவை தனக்குப் பின் பேரரசராக்க நினைத்தாலும், அதிகப் பாசம் வைத்திருந்தது குர்ராம் மீதுதான். பாபர் முதல் ஜஹாங்கிர் வரை எல்லோருக்கும் துருக்கி மொழியில் நன்கு பரிச்சயம். ஆனால் ஷாஜஹானுக்கு துருக்கியில் அவ்வளவு புலமை கிடையாது. நன்கு தெரிந்தது பெர்சிய மொழியும், ஹிண்டாவியும் (Hindavi). அவரது தாய் ராஜபுத்திர வம்சத்தைச் சேர்ந்தவர் என்பதால், ஷாஜஹான் மத்திய ஆசிய ஜாடையிலிருந்து சற்றே விலகி, ராஜபுத்திர அம்சங்களுடன் காணப்பட்டார்.

இளவரசர் குர்ராமின் பிறந்த நாளுக்கு ஜஹாங்கிர்
எடைக்கு எடை தங்கம் கொடுக்கும் ஓவியம்

ஜெயிக்க முடியாது. அவர்களுடைய பலத்தை மட்டுப்படுத்தி சரணடைய வைக்கவேண்டும். படைபலத்தை பயன்படுத்துவதைவிட அறிவுபூர்வமாகத்தான் திட்டமிட்டு காய்களை நகர்த்த வேண்டும்.

மேவார் வீரர்களோ, மக்களோ எந்தத் திசையிலும் வெளியேற முடியாதபடி முகலாயப் படைகள் முற்றுகையிட்டன.

முகலாயர்கள் / 185

இடைவிடாத தொடர் முற்றுகை. எதிரிப் படைகள் தாக்குதல் நடத்தாததால், மேவார் படையினரும் உள்ளுக்குள்ளேயே அமைதி காத்தார்கள். உணவுப் பொருள், இதர அத்தியாவசியத் தேவைகளுக்கான கையிருப்பு குறைந்துகொண்டே போயின. அதற்கு மேலும் மூச்சைப்பிடித்தபடி இருந்தால் பட்டினிச் சாவுகள் விழ ஆரம்பித்துவிடும் என்ற நிலை.

ரானா அமர் சிங் வெள்ளைக்கொடி காட்டினார். இளவரசர் குர்ராம் முகாமிட்டிருந்த இடத்துக்குத் தேடிவந்து சரணடைந்தார் (1615). 'எனது தோல்வியை ஒப்புக்கொள்கிறேன்.' வீரம் நிறைந்த, வயதில் மூத்த அமர் சிங்கைக் கட்டியணைத்துக் கொண்டார் குர்ராம். 'வயதான காரணத்தினால் என்னால் ஆக்ராவுக்கு வந்து பேரரசருக்கு மரியாதை செய்ய இயலாது. பதிலாக எனது மகன் கரன் சிங்கை பணயமாக அனுப்பி வைக்கிறேன். கூடவே ஆயிரம் குதிரைகளையும்.'

ஆக்ராவில் ஜஹாங்கிர் உற்சாக மிகுதியில் ஓபியம் அடித்துக் கொண்டிருந்தார். 'என் மகன் எனது தந்தையின் கனவை நிறைவேற்றிவிட்டான். முகலாய வம்சத்துக்கே பெருமை சேர்த்துவிட்டான்.' குர்ராமின் வருகையைக் கொண்டாடச் சொல்லி கட்டளையிட்டார். ஆக்ரா நகரத்தில் விழாக் கோலம்.

கரன் சிங், ஜஹாங்கிர் முன் வந்து அடிபணிந்தார். 'ரானாவின் வீரம் மீதும் உனது வீரம் மீதும் எனக்கு எப்போதுமே பெரு மதிப்பு உண்டு.' ஜஹாங்கிர் கரன் சிங்கைக் கௌரவித்தார். மேவார் முகலாயப் பேரரசோடு இணைக்கப்பட்டது. பேரரசுக்குக் கட்டுப்பட்டு சித்தூர் கோட்டையை ஆளும் உரிமை அமர் சிங்குக்கும் கரன் சிங்குக்கும் வழங்கப்பட்டது. கூடவே ஐந்தாயிரம் வீரர்களும் அவர்களுக்கு அளிக்கப் பட்டனர்.

ரானாவோடு திருமண உறவு வைத்துக் கொள்ள வேண்டும் என்றெல்லாம் ஜஹாங்கிர் நினைக்கவில்லை. பதிலாக, ரானா அமர் சிங், கரன் சிங்கின் ஆளுயர ஓவியத்தை ஆக்ரா கோட்டையில் மாட்டிவைத்து கௌரவப்படுத்தினார்.

அவையில் வைத்து இளவரசர் குர்ராமுக்கு கௌரவம் செய்தார் பேரரசர் ஜஹாங்கிர். தங்கச் சேணம் பூட்டப்பட்ட குதிரை

ஒன்றும், மகா கம்பீரமான யானை ஒன்றும் அவருக்காக கோட்டை வாசலில் காத்திருந்தன.

●

1616. இதனை போர்களற்ற வருடம் என்று சொல்லலாம். அப்போது யாரும் யாருடனும் போர் செய்யும் நிலையில் இல்லை. காரணம் பிளேக். நோய், எலிகள் மூலம்தான் பரவு கிறது என்ற விழிப்புணர்வு இல்லாத காலம். ஆயிரக்கணக் கானோர் இறந்து போனார்கள். குறிப்பாக பஞ்சாப், காஷ்மீர், லாகூர், ஆக்ராவில் பலர் இறந்துபோனார்கள். இந்தியாவைத் தாக்கிய முதல் ப்ளேக் இதுதான் என்று கருதப்படுகிறது.

1617ல் குஜராத்துக்கு வந்தார் ஜஹாங்கிர். அவர் வந்ததன் முக்கிய நோக்கம். கடல் எப்படி இருக்கும் என்பதைக் காண்பதற்கே. தன் வாழ்வில் முதன்முறையாகக் கடலைப் பார்த்தார். அகமகிழ்ந் தார். படகில் ஏறி கொஞ்ச தூரம் பயணம் செய்து குதூகலம் அடைந்தார். ஆக்ராவுக்குத் திரும்பலாம் என்று அவர் நினைத்த வேளையில் காய்ச்சல் தாக்கியது. ஷாஜஹானுக்கும் அதே சமயத்தில் காய்ச்சல். ப்ளேக்காக இருக்குமோ என்று எல்லோரும் பயந்தார்கள். இருவரும் கொஞ்ச நாள்களில் குணமடைந் தார்கள்.

ஆக்ராவில் இருப்பதைவிட, லாகூரில் இருப்பதே ஜஹாங் கிருக்குப் பிடித்திருந்தது. ஜஹாங்கிரின் காலத்தில் லாகூர்தான் தலைநகரம்போலச் செயல்பட்டது. ஆனால் கோடையில் ஜஹாங்கிரால் அங்கே இருக்கமுடியவில்லை. வெட்கை. அந்த வருடம் காஷ்மீர் செல்ல விரும்பினார். பேரரசர் ஆனபின் அவர் காஷ்மீருக்குச் செல்வது அதுவே முதல்முறை. அங்கு சென்ற சில வாரங்களில் உடல்நிலை தேறிவருவதுபோலத்தான் தோன்றி யது. பின் அடுத்த பிரச்னை ஆரம்பமானது. ஆஸ்துமா. மருந்துகள் கொஞ்சம் குணப்படுத்தின. 'மலைப்பிரதேசத்தில் இருப்பதால் தான் பிரச்னை' என்றார்கள் மருத்துவர்கள்.

அந்தச் சமயங்களில் ஜஹாங்கிருக்கு முழுநேரமும் பணி விடைகள் செய்தவள் அவரது இருபத்தைந்தாவது மனைவி. பெயர் நூர்ஜஹான்.

ஆப்கனியத் தளபதியான உஸ்மான் என்பவர் மீண்டும் வங்காளத்தில் தலையெடுத்திருந்தார் (1612). ஆப்கனியர்

களின் பலத்தைப் பெருக்கி எப்படியாவது டெல்லியைக் கைப்பற்றிவிட வேண்டும் என்பதே உஸ்மானின் எண்ணம். அதுவரை வங்காளத்தின் கவர்னராக செயல்பட்டு வந்த ராஜா மன் சிங், ஜஹாங்கிரால் நீக்கப்பட்டிருந்தார். அவருக்குப் பிறகு ஏகப்பட்ட கவர்னர் வந்துபோய்க் கொண்டிருந்தார்கள். அந்த இடைவெளியில்தான் உஸ்மானால் வேரூன்ற முடிந்திருந்தது.

மாபெரும் முகலாயப் படை ஒன்று வங்காளத்துக்கு அனுப்பப் பட்டது. வங்காள கவர்னராக அப்போது இருந்த இஸ்லாம் கான் தலைமையில் உஸ்மானோடு போர் நடந்தது. 'உஸ்மானை எவ்வளவு சீக்கிரம் காலி செய்கிறோமோ, அவ்வளவு சீக்கிரம் வெற்றி நம் வசப்படும்.' தெளிவாக வியூகம் அமைத்து களமிறங்கினார் இஸ்லாம் ஷா. களத்தில் படுகாயங்களுடன் வீழ்ந்தார் உஸ்மான். அவர் இறந்துபோன கொஞ்ச நேரத்தில் ஆப்கனியப் படையினர் சரணடைய ஆரம்பித்தார்கள். முகலாயர்கள் காலத்தில் ஏற்பட்ட இறுதி ஆப்கனிய எழுச்சி இதுவே. இஸ்லாம் ஷாவுக்கு வங்காளத்தை ஆளும் முழு அதிகாரத்தை வழங்கினார் ஜஹாங்கிர்.

வடகிழக்கு பஞ்சாபில் காங்ரா என்ற வலிமை வாய்ந்த கோட்டையும் முகலாயர்கள் கையில் வசப்படாமல் இருந்தது. அந்தப் பணியையும் இளவரசர் குர்ராமிடம் ஒப்படைத்தார் ஜஹாங்கிர். பஞ்சாபில் பொறுப்பில் இருந்த முகலாயத் தளபதி முர்டாஸா கானால் காங்ராவை மட்டும் கைப்பற்றவே முடியவில்லை. காரணம், அதை ராஜ புத்திரர்கள் வைத்திருந்தார்கள்.

முர்டாஸா இறந்தபின், காங்ராவை நோக்கிப் படைகளோடு சென்றார் குர்ராம். இதுவும் மலைகள் சூழ்ந்த பகுதிதான். கோட்டைச் சுவர்கள் அண்ணாந்து பார்க்கமுடியவில்லை. பார்வை வானத்தில் தட்டியது. ராஜபுத்திரர்களை எதிர்த்துப் போரிடாமலேயே அவர்களது வலிமையை முடக்குவதுதானே குர்ராமின் யுத்தி. அதையே செய்தார். நீர், உணவு இன்றி கோட்டைக்குள் வாடிய ராஜபுத்திரர்கள் சில காலத்தில் சரணடைந்தார்கள். 1620 நவம்பரில் காங்ரா கோட்டையும் முகலாயர்கள் வசமானது.

மாலிக் அம்பர். அபிஸினியாவில் (எத்தியோப்பியா) பிறந்தவர். சிறுவனாக இருக்கும்போதே அடிமையாக ஏமனுக்கு விற்கப்

பட்டவர். பின்பு பாக்தாத்துக்கு விற்கப்பட்டார். அங்கிருந்து மெக்காவுக்கு. பிறகு மீண்டும் பாக்தாத்துக்கு. இறுதியாக இந்தியாவில் தக்காணப் பகுதிக்கு அடிமையாக வந்தார். சென்ற இடங்களில் கிடைத்த வாய்ப்புகளில் எல்லாம் நிறைய கற்றுக் கொண்டார்.

இளைஞனான பின் அடிமை என்ற நிலையிலிருந்து சிப்பாய் என்ற நிலைக்கு உயர்ந்தார் அம்பர். எந்தப் படையில் இருக்கிறாரோ அதன் தளபதி யாருடன் போரிடச் சொல்கிறாரோ அங்கு சென்று போரிடுவார். ஏன், எதற்கு என்ற கேள்வியெல்லாம் கிடையாது. போர்க்களங்கள் பழகியபின், தனக்குக் கீழ் சில வீரர்களைத் திரட்ட ஆரம்பித்தார். சுமார் 1500 வீரர்கள் சேர்ந்த நிலையில் அம்பர் ஒரு தளபதி ஆனார். 'இவ்விடம் படை வீரர்கள் வாடகைக்கு விடப்படுவார்கள்' என்று தொழிலை ஆரம்பித்தார். தக்காணப் பகுதி அரசர்கள் பலருக்கு வேறு வேறு களங்களில் உதவினார். 1607ல் அஹமத் நகரின் தளபதியாகும் வாய்ப்பு கிடைத்தது அம்பருக்கு.

மராத்திய தளபதியான ஷாகாஜி போன்ஸ்லே, அம்பருடைய நண்பர். இருவரும் சேர்ந்து சாதாரண விவசாயிகளாக இருந்த மராத்திய இளைஞர்களுக்குப் போர்ப் பயிற்சிகள் கொடுத்து வீரர்களாக மாற்றினர். குறிப்பாக, மறைந்திருந்து எதிரிகளை அதிரடியாகத் தாக்கும் கெரில்லா போர்ப்பயிற்சி முறையை மராத்தியர்களுக்குக் கற்றுக் கொடுத்தவர் அம்பர்தான். வீரத்தால் மட்டுமல்ல, நிர்வாகத் திறமையாலும் புகழ்பெற்றவர் அம்பர். அஹமத் நகர் முழுவதற்கும் நீர் விநியோக செய்வதற்கான அமைப்பை ஏற்படுத்தத் திட்டம் போட்டார். எல்லோருமே கேலி பேசினார்கள். 'அதெல்லாம் வாய்ப்பே இல்லை, திட்டம் தோல்வியடையப் போகிறது, பணம்தான் வீண்.'

அம்பர் அதை ஒரு சவாலாக எடுத்துக் கொண்டு களமிறங்கினார். பதினைந்தே மாதங்களில், சுமார் இரண்டரை லட்ச ரூபாய் செலவில் அந்தத் திட்டத்தை வெற்றிகரமாக நிறைவேற்றிக் காட்டினார். கட்கி என்பது அம்பர் உருவாக்கிய புதுநகரம். கலைநயம் மிக்க கட்டடங்களுக்குப் புகழ்பெற்றது. தக்காணப் பகுதியில் எந்த ஒரு பகுதியை ஆளாவிட்டாலும், தவிர்க்க முடியாத சக்தியாகத் திகழ்ந்தார் மாலிக் அம்பர்.

1608ல் கான்-ஐ-கானன் அப்துர் ரஹீமை தக்காணத்துக்கு அனுப்பினார் ஜஹாங்கிர். 'சென்று நம் அதிகாரத்தை மீண்டும்

இரண்டாம் இப்ராஹிம் அடில் ஷா

நிலைநாட்டிவிட்டு வாருங்கள்.' அந்தமுறை அப்துர் ரஹீமோடு சென்ற படையினரிடையே ஒற்றுமையின்மை நிலவியது. ஆக எதுவும் சாதிக்காமல் திரும்பினார் அப்துர் ரஹீம். பின்பு தனது மகன் பர்வேஷை தக்காணத்துக்கு அனுப்பினார். பர்வேஷோடு சென்ற தளபதிகள் யாரும் ஒத்துழைக்கவில்லை. அவரும் தோல்விமுகத்தோடு திரும்பினார். நீண்ட வருடங்களாக தக்காணம் முகலாயக் கட்டுப்பாட்டிலிருந்து விலகியிருந்தது.

மேவார் வெற்றியோடு திரும்பிய இளவரசர் குர்ராமிடம் ஜஹாங்கிர், தக்காணத்தைக் கைப்பற்றும் பொறுப்பை ஒப்படைத்தார் *(1616)*. போர்ச் செலவுகளுக்காக குர்ராமுக்கு வழங்கப்பட்ட தொகை ஒரு கோடி ரூபாய். தக்காணப் பகுதிகளில் மீண்டும் முகலாயர்களின் கொடியை நாட்டினார் குர்ராம். அதிக எதிர்ப்புகள் எல்லாம் இல்லை. கட்டுப்பாடு நிறைந்த குர்ராமின் பெரிய படையைக் கண்டதுமே தக்காண

ஆட்சியாளர்கள் கையில் வெள்ளைக் கொடியை எடுத்து விட்டார்கள் என்றுதான் சொல்லவேண்டும்.

அடில் ஷாகி பரம்பரையைச் சேர்ந்த இரண்டாம் இப்ராஹிம் அடில் ஷா, பிஜப்பூரின் சுல்தானாக இருந்தார். குர்ராமிடம் மல்லுக்கட்ட அவர் விரும்பவில்லை. அந்தச் சமயத்தில் மாலிக் அம்பரும் அடிபணிந்தார். அஹமத்நகர், காந்தேஷ், பிஜப்பூர் உள்ளிட்ட மாகாணங்களின் ஆட்சியாளர்கள் முகலாய ஆட்சிக்குக் கட்டுப்பட்டு கப்பம் கட்ட சம்மதம் சொன்னார்கள். வெற்றி முகத்தோடு ஆக்ராவுக்குத் திரும்பினார் குர்ராம்.

இளவரசர் குர்ராமை ஆசையோடு தனது அருகில் அழைத்தார் பேரரசர். தனது அரியணை அருகிலேயே ஆசனம் ஒன்றை போடச் செய்து அதில் குர்ராமை அமரவைத்தார்.

'யாரங்கே?'

தட்டுகளில் தங்கக்காசுகள் கொண்டுவரப்பட்டன. சந்தோஷமாக அந்தக் காசுகளால் தன் மகனுக்கு அபிஷேகம் செய்தார் ஜஹாங்கிர். முப்பதாயிரம் வீரர்களைக் கொண்ட படைத் தலைவனாகவும், குஜராத்தின் ஆளுநராகவும் குர்ராமுக்கு பதவி உயர்வு வழங்கப்பட்டது. மகனுக்குப் புதிதாக பட்டம் ஒன்றைச் சூட்டினார். ஷாஜஹான். அதற்கு உலகை ஆள்பவன் என்று பொருள்.

●

தங்கத்தையும் வெள்ளியையும் உலகம் முழுவதும் அனுப்பி வைக்கிறார்கள். அதுவும் போக மீந்து கிடக்கும் தங்கத்தையும் வெள்ளியையும் உபயோகமின்றி சும்மா போட்டு வைத்திருக் கிறார்கள் இந்தியாவில். பதினாறாம் நூற்றாண்டில் உலகின் பல பகுதிகளில் பரவலாக எட்டுகட்டிச் சொல்லப்பட்ட வார்த்தைகள் இவை. இன்னொன்றையும் சொல்வார்கள். ஏடனிலிருந்து ஏசின் (மலேயா) வரை உள்ள மக்கள் தலை முதல் பாதம் வரை அணிந்திருக்கும் உடைகள் எல்லாம் இந்தியாவில் உற்பத்தி செய்யப்பட்டவைதான்.

யாமறிந்த தேசங்களிலே இந்தியா போன்றதொரு செழிப்புள்ள தேசம் எதுவுமில்லை என்பதே அப்போதைய ஐரோப்பிய வணிகர்கள், பயணிகளின் எண்ணம். அரிசி, தானியங்கள்,

உலோகங்கள், உடைகள், தங்கம், வெள்ளி, குதிரைகள் - இவையே இந்தியாவிலிருந்து முக்கியமாக ஏற்றுமதி செய்யப் பட்ட பொருள்கள்.

வாஸ்கோ ட காமா கோழிக்கோட்டில் வலதுகாலை எடுத்து வைத்த போது (மே 20, 1498) இந்திய மண்ணில் போர்த்துக்கீசிய வாசம் வீசத் தொடங்கியது. அரபிக் கடல் பகுதிகளில் அவர்களது வணிகமும் ஆதிக்கமும் கொஞ்சம் கொஞ்சமாக வளர்ந்தது. கோவா, போர்த்துக்கீசியர்களின் தலைமையகமாக மாறிப் போனது. அக்பருக்கும் போர்த்துக்கீசியர்களுக்கும் நல்லுறவு நீடித்தது.

ஜஹாங்கிர் இஸ்லாமிய மதநெறிகளுக்குட்பட்டு ஆட்சி செய்ய வில்லை. அனைத்து மதத்தினரது உணர்வுகளுக்கும் மதிப்பளித் தார். போர்த்துக்கீசிய ஜெஸ்யூட்ஸ்* பாதிரியார்கள், ஜஹாங் கிரைச் சந்தித்தார்கள். 'தாங்கள் அனுமதித்தால் சர்ச் அமைத்துக் கொள்கிறோம்.'

'தாராளமாக' என்றார் ஜஹாங்கிர். ஏற்கெனவே பல இடங் களில் தேவாலயங்களை அமைத்து, தங்களது மதமாற்றப் பணிகளை ஆரம்பித்திருந்த ஜெஸ்யூட்ஸ், முகலாயர்களின் முக்கிய நகரங்களான ஆக்ராவிலும் லாகூரிலும் தேவாலயங் களை எழுப்பினார்கள். ஜஹாங்கிர், முகலாய எல்லைக்குள் பட்ட பகுதிகளில் நடக்கும் கிறித்தவ மதமாற்றங்களுக்குத் தடை போடவில்லை. மாறாக, கன்னிமேரி, இயேசு உள்ளிட்ட புனிதர்களின் ஓவியங்களை மிகவும் ரசித்தார். மிஷனரிகளுக்கு நிதி உதவிகளும் செய்தார். எல்லாவற்றுக்கும் அடிப்படைக் காரணம், ஜஹாங்கிர் போர்த்துக்கீசியர்கள் மூலமாக ஐரோப்பா விலிருந்து ஆயுதங்கள் பெற்றுக் கொண்டிருந்தார்.

---

★ Jesuits ரோமன் கத்தோலிக்கர்களின் ஒரு பிரிவு. இக்னேஷியல் லயோலா பாரிஸில் ஆரம்பித்துவைத்த அமைப்பு. ஏழை மக்களைக் குறிவைத்து, கத்தோலிக்கர் அல்லாத பிறர் நடத்தும் மிஷினரிகளுக்குப் போட்டியாக ஜெஸ்யூட்ஸ்களும் புதிய மிஷினரிகளை உலகில் பல இடங்களில் ஆரம்பித்தார்கள். இந்தியாவிலும். தங்களை இயேசுவின் போர்வீரர்கள் என்று அழைத்துக் கொண்ட இவர்கள், போப்பின் எந்த ஒரு வார்த்தையும் வேதவாக்காக எடுத்துக் கொண்டு இயங்கினார்கள். இந்தியாவுக்கு முதலில் வந்து கிறித்தவ மதத்தைப் பரப்பியவர்கள் ஜெஸ்யூட்ஸ் பாதிரியார்களே.

1588ல் பிரிட்டனைச் சேர்ந்த வியாபாரிகள் சிலர் இங்கிலாந்து குயின் முதலாம் எலிசபெத்தை சந்தித்தார்கள். 'இந்தியப் பெருங்கடல் பகுதியில் வணிகம் செய்யலாம் என்றிருக்கிறோம். தங்களது மேன்மையான அனுமதியைத் தாழ்மையுடன் கேட்டுக் கொள்கிறோம்.' அனுமதி கிடைத்தது. அதற்குப் பிறகு சில கப்பல்கள் இந்தியப் பெருங்கடல் பகுதிக்கு வந்தன. போயின. 1600ல் சில வியாபாரிகள் கூட்டு சேர்ந்து முதலீடாக 68,373 வெள்ளிப் பணத்தைத் திரட்டினார்கள். குயின் அனுமதியோடு முறைப்படி ஒரு நிறுவனத்தை உருவாக்க நினைத்தார்கள். பதினாறாம் நூற்றாண்டின் இறுதி நாளில் (டிசம்பர் 31), குயின் அதற்கான அரசாணையைப் பிறப்பித்தார்.

Governor and Company of Merchants of London trading with the East Indies என்ற பெயரில் நிறுவனம் ஆரம்பிக்கப்பட்டது. சுருக்கமாக ஈஸ்ட் இந்தியா கம்பெனி. ஜேம்ஸ் லான்செஸ்டர் என்பவர் தலைமையில் கிழக்கிந்திய கம்பெனியின் முதல் பயணம் ஆரம்பமானது (1601). அவர் இந்தியாவுக்கு வரவில்லை. ஜாவா, சுமத்ரா பகுதிகளுக்குச் சென்றார். ஏற்கெனவே இந்தப் பகுதிகளில் நங்கூரமிட்டு வியாபாரக் கிளை பரப்பியிருந்த டச்சுக்காரர்களுடன் போராட வேண்டியிருந்தது. சில வியாபாரத் தொடர்புகளை ஏற்படுத்திவிட்டு, வெற்றிகரமாக நாடு திரும்பினார்.

அதற்குப் பிறகு சில ஆண்டுகள், கிழக்கிந்திய கம்பெனிக் காரர்கள் முகலாயப் பேரரசரைச் சந்திப்பதற்காக செய்த முயற்சிகள் தோல்வியடைந்தன. 1609ல் வில்லியம் ஹாக்கின்ஸ் என்பவர் கிழக்கிந்திய கம்பெனி சார்பாக முதன்முதலாக ஆக்ராவில் முகலாய அவைக்கு வந்தார். அவருக்கு பெர்சிய மொழியும் தெரியும், துருக்கியும் தெரியும். அது வசதியாக இருந்தது. வியாபாரத் தொடர்பு ஏற்படுத்திக் கொள்வது தொடர்பாக இங்கிலாந்து கிங் ஜேம்ஸ் அளித்த கடிதத்தை ஜஹாங்கிரிடம் கொடுத்தார். சூரத்தில் தொழிற்சாலை ஒன்றை ஏற்படுத்திக் கொள்ள அனுமதியும் கேட்டார். வந்த விருந்தினரை ஜஹாங்கிர் கௌரவித்தார் என்றாலும் உடனடியாக சம்மதம் எல்லாம் சொல்லவில்லை.

சில காலம் ஹாகின்ஸ் அங்கேயே தங்கினார். சுகங்களை அனுபவித்தார். ஜஹாங்கிர் குறித்தும் அவரது ஆட்சி குறித்தும்

குறிப்புகள் எல்லாம் எழுதி வைத்தார். வியாபாரம் செய்ய சம்மதம் வாங்க என்னென்னமோ முயற்சிகள் எடுத்துப் பார்த்தார். ஆனால் கிட்டவில்லை. காரணம், போர்த்துக்கீசியர்கள். 'பிரிட்டிஷ்காரர்களை நம்பவே நம்பாதீர்கள் பேரரசே. அவர்கள் மிகவும் ஆபத்தானவர்கள். தங்கள் பேரரசின் துறைமுக நகரங்களை எல்லாம் பிடித்துக் கொண்டு தங்களுக்கே வினையாக மாறிவிடுவார்கள்' என்றெல்லாம் ஜஹாங்கிரின் காதில் போட்டு வைத்தார்கள். அதை உறுதி செய்வதுபோல ஹாகின்ஸ் குழுவினர், சில இடங்களில் கலகங்களில் ஈடுபட, ஜஹாங்கிர் 'அனுமதி தர முடியாது' என்றார்.

இந்திய வியாபாரிகளும் பலகாலமாக போர்த்துக்கீசியர்களுடன் பழகியிருந்ததால் ஆங்கிலேயர்களை வரவேற்கவில்லை. 1611ல் நாடு திரும்புவதற்காக கடுப்போடு கப்பல் ஏறினார் ஹாகின்ஸ். அவரது மனம் போர்த்துக்கீசியர்களைச் சபித்துக் கொண்டே இருந்தது. 1606ல் டச்சுக்காரர்களும் இந்தியாவுக்கு வந்து இறங்கி யிருந்தார்கள். கோல்கொண்டா சுல்தானோடு பேசி அனுமதி பெற்று, மசூலிப்பட்டிணத்தில் தங்கள் வணிகத்தை ஆரம்பித் திருந்தார்கள்.

ஹாகின்ஸுக்குப் பிறகு கிழக்கிந்திய கம்பெனி சார்பாக இரண்டு பேர் வந்தார்கள். வில்லியம் எட்வர்ட்ஸ், பௌல் கன்னிங். போர்த்துக்கீசியர்களை மீறி அவர்களாலும் ஒன்றும் சாதிக்க முடியவில்லை. இருந்தாலும் 1612, 1615 இரண்டு ஆண்டுகளிலும் சில போர்ச்சிக்கீசிய கப்பல், பிரிட்டிஷ் கப்பல்களால் முற்றிலும் சேதப்படுத்தப்பட்டன. பிரிட்டிஷாரின் இந்த வெற்றி ஜஹாங்கிரைக் கொஞ்சம் கவனிக்க வைத்தது.

அதே சமயத்தில் 1613ல் போர்த்துக்கீசியர்கள் தங்களுக்குத் தாங்களே செய்வினை வைத்துக் கொண்டார்கள். அதிக மதிப்புள்ள சரக்குகளை ஏற்றிக்கொண்டு சென்ற இந்தியக் கப்பல் ஒன்று போர்த்துக்கீசியர்கள் சிலரால் சேதப்படுத்தப்பட்டது. முகலாய அரசிகள் சிலர், கடல் வணிகத்தில் ஆர்வம் காட்டினார் கள். அவர்களது வியாபாரப் பொருள்களும் சேதப்படுத்தப்பட்ட கப்பலில் இருந்தன. ஜஹாங்கிர் கொதித்துப் போனார். போர்த்துக்கீசியர்களின் புகலிடமான டாமன் கைப்பற்றப் பட்டது. அங்கிருந்த ஜெஸ்யூட்ஸ் பாதிரியார் ஜெரோம் சேவியர் கைது செய்யப்பட்டார். தேவாலயங்கள் மூடப்பட்டன.

போர்த்துக்கீசியர்களது வழங்கப்பட்டிருந்த அதிகாரங்கள் பறிக்கப்பட்டன. செயல்பாடுகள் முடக்கப்பட்டன. ஏற்படுத்திய சேதத்துக்கேற்ற அபராதத் தொகை கட்ட வேண்டும் என பேரரசர் கட்டளையிட்டார்.

'அய்யா, தெரியாமல் செய்துவிட்டோம். இனிமேல் இப்படி நடக்காது. மன்னித்துவிடுங்கள். நாங்கள் நஷ்ட ஈடு தந்துவிடு கிறோம்' என்று போர்த்துக்கீசியர்கள் கெஞ்ச வேண்டியதாகப் போயிற்று. போர்த்துக்கீசியர்கள் முகலாயர்களுடனான நல்லுறவை இழந்து கொண்டிருந்தார்கள்.

1615ல் கிழக்கிந்திய கம்பெனியினர் காரியத்தைக் கச்சிதமாக நிறைவேற்ற பலே ஆள் ஒருவரைத் தேர்ந்தெடுத்து அனுப்பி வைத்தார்கள். சர் தாமஸ் ரோ. வியாபாரத்தில் கில்லாடி, அரசியல் அனுபவம் மிக்கவர், பேச்சில் வித்தகர், அனுபவசாலி, எந்தச் சூழலையும் சமாளிக்கத் தெரிந்தவர், அரச குடும்பத்துக்கு நெருக்கமானவர், நன்கு படித்தவரும்கூட.

இந்தியாவை அடைவதற்கு முன்பாகவே ரோ, இங்குள்ள சூழலை நன்கு புரிந்துகொண்டார். அஜ்மீரில் அவையில் ஜஹாங்கிரைச் சந்தித்தார். தன்னை பிரிட்டிஷ் ராஜாங்கப் பிரதிநிதியாக அறிமுகப்படுத்திக் கொண்டார். கிங் கொடுத்த பரிசுகள் என்று சிலவற்றை ஜஹாங்கிருக்கு வழங்கினார். எல்லாம் சாதாரணப் பரிசுகள்தான். ஜஹாங்கிரின் முகம் சுருங்கிப் போனது. நேரடியாகக் கேட்டே விட்டார். 'பிரிட்டிஷ் ராஜாங் கத்தின் பேரரசர் இவற்றைத்தானா கொடுத்தனுப்பினார்?'

ரோ, அலட்டிக்கொள்ளாமல் பதில் அளித்தார். 'தாங்கள் ஆசியாவின் பேரரசர். கிழக்கின் செல்வச் செழிப்புள்ள பெருந்தகை நீங்கள்தான். உங்களுக்கு எவ்வளவு விலையுயர்ந்த பரிசுப் பொருள்களை அளித்தாலும் அது விலைமதிப்பில்லா முத்துகளைக் கடலில் கொண்டுபோய் கொட்டுவதற்குச் சமம். ஆகவே அதெல்லாம் தேவையில்லை என்று எங்கள் கிங் கருதிவிட்டார்.'

பதிலில் ஜஹாங்கிருக்கு உச்சி குளிர்ந்துபோனது. தனது தேன் தடவிய பேச்சுகளாலும் லாகவமான அணுகுமுறைகளாலும் ஜஹாங்கிருடனும் அவருக்கு நெருக்கமானவர்களுடனும் பலமான உறவை ஏற்படுத்தும் முயற்சிகளில் இறங்கினார் ரோ.

சர் தாமஸ் ரோ

அவருக்கு நல்ல மரியாதை கிடைத்தது. ஆனால் வியாபார ஒப்பந்தம் என்று பேசினால் ஜஹாங்கிர் பிடிகொடுக்கவே இல்லை. சில சமயங்களில் நேரடியாகவே மறுப்பு தெரிவித்தார். ஜஹாங்கிர் போகும் இடங்களுக்கெல்லாம் கூடவே போவது, வேட்டையாடுவது, விருந்துகளில் கலந்துகொள்வது, ராஜ சுகங்களை அனுபவிப்பது என்று நாள்கள் ஒவ்வொன்றும் வண்ணமயமாகவே கழிந்தாலும் காரியத்தை நிறைவேற்ற இயலவில்லையே என ரோ தவித்துத்தான் போயிருந்தார்.

கிட்டத்தட்ட மூன்று வருடங்கள் முயற்சி செய்தபின் ஜஹாங்கிர் ரோவோடு வியாபார ஒப்பந்தம் குறித்துபேச இசைந்தார். சூரத்தில் ஒரு தொழிற்சாலை கட்ட அனுமதி வேண்டும். அதற்கு நாங்கள் விரும்பும் நிலத்தைத் தரவேண்டும். சுய அதிகாரத்தோடு வணிகம் செய்ய அனுமதி அளிக்க வேண்டும். துறைமுகத்துக்குத் துறைமுகம் விதிக்கப்படும் வரிகளிலிருந்து விலக்கு வேண்டும். குறிப்பாக, போர்த்துக்கீசியர்களின் தாக்குதலிலிருந்து எங்களைப் பாதுகாத்துக் கொள்ள தங்களது மாகாண கவர்னர்கள் உதவ வேண்டும். ஒப்பந்தத்தின் முக்கிய அம்சங்கள் இவைதான்.

இந்தியாவில் பிரிட்டிஷ் காலனிக்கு விதை போடப்பட்டது 1618ல் கையெழுத்தான இந்த ஒப்பந்தம் மூலம்தான்.

காரியத்தைச் சாதித்துக் கொண்ட ரோ, 1619 பிப்ரவரியில் இந்தியாவை விட்டுக் கிளம்பினார்.

●

லாகூர் பக்கமாகத் தனது குதிரையைத் திருப்பியிருந்தார் ஷாஜஹான். பேரரசர் ஜஹாங்கிருக்கும் உடல்நிலை சரியில்லை என்ற தகவல் கிடைத்தது மாலிக் அம்பருக்கு. அவ்வளவு நாள்கள் பொறுமை காத்த அவர், வாளை உயர்த்தினார். அஹமத் நகரைத் தன் கட்டுப்பாட்டுக்குள் கொண்டுவந்தார். போதா தென்று அருகிலிருந்த புர்ஹான்பூரைப் பிடித்தார். சற்றே அகலக்கால் வைத்து மாண்டுவையும் தன் வசப்படுத்தினார் (1620).

தலைவலியாக இருந்தது ஜஹாங்கிருக்கு. தானே படைகளோடு செல்லலாம். உடல்நிலை ஒத்துழைக்கவில்லை. இளவரசர் பர்வேஷை அனுப்பலாம் என்றால் அவர் மீண்டும் சொதப்பி விடக்கூடாது. வேறு வழியே இல்லை. ஷாஜஹானுக்குத் தகவல் அனுப்புங்கள்.

சலிப்பாக இருந்தது ஷாஜஹானுக்கு. வடக்கே லாகூரிலிருந்து மீண்டும் தெற்கே தக்காணம் செல்ல வேண்டும். ஆக்ராவிலிருந்து ஆயிரம் மைல்களுக்கு அப்பால். பயணம்தான் அலுப்பூட்டுவதாக இருந்ததே தவிர, இழந்த பகுதிகளை மீட்பது சுலபமாகத்தான் இருந்தது. புர்ஹான்பூர், மாண்டு, அஹமத்நகர் எல்லாம் மீண்டும் முகலாயர்கள் வசம் வந்தன. அவைபோக, பிஜப்பூர், கோல் கொண்டா, அஹமத்நகர் ஆட்சியாளர்கள் வருடத்துக்கு ஐம்பது லட்சம் ரூபாய் கப்பம் கட்ட சம்மதித்தார்கள்.

இருந்தாலும் எதற்கும் கட்டுப்படாமல் மாலிக் அம்பர்* மட்டும் அவ்வப்போது முகலாயர்களுக்குத் தலைவலி கொடுத்துக் கொண்டே இருந்தார்.

●

முகம்மது ஷரீஃப். பெர்சியாவில் அரசாங்கப் பணியில் இருந் தார். அவர் தனது காலத்தில் குடும்பத்தை நன்றாக கவனித்துக் கொண்டார். திடீரென இறந்துபோனார். குடும்பம் கதிகலங்கிப் போனது. ஷரீஃபுக்கு ஒரு மகன். கியாஸ் பெக். பெர்சியாவில்

---

★ 1626ல் தனது எண்பதாவது வயதில் மாலிக் அம்பர் இறந்துபோனார்.

வாழ வழி தெரியவில்லை. பிழைப்புக்கு வழிதேடி இந்தியாவுக்குச் செல்லலாம் என்று முடிவெடுத்தார். தனது இரு மகன்கள், ஒரு மகள், கர்ப்பிணி மனைவி, கொஞ்சம் கழுதைகளோடு கிளம்பினார்.

கையில் இருந்த கொஞ்சம் பணமும் காலியாகிக் கொண்டே வந்தது. வழியில் பொருள்கள் களவு போயின. கழுதைகளும் காணாமல் போயின. என்ன செய்வது என்று பெக் தவித்து நின்றபோது மாலிக் மஸூட் என்ற பணக்கார வணிகர் ஒருவர் அவ்வழியே வந்தார். நடக்கவே முடியாமல் தவித்துக் கொண்டிருந்த பெக்கின் மனைவி அஸ்மத் பேகத்தை தன் வண்டியில் ஏற்றிக் கொண்டார்.

காந்தஹாரை அடைந்தார்கள். அஸ்மத் பேகத்துக்குப் பிரசவ வலி வந்தது. பேரழகுப் பெண் குழந்தை ஒன்றைப் பெற்றெடுத்தாள் (1576). மெஹ்ருன்னிஸா.

புதிதாகக் குழந்தை பிறந்த சந்தோஷத்தைக்கூட வெளிப்படுத்த முடியாமல் தவித்து நின்றார் பெக். ‘நீங்கள் கவலைப்படாதீர்கள். நான் உங்களுக்கு உதவுகிறேன்.’ மாலிக் மஸூட் ஆறுதல் வார்த்தைகளைச் சொன்னார். பெக்கின் குடும்பத்தைப் பத்திரமாக இந்தியாவுக்கு அழைத்து வந்தார்.

மாலிக் மஸூட், பேரரசர் அக்பருக்கு நெருக்கமானவர். கியாஸ் பெக்கை அக்பரிடம் அழைத்துச் சென்றார். ‘ஷாயின்-ஷா, இவர் எனக்கு வேண்டிய நண்பர். தங்களிடம் பணிபுரிய ஒரு வாய்ப்பு அளிக்க வேண்டுகிறேன்.’

தனது நண்பரின் சிபாரிசின் பெயரில் பெக்குக்கு வாய்ப்பளித்தார் அக்பர். முதலில் சிறிய வேலை. தனது திறமையால் விரைவாக முன்னேறினார் பெக். 300 ரேங்க் பெற்று பதவி உயர்வு அடைந்தார். அவரது மனைவியும் மகள்களும் முகலாய அந்தப்புரத்துக்குச் சென்று சுதந்தரமாக உலவும் அளவுக்கு அரச குடும்பப் பெண்களோடு நெருங்கிப் பழகினார்கள்.

சிறுவயதில் இருந்தே இளவரசர் ஜஹாங்கிர் உடன் விளையாடி மகிழ்ந்தவள் மெஹ்ருன்னிஸா. அப்போது முகலாய அந்தப் புரத்தில் உள்ள பெண்கள் எல்லாம் பொறாமைப்படும் அளவுக்கு அழகியாக பருவ வயதில் இருந்தாள். ஒருநாள் அந்தப்புரத்தில்

அவளைக் கண்ட இளவரசர் ஜஹாங்கிர், அவளது பேரழகில் கிறங்கி, 'உன்னைத் திருமணம் செய்துகொள்கிறேன்' என்றார். அவள் பதறினாள். 'எனக்கு வேறு ஒருவருடன் திருமணம் ஏற்பாடு ஆகிவிட்டது' என்றாள். ஜஹாங்கிருக்கு பெருத்த ஏமாற்றம்.

இளவயது ஜஹாங்கிரும் மெஹ்ருன்னிஸாவும் அந்தப்புரத்தில் சந்தித்துக் கொண்டதற்கும், அவள் மீது அவர் காதல் கொண்டிருந்தார் என்பதற்கும் சரியான ஆதாரங்கள் கிடையாது. ஆனால் அவளுக்கு வேறு ஒருவருடன் திருமணம் நிச்சயம் ஆகியிருந்தது உண்மை.

•

அலி குய்லி பெக் இஸ்தாஜ்லு பெர்சியாவைச் சார்ந்தவர். சிறுவயதில் பெர்சிய மன்னரான இரண்டாம் ஷா இஸ்மாயிலின் அரண்மனையில் உணவு பரிமாறும் வேலைக்காரராக இருந்தவர். பின்பு பிழைப்பு தேடி இந்தியா வந்தார். அக்பரின் அரண்மனையில் எடுபிடி வேலைகள் செய்தார். பின்பு இளவரசர் ஜஹாங்கிருக்குரிய பிரத்யேக வேலைக்காரராக நியமிக்கப்பட்டார். இளவரசருக்கு அலி குய்லியை பிடித்துப் போனது. தனது படையில் வீரராக சேர்த்துக் கொண்டார்.

ஒரு சமயம் சிங்கம் ஒன்றுடன் நேருக்கு நேர் நின்று போரிட்டு அதனை வீழ்த்தினார் அலி குய்லி. அதைக் கேள்விப்பட்ட ஜஹாங்கிர், அலி குய்லிக்கு புதிய பட்டமொன்றை வழங்கினார். 'ஷேர் ஆப்கன்.'

ஜஹாங்கிர், அக்பருக்கு எதிராகக் கலகம் செய்தபோது அவருக்கு ஒத்துழைத்த வீரர்களில் ஷேர் ஆப்கனும் முக்கியமானவர். ஆகவே தான் பேரரசராகப் பதவியேற்றதும் ஷேர் ஆப்கனை வங்காளத்தில் பர்ட்வான் என்ற பகுதியின் நிர்வாகியாக நியமித்தார்.

கியாஸ் பெக், தனது மகள் மெஹ்ருன்னிஸாவுக்குப் பார்த்திருந்த மாப்பிள்ளை ஷேர் ஆப்கன்தான். திருமணம் நடந்தது. இருவருக்கும் ஒரு பெண் குழந்தை பிறந்தது. லல்தி.

அப்போது வங்காளத்தின் கவர்னராக இருந்த குத்புதீன் கோகாவுக்கு ஒரு தகவல் கிடைத்தது. 'ஆபத்து. ஷேர் ஆப்கன், ஆப்

கனியர்களைத் திரட்டுகிறார். முகலாயப் பேரரசருக்கு எதிராக கலகத்தில் இறங்க சதி செய்து கொண்டிருக்கிறார்.'

குத்புதீன், தனது வீரர்களோடு ஷேர் ஆப்கனின் இடத்துக்குச் சென்றார். உன்னை விசாரிக்க வேண்டும் என்று ஷேர் ஆப்கனை வீரர்களோடு சூழ்ந்துகொண்டார். பேச்சு விவாதமானது. சூழல் சூடேறியது. 'இவனைக் கைது செய்யுங்கள்' - குத்புதீன் கட்டளையிட அவரது வீரர்கள் வாளை உருவ எத்தனித்தார்கள். அதற்குள் நிதானமிழந்த ஷேர் ஆப்கன், தனது வாளை உருவி குத்புதீன் மேல் வீசினார். சிறிய காயத்துடன் அவர் தப்பினார். ஆனால் அடுத்த நிமிடமே சுற்றியிருந்த அத்தனை பேருடைய வாள்களும் ஷேர் ஆப்கனின் உடலைப் பதம் பார்த்தன. உயிரோட்டம் நின்றபின்னும் கீழே துண்டுகளாகிக் கிடந்த உடலுக்கு வெளியே ரத்த ஓட்டம் நிற்கவில்லை.

சுமார் பதினாறு வருடங்கள் ஷேர் ஆப்கனோடு வாழ்ந்த மெஹ்ருன்னிஸா, விதவையாக அவளது மகள் லல்தியோடு, ஜஹாங்கிரின் அந்தப்புரத்துக்கு அனுப்பி வைக்கப்பட்டாள் (1607). இந்தப் புள்ளியிலிருந்துதான் சரித்திர ஆய்வாளர்கள் பலரும் சர்ச்சைக்குரிய கேள்விகளை எழுப்புகின்றனர். மெஹ்ருன்னிஸா மீதான காதலால்தான், அவளை மறக்க முடியாமல்தான் ஜஹாங்கிர், ஷேர் ஆப்கனைப் பழிவாங்கி விட்டார் என்று. இந்தச் சந்தேகங்களை உறுதிப்படுத்தும் விதத்தில், 1611ல் மெஹ்ருன்னிஸாவைத் திருமணமும் செய்து கொண்டார் ஜஹாங்கிர். அவள் அவரது இருபத்தைந்தாவது மனைவி.

ஒரு பேரரசர் ஆசைப்பட்டால் எந்தப் பெண்ணை வேண்டுமானா லும் திருமணம் செய்துகொள்ளலாமே. அதுவும் தனக்குக் கட்டுப்பட்டு வேலைபார்க்கும் ஒரு சாதாரண தளபதியின் மனைவியை அடைவதற்கு ஜஹாங்கிர் இவ்வளவு மெனக்கிட வேண்டுமா என்ன? தன் காதலியைக் கல்யாணம் செய்து கொண்டவருக்கு பேரரசர், பதவி உயர்வு கொடுத்து அழகு பார்க்க வேண்டிய கட்டாயம் என்ன என்றெல்லாம் வாதிடுபவர்களும் உண்டு.

எது எப்படியோ ஜஹாங்கிரின் மனைவியாக அந்தஸ்து உயர்வு பெற்றாள் மெஹ்ருன்னிஸா. சிறு வயதில் வியந்து சுற்றிச் சுற்றி வந்த அதே அந்தப்புரத்துக்கு அவள் அப்போது அரசி. முகலாயப்

பேரரசி. தனது புதிய மனைவியைத் தாங்கத்தான் செய்தார் ஜஹாங்கிர். அவளது உருவம் பதித்த நாணயம் வெளியிட்டு கௌரவப்படுத்தினார். அவளுக்கு பேரரசர் வைத்த பெயர் நூர்மஹால் (அரண்மனையின் ஒளி), பின்பு நிலைத்த பெயர் நூர்ஜஹான் (உலகின் ஒளி).

ஜஹாங்கிரின் முதல் மனைவியான மன்பாவதி பாய்க்கு கொஞ்ச காலத்துக்குப் பின் இல்லற வாழ்க்கை கசந்தது. மனநிலை பாதிக்கப்பட்டவள்போல நடந்துகொண்டாள். 1605ல் அதிக அளவில் ஓபியம் எடுத்துக்கொண்டு தற்கொலை செய்துகொண்டாள். அவளது மகனான குஷ்ரவ், தந்தைக் கெதிராகவே கலகத்தில் இறங்க நினைத்ததில்தான் மனம் வெதும்பி, தற்கொலை செய்துகொண்டாள் என்று சொல்கிறார்கள். தனது முதல் மனைவியின் மறைவுக்கு முறைப்படி துக்கம் அனுஷ்டித்தார் ஜஹாங்கிர். அதாவது முழுதாக நான்கு நாள்களுக்கு எதுவும் சாப்பிடவுமில்லை, உறங்கவுமில்லை.

நூர்ஜஹான் வந்த சிறிது காலத்தில் அக்பரின் இரண்டாவது மனைவியான சலிமா பேகம் இறந்துபோனாள். பேரரசின் முதல் குடிமகள் என்ற அந்தஸ்தை நூர்ஜஹானுக்கு வழங்கி மகிழ்ந்தார் ஜஹாங்கிர். அகண்ட கண்கள், பரந்த நெற்றி, சுருளழகு கேசம், கூர்மையான நாசி, செதுக்கப்பட்டது போன்ற சிறிய வாய் - நூர்ஜஹானின் அழகை ஜஹாங்கிர், தனது சுயசரிதையில் ஆங்கங்கே வருணித்துள்ளார். ஆனால் இருவருக்கும் திருமணம் நடந்த காலத்துக்குப் பிறகுதான் நூர்ஜஹான் என்ற பெயரே அந்தச் சரிதையில் இடம்பெற்றுள்ளது.

ஓவியக்கலையில் நூர்ஜஹான் தனித்துவம் பெற்றவர். தையல் அலங்கார வேலையில் (எம்ப்ராய்டரி) புதிய புதிய வடிவங்களை அறிமுகப்படுத்தியவள். மற்ற அரச குடும்பத்துப் பெண்களைப் போல நூர்ஜஹான் அந்தப்புரத்துக்குள் அடைந்துகிடக்க விரும்பவில்லை. ஜஹாங்கிரும் சுதந்தரம் கொடுத்திருந்தார். இருவரும் சேர்ந்து அடிக்கடி வேட்டைக்குச் சென்றனர். ஒருமுறை வேட்டைக்குச் சென்ற நூர்ஜஹான் யானை மீதிருந்தபடி, புலிகளுக்காகக் காத்திருந்தாளாம். துப்பாக்கி தயார் நிலையில். கூட்டமாக நான்கு புலிகள் வந்தனவாம். ஆறே குண்டுகளில் நான்கு புலிகளைச் சுட்டு வீழ்த்தினாளாம்.

நூர்ஜஹான்

பொதுமக்களிடையேயும் முகலாயப் பேரரசிக்கு நல்ல மதிப்பு இருந்தது. தன் காலத்தில் சுமார் ஐநூறு அநாதைப் பெண்களுக்குத் திருமணம் செய்து வைத்தாள் நூர்ஜஹான். தன்னைச் சுற்றி எப்போதும் சொந்த பந்தங்கள் இருக்கும்படி பார்த்துக்கொண்டாள். அவளது சொந்த பந்தங்களில் பலர் அதிகாரமுள்ள பதவிகளை அடைந்தனர். அவளது தந்தை கியாஸ் பெக், வருவாய்த்துறை அமைச்சராக பதவி உயர்வு பெற்றார். அப்போது அவருக்கு வழங்கப்பட்ட பட்டம், இதிமத்-உத்-தௌலா. அரசாங்கத்தின் தூண் என்று அதற்குப் பொருள்.

நூர்ஜஹான் வந்தபிறகுகூட ஜஹாங்கிர் மேலும் ஐந்து திருமணங்கள் செய்துகொண்டார். (முப்பது மனைவிகளில் பதினேழு ராஜபுத்திர பெண்கள்.) ஆனால் நூர்ஜ்ஹானுக்குப் பின், தனது பிற மனைவிகளையும், அந்தப்புரத்தில் குவிந்து கிடந்த அழகுப் பெண்களையும் அவ்வளவாகக் கண்டுகொள்ளவில்லை. நூர்ஜஹானும் தனது இரண்டாவது கணவனுக்கு உண்மையான மனைவியாகவே திகழ்ந்தாள்.

ஜஹாங்கிர் - நூர்ஜஹான் தம்பதிக்கு குழந்தை கிடையாது.

•

காந்தஹார். முகலாயர்களுக்கும் பெர்சியர்களுக்கும் இடையே பந்தாடப்படும் பிரதேசமாகத்தான் இருந்துவந்தது. 1595ல் இறுதியாக அக்பரே அதனை வசப்படுத்தியிருந்தார். தான் பதவிக்கு வந்தபின் அந்தப் பிரதேசத்தில் ஜஹாங்கிர் கவனம் செலுத்தவில்லை. அங்கு நிர்வாகத்தில் இருந்த முகலாய அதிகாரிகள் அசட்டையாக இருந்தார்கள். அந்த மாதிரியான ஒரு நல்ல சந்தர்ப்பத்துக்காகத்தான் காத்திருந்தார் ஷா அப்பாஸ். பெர்சியாவின் அரசர். மத்திய ஆசியாவில் அப்போது அவரது கைதான் ஓங்கியிருந்தது.

அப்பாஸ், காந்தஹாரைக் கைப்பற்றத் திட்டம் போட்டார். ஆனால் முகலாயப் பேரரசை எதிர்த்துப் போரிடும் எண்ணம் அவருக்கில்லை. கொஞ்சம் குயுக்தியாக ஒரு திட்டத்தைச் செயல்படுத்தினார் அவர்.

'பேரரசரே, தங்களைக் காண பெர்சிய அரசர் ஷா அப்பாஸின் தூதுவர் ஸம்பில் பெக் என்பவர் வந்திருக்கிறார்.' அந்தத் தூதுவரைத் தனது அவையில் சந்தித்தார் ஜஹாங்கிர் (1620). வந்த தூதுவர் பேரரசருக்கு ஏகப்பட்ட மரியாதைகள் செய்தார். பரிசுப் பொருள்களை வாரி வழங்கினார். கூடவே ஒரு கடிதத்தையும். அது முழுக்க முழுக்க தேன் தடவிய சொற்களால் வரையப் பட்டது.

'என் உயிரினைப் போன்ற சகோதரருக்கு' என்பதுபோல ஆரம்பித்த அந்தக் கடிதத்தின் சாரம் இதுவே. காந்தஹாரை நான் எடுத்துக் கொள்ள விரும்புகிறேன். அதனால் நமக்குள்ளான சகோதர உறவுக்கு எந்தவித பாதிப்பும் வராது என்று நினைக்கிறேன்.'

அப்பாஸ், ஜஹாங்கிரின் பதிலுக்கெல்லாம் காத்திருக்கவில்லை, அதை எதிர்பார்க்கவுமில்லை. தனது படைகளோடு சென்று காந்தஹாரை முற்றுகையிட்டார். எளிதாகக் கைப்பற்றினார் (1622). மீண்டும் மரியாதை நிமித்தமாக ஜஹாங்கிருக்குக் கடிதம் அனுப்பினார்.

காந்தஹார் அருகே வேட்டைக்குச் சென்றேன். அப்படியே அங்கிருந்த கோட்டைக்குள் ஒரு விருந்தாளியாகச் செல்ல நினைத்தேன். ஆனால் அங்கு தாங்கள் நியமித்திருந்த முகலாயத்

ஷா அப்பாஸ்

தளபதியோ என்னையும் எனது வீரர்களையும் அவமரியாதை செய்தார். எங்களை எதிரிபோல் பாவித்தார். ஆகவே காந்தஹார் கோட்டையைக் கைப்பற்ற வேண்டியதாகப் போயிற்று. இந்தச் சிறு நடவடிக்கையினால் தங்களுக்கும் எனக்குமான நல்லுறவு எந்தவிதத்திலும் பாதிக்கப்படாது என்று நம்புகிறேன். ஷா அப்பாஸ், காந்தஹாரைக் கைப்பற்றியதற்கான காரணத்தை இப்படித்தான் சொல்லியிருந்தார்.

காந்தஹார் கோட்டையை இழந்தது ஒன்றும் பெரிய விஷயமே அல்ல. அதை இழப்பதுவும் அடைவதுவும் பலமுறை நிகந்தவை தான். ஆனாலும் அப்பாஸ் நடந்துகொண்ட விதம் ஜஹாங்கிரின் தன்மானத்தைச் சீண்டிவிட்டது. உடனே, காந்தஹாரைக் கைப்பற்ற வேண்டும். முடிந்தால் மேலும் முன்னேறி முகலாய முன்னோர்களின் பூமியான சமர்கண்ட் வரை எல்லையை விரிவுபடுத்த வேண்டும். ஜஹாங்கிரின் மனம் துடித்தது. ஆனால் உடல்நிலை ஒத்துழைக்கவில்லை. இளவரசர் பர்வேஷிடம் பொறுப்பை ஒப்படைக்கலாம். ஆனால் அதுவரை அவர் எதிலும் முழுவெற்றியை அடைந்ததே இல்லை. வேறு வழியில்லை.

இளவரசர் ஷாஜஹானால் மட்டுமே இதனை நிறைவேற்ற முடியும்.

•

அப்போது ஷாஜஹான் புர்ஹான்பூரில் இருந்தார். படைகளோடு காந்தஹாருக்கு செல் என ஜஹாங்கிரின் கட்டளை வந்து சேர்ந்தது. கொஞ்சம் அலுப்பாகத்தான் இருந்தது. பேரரசர் சொல்லிவிட்டார். மறுக்க முடியாது. ஆகவே கிளம்பினார். மாண்டுவை அடைந்தார். படைகளோடு ஓய்வெடுத்துக் கொண்டிருந்தார். ஷாஜஹானின் மனத்தில் ஏகத்துக்கும் குழம்பிப் போயிருந்தது. நொடிக்கொரு கேள்விகள் சந்தேக முலாம் பூசிக்கொண்டு முளைத்து மனத்தை வதைத்தன.

ஆட்சி அதிகாரம் அவையில் இருந்து அந்தப்புரத்துக்கு மாறிவிட்டதாகத் தோன்றியது ஷாஜஹானுக்கு. நூர்ஜஹானின் நடவடிக்கைகளும் பேரரசரின் பெட்டிப்பாம்புத்தனமும் அவரை அப்படி நினைக்கச் செய்தன. காந்தஹாருக்குப் படையெடுத்துச் செல் என்ற கட்டளையைப் பேரரசர்தான் இட்டிருப்பாரா? இல்லை, இது நூர்ஜஹானின் சதியாக இருக்குமோ? சின்னதாக விழுந்த சந்தேக விதை, வேர்விட்டது. விருட்சமாக வளர்ந்து நின்றது.

காரணம், நூர்ஜஹானின் நடவடிக்கைகளும் அப்படித்தான் இருந்தன. 'நீ எது சொன்னாலும் சரியே! என்ன செய்தாலும் சரியே!' என்கிற ரீதியில் முழு சுதந்தரத்தை அதிகாரத்தை தன் பேரரசிக்கு அளித்திருந்தார் ஜஹாங்கிர். அந்த அழகி என்ன சொன்னாலும் அது அம்பலம் ஏறியது. ஆரம்பத்தில் ஷாஜஹானுக்கு முழு ஆதரவாகத்தான் இருந்தாள் நூர்ஜஹான். ஷாஜஹான் மேவாரையும் தக்காணத்தையும் வென்று திரும்பியபோது மகிழ்ந்து கொண்டாடினாள். அதேசமயத்தில் தன் நிலைக்கு, தனது அதிகாரத்துக்கு எந்தவிதத்திலும் பங்கம் வந்துவிடக்கூடாது என்பதில் கவனமாக இருந்தாள்.

ஜஹாங்கிருக்கு அடிக்கடி உடல்நிலை சரியில்லாமல் போனது. என் அருமைக் கணவர் இருக்கும்வரை பிரச்னையில்லை. அவருக்குப் பின்? பேரரசரே போய்விட்டார், உனக்கென்ன உரிமை இருக்கிறது என்று மற்றவர்கள் அவளை வெளியே

அனுப்பிவிட்டால்? தனது இடத்தை ஸ்திரப்படுத்துவதற்கான காரியங்களில் இறங்கினாள் நூர்ஜஹான்.

இளவரசர் குஷ்ரவ், பேரரசரின் கட்டுப்பாட்டில்தானே இருக்கிறார். அவரை எனது மகளுக்குத் திருமணம் செய்துவைத்து விட்டால்? நூர்ஜஹானுக்கும் ஷேர் ஆப்கனுக்கும் பிறந்த மகளான லல்தி பேகத்தை, குஷ்ரவுக்குத் திருமணம் செய்து வைப்பதற்கான ஏற்பாடுகள் நடந்தன*. குஷ்ரவைத் தனது மருமகனாக்கிவிட்டால், ஜஹாங்கிருக்குப் பிறகு அவரையே அரியணை ஏற்றலாம். தன் இடத்துக்கு எந்த ஆபத்தும் வராது என்பது நூர்ஜஹானின் நினைப்பு. குஷ்ரவுக்கு அதில் விருப்பமில்லை. கோபமாக மறுத்துவிட்டார்.

நூர்ஜஹானுக்குப் பலவிதங்களில் உறுதுணையாக இருந்தவர் அஸப் கான். அவளது மூத்த சகோதரர். தனது அண்ணனுக்கு ஏதாவது ஒரு பெரிய பதவியை வாங்கிக் கொடுத்துவிடவும் முயற்சி செய்துகொண்டிருந்தாள். ஆனால் அஸப் கான் மாபெரும் வீரரோ, நிர்வாகத் திறமைமிக்கவரோ கிடையாது. சாதாரண ஆள்தான். அவருக்கு ஓர் அழகான மகள் உண்டு. அர்ஜுமந்த் பானு பேகம் என்ற மும்தாஜ். ஷாஜஹான் அவள்மேல் காதல் கொண்டு திருமணம் செய்துகொண்டார். இளவரசரின் மாமனாராக அஸப் கானின் இடம் வலு வடைந்தது.

ஷாஜஹான், தனது அண்ணன் மகளான மும்தாஜைத் திருமணம் செய்துகொண்டிருந்ததால், நூர்ஜஹான் அவரை தன் மருமக னாக்க நினைக்கவில்லை. ஜஹாங்கிரின் இளைய மகனான ஷாரியாருக்குத் தன் மகளைத் திருமணம் செய்துவைக்கும் முயற்சிகளில் இறங்கினார். ஷாரியார் சம்மதித்தார். ஜஹாங் கிருக்கும் அதில் மகிழ்ச்சியே. திருமணம் இனிதே நடந்தது.

எல்லாவற்றையும் தொலைவில் இருந்து கண்காணித்துக் கொண்டேதான் இருந்தார் இளவரசர் ஷாஜஹான். பேரரச ருக்குக் கிடைத்த வெற்றிகள் எல்லாம் என்னால் வந்தவையே. ஜஹாங்கிருக்குப் பிறகு அரியணை ஏறும் தகுதி எனக்கு

---

★ குஷ்ரவுக்கு அதற்கு முன்பாகவே சில திருமணங்கள் ஆகியிருந்தன. அவரது மூத்த ஆண் வாரிசு தாவர் பக்ஷ். அதுபோக சில குழந்தைகள் இருந்தார்கள்.

மட்டும்தான் உள்ளது. அதற்குத் தடையாக யார் நின்றாலும் தகர்த்தெறிந்துவிட்டுச் செல்ல தயங்கவே மாட்டேன்.

முதல் தடை குஷ்ரவ். மாளிகைச் சிறையில் வைக்கப்பட்டிருந் தாலும் என்று வேண்டுமானாலும் ஆபத்தாக மாறக்கூடிய நபர். அவருக்குப் பறிபோன பார்வையும் ஓரளவுக்கு வந்துவிட்டது. தேகமும் திடகாத்திரமாகத்தான் இருக்கிறது. மீண்டும் தலையெடுக்காமல் பார்த்துக்கொள்ள வேண்டும். ஷாஜஹானின் மனம் படபடத்தது.

இரண்டாவது தடை, பர்வேஷ். ஜஹாங்கிரின் இரண்டாவது மகன். ஷாஜஹானைப் போல வீரமும் திறமையும் பர்வே ஷுக்குக் கிடையாது. ஜஹாங்கிரின் முதன்மைத் தளபதியான மஹபத் கானின் பலத்துடன் ஆதரவுடன் பர்வேஷ் சமாளித்துக் கொண்டிருந்தார்.

மூன்றாவது தடை, ஷாரியார். நூர்ஜஹானின் மகளைத் திருமணம் செய்துகொண்டதன் மூலம் பேரரசருக்கு நெருக்கமாகிப் போன மகன். ஷாரியார் மிகவும் இளையவன். வீரம், திறமை, அனுபவம் ஏதுமில்லாதவன். ஜஹாங்கிருக்குப் பின் ஷாரியாரை பொம்மைபோல அரியணையில் உட்காரவைத்துவிட்டு, நூர்ஜஹான் பின்னால் இருந்து அதிகாரமையமாகச் செயல்படத் திட்டமிடலாம் என்று கணித்து வைத்திருந்தார் ஷாஜஹான்.

தன்னை வலிமைப்படுத்தும்விதமாக ஷாஜஹான் செய்த முதல் காரியம், குஷ்ரவைத் தன் கட்டுப்பாட்டுக்குள் கொண்டுவந்தது. 1616லிருந்தே அஸப் கானின் கண்காணிப்பில்தான் குஷ்ரவ் இருந்தார். 1620ல் தனது மாமனாரின் பிடியிலிருந்து குஷ்ரவைத் தன் கட்டுப்பாட்டுக்குக் கொண்டுவந்து புர்ஹான்பூரில் வைத்திருந்தார். 1622ல் குஷ்ரவ் இறந்துவிட்டதாக ஜஹாங் கிருக்குத் தகவல் போனது.

ஷாஜஹான்தான் குஷ்ரவைக் கொன்றுவிட்டார் என்ற தீராத சர்ச்சை இன்றுவரை உண்டு. ஆனால் குஷ்ரவ் கடும் வயிற்று வலியால் அவதிப்பட்டு இறந்துவிட்டார் என்பதே ஷாஜஹா னின் வாக்குமூலம். முதல் தடை விலகியிருந்தது.

இந்தச் சமயத்தில்தான் காந்தஹார் படையெடுப்புக்கான கட்டளை வந்து சேர்ந்திருந்தது. நான் காந்தஹாரில் இருக்கும் நேரத்தில் பேரரசருக்கு ஏதாவது ஆகிவிட்டால்? சகோதரர்கள்

யாராவது ஆக்ராவைக் கைப்பற்றிவிட்டால்? நூர்ஜஹான் வேறு மாதிரியான சதித்திட்டம் எதுவும் தீட்டியிருந்தால்?

மிகவும் குழம்பிப்போன ஷாஜஹான், ஆழ்ந்து யோசித்து தெளிவாக ஒரு கடிதம் எழுதி லாகூரிலிருந்த ஜஹாங்கிருக்கு அனுப்பினார்.

'மழைக்காலம் முடிந்தபிறகுதான் காந்தஹாரை நோக்கிச் செல்வதாக இருக்கிறேன். மேலும் நான் காந்தஹாருக்குச் செல்லவேண்டுமென்றால் என் தேவைகள் சிலவற்றை நீங்கள் நிறைவேற்ற வேண்டும். எனது முழு கட்டுப்பாட்டில் இயங்கும் முகலாயப் படை ஒன்றை எனக்கு அளிக்க வேண்டும். பஞ்சாபின் கவர்னர் பதவி எனக்கு வழங்கப்பட வேண்டும். எனது குடும்பத்தினர் அச்சமின்றி வாழ்வதற்கு ரன்தாம்போர்* கோட்டையை விட்டுக் கொடுக்க வேண்டும்.

கடிதம் படிக்கப்பட்டதும் ஜஹாங்கிர் மனத்திலிருந்து விலகிப்போனார் ஷாஜஹான். தொடர்ந்து வந்த தகவல்களும் பேரரசரை பேரதிர்ச்சிக்குள்ளாக்கின. 'தௌல்பூரில் இளவரசர் ஷாஜஹான் தனது படையோடு சென்று இளவரசர் ஷாரியாருக்குரிய பொருள்களைக் கைப்பற்றியிருக்கிறார். அவர் ஆக்ரா மீது படையெடுத்துவர வாய்ப்பிருக்கிறது.' இந்தமுறை நூர்ஜஹானும் சேர்ந்துகொண்டாள். ஷாஜஹான் மீதான அவளது வெறுப்பு வார்த்தைகள், பேரரசரின் காது மடல்களைச் சூடாக்கின.

வேறு எந்த மகனுக்கும் செய்யாத அளவுக்கு ஷாஜஹானுக்கு நான் என்னென்னமோ செய்திருக்கிறேனே. அவனுக்குத்தானே அனைத்திலும் முதல் மரியாதை செய்திருக்கிறேன். எனக்குச் சமமாக அரியணையில் உட்காரவைத்து கௌரவப்படுத்தியிருக் கிறேனே. இதுபோல் செய்த அரசர் வேறு யாராவது இருக்க முடியுமா? தீய எண்ணங்கள் அவனுக்குள் விழுந்துவிட்டன. தன்னிலை இழந்து அலைகிறான். அல்லாஹ், நீதான் பார்த்துக் கொள்ள வேண்டும்!

ஜஹாங்கிர், தனது நம்பிக்கைக்குரிய தளபதி மஹபத் கானை அழைத்தார். இளவரசர் பர்வேஷையும் அழைத்தார். பெரும்

---

★ ராஜஸ்தானிலுள்ளது. 1559ல் அக்பர் இதைக் கைப்பற்றினார்.

படை ஒதுக்கினார். கட்டளை இட்டார். 'ஷாஜஹானின் திட்டங்களை முறியடியுங்கள். அவனை உயிரோடு என்முன் கொண்டுவாருங்கள் அல்லது அவன் முகலாயப் பேரரசின் எல்லைக்குள்ளேயே இருக்கக்கூடாது. அடித்துத் துரத்துங்கள்.'

ஷாஜஹானுக்கு அப்போது வயது முப்பது. அக்பருக்கு எதிராக ஜஹாங்கிர் கலகத்தில் ஈடுபட்டதும் அதே வயதில்தான். பெரும்படை ஒன்றைத் திரட்டி ஆக்ரா நோக்கி முன்னேறினார் ஷாஜஹான். அவருக்குப் பக்கபலமாக இருந்த முகலாயத் தளபதி கான்-ஐ-கானன் அப்துர் ரஹீம். அக்பர் காலத்தில் அவருக்கு விசுவாசமாக இருந்தவர். ஜஹாங்கிர் கலகத்தில் ஈடுபட்டபோது அக்பருக்கு எதிராக அவரோடு சேர்ந்துகொண்டவர். இப்போது தனது எழுபதாவது வயதில் ஜஹாங்கிருக்கு எதிராக ஷாஜஹானுடன் கைகோர்த்திருந்தார்.

விஷயமறிந்த ஜஹாங்கிர் வெறுப்புடன் அப்துர் ரஹீமைத் திட்டினார். 'ஓர் ஓநாய்க்குட்டியை என்னதான் ஒரு மனிதன் தாங்கித் தாங்கி வளர்த்தாலும் அது தான் ஓநாய் என்பதைக் காட்டிவிடும்.'

மதுராவுக்கு அருகில் ஷாஜஹானின் படைகளும் முகலாயப் படைகளும் மோதிக்கொண்டன. ஷாஜஹானுக்குத்தான் பேரிழப்பு. களத்தை விட்டு தப்பி ஓடினார் ஷாஜஹான். மஹபத் கான் விடவில்லை. படைகளோடு விடாமல் துரத்தினார். மாண்டுவுக்குச் சென்று சற்றே மூச்சு வாங்க நினைத்தார் ஷாஜஹான். அதற்குள் முகலாயப்படைகள் வந்துவிட்டன என்ற தகவல் வந்து அவரைத் துரத்தியது. குஜராத்தில் தனக்குப் பேராதரவு கிடைக்கும் என்று நினைத்தார். ஆறுதல்கூட கிடைக்க வில்லை. தக்காணத்தை அடைந்தார். சற்றே ஆசுவாசப்படுத்திக் கொண்டு திரும்பிப் பார்த்தால் உடனிருந்த வீரர்களில் பாதிக்கும் மேற்பட்டோர் கலைந்துபோயிருந்தனர். அவர் பெரிதும் நம்பிய தளபதி அப்துர் ரஹீம்கூட மஹபத் கானிடம் சரணடைந் திருந்தார்.

நர்மதா நதியைக் கடந்தார். கோண்ட்வானா அரசரிடம் உதவி கேட்டார். 'பேரரசரை எதிர்த்துக்கொண்டு உதவியெல்லாம் செய்யமுடியாது, வேண்டுமென்றால் என் எல்லைவழியாகத் தப்பித்துச் செல்ல அனுமதியளிக்கிறேன்' என்று முடித்துக் கொண்டார். ஒரிஸ்ஸாவுக்குச் சென்றார் ஷாஜஹான்.

காற்று அவர் பக்கம் வீச ஆரம்பித்தது. ஒரிஸ்ஸாவின் முகலாய கவர்னர் ஷாஜஹானிடம் சரணடைந்தார். கையில் அப்போது கிடைத்த பலத்தை வைத்துக்கொண்டு வேகமாகச் செயல்பட்ட ஷாஜஹான், பிஹாரையும் வங்காளத்தையும் தன் கட்டுப் பாட்டுக்குள் கொண்டுவந்தார். அப்படியே அலகாபாத்தும் வாரணாசியும் அவர் வசம் வந்தன. எல்லாம் கொஞ்ச காலத்துக்குத்தான். மஹபத் கான் பிஹாருக்குத் துரத்தி வந்தார். எல்லாவற்றையும் விட்டுவிட்டு மீண்டும் ஓட ஆரம்பித்தார் ஷாஜஹான்.

பேராரில் தஞ்சம் புகுந்தார். உடல்நிலை ஒத்துழைக்கவில்லை. உடனிருந்த வீரர்கள் பலரும் மனம் வெறுத்துப் போயிருந் தார்கள். ஷாஜஹானுக்கு உறுதுணையாக இருந்த அப்துல்லா கான் என்ற தளபதி, எல்லாவற்றிலும் இருந்து விலகி, ஃபகீர் ஆனார். மஹபத் கான் தொடர்ந்து துரத்தினார். ஷாஜஹான், தக்காணப் பகுதிக்குப் பதுங்கச் சென்றார். அங்கே அவரே எதிர்பாராதவிதமாக ஓர் ஆதரவுக் கரம் நீண்டது. மாலிக் அம்பர்.

பழைய பகை எதையும் மனத்தில் வைத்துக் கொள்ளாமல் ஷாஜஹானுக்கு படை உதவி செய்தார் அம்பர். முகலாயப் படைகள் வந்தன. ஷாஜஹான் உடன் இருந்தவர்களில் பலர் மஹபத் கானோடு சேர்ந்துகொண்டனர். அம்பரின் படையை வைத்துக்கொண்டு எதிர்த்து நிற்பது இயலாது என்று தோன்றியது. ஓட ஆரம்பித்து இரண்டு வருடங்களுக்கும் மேல் ஆகியிருந்தது. அதற்கு மேலும் எங்கே தப்பித்துச் செல்வது என்று ஷாஜஹானுக்குப் புரியவில்லை. சரணடைய முடிவெடுத் தார். மஹபத் கானை பாசத்தோடு அணைத்துக் கொண்டார், அமைதிப் பேச்சுவார்த்தை நடத்துவதற்காக.

'என் தவறுகளுக்கு பேரரசரிடம் மன்னிப்பு கேட்டுக்கொள் கிறேன்.'

ஜஹாங்கிர் அவ்வளவு சுலபத்தில் மன்னிப்பு கொடுக்கவில்லை. ஷாஜஹானின் மகன்களை தன்னிடம் பணயமாக அனுப்பி வைக்கச் சொன்னார். பேரன்களைத் தன் பிடியில் வைத்துக் கொண்டால் மகன் வாலாட்டாமல் அமைதியாக இருப்பான் என்பது ஜஹாங்கிரின் எண்ணம். அப்போது ஷாஜஹான் தனது மூத்த மகனை அனுப்பிவைக்கவில்லை. மூன்றாவது மகனை

மட்டும் அனுப்பிவைத்தார். கூடவே சுமார் ஒரு லட்சம் மதிப்புள்ள பரிசுப் பொருள்களையும் அனுப்பிவைத்தார். குஷ்ரவ் கலகத்தில் ஈடுபட்டபோது கண்களையெல்லாம் குருடாக்கி கடுமையான தண்டனைகள் கொடுத்த ஜஹாங்கிர், தனது செல்ல மகன் ஷாஜஹானுக்குக் குறைந்தபட்ச தண்டனைகூட கொடுக்க வில்லை. ஆனால் ஓர் உத்தரவை மட்டும் பிறப்பித்தார். 'உனது மூத்த மகன் தாராவை அனுப்பி வைக்க வேண்டும்.' - பின்னர் தாராவையும் மனமின்றி ஆக்ராவுக்கு அனுப்பி வைத்தார் ஷாஜஹான்.

பின்னர் பேரரசர், ஷாஜஹானை பாலாகட்டின் (Balaghat, மத்திய பிரதேசம்) கவர்னராக நியமித்தார்.

தாத்தாவிடம் பணயமாகச் சென்ற இரண்டு சிறுவர்களும் ஆக்ராவில் வளர ஆரம்பித்தார்கள். இருவருமே பத்து வயதுக்கு உட்பட்டவர்கள். அந்த மூன்றாவது மகனின் பெயர் ஔரங்கசீப்.

●

கிழக்கிந்திய கம்பெனியின் பிரதிநிதியாக வந்த வில்லியம் ஹாகின்ஸும், தாமஸ் ரோவும் தங்களது இந்திய அனுபவங் களை முழுமையாக எழுதி வைத்துள்ளனர். அதிலும் குறிப்பாக ஜஹாங்கிரின் தனிப்பட்ட வாழ்க்கையையும், குணங்களைப் பற்றியும் நிறையவே எழுதி வைத்துள்ளனர். அதில் மிகைப் படுத்தப்பட்ட விஷயங்களும் உண்டு.

லஞ்சம் என்பது முகலாயப் பேரரசில் பொதுவான விஷயமாக இருந்தது. துறைமுகங்களிலிருந்து பேரரசரின் அவை வரை, காரியத்தைச் சாதிக்க வேண்டுமானால் லஞ்சம் கொடுக்க வேண்டும். சட்டத்தால் இதைத் தடுக்கமுடியாது. காரணம், கடுமையான சட்டங்கள் என்று எதுவும் இல்லை. எல்லாம் பேரரசரின் வாய்வழிக் கட்டளைகள், அரசாணைகள் மூலமாக மட்டும் நடந்ததால்தான் இந்தப் பிரச்னைகள். அவரது ஆட்சி கொடுமையானது, மக்களால் வெறுக்கப்பட்டது என்கின்றன ஹாகின்ஸின் குறிப்புகள்.

ஜஹாங்கிர் பெரும் குடிகாரர். அடுத்தவர்களுக்கும் திணறத்திணற ஒயின் கொடுத்து உபசரிப்பது அவரது வழக்கம். ஆனால் தான் அருந்தும் ஒயினில் மற்றவர்களது மூச்சுக்காற்றுகூட படக்கூடாது

முகலாயர்கள் / 211

அவையில் ஜஹாங்கிர்

என்று நினைப்பார். உற்சாகமானவர். உல்லாசப் பிரியர். ஆனால் தலைகணமோ, தற்பெருமையோ துளியும் இல்லாதவர். மக்கள் ஜஹாங்கிரைவிட, இளவரசர் குஷ்ரவ்மேல் அதிக அளவு மதிப்பு வைத்திருந்தார்கள். ஆனால் இளவரசர் குர்ராமுக்கு மக்கள் மத்தியில் கெட்ட பெயரே இருந்தது. இவை ரோவின் குறிப்புகள்.

ஓவியங்கள் மேல் தீராத காதல் கொண்ட ஜஹாங்கிரின் அவையில் ஏகப்பட்ட ஓவியர்கள் இடம்பெற்றிருந்தார்கள். ரோ, தான் ஐரோப்பாவில் இருந்து கொண்டுவந்திருந்த ஓவியம் ஒன்றை ஜஹாங்கிரிடம் காட்டினார். கொஞ்ச நேரத்திற்கெல்லாம் ஜஹாங்கிரின் அவையில் இருந்த ஓவியர் ஒருவர் அச்சு அசலாக அதை அப்படியே வரைந்துவிட்டார். எது அசல், எது நகல் என்று ரோவால் கண்டுபிடிக்க முடியவில்லை.

இவை தவிர ஜஹாங்கிரே தனது வாழ்க்கையை ஒரு குறிப்பிட்ட காலம்வரை பதிவு செய்துள்ளார். அது Tuzk-i-Jahangiri என்றழைக்கப்படுகிறது. முடாமித் கான், முகம்மத் ஹாதி என்ற இரண்டு வரலாற்று ஆய்வாளர்கள் அதை எழுத ஜஹாங்கிருக்கு

உதவியிருக்கிறார்கள். ஜஹாங்கிர் தன் காலத்திலேயே அதன் முதல் பிரதியை ஷாஜஹானுக்குக் கொடுத்து கௌரவித்ததாகவும் தகவல் உண்டு.

கலை வளர்ச்சியில் அக்பர் அளவுக்கு ஜஹாங்கிரின் பங்களிப்பு இருக்கவில்லை. கட்டடங்களைவிட ஆக்ரா, லாகூர், காஷ்மீரில் அதிக அளவு தோட்டங்களை உருவாக்கினார் அவர். ஹிந்தி கவிஞர்களை ஆதரித்தார். தானும் கவிதைகள் எழுதினார். இந்தியச் சூழலில் வாழ்வதையே விரும்பினார். தனக்கென மதக்கட்டுப்பாடுகள் எல்லாம் வைத்துக்கொள்ளவில்லை. தீவிர இஸ்லாமியராக ஜஹாங்கிர் நடந்துகொள்ளவில்லை என்பதால், அவர் கிறித்தவ மதத்துக்கு மாறிவிட்டார் என்ற பேச்சுகூட சில காலத்துக்கு நிலவியது.

•

ஆள வேண்டிய பேரரசரே, அரசிக்கு அடிமையாகிக் கிடக்கிறார். அவள் ஆள்கிறாள். எத்தனை நாள்கள்தான் இதைப் பொறுத்துக்கொண்டிருக்க முடியும்? பேரரசரின் பிரியத்துக்குரிய தளபதி மஹபத் கான் கொதித்துப் போயிருந்தார். அதுபோக கடந்த பத்துவருடங்களில் அவருக்குப் பதவி உயர்வு என்பதே இல்லாமல் இருந்தது. அஸப் கானும், கியாஸ் பெக்கும் மேலும் மேலும் உயர்ந்த பதவிகளைப் பெற்றுக்கொண்டே இருந்தனர். வெறுப்பின் உச்சத்தில் இருந்தார் மஹபத் கான்.

குஷ்ரவின் மறைவும், ஷாஜஹான் முடக்கப்பட்டதும் நூர் ஜஹானுக்குத் தெம்பு கொடுத்திருந்தது. நூர்ஜஹானால் ஜஹாங்கிரை உசுப்பேற்றி, ஷாஜஹானுக்குக் கடும் தண்டனைகள் வழங்கியிருக்க முடியும். ஆனால் அவர் தனது அண்ணனின் மருமகன் என்ற காரணத்தினால் அவ்வாறு செய்யாமல் இருந்திருக்கலாம்.

அந்தச் சமயத்தில் வேறு சில சோகங்கள் அவளை ஆட்கொண்டிருந்தன. அவளது தாய் அஸ்மத் பேகம் இறந்து போயிருந்தாள் (1621). அடுத்த வருடத்திலேயே அவளது தந்தையும் காலமானார். ஜஹாங்கிரின் உடல்நிலையும் சீராவதாகத் தெரியவில்லை. அவரும் சென்றுவிட்டால் என் நிலை? ஷாஜஹான் மீண்டு வந்துவிடுவார். அரியணை ஏறிவிடுவார். என்னை என்ன செய்வார்? என் அண்ணன் அஸப்

முகலாயர்கள் / 213

கான் என் பக்கம் நிற்பாரா? அல்லது அவரது மருமகன் பக்கமா?

பல்வேறுவிதமாக குழம்பிப் போயிருந்த நூர்ஜஹானுக்கு ஒரே பிடியாக இருந்தவர் ஷாரியார் மட்டுமே. ஷாரியார் என் மருமகன். அவனைப் பதவிக்குக் கொண்டு வரவேண்டும். வந்துவிட்டால், ஜஹாங்கிருக்குப் பிறகும் ஆட்சியின் பிடி என் கையைவிட்டுப் போகாது. இப்போது அதற்குத் தடையாக இருப்பது இளவரசர் பர்வேஷ் மட்டுமே. பர்வேஷுக்கென்று தனி பலம் கிடையாது. தளபதி மஹபத் கான் உடன் இருப்பதே அவனது ஒரே பலம். பர்வேஷ் அடுத்து அரியணை ஏறினாலும் மஹபத் கானின் கையில்தான் அதிகாரம் இருக்கும். இருவரையும் பிரித்துவிட்டால்? காய் நகர்த்தினாள் நூர்ஜஹான்.

குஜராத்தை நிர்வகிக்கச் செல்லுமாறு பர்வேஷுக்கும், வங்காளத்தை நிர்வகிக்கச் செல்லுமாறு மஹபத் கானுக்கும் கட்டளைகள் சென்றன. இரண்டுமே எதிர் எதிர்துருவத்தில் உள்ள இடங்கள். ஏதோ சதி நடக்கிறது என்று புரிந்துபோனது மஹபத் கானுக்கு.

ஷாஜஹானின் கலகத்தை அடக்க மஹபத் கான் பயன்படுத்திய பேரரசின் யானைப்படையை உடனே திருப்பி அனுப்ப வேண்டும். அந்தச் சமயத்தில் கொள்ளையடித்த செல்வங்களை எல்லாம் உடனே அரசிடம் ஒப்படைக்க வேண்டும் என்று அடுத்த கட்டளை வந்து சேர்ந்தது. இந்தக் கட்டளைகள் எல்லாம் அஸப் கான் வழியாக வந்தன என்று அறிந்ததும் மஹபத் கானின் ரத்தம் கொதித்தது.

அடுத்த அடியும் அவருக்குக் காத்திருந்தது. அந்தச் சமயத்தில் அவர் தனது மகளுக்குத் திருமண ஏற்பாடுகள் செய்திருந்தார். மணமகன் அரசாங்கப் பதவியில் இருக்கும் நபர்தான். அரசுப் பணியில் இருக்கும் நபர்கள் இந்த மாதிரியான ஏற்பாடுகளைச் செய்வதற்கு முன்பாக பேரரசரிடம் முறைப்படி அனுமதி வாங்க வேண்டும் என்பது விதி. மஹபத் கான் செய்யவில்லை. அந்த மணமகன் கைது செய்யப்பட்டார். அவரது தலை மொட்டையடிக்கப்பட்டது. அவரைச் சங்கிலியால் பிணைத்து வீதி வீதியாக இழுத்துச் சென்று சிறையிலடைத்தார்கள். அந்தத் திருமணத்துக்காக மஹபத் கான் வரதட்சணையாக வாங்கிய பணமும் பொருள்களும் (மெஹர்) பறிமுதல் செய்யப்பட்டன. லாகூரில்

ஜஹாங்கிர் வெளியிட்ட தங்க நாணயங்கள்

பேரரசரை நேரடியாகச் சந்தித்து இந்தக் குற்றங்களுக்கெல்லாம் விளக்கம் சொல்ல வேண்டும் என்று மஹபத் கானுக்கு உத்தரவு வந்திருந்தது.

ஒரு முடிவோடு லாகூரை நோக்கிப் புறப்பட்டார் மஹபத் கான். உடன் அவருக்கு விசுவானமான ராஜபுத்திர வீரர்கள். நாலாயிரம் முதல் ஐயாயிரம் வரை இருக்கலாம். அப்போது ஜஹாங்கிர் லாகூரில் இல்லை. அங்கிருந்து காபுலை நோக்கிச் சென்று கொண்டிருந்தார். வழியில் ஜீலம் நதிக்கரையில் முகாமிட்டிருந் தார். அந்த இடத்துக்குச் சென்றார் மஹபத் கான் (1626, மார்ச்). ஒரு பெரிய தளபதியானவர் எங்கு சென்றாலும் ஆயிரக்கணக்கான வீரர்களுடன் செல்லலாம். ஆகவே மஹபத் கான் அத்தனை வீரர்களுடன் அங்கு சென்றது யாருக்கும் சந்தேகத்தை ஏற்படுத்தவில்லை.

ஜஹாங்கிர் வேண்டுமென்றே மஹபத் கானைச் சந்திப்பதைத் தள்ளிப்போட்டார். 'நான் அழைக்கும்போது வந்து சந்தித்தால் போதும்' என்று சொல்லியிருந்தார். ஜஹாங்கிருடன் நூர் ஜஹான், அஸப் கான் உள்பட பலர் இருந்தார்கள். அவர்கள் முன்னதாகவே நதியின் மறுகரைக்குச் சென்றிருந்தார்கள். வீரர்களில் பலரும் நதியைக் கடந்திருந்தார்கள். ஜஹாங்கிரும் மற்றவர்களும் அடுத்தநாள் காலையில் மறுகரைக்குச் செல்வதாக ஏற்பாடு.

அந்த இரவில் மஹபத் கானின் படையினர், நதியைக் கடப்பதற்காக அமைக்கப்பட்டிருந்த பாலத்தை முற்றிலுமாகச் சேதப்படுத்தினார்கள். படகுகள் பலவும் சேதப்படுத்தப்

பட்டன. காலை நேரம். எல்லோரும் கிளம்பும் ஏற்பாடுகளில் இருந்தனர். ஜஹாங்கிருக்குப் பல்லக்குத் தயாராக இருந்தது. அந்தப் பகுதியில் அப்போது குறைவான வீரர்களே இருந்தனர். பேரரசரின் முதன்மைப் பாதுகாவலர் முடாமித் கான், அப்போதுதான் தொழுகையை முடித்திருந்தார். மஹபத் கான் குதிரையில் அங்கு வந்தார். உடன் சுமார் நூறு ராஜபுத்திர வீரர்கள்.

பெரிய அளவில் தாக்குதல் எல்லாம் இல்லை. ஜஹாங்கிரின் கூடாரம் ராஜபுத்திர வீரர்களால் முற்றுகையிடப்பட்டது. முடாமித் கானிடம் சென்றார் மஹபத் கான். 'இனி எல்லாம் என் கட்டுப்பாட்டின்படி நடக்கும்' என்று அறிவித்துவிட்டு கூடாரத்துக்குள் நுழைந்தார். ஜஹாங்கிருக்கு அதிர்ச்சி. மஹபத் அமைதியாகச் சொன்னார், 'அஸப் கான் என்னைச் சுற்றி பின்னும் சதிவலைகளை முறியடிக்க எனக்கு வேறு வழியில்லை. கைது செய்யப்பட்டு அவமானப்படுத்தப்பட்டு சாகடிக்கப்படுவதை நான் விரும்பவில்லை.

ஆகவே பேரரசரே, தங்கள் உடன் இருப்பதே எனக்கு பாதுகாப்பு. எனது கட்டுப்பாட்டில் தங்கள் பயணம் தொடரும். ஒத்துழையுங்கள்.'

முடாமித் கான் செயலற்றுப் போயிருந்தார். எதிர்ப்பைக் காட்ட வந்த சில வீரர்களை ராஜபுத்திர வீரர்கள் வீழ்த்தினார்கள். அந்தச் சூழலில் ஜஹாங்கிருக்கு மஹபத் கானுக்கு இணங்குவது தவிர வேறுவழி தெரியவில்லை. பயணம் ஆரம்பித்தது. யானை ஒன்றின்மேல் ஏற்றப்பட்டார் ஜஹாங்கிர். எல்லாமே சரியாக நடப்பதுபோலத்தான் வெளிப்பார்வைக்கு தெரிந்தது. நதிக்கரையின் இன்னொரு பகுதி வழியாக நதியைக் கடந்தார்கள். காபுலை நோக்கித்தான் பயணம் நடந்தது.

நிலைமை சரியில்லை என்பதை நீண்ட நேரம் கழித்துதான் உணர்ந்தாள் நூர்ஜஹான். ஜஹாங்கிரின் கூடாரத்துக்கு வந்து பார்த்து அதிர்ச்சியடைந்தாள். 'உனது பாதுகாப்பு ஏற்பாடுகளில் உள்ள குறைபாடுகளால்தான் இப்படி நேர்ந்துவிட்டது' என்று தன் அண்ணனைக் கடிந்துகொண்டாள். முகலாயப் படைகளோடு ஜஹாங்கிரைத் துரத்திப்பிடிக்க நினைத்தாள் நூர்ஜஹான். நதிக்கரையில் காத்திருந்த ஆயிரக்கணக்கான ராஜபுத்திர வீரர்கள் தாக்குவதற்குத் தயாராக இருந்தார்கள்.

நூர்ஜஹான் தயங்கவில்லை. யானை ஒன்றில் ஏறினாள். அவள் கையில் குழந்தை ஒன்று. பேத்தி. ஷாரியாரின் மகள் அர்ஸானி. தைரியமாகப் புறப்பட்டாள். பாய்ந்து வந்த அம்புகள் யானையை முடக்கின.

எண்ணிக்கையில் குறைவாக இருந்த முகலாய வீரர்களில் பெரும்பாலோனோர், அந்த ஆபத்தான சூழலில் இருந்து தப்பித்து ஓடினார்கள். அவர்களில் அஸப் கானும் அவரது வீரர்களும் அடக்கம். அவர்கள் அருகிலிருந்த அட்டோக்* என்ற கோட்டைக்குச் சென்று தஞ்சம் புகுந்தார்கள். நூர்ஜஹான் தனக்கு நெருக்கமானவர்களை எல்லாம் பாதுகாப்பாக ஓரிடத்தில் தங்கவைத்துவிட்டு தான் மட்டும் தனியே புறப்பட்டாள், மஹபத் கானிடம் சரணடைய.

ஜஹாங்கிர் இருக்குமிடத்தை அடைந்தாள். மஹபத் கான் முன்சென்று பணிவுடன் நின்றாள்.

'தங்கள் வசம் அதிகாரம் இருப்பதில் எனக்கு நிம்மதியே. என் சுமைகள் குறைந்தது போல் உள்ளது. பேரரசரின் உடல்நிலையைக் கவனித்துக்கொள்ள நான் அவருடன் இருப்பது அவசியம். தயவுசெய்து அதற்கு மட்டும் அனுமதி கொடுங்கள்.'

என்னதான் ஜஹாங்கிரைக் கடத்திக் கொண்டு சென்றாலும் மஹபத் கான் அவரைத் துன்புறுத்த விரும்பவில்லை. சுய பாதுகாப்பு கருதி ஏதோ ஒரு வேகத்தில் அந்தக் காரியத்தில் இறங்கிவிட்டாரே தவிர, அடுத்து என்ன செய்ய வேண்டும் என்ற திட்டமெல்லாம் அவரிடம் இல்லை. ஆகவே ஆக்ரா நோக்கிச் செல்லாமல் பேரரசரின் விருப்பப்படியே காபுல் நோக்கியே பயணம் சென்றார். நூர்ஜஹான் தனியாக வந்து சரணடைந்த தால், அவளது கோரிக்கைக்கு செவிசாய்த்தார். எந்தவிதச் சச்சரவும் இன்றி பயணம் தொடர்ந்தது.

ஆனால் நூர்ஜஹானது ரகசியக் கட்டளைகள் மட்டும் வெளியே சென்று கொண்டிருந்தன. காபுலை நெருங்க நெருங்க ராஜபுத்திர வீரர்கள் மனத்தளவில் தங்கள் பலத்தை இழந்துகொண்டுதான் இருந்தார்கள். அது அவர்களது பூமியல்ல. வேற்று மண்ணில் வேற்று மனிதர்களோடு புதிய புதிய பிரச்னைகள் முளைத்தன.

---

* பெஸாவருக்குச் செல்லும் பாதையில் சிந்து நதிக் கரையில் அமைந்த கோட்டை.

ஜஹாங்கிரின் நினைவிடம்

நூர்ஜஹானின் ரகசியக் கட்டளைகளின்படி, முகலாயர்களின் அஹாதிஸ் என்ற படைப்பிரிவினர், அந்தப் பிரதேசத்து மக்களையும் சேர்த்துக் கொண்டு தாக்குதலுக்குத் தயாராக இருந்தனர்.

ராஜபுத்திர வீரர்கள் முற்றுகையிடப்பட்டனர். அவர்களில் பலர் கொல்லப்பட்டனர். கழுத்தில் தலை இருக்கவேண்டுமானால் ஓடி ஒளிவதைத் தவிர வேறு வழியில்லை என்பதால் ஓட்டம் எடுத்தார் மஹபத் கான். கிட்டத்தட்ட நூறு நாள்கள் நடந்த அந்தக் கடத்தல் காண்டம் நூர்ஜஹானின் ராஜதந்திர நடவடிக்கைகளால் முடிவுக்கு வந்தது.

எங்கெங்கோ சென்று முட்டிமோதிய மஹபத் கான், இறுதியில் தக்காணத்துக்குச் சென்றார். ஷாஜஹானிடம் சரணடைந்தார். மஹபத் கான் தனது வலிமையை பதவியை எல்லாம் இழந்ததே ஷாஜஹானுக்குப் போதுமானதாக இருந்தது. ஆகவே மன்னித்து தன்னுடன் வைத்துக் கொண்டார். அதே சமயத்தில் இன்னொரு செய்தியும் கிடைத்திருந்தது. 'இளவரசர் பர்வேஷ் அதிக போதையால் இறந்துவிட்டார்.' ஷாஜஹானுக்கு அந்த சந்தோஷத்தைக் கொண்டாட வேண்டும்போல இருந்தது.

●

ஜஹாங்கிரின் உடல்நிலை மேலும் நலிவடைந்தது. குளுகுளு வென காஷ்மீருக்குச் சென்று ஓய்வெடுத்தால் தேவலை என்று

தோன்றியது. சென்றார். பனி. மூச்சுத்திணறல். ஆஸ்துமா. எந்த உணவையுமே சாப்பிட முடியவில்லை. மருத்துவர்கள் போதை கூடவே கூடாது என்று எச்சரித்திருந்தார்கள். அந்தக் குளிருக்கு இதமாக ஒபியத்தை தேடியது மனம். அடம்பிடித்தார். நூர்ஜஹான்தான் சமாளித்தார். அவ்வப்போது கொஞ்சம் ஒயின் பருகினார். அது மட்டுமே உணவாக இருந்தது.

மூச்சுத்திணறல் அதிகமாகவே காஷ்மீரை விட்டுக் கிளம்பினார்கள். லாகூருக்குச் செல்லும் வழி. சிங்கர்ஷிரி என்ற ஊரில் தங்கினார்கள். அப்போது அவரால் ஒரு துளி ஒயினைக்கூட அருந்த முடியவில்லை. அந்த இரவில் நூர்ஜஹான் தூங்கவே இல்லை. மறுநாள் அதிகாலையில் (1627, நவம்பர் 8) ஐம்பத்தெட்டு வயது பேரரசர் ஜஹாங்கிரின் உயிர் பிரிந்தது.

அருகில் மகன்கள் யாரும் இல்லாத நிலையில் இறுதிச் சடங்குகள் எல்லாம் நூர்ஜஹானின் கட்டளைகளின்படி நடத்தப்பட்டன. லாகூருக்கு வெளியே, ஷாதாராபாக் என்ற இடத்தில் தில்குஷா தோட்டத்தில் ஜஹாங்கிரின் உடல் புதைக்கப்பட்டது.

# ஷாஜஹான்

காலம் : 1592 - 1666
ஆட்சி : 1628 - 1658

ஜஹாங்கிரின் மரணம் என்பது பலகாலமாக எதிர்பார்க்கப்பட்ட ஒன்றுதான். அவரது உயிர் பிரிந்த நொடியிலேயே தனது அதிகாரம் எல்லாம் முடிந்தது என்பதை நூர்ஜஹான் உணர்ந்து கொண்டாள். எப்படியாவது தனது மருமகன் ஷாரியாரை அரியணை ஏற்றிவிட வேண்டு மென்பது அவளது விருப்பம்.

அதற்காக முடாமித் கான் உள்ளிட்ட தளபதி களுடன் ஆலோசனை நடத்தினாள். யாரும் அதில் பெரிதாக அக்கறை காட்டவில்லை. ஷாஜஹா னின் பலத்தை மீறி வேறு யாராலும் அரியணை யைக் கைப்பற்ற முடியாது என்பதை அவர்கள் உணர்ந்திருந்தார்கள்.

தனது தங்கை நூர்ஜஹானின் ஆசைக்கு எதிராகக் களமிறங்கினார் அஸப் கான். தனது மருமகன் ஷாஜஹான்தான் பேரரசராக வேண்டும் என்பது அவரது ஆசை.

அப்போது ஷாஜஹான் தக்காணப் பகுதியில் இருந்தார். அங்கிருந்து கிளம்பி வருவதற்கு வாரக்கணக்கில் ஆகிவிடும். ஆகவே அஸப் கான், இறந்துபோன இளவரசர் குஷ்ரவின் மகனான தாவர் பக்ஷை வைத்து ஒரு திட்டம் போட்டார். 'ஷாஜஹான் ஆக்ராவுக்கு வந்துசேரும் வரையில் நீ தாற்காலிக அரசராக இரு.'

தாவர் பக்ஷுக்குத் தனது சித்தப்பா மேல் தனி பாசம் இருந்தது. ஆகவே திட்டத்துக்கு ஒப்புக்கொண்டார்.

அந்த வாரத்தின் வெள்ளிக்கிழமையில் தொழுகைக்கு முந்தைய குத்பாவில்* அரசராக தாவர் பச்ஷின் பெயர் அறிவிக்கப்பட்டது.

ஷாஜஹானுக்கு விரைவாகச் செய்தியைக் கொண்டுபோய் சேர்க்க வேண்டும். என்ன செய்வது? 'யாரங்கே, வாரணாசிக்காரனை வரச் சொல்லுங்கள்.'

அந்த வாரணாசிக்காரன் வேகமாக ஓடக்கூடியவன், அதிவேகமாக குதிரையைச் செலுத்தக்கூடியவன். ஏதாவது ஒரு செய்தியை எங்காவது வேகமாகக் கொண்டுபோய் சேர்க்க வேண்டுமென்றால் அவனைத்தான் அழைப்பார்கள். தனது முத்திரை மோதிரத்தை அவனிடம் கொடுத்தார் அஸப் கான், கூடவே ஒரு கடிதத்தையும்.

ஜஹாங்கிர் இறந்த செய்தி கேள்விப்பட்டதும் அதற்காகவே காத்திருந்ததுபோல, இளவரசர் ஷாரியார், படை ஒன்றைச் சேர்த்துக் கொண்டு லாகூர் நோக்கிக் கிளம்பினார். அவரது நோக்கம் அரியணையைக் கைப்பற்றுவதல்ல. கஜானாவைக் கொள்ளையடிப்பதுதான். கொள்ளையடித்தார். அங்கே அஸப் கானும் தாவர் பக்ஷும் படைகளுடன் வந்தார்கள். நடுநடுங்கிய ஷாரியார், அந்தப்புரத்துக்குள் சென்று பதுங்கிக் கொண்டார். அந்தப்புரத்தைக் காவல் காக்கும் தலைமைத் திருநங்கை, ஷாரியாரைப் பிடித்துக் கொடுத்தார்.

'இவன் கண்ணைக் குருடாக்குங்கள்.' தாவர் பக்ஷின் கட்டளை இது. ஷாரியார் சிறையிலடைக்கப்பட்டார்.

●

பயணத்தை ஆரம்பித்த இருபதாவது நாளில் ஷாஜஹானின் இருப்பிடத்தை அடைந்தான் வாரணாசிக்காரன். அப்போது அவர் புனேவுக்கு அருகே ஜுன்னார் என்ற ஊரில் மாலிக் அம்பரின் சொகுசு மாளிகையில் ஓய்வெடுத்துக் கொண்டிருந்தார். செய்தியை அறிந்துகொண்டார். உடனே ஆக்ராவுக்கு அவசரமாகக் கிளம்பவில்லை. இறந்துபோன பேரரசருக்காக சில நாள்கள் துக்கம் கொண்டாடினார் என்றும் சொல்லலாம் அல்லது சுப நாளில் நல்ல நேரத்தில் கிளம்புவதற்காக அந்தத் தாமதம் என்றும் வைத்துக் கொள்ளலாம்.

---

★ குத்பா - வெள்ளிக்கிழமைகளிலும் மற்ற விசேஷ தினங்களிலும் மசூதிகளில் தொழுகைக்கு முன்பாக ஆற்றப்படும் உரை.

பயணத்தை ஆரம்பித்த சில நாள்களிலேயே தனது மாமனாருக்கு அவசரச் செய்தி ஒன்றை அனுப்பினார். ‘நான் வரும்போது எந்தவித இடர்ப்பாடுகளும் இல்லாமல் பார்த்துக் கொள்ளவும்.’

இடர்ப்பாடுகள் என்றால் அரியணைக்குப் போட்டியிடும் சகோதரர்கள் அல்லது அவர்களது வாரிசுகள். அஸப் கான் காரியங்களைச் செய்தார். ஷாரியாரின் கதை முடிக்கப்பட்டது. ஜஹாங்கிரின் சகோதரரான தானியலின் இரு மகன்கள், தாவர் பக்ஷின் சகோதரர் உள்ளிட்ட வாரிசுகளுக்கும் ஈமச்சடங்குகள் நடத்தப்பட்டன. அத்தனை நாள்கள் பல்வேறு காரியங்களை நிறைவேற்ற பலி ஆடாகப் பயன்படுத்தப்பட்ட தாவர் பக்ஷுக்கு உயிர்ப்பிச்சை வழங்கப்பட்டது. அவர் பெர்சியா வுக்குத் தப்பிஓட அனுமதிக்கப்பட்டார்.

1628 பிப்ரவரி முதல் வாரத்தில் ஷாஜஹான் லாகூரை அடைந்தார். நான்தான் வாரிசு என்று எதிர்த்துக் குரலெழுப்பவோ, வாள் உயர்த்தவோ யாரும் மிச்சமில்லை. ரத்தக்கறைகள் கழுவப் பட்டன. ஷாஜஹானுக்கு முடிசூட்டப்பட்டது. பின் பேரரச ராகத் தன்னை அறிவித்துக்கொள்ள அவர் ஆக்ராவுக்குச் சென்றார்.

•

நூர்ஜஹான் பொது வாழ்க்கையில் இருந்து விலகிக் கொண்டாள். தனது மகள் லல்தி பேகத்தோடு லாகூரின் அந்தப்புரத்துக்குள்ளேயே முடங்கினாள். தனது சொந்தச் செலவில் கணவருக்காக நினைவிடம் ஒன்று கட்டும் பணியில் மட்டும் ஆர்வம் செலுத்தினாள். மற்றபடி, ஆடம்பரத்தை எல்லாம் தவிர்த்து எளிமையான வாழ்க்கையை வாழ ஆரம்பித்திருந்தாள்.

ஷாஜஹானும் நூர்ஜஹானுக்கு எதிராக எந்தவித நடவடிக்கை யும் எடுக்கவில்லை. அவளுக்கு வருட மானியமாக இரண்டு லட்சம் ரூபாய் வழங்க உத்தரவிட்டார். 1645, நவம்பர் 18ல் தனது அறுபத்தெட்டாவது வயதில் இறந்துபோனாள் அந்தப் பேரரசி. தனது கணவரது நினைவிடத்துக்கு அருகிலேயே தனக்கும் நினைவிடம் கட்டி வைத்திருந்தாள். அங்கேயே அவளது இறுதிச் சடங்குகள் நடத்தப்பட்டன.

1607லேயே ஷாஜஹானுக்கும் அர்ஜுமந்துக்கும் (மும்தாஜ்) நிச்சயதார்த்தம் லாகூர் கோட்டையில் நடந்ததாக நம்பப் படுகிறது. நிச்சயக்கப்பட்ட பின், அர்ஜுமந்த் முகலாய அந்தப்புரத்திலேயே வாழ ஆரம்பித்தாள். ஷாஜஹானுக்கு வழங்கப்பட்டிருந்த பொறுப்புகளினால் அவர் ஓரிடத்தில் இல்லாமல் சுற்றிக் கொண்டே இருந்தார். ஆகையால் திருமணம் மட்டும் தள்ளிக்கொண்டே போனது, மாதக்கணக்கில் அல்ல, வருடக்கணக்கில். இடைப்பட்ட காலத்தில் ஷாஜஹான் அரசியல் காரணத்துக்காக இன்னொரு பெண்ணைத் திருமணம் செய்துகொள்ள வேண்டியதாயிற்று. பெர்சியாவைச் சேர்ந்த அரச குடும்பத்துப் பெண், காந்தஹாரி பேகம். அவள்தான் ஷாஜஹானின் முதல் மனைவி.

ஒருவழியாக, 1612 மே 10ல் இருபது வயது ஷாஜஹானுக்கும், பத்தொன்பது வயது அர்ஜுமந்துக்கும் திருமணம் நடந்தது. அதற்கடுத்த சில வருடங்களில் ஷாஜஹான், அப்துர் ரஹீமின் பேத்தியை மூன்றாவது திருமணம் செய்துகொண்டார். அதுபோக மூன்று (அதிகாரபூர்வ) திருமணங்கள் உண்டு.

முதல் மனைவி மூலமாக ஷாஜஹானுக்கு முதலில் பிறந்தது பெண் குழந்தை. மூன்றாவது மனைவி மூலமாக ஓர் ஆண் குழந்தை பிறந்து, சில நாள்களிலேயே இறந்துவிட்டது. அந்தப்புரத்தைச் சார்ந்த வேறு பெண்களும் ஷாஜஹான் மூலமாக கருவுற்றனர். ஆனால் ஷாஜஹான் தனக்கு மும்தாஜ் மூலமாகப் பிறக்கப்போகும் குழந்தைக்காகக் காத்திருந்தார்.

தன் மேல் அதீத பாசம் வைத்திருந்த கணவனை அவளும் ஏமாற்றவில்லை. பத்தொன்பது வருடங்களில் பதினான்கு குழந்தைகளைப் (எட்டு மகன்கள், ஆறு மகள்கள்) பெற்றுக் கொடுத்தாள். அதில் ஏழு குழந்தைகள் இறந்துபோயின. பிழைத்த ஏழில் மூன்று பெண்கள்.

மூத்தவள் ஜஹானரா பேகம். மூத்தவன் தாரா சுகோக். அடுத்தவர்கள் ஷா சுஜா, ரோஷனரா பேகம், ஔரங்கசீப், முராட் பக்ஷ், கௌஹரரா பேகம்.

தாரா, ஷாஜஹானுக்குப் பிரியமான மூத்த ஆண் வாரிசு. சிறுவயதிலிருந்தே பட்டத்து இளவரசர் என்று சொல்லி வளர்க்கப்பட்டவர். பிறகு வேறு ஆண் குழந்தைகள் பிறந்தாலும்

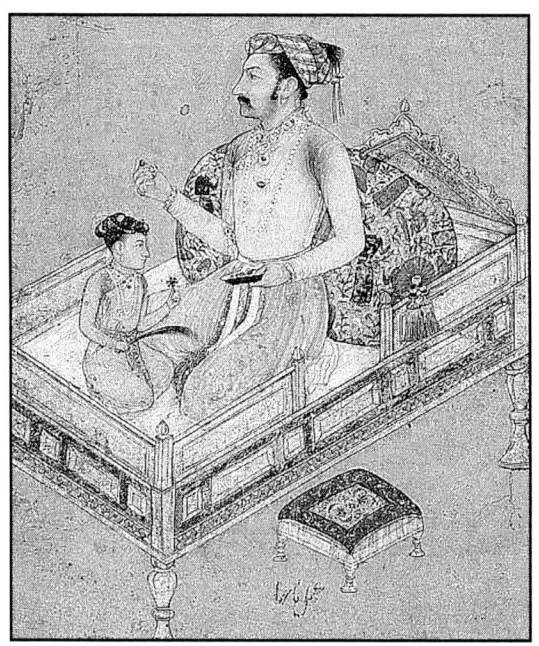

தாராவுடன் ஷாஜஹான்

ஷாஜஹானுக்கு தாராமேல் மட்டும் தீராத அன்பு இருந்தது. அதேபோல தனது மூத்த மகள் ஜஹானரா மேல் எக்கச்சக்க பிரியம் வைத்திருந்தார். காரணம் அவள் அப்படியே மும்தாஜின் பிரதிபோல இருந்ததால். தாரா, ஜஹானரா கேட்டு எதையும் மறுத்ததில்லை ஷாஜஹான். அதேபோல அந்த அக்காவும் தம்பியும் ஒருவருக்கொருவர் நெருக்கமானவர்களாக இருந்தனர்.

குஜராத்தின் டாஹோட் என்ற இடத்தில் ஷாஜஹான், மும்தாஜின் மூன்றாவது மகனாகப் பிறந்தவர் அபுல் முஸாஃபர் முஹி-உத்-தின் முகம்மது ஔரங்கசீப் (நவம்பர் 4, 1618). பிறந்த இடம் அஹமதாபாதுக்கும் உஜ்ஜயினிக்கும் இடையிலிருந்த தாஹுட். அவருக்கு முன் பிறந்த ரோஷனராவுக்கும் ஔரங்கசீபுக்கும் இடையே நல்ல புரிதல் இருந்தது.

சிறுவயதிலேயே ஆக்ராவுக்குத் தாத்தா ஜஹாங்கிரிடம் பணயமாக அனுப்பிவைக்கப்பட்ட ஔரங்சீபும் தாராவும், அங்கு ஒன்றாகவே வளர்ந்தார்கள். தன்னிரு பேரன்களையும் ஜஹாங்கிர் சமமாகவே நடத்தினார். இருவரும் பாட்டி

முகலாயர்கள் / 227

பீர்சிங் ஷாஜஹானிடம் சரணடையும் காட்சி

நூர்ஜஹானின் கண்காணிப்பில் இருந்தார்கள். ஷாஜஹான் பேரரசராகப் பதவியேற்ற சமயத்தில் இருவரும் தங்கள் தந்தையுடன் சேர்ந்து கொண்டார்கள்.

சிறுவயதிலிருந்தே இறை நம்பிக்கையோடு வளர்ந்த ஒளரங்கசீபுக்குப் பாடங்கள் பிடிக்கவில்லை. ஒருநாள் தனக்கு பாடம் சொல்லிக் கொடுக்க வந்த முல்லாவைத் திணறச் செய்துவிட்டார். வரலாறு, பழங்கதைகள் என்று பாடத்தை ஆரம்பித்தார் அந்த முல்லா. ஒளரங்கசீப் இடைமறித்தார்.

'கொஞ்சம் நிறுத்துகிறீர்களா! நானோ முகலாய இளவரசன். வருங்காலத்தில் வாளேந்தி பல போர்க்களங்களைச் சந்திக்க இருப்பவன். எனக்கு எதற்கு இந்த உதவாத பாடங்களெல்லாம்? போர்க்களங்களில் நெருக்கடிகளை எப்படிச் சமாளிக்க வேண்டும், பேரரசின் பகுதிகளை எப்படி நிர்வாகம் செய்ய வேண்டும், வருமானத்தைப் பெருக்குவதற்கான வழிகள் என்னென்ன - இப்படிப்பட்ட விஷயங்களைச் சொல்லிக் கொடுத்தால் பயன் உண்டு. தேவையில்லாத பாடங்களால் என் நேரம் வீணாகிவிட்டது. இனியும் நான் வீணடிக்க விரும்பவில்லை. இனி நீங்கள் என் முன்னால் வரவே வேண்டாம். இப்போதே கிளம்பி விடுங்கள்.'

●

ஷாஜஹானுக்கு முதல் சவாலாக இருந்தவர் பீர்சிங். ஜஹாங்கிர் பாலூட்டி வளர்த்த பாம்பு. ஜஹாங்கிருக்காக, அபுல் பாஸ்லைக் கொலை செய்த கொள்ளைக்காரன். பீர்சிங்கும் அவனது பண்டேலா இனத்தவர்களும் ஜஹாங்கிரின் ஆட்சிக்காலத்தில் ஆர்ச்சாவில் அதிகாரத்துடன் வாழ்ந்தார்கள். ஜஹாங்கிரின் இறப்பு பண்டேலா இனத்தவருக்கு கிலியை ஏற்படுத்தியது. பீர்சிங்கும் இறந்துபோக, அவனது மகன் ஜுஹார்சிங் பண்டேலா, கலகத்தில் ஈடுபட்டான். தனக்கு அருகிலிருந்தவர்களை எல்லாம் தன்னோடு கூட்டு சேரச்சொல்லி கட்டாயப் படுத்த ஆரம்பித்தான். வலிமையான கோட்டைகளும், சூழ்ந்திருந்த மலைகளும் தனது பலமாக எண்ணி 'வந்து பார்' என்று முகலாயர்களுக்குச் சவால் விட்டான்.

ஷாஜஹான், மஹாபத் கானின் தலைமையில் முகலாயப் படை ஒன்றை ஆர்ச்சாவுக்கு அனுப்பினார். தனது கணிப்புகள் தவறென

ஜுஹர்சிங் உடனே உணர்ந்தான். அவனது வீரர்கள் சுமார் மூவாயிரம் பேர் உயிரிழந்தார்கள். மன்னிப்பு கேட்டு சரணடைந்தான். செய்த கலகத்துக்கு அபராதமாக பதினைந்து லட்சமும் நாற்பது போர் யானைகளையும் கொடுத்தான்.

அடுத்த சில வருடங்களில் ஜுஹர்சிங் அமைதியாக இருப்பது போலத் தெரிந்தது. ஆனால் அவன் இன்னொரு கலகத்துக்காகத் தயாராகிக் கொண்டிருந்தான். 1635ல் ஜுஹர்சிங் ஆர்ச்சாவை விட்டு ரகசியமாக வெளியேறியதாக ஷாஜஹானுக்குத் தகவல் போனது. கோண்ட்வானா மேல் அதிரடியாகத் தாக்கியதாக அடுத்த தகவல் கிடைத்தது.

ஜஹாங்கிருக்காக ஏராளமான போர்களைச் சந்தித்திருந்த ஷாஜஹான், தான் பதவியேற்றதும் நேரடியாகப் போர்க்களங்களில் இறங்குவதைத் தவிர்த்தார். போர்க்களத்துக்கு அருகில் இருந்துகொண்டு போரை வழிநடத்தினார். ஜுஹர்சிங் ஆபத்தானவன். உடனே அழித்தொழிக்கப்பட வேண்டியவன். பொறுப்பை யாரிடம் ஒப்படைக்கலாம்?

ஷாஜஹான், தனது மூன்றாவது மகன் (பதினேழு வயது) ஔரங்கசீபை அழைத்தார். ஔரங்கசீப் அதற்குமுன் போர்க்களம் கண்டதில்லை. இருந்தாலும் ஷாஜஹானுக்கு தன் மகனது வீரம்மேல் பெரும் நம்பிக்கை இருந்தது. ஆபத்தான சமயங்களில் துணிச்சலோடு செயல்படுவான் என்பதை உணர்ந்திருந்தார். அது தனது பதினைந்தாவது வயதிலேயே ஔரங்கசீப் ஏற்படுத்தியிருந்த நம்பிக்கை.

அந்த மைதானமெங்கும் மக்களின் ஆரவாரம். பேரரசர் ஷாஜஹான் உப்பரிகையில் அமர்ந்திருந்தார். மைதானத்தில் நடந்துகொண்டிருந்த வீரவிளையாட்டுகளை ரசித்துக் கொண்டு இருந்தார். விதவிதமான சண்டைகள். உற்சாகக் கூக்குரல்கள்.

யானைச் சண்டை ஆரம்பமானது. இரண்டு யானைகள். அதன் மேல் இரண்டு வீரர்கள். மோதிக் கொண்டன. சராமாரியாக ஈட்டிகள் பாய்ந்து கொண்டிருந்தன. மைதானத்தில் வேறு யானைகளும் நின்று கொண்டிருந்தன.

விஸுக்கென பாய்ந்து வந்த ஓர் ஈட்டி, ஓரமாக நின்று கொண்டிருந்த ஒரு யானையின் காதைப் பதம் பார்த்தது. யானைக்கு ஆத்திரம் தலைக்கேறியது. மதம் பிடித்து

சுஜா, ஔரங்கசீப், முராட்

மைதானத்தின் உள்ளே ஓட ஆரம்பித்தது. உள்ளேயிருந்த மற்ற வீரர்கள் சிதறி ஓட ஆரம்பித்தனர். மைதானத்துக்குள்தான் இளவரசர் ஔரங்கசீபும் நின்றுகொண்டிருந்தார். யானை அவரை நோக்கித்தான் தடதடத்து வந்து கொண்டிருந்தது. 'இளவரசரே, ஓடிவிடுங்கள்' - சுற்றியிருப்போர் எழுப்பிய குரலை ஔரங்சீப் கண்டுகொள்ளவில்லை. ஓர் அடிகூட பின்னால் நகரவில்லை.

தன் கையிலிருந்த ஈட்டியை பலமாகப் பிடித்துக்கொண்டார். யானை வேகத்தை அதிகரித்து ஔரங்கசீப்பை நெருங்கியது. அவரது கையிலிருந்து பாய்ந்த ஈட்டி, நேராக ஓடிவந்த

யானையின் நெற்றியைக் கிழித்து உள்ளிறங்கியது. அது நிலைகுலைந்து, பிளிறியபடியே கீழே விழுந்தது. மைதானத்துக் குள்ளிருந்தவர்கள் ஒளரங்கசீபை தலைக்குமேல் தூக்கிக் கொண்டாட ஆரம்பித்தார்கள்.

ஷாஜஹானுக்கு கொஞ்ச நேரம் செய்வதறியாது உறைந்து போயிருந்தார். வெற்றி ஆரவாரம்தான் அவரை தன்னிலை அடையச் செய்தது. உடனே ஒளரங்கசீப்பை அழைத்தார்.

'ஏன் இப்படி ஒரு விபரீத விளையாட்டில் இறங்குகிறாய்?' - குரலில் கோபம்.

'நான் எனது வீரத்தைச் சோதித்துப் பார்த்தேன். இதுபோன்ற வீரச்செயல்களின்போது மரணம் நேர்ந்தால் சந்தோஷமாக ஏற்றுக் கொள்ளலாமே!' - ஒளரங்கசீப் அசாதாரணமாகச் சொன்னார்.

ஷாஜஹான், தனது மகனது அந்த வீரச் செயலுக்காக புதிய பட்டம் ஒன்றை வழங்கினார். 'பகதூர்ஷா'. அன்று விதைக்கப் பட்ட நம்பிக்கையில் ஒளரங்கசீபை ஆர்ச்சாவுக்குப் படை களுடன் அனுப்பிவைத்தார் ஷாஜஹான்.

முதல் போர்க்களம். படைகளைக் கட்டுக்கோப்புடன் வழி நடத்திச் சென்ற ஒளரங்கசீப்புக்கு வெற்றி கடினமானதாகத் தெரியவில்லை. பண்டேலா படையினருக்குப் பேரிழப்பு. ஜுஹர்சிங்கின் மூன்று மகன்கள் கைது செய்யப்பட்டிருந்தனர். ஆர்ச்சாவுக்கு வந்தார் ஷாஜஹான். சூடான கட்டளைகள் பறந்தன.

'போர்க்கைதிகளை மதம் மாறச் செய்யுங்கள். மறுத்தால் மரணத்துக்குத் தயாராகச் சொல்லுங்கள்.' ஜுஹர்சிங்கின் இரு மகன்கள் இஸ்லாமுக்கு மாறினர். மறுத்த ஒரு மகன் கொல்லப்பட்டான். ஏகப்பட்ட பண்டேலா இன மக்களுக்கும் அதேகதிதான். பீர்சிங் சொத்துகள் அனைத்தையும் கைப்பற்றச் சொல்லி உத்தரவிட்டார் ஷாஜஹான். பீர்சிங் கட்டிவைத்த இந்துக் கோயில் ஒன்று தரைமட்டமாக்கப்பட்டது. அந்த இடத்தில் மசூதி ஒன்றைக் கட்டுவதற்கான பணிகள் உடனடியாக ஆரம்பிக்கப்பட்டன. போர்க்களத்தில் இருந்து தப்பித்து அடர்ந்த காட்டுக்குள் பதுங்கியிருந்தார் ஜுஹர்சிங். அங்கே கோண்ட் பழங்குடியினரால் கொலை செய்யப்பட்டார்.

இடைப்பட்ட காலத்தில் ஷாஜஹானுக்கு கண்ணில் விழுந்த மணல் துகளாக ஒருவர் உறுத்திக்கொண்டே இருந்தார். அவர் கான் ஜஹான் லோதி என்ற சலாபத் கான். ஜஹாங்கிருக்கு மிகவும் நெருக்கமான ஆப்கனிய தளபதி. மால்வாவின் கவர்னராக இருந்தவர். ஜஹாங்கிரின் இறப்புக்குப் பின் ஷாஜஹான் ஆட்சிக்கு வந்ததை கான் ஜஹானால் ஏற்றுக்கொள்ள முடிய வில்லை. ஷாஜஹானின் பதவியேற்பு விழாவுக்குக்கூட வந்து மரியாதை செய்யவில்லை. உடல்நிலை சரியில்லை என்று காரணம் சொல்லிவிட்டார்.

கான் ஜஹான் நூர்ஜஹானின் கையாளாக இருப்பாரோ என்று ஷாஜஹானுக்குப் பலத்த சந்தேகம். தக்காணப் பகுதியின் கவர்னர் பதவியைக் கைப்பற்ற கான் ஜஹான் முயற்சிகள் செய்கிறார் என்ற சர்ச்சைக்குரிய செய்தியும் ஷாஜஹானுக்குக் கிடைத்தது. உடனே ஆக்ராவுக்கு வர வேண்டும் என்று கான் ஜஹானுக்குக் கட்டளை சென்றது. வேறு வழியில்லாமல் அவரும் சென்றார். அங்கே ஏழெட்டு மாதங்கள் இருக்கவும் செய்தார். ஆனால் தான் விரும்பாத ஷாஜஹானின் அவையில் அவரால் இயல்பாக இருக்க முடியவில்லை. எத்தனை நாள்கள்தான் இப்படிக் கட்டுப்பாடுகளோடு பயந்துகொண்டே வாழமுடியும். கான் ஜஹான் பொறுமை இழந்தார்.

1629 அக்டோபரின் ஒரு நள்ளிரவில் சுமார் இரண்டாயிரம் ஆப்கனிய வீரர்களோடும், தனது இரு மகன்களோடும் ஆக்ராவிலிருந்து ரகசியமாகக் கிளம்பினார், தக்காணம் நோக்கி. ஷாஜஹான் சற்றும் தாமதிக்கவில்லை. துரத்திச் சென்று கான்ஜஹானை வீழ்த்துமாறு முகலாயப் படை ஒன்றை அனுப்பினார்.

ஆக்ராவிலிருந்து ஐம்பத்தாறு கிலோமீட்டர் தொலைவில் சம்பல் நதிக்கரையருகே கான் ஜஹானை முகலாயப் படையினர் சூழ்ந்தார்கள். அவரது படையில் பலர் கொல்லப்பட, கான் ஜஹான் தனது மகன்களோடும் மீதமிருந்த வீரர்களோடும் தப்பித்து ஓடினார். பண்டல்கந்த், கோண்ட்வானா என்று தொடர்ந்த ஓட்டம், அஹமத் நகரில் சென்று நின்றது.

அப்போது அஹமத் நகரின் சுல்தானாக இருந்த இரண்டாம் நிஷாம் ஷா முர்டாஸா, கான் ஜஹானுக்கு ஆதரவுக் கரம்

முகலாயர்கள் / 233

நீட்டினார். 'நீங்கள் கவலைப்படாதீர்கள். முகலாயப் படைகளை எதிர்த்துத் தோற்கடிக்க நான் உங்களுக்கு அனைத்து உதவிகளையும் செய்கிறேன்.' சுல்தானின் முடிவை அவரைச் சார்ந்த பலரும் எதிர்த்தனர். ஆக அஹமத் நகரில் குழப்பநிலை.

'இதுவே வாய்ப்பு. இலக்கு, கான் ஜஹானை ஒழிப்பது மட்டும் அல்ல. அஹமத் நகரைக் கைப்பற்றுவதுவும்தான். இனியும் தக்காணத்தை விட்டுவைத்திருப்பது சரியல்ல. பிஜப்பூர், கோல்கொண்டா என தக்காணம் முழுவதையும் கைப்பற்ற வேண்டிய அவசியமும் நேரமும் வந்துவிட்டது.'

அக்பர் காலத்திலிருந்தே முகலாயர்களைத் தவிக்க வைத்த பிரதேசம் தக்காணம். இந்துஸ்தான் முழுவதையும் கைப்பற்றி விடலாம், ஆனால் தக்காணத்தை மட்டும் என்றுமே பிடிக்க இயலாது போல என்று பேரரசர்கள் சலித்துக் கொண்டதுகூட உண்டு. இருந்தாலும் ஷாஜஹானுக்கு தக்காணத்தை எளிதாகக் கைப்பற்றிவிடலாம் என்ற நம்பிக்கை அதிகமாகவே இருந்தது. காரணம் தனது இளமைக்காலத்தில் பெரும்பகுதியை தக்காணப் பகுதிகளில்தான் கழித்திருந்தார் அவர். அதுபோக, ஷியா பிரிவைச் சேர்ந்த சுல்தான் தக்காணத்தைத் தொடர்ந்து ஆண்டு கொண்டிருப்பது ஷாஜஹானுக்கு எரிச்சலைக் கொடுத்தது. அஹமத் நகரை நோக்கி முகலாயப் படைகள் கிளம்பின.

1629 டிசம்பரில் மால்வாவில் முகாமிட்டிருந்த ஷாஜஹான், அங்கிருந்தபடியே அஹமத் நகர் மீதான முற்றுகையை வழிநடத்தினார். சுல்தான் முர்டாஸாவின் படையினர் கடுமையாகப் போராடி முகலாயர்களின் முற்றுகையைச் சமாளித்துக் கொண்டிருந்தார்கள். 1630ல் தக்காணத்தைக் கடுமையான பஞ்சம் தாக்கியது. 'இதற்கு மேலும் போரை நிறுத்தாவிட்டால் எல்லோருமே அழிந்துபோக வேண்டியது தான்' என்று உணர்ந்த முர்டாஸா, கான் ஜஹானை அங்கிருந்து வெளியேறச் சொன்னார். தப்பித்துப் போக வழிவகை செய்துகொடுத்தார்.

முகலாயப் படையினர் விடவில்லை. பஞ்சாபை நோக்கிச் செல்லும் வழியில் கான் ஜஹானும் அவரது மகன்களும் கொல்லப்பட்டனர்.

ஷாஜஹான் போரைத் தொடரச் செய்தார். சுல்தான் முர்டாஸாவுக்குக் கைகொடுக்க பிஜப்பூர் படையினர் வந்தார்கள். முகலாயர்களின் கை ஓங்கியே இருந்தது. அஹமத் நகரை விட்டுக்கொடுத்துவிட வேண்டியதுதான் என்பதுபோன்ற சூழல். பஞ்சம் காரணமாக முகலாயர்களிடம் உணவுக் கையிருப்பும் பிற அத்தியாவசியப் பொருள்களும் இல்லை என்று பிஜப்பூர் வீரர்களுக்குத் தெரியவந்தது. வீறுகொண்டு எழுந்து முகலாய வீரர்களை அடித்து விரட்டினார்கள். புர்ஹான்பூரில் முகாமிட்டிருந்தார் ஷாஜஹான். போரில் பின்னடைவு என்ற செய்தி அவரைச் சோர்வடையச் செய்திருந்தது. அடுத்ததாக வந்த இன்னொரு செய்தி பேரரசரை முற்றிலும் நொறுக்கிப் போட்டது.

'மும்தாஜ் பேகம் உயிருக்குப் போராடிக் கொண்டிருக்கிறாள்.'

•

மீனா பஸார். அக்பர் கொண்டாடிய சந்தோஷ சந்தைத் திருவிழா. பேரன் ஷாஜஹானும் கொண்டாடினார். அதுவும் ஒரு வாரத்துக்கு. அழகான இளம் பெண்கள் கடைபரப்பி பொருள்களை விற்கும் சந்தை. பெண்களுக்கு மட்டுமே அங்கே இட ஒதுக்கீடு. தொண்ணூற்று ஒன்பது சதவிகிதம். ஆண்களில் பேரரசருக்கும் இளவரசர்களுக்கும் அவர்களோடு நெருங்கிய சில முக்கியஸ்தர்களுக்கும் மட்டுமே அனுமதி. தனது அந்தப்புரத்துக்கான பெண்களைத் தேர்ந்தெடுக்கும் திருவிழாவாகத்தான் அதைக் கருதினார் ஷாஜஹான்.

இளவரசராக இருந்தபோது நடந்த ஒரு மீனா பஸாரில்தான் ஷாஜஹான் அவள் அழகில் மயங்கிப் போனார். வட்ட நிலவு முகம். அளவான கண்கள், அதில் அழகுநிறைந்த பார்வை, செதுக்கியதுபோன்ற நாசி, செவ்விதழில் புன்னகை. அவளது அழகு அவரை என்னமோ செய்தது. யாரிவள்?

அர்ஜுமந்த் பானு பேகம். 'என்ன இளவரசரே, அப்படிப் பார்க்கிறீர்கள்? வேண்டுமா இந்த வைரக்கல்? உங்களுக்காக விலையைக் குறைத்துச் சொல்கிறேன். ஒரு லட்சம் தந்தால் போதும்' - கலகலவெனச் சிரித்தாள்.

அவள் தன் இதழ்கள் விரித்து கேட்டபின் வாங்காமல் இருக்க முடியுமா? ஆனால் அந்தச் சமயத்தில் இளவரசரிடம் அவ்வளவு

பேரரசி மும்தாஜ்

பணம் இல்லை. 'என்ன இளவரசரே, பேசாமல் இருக்கிறீர்கள்? வைரம் வேண்டாமா? பணம் இல்லையா?' அவளது கேலிப் பார்வை மேலும் அவரை உருக்கியது. சட்டென தன் கழுத்திலிருந்த முத்து மாலையையும், வைரப் பதக்கம் பதித்த சங்கிலியையும் கழற்றி அவளிடம் கொடுத்தார். அவள் திகைத்து நின்றாள். சுற்றி நின்ற பெண்கள் உண்டாக்கிய ஆரவார ஒலியில் அந்தச் சந்தையே குலுங்கியது.

ஷாஜஹான் - மும்தாஜின் காதல் குறித்து வழிவழியாகச் சொல்லப்படும் கதை இது. முறையான ஆதாரங்கள் எதுவும் கிடையாது. அர்ஜுமந்த் பானு பேகம்தான் மும்தாஜ். நூர்ஜஹானின் அண்ணனான அஸப் கானின் மகள். நூர்ஜஹானின் ஏற்பாட்டின்படி, இளவரசர் ஷாஜஹானுக்கும்

அவளது மருமகள் அர்ஜுமந்துக்கும் திருமண நிச்சயதார்த்தம் நடந்திருக்கலாம் (1607). ஐந்துவருடங்கள் கழித்து இரண்டாவது மனைவியாக வாக்கப்பட்டாலும் மும்தாஜ், ஷாஜஹானது மனத்தில் என்றும் முதலிடத்தில்தான் இருந்தாள். இளவரசராக ஷாஜஹானால் ஓரிடத்தில் வாழ முடியவில்லை. அவர் எங்கு சென்றாலும் கூடவே மும்தாஜையும் அழைத்துச் சென்றார். ஜஹாங்கிருக்கு எதிராகக் கலகத்தில் ஈடுபட்டு திக்கு திசையின்றி ஷாஜஹான் அலைந்துகொண்டிருந்தபோதும் கூடவே திரிந்தாள் அவள், கர்ப்பிணியாக இருந்தாலும்கூட.

தான் பேரரசராகப் பதவியேற்றதும் தன் பிரிய பேரரசி மும்தாஜுக்கு ஏகப்பட்ட சலுகைகளை வாரி வழங்கினார் ஷாஜஹான். பரிசுப்பொருள்களைக் கொடுத்தார். அவளுக்கு வருட மானியத் தொகை பத்து லட்சம் ரூபாய் என்று அறிவித்தார். மும்தாஜைத் தனது மனைவியாகக் கருதாமல் நெருங்கிய தோழிபோல நடத்தினார். அந்தப்புரத்திலும் மற்ற இடங்களிலும் மும்தாஜுக்கே முதல் மரியாதை வழங்கப் பட்டது. தனது அத்தை நூர்ஜஹானைப் போல மும்தாஜ் அதிகாரத்தைத் தன் கையில் எடுத்துக்கொள்ளவில்லை என்றாலும், பல விஷயங்களில் ஷாஜஹானுக்கு ஆலோசனை கள் கூறி உதவினாள்.

பல குற்றவாளிகள் மும்தாஜின் கருணைப்பார்வையினால் கடும் தண்டனைகளிலிருந்தும் மரண தண்டனைகளிலிருந்தும் தப்பியிருக்கின்றனர். ஏழைப்பெண்கள், அநாதைப் பெண்கள் பலரது திருமணத்தை மும்தாஜ் நடத்தி வைத்திருக்கிறாள். சொல்லப்போனால் மும்தாஜ் வார்த்தைக்கு மறுபேச்சு பேசாமல் தலையாட்டுவதே ஷாஜஹானின் வழக்கமாக இருந்தது.

பதிமூன்று பிரசவங்களைத் தாங்கிய உடம்பு தளர்ந்துதான் போயிருந்தது. வயிற்றில் அடுத்த குழந்தை. ஷாஜஹான் போரிட்டுக் கொண்டிருந்த புர்ஹான்பூரின் மாளிகையில்தான் மும்தாஜும் இருந்தாள். பிரசவத்துக்கான நாளும் நெருங்கிக் கொண்டிருந்தது. மும்தாஜ் வலி வந்து துடித்தபோது அரண்மனை மருத்துவச்சிகள் பதறித்தான் போனார்கள். பிரசவம் சிக்கலானதாக அமைந்தது. பதினான்காவதாக பிறந்தது பெண் குழந்தை. கௌஹரரா பேகம்.

மும்தாஜ், தன் மூத்த மகள் பதினேழு வயது ஜஹானராவை அழைத்தாள். 'உடனே உன் தந்தையை இங்கே அழைத்து வா!'

ஜஹானரா, போர் முகாமில் ஷாஜஹானைச் சந்தித்து அழைத்து வந்தாள். அருகில் ஷாஜஹான் இருக்கும்போது மும்தாஜின் உயிர் பிரிந்தது. அது 1631, ஜூன் 17. அவளுக்கு அப்போது வயது வெறும் முப்பத்தெட்டு.

'இனி நீங்கள் யாரையும் திருமணம் செய்து கொள்ளக்கூடாது. இதுவரை இல்லாத அளவில் மிக அழகான கல்லறை ஒன்றை எனக்காக நீங்கள் கட்ட வேண்டும்.' - மும்தாஜின் மரணப் படுக்கையில் ஷாஜஹானிடம் சொல்லிய வார்த்தைகள் இவை என்று சொல்லப்படுவதுண்டு. ஆனால் முறையான ஆதாரங்கள் கிடையாது. மும்தாஜின் இறுதி ஆசைக்கேற்ப, தான் அவள்மீது கொண்டிருந்த காதலை நிரூபிக்கும் வகையில் ஷாஜஹான் தாஜ்மஹாலைக் கட்டினார் என்பது காலம் காலமாகச் சொல்லப்பட்டுவரும் கருத்து.

மும்தாஜின் இழப்பு ஷாஜஹானை முற்றிலும் செயலிழக்கச் செய்திருந்தது. பேரரசர் அழுது கொண்டிருக்க யாராலும் அவரைத் தேற்ற முடியவில்லை. துக்கம் அனுஷ்டிக்கும் விதமாக வெள்ளை ஆடை அணிந்துகொண்டார். அவரைச் சார்ந்தவர்கள் எல்லோருமே வெள்ளை ஆடை அணிந்து கொண்டார்கள். ஒரு வாரத்துக்கு பேரரசர் மக்கள் முன்னிலையிலோ மற்றவர்கள் முன்னிலையிலோ தோன்றவில்லை. யாரிடமும் பேசவும் இல்லை. அடுத்த இரு வருடங்களுக்கு துக்கம் அனுஷ்டிக்கப் போவதாக அறிவித்தார்.

அந்த டிசம்பரில் ஆக்ராவுக்குத் திரும்பினார். நடைபெறவிருந்த எல்லா சுப நிகழ்ச்சிகளும் ரத்து செய்யப்பட்டிருந்தன. ஷாஜஹானின் மகன்களுக்கு நிச்சயிக்கப்பட்ட திருமணங்கள் காலவரையின்றித் தள்ளிப் போடப்பட்டன. இசை, நடனம் உள்ளிட்ட எல்லாம் கலைநிகழ்ச்சிகளையும் தவிர்த்தார் ஷாஜஹான். எந்தவித மகிழ்ச்சிகரமான நிகழ்வுகளிலும் அவர் பங்கு பெறவில்லை. வண்ண உடைகள், நகைகள் அணிய வில்லை. வாசனைத் திரவியங்களைக்கூட உபயோகிக்க வில்லை.

அந்த இரண்டு வருடங்கள் நிறைவுற்றபோது, ஷாஜஹான் தன் பொலிவை இழந்திருந்தார். அவரது தலை கிட்டத்தட்ட முழுவதும் நரைத்துவிட்டது. அதற்குப் பின்பும்கூட ஷாஜஹான் தன் துக்கத்தைக் குறைத்துக் கொள்ளவில்லை. மும்தாஜ் இறந்த தினம் புதன்கிழமை. ஆக ஒவ்வொரு புதன்கிழமையும் துக்கம் அனுஷ்டித்தார். ஒவ்வொரு வருடமும் அவள் இறந்த மாதத்தில் வெள்ளை உடை மட்டுமே அணிந்தார். அவைக்கு வரும் எல்லோரும் வெள்ளைதான் அணிய வேண்டும் என்று கட்டளையிட்டார்.

ஷாஜஹான் இந்த துக்கத்திலிருந்து தேறி வருவதற்கு ஒரே காரணமாக இருந்தவள் மும்தாஜின் மூத்த மகள் ஜஹானராதான். மும்தாஜைப் போலவே உருவம் கொண்டிருந்த அவளைப் பார்த்துதான் தன்னைத் தேற்றிக் கொண்டார் ஷாஜஹான். அதுபோக பிரம்மாண்டமாக வளர்ந்து கொண்டிருந்த தாஜ்மஹால்,* அவருக்குக் கொஞ்சம் தெம்பு கொடுத்தது.

●

குஜராத், காந்தேஷ், தக்காணப் பகுதிகளில் பஞ்சத்தின் பாதிப்பு வெகு அதிகமாக இருந்தது. எந்தப் பக்கம் திரும்பினாலும் பாளம் பாளமாக வெடித்த நிலங்கள் கண்களை உறுத்தின. பட்டினிச் சாவுகள் நாளுக்கு நாள் அதிகரித்துக் கொண்டே சென்றன. அரிசியோ, தானியங்களோ இல்லாத நிலையில் ஒருவித மாவு சந்தையில் விற்கப்பட்டது. அது ஏதோ ஒரு தானியத்தோடு எலும்பினைப் பொடிசெய்து கலக்கப்பட்ட மாவு. கூடவே இறைச்சியும் மக்களுக்குச் சாப்பிடக் கிடைத்தது. அது நாய்களினுடையது. பஞ்சத்தின் கொடுமை உச்சத்தில் இருக்கும்போதே ப்ளேக் நோயும் சேர்ந்துகொண்டது. ஆக உயிரிழப்புகள் மேலும் அதிகமானது. பல நகரங்களில் மனித நடமாட்டமின்றி வெறிச்சோடிப் போயின. இவையெல்லாம் அந்தச் சமயத்தில் இந்தியாவுக்கு வந்திருந்த ஐரோப்பிய பயணிகள் எழுதி வைத்துள்ள குறிப்புகள்.

முகலாயப் பேரரசின் வருமானம் பெருமளவு குறைந்துபோன நிலையில், பஞ்ச நிவாரணப் பணிகளுக்காக பெரும் தொகையைச் செலவழிக்க வேண்டிய நிலை உருவானது.

---

★ தாஜ்மஹால் கட்டப்பட்ட விதம் குறித்தும் அதன் பின்னணியில் நிலவும் சர்ச்சைகள் குறித்தும் தனி கட்டுரை (பக். 447) இணைக்கப்பட்டுள்ளது.

ஆங்காங்கே மக்களுக்காக உணவுத் தொட்டிகள் திறக்க உத்தரவிட்டார் ஷாஜஹான். 1632ன் இறுதியில்தான் பஞ்சத்தின் தீவிரம் குறைய ஆரம்பித்தது.

•

அக்பர், ஜஹாங்கிர் போலின்றி கடுமையான மதக்கட்டுப்பாடு களுடன் ஆட்சியை நடத்த முடிவு செய்திருந்தார் ஷாஜஹான். ஷரியத் சட்டங்கள் பேரரசு முழுமைக்கும் அமல்படுத்தப் பட்டிருந்தன. ஆகவே தண்டனைகள் கடுமையாகியிருந்தன. 1633ல் ஷாஜஹான் இட்ட கட்டளை ஒன்று இந்துக்களை அதிரச் செய்தது. புதிதாக இந்துக் கோயில்கள் எதுவும் கட்டப்படக் கூடாது. பழைய கோயில்களுக்கான பழுது, பராமரிப்புப் பணிகளுக்காக நிதி ஒதுக்கப்படமாட்டாது.

அந்தச் சமயத்தில் புதிதாகக் கட்டப்பட்டிருந்த, கட்டப்பட்டுக் கொண்டிருந்த இந்துக் கோயில்கள் பலவும் இடிக்கப்பட்டதாகத் தகவல் உண்டு. வாரணாசியில் மட்டும் சுமார் எழுபத்தாறு கோயில்கள் இடிக்கப்பட்டன. பேரரசின் சில பகுதிகளில் சர்ச்சுகளும் இடிக்கப்பட்டன.*

•

அக்பர், ஜஹாங்கிர் இருவருமே போர்த்துக்கீசியர்களுடன் நல்லுறவு வைத்திருந்தனர். போர்த்துக்கீசியர்களின் கோரிக்கை கள் அவர்களிடம் எடுபட்டன. ஆனால் கிழக்கிந்திய கம்பெனி யினர் இந்திய மண்ணில் விதைபோட ஆரம்பித்ததுமே போர்த்துக்கீசியர்களது கெட்ட நேரம் ஆரம்பித்திருந்தது.

டையு, டாமன், கோவா போன்ற துறைமுக நகரங்களில் கொடிகட்டிப் பறந்த போர்த்துக்கீசியர்கள், கிழக்கில் ஹூக்ளி யில் வேரூன்றி இருந்தார்கள். அங்கே கோட்டைகட்டி சர்வாதி காரம் செய்துகொண்டிருந்தார்கள். ஷாஜஹான் ஆட்சிக்கு வந்ததுமே, வங்காள முகலாய கவர்னரிடமிருந்து அவருக்கு ஏகப்பட்ட புகார்கள் வர ஆரம்பித்தன.

---

★   ஷாஜஹானின் வாழ்க்கையை அவருடனிருந்தே அதிகாரபூர்வமாகப் பதிவு செய்த Abdul Hamid Lahori-ன் குறிப்புகளிலிருந்து. பாட்ஷா நாமா (Padshah Nama) என்ற ஷாஜஹானின் வாழ்க்கை நூலில் அவரது ஆட்சிக்காலத்தின் முதல் இருபது வருடங்களை Lahori பதிவு செய்துள்ளார்.

ஹூக்ளி நதியின் இருகரையிலும் உள்ள கிராம மக்கள் போர்த்துக்கீசியர்களிடம் சிக்கிக் கொண்டு தவிக்கின்றனர். அந்த கிராம மக்களில் பலர் போர்த்துக்கீசியர்களால் சிறைபிடிக்கப் பட்டுள்ளனர். அவர்களை அடிமையாக வேறு தேசங்களுக்கு விற்கும் வியாபாரமும் நடந்து வருகிறது. போர்த்துக்கீசியர்கள் சர்வாதிகாரம் செய்து வருகின்றனர். பேரரசுக்கு செலுத்த வேண்டிய வரிபாக்கி எக்கச்சக்கமாக உள்ளது. பாதிரியார்கள் மக்களை மதம்மாறச் சொல்லி கொடுமைப்படுத்துகின்றனர். மதம் மாற மறுப்பவர்களுக்குக் கடுமையான தண்டனைகளும் வழங்கப்படுகின்றன. உடனடியாக போர்த்துக்கீசியர்களை அடக்காவிட்டால் நமக்கே ஆபத்தாக மாறிவிடுவார்கள்.

இந்தப் புகார்களெல்லாம் ஷாஜஹானை உசுப்பேற்றியிருந்தன. புதிதாக ஒரு புகாரும் வந்து சேர்ந்தது. பேரரசி மும்தாஜின் இரண்டு பணிப்பெண்களை போர்த்துக்கீசியர்கள் சிறைபிடித்து வைத்துள்ளார்கள். கேட்டால், அந்தப் பெண்களைத் தங்களது அடிமைகள் என்று சொல்லி விடுதலை செய்ய மறுகிறார்கள்.

பேரரசிக்கு ஓர் அவமானமா? கொதித்தெழுந்தார் ஷாஜஹான். 1631ல் வங்காளத்தின் புதிய கவர்னராக காஸிம் கான், நியமிக்கப்பட்டார். 'போர்த்துக்கீசியரை ஹூக்ளியிலிருந்து அடித்து விரட்டு' - அவருக்கு இடப்பட்ட முதல் கட்டளை இதுவே. நதியின் இருபுறங்களிலும் முகலாயப் படைகள் குவிந்தன. கிட்டத்தட்ட மூன்று மாத தாக்குதல். போர்த்துக்கீ சியர்களின் கோட்டை கைப்பற்றப்பட்டது.

அந்தச் சமயத்தில் போர்த்துக்கீசியர்கள் அமைதி ஒப்பந்தத்தை விரும்புவதாக வெள்ளைக்கொடி காட்டினார்கள். கூடவே ஒரு லட்சம் ரூபாயும் நீட்டினார்கள். பின்னணியில் துப்பாக்கி ஏந்திய வீரர்களுடன் கூடிய பெரும்படை ஒன்றைத் திரட்ட ஏற்பாடுகள் நடந்துகொண்டிருந்தன.

காஸிம் கான் விடவில்லை. அதற்கெல்லாம் போர்த்துக்கீசியர் களுக்கு நேரம் கொடுக்கவில்லை. தொடர்ந்து தாக்குதல் நடத்தி னார். ஓட ஓட விரட்டினார். நதியின் இருகரைகளிலும் போர்த்துக் கீசிய பிணங்கள். கைது செய்யப்பட்டவர்கள் இஸ்லாம் மதத் துக்கு மாறச் சொல்லி கட்டாயப்படுத்தப்பட்டனர். மறுத்தவர் கள் மரித்தார்கள். பிடிக்கப்பட்ட இளம் பெண்கள், முகலாய அந்தப்புரத்துக்கு அனுப்பி வைக்கப்பட்டனர். போர்த்துக்

கீசியர்களால் அடிமைகளாக அடைத்து வைக்கப்பட்டிருந்த ஏராளமான கிராம மக்கள் மீட்கப்பட்டார்கள். ஹுக்ளி நதிக்கரையில் போர்த்துக்கீசியர்களின் ராஜ்ஜியம் தரைமட்டமாக்கப்பட்டது.

•

மும்தாஜுக்காக ஷாஜஹான் துக்கம் அனுஷ்டித்துக் கொண்டிருந்த சமயத்திலும் அஹமத் நகர் பகுதியில் முகலாயப் படைகளின் முற்றுகை தொடர்ந்தது. 1633 ஜூனில் மஹபத் கானை அங்கு அனுப்பிவைத்திருந்தார் ஷாஜஹான். அங்கு அவருடன் புதிதாக ஒரு கை இணைந்தது. ஃபத் கான். ஷாஜஹானின் ஆத்ம நண்பரான மாலிக் அம்பரின் மகன். அவர் சுல்தான் முர்டாஸாவின் படையில்தான் இருந்தார். ஆனால் தனது கடமைகளைச் சரியாகச் செய்யாத குற்றத்துக்காக சிலகாலம் சிறையில் அடைக்கப்பட்டிருந்தார். வெளியே வந்ததும் ஃபத் கான் நேராக முகலாயர்களை நாடிவந்தார். 'எனக்கு உதவி செய்யுங்கள். அஹமத் நகரை எளிதாகக் கைப்பற்ற நான் வழிசெய்கிறேன்.'

உதவி கிடைத்தது. முகலாயப் படைகள் மீண்டும் அஹமத் நகரைப் பெருமளவில் சூழ்ந்தன. ஓர் இரவில் முர்டாஸா சுல்தானை தனது வீரர்களோடு சுற்றி வளைத்தார் ஃபத் கான். சுல்தான் சிறைபிடிக்கப்பட்டார். பின்பு கொல்லப்பட்டார்.

முர்டாஸாவின் ஆதரவாளர்களைச் சமாதானப்படுத்தும் வகையில் ஃபத் கான், சுல்தானின் சிறுவயது மகனான ஹுசைன் ஷாவை அஹமத் நகரின் அரசராக அறிவித்தார். ஆனால் ஆட்சிப் பொறுப்பைத் தன் கையில் எடுத்துக் கொண்டார். அஹமத் நகரின் முக்கியக் கோட்டையான தௌலதாபாத், ஃபத் கானின் கட்டுப்பாட்டில் வந்தது.

ஃபத் கான் எல்லாவற்றையுமே ஷாஜஹானின் ஆசியுடனும் ஆதரவுடனும்தான் செய்தார். அடுத்த கட்டமாக, மஹபத் கானின் தலைமையில் முகலாயப் படைகள் தௌலதாபாத் கோட்டையைக் கைப்பற்ற வந்தன. அப்போது ஃபத் கான் அதற்கு வழிவிடவில்லை. கோட்டைக் கதவுகளை எல்லாம் அடைத்து வைத்து, அதனைப் பாதுகாக்க ஆரம்பித்தார். ஃபத் கானின் எண்ணத்தைப் புரிந்துகொண்ட மஹபத் கான்,

'கோட்டை முகலாயர்கள் வசம் வரும் பட்சத்தில் உனக்குரிய லாபம் கிடைக்கும்' என்று பேசிப் பார்த்தார்.

பேரம் படிந்தது. ஃபத் கான், வழிவிட்டார். இளவயது சுல்தான் ஹுசைன் ஷா, முகலாயப் படையினரால் கைது செய்யப்பட்டு, குவாலியரில் சிறையிலடைக்கப்பட்டார். கிட்டத்தட்ட ஒன்றரை நூற்றாண்டுகாலம் அஹமத் நகரில் தொடர்ந்து வந்த நிஷாம் ஷாகி பரம்பரையினரது ஆட்சி அத்தோடு முடிவுக்கு வந்தது. அங்குள்ள கோட்டைகளில் முகலாயக் கொடிகள் பறக்க ஆரம்பித்தன. காரியத்தைச் சாதித்துக் கொடுத்த ஃபத் கானுக்கு வெகுமதிகள் கிடைத்தன.

●

தக்காணப் பகுதியில் மீதமிருப்பவை பிஜப்பூர், கோல்கொண்டா. அக்பர் காலத்திலேயே முகலாயர்கள் வசம் வந்திருந்தது பேரார். பிடார் ராஜ்ஜியம் அருகிலுள்ள சுல்தான்களின் ஆக்கிரமிப்பில் கிட்டத்தட்ட அளவில் சுருங்கி இல்லாமலே போய்க் கொண்டிருந்தது. கோல்கொண்டாவின் சுல்தான் இணங்குவது போலத்தான் இருந்தார். ஆனால் பிஜப்பூர் சுல்தான் முகலாயர் களை எதிர்க்கும் நிலையைக் கைவிடவில்லை. பிஜப்பூரை முற்றுகையிடச் சொல்லி ஷாஜஹான், மஹபத் கானுக்கு கட்டளையிட்டார்.

ஆனால் மஹபத் கான் அந்த மனநிலையில் இல்லை. சோர்ந்து போயிருந்தார். எத்தனையோ களங்களைக் கண்டிருந்த அவரது மனம் வெறுப்பில் மூழ்கியிருந்தது. மற்றுமொரு போரை வழிநடத்தும் மனநிலையில் அவர் இல்லை. கொஞ்ச நாள்கள் பித்து பிடித்துத் திரிந்தார். பின் படுக்கையில் விழுந்தார். 1634 அக்டோபரில் இறந்தார். அவரது உடல் டெல்லிக்கு அனுப்பப் பட்டது. அங்கு இறுதிச் சடங்குகள் நடந்தன. நினைவிடம் எழுப்ப உத்தரவிட்டார் ஷாஜஹான். மஹபத் கான் மூத்த மகன் மிர்ஸா அமனுல்லாவுக்கு 'கான் ஸமான்' என்ற பட்டத்தோடு பதவியும் வழங்கப்பட்டது. அவரது இரண்டாவது மகன் லுஹ்ரஷ்புக்கு ஷாஜஹான் வழங்கிய பட்டம், 'மஹபத் கான்.'

தக்காணத்தை முழுமையாகக் கைப்பற்றுவதற்கான அந்தச் சூழலை இழக்க விரும்பாத ஷாஜஹான், தானே கிளம்பினார். 1636ன் ஆரம்பத்தில் தௌலதாபாத் கோட்டைக்கு வந்து

இறங்கினார். கோல்காண்டாவின் குத்ப் ஷாகி பரம்பரையைச் சேர்ந்த சுல்தான் அப்துல்லா குத்ப் ஷா, தானே முன்வந்து ஷாஜஹானிடம் பணிந்தார். 'முகலாயப் பேரரசுக்குக் கட்டுப்பட்டு நடக்கிறேன். வருடத்துக்குக் கப்பமாக ஆறு லட்சம் கொடுத்துவிடுகிறேன்.'

பிஜப்பூர் பக்கம் பார்வையைத் திருப்பினார் ஷாஜஹான். சுல்தான் முகம்மது அடில் ஷா அடிபணியவில்லை. முகலாயப் படைகள் பிஜப்பூரைச் சூழ்ந்தன. நான்கு மாத முற்றுகைக்குப் பின் இறங்கிவந்தார் அடில் ஷா. 'வருடத்துக்கு கப்பமாக இருபது லட்சம் கட்டி விடுகிறேன்.' கூடவே ஐம்பது பர்கானாக்களையும்* எடுத்துக் கொண்டார் ஷாஜஹான். கோல்கொண்டாவோடு இணங்கிப் போகவேண்டும் என்று அறிவுறுத்தப்பட்டார் அடில் ஷா.

1636 மே மாதத்தில், பனை ஓலையில் எழுதப்பட்ட ஒப்பந்தம் கையெழுத்தானது. பின்பு ஷாஜஹான் அதே ஒப்பந்தத்தை தங்கத் தகட்டில் செதுக்கியும் பிஜப்பூருக்கு அனுப்பி வைத்தார். ஷாஜஹானும், அலி அடில் ஷாவும் வீழ்ந்த அஹமத் நகரைப் பங்கு போட்டுக் கொண்டார்கள். அதற்குப் பின் அஹமத் நகர் ராஜ்ஜியம் வரைபடத்திலிருந்து காணாமல் போனது.

தக்காணத்தில் கிடைத்த ஒப்பந்த வெற்றிகள் ஷாஜஹானை உற்சாகப்படுத்தியிருந்தது. அதேசமயத்தில் தக்காணத்தில் கண் முன்பாகவே இன்னொரு இனத்தவர் மாபெரும் சக்தியாக உருவெடுத்துக் கொண்டிருப்பது உறுத்த ஆரம்பித்திருந்தது.

●

மராத்தியர்கள். தக்காணப் பகுதியில் அவர்களது எண்ணிக்கையும் வலிமையும் பெருகிக் கொண்டிருந்தது. மாலிக் அம்பரிடம் போர்ப்பயிற்சி பெற்ற ஷாகாஜி போன்ஸ்லேவின் தலைமையில் மராத்தியர்கள் தனிப்பெரும் சக்தியாக உருவெடுத்துக் கொண்டிருந்தார்கள்.

---

★ பர்கானா என்பது பெர்சிய வார்த்தை. அது ஒரு நில அளவைக் குறியீடு. டெல்லி சுல்தான்கள் அறிமுகப்படுத்தியது. வருமானம் கொடுக்கும் கிராமத்தின் நிலங்களின் ஒரு பகுதி மௌஸா என்று அழைக்கப்பட்டது. பல மௌஸாக்கள் சேர்ந்தது ஒரு பர்கானா. ஒன்றிரண்டு கிராமங்கள் சேர்ந்ததுகூட ஒரு பர்கானாவாக இருக்கலாம்.

யார் இந்த ஷாஜி போன்ஸ்லே? 1594ல் போன்ஸ்லே பரம்பரையில் பிறந்த மராத்தியர். சுல்தான்களின் ஆதிக்கம் நிலவி வந்த தக்காணத்தில் இந்துக்களுக்கும் போதிய உரிமை கிடைக்க வேண்டும் என்று எண்ணத்தோடு செயல்பட்டவர் ஷாகாஜி. முந்தைய பிஜப்பூர் சுல்தான் இப்ராஹிம் அடில் ஷா, தன் ஆட்சியில் இந்துக்களையும் பதவியில் அமர்த்தினார். பெர்சிய மொழியே அரசவையில் புழக்கத்தில் இருந்தது. அங்கு மராத்தியைக் கொண்டு வந்தார். ஷாகாஜியின் வீரமும் போர்த்தந்திரங்களும் அவரை வெகு உயரத்துக்கு கொண்டு சென்றன.

பொதுவாக இளவரசர்களுக்குத்தான் பத்தாயிரம் வீரர்கள் கொண்ட பெரிய படைப்பிரிவு கொடுக்கப்படுவது வழக்கம். சுல்தான், இப்ராஹிம் ஷாகாஜியை தலைமைத் தளபதியாக்கி, அவருக்கு பத்தாயிரம் வீரர்களைக் கொண்ட படையைக் கொடுத்து கௌரவித்தார். ஷாஜஹான், ஜஹாங்கிருக்கு எதிராகக் கலகத்தில் ஈடுபட்டு, பின் மாலிக் அம்பரின் உதவியோடு தக்காணப் பகுதியில் பதுங்கியிருந்தபோது, ஷாகாஜியும் அவருக்கு உதவினார்.

ஆனால் மஹபத் கான், அஹமத் நகர் மீது நடத்திய இறுதிப் போரில் ஷாகாஜி அவருக்குச் சவாலாக இருந்தார். ஷாகாஜி படையினரின் எதிர்ப்புகளை முறியடித்துதான் மஹபத் கானால் அஹமத் நகரைக் கைப்பற்ற முடிந்தது. பிஜப்பூருக்கும் முகலாயப் படைகளுக்கும் நடந்த கடைசிபோரில்கூட ஷாகாஜியின் எதிர்ப்பு பலமாகத்தான் இருந்தது. ஆனால் சுல்தான் முகம்மது அடில் ஷா, முகலாயர்களோடு சமாதான ஒப்பந்தம் செய்து கொண்ட நிலையில், ஷாகாஜியும் எதிர்ப்பு நிலையைக் கைவிட்டார்.

அப்போதைக்கு அமைதியாக இருந்தாலும் ஷாகாஜியின் மனத்தில் அந்தக் கனவு கனன்று கொண்டேதான் இருந்தது. 'மராத்தியர்களுக்கென தனி ராஜாங்கம் ஒன்றை அமைக்க வேண்டும்.'

●

1636, ஜூலையில் ஷாஜஹான் ஆக்ராவுக்குத் திரும்பினார். அஹமத் நகர், பிஜப்பூர், கோல்கொண்டா, தௌலாபாத்,

முகலாயர்கள் / 245

அவையில் ஷாஜஹான்

தெலுங்கானா*, பேரார், பிடார், காந்தேஷ் - அனைத்திலிருந்தும் பேரரசுக்கு வருமானம் வர ஆரம்பித்த நிலையில், இந்த தக்காணப் பகுதிகளை நிர்வகிக்கும் கவர்னர் பொறுப்பை பதினெட்டு வயது இளவரசர் ஔரங்கசீபுக்கு வழங்கினார் ஷாஜஹான். அறுபத்துநான்கு கோட்டைகளை உள்ளடக்கிய பகுதி. வருட வருமானம் சுமார் ஐந்து கோடி. ஔரங்கசீபுக்கு தனது நிர்வாகத் திறமையை வளர்த்துக் கொள்ள அந்தப் பதவிக்காலம் பெரிதும் உதவியது.

1637ல் ஔரங்கசீப், பாரசீக அரச குடும்பத்தைச் சார்ந்த தில்ராஸ் பானு பேகத்தைத் திருமணம் செய்து கொண்டார். அடுத்த ஆண்டில் நவாப் பாய் பேகம் (ராஜ் மஹால்) என்ற ராஜபுத்திர இளவரசியைத் திருமணம் செய்து கொண்டார். ஔரங்கசீபின் மூன்றாவது மனைவி சதர்-உன்-நிஷா பேகம்.

ஔரங்கசீப், ஆக்ராவை விட்டு வெகுதொலைவில் தக்காணத்தில் இருந்தது தாராவுக்கு வசதியாக இருந்தது. ஷாஜஹானின் காலைச் சுற்றிச் சுற்றி வந்து எல்லா உரிமைகளும் சலுகைகளும் மூத்த மகனான தனக்கே கிடைக்கும்படி பார்த்துக் கொண்டார். அதே சமயத்தில் ஔரங்கசீபைப் பற்றிய சில உண்மைக்குப் புறம்பான தகவல்களையும் ஷாஜஹானின் காதில் போட்டு வைத்தார். 'ஔரங்கசீபுக்கு நிர்வாகம் செய்வதில் விருப்ப மில்லைபோல. தாங்கள் அவனுக்கு எவ்வளவு உயர்ந்த பதவியை அளித்திருக்கிறீர்கள். ஆனால் அவனோ அதன் மதிப்பு தெரியாமல், ஒரு பிச்சைக்காரன்போல திரிந்து கொண்டிருக் கிறானாம்.'

இஸ்லாமிய மதநெறிகளைப் பிசகாமல் கடைபிடித்து வாழ்ந்த ஔரங்கசீபின் எளிமை அவரை ஒரு ஃபகிர் போலத்தான் வெளியுலகுக்குக் காட்டியது. ஏகப்பட்ட பிரச்னைகள், எப்போது வேண்டுமானாலும் யாரும் போருக்குக் கிளம்பி வரலாம் என்றபடியான வாழ்க்கையில், மன அமைதிக்காக அவர் தீவிர ஆன்மிகவாதியாகத்தான் இருந்தார். தினமும் ஐந்து வேளை தவறாமல் தொழுகை. நேரம் கிடைக்கும்போதெல்லாம் குர்-ஆன். சிறு வயதிலேயே அவருக்கு குர்-ஆன் மீது தனிப்

---

★ தக்காண பீடபூமியிலுள்ள ஆந்திரபிரதேசத்தின் ஒரு பகுதி. பாமினிப் பேரரசில் இருந்தது. பின் கோல்கொண்டா ஆட்சியாளர்கள் கைக்கு மாறியது. அடுத்து முகலாயர்கள் வசம் வந்தது. பிறகு ஹைதராபாத் நிஜாமின் கட்டுப்பாட்டுக்குச் சென்றது.

பிரியம் ஏற்பட்டது. தன் அழகான கையெழுத்தால் குர்-ஆன் முழுவதையும் எழுதுவது என்பது மிகவும் பிடித்தமான விஷயம். ஆடம்பரங்களை அறவே ஒதுக்கினார். இருந்தாலும் நிர்வாகத்தில் சரியாகச் செயல்பட்டார்.

தாராவின் வார்த்தைகள் உறுத்தினாலும், தக்காணத்தில் இருந்து பேரரசின் கஜானாவுக்குத் தவறாமல் வருமானம் வந்து கொண்டிருந்ததால் அமைதி காத்தார் ஷாஜஹான். அடுத்ததாக அவரது கவனம் வடமேற்கு எல்லைப் பக்கமாகத் திரும்பியது. குறிப்பாக காந்தஹார்.

ஜஹாங்கிர் மீட்டெடுக்க நினைத்த பிரதேசம். அதற்குள் என்னென்னவோ ஆகியிருந்தது. காந்தஹார் கையில் இல்லாமல் போனதால், அந்தப் பகுதியில் முகலாயர்களின் வணிகம் பெரிதும் பாதிக்கப்பட்டிருந்தது. குறிப்பாக பெர்சியாவுக்கும் இந்தியாவுக்குமான வணிகப்பாதை முற்றிலும் அடைக்கப் பட்டிருந்தது. முதலில் காந்தஹார். அப்புறம் அங்கிருந்தபடியே பால்க், பாதக்ஷன். அடுத்ததாக பாபரின் உயிர்ப் பிரதேசமான சமர்கண்ட். இவை அத்தனையையும் கைப்பற்றிவிட வேண்டுமென்று ஷாஜஹானின் கனவு நீண்டுகொண்டே போனது.

ஷாஜஹான், காபுலின் முகலாய கவர்னர் சையது கானிடம் காந்தஹாரைக் கைப்பற்றும் பொறுப்பை ஒப்படைத்தார் (1638). அவர் முகலாயப் படைகளுடன் காந்தஹாரை நோக்கி முன்னேறினார். காந்தஹாருக்கு ஆறு மைல்களுக்கு முன்பாக, பெர்சியாவின் கவர்னர் அலி மர்தான் கான், தனது படைகளோடு வந்து முகலாயப் படைகளை எதிர்கொண்டு தோற்றுப்போனார். இருந்தாலும் பெர்சியர்களின் எதிர்ப்பு தீராததாயிற்றே. பணமும் பரிசுப் பொருள்களும் மர்தான் கானுக்கு வழங்கப்பட்டன. அகமகிழ்ந்த அவர் காந்தஹாரை விட்டுக் கொடுத்தார். பின்பு ஷாஜஹான் மர்தான் கானை காஷ்மீரின் முகலாய கவர்னராக நியமித்தார்.

காந்தஹாரைத் தளமாகக் கொண்டு பால்கையும் பாதக்ஷனையும் பிடிக்கத் திட்டம் போட்டார் ஷாஜஹான். அவை போகாரா ராஜ்ஜியத்தின் பகுதிகள். அதாவது உஸ்பெக்கியர்களுடையது. நாஸ்ர் முகம்மத் அதனை ஆண்டு வந்தார். பெர்சியர்களுக்கும் உஸ்பெக்கியர்களுக்கும் காலம் காலமாக தீராச் சண்டை இருந்து

வந்தது. அவர்கள் பகுதிகளை இவர்கள் ஆக்கிரமிப்பதும், இவர்களுடையதை அவர்கள் கைப்பற்றுவதும் தொடர்கதை. உஸ்பெக்கியர்களும் பெர்சியர்களும் பரம்பரை எதிரிகள்தான். ஆனால் மூன்றாவதாக முகலாயர்கள் உள்ளே வரும்போது இருவரும் கைகோர்த்துக்கொள்ளும் வாய்ப்புகூட இருந்தது. ஆகவே ஷாஜஹான் தக்க தருணத்துக்காகக் காத்திருந்தார்.

1646ல் போகாரா அரசர் நாஸ்ர் முகம்மதுக்கு ஏழரையோ எட்டரையோ, சனி பிடித்ததுபோல. அவரது சொந்த மகனே அவருக்கு எதிராகக் கலகத்தில் குதிக்க நாஸ்ர் முகம்மத் முடங்கிப் போனார். இந்தச் சமயம் பார்த்து பெர்சியர்கள் தலைவலி கொடுக்கக்கூடாது என்று அவர் பயந்து கொண்டிருக்க, நெஞ்சுவலியாக வந்து சேர்ந்தார்கள் முகலாயர்கள்.

இந்தச் சந்தர்ப்பத்தை விடக்கூடாது என்று ஷாஜஹான், இளவரசர் முராட் பக்ஷை அழைத்தார். பால்கையும் பாதக்ஷனையும் கைப்பற்றும் பொறுப்பைக் கொடுத்தார். துணைக்கு அந்த நிலப்பரப்புகளில் நல்ல பரிச்சயம் கொண்ட மர்தான் கானும் அனுப்பப்பட்டார். குதிரைப் படையினர் ஐம்பதாயிரம் பேர், சில ஆயிரம் துப்பாக்கி வீரர்கள், வில் வீரர்கள், ராக்கெட் வீரர்கள். பால்கில் அப்போது இருந்த சில ஆயிரத்து சொச்ச உஸ்பெக் வீரர்கள் எதிர்ப்பையெல்லாம் காட்டி முட்டியை உடைத்துக்கொள்ளவில்லை. சரணடைந்தார்கள். பால்க் கோட்டை முகலாயர்கள் வசமானது. நாஸ்ர் முகம்மத், நம்பிக்கையோடு பெர்சியாவுக்குத் தப்பி ஓடினார். பெர்சியாவின் ஷா, இரண்டாம் அப்பாஸ் கைகொடுப்பார் என நினைத்தார். அப்பாஸ் கைவிரித்தார்.

முராட் பக்ஷ், பால்கில் சில காலம் தங்கினார். நாஸ்ர் முகம்மத் விட்டுச் சென்ற ஏராளமான செல்வங்கள் அவருக்குச் சந்தோஷம் தந்தன. நிறைய ஒட்டகங்களும் குதிரைகளும் கிடைத்திருந்தன. 'அங்கிருந்து கிளம்பி தெர்மெஸுக்குச் செல். உடனே புறப்படு!' - ஷாஜஹானிடமிருந்து கட்டளை வந்து சேர்ந்தது.

பால்கிலிருந்து சுமார் 250 கிலோமீட்டர் தொலைவில், தெற்கு உஸ்பெகிஸ்தானில் அமு தார்யா நதிக்கரையிலுள்ள நகரம் தெர்மெஸ். அதைப் பிடித்துவிட்டால், சமர்கண்டைக் கைப்பற்றுவது சுலபம். ஆனால் முராட் பக்ஷுக்கு வெறுப்பாக இருந்தது. எப்போது பார்த்தாலும் போர்தானா? வாழ்க்கையில்

அனுபவிக்க வேண்டிய சுகங்கள் எவ்வளவோ இருக்கின்றன. என் இளமையை வீணடிக்க நான் விரும்பவில்லை. பால்கிலேயே கேளிக்கைகளிலும் விருந்துகளிலும் பொழுதைக் கழித்தார் முராட் பக்ஷ்.

இந்தியச் சூழலுக்குப் பழகியிருந்த முகலாய வீரர்கள், குறிப்பாக ராஜபுத்திரர்கள், மத்திய ஆசிய சூழலில் வாழ்வதை விரும்ப வில்லை. ஒருவேளை இங்கேயே நிரந்தரமாக இருக்க வேண்டியது வந்துவிடுமோ என்று பயந்தார்கள். எப்போது இந்தியாவுக்குத் திரும்பலாம் என்பதே அவர்களது எதிர் பார்ப்பாக இருந்தது.

'நீ மட்டும் சமர்கண்டுக்குச் சென்று அதைக் கைப்பற்றிவிட்டால், அதை ஆளும் கவர்னர் பொறுப்பை நான் உனக்கே தருகிறேன்' - என்று ஆசையெல்லாம் காட்டினார் ஷாஜஹான். இளவரசர் மயங்கவில்லை. சாதுல்லா கான் என்ற தளபதியிடம் பால்கைப் பாதுகாக்கும் பொறுப்பை ஒப்படைத்தார். ஷாஜஹானிடம் அனுமதி வாங்காமலேயே தன் படைகளோடு பால்கிலிருந்து கிளம்பி லாகூருக்குச் சென்றுவிட்டார். சில தினங்களிலேயே பால்க், மீண்டும் உஸ்பெக்கியர்கள் வசம் போனது. ஷாஜஹானின் கோபம் அதிகரித்தது. முராட் பக்ஷுக்கான ரேங்கை குறைத்தார். அவர் அரசவைக்கு வருவதற்குத் தடைவிதித்தார்.

காரியத்தைக் கச்சிதமாக நிறைவேற்ற வேண்டுமென்றால் ஔரங்கசீபைத்தான் அழைக்க வேண்டும் என்ற நிலை. இடைப்பட்ட காலத்தில் தந்தைக்கும் மகனுக்கும் இடையே மனவருத்தத்தை வளர்க்கும் விதத்தில் சில சம்பவங்கள் நிகழ்ந்திருந்தன.

*1644.* ஆக்ரா மாளிகையில் கையில் மெழுகுவர்த்தி ஏந்திச் சென்று கொண்டிருந்தார் இளவரசி ஜஹானரா. திடீரென்று கையிலிருந்து தவறி விழுந்த மெழுகுவர்த்தியால் ஜஹானராவின் ஆடையில் தீப்பற்றியது. அருகிலிருந்தவர்கள் ஓடிவந்து தீயை அணைத் தனர். உடலில் பல இடங்களில் தீக்காயம். ஆறுவதற்குப் பல மாதங்கள் பிடித்தது.

ஔரங்கசீப்புக்கு இந்த விஷயம் மெதுவாகத்தான் தெரிய வந்தது. கேள்விப்பட்ட உடன் ஆக்ராவுக்குக் கிளம்பினார்.

ஜஹானராவைச் சந்தித்து நலம் விசாரித்தார். அப்போது தன் தந்தை ஷாஜஹானையும் சந்தித்தார். தக்காணப் பகுதி நிலவரங்களையெல்லாம் விரிவாகச் சொன்னார்.

ஆனால் ஷாஜஹான் முகம்கொடுத்துப் பேசவில்லை.

'தந்தையே, என்மேல் எதுவும் வருத்தமா?'

'என்னவென்று நான் சொல்லவேண்டுமா? உன் சகோதரிக்கு இப்படி ஒரு கோரமான விபத்து நடந்து ஒரு மாதம் ஆகப் போகிறது. நீ அது பற்றி எந்தக் கவலையும் இல்லாமல் நிதானமாகப் பார்க்க வருகிறாய்? உன் அன்பு அவ்வளவு தானா?'

ஔரங்கசீப், பதில் எதுவும் சொல்லவில்லை. என்ன சொன்னாலும் எடுபடாது என்பது அவருக்குத் தெரிந்த விஷயமே. மௌனமாக அங்கிருந்து கிளம்பிவிட்டார். தாரா, சூழலைத் தனக்குச் சாதகமாகத் திருப்பும் முயற்சிகளில் இறங்கினார். 'தந்தையே, நான்தான் ஏற்கெனவே சொன்னேனே. அவன் சரியில்லை என்று. தக்காணத்தின் கவர்னர் பதவியைத் தூக்கியெறியப் போகிறானாம். இனி ஆயுதம் ஏந்தமாட்டானாம். ஃபகீர் ஆகப் போகிறானாம். அவனுக்கு நெருக்கமானவர்கள் சொல்கிறார்கள். அவன் இப்படி பொறுப்பில்லாமல் இருந்தால், நம் பேரரசை எப்படிக் காப்பாற்ற முடியும்?'

அந்த வார்த்தைகள் ஷாஜஹானை உஷ்ணமாக்கின. ஔரங்கசீபின் தக்காண கவர்னர் பதவி பறிக்கப்பட்டது. விஷயமறிந்த ஔரங்கசீப் மனத்தளவில் மேலும் பாதிக்கப்பட்டார். தாரா மீதான அவரது வெறுப்பு விஸ்வரூபம் எடுக்க ஆரம்பித்தது. இருந்தாலும் உண்மையை தனது தந்தை ஒருநாள் புரிந்து கொள்வார் என்ற நம்பிக்கை ஔரங்கசீபுக்கு இருந்தது. அந்தச் சமயத்தில் ஔரங்கசீபுக்கு ஆதரவாக இருந்தது அவரது சகோதரி ரோஷனராதான்.

தனது மூத்தமகன் சொந்தமாக மாளிகை ஒன்று கட்டிக் கொள்வதற்கு நிதி ஒதுக்கினார் ஷாஜஹான். தாராவும் தனது விருப்பப்படி புதிய மாளிகை ஒன்றைக் கட்டி முடித்தார். அதனைப் பார்வையிடுவதற்காக தன் தந்தையையும், சகோதர, சகோதரிகளையும் அழைத்தார். எல்லோரும் ஒவ்வொரு அறையாகப் பார்த்து ரசித்துக் கொண்டிருந்தனர்.

ஓர் அறை முழுவதும் பெரிய நிலைக்கண்ணாடிகள் பொருத்தப் பட்டிருந்தன. அந்த அறையின் அமைப்பு ஔரங்கசீபுக்குச் சந்தேகத்தை ஏற்படுத்தியது. வெளியிலிருந்தே அதைப் பார்த்த அவர், உள்ளே புகவில்லை. அதன் வாசலிலேயே அமர்ந்து விட்டார். மற்றவர்கள் அந்தக் கண்ணாடி அறைக்குள் சென்று ரசித்தனர். தாரா கோபமாகத் தனது தந்தையின் காதுகளை அணுகினார். 'அவனைப் பார்த்தீர்களா தந்தையே, என்னை அவமரியாதை செய்கிறான். அறைக்குள் வராமல் வாசலிலேயே உட்கார்ந்திருக்கிறான்.'

ஷாஜஹானுக்கு அது நியாயமாகப்படவே, ஔரங்கசீபை விசாரித்தார். 'உன் மதிப்பை நீயே குறைத்துக்கொண்டு, இப்படி அறைக்கு வெளியே தரையில் உட்கார வேண்டிய அவசியம் என்ன ஔரங்கசீப்?'

'காரணம் இருக்கிறது. இப்போது கூற இயலாது. தொழுகைக்கு நேரமாயிற்று. நான் அப்புறமாக உங்களைச் சந்திக்கிறேன்' என்று கூறிவிட்டு ஔரங்கசீப் விறுவிறுவென வெளியே சென்றுவிட்டார்.

'உங்களையும் அவமானப்படுத்திவிட்டுச் செல்கிறான் அவன்' என்று தாரா மேலும் கோபத்தைத் தூண்டிவிட, 'இனி ஔரங்கசீப் என் முகத்திலேயே விழிக்கக்கூடாது என்று சொல்லிவிடுங்கள்' என்று கொதித்தார் பேரரசர்.

இம்மாதிரியான சம்பவங்கள் ஔரங்கசீபின் மனத்தை மிகவும் பாதித்திருந்தன. அவர் அரசவைக்குச் செல்லவில்லை. 'பேரரசரைப் பொருத்தவரை நான் எப்போதுமே வேண்டாத பிள்ளைதான்' என்கிற எண்ணம் அவரது மனத்தில் ஆழமாகப் பதிந்திருந்தது. சகோதரி ரோஷனரா ஔரங்கசீபுக்கு ஆறுதல் சொன்னாள். அவளிடம் மனம் திறந்துபேசினார் ஔரங்கசீப்.

'அன்று தாரா அந்தக் கண்ணாடி அறைக்குள் நம் எல்லோரையும் அழைத்தான். அந்த அறைக்குள் நுழையவும், வெளியே வரவும் இருந்தது ஒரே ஒரு வாசல்தான். அது எனக்குச் சந்தேகத்தைக் கொடுத்தது. மேலும் தாரா, உள்ளே செல்வதும், அறைக்கு வெளியே வந்து வேவு பார்ப்பதுமாக இருந்தது என் சந்தேகத்தை அதிகப்படுத்தியது. நம் தந்தை உள்பட எல்லாரை யும் அந்த அறைக்குள் வரவழைத்து, அடைத்து, பின் கொல்வதே

அவன் திட்டமாக இருக்கலாம் என்று யூகித்தேன். அதனால்தான் நான் எல்லோரையும் தாராவின் சூழ்ச்சியிலிருந்து காப்பாற்றும் விதமாக வெளியே ஒரு காவல்காரனாக உட்கார்ந்து கொண்டேன். தந்தைக்கு அது புரிந்திருக்க வாய்ப்பில்லை. என்னை அவமானப்படுத்திவிட்டார்.'

பின்பு ரோஷனரா, தன் தந்தையிடம் ஒளரங்கசீபுக்காகப் பரிந்து பேசினார். அவரது மனவருத்தங்களை எடுத்துச் சொன்னாள். தன் மகள் கேட்டுக் கொண்டதற்கிணங்க, ஒளரங்கசீப்பை மன்னித்தார் அவர். குஜராத்தின் கவர்னராக நியமித்து அங்கே அனுப்பினார் (1645). தந்தைக்கும் மகனுக்குமான மனவருத்தங்கள் தாற்காலிகமாக விலகியிருந்தன.

1647ல் பால்குக்குப் போகச் சொல்லி ஷாஜஹானிடம் இருந்து செய்தி வந்தது ஒளரங்கசீபுக்கு உற்சாகம் கொடுத்தது. உத்வேகத்துடன் உடனே புறப்பட்டார். அதே நேரத்தில் ஷாஜஹானும் காபுலுக்குச் சென்று இருந்துகொண்டார், போரை வழிநடத்த. ஒளரங்கசீபின் கட்டுப்பாடான போர் நடவடிக்கைகளால் 1647ன் கோடையின் இறுதியில் பால்க் மீண்டும் முகலாயர்கள் வசமானது. போர்க்களத்தில்கூட ஒளரங்கசீப் தனது மதக் கடமைகளைத் தவறவில்லை. வேளை வந்தால் தரையில் விரிப்பு ஒன்றை விரித்து, தொழுகை செய்தார். பால்கில் சிறிதுகாலம் தங்கினார்.

மேலும் முன்னேறுவதுதான் ஒளரங்கசீபின் எண்ணம். ஆகவே மதுசிங் ஹதா என்ற ராஜபுத்திர தளபதியின் கையில் பால்கைப் பாதுகாக்கும் பொறுப்பை ஒப்படைத்தார். குளிர் தீவிரமாவதற்குள் காபுலுக்குத் திரும்பிவிடுவது நல்லது என்று முகலாயத் தளபதிகள் ஒளரங்கசீபிடம் வேண்டுகோள் வைக்க ஆரம்பித்தார்கள். அவர்களை உஸ்பெக்கியர்களின் உக்கிரமான போர் முறைகள் மிரட்டியிருந்தன. கூடவே இன்னொரு தகவலும் வந்தது. 'உஸ்பெக்கியர்களின் பெரும்படை ஒன்று பால்கை நோக்கி முன்னேறி வந்துகொண்டிருக்கிறது.'

ஒளரங்கசீப் நிதானமாக யோசித்தார். எதிர்த்து நின்றால் பேரிழப்பைத் தவிர்க்க முடியாது என்று தோன்றியது. எனவே காபுலுக்குத் திரும்பிவிட முடிவுசெய்தார். வழியில் உஸ்பெக்கியர்களின் பெரும்படையைச் சமாளிக்க வேண்டியதிருந்தது. முதுகுகாட்டி ஓட விரும்பாத ஒளரங்கசீப், எதிரிகளின்

முகம்பார்த்து போரிடத் தன் வீரர்களை ஊக்குவித்தார். துப்பாக்கி வீரர்களின் துணிச்சலான தாக்குதலால் முகலாயர்களின் கை சற்று ஓங்கித்தான் இருந்தது. அந்தக் குளிரில் தொடர்ந்து போராடி எதிரிகளை ஏகபோகமாக அழித்தொழிப்பது கடினமான காரியம் என்பதை உணர்ந்திருந்த ஒளரங்கசீப், 'அமைதியாகப் பேசி சமாதான் முடிவெடுக்கலாம்' என்ற தகவலை நாஸ்ர் முகம்மதுக்கு அனுப்பினார். 'முகலாயப் பேரரசுக்குக் கட்டுப்பட்டு, பால்கை நீங்களே நிர்வகித்துக் கொள்ளுங்கள்' என்று ஷாஜஹானும் தனது விருப்பத்தை நாஸ்ருக்குச் சொன்னார்.

மகனோடு மனஸ்தாபத்திலிருந்த நாஸ்ர், தனது பேரன்களைத் தூதாக ஷாஜஹானிடம் அனுப்பினார். ஷாஜஹானுக்குச் சந்தோஷம். பால்க் கோட்டையை நிர்வகிக்கும் பொறுப்பை நாஸ்ரின் பேரன்களுக்குக் கொடுத்தார். அவர்கள் பால்குக்குத் திரும்பினார்கள். அதுவரை அங்கேயே இருந்து பொறுமை காத்த ஒளரங்கசீப், தன் படைகளோடு காபுல் நோக்கித் திரும்பலானார்.

மலைப்பிரதேசம். கடும்குளிர். வழியில் ஹஸாரா* என்ற இன மக்கள், சோர்ந்து சுருங்கி வந்துகொண்டிருந்த முகலாயப் படையினரைக் கடுமையாகத் தாக்கினார்கள். நடந்த போரில்கூட சுமார் ஐநூறு முகலாய வீரர்கள்தான் இறந்திருந்தார்கள். ஆனால் இந்தப் பயணத்தில், காபுலை அடைவதற்குள் ஒளரங்கசீப் இழந்த வீரர்களின் எண்ணிக்கை கிட்டத்தட்ட ஐயாயிரம். எந்தப் பெரிய வெற்றியும் இல்லை. லாபமும் இல்லை. பால்கனில் ஓர் அங்குல நிலம்கூட புதிதாகப் பேரரசுக்குச் சொந்தமாகவில்லை. ஆனால் நிகழ்ந்த படையெடுப்புகளுக்கு ஆன செலவோ எக்கச்சக்கம். ஷாஜஹான் நொந்து போயிருந்தார்.

●

காந்தஹாரைத் தக்க வைத்துக் கொள்வதற்காக அதன் கோட்டையில் தங்கியிருந்த ஏழாயிரத்துச் சொச்ச முகலாய வீரர்களிடையே ஒற்றுமை இல்லை. அதன் கவர்னராக நியமிக்கப்பட்டிருந்த தௌலத்கானும் நம்பிக்கையிழந்துதான்

---

★ பெர்சிய மொழி பேசும் ஆப்கனிய பழங்குடியினர். மங்கோலியர்கள் வழி வந்தவர்கள். ஷியா பிரிவைச் சேர்ந்த இஸ்லாமியர்கள்.

இருந்தார். பெர்சியாவின் புதிய ஆட்சியாளராக இரண்டாம் ஷா அப்பாஸ் பொறுப்பேற்றிருந்தார் (1642). பதின்வயதில் இருந்த அவர், காலம் கனிந்து வரும்போது காந்தஹாரில் காலடி எடுத்துவைக்கலாம் என்று காத்திருந்தார்.

1648ன் இறுதியில் ஓரளவு பெரிய படையோடு சென்று காந்தஹார் கோட்டையை முற்றுகையிட்டார். முகலாயப் படையினர் நினைத்திருந்தால் எதிரிகளின் தலைகளை எட்டி உதைத்து விளையாடியிருக்கலாம். ஆனால் அவர்களது மனநிலை அப்படியிருக்கவில்லை. சுமார் ஐம்பது நாள்கள் தாக்குப்பிடித்த தௌலத்கான், 1949ன் பிப்ரவரியில் இரண்டாம் ஷா அப்பாஸின் கைகளில் காந்தஹார் கோட்டையைப் பவ்யமாக ஒப்படைத்துவிட்டுக் கிளம்பினார்.

காந்தஹார் குறித்த எதிர்மறையான தகவல்கள் எல்லாமே ஷாஜஹானுக்கு முன்னதாகவே கிடைத்திருந்தன. வெறுப்பாக இருந்தது. மீண்டும் ஒளரங்கசீபைத்தான் அழைக்க வேண்டும். பெரும் படைகளை அனுப்ப வேண்டும். ஏகப்பட்ட செலவு. போனால் போகிறது என்று விட்டுவிடவும் மனமில்லை. தன்மானம் அழுத்தியது.

இளவரசர் ஔரங்கசீப் சற்றும் அலுத்துக் கொள்ளவில்லை. பேரரசர் தனக்களித்த ஐம்பதாயிரம் வீரர்களோடு காந்தஹாரை நோக்கிக் கிளம்பினார். குளிர்காலப் பயணம் சுகமானதாக இருக்கவில்லை. காந்தஹாரை அடையும்போது கோடை ஆரம்பித்திருந்தது. அதுவே நிம்மதியாகத் தெரிந்தது. ஆனால் அந்தக் குறுகிய காலத்தில், ஷா அப்பாஸ் கோட்டையைப் பலமடங்கு பலப்படுத்தியிருந்தார். குறிப்பாக கோட்டைச் சுவர்களில் புதிய பீரங்கிகள் எதிரிகளின் ரத்தம் பார்க்கக் காத்திருந்தன. மலைகள் சூழ்ந்த அந்தப் பிரதேசத்தில் முகலாயப் படைகளுக்கு மூச்சுத் திணறும் அளவுக்கு பாதுகாப்பு வியூகங்கள் அமைத்திருந்தார் ஷா அப்பாஸ்.

ஔரங்கசீபும் கட்டுப்பாடோடுதான் படைகளை வழிநடத்தினார். நேர்த்தியான முறையில்தான் போர் செய்தார். ஆனால் எதிரிகள் வேரூன்றிய நிலத்தில் முகலாயர்கள் தங்களைத் தற்காத்துக் கொள்வதற்கே போராட வேண்டியிருந்தது. அந்தக் கோடை கொஞ்சம் கொஞ்சமாகக் கரைந்து கொண்டிருந்தது.

மீண்டும் குளிர் ஆரம்பிக்கவிருந்த சமயம். சுமார் நூறு நாள்கள் முற்றுகை. அதற்கு மேலும் ஆப்கனியக் குளிரில் தாக்குப்பிடிக்க முடியாது என்று தோன்றவே, ஔரங்கசீப் பின்வாங்கினார், காபுல் நோக்கி.

பேரரசருக்கு இன்பமான பொழுதுகளில்கூட காந்தஹார் நினைவுக்கு வந்து உறுத்தல் கொடுத்தது. அதற்காக அவர் அவசரப்படவில்லை. 1652ல் ஔரங்கசீப்புக்கு மீண்டும் கட்டளை யிட்டார். அடுத்த காந்தஹார் படையெடுப்பு. ஐம்பதாயிரம் வீரர்கள். இந்தமுறை வில்வித்தையில் தேர்ச்சிபெற்ற சில ஆயிரம் வீரர்கள் இடம்பெற்றிருந்தனர். அதிக எண்ணிக்கையில் பீரங்கிகள் பலம் சேர்த்தன. இவைபோக ஷாஜஹானும் காபுலில் நாற்பதாயிரம் வீரர்களோடு காத்திருந்தார். தேவைப்பட்டால் காந்தஹார் நோக்கிச் செல்ல.

இரண்டாம் ஷா அப்பாஸ், முடிந்தால் வந்துபார் என்றுதான் காத்திருந்தார். முகலாய பீரங்கிகளால் வானுயர்ந்து நின்ற காந்தஹார் கோட்டைச் சுவர்களை அசைத்துப் பார்க்க இயலவில்லை. சிறு முன்னேற்றமும் இன்றி இரண்டு மாதங்கள் கழிந்தன. இருந்தாலும் ஔரங்கசீப்புக்கு நம்பிக்கை குறையவில்லை. அந்தச் சமயத்தில் பேரரசரிடமிருந்து வந்த கட்டளை ஔரங்கசீபின் முகத்தில் அறைந்தது. 'போதும். காந்தஹாரிலிருந்து திரும்பி வா. தக்காணத்துக்குப் போ.' தோல்வி தந்த வலியைவிட, அந்த வார்த்தைகள் அவரை வாட்டின.

ஷாஜஹானிடமிருந்து திடீரென அப்படி ஒரு கட்டளை வர இளவரசர் தாராதான் காரணம். ஔரங்கசீப் காந்தஹாரிலிருந்த சமயத்தில் தாரா ஷாஜஹானுடன் இருந்தார். 'காந்தஹாரைக் கைப்பற்றியபின் தனக்கென தனி ராஜ்ஜியம் அமைத்துக் கொள்வதே ஔரங்கசீபின் திட்டம். தாங்கள்தான் ஜாக்கிரதை யாக இருக்கவேண்டும்' - இதுபோன்ற போலி குற்றச்சாட்டு களை தன்னருமைத் தந்தையின் காதுகளில் ஓதினார் தாரா. அனைத்தையும் நம்பினார் ஷாஜஹான். ஆகவே அந்தக் கட்டளை.

ஔரங்கசீப், கட்டளையை மீறாமல் அங்கிருந்து கிளம்பினார். 'இன்னும் ஒரே ஒரு வாய்ப்பு கொடுங்கள்' - என்று பேரரசருக்குக்

கடிதம் அனுப்பினார் ஔரங்கசீப். 'உன்னால் முடியும் என்று எனக்குத் தோன்றியிருந்தால் உன்னைத் திரும்ப அழைத்திருக்கவே மாட்டேனே.' பேரரசரின் பதில் ஔரங்கசீபை முடக்கியது.

தாரா, ஷாஜஹானின் ஆசியோடு காந்தஹாருக்குச் செல்ல தயாரானார். 'இதுவே இறுதி முயற்சி. கைப்பற்றியே தீர வேண்டும்' என்று அழுத்தம் கொடுத்தார் ஷாஜஹான். கூடவே அதுவரை இல்லாத அளவுக்குப் பெரிய படையையும் அளித்தார். எழுபதாயிரம் வீரர்கள். ஏகப்பட்ட பீரங்கிகள். ஐரோப்பிய துப்பாக்கி வீரர்கள். அந்த நவம்பரில் தாரா, காந்தஹாரை முற்றுகையிட்டார். முகலாய வீரர்களை எதிர்கொள்வது என்பது பெர்சிய வீரர்களுக்குப் பழகிப் போயிருந்தது. எத்தனைப் பெரிய படையோடு போனாலும் காந்தஹார் கோட்டையை நெருங்க முடியவில்லை. சுமார் ஐந்து மாதங்கள். முகலாயர்கள் பக்கம் உயிரிழப்புகள் அதிகமாகிக் கொண்டே போயின. பேரரசிடமிருந்து எந்தக் கட்டளையும் வரவில்லை. தாராவே காந்தஹாரிலிருந்து பின்வாங்கினார்.

'முகலாயர்கள் காந்தஹாரை ஒருபோதும் கைப்பற்றியது இல்லை. அவர்களால் கைப்பற்றவும் முடியாது. குறுக்கு வழியில் அதை அடைந்தால் மட்டுமே உண்டு.' பெர்சியர்கள் கேலி பேசினார்கள். அது உண்மையும்கூட. ஒன்று பெர்சிய ஆட்சியாளர்கள் ஏதாவது இக்கட்டான சூழலில் முகலாயர்களிடம் சரணடைந்து காந்தஹாரைக் காவு கொடுத்திருப்பார்கள் அல்லது முகலாய ஆட்சியாளர்கள் குறுக்கு வழியில் (மர்தான் காணுக்கு லஞ்சம் கொடுத்து வசமாக்கிக் கொண்டதுபோல) காந்தஹாரை அடைந்திருப்பார்கள்.

அதற்கெல்லாம் பதில் சொல்லும்விதமாக வீறுகொண்டு எழுந்து மீண்டும் ஒரு காந்தஹார் படையெடுப்புக்கு ஷாஜஹான் தயாராக இல்லை. அதுவரை நிகழ்த்திய படையெடுப்புகளுக்கு ஆன செலவே பன்னிரண்டு கோடி ரூபாய் என்று ஒரு குறிப்பு உண்டு. அதாவது அந்த வருடங்களில் முகலாயப் பேரரசின் மொத்த வருவாயில் பாதிக்கும் மேற்பட்ட தொகை காந்தஹார் படையெடுப்புகளிலேயே வற்றிப் போயிருந்தது. இருந்தும் துண்டுநிலம்கூட புதிதாகக் கைப்பற்றப்படவில்லை. காந்தஹார் இல்லாமல் அயல் வணிகத்திலும் ஏகப்பட்ட தடைகள் முளைத்திருந்தன.

பேரிழப்பு. பொது வாழ்க்கையிலிருந்தே விலகிவிடலாம் என்ற அளவுக்கு விரக்தியில் மூழ்கினார் பேரரசர். மூத்த மகன் தாராவுக்கு அதிகாரத்தை வழங்கிவிட்டு ஓய்வெடுக்கச் சொன்னது அவரது பாசம். உடல்நிலையும் அதையே வழிமொழிந்தது.

•

தக்காணத்தின் கவர்னராக இரண்டாவது முறையாகப் பொறுப்பேற்றிருந்தார் ஔரங்கசீப். இடைப்பட்ட குறுகிய காலத்தில் ஆறு கவர்னர்கள் மாறியிருந்தார்கள். யாருமே சரியாக நிர்வகிக்கவில்லை. மழையும் பொய்த்திருந்ததால் தக்காணம் மூச்சுவிடத் திணறிக் கொண்டிருந்தது. பேரரசு பணம் ஒதுக்கினால்தான் நிலைமையைச் சீராக்க முடியும் என்ற நிலை. 'எதுவும் செய்ய முடியாது. விவசாயத்தைப் பெருக்கிக் கொள்' என்று சொல்லிவிட்டார் ஷாஜஹான்.

நிலைமையைச் சவாலாக எடுத்துக்கொண்டு களமிறங்கினார் ஔரங்கசீப். வருவாய்க்கு வழியில்லாத சூழலில் நிலைமையை எப்படிச் சமாளிக்கலாம், வருவாய்க்கான புதிய வழிகளை எவ்வாறு உருவாக்கலாம் என்று அக்பர் கால நிதி அமைச்சரான தோடர் மால் ஏகப்பட்ட திட்டங்களை ஏற்படுத்தி வைத்திருந்தார். ஔரங்கசீபுக்கு அவை உதவின. விவசாயிகளுக்கான கடன் உதவிகள் அதிகப்படுத்தப்பட்டன. விளைச்சலுக்குரிய நிலங்கள், விளைச்சல் இல்லாத நிலங்கள் பிரிக்கப்பட்டன. விளைச்சலுக்குரிய நிலங்களில் விளைச்சலை அதிகப்படுத்துவற்குரிய திட்டங்கள் மேற்கொள்ளப்பட்டன. புதிய குளங்கள், கிணறுகள் வெட்டும் பணியில் ஔரங்சீப், தனது வீரர்களையும் பயன்படுத்தினார்.

விவசாயத்தால் வருமானத்தைப் பெருக்கலாம்தான். ஆனால் அதற்கு காலம் அதிகம் தேவைப்படும். உடனடியாக நிதி நிலைமையைப் புஷ்டியாக்க என்ன செய்யலாம்?

ஔரங்கசீப் நினைவில், பொன்விளையும் பூமியான கோல்கொண்டா மின்னியது.

•

மிர் முகம்மது சையது அர்தெஸ்தனி என்கிற மிர் ஜும்லா. பிறப்பால் இரானியர். ஏழைக் குடும்பத்தில் பிறந்தவர். அவரது

தந்தை எண்ணெய் வியாபாரி. கிடைத்த வாய்ப்புகளைப் பயன்படுத்திக் கொண்டு படித்தார். வைரச் சுரங்கம் ஒன்றில் கணக்கு எழுதும் வேலை கிடைத்தது. அந்தச் சுரங்க அதிபருக்கு கோல்கொண்டாவில் வியாபாரத் தொடர்பு இருந்தது. அதன்மூலம் கோல்கொண்டா வந்தார். அங்கே இன்னொரு சுரங்கத்தில் வேலை. கண்காளிப்பாளர். பணி உயர்வு.

தொழில் கற்றுக் கொண்டார். வசதி கொஞ்சம் வந்தது. தனியாக வைர வியாபாரம் ஆரம்பித்தார். ஏற்றுமதியில் நல்ல லாபம். தனது திறமையினால் சுரங்கம் ஒன்றை வளைத்தார். கப்பல்கள் சில வாங்கினார். குறுகிய காலத்தில் இந்தியாவின் மிகப்பெரிய வைர வியாபாரியாக உருப்பெற்றார். கோல்கொண்டா சுல்தான் அப்துல்லா குத்ப் ஷா, மிர் ஜும்லாவை பிரதமர் ஆக்கினார். சுல்தானுக்காக சில போர்க்களங்களைச் சந்தித்த மிர் ஜும்லா, வெற்றிகளும் பெற்றுக் கொடுத்தார். அதே சமயத்தில் ஷாஜஹானுடனும் நட்பு வளர்த்து வந்தார்.

மிர் ஜும்லாவின் செல்வாக்கு அசைக்க முடியாததாக வளர்ந்திருந்தது. அந்த மிதப்பில் ஜும்லாவின் மகன் முகம்மது அமின் மமதையோடு திரிந்து கொண்டிருந்தான். போதை தலைக்கேறி அவன் செய்யும் அட்டூழியங்களால் பலர் பாதிக்கப்பட்டனர். அமின் குறித்த புகார்கள் சுல்தானிடம் குவிந்தன. அவர், ஜும்லாவுக்காகப் பல நாள்கள் பொறுமை காத்தார். அமின், ஒருநாள் அளவுக்கு அதிகமாக குடித்துவிட்டு, சுல்தான் முன்பு பைத்தியம்போல நடந்துகொண்டான். அவரது அரியணை மீதேறி சேட்டைகள் செய்தான். அதிலேயே வாந்தியும் எடுத்தான்.

'இவனை இழுத்துக்கொண்டு சென்று சிறையில் அடையுங்கள்' - சுல்தான் பொறுமை இழந்திருந்தார். மிர் ஜும்லாவுக்குச் சிக்கலான சூழல். சுல்தானை எதிர்த்துப் போரிட்டு தன் மகனை மீட்க வலிமையான கரம் ஒன்றின் உதவி தேவைப்பட்டது. அந்தச் சூழலைத்தான் தனக்குச் சாதகமாகப் பயன்படுத்திக் கொண்டார் ஔரங்கசீப்.

தக்காண சுல்தான்கள், முகலாயப் பேரரசுக்கு, ஷாஜஹானுக்குக் கட்டுப்பட்டு நடப்பதாக ஒப்பந்தம் செய்திருந்தார்கள். கொஞ்ச காலத்துக்கு அப்படி நடக்கவும் செய்தார்கள். பின்பு வாக்கு காற்றில் கரைந்து போயிருந்தது. வரவேண்டிய கப்பத்தொகை

வளர்ந்துகொண்டே போனது. ஷியா பிரிவைச் சேர்ந்த சுல்தான், பெர்சியாவின் ஷாவைத்தான் தங்கள் தலைமையாக மனதாரக் கருதினார்களே தவிர, ஷாஜஹானை அல்ல. இவைபோக அந்தச் சுல்தான்களுக்கு தாராவோடு ரகசியத் தொடர்பு இருப்பதாக ஔரங்கசீபுக்குத் தகவல் கிடைத்திருந்தது.

ஔரங்கசீபுக்கு கோல்கொண்டா மீதும், பிஜப்பூர் மீதும் படையெடுக்கத் தேவையான காரணங்கள் நிறையவே இருந்தன. மிர் ஜும்லாவும் வலிய உதவி கேட்டு வந்தார். உற்சாகமாக அவரோடு கைகோர்த்துக் கொண்ட ஔரங்கசீப், கோல்கொண்டா மீது முன்னறிவிப்பின்றி படையெடுத்தார். சுல்தான் அப்துல்லா எதிர்த்து நின்று போராடத் திராணியின்றி அங்குமிங்கும் தப்பித்து ஓடினார். பின் சாஷ்டங்கமாகச் சரணடைந்தார்.

'அட, என்ன பசுமை. வறட்சியாக ஒரு துண்டு நிலத்தைக் கூட பார்க்க முடியவில்லை. எங்கெங்கு திரும்பினாலும் நீர்நிலைகள். இப்படி ஒரு சுவைமிகுந்த நீரை நான் எங்குமே சுவைத்ததில்லை. வளமையும் செழிப்பும் நிறைந்த இந்தப் பிரதேசத்தை முகலாயப் பேரரசுடன் இணைத்துக் கொண்டால் சிறப்பாக இருக்கும். பேரரசரின் மேலான அனுமதியை எதிர்பார்க்கிறேன்.'

ஷாஜஹானுக்குக் கடிதம் அனுப்பினார் ஔரங்கசீப். தாரா வழக்கம்போல தன் வேலையைக் காட்டினார். 'இத்தனை வளமான பிரதேசத்தைத் தன் கையில் எடுத்துக் கொண்டு தனி ராஜ்ஜியம் அமைக்கத் திட்டமிடுகிறான் அவன். அனுமதிக்காதீர்கள் தந்தையே!'

ஷாஜஹானுக்குத்தான் மூத்த மகன் சொல்மிக்க மந்திரமில்லையே. 'பேரரசுக்குக் கட்டுப்பட்டு நடப்பதற்கான ஏற்பாடுகளை மட்டும் செய்.' ஷாஜஹானிடமிருந்து கட்டளை சென்றது. அது ஔரங்கசீப் எதிர்பார்த்ததுதான். ஆனால் சுல்தான் அப்துல்லா ஔரங்கசீப் எதிர்பார்த்ததைவிட எக்கச்சக்கமாகச் செய்வதற்கு ஒப்புக்கொண்டார்.

'இனி முகலாயப் பேரரசருக்குக் கட்டுப்பட்டு நடப்பேன். இதுவரையுள்ள பாக்கியெல்லாம் சேர்த்து ஒரு கோடி தந்துவிடுகிறேன்.'

அப்துல்லாவுக்கு ஆண் வாரிசு கிடையாது. தன் மகளை ஒளரங்கசீபின் மகன் முகம்மது சுல்தானுக்குத் திருமணம் செய்துவைத்து, அவரைத் தனக்குப் பின் வாரிசாக அறிவிக்கவும் ஒப்புக்கொண்டார். இது அப்துல்லா, ஒளரங்கசீபுக்கு இடையே நடந்த ரகசிய உடன்படிக்கை.

•

1636ல் முகலாயர்களோடு ஏற்படுத்திக் கொண்ட ஒப்பந்தத்தை பிஜப்பூரும் கண்டுகொள்ளாமல் விட்டிருந்தது. ஏகப்பட்ட கப்பம் பாக்கி. சுல்தான் முகம்மது அடில் ஷா 1656ல் இறந்து போயிருந்தார். அவரது வாரிசாக அடுத்து அரியணை ஏற வேண்டியவர் இரண்டாம் அலி அடில் ஷா. ஆனால் ஏகப்பட்ட அரசியல் குழப்பங்கள் நிகழ்ந்து கொண்டிருந்தன. அலிக்கு எதிரணியில் இருந்த சிலர், பிஜப்பூர் ஆட்சியைக் கைப்பற்ற முயன்று கொண்டிருந்தார்கள்.

ஒளரங்கசீப், பிஜப்பூர் விஷயத்தில் நிதானமாகவே யோசித்திருந்தார். அதைக் கைப்பற்றி அடிபணிய வைப்பது பெரிய விஷயம் அல்ல, ஆனால் முகலாயப் பேரரசோடு இணைக்க ஷாஜஹானின் அனுமதி தேவை. எனவே மிர் ஜும்லாவை நேரடியாக ஆக்ராவுக்கு அனுப்பினார், பிஜப்பூர் குறித்த அனுமதி வாங்க. மிர் ஜும்லாவுடன் கொண்ட நட்பால், கோரிக்கைக்கு அனுமதி கொடுத்தார் ஷாஜஹான்.

ஒளரங்கசீபை அந்த சந்தோஷச் செய்தி சென்றடைந்தது. 'சீக்கிரம் வாருங்கள். நீங்களும் என்னுடன் இணைந்து கொள்ளுங்கள்' என்று பதில் செய்தி அனுப்பினார். 1657, ஜனவரி 28ல் மிர் ஜும்லா, ஒளரங்கசீபுடன் இணைந்து கொண்டார். பிஜப்பூரை நோக்கி முன்னேறினார்கள். அதை எளிதாகக் கைப்பற்றினார்கள். அடுத்தது முகலாயப் படை கல்யாணியை (ஒரு சமயத்தில் சாளுக்கியர்களின் தலைநகரம்) நோக்கி முன்னேறினார்கள். ஜூலையில் அதையும் வென்றார்கள்.

இடைப்பட்ட சமயத்தில் ஒருவர், தனது குழுவோடு வந்து அஹமத் நகரின் எல்லைப் பகுதிகளில் தாக்குதல்களை நடத்தினார். அவரை ஒளரங்கசீப் அனுப்பிய தனிப்படையினர் சுற்றி வளைக்க நெருங்கினார்கள். எப்படியோ மலைப்

பகுதிகளுக்குள் உயிர்தப்பி ஓடினார் அவர். வேறு யாருமல்ல, அவர் ஷாகாஜி போன்ஸ்லேவின் மகன் சிவாஜி போன்ஸ்லே.

ஒளரங்கசீபின் பிஜப்பூர் வெற்றிகள் தாராவின் நிம்மதியைக் கெடுத்தன. வழக்கம்போல தந்தைக்கு மகுடி ஊதினார். அதற்குக் கட்டுப்பட்டு ஷாஜஹானும் கட்டளை ஒன்றைப் பிறப்பித்தார். 'பிஜப்பூரை கட்டுப்பாட்டுக்குள் வைத்துக் கொண்டால் போதும். பேரரசோடு இப்போது இணைக்க வேண்டாம். அதற்குரிய ஒப்பந்தத்தை செய்துவிட்டு அங்கிருந்து கிளம்பு.'

முகலாயப் படையில் ஒரு பிரிவை உடனே பிஜப்பூரிலிருந்து திரும்ப அழைத்தும் கொண்டார் ஷாஜஹான். ஆக, ஒளரங்கசீபால் நினைத்த காரியத்தை முழுதாக முடிக்க முடியவில்லை. பிஜப்பூரில் சுல்தானாக அலி அடில் ஷாவை நியமித்துவிட்டு, ஒப்பந்தம் ஒன்றைப் போட்டுவிட்டு வரவேண்டிய சூழல். கல்யாணி, பிடார் போன்ற சில பகுதிகளை முகலாயப் பேரரசோடு இணைத்துக் கொள்ளவும், பிஜப்பூர் ஒரு கோடி ரூபாய் வழங்கவும் ஒப்பந்தம் போடப்பட்டது.

கூடவே இன்னொரு செய்தியும் ஒளரங்கசீபை அங்கிருந்து கிளம்பத் தூண்டியது. 'பேரரசர் ஷாஜஹானது உடல்நிலை மோசமாக இருக்கின்றது.'

ஷாஜஹானுக்கு ஏதாவது ஆகிவிட்டால், தாரா அரியணையைக் கைப்பற்றிவிடுவான். மற்றவர்களை அழித்தொழிக்கப் பார்ப்பான். அவன் முந்துவதற்குள் நான் என்னைப் பாதுகாத்துக் கொள்ளவேண்டும். தேவைப்பட்டால் ஆக்ராவைக் கைப்பற்றவும் தயாராக வேண்டும்.

ஒளரங்கசீபின் பார்வை வடக்கு நோக்கிக் குவிந்தது.

●

ஷாஜஹான் இஸ்லாமியப் பற்றுகொண்டவர்தான். அதிலும் தான் சார்ந்த சன்னி பிரிவு குறித்து உயர்வாக எண்ணுபவர்தான். ஆனால் அவரது செல்ல மகனான தாராவுக்கு அந்த மாதிரியான எண்ணங்கள் எல்லாம் கிடையாது. தாராவுக்கு நிறைய இந்து நண்பர்கள் உண்டு. ஷியா பிரிவைச் சேர்ந்த முக்கியஸ்தர்களிடம் நல்ல நட்பு பாராட்டி வந்தார். மதவேறுபாடு என்பது தாராவின் மனத்தில் இல்லை.

சிறு வயதிலேயே ஹஸ்ரத் மியான் மிர் என்ற சூஃபியோடு தொடர்பு ஏற்படுத்திக்கொண்ட தாரா, அவரது வழிகாட்டுதலின் படி நடக்க ஆரம்பித்தார். ஏழாவது சீக்கிய குருவான ஹர் ராய் உடனும் தாராவுக்கு நல்ல நட்பு இருந்தது. கிறித்தவர்களுடனும் நெருங்கிப் பழகினார். இஸ்லாமிய மதக் கோட்பாடுகளுக்கும் இந்துமதக் கோட்பாடுகளுக்கும் என்னென்ன ஒற்றுமைகள் இருக்கின்றன என்பது குறித்து நீண்ட ஆய்வில் ஈடுபட்டார் தாரா. அதன் ஓர் அம்சமாக, பல உபநிடதங்களை சமஸ்கிருதத்திலிருந்து பெர்சிய மொழிக்குப் பெயர்த்தார். அதை இஸ்லாமியர்கள் பலர் ஏற்றுக்கொள்ளவில்லை. அதை துயரத்தின் புத்தகம் என்று ஒதுக்கினார்கள்.

தாராவின் மற்றொரு முக்கிய படைப்பு, மஜ்மா உல்-பஹ்ரைன். இரண்டு பெருங்கடல்கள் சங்கமம் - என்ற பொருளில் வரும் அந்தப் புத்தகம், சூஃபி தத்துவங்களும், வேத தத்துவங்களும் ஒருசேர கலந்த படைப்பு. தான் படைத்த புத்தகங்களை எல்லாம் தாரா, தனது பிரியத்துக்குரிய மனைவி நாதிரா பானுவுக்குப்★ பரிசாகச் சமர்ப்பித்தார்.

தாராவின் மதநல்லிணக்க செயல்கள் பல சமயங்களில் விமரிசனத்துக்கும் சர்ச்சைக்கும் உள்ளாயின. ஆனால் பட்டத்து இளவரசர் என்பதால் யாரும் துணிந்து நேரடியாக எதிர்க்க வில்லை. தாராவின் இந்தச் செயல்கள் குறித்து தீவிர இஸ்லாமிய ரான ஔரங்கசீபுக்கு எப்போதுமே அதிருப்தி இருந்து வந்தது உண்மையே. தாராவின் மேல் அதிருப்தியோடு இருந்த சன்னி பிரிவினர் மானசீகமாக ஔரங்கசீபை ஆதரித்தார்கள்.

நாற்பத்தியிரண்டு வயது தாரா, பெரும்பாலும் ஷாஜஹானின் உடன் இருந்து பஞ்சாபின் கவர்னராகச் செயல்பட்டு வந்தார்.

---

★ நாதிரா பானு - ஷாஜஹானின் ஒன்றுவிட்ட சகோதரர் பர்வேஸின் மகள். அழகும் புத்திசாலித்தனமும் நிறைந்தவள். நாதிராவுக்கும் தாராவுக்கும் மும்தாஜின் விருப்பப்படி திருமண ஏற்பாடுகள் செய்யப்பட்டிருந்தன. ஆனால் அந்தச் சமயத்தில்தான் பேரரசி பிரசவத்தில் இறந்துபோனாள். ஷாஜஹான் தீராச் சோகத்தில் மூழ்கிப் போனார். எல்லாக் கொண்டாட்டங்களுக்கும் காலவரையற்ற விடுமுறை அளிக்கப்பட்டது. நிச்சயிக்கப்பட்ட திருமணமும் நின்றுபோனது. பின்பு தாராவின் பிரிய சகோதரி ஜஹானாராதான், தனது தந்தையைத் தேற்றி, மீண்டும் திருமணம் குறித்து பேசி, அதற்கான மறுஏற்பாடுகளைச் செய்தாள். 1633 பிப்ரவரியில் திருமணத்தையும் நடத்தி வைத்தாள்.

இன்னொரு இளவரசரான ஷா சுஜா (வயது நாற்பத்தியொன்று), கிழக்கில் ஒரிஸ்ஸாவுக்கும் வங்கத்துக்கும் கவர்னராக இருந்தார். சுஜாவும் நல்ல வீரர். நிர்வாகத் திறன் உடையவர். ஷியா பிரிவினரை ஆதரிக்காதவர். ஆனால் அவர் சிற்றின்பங்களின் அடிமையாக இருந்தார். உல்லாசமே பிரதானம். உற்சாக பானமே உயிர்மூச்சு. நிலைத்துநின்று போராடும் குணமில்லாத சுஜா, ஔரங்கசீபின் கண்களுக்கு வலிமையான எதிரியாகத் தோன்றவில்லை.

கடைக்குட்டி இளவரசர் முராட் பக்ஷ் (வயது முப்பத்து மூன்று). குஜராத்தின் கவர்னர். இளரத்தம். அதிரடியாகக் களத்தில் இறங்கி எதிரிகளைத் தகர்க்கக் கூடியவர். வேகமான செயல்திறன். ஆனால் விவேகம் கிடையாது. தாரா, சுஜாவைவிட ஔரங்க சீபுக்கு நெருக்கமானவராக இருந்தார் முராட் பக்ஷ். எனவே ஔரங்கசீப் அவரைத் தனக்குத் தடையாகக் கருதவில்லை.

ஔரங்கசீப் தக்காணத்தில் இருந்தாலும் தனது சகோதரர்களின் ஒவ்வொரு செயல்பாடுகளையும் உன்னிப்பாகக் கவனித்தபடி தான் இருந்தார். தலைக்கு மேல் கத்திகள் தொங்கிக் கொண்டிருந் தன. ஒருவருக்குப் பிறகு அவரது தலைச்சான் பிள்ளைதான் அரியணை ஏறவேண்டும் என்ற விதிகள் முகலாயர்கள் பின்பற்றவில்லை. பேரரசராக அரியணை ஏற நினைப்பவன், தடைகளைத் தரையோடு தேய்த்து நசுக்கிவிட்டு, தனி ஆளாகப் பிழைத்து நிற்கவேண்டும். போட்டியாளர்களை வேரோடு பிடுங்கி அழித்தல் அவசியம். எங்கும் எந்தக் கிளையையும் விதையையும் விட்டுவைத்தல் என்றைக்கிருந்தாலும் கேடுதான். ‘என் சகோதரன் வேண்டுமானால் அரசனாகிக் கொள்ளட்டும். நான் ஓர் ஓரமாக ஒதுங்கி இருந்துகொள்கிறேன்’ என்று விட்டுக்கொடுக்கவோ, விலகி நிற்கவோ முடியாது. அது தற் கொலைக்குச் சமம்.

ஷாஜஹான் அரியணை ஏறியது சக போட்டியாளர்களை அழித்துப் புதைத்த பிறகுதான். அதுதான் வழி. அப்போதும் அப்படிப்பட்ட சூழ்நிலைதான் உருவாகியிருந்தது.

அதுவரை எந்த முகலாயப் பேரரசரும் அவ்வளவு வயது வாழ்ந்ததில்லை. ஆகவே அறுபத்தைந்து வயது கிழவர் ஷாஜ ஹான், படுக்கையில் விழுந்த செய்தி படுவேகமாகப் பரவியது. கால்கள் இரண்டும் முடங்கிப் போயிருந்தன. எலும்புகளில்

கடுமையான வலி. அதீதக் காய்ச்சல். இருபது வருடங்களுக்கு முன்பும் (1637) அவருக்கு இப்படி ஆகியிருக்கிறது. மூன்று வாரங்களில் குணமாகியது. ஆனால் இப்போது வயதாகி விட்டது. குணமாக வாய்ப்பில்லை என்றுதான் நம்பினார்கள், பேரரசருக்கு நெருக்கமானவர்கள்கூட.

ஓரிரு வாரங்கள் கழிந்தன. ஷாஜஹான் பால்கனியில் வந்து நின்று மக்களுக்குக் காட்சி கொடுக்கவே இல்லை. அது வதந்தியாக உருமாறியது. 'பேரரசர் இறந்துவிட்டார்.' டெல்லி யில் ஷாஜஹான் உடன் இருந்து கவனித்துக் கொண்டிருந்த தாராவும் அதைப்பற்றி வாய்திறக்காததால், இலவச இணைப் பாக இன்னொரு வதந்தியும் பரவியது, 'தாரா, பேரரசருக்கு விஷம் கொடுத்து கொன்றுவிட்டார்.'

தாராவின் செயல்களும் அப்படித்தான் இருந்தன. முதல் வேலையாக குஜராத், ஒரிஸ்ஸா, தக்காணம் நோக்கிச் செல்லும் பாதைகளை எல்லாம் கட்டுப்பாட்டில் கொண்டுவந்தார். எனவே ஒற்றர்கள் எல்லோரும் முடக்கப்பட்டார்கள். மற்ற மூன்று இளவரசர்களும் செய்தி எதுவும் கிடைக்காமல் தவித் தார்கள். ஆங்காங்கே அனுப்பட்டிருந்த முகலாய்ப் படைகளை டெல்லிக்குத் திரும்ப அழைத்திருந்தார். குறிப்பாக தக்காணத் திலிருந்து. இந்தச் செயல்கள் மற்ற மூன்று இளவரசர்களையும் தூண்டிவிட்டன.

ஷாஜஹானின் உடல்நிலை சற்றே தேறியதும் தாரா செய்த முதல் வேலை, தன்னை ஷாஜஹானுக்கு அடுத்த பேரரசராக அதிகார பூர்வமாக அறிவிக்கச் செய்ததுதான். பரவியிருந்த வதந்திகளுக் கெல்லாம் முற்றுப்புள்ளி வைக்கும்விதமாக, பால்கனியில் வந்து நின்று மக்களுக்குக் காட்சி கொடுத்தார் ஷாஜஹான் (செப் டெம்பர் 24). அப்போதுகூட சிலர் சந்தேகத்தை எழுப்பினார்கள். 'காட்சி கொடுத்தது பேரரசர்போலத் தெரியவில்லை. தாரா வேறு யாரையோ காண்பித்து ஏமாற்றுகிறார்.'

அந்த நவம்பரில் ஷாஜஹான் நன்றாகக் குணமடைந்திருந்தார். அவரது மனத்தில் தாராவை அரியணை ஏற்றி அழகு பார்க்க வேண்டும் என்ற ஆசையே மேலோங்கி இருந்தது. மற்ற இளவரசர்கள் அதை ஏற்றுக்கொண்டு சமாதானமாகப் போக வேண்டும் என்ற நட்பாசையும் இருந்தது. மற்ற எல்லோரையும் சமாளித்து அரியணையைத் தக்கவைத்துக் கொள்ளும் திறன்

தாராவுக்கு இருக்கிறது என்ற தப்புக்கணக்கும் போட்டிருந்தார். பிற மகன்கள் தனது கட்டளைகளுக்குக் கட்டுப்படுவார்கள் என்றும் எதிர்பார்த்தார். அனைத்துமே பொய்த்துக் கொண்டு இருந்தன.

●

ஏகப்பட்ட செல்வங்கள் இருந்தாலும், நகைகள் குவிந்து கிடந் தாலும் முகலாய்ப் பேரரசர் உட்கார்ந்து அவையை நடத்து வதற்கேற்ப மதிப்புமிக்க கம்பீரமான தங்க அரியணை ஒன்று அதுவரை இல்லாமல் இருந்தது. எனவே பேரரசர் ஷாஜஹான் தங்க ஆசனம் ஒன்றைச் செய்யச் சொல்லி உத்தரவிட்டார்.

முழுக்க பொன்னால் வடிவமைக்கப்பட்ட இந்த ஆசனம் முத்துக்கள், மரகதக் கற்கள், வைரக் கற்களால் அலங்கரிக்க பட்டது. இதில் ஷாஜஹான் கோஹினூர் வைரத்தையும் பதித்து அழகு பார்த்தார் என்று சொல்வார்கள். அதுபோக அக்பர் ஷா, ஷா, ஜஹாங்கிர் போன்ற புகழ் பெற்ற முகலாய வைரங்களும் அதில் பதிக்கப்பட்டன. உலகின் இரண்டாவது பெரிய மரகதக் கல்லான தைமுரும் ஆசனத்தை அலங்கரித்தது. ஆசனத்தின் நான்கு தூண்கள் உண்டு. அதன் மேல் கூரை. கூரையின் மேல் இரு மயில்களின் உருவம் இருப்பதுபோல வடிவமைக்கப்பட்டது. ஆகவே மயிலாசனம் என்ற பெயர் நிலைத்தது. திவான்-இ-அம் அவையில் போடப்பட்ட மயிலாசனத்தில் அமர்ந்து ஷாஜஹான் எல்லோரையும் சந்தித்தார்.

1657ல் டெல்லி கோட்டையில் மயிலாசனத்துக்கு அருகில் மற்று மொரு தங்க சிம்மாசனம் போடப்பட்டது. தர்பாரைக் கூட்டி அதில் அமர்ந்தார் தாரா. அவரது ரேங்க் 60000 ஆக உயர்த்தப் பட்டது. வருட மானியம் இரண்டு கோடியாக அதிகரிக்கப் பட்டது. தாராவின் மகன்களுக்கும் உயர்வுகள் அளிக்கப்பட்டன.

ஷாஜஹானிடமிருந்து மற்ற மூன்று இளவரசர்களுக்கு பிரத் யேகக் கடிதம் ஒன்று சென்றது. என் உடல்நிலை தேறிவிட்டது. நான் நலமாக இருக்கிறேன். கடிதத்தில் ஷாஜஹானின் கையெழுத்து, முத்திரை எல்லாம் இருந்தன.

முராட் பக்ஷ் அந்தக் கடிதத்தை நம்பவில்லை. ஒளரங்கசீபுக்கு செய்தி அனுப்பினார். 'அந்தக் கடிதம் நம்பும்படியாக இல்லை.

மயிலாசனத்தில் ஷாஜஹான்

போலி கையெழுத்து, போலி முத்திரை போலத் தெரிகிறது. எல்லாம் தாராவின் வேலைதான்.'

தாராவும் திட்டமிட்டு அடுத்தடுத்த காய்களை நகர்த்திக் கொண்டிருந்தார். ஷாஜஹான் மூலமாக முராட் பக்ஷுக்குக் கட்டளை ஒன்றை அனுப்பினார். 'குஜராத்திலிருந்து கிளம்பிச் சென்று பேராரின் நிர்வாகப் பொறுப்பை எடுத்துக் கொள்.'

அவர் கட்டளையை மதித்து பேராருக்குச் சென்றுவிட்டார் எனில் அவரால் ஆபத்தில்லை. முடியாது என்று மறுத்தால் அடுத்த நடவடிக்கையை எடுக்க வேண்டும் என்பது தாராவின் கணக்கு. முராட் பக்ஷ் அந்தக் கட்டளையை மதிக்கவில்லை. தன்னை குஜராத்தின் அரசராக அறிவித்து முடிசூட்டிக் கொண்டார். ஷா சுஜாவும் அதையேதான் செய்தார். தன்னை வங்கத்தின் அரசராக அறிவித்துக் கொண்டார். தன் உருவம்

பொறிக்கப்பட்ட நாணயங்களையும் வெளியிட்டார். ஒளரங்கசீப் தன்னையும் தக்காணத்தின் அரசர் என்று அறிவித்துக் கொண்டு இருக்கலாம். ஆனால் அவரது இலக்கு அதுவாக இருக்க வில்லை.

அந்தச் சமயத்தில் மற்ற மூவரைவிட ஒளரங்கசீப்தான் வலிமை யானவராக இருந்தார். தாராவுக்கு ஷாஜஹானின் முழு ஆதரவு இருந்தது. பேரரசரின் முகலாயப் படைகளும், ராஜபுத்திர படைப்பிரிவும் அவர் வசம்தான் இருந்தன என்றாலும் அவ ருக்குப் போர்க்கள அனுபவம் என்பது மிகவும் குறைவு. தாராவின் படைபலத்தை ஒப்பிடுகையில் ஒளரங்கசீபின் படைபலம் குறைவே. ஆனால் அவருக்குப் போர் அனுபவங் கள் அதிகம். கூடவே மிர் ஜும்லா, தக்காண சுல்தான்கள் வாரி வழங்கிய செல்வங்கள் ஒளரங்கசீபை மேலும் வலுப் படுத்தின.

தக்காண சுல்தான்களின் பரிபூரண ஆதரவும் தனக்கு எப்போதும் தேவை என்று உணர்ந்திருந்தார். ஆகவே அவர்களிடம் இறங்கிச் சென்று பேசினார். போர் என்றும், கோட்டைகளைக் கைப் பற்றுவதற்காகவும் முகலாயர்கள் தங்களிடம் வரம்பு மீறி நடந் திருந்தால் மன்னிக்கவும். எல்லாம் அவசரப்பட்டு செய்த பிழைகள். தங்களது மேலான நட்பு எனக்கு என்றும் தேவை. தாங்கள் எனக்கு இப்போது கொடுக்கும் ஆதரவு, பின்னால் நான் முகலாயப் பேரரசர் ஆனபிறகு தங்களுக்கு உதவியாக இருக்கும் - என்கிற ரீதியில் நட்புக் கடிதங்கள் அனுப்பினார். பலன் இருந்தது.

ஒளரங்காபாத்*. அங்கிருந்தபடியே ஆக்ரா மீதான ஆக்ரோஷ மான பாய்ச்சலுக்கு முழுஅளவில் தயாராகிக் கொண்டிருந்தார் ஒளரங்கசீப். அந்தக் குறைந்த காலத்திலேயே மிர் ஜும்லா ஒளரங்கசீபின் மனத்தில் குரு ஸ்தானத்துக்கு உயர்ந்திருந்தார். திட்டங்கள் ஒவ்வொன்றும் ஜும்லாவின் ஆலோசனைகளின்படி தயாராகின. ஜும்லாவும் ஒளரங்கசீபைத் தனது மகனாகவே நினைத்தார். உண்மையாக இருந்தார். இருவருக்குமிடையே

---

★ மாலிக் அம்பரின் உருவாக்கிய நகரமான கட்கியின் பெயர் அவரது மகன் பஃதே கானின் காலத்தில் பஃதேநகர் ஆனது. ஒளரங்சீப் தக்காணத்தில் இரண்டாவது முறையாக பொறுப்பேற்றுக் கொண்டபோது பஃதேநகரின் பெயரை ஒளரங்காபாத் என மாற்றினார்.

யான உறவு தாராவைத் தூங்கவிடவில்லை. ஆகவே ஷாஜஹான் மூலமாக ஓர் கட்டளை வந்து சேர்ந்தது.

'மிர் ஜும்லா உடனே ஆக்ராவுக்கு வந்துசேர வேண்டும்.'

தவித்துப் போனார் ஔரங்கசீப். மிர் ஜும்லாவின் குடும்பம் அப்போது ஆக்ராவில் இருந்தது. தான் செல்லாவிட்டால் குடும்பத்தினருக்கு ஏதாவது ஆபத்து வந்துவிடுமோ என்ற அச்சத்தில் கிளம்பத் தயாரானார் மிர் ஜும்லா. ஔரங்கசீப் உரிமையோடு தடுத்தார். 'போக வேண்டும் என்பது என் விருப்பம் அல்ல. பேரரசரின் கட்டளையை என்னால் மீற முடியாது' - ஜும்லா பதில் சொன்னார். ஔரங்கசீபுக்கு வேறு வழி தெரியவில்லை. மிர் ஜும்லா சகல மரியாதைகளுடனும் கைது செய்யப்பட்டார்.

இடைப்பட்ட காலத்தில் ஔரங்கசீபோடு இணைவதற்காகக் காத்திருந்தார் முராட் பக்ஷ். 'தாமதம் செய்வது சரியானதாகத் தோன்றவில்லை. இருவரும் இணைந்து ஆக்ராவை நோக்கிச் செல்லும் நேரம் இதுதான்.' முராட் பக்ஷிடமிருந்து ஔரங்க சீபுக்குத் தொடர்ந்து ரகசிய அழைப்புகள் சென்று கொண்டே யிருந்தன. ஔரங்கசீபும் தனது திட்டங்கள் குறித்து ரகசியத் தகவல்களைப் பகிர்ந்து கொண்டார். சுஜாவுக்கும் ரகசிய அழைப்பு போனது. ஆக்ராவிலிருந்து ரோஷனரா பேகமும் ஔரங்கசீபுக்கு அங்குள்ள நிலைகுறித்து தகவல்கள் அனுப்பிக் கொண்டிருந்தாள். எல்லாமே முழுக்க சங்கேத வார்த்தைகளால் ஆனவை. வெளிநபர் ஒருவர் அந்தக் கடிதத்தைக் கைப்பற்றினா லும் புரிந்துகொள்ள இயலாது.

நம் மூவருக்கும் எதிரி தாராதான். அவனை ஒழிப்போம். பிறகு பேரரசை சமமாகப் பிரித்துக் கொள்வோம். உடன்பாடு ஒன்று செய்துகொண்டார்கள்.

தக்காணத்தின் கவர்னராக தனது மகன் முவாஸ்ஸமை நியமித்தார் ஔரங்கசீப். மராத்திய வீரர்கள் சில ஆயிரம். மிர் ஜும்லாவின் பயிற்சி பெற்ற வீரர்கள் சில ஆயிரம். ஔரங்கசீபின் வீரர்கள் சில ஆயிரம். ஔரங்காபாதிலிருந்து ஔரங்கசீபின் படை கிளம்பியது. அதற்கு முன்பாகவே சமயோசிதமாக அவர் பரவவிட்ட தகவல், 'உடல்நிலை சரியில்லாமல் இருக்கும்

தந்தையைக் காண ஆக்ராவுக்கு வருகிறேன். தாராவின் பிடியிலிருந்து தந்தையை விடுவிப்பதே என் நோக்கம்.'

'என்னைப் பார்க்க நீ வரவேண்டாம்' என்று கட்டளையிட்டுத் தடுத்து நிறுத்த ஷாஜஹானால் இயலவில்லை.

●

1658ன் ஆரம்பத்திலேயே ஷா சுஜா, தன் படைகளோடு ஆக்ரா நோக்கிக் கிளம்பியிருந்தார். பிஹாரில் பல இடங்களைக் கபளீகரம் செய்து கொண்டுவந்த ஷா சுஜாவின் படை, ஜனவரி 24ல் வாரணாசியை அடைந்திருந்தது. ஆக்ராவுக்கு 500 மைல்களுக்கு அங்கே ஷா சுஜா மையம் கொண்டிருப்பதை அறிந்ததுமே தாராவும் ஷாஜஹானின் அனுமதியுடன் படைகளைத் தயார் செய்தார். தாராவின் தலைமையில் படைகள் தயாராயின. தாராவின் மூத்த மகன் சுலைமான் சுகோகும், அம்பரைச் சேர்ந்த ராஜபுத்திரர் ராஜா ஜெய் சிங்கும் தளபதிகளாக படையை வழிநடத்திச் சென்றார்கள்.

பிப்ரவரி 24 அதிகாலை. விடிந்தும் விடியாத தருணத்தில் வாரணாசிக்கு அருகில் ஓர் இடத்தில் சுலைமான் தலைமை யிலான படை, சுஜாவின் படைமீது பாய்ந்தது. எதிர்த்து நின்று போராட வாய்ப்பு கொடுக்காத அதிரடித் தாக்குதல். சுஜாவும் படையினரும் தப்பி ஓட ஆரம்பித்தார்கள். சுலைமான் விடாமல் துரத்தினார். ராஜா ஜெய் சிங்கும் உடன் சென்றார். கிட்டத்தட்ட பத்து வாரங்கள், சுமார் 350 கிலோமீட்டர் துரத்தல். வங்கம், ஒரிஸ்ஸா, கிழக்கு பிகார் என அது நீண்டது.

தாரா அங்கேயே சிலகாலம் இருந்துவிட்டு பின் ஆக்ரா திரும்பினார். இடைப்பட்ட காலத்தில் முகலாயத் தளபதி காசிம் கானின் தலைமையில் படை ஒன்றை குஜராத்துக்கு அனுப்பி யிருந்தார். அதாவது முராட் பக்ஷின் கட்டுப்பாட்டிலுள்ள இடங்களைக் கைப்பற்றவும், அவரது படைகளை முடக்கவுமே இந்த ஏற்பாடு. அதே சமயத்தில் மார்வாரின் ராஜா ஜஸ்வந்த் சிங் தலைமையில் தாரா அனுப்பிய படை ஒன்று மால்வாவை நெருங்கியது. முன்னேறி வரும் ஔரங்கசீபைத் தடுக்கவும், முராட் பக்ஷும் ஔரங்கசீபோடு இணைவதைத் தகர்க்கவும் இந்த ஏற்பாடு. ஔரங்காபாதிலிருந்து மெள்ள தன் பயணத்தை ஆரம்பித்த ஔரங்கசீப், பின் கொஞ்ச கொஞ்சமாக வேகத்தைக்

கூட்டி, பத்து வாரங்களில் உஜ்ஜையினிக்கு அருகில் வந்திருந்தார். அங்கு அவரோடு இணைந்து கொண்டார் முராட் பக்ஷ். இன்னும் சில வாரங்கள் பயணம் செய்தால் ஆக்ராவை நெருங்கிவிடலாம் என்ற சூழல்.

உஜ்ஜையினிக்கு அருகே ஔரங்கசீப், முராட் பக்ஷின் படைகளைத் தடுத்து நிறுத்த தயாராக இருந்தார் ஜஸ்வந்த் சிங். முன்னேறி வரும் இளவரசர்களோடு பேச்சுவார்த்தை நடத்தி அவர்களைத் திரும்பிப் போக வைக்க வேண்டும் அல்லது பாதையில் ஏதாவது தடைகளை ஏற்படுத்தி அவர்களை முன்னேறவிடாமல் தடுக்க வேண்டும். முகலாய இளவரசர்களோடு போரிடும் எண்ணம் ஜஸ்வந்த் சிங்குக்கு இல்லை. ஔரங்கசீபுக்கு பேச்சுவார்த்தை நடத்தும் எண்ணமில்லை. எனவே ஜஸ்வந்த் சிங், ஏகப்பட்ட தடுப்பு அரண்களை அமைத்தார். பாதைகளெங்கும் நீரைப் பாய்ச்சி, சகதிக்காடாக மாற்றினார். எல்லாவற்றையும் மீறி ஜஸ்வந்த் சிங்கின் வீரர்களோடு போரை மேற்கொண்டார் ஔரங்கசீப். சுமார் ஆறாயிரம் ராஜபுத்திர வீரர்களை இழந்த ஜஸ்வந்த் சிங், தனது தோல்வியை ஒப்புக் கொண்டார்.

உஜ்ஜையினியில் ஓரிரு நாள்கள் ஔரங்கசீபும் முராடும் ஓய்வெடுத்தார்கள். ஆக்ராவை நோக்கிய பாதையில் இனி தடைகள் இல்லை.

●

சுஜாவைத் துரத்திச் சென்ற சுலைமான் ஏற்படுத்திய காலதாமதம், தாராவுக்கு சங்கடத்தை ஏற்படுத்தியது. உடனே தன் மகனுக்கு செய்தி அனுப்பினார். 'சுஜாவைத் துரத்தியது போதும். முடிந்தால் அவனோடு சமாதானம் பேசிவிட்டு உடனே திரும்பு. இங்கே ஔரங்கசீப் ஆக்ராவை நெருங்கிக் கொண்டிருப்பதாகத் தெரிகிறது. உன் துணை எனக்கு உடனே தேவை.'

ஆனால் சுலைமானுக்காகக் காத்திருந்தால் ஆக்ரா பறிபோய் விடும் என்ற நிலையில், தாரா தன் வசமிருந்த பெரும் படைகளோடும், ராஜபுத்திரர்களின் துணையோடும் ஔரங்கசீபை வழியிலேயே மடக்குவதற்காக முன்னேறினார். ஷாஜஹானுக்கு அதில் இஷ்டமில்லை. தாராவுக்கு ஏதாவது நேர்ந்துவிடுமோ என்று பயந்து தடுக்க முயன்றார். 'ஔரங்கசீபையும் முராட்

பக்ஷையும் ஆக்ராவின் கோட்டைக்கு வரச் சொல். அவர்கள் என்னைச் சந்திக்கட்டும். நான் அவர்களோடு பேசி, அமைதியான தீர்வைக் கொண்டுவருகிறேன்.'

அது சாத்தியப்படாது என்று தோன்றியதால், தாரா அதற்குச் சம்மதிக்கவில்லை.

இந்நிலையில் ஔரங்கசீபுக்கு தன் மகள் ஜஹானரா பேகம் மூலம் கடிதம் ஒன்றை அனுப்பினார் ஷாஜஹான். 'என் அருமைச் சகோதரனே, தமது தந்தையின் உடல்நிலை இப்போது நன்றாக இருக்கிறது. மீண்டும் நிர்வாகத்தைத் தன் கையில் எடுத்துக் கொள்ள அவர் தயாராகிவிட்டார். இந்நிலையில் நீ படைகளோடு ஆக்ரா நோக்கி வருவது, பேரரசருக்கு எதிரான செயல். திரும்பிச் சென்றுவிடு.'

ஔரங்கசீபும் பதிலனுப்பினார். 'பேரரசருக்கு எதிராக நான் எதையும் செய்துவிடவில்லை. நான் இப்போது படை திரட்டி வருவது என்னைத் தற்காத்துக் கொள்ளத்தான். என் தரப்பு நியாயங்களை பேரரசரிடம் நான் தனியாக விளக்கிக் கொள்கிறேன்.'

ஆக்ராவுக்கு சற்றுத் தொலைவில் சாமுகர் என்ற இடம் போர்க்களமாக மாறக் காத்திருந்தது. ஜூன் 8. தாராவின் முகலாயர்கள், ராஜபுத்திரக் கூட்டணிப் படைக்கும், ஔரங்கசீப், முராட் பக்ஷ் கூட்டணிப் படைக்குமுமான மோதல் அங்கு தொடங்கியது. ஔரங்கசீப், களத்திலிருந்தபடியே போருக்கான வியூகங்களை அமைத்துக் கொடுத்தார். தள்ளி நின்று மேற்பார்வை பார்க்கவில்லை. இந்தத் தருணத்தைத் தவறவிட்டால், கனவுகளுக்கு எல்லாம் சொந்தமாகவே கல்லறை கட்டிக்கொண்டது போலாகிவிடும். ஆக, ஔரங்கசீபும் முராட் பக்ஷோடு சேர்ந்து முன்னின்று போராடினார்.

இரண்டு பக்கமும் வலிமையானதாக இருந்ததால், யாருடைய கை ஓங்கியிருக்கிறது என்றே கணிக்க முடியவில்லை. இருந்தாலும் தாராவின் படையினர் பலர் போர்க்களத்துக்குப் புதிதானவர்கள். படை வீரர்களின் எண்ணிக்கையை அதிகமாகக் காண்பிப்பதற்காக விவசாயிகள், கட்டட வேலை செய்பவர்கள், முடி திருத்துபவர்கள், கொல்லர்கள், தையல்காரர்கள் என்று அகப்பட்டவர்களையெல்லாம் பிடித்துவந்து கையில் ஆயுதங்

களைக் கொடுத்திருந்தனர். சுலைமானும் அவரது படைகளும் இல்லாதது தாராவின் பலத்தைக் குறைத்திருந்தது. அதேசமயம் தாராவின் இளைய மகன் சிபெர் சுகோக், தீரத்துடன் களத்தில் இருந்தான்.

ராஜபுத்திர வீரர்கள் ஔரங்கசீபுக்குச் சவாலாக இருந்தார்கள். ஒரு கட்டத்தில் முராட் பக்ஷ் எதிரி வீரர்களால் சூழப்பட்டார். அவர் மீது நாலாபுறம் இருந்து அம்புகள் பாய்ந்தன. யானை மீது அமர்ந்து போரிட்ட அவரை சில அம்புகள் பதம் பார்த்தன. பலத்த காயம். ஔரங்கசீபின் வீரர்கள் அவரை எப்படியோ மீட்டுக் கொண்டுவந்தார்கள். ராஜா ரூப்சிங் என்ற ராஜபுத்திர தளபதி சமயோசிதமாக ஔரங்கசீபை நெருங்கினார். படுவேகத்துடன் தாக்குவதற்காகப் பாய்ந்தார். ஔரங்கசீபின் பாதுகாப்பு வீரர்கள் வேகமாகச் செயல்பட்டு அவரைக் காப்பாற்றினார்கள். இன்னொருபுறம் தாராவின் முக்கியமான தளபதியான ருஷ்தம் கான் கொல்லப்பட்டிருந்தார்.

களத்தின் மையத்தில் தாரா, யானை ஒன்றின் மீது அமர்ந்து சுமார் இருபதாயிரம் குதிரை வீரர்களோடு படு சுறுசுறுப்பாக இயங்கிக் கொண்டிருந்தார். அந்தச் சமயத்தில் அவரது கை ஓங்கியிருப்ப தாகத் தோன்றியது. சட்டென ஒரு திருப்பம். தாராவின் அம்பாரியை ராக்கெட் ஒன்று தாக்கியது. அது தாராவைக் கலவரப்படுத்தியது. வேகவேகமாக யானை மீதிருந்து இறங்கிய அவர், குதிரை மீது ஏறி தாக்குதலைத் தொடர ஆரம்பித்தார்.

'என்ன இது, யானை மீது தாராவைக் காணவில்லை. அவருக்கு என்ன ஆயிற்று? ஆபத்தா? நாம் தலைமையை இழந்து விட்டோமா?' - தாராவின் வீரர்களுக்குள் அவநம்பிக்கை விதை விழுந்தது. அதுவே 'அட, தாராவை வீழ்த்திவிட்டோம்போல' என்று ஔரங்கசீபின் வீரர்களும் முராட் பக்ஷ் வீரர்களும் உற்சாகமாகப் போரிட ஆரம்பித்தார்கள். அவர்களது கரம் ஓங்கியது. தாராவின் வீரர்கள் சுமார் பத்தாயிரம் பேர் கொல்லப் பட்டனர். சில மணி நேரங்களில் தாராவின் வீரர்கள் வற்றிப் போனார்கள். தாராவின் கண்களுக்கு தனது வீரர்களின் முதுகுகள் மட்டுமே தென்பட்டன.

களத்திலிருந்து தப்பித்து ஆக்ராவை அடைந்தபிறகு தாராவால் மூச்சுவிட முடிந்தது. ஆக்ராவிலும் மக்கள் கலவரமடைந்திருந் தனர். எங்கும் கூச்சல், குழப்பம். அவமானமாக இருந்தது

தாராவுக்கு. எனவே ஷாஜஹானைச் சந்திக்கவில்லை. தனது மனைவி நாதிரா பானுவையும் குடும்பத்தினரையும் அழைத்துக் கொண்டு சில மணி நேரங்களிலேயே அங்கிருந்து கிளம்பினார், டெல்லியை நோக்கி. அவரது மகன் சிபெர் சுகோகும் தாராவுடன்தான் இருந்தார்.

ஷாஜஹான் உடைந்துபோயிருந்தார். தங்கத்தையும் செல்வங்களையும் மூட்டைகளாகக் கட்டி சில ஒட்டகங்கள் மீது ஏற்றி தாராவுக்குக் கொடுக்கச் சொன்னார். 'கஜானாவைத் திறந்து வையுங்கள். தாரா வந்து தனக்குத் தேவையானதை எடுத்துக் கொள்ளட்டும்' - டெல்லி கவர்னருக்கு அவசர கட்டளை ஒன்றைப் பிறப்பித்தார்.

●

ஒளரங்கசீபின் மனத்தில் சந்தோஷம். சாமுகர் போர்க்களத்திலேயே சிறப்புத் தொழுகை நடத்தினார். 'உன்னால்தான் இந்த வெற்றி சாத்தியமாயிற்று' - சகோதரர் முராட் பக்ஷைப் புகழ்ந்தார். அவரது காயங்களைக் குணப்படுத்த அவசர சிகிச்சைகள் நடந்தன. தாராவின் படையிலிருந்த பலர், ஒளரங்கசீப் பக்கம் சேர்ந்திருந்தார்கள்.

போர் முடிந்த இரண்டாவது நாள், ஆக்ராவை அடைந்தார் ஒளரங்கசீப். ஆலம்கீர் (அண்டத்தின் அரசர்) என்று பொரிக்கப்பட்ட வாள் ஒன்றை அனுப்பி ஒளரங்கசீபை வரவேற்றார் ஷாஜஹான். 'என்னைச் சந்திக்க கோட்டைக்கு வா' என்று செய்தியும் அனுப்பினார். ஆனால் ஒளரங்கசீபுக்குச் சந்தேகம். கோட்டையில் தன்னைக் கொல்ல ஏதாவது சதித்திட்டம் தீட்டப்பட்டிருந்தால்?

ஆகவே தனது தந்தைக்குச் செய்தி அனுப்பினார். 'ஆக்ரா கோட்டையை என்னிடம் ஒப்படைத்து விடுங்கள்.'

'கோட்டையின் கதவுகளை அடையுங்கள். அனைத்து வழிகளையும் மூடி வையுங்கள்' - ஷாஜஹான் உத்தரவிட்டார். ஏறக்குறைய 1500 பணியாளர்கள், வீரர்களுடன் கோட்டைக்குள்ளிருந்தபடியே போராட ஆரம்பித்தார்.

ஒளரங்கசீப் கோட்டையைச் சுற்றி ஆங்காங்கே பீரங்கிகளை நிறுத்தி வைத்தார். ஆனால் அந்த வலிமையான கோட்டைச்

சுவரைத் தகர்த்து உள்ளே புகுவது அவ்வளவு சுலபமான காரியம் அல்ல. ஔரங்கசீபும் அதனை விரும்பவில்லை. மூன்று நாள்கள் பொறுமையாக இருந்தார். ஷாஜஹான் பணிவதாக இல்லை. ஆக்ரா கோட்டையை சீக்கிரம் வசப்படுத்திக் கொள்வது அவசியம் என்று தோன்றியது. தந்திரமாக ஒரு காரியம் செய்தார் ஔரங்கசீப்.

யமுனை நதியிலிருந்து கோட்டைக்குள் குடிநீர் விநியோகம் நடைபெற்றுக் கொண்டிருந்தது. பேரரசரின் உபயோகத்துக்கு எப்போதுமே யமுனை நீர்தான். கோட்டைக்குள் கிணறுகள் இருந்தன. எல்லாம் வற்றாதவைதான். இருந்தாலும் எந்தக் கிணற்று நீரும் குடிப்பதற்குரிய சுவையில் இல்லை. ஔரங்கசீப் கோட்டைக்கான நீர் விநியோகத்தைத் தடுத்து நிறுத்தினார்.

உள்ளே பேரரசர் தவித்துப் போனார். 'தந்தையை இப்படியா கொடுமைப்படுத்துவாய்? தண்ணீரின்றித் தவிக்க விட்டிருக் கிறாயே?'

'இதில் என் தவறு ஏதுமில்லை. உங்களுடைய இந்த நிலைக்குக் காரணம் நீங்களேதான்' - என்று பதில் கடிதம் அனுப்பினார் ஔரங்கசீப். இதற்கு மேலும் தாக்குப்பிடிக்க முடியாது என்றுணர்ந்த ஷாஜஹான், தன் தளபதி பாசில்கானைத் தூது அனுப்பினார்.

'பேரரசர் உங்களைச் சந்திக்க விரும்புகிறார்' என்று பாசில்கான், ஔரங்கசீப்பிடம் சென்று கூறினார்.

'எனக்கும் அதில் விருப்பம் உண்டு. என் தந்தைமேல் நான் கொண்டுள்ள பாசம் என்பது யாராலும் புரிந்துகொள்ள இயலாதது. ஆனால் நான் அவரைச் சந்திக்க வேண்டுமெனில் அவர் சில விஷயங்களைச் செய்தே ஆக வேண்டும். ஆக்ராவின் கோட்டைக் கதவுகள் திறக்கப்பட வேண்டும். எனது வீரர்கள் உள்ளே அனுமதிக்கப்பட வேண்டும். அதற்குப் பின்னரே நான் அவரைச் சந்திக்க வருவேன். என்னால் அவருக்கு எந்தத் தீங்கும் நேராது. இதனை உங்கள் பேரரசரிடம் தெரிவியுங்கள்.'

மனம் வெறுத்த நிலையில் கோட்டைக் கதவுகளைத் திறக்க உத்தரவிட்டார் ஷாஜஹான். ஔரங்கசீப்பின் மகனான முகம்மது சுல்தான் கோட்டையைத் தன் கட்டுப்பாட்டுக்குள் கொண்டு

வந்தார். தன் தாத்தா ஷாஜஹானை உரிய மரியாதையோடு சென்று சந்தித்தார் முகம்மது சுல்தான்.

இரண்டு நாள்கள் கழித்து, ஜஹானராவிடமிருந்து ஔரங்க சீப்புக்கு ஒரு கடிதம் வந்தது. 'பேரரசின் பெரும்பகுதியை நீயே எடுத்துக் கொள். ஆனால் உன் சகோதரர்களுக்குச் சேர வேண்டிய பகுதிகளை மட்டும் நியாயமாக விட்டுக் கொடுத்துவிடு. இது சம்பந்தமாக தந்தை உன்னிடம் நேரடியாகப் பேச விரும்புகிறார். அதுதான் நீ அவருக்குச் செய்யும் மரியாதை.'

ஔரங்கசீப், ஷாஜஹானைச் சந்திக்கலாமா, வேண்டாமா என்று குழப்பத்தோடு சிந்தித்துக் கொண்டிருந்த வேளையில் அவரது பிரிய சகோதரி ரோஷனராவிடமிருந்து ரகசியத் தகவல் வந்தது. 'உன்னை ஆக்ரா கோட்டைக்குள் அழைத்து, பேசுவதுபோல நடித்து, அங்குள்ள பலம் வாய்ந்த பெண்களால் தாக்கிக் கொலை செய்வதாகத் திட்டம். எச்சரிக்கையாக இரு.'

ஷாஜஹான் கைது செய்யப்பட்டு கோட்டைக்குள்ளேயே சகல சௌகரியங்களுடனும் காவலில் வைக்கப்பட்டார். வெளி உலகுக்கும் அவருக்குமான தொடர்புகள் அனைத்தும் துண்டிக்கப்பட்டன. அவருக்குரிய பணியாளர்கள் மட்டும் அவரோடு இருக்க அனுமதி வழங்கப்பட்டது. கூடவே அந்த வயதானவரைக் கவனிக்க, அவரது பிரிய மகள் ஜஹானராவுக்கு மட்டும் சிறப்பு அனுமதி வழங்கியிருந்தார் ஔரங்கசீப். அவர் தன் தந்தையைச் சென்று சந்திக்கவே இல்லை.

ஆக்ரா முழுவதும் ஔரங்கசீபின் கட்டுப்பாட்டுக்குள் வந்தது. தனிப்பட்ட நகைகள் என்று எதுவும் கிடையாது. எல்லாமே அரசுடைய சொத்துக்கள். மக்களுக்கானவை. எனவே ஷாஜஹான் தன்னுடைய நகைகள் எல்லாவற்றையும் ஒப்படைக்க வேண்டும் என்று தன் மகன் முகம்மது சுல்தான் மூலம் சொல்லியனுப்பினார். ஷாஜஹான் ஒப்படைத்தார். மயிலாசனமும் ஔரங்கசீப் கையில் வந்தது.

அந்த ஜூன் 20 அன்று, ஔரங்கசீப் அவையைக் கூட்டினார். புதிய அமைச்சரவையை நியமித்தார். தான் நிர்வாகத்தைக் கையில் எடுத்துக் கொள்வதாக அறிவித்தார். அரியணையில் அமர்ந்து அவையை நடத்தினார். பேரரசராக முடிசூட்டிக் கொள்ள வில்லை.

'என் எதிரிகள் தோற்கடிக்கப்பட்டிருக்கிறார்கள். இன்னும் ஒழிக்கப்படவில்லை.'

●

தாரா, போரில் தோற்ற செய்தி சுலைமானை அடைந்தபோது அவர் ஆக்ராவுக்குக் கிழக்கே சுமார் 300 கிலோமீட்டர் தொலைவில் இருந்தார். ராஜா ஜெய் சிங், சுலைமானுக்கு ஆலோசனை வழங்கினார். 'டெல்லி நோக்கிச் சென்று ஔரங்கசீபை எதிர்ப்பது புத்திசாலித்தனமான செயலாகத் தோன்றவில்லை. பாதுகாப்பாக அலகாபாத்துக்குச் சென்று விடுங்கள்.'

சுலைமான் அலகாபாத்துக்குச் செல்ல முடிவெடுத்தார். அவரோடு ஆறாயிரம் வீரர்கள் இணைந்து கொண்டார்கள். ஆனால் ராஜா ஜெய் சிங், சில ஆயிரம் வீரர்களோடு பிரிந்து சென்றார், டெல்லி நோக்கி. ஔரங்கசீபோடு இணைந்துவிட முடிவெடுத்திருந்தார் அவர்.

அலகாபாத். கங்கை நதி. கடந்தார் சுலைமான். எப்படியாவது பஞ்சாபுக்குச் சென்று அங்கு தன் தந்தையுடன் இணைந்துவிட வேண்டுமென்பது சுலைமானின் திட்டம். அவருக்கிருந்த முனைப்பு அவரோடு வந்த வீரர்களுக்கு இல்லை. பெரும் பாலானோர் கழன்று கொண்டார்கள். சுலைமான், கார்வால் ராஜாவிடம் தஞ்சம் புகுந்தார்.

'பேரரசர் ஷாஜஹானின் பேரனா நீங்கள்! தங்களுக்கு என்ன உதவி வேண்டுமானாலும் செய்யக் காத்திருக்கிறேன்' - அந்த ராஜா அகமகிழ்ந்தார். தனது மகளை சுலைமானுக்கு திருமணம் செய்து வைத்தார். சுலைமான் சுகபோக வாழ்க்கையில் மூழ்கிப் போனார்.

●

சாமுகர் வெற்றி கிடைக்கக் காரணமாக இருந்த தனக்கும் பேரரசைப் பிரித்தளிக்க வேண்டும் என்று விரும்பினார் முராட் பக்ஷ். சுஜாவுக்கும் முராடுக்கும் பேரரசைப் பிரித்துக் கொடுப்பது குறித்து ஔரங்கசீப் மறுப்பு தெரிவிக்கவில்லை. ஆனால் ஔரங்கசீப் ஆக்ராவைக் கைப்பற்றி அதிகாரத்தைக் கைப்பற்றிக் கொண்டது முராட் பக்ஷ்-க்கு சந்தேகத்தையும்

அவநம்பிக்கையையும் கொடுத்தது. அவருடன் இருந்தவர்கள், ஔரங்கசீப்போடு போர்தொடுத்து ஆக்ராவைக் கைப்பற்றத் தூண்டிவிட்டார்கள். ஆனால் முராட் பக்ஷ் அதைக் கேட்கவில்லை. மாறாக, ஔரங்கசீபைச் சந்திப்பதை நிறுத்திக் கொண்டார்.

அது ஔரங்கசீபுக்கு உறுத்த ஆரம்பித்தது. இவன் எனக்கெதிராகச் செயல்பட ஆரம்பித்து விட்டானா? என் மகன் தாரா மீண்டும் படைதிரட்டி வந்து ஆக்ராவைக் கைப்பற்றுவான். எனக்கு நம்பிக்கை இருக்கிறது. ஷாஜஹான் புலம்பிக் கொண்டிருந்தார். சுஜா எங்கோ இருக்கிறான். ஔரங்கசீபை வெல்ல முராட் பக்ஷால் முடியுமே. அவனைக் கேட்டுப் பார்த்தால் என்ன? ஷாஜஹான் முராட் பக்ஷுக்கு ரகசியக் கடிதமொன்றை எழுதி னார். 'நீ உன் படை பலத்தால் ஆக்ராவைக் கைப்பற்று. ஔரங் கசீப்பை வீழ்த்து. நீயே ஆட்சிப் பொறுப்பை ஏற்றுக் கொள்.'

இந்தக் கடிதம் முராடை அடைந்தது. ஆனால் அதை கவனக்குறைவாகத் தவற விட்டுவிட்டார். அது ஔரங்கசீப்பின் கைகளுக்குச் சென்றது. முராட் பக்ஷுக்குக் கெட்ட நேரம் ஆரம்பித்தது.

முராட் பக்ஷின் முடிவு குறித்து பல்வேறு விதமான தகவல்கள் உண்டு. தான் பேரரசர் ஆவதற்குத் தடையாக இருக்கக்கூடா தென்ற எண்ணத்தில் ஔரங்கசீப் அவரைக் கொன்று விட்டார். இது ஒரு தகவல். முராட் ஏராளமாகக் குடித்துவிட்டு உல்லாசமாக இருந்தார். மது அருந்துவது இஸ்லாமுக்கு எதிரான செயல், எனவே ஔரங்கசீப் அவருக்கு மரண தண்டனை வழங்கினார் என்று ஒரு தகவல்.

முகலாய அவையில் இடம்பெற்றிருந்த இத்தாலியரான Niccolao Manucci* தரும் தகவல் வேறு மாதிரியானது. தாராவைத் தேடி

---

★ Niccolao Manucci (1636 - 1717) – எழுதிய முகலாயர்களின் வரலாறான Storia do Mogor அவரது நேரடி அனுபவங்களால் எழுதப்பட்ட புத்தகமாகச் சொல்லப்படுகிறது. தன் வாழ்க்கையில் பெரும் பகுதியை இந்தியாவிலும் முகலாயர்களுடனும் கழித்த நிக்கோலோ, ஷாஜஹான் ஆட்சியிலும், ஔரங்கசீப் ஆட்சியிலும் நிகழ்ந்த பல சம்பவங்களை மிக விரிவாக எழுதி வைத்துள்ளார். ஆனால் அக்பர், ஹுமாயூன், பாபர் குறித்து இவர் குறிப்பிட்டுள்ள பல விஷயங்களை தவறென வாதிடுகிறார்கள், பிற வரலாற்று ஆசிரியர்கள்.

ஔரங்கசீபும் முராட் பக்ஷும் ஆக்ராவிலிருந்து கிளம்பினார்கள். மதுராவில் முகாமிட்டிருந்தார்கள். ஆனால் முராட் பக்ஷ் விலகியே இருந்தார். தனியாகவே திரிந்தார். ஓய்வு சமயத்தில் முராட் பக்ஷ் வேட்டைக்குச் சென்று திரும்பிக் கொண்டிருந்தார். சில பரிசுப்பொருள்களை அவருக்கு அனுப்பிய ஔரங்கசீப், 'இரவு என்னோடு உணவருந்த வா' என்று அழைப்பும் விடுத்திருந்தார்.

மறுக்க முடியாமல் சென்றார் முராட் பக்ஷ். 'எவ்வளவோ போராட்டங்களுக்குப் பிறகு இன்று மகிழ்ச்சியாக இருக்கிறோம்' - ஔரங்கசீப் சொன்னார். அந்த விருந்தில் முராட் பக்ஷுக்கு மது பரிமாறப்பட்டது. அளவுக்கு மீறி அருந்தினார். அந்த இரவைக் கழிக்க அழகிய அடிமைப் பெண் ஒருத்தியையும் அளித்தனர். அதுவே முராட் பக்ஷின் வாழ்க்கையின் கடைசி இன்ப நிமிடங்கள்.

போதை தெளிந்து விழித்தபோது அவரது கை, கால்கள் கட்டப்பட்டிருந்தன. அங்கு ஔரங்கசீபும் இருந்தார். 'எல்லாம் இந்தப் பேரரசின் நலனுக்காகத்தான் செய்கிறேன்' - அண்ணனது வார்த்தைகள் அவருக்குக் கோபத்தை வரவழைத்தன. ஆனால் பிரயோசனமில்லை. முராட் பக்ஷைச் சார்ந்த பலரும் ஔரங்கசீபோடு இணைந்திருந்தனர்.

முராட் பக்ஷ் டெல்லிக்கு அனுப்பப்பட்டார். யமுனை நதியின் மையத்தில் அமைந்திருந்த கோட்டையில் காவல் வைக்கப்பட்டார். பின்பு குவாலியருக்கு மாற்றப்பட்டார். அங்கே கிட்டத்தட்ட மூன்றாண்டுகள் சிறைவாசம்.

முராட் பக்ஷ் மீது ஒரு கொலை வழக்கு இருந்தது. அதாவது அவர் குஜராத்தை நிர்வகித்தபோது அங்கு ஏகப்பட்ட குழறுபடிகள். அதனைச் சரி செய்வதற்காக, அலி நாகி என்றொரு வருவாய்த் துறை அமைச்சரை நியமித்தார் ஷாஜஹான். அலி நாகியின் கண்டிப்பான நிர்வாகத்தில், குளறுபடிகள் தீர்ந்தன. அதனால் ஊழல் செய்துவந்த பல அதிகாரிகள் முடக்கப்பட்டனர். அவர்கள் அலி நாகியை எப்படிப் பழிவாங்கலாம் என்று காத்திருந்தனர்.

சாமுகர் வெற்றியை முராட் பக்ஷ் கொண்டாடிக் கொண்டிருந்த போது அவருக்கு ஒரு மொட்டைக் கடிதம் வந்தது. 'அலி நாகி,

தாராவுக்கு ஆதரவாக செயல்படுகிறார். அவரால் உங்கள் உயிருக்கு ஆபத்து.' எல்லாம் அலி நாகியின் எதிரிகள் செய்த சதி.

முராட்டுக்கு கோபம் தலைக்கேறியது. அலி நாகியை வரவழைத்தார். என்ன, ஏதுவென்று தீர விசாரிக்காமலேயே கொலையும் செய்தார். இந்தக் கொலை சம்பந்தமான வழக்கு அப்போது குவாலியரில் விசாரிக்கப்பட்டது. முராட் பக்ஷ் மீதான குற்றம் நிரூபிக்கப்பட்டது. அவருக்கு மரண தண்டனை அறிவிக்கப்பட்டது. நிறைவேற்றப்பட்டது (1661, டிசம்பர்).

●

சாமுகர் தோல்விக்குப் பின் தாரா தஞ்சம் புகுந்திருந்த இடம் லாகூர். சுலைமானிடமிருந்து ஏதேனும் நல்ல செய்தி வரும் என்று எதிர்பார்த்து ஏமாந்து கொண்டிருந்தார். சுஜாவும் ஔரங்கசீப்பும் ஒன்றிணைந்துவிடக் கூடாது என்பதே அவரது முக்கியக் கவலையாக இருந்தது. காந்தஹார் படையெடுப்புக் காக பயன்படுத்தப்பட்ட தளவாடங்களில் ஒரு பகுதி லாகூரில் வைக்கப்பட்டிருக்க, அவற்றை எடுத்துக் கொண்டார். புதிதாகப் படை திரட்டும் முயற்சியில் இறங்கியிருந்தார் தாரா.

ஆனால் அவருடன் இருந்த வீரர்களே, அவரை விட்டுச் சென்று கொண்டிருந்தனர். இங்கும் ஔரங்கசீபைச் சமாளிக்கும் அளவுக்கு படை சேராவிட்டால், பெர்சியாவுக்குத் தப்பித்து விடத் திட்டமிட்டிருந்தார்.

அப்போது டெல்லியில்தான் தங்கியிருந்தார் ஔரங்கசீப். தாராவை ஒழிக்காமல் முடிசூட்டிக் கொள்ள ஔரங்கசீபுக்கு விருப்பமில்லை.

ஆனால் பேரரசின் அரியணையை நீண்ட நாள்களாக காலியாக வைத்திருக்க முடியாதே. 1658, ஜூலை 31. டெல்லியின் சாலிமர் தோட்டம். அரியணை ஏறினார் ஔரங்சீப். முகலாயப் பேரரசுக்குத் தன்னைப் பேரரசராக அறிவித்து முறைப்படி முடிசூட்டிக் கொள்ளவில்லை. அவர் உருவம் பொறிக்கப்பட்ட நாணயங்கள் வெளியிடப்படவில்லை. அதற்கான குத்பா நடத்தப்படவில்லை. கொண்டாட்டங்களும் நடைபெற வில்லை. அது ஓர் எளிமையான விழா.

தாரா இருக்கும் திசை நோக்கி ஔரங்கசீபின் படைகள் நகர ஆரம்பித்தன. தாரா முல்டானில் இருப்பதாக ஔரங்கசீபுக்குச் செய்தி கிடைத்தது. அதே சமயத்தில் இன்னொரு செய்தியும் ஔரங்கசீபைக் கொஞ்சம் கலவரப்படுத்தியது. ‘சுஜா, ராஜ்மஹாலிலிருந்து பாட்னாவுக்குச் சென்றிருக்கிறார்.’

ஒருவேளை சுஜா, ஆக்ராவை ஆக்கிரமிக்கத் திட்டமிடுகிறானா? சந்தேக நெருப்பு பற்றிய மறுநொடியே ஔரங்கசீப் தனது நம்பிக்கைக்குரிய தளபதிகளிடம் தாராவைத் துரத்திப் பிடிக்கும் பொறுப்பை ஒப்படைத்தார். அவர் ஆக்ரா நோக்கி திரும்பலானார்.

அந்த அக்டோபரில் பாட்னாவில் மையம் கொண்டிருந்த சுஜாவின் எண்ணத்தில் ஆக்ரா இருந்தது உண்மையே. ஔரங்கசீப் ஆக்ராவுக்குத் திரும்பியபோது, சுஜா வாரணாசியில் இருந்தார். ஔரங்கசீப், ஆக்ராவைக் கைப்பற்றியதுமே தக்காணத்தில் தான் சிறைபிடித்து வைத்திருந்த குருநாதர் மிர் ஜுூம்லாவை விடுவிக்கச் சொன்னார்.

அப்போது மிர் ஜுூம்லா மனவருத்தங்களை எல்லாம் மறந்து, சுஜாவை எதிர்த்துப் போராடுவதற்காக, தனது படைகளோடு ஔரங்கசீபோடு இணைந்திருந்தார். ஔரங்கசீபின் மகன் முகம்மது சுல்தானும் தன் தரப்பு படைகளோடு போருக்காகக் காத்திருந்தார். எதிர்த் திசையில் சுஜாவின் படைகளும் புழுதியைக் கிளப்பிக் கொண்டிருந்தன. அந்த இடம் கோராவின் அருகிலுள்ள கஜ்வா என்ற கிராமம். (1659, ஜனவரி).

போர் நடக்கவிருந்த அந்த தினத்தின் விடியலுக்கு முன்பாகவே ஔரங்கசீபின் படையில் ஒரு குழப்பம். உஜ்ஜையினியில் ஔரங்கசீபால் தோற்கடிக்கப்பட்ட ராஜா ஜஸ்வந்த் சிங்கும் அப்போது ஔரங்கசீபின் கூட்டணியில் இருந்தார். ஷாஜஹானின் விசுவாசியான அவருக்குள் திடீரென மனமாற்றம்.

சுமார் 14000 வீரர்களை அழைத்துக் கொண்டு போர்க்களத்திலிருந்து கிளம்பிவிட்டார். அவர் சுஜாவோடு சென்று இணைந்துவிடுவாரோ என்று ஔரங்கசீபுக்குச் சந்தேகம். ஆனால் ஜஸ்வந்த் சிங் அப்படி எதுவும் செய்யவில்லை. ராஜஸ்தானின் திசையில் சென்றார்.

ஜஸ்வந்த் சிங்கின் செயல் ஔரங்கசீப் வீரர்களிடையே கலவரத்தையும், சுஜாவின் வீரர்களிடையே உற்சாகத்தையும் அளித்திருந்தது. ஔரங்கசீப் அலட்டிக் கொள்ளவில்லை. விடியல் நேரத் தொழுகையில் ஈடுபட்டார். தனது யானை மீதேறி படைகளைக் கட்டுக்குள் கொண்டுவந்தார். ஜஸ்வந்த் சிங் பல்லாயிரம் வீரர்களோடு விலகிச் சென்றிருந்த போதும், ஔரங்கசீபின் படை சுஜாவின் படையைவிட மூன்று மடங்கு பலம் வாய்ந்ததாக இருந்தது.

சுஜா, திறமையான வீரர்தான். சிறப்பான போர் வியூகங்களை அமைக்கும் வித்தகர்தான். போர் ஆரம்பித்த முதல் சில மணி நேரங்களில் சுஜாவின் யானைப் படை ஔரங்கசீபின் வீரர்களைத் துவம்சம் செய்தன. ஔரங்கசீபே, ஒரு யானையின் தாக்கு தலிலிருந்து சமயோசிதமாக உயிர் தப்பினார். அடுத்த சில நிமிடங்களில் தன் வீரர்களுக்கு கட்டளை ஒன்றை இட்டார். 'யானைகளின் கால்களை வலிமையான இரும்புச் சங்கிலிகளால் ஒன்றோடொன்று கட்டி விடுங்கள்.'

சங்கிலிகளோடு பதுங்கி ஊர்ந்த ஔரங்கசீபின் வீரர்கள், யானைகளின் கால்களைச் சிறைப்படுத்தினார்கள். பின் ஔரங்கசீப் படையின் பீரங்கித் தாக்குதல் விடாமல் நடந்தது. சுஜாவின் யானை, காயம்பட்டுச் சரிந்து விழுந்தது. வெற்றி ஔரங்கசீப் வசம் விழுந்தது. குதிரை ஒன்றின் மீதேறி தப்பித்து ஓடினார் சுஜா.

மிர் ஜும்லா, முகம்மது சுல்தான் தலைமையில் முப்பதாயிரம் வீரர்கள் சுஜாவைத் துரத்திப் பிடிக்கக் கிளம்பினார்கள். அது எளிதான காரியமாக இருக்கவில்லை. கிழக்கு நோக்கித்தான் ஓடினார் சுஜா. எல்லாம் அவரது ஆளுகையிலிருந்த பகுதிகள். பரிச்சயமான பிரதேசங்கள். ஒரு வருடத்துக்கும் மேல் துரத்தல் தொடர்ந்தது. இடைப்பட்ட காலத்தில் முகம்மது சுல்தான், மூத்தவரான மிர் ஜும்லாவுக்குக் கட்டுப்படாமல் நடந்தார். இருவருக்குள்ளும் ஏகப்பட்ட பிணக்குகள். முகம்மது சுல்தானுக்கு சுஜாவின் பேரழகு மகள் குல்ருக் பேகம் மீதும் ஒரு கண் இருந்தது.

முகம்மது சுல்தானின் நடவடிக்கைகளில் அதிருப்தி கொண்ட ஔரங்கசீப், 'டெல்லிக்கு உடனே திரும்பு' என்றொரு கட்டளையை அவருக்குப் பிறப்பித்தார். முகம்மது சுல்தான்

அதைக் கண்டுகொள்ளவில்லை. முகலாய வீரர்கள் முகம்மது சுல்தானைக் கைது செய்தார்கள்*.

மிர் ஜும்லா, சுஜாவைத் தொடர்ந்து துரத்தினார். 1661ன் மே மாதத்தில் சுஜா, தனது ஒரு சில ஆதரவாளர்களுடன் கிழக்கு வங்கத்திலிருந்து வெளியேறினார். மூர்க்க குணம் நிறைந்த மெக் என்ற பழங்குடியினர் வாழும் காட்டுக்குள் தஞ்சம் புகுந்தார். எவ்வளவு நாள்கள்தான் பயந்து ஓடுவது, பதுங்கியே இருப்பது. இழந்ததை எல்லாம் மீண்டும் அடைய வேண்டாமா? அரகான் என்ற கிழக்கு வங்கப் பகுதியை ஆண்ட அரசரது ஆட்சிக்குள் பட்ட பகுதி அது. அந்த அரசர் படை உதவி செய்வாரா? அல்லது அவரைக் கொன்றுவிட்டு படைகளை நம் வசப்படுத்திக் கொள்ளலாமா?

சுஜா, தீட்டிய சதித்திட்டம் எப்படியோ வெளியில் கசிந்தது. மெக் பழங்குடியினர் சுஜாவைக் கொன்றார்கள். அந்தச் செய்தி மிர் ஜும்லாவால் ஔரங்கசீபுக்கு அனுப்பட்டது, கஜ்வா போர் முடிந்து பதினாறு மாதங்கள் கழித்து.

●

1658, செம்டெம்பர். காந்தஹார் வழியாக எப்படியாவது பெர்சியாவுக்கு நுழைந்துவிடுவதே தாராவின் எண்ணம். ஆனால் அவரது மனைவியும் குடும்பத்தினரும் அதற்கு ஒத்துழைக்கவில்லை. 'எங்களால் இயலவில்லை. குளிர் தொடங்கும் நேரத்தில் அந்த மலைப் பாதைகளில் சென்று மாட்டிக் கொள்ள வேண்டுமா?'

ஆகவே தாரா, குஜராத்தின் திசைக்குத் திரும்பினார். 1659ன் ஜனவரியில் அஹமதாபாதை அடைந்தார். அப்போது அவருடன் இருந்த படைவீரர்கள் வெறும் 3000. அங்கே எதிர்பாராத விதமாக ஓர் உதவி கிடைத்தது. குஜராத்தின் கவர்னர் ஷா நவாஸ் கான்**, தாராவை மரியாதையுடன் வரவேற்றார். 'தங்கள் தேவைக்கு

---

★ முகம்மது சுல்தான், குல்ருக் பேகத்தை திருமணம் செய்துகொண்டு சுஜாவின் ஆதரவாளராக மாறிப்போனார் என்றொரு தகவலும் உண்டு. கைது செய்யப்பட்ட பின், அவர் குவாலியரின் சிறையிலடைக்கப்பட்டார். பல ஆண்டுகள் சிறைவாசம். 1676 டிசம்பரில் முகம்மது சுல்தான் சிறையிலேயே இறந்துபோனார்.

★★ ஔரங்கசீபின் முதல் மனைவியான தில்ராஸ் பானு பேகத்தின் தந்தை.

உதவக் காத்திருக்கிறேன். கஜானாவைத் திறந்து வைக்கிறேன். தங்கள் விருப்பம்போல எடுத்துக் கொள்ளுங்கள். சூரத்தில் தயாரிக்கப்பட்ட பீரங்கிகள் தயாராக இருக்கின்றன.'

தாரா புத்துணர்வு பெற்றார். மீண்டும் அவரது கண்களில் ஆக்ராவின் அரியணை மின்ன ஆரம்பித்தது. அதேசமயத்தில் மார்வாரின் ராஜா ஜஸ்வந்த் சிங், எந்த நேரம் வேண்டுமானாலும் தாராவின் பக்கம் சேருவதற்கான வாய்ப்புகள் இருந்தன. அம்பரின் ராஜா ஜெய் சிங், மூலமாக ஜஸ்வந்த் சிங்குடன் பேச்சுவார்த்தை நடத்தினார் ஔரங்கசீப். ஜஸ்வந்த் சிங்கின் மனநிலை மாற்றப்பட்டது.

ஔரங்கசீப், கஜ்வாவில் சுஜாவைத் தோற்கடித்துவிட்டு திரும்பிக் கொண்டிருந்தார். அவர் தாராவுடனான போரை 'ஜிகாத்' (புனிதப்போர்) என்றார். 'தாரா ஓர் உண்மையான இஸ்லாமியன் அல்ல. மதவிரோதி. அவனது கைகளில் பேரரசு சென்றுவிட்டால் அது யாருக்குமே நல்லதல்ல.' ஔரங்கசீப், வெளிப்படையாக அறிவித்தார். தாரா இருக்கும்வரை அரியணைக்கு ஆபத்துதான் என்பதால், அந்தமுறை வெகு தீர்க்கமாக, மூர்க்கமாக அவரைத் தேடிச் சென்று கொண்டிருந்சதார் ஔரங்கசீப்.

புதிதாகச் சேர்ந்த படைகளுடனும் ஆயுதங்களுடனும் அஹமத் நகரிலிருந்து கிளம்பியிருந்தார் தாரா. மார்ச் 21, அஜ்மீருக்கு அருகில் தியோராய் என்ற இடத்தில் ஔரங்கசீப் முகாமிட்டிருந்தார். தாராவும் அதிலிருந்து மூன்று கிலோமீட்டர் தொலைவில்தான் இருந்தார். மோதித்தான் ஆகவேண்டும் என்ற சூழல். தாரா, பீரங்கிகளை தக்க இடங்களில் நிறுத்திவைத்து வியூகங்கள் அமைக்க ஆரம்பித்தார்.

மறுநாள் யுத்தம் ஆரம்பித்தது. சாமுகர் யுத்தம் சில மணி நேரங்களில் முடிந்துபோனது. ஆனால் தியோராய் யுத்தத்தில், தாரா தகுந்த அளவில் தடுப்பரண்களை அமைத்துத் தாக்கியதால் மூன்று நாள்களுக்கு நீண்டது. அதிக எண்ணிக்கையிலான பீரங்கிகள் ஔரங்கசீப் படையினரின் முன்னேற்றத்தைத் தடுத்தன. மூன்றாவது நாளில் ஔரங்கசீபின் கை ஓங்கியிருந்தது. தடுப்பு அரண்களைத் தகர்த்து முன்னேறினார்.

தாரா, தனது மகன் சிபெர் சுகோக் உடன் காட்டுக்குள் புகுந்து ஓட ஆரம்பித்திருந்தார். தனது குடும்பப் பெண்களை அனா சாகர்

என்ற ஏரிக்கரையில் காத்திருக்கச் சொல்லியிருந்தார். கை நிறைய, பை நிறைய செல்வங்கள், சில ஒட்டகங்கள், யானைகள். தாராவிடமிருந்து எந்தச் செய்தியும் வராத சூழலில் அவரது மனைவியும் மற்றவர்களும் அங்கிருந்து தப்பி ஓடியிருந்தார்கள். மறுநாள் மாலையில் தாரா அவர்களோடு இணைந்துகொண்டார். ஆனால் அவர்களது பொருள்கள் எல்லாம் கொள்ளை போயிருந்தன.

'தாராவைத் தப்பிக்க விடாதீர்கள். விரட்டிப் பிடியுங்கள். கைது செய்து என் முன் கொண்டு வாருங்கள்.' ஔரங்கசீபின் கட்டளை இது. அதனை நிறைவேற்றக் கிளம்பியவர்கள் ஒரு காலத்தில் தாராவுக்கு ஆதரவாக இருந்த ராஜா ஜெய் சிங்கும், ராஜா ஜஸ்வந்த் சிங்கும்.

தாராவுக்குச் செல்லும் இடமெல்லாம் துயரங்களே காத்திருந்தன. யாரும் தஞ்சம் கொடுக்கவோ, உதவி செய்யவோ முன்வரவில்லை. ஔரங்கசீப் பல இடங்களுக்கு தனது எச்சரிக்கையைப் பரவ விட்டிருந்தார். தன் குடும்பத்துப் பெண்கள் தங்குவதற்குரிய ஒரு பாதுகாப்பான இடத்தைக் கூட அளிக்க முடியாத சூழலில் தாரா, மனம் வெதும்பிப் போய் இருந்தார்.

ஓய்வாக ஓரிடத்தில் உட்கார்ந்து சற்றே கண்ணயர முடியவில்லை. ராஜா ஜெய் சிங், விடாமல் துரத்திக் கொண்டு வந்தார். அவர் நினைத்திருந்தால் தாராவை வளைத்துப் பிடித்து கைது செய்திருக்கலாம். ஆனால் பழைய பாசம் தடுத்தது. தாராவை முகலாயப் பேரரசின் எல்லையைவிட்டு வெளியே துரத்திவிட வேண்டும் என்ற எண்ணத்தோடு துரத்தினார்.

தாரா, ஷெஹ்வான் என்ற இடத்தின் வழியே சிந்து நதியையும் முகலாயப் பேரரசின் எல்லையும் கடந்தார். தன் குதிரையை டெல்லி நோக்கித் திருப்பினார் ஜெய் சிங்.

போலன் கணவாய் பகுதியில் சென்று கொண்டிருக்கும்போது நாதிரா பானு நோய்வாய்ப்பட்டாள். வயிற்றுப்போக்கு. இறந்துபோனாள். விஷமருந்தி தற்கொலை செய்து கொண்டாள் என்கிறார் வரலாற்றாசிரியர் நிக்கோலோ. தனது இறுதிச் சடங்குகளை இந்தியாவில் நடத்த வேண்டும் என்பது நாதிரா பானுவின் கடைசி ஆசை. தாரா தனது மனைவியின் கடைசி

ஆசையை நிறைவேற்றினார். அப்போதும் விசுவாசமாக இருந்த சொற்ப வீரர்கள் சிலர், நாதிராவின் உடலைச் சுமந்துகொண்டு லாகூருக்குச் சென்றார்கள். இறுதிச் சடங்கை நிறைவேற்றினார்கள்.

அடுத்து எங்கே செல்ல? என்ன செய்ய? தாரா யோசிக்கக்கூட திடமின்றிக் கிடந்தநிலையில் ஆதரவாக நீண்டது ஒரு கரம். மாலிக் ஜீவான். ஆப்கனிய பழங்குடி தலைவர். முன்னொரு முறை வழக்கு ஒன்றில் சிக்கியிருந்தார் ஜீவான். அதனை விசாரித்த ஷாஜஹான், ஜீவானுக்கு மரண தண்டனை விதித்தார். 'இவனது தலையை யானை மிதித்துக் கொல்லட்டும்.' அந்தச் சமயத்தில் தாராதான், ஜீவானுக்காகப் ஷாஜஹானிடம் பரிந்துபேசி, தண்டனையிலிருந்து தப்பிக்க வைத்தார்.

தாராவின் முகத்தில் நீண்ட நாள்கள் கழித்து நிம்மதியின் நிழல். ஜீவானின் இடத்துக்குச் சென்று நிம்மதியாக உறங்கினார். பாதுகாப்பாக உணர்ந்தார். ஜீவானை நன்றிப் பெருக்கோடு நோக்கினார். ஆனால் அவரோ ஒளரங்கசீபுக்கு ரகசியமாகத் தகவல் அனுப்பியிருந்தார். 'தாராவைப் பிடித்து வைத்திருக்கிறேன்.'

அடுத்த சில தினங்களின் ஒளரங்கசீபின் தளபதி பகதூர் கான் படையுடன் ஜீவானின் இடத்துக்கு வந்தார். தாரா, எதிர்ப்பு காட்டும் நிலையில்கூட இல்லை. அவரும், சிபெர் சுகோகும், குடும்பத்தின் மற்றவர்களும் கைது செய்யப்பட்டார்கள். டெல்லிக்குக் கொண்டு செல்லப்பட்டார்கள்.

நலிவடைந்த பெண் யானை. அதன்மேல் கிழிந்த உடைகளுடன், கை, கால்கள் சங்கிலியால் பிணைக்கப்பட்ட நிலையில் தாரா. அருகில் அதேபோல சிபெர். அவர்களை வாளால் மிரட்டியபடியே நாஸர் பெக் (ஒளரங்கசீபின் பிரியத்துக்குரிய அடிமை). வீதி வீதியாக ஊர்வலம். சிலர் தூற்றினார்கள். சிலர் அவருக்காகக் கண்ணீர் சிந்தினார்கள்.

மறுநாள் தாரா மீதான குற்றங்களுக்கான விசாரணையை நடத்தினார் ஒளரங்கசீப். அச்சமயத்தில் 'என் அருமைச் சகோதரனே, நான் பொது வாழ்க்கையைவிட்டு விலகி விடுகிறேன். எங்காவது ஒரு மூலையில் இருந்தபடி உன் நலனுக்காகப் பிரார்த்தனை செய்கிறேன்' - என்று கெஞ்சிக் கொண்டதாகவும் சொல்கிறார்கள்.

ஒளரங்கசீப், எந்தக் கோரிக்கைக்கும் செவிசாய்க்கவில்லை. அதுவரை வாழ்க்கையில் தாராவால் அவர்பட்ட காயங்கள் வருத்தின. முகலாயப் பேரரசை ஆள ஒரு பேரரசர்தான் இருக்கவேண்டும். இன்னொருவர் போட்டிக்கு இருக்கும்வரை ஒருவரால் அதனைச் சிறப்பாக ஆளமுடியாது. தாரா, என்றைக்குமே ஆபத்தானவன். அழிக்கப்பட வேண்டியவன்.

'நீ ஓர் உண்மையான இஸ்லாமினாக நடந்துகொள்ளவில்லை. மதத் துரோகம் செய்திருக்கிறாய்.'

தாரா மீது சொல்லப்பட்ட முக்கியக் குற்றச்சாட்டு இதுவே. அதற்காக அவருக்கு மரண தண்டனை விதித்தார் ஒளரங்கசீப். அன்று இரவு (1659, செப்டம்பர் 9), தாரா கொல்லப்பட்டார். அதே சிறையில் அடைக்கப்பட்டிருந்த சிபெர் சுகோகால், கதறியழ மட்டுமே முடிந்தது. தாராவின் தலை ஒளரங்கசீபுக்கு அனுப்பி வைக்கப்பட்டது. தனது பிரியத்துக்குரிய சகோதரனின் அந்த வெற்றிக்காக, பெரிய விருந்து ஒன்றை ஏற்பாடு செய்து கொண்டாடினாள் சகோதரி ரோஷனரா.

●

தாராவை ஒழித்தாகிவிட்டது. அவரது மூத்த மகன் சுலைமான் சுகோகை விட்டுவைத்தலாகுமா? ஒளரங்கசீப் அனுப்பிய படைகள், கார்வாலைச் சூழ்ந்தன. 'சுலைமானை ஒப்படைந்து விடுங்கள்' - கார்வாலின் ராஜாவுக்கு அழுத்தம் கொடுக்கப் பட்டது. மனமே இல்லாமல் தனது மருமகன் சுல்தானை ஒப்படைத்தார் அவர்.

சங்கிலிகளால் பிணைக்கப்பட்ட சுலைமான், டெல்லி நகர வீதிகளில் இழுத்து வரப்பட்டார். நல்ல உயரம். ஆஜானுபாகு வான தோற்றம். காண்பவரை வசீகரிக்கும் இளமை. ஆனால் தெருவோரங்களில் கூடியிருந்த மக்களில் பலர் அவருக்காகக் கண்ணீர் சிந்தும் நிலைமை.

அவையில் ஒளரங்கசீப் சுலைமானை உற்று நோக்கினார். சுலை மான் திமிறவில்லை. அமைதியாக ஒரே ஒரு கோரிக்கையை மட்டும் முன்வைத்தார். 'எனது மரணம் கொடூரனமானதாக இருப்பதை நான் விரும்பவில்லை. கௌரவமான முறையில் உயிரிழக்க விரும்புகிறேன்.'

சுலைமான் குவாலியருக்கு அனுப்பப்பட்டார். அங்கே சிறை யிலடைக்கப்பட்டார். தினமும் காலையில் சுலைமானுக்கு கொஞ்சம் கொஞ்சமாக விஷம் கொடுக்கப்பட்டது. ஒரே வருடம். உடல் வற்றிப்போய் ஒரு பிண்டமாகக் கிடந்த அவர், இறந்துபோயிருந்தார் (1662, மே).

தாராவின் மகனான சிபெர் சுகோகையும், முராட் பக்ஷின் மகனான ஆஸாத் பக்ஷையும் கொஞ்ச நாள்கள் சிறையில் வைத்திருந்தார் ஔரங்கசீப். பிறகு மருமகன்களாக்கிக் கொண் டார். ஔரங்கசீபின் மூன்றாவது மகளை சிபெரும், ஐந்தாவது மகளை ஆஸாதும் திருமணம் செய்துகொண்டார்கள்.

# ஔரங்கசீப்

காலம் : 1618 - 1707
ஆட்சி : 1658 - 1707

கிஸிராபாத். டெல்லியிலிருந்து சற்றே தள்ளி அமைந்துள்ள பகுதி. ஔரங்கசீப் அங்குதான் முகாமிட்டிருந்தார். ஜோதிடர்கள் கணித்துக் கூறிய நல்ல நாளுக்காகக் காத்துக் கொண்டிருந்தார். பிரச்னைகளுக்கும் பிரச்னைக்குரியவர்களுக்கும் முடிவு கட்டியாயிற்று அல்லது முடிவு கட்டி விடலாம் என்ற நம்பிக்கை வந்துவிட்டது. இனி பேரரசராக முறைப்படி முடிசூட்டிக் கொள்வது ஒன்றுதான் பாக்கி.

1659, ஜூன் 15. காலையில் ராஜ ஊர்வலம் ஆரம்பமானது. அலங்கரிக்கப்பட்ட யானைகள், குதிரைகள், ஒட்டகங்கள், அணிவகுக்கும் வீரர்கள், கம்பீரமான கண்கவர் உடையில் ஔரங்கசீப். சூரிய உதயத்திலிருந்து மூன்று மணி நேரம் சில நிமிடங்கள் கழிந்ததும், திவான்-இ-அமில் போடப்பட்டிருந்த மயிலாசனத்தில் அமர்ந்தார் ஆலம்கீர் ஔரங்கசீப்*.

அன்று கோலாகலமான நிகழ்ச்சிகளோடு ஆடம்பரமான விழா நடந்தது. கொண்டாட்டங்கள் நள்ளிரவு வரை நீண்டன. அவை அடுத்த பல வாரங்களுக்குத் தொடர்ந்தன.

●

ஔரங்கசீப் அரியணை ஏறிய புதிதில், ஏற்கெனவே இருந்த பல வைஸ்ராய்களை நீக்கிவிட்டு,

---

★ ஆலம்கீர் என்றால் பெர்சிய மொழியில் பிரபஞ்சத்தை வெல்லப் பிறந்தவன் என்று பொருள்.

புதியவர்களை நியமித்தார். ஷாஜஹானுக்குக் கீழிருந்த சில அமைச்சர்கள் ஔரங்கசீபோடு இணைய விரும்பாமல் விலகிக் கொண்டார்கள். பல அமைச்சர்கள், பணிவோடு ஔரங்கசீபுடன் கைகோர்த்துக் கொண்டார்கள்.

தான் ஆட்சியைப் பிடிக்க பல விதங்களிலும் உதவியாக இருந்த, தனது வழிகாட்டி மிர் ஜும்லாவை வங்கத்தின் கவர்னராக நியமித்து கௌரவித்தார் ஆலம்கீர்.

அஸ்ஸாமில் அஹோம்கள்* முகலாயர்களின் கட்டுப்பாட்டில் இருந்த பகுதிகளைத் தாக்க ஆரம்பித்திருந்தார்கள். அவர்களை அடக்கும் பொறுப்பு மிர் ஜும்லாவுக்கு வழங்கப்பட்டது. அவரும் வெற்றிகரமாக கூச் பிகாரையும் அஸ்ஸாமில் சில பகுதிகளையும் கைப்பற்றினார். திடீரென பருவ நிலை மாறியது. கடும் மழை. மிர் ஜும்லாவின் படையினர் உணவின்றி வெள்ளத்தில் மாட்டிக் கொண்டார்கள்.

கூச் பிகாருக்கு அருகில் கிஸர்பூர் என்ற இடத்தில் மிர் ஜும்லா முகாமிட்டிருந்தார். கிழவர். அந்த மழைக்கும் குளிருக்கும் அவரால் தாக்குப் பிடிக்க முடியவில்லை. 1663ன் மார்ச் இறுதி நாளில் இறந்துபோனார்.

ஔரங்கசீப், மிர் ஜும்லாவுக்காக துக்கம் கடைபிடித்தார். பின்பு அவரது மகன் முகம்மது அமினுக்குப் பதவி கொடுத்து உதவினார். மிர் ஜும்லாவுக்குப் பதிலாக வங்கத்தின் கவர்னராக வந்தவர் ஷாயிஸ்டா கான். பதவியேற்றதுமே அவரது பார்வை சிட்டஹாங் மீது குவிந்தது. அங்கே கடற்கொள்ளையர்களின் அராஜகம் அதீதமாக இருந்தது. சில மாத போராட்டத்துக்குப் பின், முகலாயப் படைகள் சிட்டஹாங்கைக் கைப்பற்றின. கடற் கொள்ளையர்கள் ஒடுக்கப்பட்டனர். ஷாயிஸ்டா கான், வங்காள விரிகுடாவின் கரையோரப் பகுதிகளைத் தன் வசப்படுத்தினார்.

அங்கே முகலாயர்களுக்கென தனி கப்பல் படை ஒன்றை உருவாக்கும் முயற்சியில் இறங்கினார் அவர்.

**1664.** ஔரங்கசீப் பதவியேற்ற ஐந்தாவது ஆண்டுக் கொண்டாட் டங்கள் நெருங்கிக் கொண்டிருந்தன. அச்சமயத்தில் அவருக்கு

---

★ அஸ்ஸாமியர்களின் பழம்பெயர். பிரிட்டிஷ் காலத்தில் புரஞ்சிஸ் என்றாகிப் போனது.

உடல்நிலை சரியில்லாமல் போனது. சில நாள்களுக்கு எழவே இயலவில்லை. வெளியாள்கள் யாரும் பேரரசரைப் பார்க்க முடியவில்லை.

அந்தச் சமயத்தில் வதந்தி ஒன்று வெகு ஜோராகப் பரவியது. 'இனி ஒளரங்கசீப் அவ்வளவுதான். தேறாது என்று மருத்துவர்கள் கைவிரித்துவிட்டார்கள். இந்தத் தருணத்தில் ராஜா ஜஸ்வந்த் சிங்கும், மஹபத் கானும் ரகசியமாகத் திட்டம் போட்டுள்ளார்களாம். ஷாஜஹானை ஆக்ரா கோட்டையிலிருந்து விடுவிக்கப் போகிறார்களாம். மீண்டும் ஷாஜஹானின் ஆட்சி மலரப் போகிறது.'

ஒளரங்கசீபின் மகன்களான முகம்மது அக்பரும், அஸம் ஷாவும் அரியணையைக் கைப்பற்ற தனித்தனியே திட்டமிடுவதாகவும் செய்திகள் கிளம்பின. வதந்திகள் பல்கிப் பெருகுவதைத் தடுத்தாக வேண்டிய நிர்பந்தம். ஒளரங்கசீப், படுக்கையில் விழுந்த ஐந்தாவது நாளே எழுந்து நிமிர்ந்து உட்கார்ந்தார். தனது அமைச்சர்களைச் சந்தித்து குழப்ப நிலைக்கு முற்றுப்புள்ளி வைத்தார். ரோஷனராவுக்கு அரசாணை ஒன்றை அனுப்பினார். நான் தேறி வரும்வரை நிர்வாகத்தைக் கவனித்துக் கொள். அசம்பாவிதங்கள் ஏதும் நிகழாமல் பார்த்துக் கொள்.

ஓய்வு எடுக்கலாம் என்று காஷ்மீருக்குக் கிளம்பிச் சென்றார். அப்போதிருந்த உடல்நிலையில் ஒளரங்கசீபால் காஷ்மீரின் அழகை ரசிக்க முடியவில்லை. அதன் குளுமையும் அவரை வாட்டியது. சில நாள்களிலேயே ஓரளவு தெம்புடன் டெல்லிக்குத் திரும்பினார். மீண்டும் அவர் காஷ்மீருக்குச் செல்ல விரும்பவில்லை.

●

சிறையிலடைக்கப்பட்டிருந்த ஷாஜஹான், அதன் ஜன்னல் வழியே தாஜ்மஹாலைப் பார்த்து கண்ணீர் வடித்தபடியே கிடந்தார். சில ஆண்டுகளில் மனம் நொந்து இறந்துபோனார். இது பொதுவாக பல வரலாற்றுப் புத்தகங்களில் பதியப்பட்டுள்ள சமாசாரம். பலரால் வாய்வழியாகச் சொல்லப்படும் கதையும் இதுவே. உண்மை அதுவல்ல.

ஷாஜஹான் சிறைப்படுத்தப்பட்டிருந்தார் என்று சொல்வதை விட, கட்டுப்பாட்டில் வைக்கப்பட்டிருந்தார் என்று சொல்வதே

முகலாயர்கள் / 293

சரி. யமுனை நதியோரம் தாஜ்மஹால். சற்றுதொலைவில் நதியோரமாகவே ஆக்ரா கோட்டை. அந்தக் கோட்டைக்குள் சர்வ வசதிகளும் நிறைந்த மார்பிள் மாளிகை ஒன்றில் (Shah Burj) தனது தந்தையை வலுக்கட்டாயமாக ஓய்வெடுக்கச் சொல்லியிருந்தார் ஔரங்கசீப். மாளிகைக்குள் எங்கு வேண்டுமானாலும் சுதந்தரமாக உலாவிக் கொள்ளலாம். அங்கிருந்து பார்த்தால் யமுனை நதியை ரசிக்க முடியும். தாஜ்மஹாலில் அழகைக் கண்ணில் நிறைத்து கிறங்கிக் கிடக்க முடியும். அந்தக் கிழவருக்கு வேறென்ன வேண்டும்?

எப்போதும் துணைக்கு அவளது மூத்த மகள் ஜஹானரா. பணிவிடை செய்யும் ஆள்களுக்கும் பஞ்சமில்லை. விரும்பியதைச் சாப்பிடலாம். வேண்டிய அளவு மது அருந்தலாம். பொழுது போகவில்லையா? யாரங்கே ஆட்டத்தை ஆரம்பியுங்கள். பாடியும் ஆடியும் மகிழ்விக்க கலைஞர்கள் வந்துபோனார்கள். குர்-ஆனும், மற்ற புத்தகங்களும் வாசிக்க முல்லாக்கள் வந்துசென்றார்கள். இத்தனைச் சுதந்தரம் வழங்கியிருந்த ஔரங்கசீப் சில கட்டுப்பாடுகளையும் விதித்திருந்தார்.

ஷாஜஹான் யாருக்கும் கடிதம் எழுதக் கூடாது. அப்படி எழுத விரும்பினால் அதை பேரன் முகம்மது சுல்தான் மூலமாகத்தான் எழுத வேண்டும் அல்லது எழுதப்படும் கடிதங்கள், ஔரங்கசீப் பார்த்தபின்பே அனுப்பப்படும். ஷாஜஹானைச் சந்திக்க விரும்பும் நபர்கள் ஔரங்கசீபின் அனுமதி பெற வேண்டும். ஷாஜஹான் சொல்பவை, எழுதுபவை எல்லாம் ஔரங்கசீபின் கவனத்துக்குக் கொண்டு செல்லப்பட வேண்டும். வெளி விவகாரங்கள், செய்திகள் எதுவும் ஷாஜஹானின் காதுகளுக்குச் செல்லக்கூடாது. தன் ஆட்சிக்கு ஷாஜஹானால் எந்தவிதத்திலும் இடையூறு இருக்கக்கூடாது என்பதற்காகவே இந்த ஏற்பாடு.

ஆக்ராவில் ஷாஜஹான் இருந்ததால் அங்கு செல்வதைக்கூட ஔரங்கசீப் தவிர்த்தார். டெல்லியிலேயே இருந்துகொண்டார். 1652ல் காபுலில் இருவரும் சந்தித்துக் கொண்டது. அங்கிருந்து விடைபெற்று தக்காணத்துக்குச் சென்றதிலிருந்து ஷாஜஹானை அவர் பார்க்கவில்லை. தாராவின் மேலுள்ள பாசத்தினால் ஒருதலைபட்சமாக நடந்துகொண்ட தன் தந்தையை, ஔரங்கசீப் அதற்குப் பின்பும் பார்க்க விரும்பவில்லை.

ஷாஜஹான், தான் காவலில் வைக்கப்பட்ட புதிதில் ஔரங்கசீபுக்கு ஆக்ரோஷமாகக் கடிதங்கள் எழுதினார். நீ செய்வது எல்லாம் தவறு. குற்றம். பாவம். எல்லாம் இப்படிப்பட்ட கடிதங்கள்தாம். அதில் சிலவற்றுக்கு ஔரங்கசீப் பதிலும் எழுதினார், 'தாங்கள் அரியணை ஏறிய கதையை மறந்துவிட்டீர்களா? எல்லாம் இறைவனின் விருப்பப்படிதான் நடக்கிறது. இல்லாவிட்டால் எனக்கு இத்தனை வெற்றிகள் கிட்டியிருக்காதே!'

பிறகு இந்தக் கடிதப் போக்குவரத்துகளும் நின்றுபோயின. சில வருடங்களில் ஷாஜஹான் அந்த வாழ்க்கைக்குப் பழகிப் போயிருந்தார். அந்தக் கிழவருக்கு வெளித் தொடர்புகள் இல்லாமலிருப்பது ஒருவிதத்தில் நிம்மதி தந்தது. ஆனால் மீண்டும் தாஜ்மஹாலுக்குச் சென்று ஆசைதீர உலவ முடியவில்லையே என்ற ஏக்கம் மட்டும் நீடித்தது. கிட்டத்தட்ட எட்டு வருடங்கள் கழிந்திருந்தன.

*1666*, ஜனவரியில் ஒருநாள். எழுபத்து நான்கு வயது ஷாஜஹான், மூலிகை எண்ணெய்கள் கொண்டு உடலை மசாஜ் செய்துகொண்டார். அப்போதைக்குச் சுகமாக இருந்தது. அடுத்த நாளே காய்ச்சல் வந்துவிட்டது. குறையவில்லை. இரண்டு வாரங்கள் படுக்கையில். தான் கட்டிவைத்த கல்லறை தன்னை அழைப்பதாக உணர்ந்தார். சுயநினைவோடு இருந்த அவர், தனது இறுதிச் சடங்குகளை எப்படியெல்லாம் நடத்த வேண்டுமென்ற குறிப்புகளைக் கொடுத்தார். ஜஹானரா, துக்கம் தாங்க முடியாமல் அழுதாள். அப்போது உயிருடன் இருந்த அவரது மனைவிகளான அக்பராபாதி மஹால், ஃபதேபுரி மஹால் இருவரும் கண்கலங்கி நின்றார்கள். ஷாஜஹானே அவர்களைத் தேற்றினார்.

முல்லா ஒருவர் வந்தார். குர்-ஆன் வாசித்தார். ஷாஜஹானின் உதடுகளும் அதை முணுமுணுத்தன.

பிப்ரவரி *1*, அதிகாலை சுமார் *3* மணி. தாஜ்மஹாலின் திசையில் ஷாஜஹானில் பார்வை உறைந்து நின்றது.

ஜஹானரா, தனது தந்தையின் இறுதிச் சடங்குகளுக்கான ஏற்பாடுகளைச் செய்தாள். ஆடம்பரமாக நடத்தவேண்டும் என்பது அவள் எண்ணம். ஆனால் ஔரங்கசீபின் அனுமதி கிடைக்காது. ஷாஜஹானுக்கு நெருக்கமான சயித் முகம்மது குவன்னோஜி, காஸி குர்பான் என்ற இரண்டு மத குருக்கள்

இறுதி நாள்களில் ஷாஜஹான் இருந்த மாளிகை

இறுதிச் சடங்குகளை முன்நின்று நடத்தினார்கள். இஸ்லாமிய மதச் சடங்குகளின்படி அவரது உடல் குளிப்பாட்டப்பட்டது. சந்தனப் பெட்டி ஒன்றில் உடல் வைக்கப்பட்டது. நீண்ட கால மாகத் திறக்கப்படாமலிருந்த கோட்டைக்கதவுகள் முன்னாள் பேரரசரின் இறுதி ஊர்வலத்துக்காகத் திறக்கப்பட்டன.

யமுனை நதியில் படகு ஒன்று ஷாஜஹானின் உடலோடு மெள்ள மிதந்தது, தாஜ்மஹாலை நோக்கி. அவரது பிரியத்துக்குரிய மனைவி மும்தாஜின் கல்லறைக்கு அருகிலேயே ஷாஜஹான் புதைக்கப்பட்டார்.

இறுதிச் சடங்குகளுக்கு ஔரங்கசீப் வரவில்லை. டெல்லி யிலிருந்த அவருக்குத் தன் தந்தை இறந்த செய்தி மறுநாள்தான் தெரிய வந்தது. உடல்நிலை சரியில்லை என்ற செய்தியறிந்த உடனேயே தனது மகன் இளவரசர் முவாஸ்ஸமை அனுப்பி வைத்திருந்தார். ஆனால் முவாஸ்ஸமும் இறுதிச் சடங்குகள் எல்லாம் முடிந்தபின்புதான் அங்கு வந்தார்.

ஔரங்கசீப் உடனே ஆக்ராவுக்குக் கிளம்பிச் செல்லவில்லை. துக்கம் அனுஷ்டிக்கச் சொல்லி அவைக்கு உத்தரவு மட்டும் இட்டார்.

நல்ல நாள் எல்லாம் பார்த்த ஒளரங்கசீப், அந்த பிப்ரவரி 25ல் ஆக்ராவுக்குள் நுழைந்தார். முதல் காரியமாக தனது தாய், தந்தையரின் சமாதிக்குச் சென்று மரியாதை செய்தார். தாஜ்மஹாலோடு இணைந்த மசூதியில் தொழுகையில் கலந்து கொண்டார். ஏழைகளுக்குத் தானம் செய்தார். பின்பு கோட்டைக்குச் சென்று ஜஹானராவையும் மற்ற அந்தப்புரப் பெண்களையும் சந்தித்து துக்கம் விசாரித்தார்.

தலைநகரம் டெல்லியிலிருந்து ஆக்ராவுக்கு மாற்றப்பட்டது.

ஜஹானராவிடம் ஏகப்பட்ட மாற்றம். தனது சகோதரர் மீது அன்பு மழை பொழிந்தாள். ஒளரங்கசீபும் பதிலுக்கு அன்பு செலுத்தினார். அவளது வருட மானியத் தொகையை பதினான்கிலிருந்து பதினேழு லட்சமாக உயர்த்தினார். ஜஹானராவுக்கு 'பேரரசின் முதல் பெண்' அந்தஸ்து கொடுத்தார் ஒளரங்கசீப்.

அத்தனைக் காலமாக மோதிக் கொண்டிருந்த ஒளரங்கசீபும் ஜஹானராவும் திடீரென ஒட்டிக் கொண்டது ரோஷனராவுக்கு உறுத்தலாக இருந்தது. நடந்து முடிந்த வாரிசுரிமைப் போரில் ஒளரங்கசீப் ஆட்சியைப் பிடிக்க, ரோஷனரா பலவிதங்களிலும் அவருக்கு உதவியிருந்தாள். அதற்குப் பிரதிபலனாக அந்தப்புரத்தை நிர்வகிக்கும் பொறுப்பை ரோஷனராவிடம் வழங்கியிருந்தார் ஒளரங்கசீப்.

முகலாய இளவரசிகளுக்குத் திருமணம் என்பது வழக்கத்தில் இல்லாத ஒன்றாக இருந்தது. பெண்கள் வழி வாரிசுகளைத் தவிர்ப்பதற்காக பேரரசர்கள், தங்கள் சகோதரிகளையும் இளவரசிகளையும் திருமணம் செய்துகொள்ள அனுமதிக்கவில்லை. அந்தப்புரத்திலும் கடுமையான கட்டுப்பாடுகள் நிலவின. ஆனால் எல்லாவற்றையும் மீறி முகலாயப் பெண்கள், வெளி நபர்களோடு ரகசிய உறவு வைத்திருந்தனர். அந்த விஷயத்தில் ரோஷனராவின் செயல்கள் எல்லை மீறின. அந்தப்புரத்தின் அதிகாரம் அவளது கையில் இருக்க, ஒரு சர்வாதிகாரிபோல நடந்து கொண்டாள். இயன்ற மட்டும் தனக்கென பணம், நகைகளைச் சேர்ப்பதற்காக அவள் செய்த செயல்கள் மற்றவர்களிடம் வெறுப்பை உண்டாக்கியது. வெளிப்படையாக சிலர், ரகசியமாக சிலர் என்று அவளது காதல் வாழ்க்கை குறித்த புகார்கள் ஒளரங்கசீபின் காதுகளை அடைந்தன.

ஔரங்கசீப் சில காலம் பொறுமையாக இருந்தார். பின்பு, ரோஷனரா மதக்கட்டுப்பாடுகளை எல்லாம் மீறி நடக்கிறாள் என்பதைச் சகிக்க முடியாமல் அவளை அதிகாரத்திலிருந்து நீக்கினார். டெல்லிக்கு வெளியே ஒரு மாளிகையில் அவளைக் காவலில் வைத்தார். அதற்குப் பின்பும் ரோஷனரா அடங்க வில்லை. புதிதாக ஒரு காதலன். உல்லாசம். ஔரங்கசீபுக்கு புகார் சென்றது (1671). மத விதிகளை மீறியதாக அவள் மீது விசாரணை நடத்தப்பட்டது. ஔரங்கசீப், அவளுக்கும் அந்தக் காதலனுக்கும் மரண தண்டனை விதித்தார்.

கொஞ்சம் கொஞ்சமாக ரோஷனராவின் உடலில் விஷம் ஏற்றப்பட்டது. மூன்றாவது நாளில் பேரரசரின் அந்த ஐம்பத்து நான்கு வயது சகோதரி இறந்து போனாள்.

ஜஹானரா, தனது மீதி வாழ்நாளில் ஔரங்கசீபுக்கு ஆதரவாகவே நடந்துகொண்டாள். தனது அறுபத்தேழாவது வயதில் இறந்து போனாள் (செப்டெம்பர் 1681). அந்தச் சமயத்தில் ஔரங்கசீப் அஜ்மீரிலிருந்து தக்காணம் நோக்கிச் சென்று கொண்டிருந்தார். செய்தி கேட்ட உடன் தனது பயணத்தை நிறுத்தினார். அதே இடத்தில் முகாமிட்டு மூன்று நாள்கள் தன் சகோதரிக்காக துக்கம் அனுஷ்டித்தார்.

●

சற்றே நீளமான முகம். கொஞ்சம் பெரிய நெற்றி. ஓரளவு பெரிய பிரகாசமான கண்கள், வளைந்த, பெரிய, கழுகினுடையதைப் போன்ற மூக்கு, தொங்கும் மீசை, முழுவதும் நரைத்த வெள்ளை தாடி, நகைகள் அதிகம் அணியாத எளிமையான அலங்காரம் - ஓவியங்களின் மூலம் நம் மனத்தில் பதிந்திருக்கும் ஔரங்கசீபின் உருவம் இதுவே. நிஜத்தில் ஔரங்கசீப் எப்படி இருந்தார்?

1695ல் ஔரங்கசீபை நேரில் பார்த்த இத்தாலியைச் சேர்ந்த பயணி கேர்ரி எழுதியுள்ள குறிப்புகளின்படி, 'ஔரங்கசீப் அதிக உயரம் கிடையாது. அவருக்குப் பெரிய நாசி. கொஞ்சம் ஒடிசலான தேகம். எளிமையான தோற்றம்.'

நிக்கோலோவின் குறிப்புகளின்படி, 'ஔரங்கசீபின் தலைப் பாகையில் ஒரே ஒரு கல் மட்டும்தான் பொருத்தப்பட்டிருக்கும். அதிக அலங்காரங்கள் கிடையாது. பெரும்பாலும் வெள்ளை நிற உடைகளையே அணிவார். அவையும் விலையுயர்ந்தது இல்லை.

அவர் இருக்கும் இடத்தில் ஈக்களை விரட்டுவதற்காக, இரண்டு பணியாளர்கள் கையில் வெள்ளைக் குதிரையின் வாலால் செய்த விசிறிகளோடு பணிசெய்து கொண்டிருப்பார்கள். வெளியே அவர் செல்லும்போது, பச்சை நிற குடை பிடிக்க தனி ஆள் உண்டு. தங்கம், வெள்ளியினாலான பாத்திரங்களை ஒளரங்கசீப் உபயோகிக்க மாட்டார்.'

பாபர் முதல் ஷாஜஹான் வரை அனைவருக்கும் இசையிலும் பாடல்களிலும் அலாதி நாட்டம் இருந்தது. ஆரம்பத்தில் ஒளரங்கசீபின் அவையிலும் இசைக் கலைஞர்கள், நாட்டியக் கலைஞர்கள் இருந்தனர். ஆனால் அவர் ஆட்சிக்கு வந்த பதினோராவது ஆண்டிலிருந்து அவற்றுக்குத் தடை விதித்தார். இஸ்லாம் மத நெறிகளின் படி இசை, ஆடல், நடனம் போன்ற சிற்றின்பங்கள் கூடாது. ஒளரங்கசீப்பும் அதை நடைமுறைப் படுத்தினார். முந்தைய காலத்தில் அவையில் இடம்பெற்றிருந்த கலைஞர்களுக்கு, அரசு சார்பில் மானியம் வழங்கி உதவினார். ஒளரங்கசீபுக்கு வீணை வாசிப்பதில் ஆர்வம் இருந்தது என்று ஒரு சுவாரசியமான தகவலும் உண்டு.

முகலாயப் பேரரசின் கீழ்வரும் எந்த மன்னரும் பிரபுக்களும் இது போன்ற கேளிக்கைகளில் ஈடுபடக்கூடாது என்று கட்டளையும் இட்டார். ஆனால் பலர் ரகசியமாக இந்தக் கலைகளை அனுபவித்துக் கொண்டுதான் இருந்தனர்.

ஒளரங்கசீப் தன் வாழ்வில் பாதிக்கும் மேல் போர்க்களங்களிலேயே கழித்திருக்கிறார். ஆனால் எப்பேர்ப்பட்ட போர்க்களத்தில் இருந்தபோதும், வேளா வேளைக்குத் தொழுகை செய்யத் தவறியதில்லை. போர் நடக்கும் இடத்திலேயே, ஓர் ஒரமாக கம்பளத்தை விரித்து தொழுகை செய்துவிடுவார். மற்றபடி, அரண்மனையில் அவர் இருக்கும் நாள்களிலும் தொழுகைக்கான நேரங்களைப் பொருத்து மற்ற வேலைகளை அமைத்துக் கொண்டார்.

காலை ஐந்து மணிக்கே எழுந்து விடும் ஒளரங்கசீப், முதல் தொழுகையான பஜ்ர்-ஐ முடிப்பார். பின் இஸ்லாம் சம்பந்தப் பட்ட நூல்களை வாசிப்பார். ஏழு மணிக்குப் பின் காலை உணவை முடிப்பார். ஏழரைக்குள் அரசவைக்கு வந்துவிடுவார். வழக்குகளை விசாரிப்பார். உண்மைகளை ஆராய்வார். அதற்குப் பின் குர்-ஆனின் படி தீர்ப்புகளை வழங்குவார்.

எட்டரை மணிக்குமேல் அரண்மனை மாடத்தில் வந்துநிற்பார். அங்கிருந்து நோக்கினால் யமுனை நதியின் அழகை ரசிக்கலாம். ஆலம்கீரைப் பார்ப்பதற்காக நதியின் கரையில் மக்கள் திரண்டு நிற்பார்கள். அதற்குப் பின் வீரர்களின் போர்ப் பயிற்சியைப் பார்வையிடுவார். யானைச் சண்டையைப் பார்த்து ரசிப்பார். இந்த நேரத்தில் ஒவ்வொரு வெள்ளியன்றும் டெல்லியிலுள்ள ஜும்ஆ மசூதிக்குச் செல்வதை வழக்கமாக வைத்திருந்தார்.

காலை ஒன்பதிலிருந்து, பதினொரு மணி வரை மயிலாசனத்தில் அமர்ந்து மக்கள் பணிகளைக் கவனிப்பார். அதற்குப் பின்பு தனிப்பட்ட விருந்தினர்களையும், பிற ஆட்சியாளர்களையும், வெளி மன்னர்களையும் சந்திப்பதற்கு நேரம் கொடுத்திருப்பார்.

ஒவ்வொரு மாகாணத்தின் அதிகாரிகளிடமிருந்து ஔரங்கசீப்புக்கு வரும் கடிதங்கள், செய்திகள் வாசித்துக் காண்பிக்கப்படும். அவற்றுக்கான பதில்களை ஔரங்கசீப் அளிப்பார். உடனுக்குடன் பதில் கடிதம் எழுதப்படும். சில குறிப்பிட்ட கடிதங்களுக்கு மட்டும் ஔரங்கசீப்பே தன் கைப்பட பதில் எழுதுவார்.

பன்னிரண்டு மணிக்கு மதிய உணவு சாப்பிடுவார். பின் ஓய்வு. மதியம் இரண்டு மணி என்பது லுஹர் தொழுகைக்கான நேரம். இரண்டரை மணிக்கு மீண்டும் அரசாங்கப் பணிகளைச் செய்வார். முடித்த பின் அஸர் தொழுகை.

ஐந்தரை மணிக்கு விருந்தினர்களின் மரியாதையை ஏற்றுக்கொள்வார். பின் மக்ரிப் தொழுகை. அந்தத் தொழுகை முடிந்ததும் திவான்-இ-காஸ் அவைக்குச் செல்வார். அங்கு சிறிது நேரம் பணியாற்றுவார். ஏழரை மணிக்கு சபை கலையும். இஷா தொழுகையை மேற்கொள்வார்.

எட்டு மணிக்கு இரவு உணவு உண்பார். பின் இஸ்லாம் மார்க்க தியானத்தில் ஈடுபடுவார். நீண்ட நேரம் புத்தகங்களை வாசிப்பார். பின்பு உறங்கச் செல்வார். இவை ஔரங்கசீப்பின் அன்றாட நடவடிக்கைகள். வாரத்துக்கு சில நாள்கள் மட்டும் சில நிகழ்ச்சிகள் மாறுபடும். பொதுவாக வெள்ளிக்கிழமையன்று நீதி விசாரணை கிடையாது.

ஔரங்கசீப், இருபத்து நான்கு மணி நேரத்தில் மூன்று மணி நேரமே உறங்கினார். வேலை தவிர மீதமிருந்த ஓய்வு நேரங்களில் எல்லாம் இஸ்லாமிய மார்க்க நூல்களைப் படிப்பதில் செலவிட்டார். தரையில்தான் படுப்பார். மேலே புலித்தோலைப் போர்த்திக் கொள்வார் என்று குறிப்புகள் உள்ளன. ஔரங்கசீப் மாமிசம் உண்ணாதவர். மாம்பழங்களை ரசித்துச் சாப்பிட்டார். கொரின்தா என்ற ஒருவித புளிப்புப் பழத்தையும், வாயில் போட்டு ஒதுக்கிச் சாப்பிடும் ஒருவகை பிசினையும் விரும்பிச் சுவைத்தார்.

ஔரங்கசீப்புக்கு குல்லா தைப்பதில் ஆர்வம் உண்டு. அதேபோல குர்-ஆனை தன் கைப்பட எழுதுவதில் அதீத விருப்பம் இருந்தது. குல்லாவையும் குர்-ஆன் பிரதிகளையும் விற்றுப் பணம் சேர்த்தார். டெல்லிக்கும் ஆக்ராவுக்கும் இடையில் ஒரு துண்டு நிலத்தை தனக்கென வாங்கினார். அதில் விவசாயம் செய்ய ஆள்களை நியமித்தார். அதன்மூலம் வருடத்துக்குக் கொஞ்சம் வருமானம் வந்தது. தன் தனிப்பட்ட செலவுகளை இந்த வருமானத்துக்குள்ளேயே அடக்கிக் கொண்டார் பேரரசர்.

மதுவை வெறுத்தவர். தன் அதிகாரத்துக்குள்பட்ட பகுதிகளில் மதுவைத் தடை செய்தார். அதேபோல கேளிக்கை விடுதிகளை இழுத்து மூடினார். உல்லாச நிகழ்ச்சிகள் நடத்தக் கூடாதென்று உத்தரவிட்டார். கஞ்சா உள்ளிட்ட போதைப் பொருள்களையும் ஒழித்தார். அக்பர் வழக்கத்துக் கொண்டு வந்திருந்த நௌரோஸ் பண்டிகைக் கொண்டாட்டங்களைத் தடை செய்தார். அந்தத் திருவிழாவின் இறுதியில் பேரரசரின் எடைக்குச் சமமான பொன், வைர ஆபரணங்களை மக்களுக்குக் கொடுக்கும் வழக்கத்தை தேவையில்லாத ஆடம்பரம் என்று கண்டித்திருக்கிறார் ஔரங்கசீப். பிறந்தநாள் கொண்டாட்டங்களுக்கும் தடைவிதித்த அவர், பிறரிடமிருந்து பரிசுப் பொருள்கள் பெறுவதையும் தவிர்த்தார்.

சபையில் இருக்கும் தேவைக்கு அதிகமான தங்க, வெள்ளி அலங்காரங்களை நீக்க உத்தரவிட்டார். வெள்ளி மை புட்டி இருந்த இடத்தில் கல்லால் ஆன புட்டி வைக்கப்பட்டது. தோட்டங்களில் ரோஜா பயிரிடுவதைக்கூட ஆடம்பரம் என்று சொல்லி, அதற்கும் தடைகொண்டு வந்தார். சந்தேரி என்ற பகுதியில் அமைக்கப்பட்ட பட்டுத் துணிகள் தயாரிக்கும்

தொழிற்சாலை ஒன்றை மூடினார். தான் ஆட்சிக்கு வந்த பதினோராவது வருடத்திலிருந்து அந்த ஆண்டுவிழாக் கொண்டாட்டத்தையும் நிறுத்திக் கொண்டார்.

இஸ்லாமியர்கள் வைத்திருக்கும் தாடி, மீசையில்கூட கட்டுப் பாடுகள் வந்தன. தாறுமாறாக மீசை வளர்க்கக்கூடாது. உதடுகள் தெரியும்படி மீசையை வெட்டி வைக்க வேண்டும். அப்போது தான் இறைவனின் பெயரை உச்சரிக்கும்போது தடை ஏதும் இருக்காது. தாடியின் நீளம் அதிகபட்சம் நான்கு விரல்களின் அகலத்துக்கு இருக்கலாம். நீண்டு தொங்கக்கூடாது.

ராஜபுத்திரர்கள் வெகு தீவிரமாகக் கடைபிடித்து வந்த உடன் கட்டை ஏறும் வழக்கத்துக்கு (சதி) தடை விதித்தார் ஆலம்கீர். தங்கள் மத விஷயத்தில் பேரரசர் தலையிடக்கூடாதென ராஜபுத்திரர்கள் வாதம் செய்தனர். ஆனால் ஔரங்கசீப் விடவில்லை. தன் பேரரசு முழுமைக்கும் சதிக்கு எதிராக தடைச் சட்டத்தைக் கொண்டுவந்தார்.

ஒருமுறை பீமா நதியில் வெள்ளம் வந்துவிட்டது என்று ஔரங்கசீபுக்குத் தகவல் வந்தது. குர்-ஆனிலிருந்து தன் கைப்பட சில வரிகளை எழுதிக் கொடுத்தார். இதை நதியில் போடுங்கள், வெள்ளம் வடிந்துவிடும் என்றார். அந்த அளவுக்கு தீவிர இறை நம்பிக்கை கொண்டிருந்தார் ஔரங்கசீப்.

தில்ராஸ் பானு பேகம், நவாப் ராஜ்பாய் பேகம், உதய்பூரி மஹால், ஔரங்காபாதி மஹால் - நால்வரும் ஔரங்கசீபின் மனைவிகள். மொத்தம் பத்து குழந்தைகள். அதில் ஐந்து ஆண் வாரிசுகள். முகம்மது அஸம் ஷாவும் முகம்மது அக்பரும் தில்ராஸ் பானு பேகத்துக்கு பிறந்தவர்கள். சுல்தான் முகம்மது வும், முகம்மது முவாஸ்ஸமும் ராஜ்பாய் பேகத்துக்குப் பிறந்தவர்கள். முகம்மது காம் பக்ஷ் எல்லோரையும் விட இளையவன், உதய்பூரி மஹாலுக்குப் பிறந்தவன்.

ஸெப்-உன்-நிஷா, ஜினத்-உன்-நிஷா, மெஹ்ர்-உன்-நிஷா, பாதர்-உன்-நிஷா, ஸப்தத்-உன்-நிஷா - ஆகியோர் ஔரங்கசீபின் ஐந்து மகள்கள். தனது குடும்பத்தினரையும் குழந்தைகளையும் குறைகளின்றி கவனித்துக் கொண்டாரே தவிர, ஆலம்கீருக்கு யார் மீது தனிப்பட்ட பாசமோ, கூடுதல் ஒட்டுதலோ இருக்க வில்லை.

'ஆலம்கீர், தங்களைக் காண பெர்சியாவிலிருந்து இரண்டாம் ஷா அப்பாஸின் தூதுவர் புடாக் பெக் வரவிருக்கிறார்.'

டெல்லிக்கு வந்த பெர்சிய தூதுவருக்கு ஏக தடபுடலான வரவேற்பு. அவைக்குச் சென்று ஒளரங்கசீப் முன் நின்ற புடாக் பெக், சாதாரணமாக சலாம் வைத்தார். அவையிலிருந்த சிலர், தூதுவரை ஓரமாக அழைத்துச் சென்றார்கள். ஆலம்கீரை வணங்கும் முறையைக் கற்றுக் கொடுத்தார். புடாக் பெக் மீண்டும் ஒளரங்கசீப் முன் கொண்டு வரப்பட்டார். நன்றாக வளைந்து வலது கையை நெற்றியின் அருகே கொண்டு சென்றார். 'சலாம் அலேக்கும்!'

ஷா, கொடுத்தனுப்பிய பரிசுப் பொருள்கள் பார்வைக்கு வைக்கப்பட்டன. கடிதம் ஒன்று வாசிக்கப்பட்டது. பேரரசராகப் பதவியேற்றதற்கு வாழ்த்து தெரிவிக்கும் சம்பிரதாய வாழ்த்துக் கடிதம்.

புடாக் பெக் கிளம்பிப் போனார். பெர்சியாவுடன் நல்லுறவு வைத்திருப்பதை ஒளரங்கசீப் அவசியமானதாகக் கருதினார். பழைய தோல்விகள் அவரது மனத்தை உறுத்திக் கொண்டிருந்தன. அதற்காக மீண்டும் படையெடுத்துச் செல்லும் மனநிலையில் அவர் இல்லை. இப்போதிருக்கும் முகலாயப் பேரரசை கட்டிக் காப்பதும், தக்காணப் பகுதிகளை வசப்படுத்துவதுமே அவரது எண்ணமாக இருந்தது.

1663ல் ஒளரங்கசீப், தர்பியாத் கான் என்ற முகலாயத் தூதுவரை பெர்சியாவுக்கு அனுப்பினார். ஷா கொடுத்தனுப்பியதைவிட இரண்டு மடங்கு பரிசுப் பொருள்கள். மரியாதை நிமித்தமாக சம்பிரதாயக் கடிதம்.

ஷா, முகலாயத் தூதுவருக்குரிய மரியாதையை அளிக்கவில்லை. தர்பியாத் கான், தொங்கிய முகத்தோடு டெல்லி திரும்பினார். ஷா கொடுத்தனுப்பிய கடிதத்தை ஒளரங்கசீபிடம் அளித்தார். 'உங்கள் நிர்வாகம் சரியில்லாததால் பேரரசில் பல பகுதிகளில் ஜமீந்தார்கள் கலகத்தில் ஈடுபட்டுள்ளதாகக் கேள்விப்பட்டேன். அண்டத்தை ஆள்பவர் என்று உனக்குப் பட்டம். ஆனால் நீ அடக்கியது உனது தந்தையைத்தான். அழித்தது உன் சகோதரர்களைத்தான். நீதியையும் நியாயத்தையும் கொன்றுவிட்டாய். எனது படைகளோடு வந்து இந்துஸ்தானில் உன்னைச்

சந்திக்கிறேன். கடவுள் உன்னை ஆபத்துகளிலிருந்து காப்பாற்றட்டும்!'

ஔரங்கசீப் கோபத்தில் துடித்தார். அத்தனை அவமரியாதையான கடிதத்தைச் சுமந்துவந்த தர்பியாத் கான், பதவியிறக்கம் செய்யப்பட்டு ஒரிஸ்ஸாவுக்கு மாற்றப்பட்டார். ஷாவைத் தேடிச் சென்று மோதும் எண்ணம் ஔரங்கசீபுக்கு இல்லை. ஷா, படைகளோடு வந்தால் மோதியே தீர வேண்டும் என்ற சூழலில் அடுத்தடுத்த ஆண்டுகள் கழிந்தன. 1667ல் இரண்டாம் ஷா அப்பாஸ் இறந்துபோனார்.

ஔரங்கசீபுக்குக் கொஞ்சம் நிம்மதியாக இருந்தது.

●

அரசரோ, பேரரசரோ - எப்போதுமே இந்தியாவின் வடமேற்கு எல்லைப் பகுதி அவர்களுக்குத் தலைவலியாகத்தான் தெரியும். பழங்குடி மக்களின் திடீர்த் தாக்குதல்கள், கலகங்கள் முகலாயர்களுக்குப் பெரும் தொல்லையாக அமைந்தன. 1660ல் சிந்து நதியைக் கடந்துவந்த சில ஆப்கனிய பழங்குடிப் பிரிவினர், முகலாயர்களின் இடங்களை ஆக்கிரமிக்க ஆரம்பித்தனர். கைபர் கணவாயை அடைத்தார்கள். காபுல் துண்டிக்கப்பட்டது.

முகலாயர்களுக்கு எப்போதுமே எதிராக இருந்தவர்கள் ஆப்கனிய பதான் பழங்குடியினரான Yusafzais. 1667ல் பெஷாவரின் பகுதிகளில் அவர்கள் கலகத்தில் இறங்கியிருந்தார்கள். அவர்களை வளரவிடக்கூடாது என்று எண்ணிய ஔரங்கசீப், காபுலின் கவர்னருக்கு உடனடியாக ஆணை பிறப்பித்தார். 'பதான்களை வீழ்த்தி அடக்குங்கள்.' கூடவே மிர் ஜும்லாவின் மகனான முகம்மது அமின் கானையும் ஒரு படையோடு அனுப்பி வைத்தார். வெற்றி முகலாயர்களுக்கே.

சில காலம் அந்தப் பகுதியில் அமைதி நிலவியது. 1671ல் அஃப்ரீதி (Afridis) என்ற பழங்குடியினர் கரங்களை உயர்த்தினார்கள். முகலாயர்களுக்கு எதிராகப் படையாகத் திரண்டு போரை அறிவித்தார்கள். இந்த முறையும் முகம்மது அமின் கான் படைகளோடு சென்றார். ஆனால் அவர் அஃப்ரீதி பழங்குடியினரிடம் வசமாக மாட்டிக் கொண்டார். பல முகலாய வீரர்கள் கைது செய்யப்பட்டு, அடிமைகளாக மத்திய ஆசிய நாடுகளுக்கு விற்கப்பட்டார்கள். அமின் கான் மட்டும்

எப்படியோ அவர்கள் பிடியிலிருந்து தப்பினார். அமின் கானின் குடும்ப உறுப்பினர்கள் பலர் கைதாகியிருந்தனர். தாராளமாக லஞ்சம் கொடுத்து அவர்களை மீட்க வேண்டியாதாயிற்று.

இந்தத் தோல்வி முகலாயர்களுக்கு ஓர் அவமானமாகிப் போனது.

ஆலம்கீர் தானே களத்தில் இறங்கினார் (1674). பெஷாவரில் அவர் சென்று இறங்கிய தகவல் தெரிந்ததுமே பழங்குடியினரின் படைகள் சிதற ஆரம்பித்தன. ஆனால் ஆப்கனியர்கள் படை திரண்டு காத்திருந்தனர். அகர் கான் என்ற தளபதியையும், தனது மகன் இளவரசர் முகம்மது அக்பரையும் படைகளோடு அனுப்பினார் ஔரங்கசீப்.

மோதல் கடுமையாகத்தான் இருந்தது. இரண்டு பக்கமும் இழப்புகள். நீண்ட போராட்டத்துக்குப் பிறகு ஆப்கனியர்கள் அடிபணிந்தனர். காபுலின் நிர்வாகப் பொறுப்பு அகர் கான் வசம் ஒப்படைக்கப்பட்டது. முகம்மது அக்பர் தனது படைகளோடு காபுலுக்குக் கிழக்கே ஜலாலாபாத் நோக்கி முன்னேறினார். அங்கே அவர் ஆப்கனிய வீரர்களால் சுற்றி வளைக்கப்பட்டார். படைகள் சிறை பிடிக்கப்பட்டன. இளவரசருக்கு மட்டும் அங்கிருந்து தப்பித்துப் போக அனுமதி வழங்கப்பட்டது.

அதே சமயத்தில் அந்தப் பகுதியில் ஃபிடாய் கான் என்ற முகலாயத் தளபதி தனது படையோடு பெஸாவருக்குத் திரும்பிக் கொண்டிருந்தார். அவரும் சிறைபிடிக்கப்பட்டார். அகர் கான் காபுலை விட்டு உடனே வெளியேற வேண்டும் என்று ஆப்கனியர்கள் மிரட்டல் விடுத்தனர். அந்தச் சமயத்தில் ஔரங்கசீப் மேலும் சில முகலாயத் தளபதிகளையும் படைகளையும் அனுப்பினார்.

நிலைமை ஓரளவு கட்டுப்பாட்டுக்குள் வந்ததும் 1675ன் இறுதியில் டெல்லிக்குத் திரும்பினார். ஆப்கனில் மீண்டும் மீண்டும் பிரச்னைகள் கிளம்பிக் கொண்டே இருந்தால் இந்துஸ்தானைச் சரிவர கவனிக்க முடியாது என்பதால் இளவரசர் முவாஸ்ஸமையும், தளபதி அமிர் கானையும் பெரும் படைகளோடு காபுலுக்கு அனுப்பினார்.

மிகத் திறமையான முகலாயத் தளபதியான அமிர் கான், ஆப்கனியர்களை முற்றிலும் அடக்கினார். காபுலையும்

சுற்றியுள்ள பகுதிகளையும் தன் கட்டுப்பாட்டுக்குள் கொண்டு வந்தார். அமிர் கானை காபுலின் புதிய கவர்னராக்கினார் ஒளரங்கசீப்.

●

மார்வார் ராஜா ஜஸ்வந்த் சிங், ஓடியாடி பணிசெய்து களைத்துப் போயிருந்தார். 1678 டிசம்பரில் அவர், ஒளரங்கசீபின் கட்டளைப் படி கைபர் கணவாய் அருகே ஜம்ருத் என்ற பகுதியில் நிர்வாகத் தில் இருந்தார். அந்தக் கடும் குளிர் அவரை படுக்கையில் வீழ்த்தியது. இறந்துபோனார் (வயது 52). அவரது வாரிசான ஜெகத் சிங்கும் இரு வருடங்களுக்கு முன்புதான் காபுலில் இறந்து போயிருந்தார். ஜஸ்வந்த் சிங்குக்கு வேறு வாரிசுகள் அப்போது இல்லை. ஆனால் அந்த முக்கால் கிழவரின் ராணிகள் இருவர், அப்போது கர்ப்பமாக இருந்தார்கள்.

பிறக்கும் ஏதாவது ஒரு குழந்தை ஆணாக இருந்துவிட்டால், மார்வாரின் வாரிசுப் பிரச்னை தீர்ந்துவிடும் என்கிற நிலை. அதே சமயத்தில் இந்தர் சிங் ரதோர் (ஜஸ்வந்த் சிங்கின் சகோதரர் பேரன்) என்பவர் மார்வாரின் அரியணைக் குறிவைத்து செயல்பட்டுக் கொண்டிருந்தார். மார்வார், முகலாயப் பேரரசுக்குக் கட்டுப்பட்டு கப்பம் கட்டும் சமஸ்தானமாக இருந்தது. மார்வாரில் குழப்ப நிலைமையைத் தவிர்க்க, முகலாயப் படை ஒன்று அங்கு சென்றது. தாற்காலிகமாக அதிகாரத்தைக் கையில் எடுத்துக் கொண்டது.

கஜ்வாவில் சுஜாவுக்கு எதிராகப் போர் தொடங்கும் முன்பே, களத்தில் ஒளரங்கசீபை விட்டு சொல்லாமல் ஓடிப்போனவர் தானே ஜஸ்வந்த் சிங். இருந்தாலும் ஒளரங்கசீப், அரியணை ஏறியதும் ஜஸ்வந்த் சிங், அவரோடு நல்லுறவு வைத்துக் கொண்டார். அவர் இட்ட பணிகளை செய்துவந்தார். ஒரு காலத்தில் ஷாஜஹானின் தீவிர விசுவாசியாகச் செயல்பட்ட ஜஸ்வந்த் சிங்கை ஒளரங்கசீப் எப்போதுமே முழுமையாக நம்பவில்லை. பொதுவாக யார் மீதுமே ஒளரங்கசீபுக்கு முழு நம்பிக்கை இருந்ததில்லை. அடுத்தவரிடம் ஒரு காரியத்தை நம்பி ஒப்படைக்க மாட்டார். முடிந்தவரை தானே களமிறங்கி காரியத்தை முடிக்க நினைப்பார். ஆகவே ஒளரங்கசீப் மார்வாருக்குக் கிளம்பினார். வழியில் அஜ்மீரில் தங்கினார்.

'ஜஸ்வந்த் சிங்கின் ராணிகள் இருவருக்குமே ஆண் குழந்தைகள் பிறந்துள்ளன.'

லாகூரிலிருந்து ஒளரங்கசீபுக்குச் செய்தி வந்தது. ஒரு குழந்தை இறந்துபோனது. இன்னொரு குழந்தையான அஜித் சிங் ரதோரை மார்வாரின் பட்டத்து இளவரசராக அறிவிக்க ஜஸ்வந்த் சிங்கின் குடும்பத்தினர் விரும்பினார்கள். 'அஜித் சிங் உரிய வயதை அடையும் வரை ராஜாங்கப் பிரதிநிதியாக (கீனுஞ்னுணை) மார்வாரின் ராணிகளில் ஒருவரையோ, ரதோர் குடும்பத்தைச் சார்ந்த வேறு நபர்களையோ நியமிக்கிறேன்' - ஒளரங்கசீப் உத்தரவாதம் கொடுத்தார்.

1679, ஏப்ரல் 12ல் ஆலம்கீர் டெல்லிக்குத் திரும்பினார். வந்ததும் வராததுமாக கட்டளை ஒன்றைப் பிறப்பித்தார். அது பேரரசு முழுவதிலும் கொதிப்பை ஏற்படுத்தியது. குறிப்பாக இந்துக்களிடம்.

•

இந்துக்கள் தீபாவளியின் போது வீடுகளில், வீதிகளில், கோவில்களில் வரிசையாக விளக்குகளை ஏற்றுவர். அதேபோல முஹரம் பண்டிகையின்போது தீபங்கள் ஏற்றுவது ஷியா பிரிவினரது வழக்கமாக இருந்து வந்தது. இந்த தீப அலங்காரங்கள் செய்ய வேண்டுமென்றால் தனியாக வரி செலுத்த வேண்டியதிருந்தது. ஒளரங்கசீப், அதனை ரத்து செய்தார்.

முகலாயர்கள் ஆட்சியில் கங்கை நதியில் இந்துக்கள் நீராட வரி செலுத்த வேண்டியதிருந்தது. ஒளரங்கசீப், அந்த வரி தேவையில்லை, யார் வேண்டுமானாலும் கங்கையில் நீராடலாம் என்று அறிவித்தார். இறந்தவர்களின் அஸ்தியைக் கங்கையில் கரைப்பதற்கும் தனி வரி வசூல் நடந்தது. அதுவும் ஒளரங்கசீப் காலத்தில் விலக்கப்பட்டது.

நதிகளில் மீன்கள் பிடிப்பதற்கு வரி, பால் கறந்து விற்பதற்கு வரி, பாத்திரங்கள் செய்து விற்பதற்கு வரி, காய்கறிகள் விற்பதற்கு வரி, வறட்டியை உபயோகிப்பதற்குக்கூட வரி - எல்லாமே ஒளரங்கசீப் காலத்தில் நீக்கப்பட்டன.

இவைபோக ஒடுக்கப்பட்ட இந்து விதவைப் பெண்களை மறுமணம் செய்துகொள்பவர் அரசுக்கு வரி செலுத்த வேண்டிய

அவையில் ஒளரங்கசீப்

நிலை இருந்தது. அதனை மாற்றினார் ஒளரங்கசீப். இந்துப் பண்டிகைகளின் போதும், கோயில் திருவிழாக்களின் போதும், மக்கள் அதிகமாகக் கூடும் இடங்களில் சந்தைகள் போடுவது வழக்கம். அதற்கு வியாபாரிகள் செலுத்த வேண்டிய வரியும் ரத்து செய்யப்பட்டது.

நடைமுறையில் இருந்த பல வரிகளை ரத்து செய்த ஒளரங்கசீப், அக்பர் காலத்தில் ஒழிக்கப்பட்ட ஜிஸியா வரியை மீண்டும் நடைமுறைக்குக் கொண்டு வந்தார். என் பேரரசில் வாழும் பிற மக்களது பாதுகாப்புக்காக அரசின் செலவினங்கள் கருதி ஜிஸியா அவசியமாகிறது என்று அறிவித்தார். இது மக்களிடையே, குறிப்பாக இந்துக்களிடையே கொதிப்பை ஏற்படுத்தியது.

ஒளரங்கசீப் தனக்குக் கீழ் பணிபுரிந்த இந்து அதிகாரிகள் அனைவரையும் மொத்தமாகப் பணியை விட்டு நீக்கினார் என்றொரு சர்ச்சை உண்டு. இதில் பகுதி அளவில் உண்மை உண்டு. ஜிஸியா சம்பந்தமாக அதிருப்தியில் கலகத்தில் ஈடுபட்ட

அதிகாரிகளும், ஜிஸியாவை வசூலிக்க மறுத்த அதிகாரிகளும் நீக்கப்பட்டனர். அந்த இடங்களில் இஸ்லாமிய அதிகாரிகள் நியமிக்கப்பட்டனர். பின்பு அவர் இட்ட உத்தரவில் சிறு திருத்தம் கொண்டு வரப்பட்டது. அதாவது ஒரு மாகாணத்தில் ஓர் இஸ்லாமிய அதிகாரி இருக்கிறார் என்றால் உடன் ஓர் இந்து அதிகாரியும் பணியமர்த்தப்பட வேண்டும் என்று. ஒருவரை ஒருவர் கண்காணித்துக் கொள்ள இந்த ஏற்பாடு.

மராத்தியர்கள் வலுப்பெற்று விடக்கூடாது. இந்துஸ்தானில் இந்துப் பேரரசு ஒன்று உருவாகி விடக்கூடாது என்ற முன்னெச்சரிக்கை உணர்வு ஔரங்கசீபுக்குச் சற்று அதிகமாகவே இருந்தது. அதற்கேற்ப பணி நியமனங்கள் நடந்தன. ஆனால் பல முக்கியமான பதவிகளில் ராஜபுத்திரர்களே இருந்தார்கள் என்பது உண்மை. குறிப்பிட்ட அளவில் மராத்தியர்களும் பணியாற்றி னார்கள் என்பதும் நிஜம்.

அடுத்த சர்ச்சை - ஔரங்கசீப் தன் பேரரசில் உள்ள இந்துக் கோயில்களை எல்லாம் இடித்துத் தரைமட்டமாக்கினார். இது குறித்து ஔரங்கசீப் வெளியிட்ட ஆணை இதுவே. 'முகலாயப் பேரரசின் ஆளுகைக்குள்பட்ட புராதனக் கோயில்கள் எவற்றை யும் அழிக்கக்கூடாது. அதே சமயத்தில் புதிய கோயில்கள் எதையும் இனி கட்டவும் அனுமதி கிடையாது.

பேரரசின் நிதிநிலைமையைச் சீர்படுத்துவதற்காக, கூடுதல் செலவுகளைத் தவிர்ப்பதற்காக ஔரங்கசீப் இட்ட கட்டளை இது. ஷாஜஹானது ஆட்சிக் காலத்தில் அவரது கட்டளைக் கேற்ப, ஔரங்கசீப் இந்துக் கோயில்களை இடித்திருக்கிறார். ஆனால் தனது ஆட்சிக்காலத்தில் அதுபோன்ற காரியங்களில் வலுக்கட்டாயமாக ஈடுபடவில்லை. தவிரவும் இந்துக்களின் மனத்தில் தாராவுக்கு நல்ல மதிப்பு இருந்தது. இந்துக்களோடு நெருங்கிப் பழகிய அவரே அடுத்த பேரரசராக வருவார் என்ற அவர்களது எதிர்பார்ப்பு பலிக்கவில்லை. ஆகவே பெரும் பான்மையானவர்களால் ஔரங்கசீபை ஏற்றுக்கொள்ள முடியவில்லை.

பேரரசுகள் முழுமைக்கும் கட்டாயமாக்கப்பட்ட ஜிஸியாவிலும் சில தளர்வுகள் இருந்தன. முதியோர், பிச்சைக்காரர்கள், ஊன முற்றோர், துறவிகள், கிறித்தவக் குருமார்கள், அந்தணர்கள், குழந்தைகளுக்கு விலக்கு அளிக்கப்பட்டிருந்தது. ராணுவத்தில்

சேர்ந்து பணியாற்றிய பிற மதத்தினருக்கு இந்த வரி விதிக்கப்பட வில்லை. வரியைத் தவணை முறையில் செலுத்த மக்கள் அனுமதிக்கப்பட்டனர். பணமாக அன்றி, பொருளாக செலுத்தும் வாய்ப்பும் வழங்கப்பட்டது. மிகவும் கீழ்நிலையில் இருப்போ ருக்கு வரிவிலக்கு அளிக்கப்பட்டது.

நல்ல உடல் நலத்துடன் இருக்கும் இஸ்லாமியர்கள் ராணுவத் தில் பணியாற்ற கட்டாயப்படுத்தப்பட்டனர். 'ராணுவத்தில் சேராமல் வரி கட்டிக் கொள்கிறேன்' என்று கேட்டவர்களுக்கு அனுமதி வழங்கப்படவில்லை.

சைவ சமயத்தைப் பரப்பியவர்களில் குமரகுருபரர் முக்கியமான வர். அவர் ஔரங்கசீப் காலத்தில் வாழ்ந்தவர்தான் (1625 - 1688). வட இந்தியாவில் சைவ சமயத்தைப் பரப்பியதில் முக்கியப் பங்கு அவருக்குண்டு. குமரகுருபரர் காசியில் சைவ மடாலயங்களை அமைப்பதற்காக ஔரங்கசீப் நிலங்களை வழங்கினார் என்று வரலாற்றுக் குறிப்புகள் தெரிவிக்கின்றன. அதேபோல பல்வேறு கோயில்களுக்கு மானியங்கள் வழங்கியதற்கான குறிப்புகளும் இருக்கின்றன.

1669ல் ஔரங்கசீப் வாரணாசியில் விஸ்வநாதர் கோயிலை இடிக்கச் சொல்லி உத்தரவிட்டார். அந்த இடத்தில் புதிதாக கியான்வாபி (Gyanvapi) என்ற மசூதி கட்டப்பட்டது. இப்படி ஒரு குற்றச்சாட்டு சொல்லப்படுகிறது. அதை வலுப்படுத்துவது போல கியான்வாபி மசூதியின் பின்புறத்தில் பழைய விஸ்வநாதர் கோயில் இருந்ததற்கான சுவர்கள் தென்படுகின்றன.

ஔரங்கசீப் விஸ்வநாதர் கோயிலை இடிக்கக் கூறியதன் காரணமாக ஒரு சம்பவம் சொல்லப்படுகிறது. ஔரங்கசீப் வங்கத்துக்கு சென்று கொண்டிருந்தார். அப்போது அவருடன் சென்று கொண்டிருந்த இந்து மன்னர்கள் ஔரங்கசீப் வாரணாசியைக் கடப்பதற்கு முன்பாக கோரிக்கை ஒன்றை வைத்தனர். 'எங்களுடைய ராணிகள் காசியில் குளித்துவிட்டு விஸ்வநாதரை தரிசிக்க விரும்புகிறார்கள். அதற்கு ஆலம்கீர் அனுமதி அளிக்க வேண்டும்.'

ஔரங்கசீப், மன்னர்களின் கோரிக்கையை ஏற்று பயணத்தை நிறுத்தி வைத்தார். வாரணாசிக்கு ஐந்து மைல்களுக்கு முன் பாகவே முகாமிட்டுத் தங்கினார். ராணிகள் கங்கையில்

நீராடிவிட்டு, விஸ்வநாதரை தரிசித்தனர். ஆனால் ஆலயத்துக் குள் சென்ற கட்ச் ராணி மட்டும் திரும்பி வரவில்லை. தேடிப் பார்த்தபோது, அந்த ராணி ஆலயத்தில் ஓர் பாதாள அறையில் அலங்கோலமாக அழுது கொண்டிருந்தாள். அதற்குக் காரணம் கோயிலின் பூசாரி. அந்த இடம் விஸ்வநாதர் விக்ரஹம் அமைந்திருந்த இடத்தின் அடிப்பகுதி. விஷயம் ஒளரங்கசீபின் காதுகளுக்குச் சென்றது. கோயிலின் புனிதம் கெட்டுவிட்டதாகச் சொல்லி இந்து மன்னர்கள் ஒளரங்கசீபிடம் வருந்தினார்கள். பூசாரி தண்டிக்கப்பட்டார். ஒளரங்கசீபின் உத்தரவுப்படி கோயில் இடிக்கப்பட்டது*.

இந்தச் சம்பவத்தை சில வரலாற்றாசிரியர்கள் மறுக்கவும் செய்கிறார்கள். கோயில் இடிக்கப்பட்டதற்கான காரணம் இது வல்ல என்றும் வாதிடுகிறார்கள். எனவே இந்த விவகாரமும் என்றும் தீராத சர்ச்சைக்குரியதே.

ஒளரங்கசீபின் அதிகாரபூர்வ அவைக் குறிப்பான Maasir I Alamgiriயில்கூட ஒளரங்கசீபின் உத்தரவின்படி வாரணாசியில் கோயில் இடிக்கப்பட்டதாகக் கூறப்பட்டுள்ளது. அதற்கான காரணம் சொல்லப்படவில்லை. அதே சமயத்தில் ஒளரங்கசீப், வாரணாசி கவர்னர் அபுல் ஹஸனுக்கு ஒளரங்கசீப் இட்ட உத்தரவையும்** கவனிக்க வேண்டும்.

'... நமது பேரரசில் வாழும் அனைத்து நிலை மக்களின் நலனுக் காகவும், நமது மதவிதிகளின்படியும் இந்த முடிவு எடுக்கப் பட்டுள்ளது. புராதன கோயில்கள் எல்லாம் அப்படியே இருக்கட்டும். புதிய கோயில்கள் கட்ட அனுமதிக்க வேண்டாம். வாரணாசியும் சுற்றியுள்ள சில பகுதிகளிலும் இந்துக்கள் வாழ்விடங்களிலும் கோயில்களிலும் துன்புறுத்தப்படுவதாகக் கேள்விப்பட்டேன். இந்த உத்தரவு உங்கள் கைக்குக் கிடைத்த தும், இதுபோன்ற செயல்கள் தொடராமல் உடனடி நடவடிக்கை எடுக்கவும். இறைவனை அமைதியாக வழிபட யாருக்கும் எந்தத் தொந்தரவும் இருக்கக்கூடாது.'

விஸ்வநாதர் கோயில், ஒளரங்கசீப் இடிப்பதற்கு முன்பாகவே குத்ப்-உத்-தின் ஐபெக் காலத்திலும், சிக்கந்தர் லோடியின்

---

★ வரலாற்றின் வெளிச்சத்தில் ஒளரங்கஜேப் - செ. திவான்
★★ Dated 15th of Jumada, A.H. 1069

காலத்திலும் இடிக்கப்பட்டிருக்கிறது. பின்பு மீண்டும் கட்டப் பட்டிருக்கிறது. தற்போது வாரணாசியில் அமைந்திருக்கும் விஸ்வநாதர் கோயில், 1776ல் குவாலியர் ராணி அஹில்யாபா யால் கட்டப்பட்டது.

ஔரங்கசீப், வாரணாசியின் பெயரை முகம்மதாபாத் என்று மாற்றியமைத்தார். அதைப் பலரும் எதிர்த்தார்கள். ஏற்றுக் கொள்ளவில்லை. முகம்மதாபாத் என்ற பெயர் சில ஆவணங் களில் மட்டுமே குறிக்கப்பட்டிருக்கிறது. (ஆதாரம் : Kasi - The City Illustrious or Benares, By Edwin Greaves, Published by Panch Kory Mittra at the indian press, Allahabad.)

கோயில்கள் இடிப்பு சம்பவங்களைப் பொருத்தவரை, இந்துக்கள்தான் முதலில் சில மசூதிகளை இடித்துவிட்டு அந்த இடங்களில் கோயில்களை எழுப்பினார்கள். அதற்குத்தான் ஔரங்கசீப் எதிர்வினை புரிந்தார் என்று சில வரலாற்று ஆசிரியர்கள் வாதிடுகிறார்கள். இந்த இடத்தில் இன்னொரு விஷயத்தைக் குறிப்பிட்டாக வேண்டும். ஔரங்கசீப் பழைய மசூதிகளைப் புணரமைப்பதில் அதிக ஆர்வம் காட்டினார். அவரது ஆட்சிக் காலத்தில் டெல்லியைச் சுற்றி மட்டுமே சுமார் 600 மசூதிகள் புதுப்பிக்கப்பட்டன.

●

அக்பர் காலத்திலிருந்தே ஜாட் இனத்தவர்கள் மதுராவில் செல்வாக்கோடுதான் இருந்தார்கள். அக்பரோடும் ஜஹாங்கி ரோடும் அவர்களுக்கு நல்ல உறவு இருந்தது. ஆனால் ஷாஜ ஹான் காலத்தில் உரசல் ஏற்பட்டது. ஜாட் பிரிவினர் மற்றவர்கள் மீது ஆதிக்கம் செலுத்துகிறார்கள் என்று ஷாஜஹானுக்குப் புகார்கள் வரவே, அவர் தாராவை அங்கு அனுப்பி, நிலைமை யைக் கட்டுப்பாட்டுக்குள் கொண்டு வந்தார். ஔரங்கசீப் பேரரசரானார். ஆனால் அவரோடும் ஜாட்களுக்கு நல்லுறவு ஏற்படவில்லை. அவ்வப்போது உரசல்கள் தொடர்ந்தன. சையது அப்துன் நபி என்பவர் மதுராவின் புதிய நிர்வாகியாக (Faujdar) நியமிக்கப்பட்டார். அங்கே புதிதாக ஜமா மசூதி ஒன்று எழுந்தது.

ஜாட்கள் சமயம் பார்த்துக் கொண்டிருந்தார்கள். 1669ல் ஜாட்கள், கோக்லே என்ற ஜமீந்தாரின் தலைமையில் கலகத்தில் குதித்

தார்கள். மசூதி சேதப்படுத்தப்பட்டது. சையது அப்துன் நபி கொலை செய்யப்பட்டார். ஹசன் அலி என்ற புதிய நிர்வாகி அங்கே வந்தார். அவர் அப்துன் நபியைவிட அனுபவமும் வலிமையும் வாய்ந்தவர். ஆக ஜாட்கள் மேலும் கலகத்தில் குதிக்காதபடி நிலைமையைக் கட்டுக்குள் வைத்திருந்தார். அடுத்த பத்தாண்டுகளுக்கு அங்கே அமைதி நிலவியது.

ஔரங்கசீப் தக்காணத்துக்கு இடம்பெயர்ந்த 1681ல் ஜாட்கள் மீண்டும் தலைதூக்கினார்கள். இந்தமுறை அவர்களை வழி நடத்தியவர் ராஜாராம். அவர்கள், முகலாயர்களின் கட்டுப் பாட்டில் இருந்த பகுதிகளைக் கைப்பற்றுவதற்காகக் கலகத்தில் குதித்தார்கள். மோதலில் ராஜாராம் கொல்லப் பட்டார். ஆகவே பெரிய அளவிலான அசம்பாவிதம் தவிர்க்கப் பட்டது. ஆனாலும் ஜாட்கள் அடங்கவில்லை. அங்கொன்றும் இங்கொன்றுமாக சிறு சிறு மோதல்களில் ஈடுபட்டுக் கொண்டேதான் இருந்தார்கள்.

1691ல் அக்பரின் கல்லறைக்கு ஆபத்து வந்தது. பெரிய அளவில் கொள்ளைச் சம்பவங்களில் ஈடுபட்ட ஜாட்கள், அக்பரின் கல்லறையிலுள்ள விலையுயர்ந்த கற்களையும் உலோகங் களையும் கொள்ளையடிக்கும் நோக்கில் உடைத்து நொறுக்கி னார்கள். சமாதியும் சிதைக்கப்பட்டது. அக்பரின் எலும்புக்கூடு அவர்களால் எரிக்கப்பட்டது.

●

நர்னௌல், ஹரியானாவிலுள்ள ஒரு நகரம். அதைத் தலைமை யகமாகக் கொண்டு செயல்பட்டவர்கள் சத்னாமிக்கள் (Satnamis). இந்து மதத்தில் 1657ல் புதிதாகத் தோன்றிய ஒரு பிரிவினர். ரவிதாஸ் என்ற குருவைப் பின்பற்றினார்கள். ராமர், கிருஷ்ணர் நாமத்தைச் சொல்லியபடி தியானம் இருப்பதே அவர்களது முக்கிய வழிபாடு. விவசாயிகள், பொற்கொல்லர்கள், தச்சர்கள், துப்புரவுத் தொழில் செய்பவர்கள் என சமூகத்தின் கடை நிலையிலிருந்தவர்களே இந்தப் பிரிவில் இருந்தார்கள். இணைந்தார்கள். ஒரே ஒரு முக்கிய கட்டுப்பாடு மது, இறைச்சி தவிர்க்க வேண்டும். குறுகிய காலத்தில் சத்னாமிக்களின் எண்ணிக்கை அதீத வளர்ச்சியடைந்தது. ஔரங்கசீப் மீண்டும் வழக்கத்துக்குக் கொண்டு வந்த ஜிஸியா வரியால் சத்னாமிக்கள் வெறுப்பில் இருந்தார்கள்.

நடந்த ஒரு சின்ன சம்பவம் பெரும் கலகத்தைத் தூண்டிவிட்டது (1672). வயல் ஒன்றில் அறுவடை நடந்து கொண்டிருந்தது. மேற்பார்வை பார்த்துக் கொண்டிருந்த ஒரு முகலாய வீரனுக்கும் ஒரு விவசாயிக்கும் சின்னதாகத் தகராறு. அது கைகலப்பாக மாறியது. வீரன் அடித்த அடியில் விவசாயி இறந்துபோனான். மக்கள் அந்த வீரனை நையப் புடைத்தனர். அவனும் இறந்து போனான்.

முகலாய வீரனைக் கொன்றவர்களைத் தேடும் பணியில் முகலாய அதிகாரி தீவிரமாக இறங்கினார். சத்னாமிக்கள் அவருக்கு எதிராகப் பெரும் எண்ணிக்கையில் ஆயுதங்களுடன் திரண்டார்கள். அங்கிருந்த முகலாய வீரர்கள் துரத்தி அடிக்கப் பட்டனர். நர்னௌலில் மசூதிகள் சேதப்படுத்தப்பட்டன. அந்த இடத்தின் அதிகாரம் சத்னாமிக்களால் கைப்பற்றப்பட்டது. அஜ்மீர், ஆக்ராவென சத்னாமிக்களின் எழுச்சி பரவியது. ஆங்காங்கே முகலாயப் படைகளுக்குச் சேதாரம்.

இந்தச் சந்தர்ப்பத்தைப் பயன்படுத்திக் கொண்டு, ராஜபுத்திரர் களும் ஆங்காங்கே கலகத்தில் ஈடுபடுவதற்கான சாத்தியக் கூறுகள் உருவாகின. ஔரங்கசீப் முகலாயப் படையைக் களமிறக் கினார். ரடன்தாஸ் கான் என்ற தளபதியின் தலைமையில் பத்தா யிரம் முகலாய வீரர்கள் சுமார் இரண்டாயிரம் சத்னாமிக்களை போரில் கொன்றனர். கைது செய்யப்பட்டு கொல்லப்பட்டவர் களும் உண்டு. பல சத்னாமிக்கள் திக்கின்றி திசையின்றி ஓடி உயிர்பிழைத்தார்கள்.

காரியத்தைக் கச்சிதமாக நிறைவேற்றிய தளபதி ரடன்தாஸ் கான், ஆலம்கீர் அளித்த வெகுமதிகளில் நனைந்தார்.

ராஜா ஜஸ்வந்த் சிங் இறந்து ஐந்து மாதங்கள் ஆகியிருந்தன. மார்வாருக்கென ராஜா ஒருவரை நியமிக்க அதற்குமேலும் தாமதப்படுத்த முடியாத சூழல். பதவியைக் கைப்பற்ற முனைப் புடன் இருந்த இந்தர் சிங், ஔரங்கசீபுக்கு விசுவாசமாக நடப்ப தாக ஒப்புக் கொண்டார். ஆனால் அவரை ரதோர் பரம்பரை யினரே ஆதரிக்கவில்லை. 1679, மே இறுதியில் ஔரங்கசீப், இந்தர் சிங்கை மேவாரின் ராஜாவாக அறிவித்தார். அதற்காக இந்தர் சிங், பேரரசுக்குச் செலுத்திய கப்பம், 36 லட்சம்.

அதே சமயத்தில் ஜஸ்வந்த் சிங்கின் மனைவிகள், குழந்தை அஜித் சிங்கோடும் சிறிய ராஜபுத்திரப் படையோடும் டெல்லியை

அடைந்திருந்தார்கள். அவர்களை அழைத்து வந்தவர் துர்காதாஸ் ரதோர். ஜஸ்வந்த் சிங்கின் அமைச்சர். தீவிர விசுவாசி. 'ஜஸ்வந்த் சிங்கின் நேரடி வாரிசான இளவரசர் அஜித் சிங்குக்கு மட்டுமே மார்வாரை ஆளும் உரிமை இருக்கிறது. ஆலம்கீர் அதற்கு வழிவகை செய்ய வேண்டும்.' உரிமையோடு கேட்டார்கள். ஔரங்கசீப் ஒப்புக்கொள்ளவில்லை.

'தங்கள் கோரிக்கை புரிகிறது. ஆனால் குழந்தையை அரியணை ஏற்ற முடியாது. குழந்தை, இங்கேயே முகலாய அந்தப்புரத்தில் வளரட்டும். உரிய வயது வரும்போது நானே அஜித் சிங்கை மார்வாரின் ராஜாவாக்குகிறேன்.'

குழந்தையை மதம் மாற்றிவிடுவார்களோ என்று ஜஸ்வந்த் சிங்கின் மனைவிகள் பயந்தார்கள். எனவே இரவோடு இரவாக குழந்தையோடு டெல்லியைவிட்டு தப்பித்து ஓடினார்கள். நிச்சயம் முகலாயப் படையினர் துரத்தி வருவார்கள் என்று தெரியும். எனவே அஜித் சிங்கைப் போலவே வேறு ஒரு குழந்தையையும் ஏற்பாடு செய்திருந்தார் துர்காதாஸ். ராஜபுத்திர பெண்கள், படைகள் சூழ அந்தக் குழுவினர் சென்றார்கள்.

எதிர்பார்த்ததுபோலவே முகலாயப் படையினர் சுற்றி வளைத் தார்கள். சிறிது நேரம் மோதல். அந்த மாற்றுக் குழந்தை கைப்பற்றப்பட்டது. முகலாய அந்தப்புரத்தில் ஔரங்கசீபின் மகள் ஸெப்-உன்-நிஷாவிடம் ஒப்படைக்கப்பட்டது. அந்தக் குழந்தைக்கு அவள் வைத்த பெயர் முகம்மதி ராஜா★.

துர்காதாஸ், நிஜ அஜித் சிங்கோடு மாற்றுப் பாதையில் ஆரவல்லி மலைப்பகுதியை அடைந்திருந்தார். கொஞ்ச காலம் பதுங்கி யிருந்தார். தகுந்த சமயத்தில் அஜித் சிங்கை மார்வாருக்குள் அழைத்துச் சென்று பாதுகாப்பான இடத்தில் தங்க வைத்தார். ராஜாவின் வாரிசு, பல்வேறு ஆபத்துகளிலிருந்து மீண்டு வந்ததை ராஜபுத்திரர்கள் கொண்டாடினார்கள். ராஜாவாக அறிவிக்கப் பட்ட இந்தர் சிங்குக்கே அங்கே மதிப்பில்லாமல் போனது. ஜஸ்வந்த் சிங்கின் மனைவி, ராணி ஹதி, மக்களின் பேராதர வோடும், துர்காதாஸின் துணையோடும் எந்தப் பிரச்னையையும் எதிர்கொள்ளத் தயாராக இருந்தாள்.

★ முகலாய அந்தப்புரத்தில் வளர்க்கப்பட்ட முகம்மதி ராஜா பின்பு என்னவானார் என்பது பற்றிய குறிப்புகள் இல்லை.

தான் ஏமாற்றப்பட்ட விஷயமறிந்த ஔரங்கசீப் வெகுண்டெழுந்தார். மார்வாருக்குக் கொண்டு செல்லப்பட்ட நிஜ அஜித் சிங்கை அவர் ஜஸ்வந்த் சிங்கின் மகனாக ஏற்றுக் கொள்ளவில்லை. அந்தக் குழந்தையை அஜித்-ஐ-ஜாலி என்றழைத்தார். அதன் அர்த்தம், போலி அஜித். முகலாய அந்தப்புரத்தில் இருக்கும் குழந்தைதான் நிஜ வாரிசு என்று அழுத்தம் கொடுத்தார்*.

ஔரங்கசீப், தனது மகன் இளவரசர் முகம்மது அக்பரை அழைத்தார். படைகளோடு மார்வாருக்குப் போகச் சொல்லி உத்தரவிட்டார். துர்காதாஸ் சமயோசிதமாக முகலாயப் படைகள் வரும் வழிகளில் பலமான தடுப்புகளை ஏற்படுத்தியிருந்தார். முகம்மது அக்பர், தடைகளை எல்லாம் கடந்து மார்வாரின் தலைநகர் ஜோத்பூருக்குள் நுழைந்தார். ராணி ஹதி அமைதிப் பேச்சுவார்த்தை நடத்தத் தயாராக இருந்தார்.

'மார்வார் ராஜ்ஜியத்திலுள்ள இந்துக் கோயில்களை எல்லாம் விட்டுக் கொடுக்கிறேன் அல்லது மார்வார் ராஜ்ஜியத்துக்குச் சொந்தமான நிலங்களை எல்லாம் முகலாயப் பேரரசுக்கு அளிக்கிறேன். பதிலாக, பேரரசர் எனது மகன் அஜித் சிங்கை மார்வாரின் ராஜாவாக அங்கீகரிக்க வேண்டும். அந்த இந்தர் சிங்கை பதவியிலிருந்து விரட்ட வேண்டும்.'

இந்தக் கோரிக்கைகளுக்கு ஔரங்கசீப் செவி சாய்க்கவில்லை. அவர் இந்தர் சிங்கை ஒரு பகடைக் காயாக நினைத்தார். அவர் மூலம் மார்வாரையும் அருகிலுள்ள மேவாரையும் முழுமையாகக் கைப்பற்றி முகலாயப் பேரரசுடன் இணைத்துவிடலாம் என்று தப்புக் கணக்கு போட்டார். காரியங்களை நிறைவேற்ற அஜ்மீருக்கு வந்து முகாமிட்டார். ஆனால் இந்தர் சிங்குக்கு அத்தனைச் சாதுரியம் இல்லை என்பது ஔரங்கசீபுக்கு மெதுவாகத்தான் விளங்கியது. ரதோர்களது எதிர்ப்பை ராஜாவாக நியமிக்கப்பட்ட இந்தர் சிங்கினால் கொஞ்சம்கூட கட்டுப்படுத்த முடியவில்லை. ஆக, இந்தர் சிங்கை பதவியிலிருந்து துரத்தினார் ஔரங்கசீப்.

மார்வார் முகலாயப் படையினரின் கட்டுப்பாட்டுக்கு வந்தது. அப்படியே அருகில் மேவாருக்கும் அழுத்தம் கொடுக்க

* ஆனால் பின்பு மேவார் ரானா தனது மகளை நிஜ அஜித் சிங்குக்கு திருமணம் செய்துகொடுத்தார். ஆக அஜித் சிங்குக்கு கிடைத்த அங்கீகாரத்தை ஔரங்கசீபால் தடுக்க முடியவில்லை.

ஆரம்பித்தார் ஔரங்கசீப். அதனை ஆண்டுவந்த சிசோதியா பரம்பரையைச் சார்ந்த ரானா ராஜ்சிங், அப்போது சித்தூர் கோட்டையைப் புணரமைத்துக் கொண்டிருந்தார். முகலாயப் பேரரசுக்குக் கட்டுப்பட்டு கப்பம் கட்டும் ரானா, தனது அனுமதி இல்லாமல் கோட்டையைப் பழுது பார்த்தது ஔரங்கசீப்புக்குக் கோபத்தை உண்டு பண்ணியது. மேவார் முழுமைக்குமான ஜிஸியா வரி உடனே கட்டப்பட வேண்டுமென மிரட்டல் விடுக்கப்பட்டது. ரதோர் பரம்பரையினருக்கு ஆதரவு கொடுக்கக் கூடாது என்றும் எச்சரிக்கை கொடுக்கப்பட்டது.

ஆக, மேவாரின் உதவி மார்வாருக்குக் கிடைக்காமல் போனது. அருகிலிருந்த ஜெய்ப்பூர் ராஜா, எப்போதுமே முகலாயப் பேரரசுக்குக் கட்டுப்பட்டு நடப்பவராக இருந்ததால் அவரது உதவியை எதிர்பார்க்க முடியவில்லை. மேவார் ரானா, ஔரங்கசீபின் கட்டளைகளுக்கெல்லாம் சம்மதிப்பதுபோல தலையாட்டிவிட்டு, திடீரென தலைமறைவானார். ரதோர்களும் படைதிரட்டி முகலாயர்களைத் தாக்கவில்லை. பதுங்கினார்கள். மலைப்பகுதிகளில் மறைந்து கொண்டு முகலாயப் படையினர் மீது திடீர்த் தாக்குதல்கள் நடத்த ஆரம்பித்தனர்.

கிட்டத்தட்ட எல்லா மோதல்களிலும் முகலாயர்களே ஆதிக்கம் செலுத்தினர். ஆனால் ராஜபுத்திரர்கள் பெரும் தோல்வியை எல்லாம் சந்திக்கவில்லை. 1681 வரை நீண்ட மோதல்களில் முகலாயர்களால் ரதோர்களை, சிசோதியார்களை முற்றிலும் அடக்க முடியவில்லை. உதய்பூர் ரானா ராஜாராஜ்சிங், ஒருபுறம் முகலாயர்களை எதிர்த்துப் போராடினார். அவரது மகன் குமார் பீம்சிங், முகலாயர்களின் கவனத்தைத் திசை திருப்பும் விதமாக, குஜராத்தில் தாக்குதலை நடத்தினார். இடாரைக் கைப்பற்றினார். அப்படியே பல மசூதிகளைச் சிதைத்தார். முல்லாக்கள் தாக்கப்பட்டனர். குர்-ஆன்கள் தீக்கிரையாயின.

இளவரசர் முகம்மது அக்பரால் அந்தச் செயல்களைத் தடுக்க முடியவில்லை. நிலைமை மோசமாவதை உணர்ந்த ஔரங்கசீப், வங்காளத்திலிருந்த தனது இன்னொரு மகன் முகம்மது அஸம் ஷாவை உடனே அழைத்தார். தக்காணத்தில் நிர்வாகத்திலிருந்த இளவரசர் முகம்மது முவாஸ்ஸமுக்கும் அழைப்பு போனது.

மூன்று இளவரசர்களும் மூன்று திசைகளிலிருந்து ராஜபுத்திரர்களைச் சூழ்ந்தார்கள்.

ராஜபுத்திரர்களுக்கு அப்போது இரண்டே வாய்ப்புகள் இருந்தன. ஒன்று பெரிய அளவில் ராஜபுத்திரர்களின் படையைத் திரட்டி, முகலாயர்களுக்கு எதிராகப் போர்புரிய வேண்டும். அப்போது அதற்கான சூழ்நிலை சாதகமாக இல்லை. அல்லது முகலாயர்களின் கவனத்தை வேறு எங்காவது திசை திருப்ப வேண்டும். இதற்கு வாய்ப்பிருந்தது. மூன்று திசைகளில் மூன்று இளவரசர்கள். ஒருவருக்கொருவர் ஒற்றுமையானவர்களாக நிச்சயம் இருக்க மாட்டர்கள். ஒவ்வொருவருடைய மனத்திலும் நிச்சயமாக அரியணை ஆசை இருக்கவே செய்யும். ஒவ்வொரு இளவரசருக்கும் தனித்தனியாக வலைவீசும் வேலை நடந்தது.

'இளவரசரே, எவ்வளவு காலத்துக்குத்தான் தாங்கள் பேரரசரின் உத்தரவுகளுக்குக் கட்டுப்பட்டு அங்கும் இங்கும் திரிந்து கொண்டே இருப்பீர்கள்? நீங்களும் பேரரசராக மயிலாசனத்தில் அமர வேண்டாமா? ராஜபுத்திரர்களின் முழு ஆதரவு உங்களுக்கு உண்டு. ஔரங்கசீபை வீழ்த்த நாங்கள் தோள் கொடுக்கிறோம்.'

முகம்மது முவாஸ்ஸமுக்கு மனத்தில் அந்த ஆசை படர்ந்தது. ராஜபுத்திரர்களின் பக்கம் சாய நினைத்தார். ஆனால் விஷயத்தைக் கேள்விப்பட்ட அவரது தாய் நவாப் ராஜ்பாய் பேகம், 'அதெல்லாம் கூடாது' என்று தன் மகனை அடக்கி வைத்தார்.

ஆனால் கொஞ்சம்கூட யோசிக்காமல், வலையில் வசமாக விழுந்தார் இளவரசர் முகம்மது அக்பர். அவருக்கு புத்தி சொல்ல தாய் தில்ராஸ் பானு பேகம் உயிரோடு இல்லை. எனவே அவர் ஔரங்கசீப்பை எதிர்க்க முடிவு செய்தார். தஹாவுர் கான் என்ற முகலாயத் தளபதி அவருக்கு முழு ஆதரவு கொடுப்பதாக உற்சாகப்படுத்தினார். விஷயம், முவாஸ்ஸம் வழியாக ஔரங்கசீபை அடைந்தது. 'சில வதந்திகளைக் கேள்விப் பட்டேன். உண்மை என்ன என்பதை அறிய விரும்புகிறேன்' - ஆலம்கீர் தன் மகன் முகம்மது அக்பரை எச்சரித்து கடிதம் ஒன்றை அனுப்பினார்.

'உங்களை நேருக்கு நேராகப் போர்க்களத்தில் சந்திக்கிறேன்' - பதில் அனுப்பினார் முகம்மது அக்பர். 1681, ஜனவரி 11ல் தன்னை முகலாயப் பேரரசராகத் தானே அறிவித்துக் கொண்ட அவர், சுமார் முப்பதாயிரம் ராஜபுத்திர வீரர்கள் துணையோடு ஔரங்கசீபை எதிர்த்துப் போரிடக் கிளம்பினார். ராஜபுத்திரப் படைக்குத் தலைமையேற்றிருந்தவர் துர்காதாஸ்.

அஜ்மீரிலிருந்து ஔரங்கசீப் போருக்காகக் கிளம்பியிருந்தார். அப்போது அவர் வசம் இருந்த முகலாய வீரர்களின் எண்ணிக்கை சுமார் ஏழாயிரம்தான். வெற்றி இளவரசரது பக்கம் இருப்பது போலத்தான் இருந்தது.

•

தியோராய்க்கு அருகில் முகாமிட்டிருந்தார் ஔரங்கசீப். தாராவோடு இரண்டாவது முறையாகப் போரிட்ட அதே இடம். இப்போது மகனோடு போரிட வேண்டிய சூழல். முவாஸ்ஸம் படைகளோடு வருவதற்காக ஔரங்கசீப் போரை ஆரம்பிக்காமல் காத்திருந்தார். அதற்குமுன் தாக்குதலை ஆரம்பித்தால் தோல்வி உறுதி என்பதே நிலை. சற்று தொலைவில்தான் முகம்மது அக்பரும் முகாமிட்டிருந்தார். ஆனால் அவரும் தாக்குதலை ஆரம்பிக்கவில்லை. ஜோதிடர்கள் இரண்டு நாள்கள் பொறுத்திருக்கச் சொல்லியிருந்தார்கள்.

ஆலம்கீர், அந்தச் சமயத்தைத் தனக்குச் சாதகமாகப் பயன்படுத்தத் திட்டமிட்டார். முவாஸ்ஸம் படைகளோடு வந்தாலும் தனக்கு ஆதரவாகத்தான் இருப்பான் என்பதில் நிச்சயமில்லை. முகம்மது அக்பரைப் போல அவனும் மனம் மாறக்கூடுமே. ஆக, போரின்றி இந்தச் சூழலை வென்றாக வேண்டும். என்ன செய்யலாம்?

அன்று இரவு முகம்மது அக்பர் முகாமிட்டிருந்த இடத்துக்கு இரண்டு கடிதங்கள் சென்றன. ஒன்று முகம்மது அக்பரின் ஆதரவுத் தளபதி தஹாவுர் கானின் கைகளை அடைந்தது. பேரரசர் எழுதியது போலிருந்த அந்தக் கடிதத்தைப் படித்ததும் தஹாவுர் கான் வெலவெலத்துப் போனார். 'நீ உடனடியாகச் சரணடைந்து விடு. இல்லையென்றால் உன் மனைவி எல்லோருடைய முன்னிலையிலும் அவமானப்படுத்தப்படுவாள். உன் பிள்ளைகளை நாயின் விலையில் அடிமையாக விற்று விடுவேன்.'

இன்னொரு கடிதம் துர்காதாஸின் கைகளில் சென்றடைந்தது. இளவரசர் முகம்மது அக்பருக்கு ஔரங்கசீப் எழுதியது போலிருந்த அந்தக் கடிதத்தைப் படித்ததும் துர்காதாஸின் முகம் இருண்டு போனது.

'என் அருமை மகனே, தைரியமான இளவரசனே, நீ சாதித்து விட்டாய். ராஜபுத்திரர்களைத் திரட்டி அழைத்துவந்து

இக்கட்டான ஒரு சூழலில் நிறுத்திவிட்டாய். நீ செய்த இந்தக் காரியத்துக்கான வெகுமதி உனக்கு நிச்சயம் உண்டு.'

கடிதத்தைக் கையில் எடுத்துக் கொண்ட துர்காதாஸ், அவசரமாக முகம்மது அக்பரின் கூடாரத்துக்குச் சென்றார். 'இளவரசர் ஆழ்ந்த உறக்கத்தில் இருக்கிறார். இப்போது எழுப்ப இயலாது.' பாதுகாவலர்கள் தடுத்தார்கள். தஹாவுர் கானின் கூடாரத்துக்கு ஓடினார். அங்கு அவர் இல்லை. துர்காதாஸின் மனத்தில் சந்தேகம் விஸ்வரூபம் எடுத்தது. 'இந்தக் கடிதத்தில் இருப்பவை எல்லாம் உண்மைதானா? நாம் ஏமாற்றப்பட்டுவிட்டோமா?'

ராஜபுத்திரர்களிடையே செய்தி வெகுவேகமாக, படுரகசியமாகப் பரவியது. அதிகாலை மூன்றுமணிபோல ராஜபுத்திரர்களின் குதிரைகள் அங்கிருந்து கிளம்பின. ராஜபுத்திரர்கள் விட்டு விலகுவதைக் கண்ட முகம்மது அக்பரது வீரர்களும் மிரண்டனர். பாதிபேர் அங்கிருந்து தப்பிக்க ஆரம்பித்தனர். மீதிபேர் ஔரங்கசீபின் முகாமுக்குச் சென்று சேர்ந்தனர்.

தஹாவுர்கான், ஔரங்கசீபின் கூடாரத்தை அடைந்திருந்தார். அவரைச் சூழ்ந்துகொண்ட காவலாளிகள், அவரிடமிருந்த ஆயுதங்களைப் பறித்துக் கொண்டார்கள். அவர் கைது செய்யப்பட்டார்.

காலையில் முகம்மது அக்பர்★ சாவகாசமாகக் கண்விழித்தார். அந்தக் கணம் அவரது நிம்மதி தொலைந்துபோனது. அவரது குதிரைக்கு ஓய்வு தொலைந்து போனது. அங்கிருந்து தப்பித்துச் சென்ற அவருடன் அப்போதும் இணைந்திருந்த விசுவாச வீரர்கள் வெறும் 350 பேர் மட்டுமே.

●

'அந்தத் துரோகியை விடாதே. துரத்திப் பிடித்து இழுத்து வா' - இளவரசர் முவாஸ்ஸமிடம், முகம்மது அக்பரைப் பிடிக்கும்

---

★ அதற்குப் பின் முகம்மது அக்பரின் பெயரை அப்தர் என்றும் பாகி என்றும் அரசு ஆவணங்களில் பயன்படுத்த உத்தரவிட்டார் ஔரங்கசீப். அவற்றுக்கு அர்த்தம் - மோசமான, கலகக்காரன். முகம்மது அக்பர் தனது கூடாரத்திலிருந்து தப்பித்து ஓடிய பிறகு அதனை முகலாய வீரர்கள் சோதனையிட்டார்கள். சில கடிதங்கள் சிக்கின. அவை ஸெப்-உன்-நிஷா, தனது சகோதரன் முகம்மது அக்பருக்கு எழுதிய ரகசிய ஆதரவு கடிதங்கள். ஔரங்கசீப் ஸெப்-உன்-நிஷாவை சாலிம்கர் கோட்டையில் சிறை வைத்தார்.

பொறுப்பை ஒப்படைத்தார் ஔரங்கசீப். அவரும் துரத்திச் சென்றார். திரும்பிக்கூட பார்க்காமல் காற்றைக் கிழித்தபடி தப்பித்துச் சென்று கொண்டிருந்த முகம்மது அக்பர், இரண்டாவது நாளிலேயே துர்காதாஸைச் சந்தித்தார்.

உண்மை தெரியவந்தது. எல்லாம் ஔரங்கசீபின் சதி என்று விளங்கியது. புதிதாகப் படை திரட்ட அவகாசம் இருக்கவில்லை. துர்காதாஸ், சில நூறு ராஜபுத்திர வீரர்களை மட்டும் தன்னோடு சேர்த்துக் கொண்டார். முகம்மது அக்பருக்குப் பாதுகாப்பாக அவருடனேயே செல்ல ஆரம்பித்தார். அவர்களது குதிரைகள் தக்காணத்தை நோக்கிப் பாய்ந்தன.

ராஜபுத்திரர்கள் களைத்துப் போயிருந்தார்கள். முழுமையான வெற்றியைத் தராத அந்த முடிவில்லாத மோதல் முகலாய வீரர்களுக்கும் சலிப்பைக் கொடுத்திருந்தது. ஆக இரு தரப்பினரும் அமைதிப் பேச்சுவார்த்தைக்கு இணங்கி வந்தார்கள். தக்காணத்தில் மையம் கொண்டால்தான் ஒட்டுமொத்த பேரரசையும் கவனிக்க முடியும். மேலும் தெற்கு நோக்கி பேரரசை விரிவுபடுத்த முடியும் என்பது ஔரங்கசீபின் எண்ணம். அதுபோக, முகம்மது அக்பரை முடக்காத வரை ஆபத்து என்றும் எண்ணினார். ஆகவே ஏகப்பட்ட நிபந்தனைகளோடு ஒப்பந்தத்துக்குச் சம்மதித்தார்.

ரானா ராஜராஜ்சிங்கின் மகன் ஜெய் சிங் உதய்பூரின் புதிய ரானாவாக்கப்பட்டார். அவருக்கு 5000 ரேங்க் உடன் மன்ஸப்தார் பதவி அளிக்கப்பட்டது. தன் மாகாணத்தில் ஜிஸியா வரி வசூலிக்கும் பொறுப்பும் அவரிடம் ஒப்படைக்கப்பட்டது. அவருக்கு இடப்பட்ட முக்கியமான நிபந்தனை, ரதோர்களுக்கு உதவக்கூடாது என்பதுதான். உதய்பூர் ஒப்பந்தம் கையெழுத்தானது. மேவார் ரானா உடனும் தனியே ஓர் அமைதி ஒப்பந்தம் போடப்பட்டது.

ராஜபுத்திரர்களை ஒடுக்குவதைவிட தெற்கில் மராத்தியர்களின் பலத்தை மேலும் பெருகவிடாமல் தடுப்பதே ஔரங்கசீபின் முக்கிய நோக்கம். ராஜபுத்திரர்களும் மராத்தியர்களும் கை கோர்த்துக் கொண்டால் முகலாயப் பேரரசுக்குப் பேராபத்தாகி விடுமே. ஆகவே ராஜபுத்திரர்களோடு வலிய நட்பு பாராட்டினார். தக்காணத்தை நோக்கி கவனத்தைத் திருப்பினார்.

அங்குதான் தஞ்சமடைந்திருந்தார் முகம்மது அக்பர். 'மகனே, உன் தவறுகளை மன்னித்து விடுகிறேன். உன்னைத் தண்டிக்க

மாட்டேன். வா, வந்து உன் குடும்பத்துடன் இணைந்துகொள்.' தனது மகனுக்குக் கடிதம் மூலமாகத் தூது அனுப்பினார் ஒளரங்கசீப்.

தன் தந்தையின் வார்த்தைகளிலிருப்பது தேனா, விஷமா என்பது முகம்மது அக்பருக்குத் தெரியாதா என்ன? 'அதான் வயதாகி விட்டதல்லவா. மெக்காவுக்குச் செல்ல வேண்டியதுதானே. ஆட்சியை நான் பார்த்துக் கொள்கிறேன். மீண்டும் உங்களைச் சந்திப்பேன், கையில் வாளோடு, போர்க்களத்தில்.' முகம்மது அக்பர் பதிலனுப்பினார். இப்படி வெகுதைரியமாக அவர் பதிலனுப்ப தெம்பு கொடுத்தவர் சாம்புஜி. அக்பருக்கு அப்போது அடைக்கலம் கொடுத்திருந்தவர் அவரே. சாம்புஜி, சிவாஜியின் மகன். அப்போதைய மராத்திய மன்னர்.

•

சாம்புஜியிடம் மானியத் தொகை பெற்றுக் கொண்டு தக்காணத் திலேயே காலத்தைக் கழித்தார் முகம்மது அக்பர். துணையாக இருந்தார் துர்காதாஸ். ஆறு ஆண்டுகள் கழிந்திருந்தன. சாம்புஜி ஆதரவாகத்தான் இருந்தார். ஒளரங்கசீபை எதிர்க்கப் பெரும் படை கொடுத்து உதவுவார் என்று முகம்மது அக்பர் எதிர்பார்த் தார். அது நடக்கவில்லை. 1687 பிப்ரவரியில் அங்கிருந்து விடைபெற்ற முகம்மது அக்பர் பெர்சியாவுக்குச் சென்றார். பெர்சிய ஷாவிடம் படை உதவி பெற்று முகலாய அரியணை யைக் கைப்பற்றலாம் என்பது அவரது கனவு.

பகல் கனவு. முகம்மது அக்பரது மீதி வாழ்க்கை பெர்சியாவிலேயே கழிந்தது. அவர் 1704ல் இறந்துபோனார். தக்காணத்தில் முகம்மது அக்பர் இருக்கும்வரை கூடவே இருந்து ஆதரவு கொடுத்த துர்காதாஸ், அவர் பெர்சியாவுக்குக் கிளம்பியதும் மார்வாருக்குத் திரும்பினார் (1687). முகம்மது அக்பர் தனது மகனையும் மகளையும் துர்காதாஸிடம்தான் விட்டுச் சென்றிருந்தார்.

மார்வாரில் அஜித் சிங், எட்டுவயது சிறுவனாக வளர்ந்திருந் தான். துர்காதாஸ் அஜித் சிங்கை அங்கீகாரத்தோடு அரியணை ஏற்றும் முயற்சிகளை ஆரம்பித்தார். அதனைத் தடுக்கும் விதமாக சுஜீத் கான் என்ற புதிய கவர்னரை மார்வாருக்கு அனுப்பினார் ஒளரங்கசீப். உரசல்கள் தொடர்ந்தன. பிரச்னைகள் வளர்ந்து கொண்டே போயின. ஒரு கட்டத்தில் துர்காதாஸ், தான் வளர்த்து

வந்த அக்பரது மகளையும் மகனையும் ஔரங்கசீபிடம் ஒப்படைக்கக் கட்டாயப்படுத்தப்பட்டார். ஒப்படைத்தார்.

ரதோர்கள் முகலாயர்களோடு அமைதி காக்கச் சம்மதித்தார்கள். அப்போதும் மார்வாரின் ராஜா பதவியை அஜித் சிங்குக்கு அளிக்க வில்லை. பதிலாக, தெற்கு ராஜஸ்தானில் சில பகுதிகளை நிர்வகிக்கும் உரிமையை மட்டும் வழங்கினார். இளைஞனாக வளர்ந்திருந்த அஜித் சிங், மேவார் இளவரசியைத் திருமணம் செய்து தனக்கான ராஜ(புத்திர) அங்கீகாரத்தைப் பெற்றிருந்தார். பிறகே ஔரங்கசீப் அஜித் சிங்கை ஜஸ்வந்த் சிங்கின் வாரிசாக அங்கீகரித்தார்*.

•

மலை எலி. சிவாஜியை மட்டுமல்ல, ஒட்டுமொத்த மராத்திய வீரர்களையும் ஔரங்கசீப் இப்படித்தான் குறிப்பிட்டுள்ளார். விந்திய மலைகளிலும், சாத்புரா மலைப்பகுதிகளிலும் பதுங்கி இருந்து திடீரென அதிரடித் தாக்குதல்களை (குறிப்பாக இரவு களில்) நடத்திய மராத்தியர்கள் பெரும்பாலான சமயங்களில் முகலாயர்களுக்குக் கடும் சவாலாகவே இருந்தார்கள். அடிப் படையில் விவசாயிகள். ஆனால் போர்க் கலைகள் அறிந்தவர் கள். அறுவடைக்கான காலம் தவிர மற்ற நேரங்களில் எதிரி களைத் தாக்கத் தயாராகவே இருந்தார்கள்.

ராஜபுத்திரர்களைப்போல் மராத்தியர்கள் முகலாயர்களோடு அவ்வளவு இணக்கமாக இருக்கவில்லை. ராஜபுத்திரர்கள் தங்கள் இனத்துக்கு ஓர் ஆபத்தோ அல்லது அவமானமோ ஏற்பட்டால், அதை எதிர்த்து இறுதிவரை போராடும் குணம் கொண்டவர்கள். மராத்தியர்களும் போராளிகள்தான். ஆனால் போராடுவதைவிட வெற்றியை நோக்கியே அவர்களது செயல்கள் அமைந்திருக்கும். வெற்றியை எந்த வழியில் வேண்டுமானாலும் பெறுவதற்குத் தயங்க மாட்டார்கள். ஆக, மராத்தியர்களால் முகலாயர்களுக்கு அடிக்கடி மூச்சுத் திணறல் ஏற்பட்டது.

―――――
★ அதற்குப் பின்பும் முகலாயர்களுக்கும் ரதோர்களுக்குமான சிறு சிறு மோதல்கள் நிகழ்ந்துகொண்டேதான் இருந்தன. பின்பு துர்காதாஸுக்கும் அஜித் சிங்குக்குமே ஆகாமல் போனது. கிட்டத்தட்ட இரு வருடங்களுக்கு இருவரும் எதிரும் புதிருமாகச் செயல்பட்டார்கள். 1706ல் இருவரும் கைகோர்த்தார்கள். ஔரங்கசீபின் மறைவுக்குப் பிறகு (1707), அஜித் சிங் முகலாய நிர்வாகிகளை துரத்திவிட்டு, மார்வாரை (ஜோத்பூர்) முழுவதுமாகத் தன் கட்டுப்பாட்டுக்குள் கொண்டுவந்தார்.

முகலாயர்கள் / 323

ஷாகாஜி போன்ஸ்லே, பிஜப்பூர் சுல்தானுக்கு விசுவாசமான தளபதியாகத்தான் இருந்துவந்தார். தனது மூத்த மகன் சாம்பாஜியை தன்னுடனேயே வைத்துக் கொண்டார். தான் செல்லும் இடங்களுக்கெல்லாம் அழைத்துச் சென்றார். ஆனால் அவரது இளைய மகனான சிவாஜி போன்ஸ்லேவின்★ நடவடிக்கைகள் அவரையே கலவரப்படுத்துவதாக இருந்தன. சிவாஜியை வளர்த்தது அவரது தாய் ஜிஜாபாய். புராணக் கதைகள், இதிகாசங்கள் இதையெல்லாம் சொல்லி ஜிஜாபாய் தான் சிவாஜியை மனத்தளவில் வலிமையானவராக வளர்த்தார் என்பது காலம் காலமாகச் சொல்லப்பட்டு வரும் வாய்வழிக் கதை.

சிவாஜிக்கு நிர்வாகம் போன்றவற்றைக் கற்றுக் கொடுத்தவர் அந்தணரான தாதாஜி கொண்டதேவ். குதிரையேற்றம், வில்வித்தை, வாள்சண்டை, வேட்டை, போர்க்கலைகள் எல்லாமே கொண்டதேவின் மேற்பார்வையில்தான் சிவாஜி கற்றுக் கொண்டார். ஆனால் பேரரசர் அக்பரைப் போல சிவாஜியும் ஏட்டுக் கல்வி கற்றுக்கொள்வதில் ஆர்வம் செலுத்தவில்லை. தனது பெயரைக்கூட சிவாஜிக்கு எழுதத் தெரியாது என்பார்கள்.

குரு ராம்தாஸ். சிவாஜிக்கு சிறுவயதிலிருந்தே பல விஷயங்களை போதித்தவர். சிவாஜியின் மனத்தில் சிறுவயதிலேயே அவர் விதைத்த லட்சியம், 'மராத்தியர்களை ஒன்றிணைக்க வேண்டும். மராத்தியர்களுக்கான தேசம் ஒன்றை உருவாக்க வேண்டும்.' அவர் போதித்த இன்னொரு விஷயம், 'அந்தணர்களையும் பசுக்களையும் காப்பாற்றுவதற்காகவே உனக்கு இந்தப் பிறப்பு வழங்கப்பட்டிருக்கிறது.'

சிறுவயதிலிருந்தே குதிரையில் ஏறி சுற்றித் திரிவது சிவாஜிக்குப் பிடித்தமான விஷயம். அதன்மூலம் எது பாதுகாப்பான பகுதி, எது ஆபத்து நிறைந்தது, எங்கே பதுங்கலாம், எங்கே வாழலாம் என்று தன் பிரதேசத்தை அங்குலம் அங்குலமாகத்

---

★ 19 பிப்ரவரி, 6 ஏப்ரல், 10 ஏப்ரல் - சிவாஜி பிறந்ததாகக் கருதப்படும் நாள் குறித்து ஏகப்பட்ட விவாதங்கள் உண்டு. வருடத்தில் சர்ச்சையில்லை, அது 1627. பிறந்த இடம், புனேவுக்கு வடக்கில் 60 கி.மீ. தொலைவிலுள்ள சிவ்நேரி கோட்டை. ஷாகாஜியின் மனைவியான ஜிஜாபாய்க்கு மொத்தம் ஐந்து குழந்தைகள். மூன்று இறந்துவிட்டன. மூத்த மகன் சாம்பாஜி. இளையவன் சிவாஜி.

மராத்திய வீரர்களுடன் சிவாஜி

தெரிந்துவைத்துக் கொண்டார். தன் தந்தையைப் போல பிஜப்பூர் சுல்தானுக்கு ஆதரவாக, அடிபணிந்து செயல்பட வேண்டும் என்ற எண்ணம் சிவாஜிக்கு இல்லை. இருந்தாலும் ஷாகாஜி, புனேயில் தன் அதிகாரத்துக்குள்பட்ட பகுதிகளை நிர்வாகம் செய்யும் பொறுப்பை இளவயதிலேயே சிவாஜிக்கு வழங்கி யிருந்தார்.

1646. பதினெட்டு வயது சிவாஜியின் காதுகளில் ஒரு விஷயம் விழுந்தது. 'பிஜப்பூர் சுல்தான் முகம்மது அடில் ஷாவுக்கு உடல்நிலை சரியில்லை. அங்கே குழப்பநிலை நிலவுகிறது.' இந்தச் சந்தர்ப்பத்தைத் தவறவிட விரும்பாத சிவாஜி, மராத்தியப் படை ஒன்றுடன் தோர்ணா என்ற இடத்தை நோக்கிச் சென்றார். ராய்கர் என்ற கோட்டையை திடீரென முற்றுகையிட்டார். அது ஒன்றும் அவ்வளவு வலிமையான கோட்டையல்ல. அதை பிஜப்பூர் சுல்தானுக்காக காவல் காத்துக் கொண்டிருந்தவர்கள் மராத்தியர்கள்தாம். எனவே எளிதாகக் கைப்பற்றினார்.

அத்தோடு நிறுத்தவில்லை. கோட்டையை ஏகப்பட்ட அரண்களோடு பலப்படுத்த ஆரம்பித்தார்*. ராய்கருக்கு சற்று தொலைவில் இருந்த சிங்கார், புரந்தர் கோட்டைகளும் சிவாஜியால் கைப்பற்றப்பட்டன.

சிவாஜி, அடில் ஷாவுக்குக் கடிதம் ஒன்றையும் அனுப்பினார். 'மேதகு சுல்தானுக்காகத்தான் நான் இந்தச் சேவையைச் செய்கிறேன். வேறு எதிரிகள் யாரும் உள்ளே நுழைந்துவிடாமல் இவற்றைப் பாதுகாக்கிறேன்.'

அடில் ஷா, சிவாஜியின் நடவடிக்கைகளை உன்னிப்பாகக் கவனிக்க ஆரம்பித்தார். சிவாஜியின் தந்தை ஷாகாஜியிடம் விளக்கம் கேட்டார். அப்போது ஷாகாஜி, பெங்களூரை நிர்வகிக்க சுல்தானால் நியமிக்கப்பட்டிருந்தார்**. 'என் மகன் தற்போது என் கட்டுப்பாட்டில் இல்லை' என்று ஷாகாஜியிடம் இருந்து அடில் ஷாவுக்கு பதில் போனது. இந்தச் சம்பவங்களுக்குப் பின் ஷாகாஜி திடீரென ஒருநாள் கைது செய்யப்பட்டார். சிறைப்படுத்தப்பட்டார். காரணம், ஷாகாஜிதான் சிவாஜியைத் தூண்டி விடுவதாக அடில் ஷாவுக்கு எழுந்த சந்தேகம்தான்.

ஷாகாஜியின் கைது அவரது இரு மகன்களையும் உசுப்பேற்றி விட்டது. இஸ்லாமிய ஆட்சியாளர்களை ஒடுக்கி, இந்து ராஜ்ஜியத்தை அமைக்க வேண்டுமென்ற நோக்கில் இருவரும் களமிறங்கினார்கள். அத்தனைக் காலம் தன் தந்தையோடு சேர்ந்து பிஜப்பூருக்காக பணியாற்றி வந்த சாம்பாஜி, கர்நாடகத்தில் ஷாகாஜி நிர்வகித்து வந்த பகுதிகளைத் தன் வசப்படுத்தும் காரியங்களில் இறங்கினார். பிஜப்பூரின் முதன்மைத் தளபதி அப்ஸல் கான் என்பவரது தலைமையில் பிஜப்பூர் படைகள்

---

★ இது குறித்து சம்பவம் ஒன்று சொல்லப்படுவதுண்டு. சிவாஜியின் தாத்தா ஒருமுறை அவரிடம் சொன்னாராம். 'உனக்கு நிலத்தில் தங்கப் புதையல் ஒன்று கிடைக்கும். அதை நம் குலதெய்வம் பவானி உனக்குக் கொடுப்பாள். அதை வைத்து நீ உன்னை வளப்படுத்திக் கொள்.' ராய்கர் கோட்டை பகுதியில் நிலத்தில் சிவாஜிக்குத் தங்கப் புதையல் ஒன்று கிடைத்ததாகச் சொல்வார்கள். அதை வைத்துத்தான் அவர் அந்தக் கோட்டையைப் புதுப்பித்தாராம்.

★ அழிவின் விளிம்பிலிருந்த விஜயநகரப் பேரரசின் பிரதிநிதியான மூன்றாம் கெம்பகௌடா பெங்களூரை ஆண்டு வந்தார். 1638ல் பிஜப்பூர் படைகளுடனும் தளபதி ரணதுல்லா கானுடனும் சென்ற ஷாகாஜி போன்ஸ்லே, பெங்களூரைக் கைப்பற்றினார்.

கர்நாடகத்துக்கு வந்தன. அப்ஸல் கான் தீட்டிய சதித் திட்ட மொன்றில் சிக்கிக் கொண்ட சாம்பாஜி உயிரை இழந்தார் (1653). கனககிரி என்ற இடத்தில் அப்ஸல் கானுடன் நடந்த போரில் சாம்பாஜி கொல்லப்பட்டதாகவும் சொல்லப்படுவதுண்டு.

சகோதரன் கொல்லப்பட, தந்தை கைது செய்யப்பட திகைத்து நின்றார் சிவாஜி. 'கைப்பற்றிய கோட்டைகளை ஒப்படைத்து விட்டால் ஷாகாஜியை விடுதலை செய்கிறோம்' என்று பிஜப்பூர் தரப்பில் சிவாஜிக்கு நிர்பந்தம் விதிக்கப்பட்டது. அதே சமயத்தில் சிவாஜி, முகலாய இளவரசர் முராட் பக்ஷ் உடன் நட்பு வளர்த்திருந்தார். அவரது மூலமாக பேரரசர் ஷாஜஹானுக்குக் கோரிக்கையும் அனுப்பி வைத்தார், தன் தந்தையை விடுதலை செய்யக் கோரி.

ஷாகாஜியை விடுதலை செய்யச் சொல்லி, ஷாஜஹானிட மிருந்து, அடில் ஷாவுக்குக் கடிதம் சென்றது. இந்த விஷயத்தில் ஷாஜஹானின் தலையீட்டை அடில் ஷா எதிர்பார்க்கவில்லை. அந்தச் சமயத்தில் அடில் ஷா முகலாயப் பேரரசுக்குக் கட்டுப் பட்டு நடப்பதாக ஒப்பந்தம் போட்டிருந்தார் (1636). ஆகவே முகலாயர்களோடு பிரச்னையை வளர்க்க விரும்பவில்லை. சிவாஜியை சிங்கார் கோட்டையை ஒப்படைக்கச் சொல்லி கேட்டுக் கொண்டார். ஷாகாஜியை விடுதலை செய்தார். ஒரே ஒரு நிபந்தனையுடன். 'ஷாகாஜி, அடுத்த நான்கு வருடங்களுக்கு பிஜப்பூரை விட்டு எங்கும் போகக்கூடாது.' சிவாஜிக்கும் ஒரு நிபந்தனை விதிக்கப்பட்டதாக சொல்லப்படுவதுண்டு - 'அடுத்த ஆறு வருடங்களுக்கு சிவாஜி அமைதியாக இருக்க வேண்டும். எந்தவிதமான அரசியல், போர் நடவடிக்கைகளிலும் ஈடுபடக் கூடாது.'

ஷாகாஜியின் பழைய பதவியும் அதிகாரமும் மீண்டும் அவருக்கு வழங்கப்பட்டன. 1649லிருந்து 1655 வரை சிவாஜி பிஜப்பூர் எல்லைக்குள் எந்தவிதச் சலமுத்தையும் ஏற்படுத்தவில்லை*.

---

★ ஆனால் பிஜப்பூர் எல்லைக்கு வெளியிலும், முகலாயப் பேரரசின் எல்லைகளிலும் சிவாஜியின் கொள்ளைச் சம்பவங்கள் தொடர்ந்தன. ஷாகாஜிக்கு மீண்டும் வயிற்றில் புளியைக் கரைத்தது. ஆனால் அடில் ஷா, ஷாகாஜி மேல் தவறில்லை என்று புரிந்துகொண்டார். 'உங்கள் மகன் செய்யும் தவறுகளுக்கு இனி உங்களைத் தண்டிக்க மாட்டேன்' என்று அடில் ஷா கடிதம் எழுதி சமாதானப்படுத்தினார்.

அந்த காலகட்டத்தில் சிவாஜி, மராத்தியர்களின் ராணுவத்தையும் பொருளாதாரத்தையும் பலப்படுத்தும் பணியில் மும்மரமாக இறங்கியிருந்தார்.

1656ல் சிவாஜியின் வேட்டை மீண்டும் ஆரம்பமானது. புனேவுக்கு தெற்கே, மகாபலீஸ்வரர் மலைப்பகுதியில் இருந்த பகுதி ஜாவ்லி. அதனை ஆண்ட மன்னர் சந்திரா ராவ். அங்கே சிவாஜி, தனது தூதுவர்கள் இருவரை 'மரியாதை நிமித்தமான பேச்சுவார்த்தை' என்று சொல்லி அனுப்பி வைத்தார். சந்திரா ராவைச் சந்தித்த அந்த இரண்டு தூதுவர்களும், தங்கள் திட்டப்படி அவரைக் கொலை செய்தார்கள். மின்னல் வேகத்தில் தப்பித்தார்கள். வெளியே படைகளோடு மறைந்திருந்த சிவாஜி, ஜாவ்லியைச் சுலபமாகக் கைப்பற்றினார். மன்னரின் வாரிசுகளும் குடும்பத்தினரும் முடக்கப்பட்டனர்.

சுல்தான் முகம்மது அடில் ஷா இறந்துபோனதும் அந்தச் சமயத்தில்தான். மிர் ஜும்லாவோடு கைகோர்த்துக் கொண்டு ஔரங்கசீப் பிஜப்பூரைக் குறிவைத்ததும் அதற்குப் பிறகுதான். ஔரங்கசீபுடன் கைகோர்த்த மறுத்த சிவாஜி, முகலாயப் படைகளின் பலத்தை உணராமல் அஹமத் நகரின் எல்லைப் பகுதிகளில் தாக்குதலை நடத்தி, பின் தப்பி ஓடி உயிர் பிழைத்ததும் அப்போதுதான். முகலாயப் படைகளிடம் ஜாக்கிரதையாக இருக்க வேண்டும் என்று உணர்ந்துகொண்டார் சிவாஜி. 'ஏதோ தெரியாமல் தவறு நடந்துவிட்டது. இனி முகலாயப் பேரரசின் எல்லையைக் காவல் காக்கும் பணியில் விசுவாசமாக இருப்பேன்' என்று அப்போது ஔரங்கசீபுக்குச் சமாதானக் கடிதம் எழுதினார்.

வாரிசுரிமைப் போர். அரியணையைக் கைப்பற்றுவதற்காக ஔரங்கசீப் ஆக்ராவை நோக்கிக் கிளம்பிவிட, அது சிவாஜிக்கு வசதியாக அமைந்தது. பிஜப்பூரில் குழப்ப நிலை தொடர்ந்தது. புதிதாகப் பதவியேற்றிருந்த சுல்தான் இரண்டாம் அடில் ஷா, ஏகப்பட்ட அரசியல் சிக்கல்களில் தவித்துக் கொண்டிருந்தார். வாய்ப்பைப் பயன்படுத்திக் கொண்ட சிவாஜி, பிஜப்பூர் அரசின் எல்லைக்குள் தன் தாக்குதல்களை ஆரம்பித்தார். அஹமத் நகரைச் சுற்றியிருந்த கோட்டைகள், மராத்தியர்கள் வசமாயின. புதிதாக படகுகளை உருவாக்கியிருந்த சிவாஜி, கடல் எல்லையிலும் தன் பாதுகாப்பைப் பெருக்கியிருந்தார்.

இரண்டாம் அலி அடில் ஷா, சிவாஜியை அடக்கும் பொறுப்பை யும் பிஜப்பூரின் தன்னிகரில்லாத் தளபதியான அப்ஸல் கானிடம் ஒப்படைத்திருந்தார். அப்ஸல் கானின் தலைமையில் பெரிய அளவிலான பிஜப்பூர் படையொன்று மராத்தியர்களைப் பதம் பார்க்கக் கிளம்பியது. சிவாஜியும் படைகளைத் திரட்டிக் கொண்டு களமிறங்கவில்லை. மாறாக, பிரதாப்கர் கோட்டைக் குள் சென்று பதுங்கினார். வெகு மும்மரமாக பவானி தேவிக்கு பூஜைகள் செய்தார்.

சிவாஜி அடிபணிந்து அமைதியாக செல்ல நினைக்கிறார் என்று மராத்தியர்களிடமிருந்து அப்ஸல் கானுக்குத் தகவல் அனுப்பப் பட்டது. அப்ஸல் கான் அந்தச் செய்தியை நம்பவில்லை. கோபிநாத் என்ற தனது நம்பிக்கைக்குரிய தூதுவரை சிவாஜி யிடம் அனுப்பினார். சிவாஜி, கோபிநாத்தை மிகுந்த மரியாதை களுடன் வரவேற்றார். மத உணர்வு, கோபிநாத்தை சிவாஜியின் பக்கம் சாய்த்தது.

'இந்துக்களைக் காப்பாற்ற வந்தவன் நான். அப்ஸல் கான் அழிக்கப்படவேண்டியவன். காரியத்தை நிறைவேற்ற நீங்கள் தான் உதவ வேண்டும்.'ஏகப்பட்ட வெகுமதிகளோடு அங் கிருந்து கிளம்பிய கோபிநாத், அப்ஸல்கானை அடைந்தார். 'சிவாஜி போருக்குத் தயாராக இல்லை. தனது தவறுகளுக்கு மன்னிப்பு கேட்கத் தயாராக இருக்கிறார். தங்களை நேரில் சந்திக்க விரும்புகிறார். சந்திப்பு நேரத்தில் தனது உயிருக்கு எந்தவித ஆபத்தும் நேராது என்று நீங்கள் உத்தரவாதம் கொடுக்க வேண்டும் என்று வேண்டிக் கேட்டுக் கொண்டார்.'

அப்ஸல் கான், கோபிநாத்தின் வார்த்தைகளை அப்படியே நம்பினார். சந்திப்புக்கான அழைப்பு சிவாஜிக்குச் சென்றது. 1659, நவம்பர் 20. ஜாவ்லி காட்டுப் பகுதியில் முகாம் ஒன்றில் சிவாஜியும் அப்ஸல் கானும் சந்திப்பதாக ஏற்பாடு. சந்திப்புக்கு முந்தைய நாளே மராத்திய வீரர்கள் அந்தக் காட்டுப் பகுதிகள் பதுங்க ஆரம்பித்தார்கள். அப்ஸல் கானும் அங்கு வந்து சேர்ந்தார். சந்திப்புக்குரிய நேரத்தில், அவரோடு வந்த 1500 வீரர்களும் சற்று தொலைவில் இருந்து கொண்டார்கள். கான் உடன் இருந்தவர் அவரது பாதுகாவலர் சயித் பண்டா மட்டுமே. அப்ஸல் கான் கவசங்களும் அணியவில்லை, தன் வசம் பெரிய ஆயுதங்களையும் வைத்துக்கொள்ளவில்லை. இடைவாள் மட்டுமே அவரிடமிருந்தது.

பவானி தேவிக்கு பூஜையை முடித்துவிட்டு, தன் தாய் ஜிஜாபாயிடம் ஆசிர்வாதம் பெற்றுக் கொண்டு கிளம்பினார் சிவாஜி. உடைக்குள் கவசங்கள். தலைப்பாகைக்குள் கவசத் தொப்பி. வலது கையில் உடைக்குள் மறைத்து வைக்கப்பட்ட பிச்சுவா கத்தி. இடது கைவிரல்களில் மோதிரங்களோடு மறைவாகப் பொருத்தப்பட்ட, மராத்தியர்களின் பிரத்யேக ஆயுதமான புலி நகங்கள் (Baghnakha). ஆனால் பார்வைக்கு நிராயுதபாணியாகவே தெரிந்தார்.

அப்ஸல் கான் தன் கூடாரத்துக்குள் நுழைந்த சிவாஜியை வரவேற்றார். சிவாஜியோடு வந்த வீரர் தள்ளியே நின்றுகொண்டார். சயித் பண்டாவும் அப்ஸல் கானுக்குப் பின்புறம் தள்ளிதான் நின்று கொண்டிருந்தார். சிவாஜி நான்கைந்து முறை குனிந்து வணங்கினார். அப்ஸல் கான், சிவாஜியை நெருங்கி அணைத்தார். மறுநொடி சிவாஜியின் இடது கைவிரல் புலி நகங்கள், அப்ஸல் கானின் வயிற்றைக் கிழித்தன.

வலியால் அலறி, சிவாஜியைத் தள்ளிவிட்டு பின் சென்றார் அவர். தன் வாளைச் சடாரென உருவி, சிவாஜியைத் தாக்கினார். 'க்ளங்'கென உலோகத்தின் சத்தம் வந்ததே தவிர சிவாஜிக்குக் காயமில்லை. சிவாஜி தன் வலது கையில் குறுவாளை எடுத்திருந்தார். கண்ணிமைக்கும் நேரத்தில் அது அப்ஸல் கானின் வயிற்றில் இறங்கியது. அதே நொடியில் சயித் பண்டா, தன் வாளோடு சிவாஜிமேல் பாய்ந்தார். சிவாஜியின் வீரர் பண்டாவுக்குக் குறுக்கே பாய்ந்தார். சிவாஜி, அப்சல்கானின் கையிலிருந்த வாளைப் பிடுங்கி, பண்டாவை ஒரே வெட்டு*.

சிவாஜியும் அவரது பாதுகாப்பு வீரரும் தாமதிக்காமல் அந்தக் காட்டுப் பகுதிக்குள் ஓட ஆரம்பித்தனர். ஒரு குறிப்பிட்ட இடத்தை அடைந்ததும் சிவாஜி, சங்கு எடுத்து ஊதினார். மறைந்திருந்த ஆயிரக்கணக்கான மராத்திய வீரர்கள், அதிரடியாக

---

★ ஐரோப்பிய சரித்திர ஆசிரியர்களும் இஸ்லாமிய ஆசிரியர்களும் அப்ஸல் கான் - சிவாஜி சந்திப்பு சம்பவத்தை இப்படித்தான் குறிப்பிட்டுள்ளனர். மராத்தியர்களின் பதிவும், கால்மி பாகர் என்ற சரித்திர ஆசிரியரின் குறிப்பும் நேர் எதிரானது. அதாவது அப்ஸல் கான், சிவாஜியைத் தீர்த்துக் கட்ட சதிவலை பின்னியிருந்தார். முதலில் வாளை உருவியது அவரே. சாமர்த்தியமாகச் செயல்பட்ட சிவாஜி, அப்ஸல் கானிடமிருந்து தன்னைப் பாதுகாத்துக் கொள்வதற்காக அவரைக் கொன்றுவிட்டு தப்பி வந்தார்.

வெளிப்பட்டனர். பிஜப்பூர் படையினருக்கு மரணம் கொடுக்க ஆரம்பித்தனர்.

அப்ஸல் கானின் தலையைத் தனியாக வெட்டி எடுத்த மராத்திய வீரர்கள், அதனை ஜீஜாபாயின் பாதங்களில் சென்று சமர்ப்பித்தனர். தனது மகன் சாம்பாஜியைக் கொன்றவனைப் பழி தீர்த்துவிட்டதாகக் கண்ணீர் விட்டாள் ஜீஜாபாய்.

●

மராத்தியர்களின் தன்னிகரற்ற தலைவராக சிவாஜி கருதப்பட ஆரம்பித்திருந்தார். பிஜப்பூரின் எல்லைக்குள் நேரடியாகத் தனது தாக்குதல்களை ஆரம்பித்திருந்தார் சிவாஜி. சுற்றியுள்ள பல கோட்டைகள் அவர் வசமாயின. குறிப்பாக பன்ஹாலா கோட்டை. சுல்தான் இரண்டாம் அடில் ஷா, பிஜப்பூர் படைகளை அனுப்பினார். வெவ்வேறு திசைகளிலிருந்து கோட்டையைச் சூழ்ந்தன. சிவாஜி, கோட்டையைக் கைவிட்டு தப்பி ஓடினார். பிஜப்பூர் படைகள் இழந்த பகுதிகளை மீட்கும் நடவடிக்கையில் இறங்கின. ஒரு கட்டத்தில் சுல்தானே நேரடியாகக் களத்தில் இறங்கினார். மழைக்காலம் ஆரம்பிக்கும் வரை சுல்தானின் வெற்றிப் பயணம் தொடர்ந்தது.

ஷாகாஜி போன்ஸ்லேவுக்கு மீண்டும் நெருக்கடி. 'தங்கள் மகனை பணிந்துபோகச் சொல்லுங்கள். மன்னித்துவிடுகிறேன். சிவாஜியை வழிக்குக் கொண்டுவருவது உங்கள் பொறுப்பே.' சுல்தான் நிர்பந்தப்படுத்தினார்.

ஷாகாஜி, பிஜப்பூர் சுல்தானின் தூதுவராக தனது மகன் சிவாஜியைச் சந்திக்கச் சென்றார் (1661). ராய்கர் கோட்டை. தந்தையும் மகனும் சந்தித்துப் பல வருடங்கள் ஆகியிருந்தன. கோட்டைக்குச் சில மைல்கள் முன்னதாகவே தன் தந்தைக்காகக் காத்திருந்தார் சிவாஜி. வந்தவரை வரவேற்று கோட்டைக்குள் உரிய மரியாதைகளுடன் அழைத்துச் சென்றார். தன் தந்தை உட்காரச் சொல்லும்வரை உட்காரவில்லை.

ஷாகாஜியின் உள்ளம் பூரித்துதான் போயிருந்தது. 'என் மகன் எவ்வளவு பெரிய தலைவன் ஆகிவிட்டான்.' உதடுகள், வந்த காரியத்தைப் பேசின. 'பிஜப்பூர் சுல்தானுக்கு எதிராக நீ செயல் படுவது முறையல்ல. என் வார்த்தைகளுக்கு மதிப்பு கொடுப்பாய் என்று நம்புகிறேன்.'

பன்ஹாலா கோட்டை

சிவாஜி பணிந்தார். ஒப்பந்தம் ஒன்று பேசப்பட்டது. பிஜப்பூர் எல்லைக்குள் சிவாஜி கால்வைத்தல் ஆகாது. வடக்கே கல்யாணி, தெற்கே பாண்டா, கிழக்கில் இந்தாபூர், மேற்கில் தாபல் - இந்த எல்லைகளுக்குள்பட்ட பகுதியை சிவாஜி சுயாட்சி செய்து கொள்ளலாம். சுல்தானின் தலையீடு இருக்காது. சிவாஜி ஒப்புக் கொண்டார். மனமகிழ்வுடன் கிளம்பிச் சென்றார் ஷாகாஜி. ராய்கரை தன் தலைநகராகக் கொண்டு ஆட்சிபுரிய ஆரம்பித்த சிவாஜியிடம் அப்போது ஏழாயிரம் பேர் கொண்ட குதிரைப் படையும், அறுபதாயிரம் வீரர்களும் இருந்தார்கள்.

1664 வரை பிஜப்பூர் எல்லைக்குள் எந்தவிதத் தாக்குதல்களையும் சிவாஜி நடத்தவில்லை.

●

சிவாஜி மலை எலி அல்ல, மர்மப் புலி என்று தெளிவாகப் புரிந்து கொண்டார் ஔரங்கசீப். தக்காணத்தில் வெகு ஜாக்கிரதையாக இருக்கவேண்டும். இல்லையென்றால் ஒட்டுமொத்த பீட பூமியையும் சிவாஜி சுருட்டித் தன் தலைப்பாகைக்குள் வைத்துக் கொண்டுவிடுவார். ஆகவே ஔரங்கசீப், தக்காணத்தின் புதிய

கவர்னராக வலிமையும் அனுபவமும் வாய்ந்த ஷாயிஸ்டா கானை நியமித்தார் (1660).

ஷாயிஸ்டா கானின் தலைமையில் முகலாயப் படைகள், மராத்திய ஆக்கிரமிப்புகளை மீட்க ஆரம்பித்தன. அடுத்த மூன்று ஆண்டுகளில் சிவாஜிக்கு பலத்த பின்னடைவு. ஷாயிஸ்டா கான் இருக்கும்வரை தலையெடுக்க முடியாது என்று தோன்றியது. சிவாஜி, தக்க தருணத்துக்காகக் காத்திருந்தார்.

'புனேவில் ஷாயிஸ்டா கான் இருக்கிறார். அதுவும் தாங்கள் வளர்ந்த பழைய மாளிகையில்தான் தங்கியிருக்கிறார்.' சிங்கார் கோட்டையில் இருந்த சிவாஜிக்கு இந்தச் செய்தியைக் கேட்டதுமே உத்வேகம் பீறிட்டது. கூடவே சதித் திட்டம் ஒன்றும் உருப்பெற்றது. புனேவில் சிவாஜிக்குத் தெரியாத மூலை முடுக்கில்லை. கால்கள் பழகிய இடம். ஆகவே களமிறங்கலாம்.

1663. அது ரமலான் நோன்புக்கான மாதம். ஔரங்கசீப் பேரரசராகப் பதவியேற்ற வைபவத்துக்கான வருட கொண்டாட்ட நிகழ்ச்சிகளும் நடக்கும் தருணம் அது. பகலெல்லாம் ரமலான் விரதம் இருக்கும் முகலாய வீரர்கள், இரவில் கொஞ்சம் அசந்துதான் இருப்பார்கள் என்று சிவாஜி கணக்கு போட்டார். இருந்தாலும் புனேவுக்குள் நுழைவதுதான் சற்றே கடினமான காரியமாகப் பட்டது. 'மராத்தியர்கள் யாரும் உள்ளே நுழைந்துவிடக் கூடாது' என்று கடுமையாகக் கண் காணிப்புகள் இருந்தன.

லஞ்சம் எடுபடாத இடமுண்டா? வாசலில் பொறுப்பாக இருந்த முகலாய கொத்தவால் பணத்துக்கு மயங்கினான். சுமார் இருநூறு மராத்தியர்கள் வெவ்வேறு வேடங்களில் புனே நகருக்குள் அந்த மாலை வேளையில் நுழைந்தனர், ஒரு கல்யாண ஊர்வலம் போல. குழுவில் சிவாஜியும் ஒளிந்திருந்தார். நகரெங்கும் கொண்டாட்டங்கள் நடைபெற்றுக் கொண்டிருந்ததால் யாருக்கும் சந்தேகம் வரவில்லை.

இரவு. சிவாஜி சில பேருடன் ஷாயிஸ்டா கான் இருந்த மாளிகையை நெருங்கினார். சமையலறை வழியாக உள்ளே புகுந்தார். மராத்திய வாத்தியக் குழுவினர் ஷாயிஸ்டா கானின் மாளிகைக்கு அருகில் நின்று பலமாக கச்சேரி செய்து

கொண்டிருந்தனர், உள்ளே எழும் சத்தம் வெளியே கேட்காம லிருப்பதற்காக.

சமையலறையின் வழியே அந்தப்புரத்துக்குள் நுழைந்தனர் சிவாஜி குழுவினர். அங்கே சில கொலைகள். சிவாஜி, ஷாயிஸ்டா கானின் அறைக்குள் நுழைந்தார். அவர் ஆழ்ந்த உறக்கத்திலிருந்தார். வாளை உருவினார் சிவாஜி. அந்தச் சமயத்தில் ஷாயிஸ்டா கானின் மகன் அபுல் ஃபத் உள்ளே குதித்தார். மோதிக் கொண்டார்கள். மராத்திய வீரர்கள் சிலரும் அங்கு வந்தார்கள். ஷாயிஸ்டா கான் உஷாரானார். ஆயுதங்களின் ஆவேசத் தாக்குதல். அபுல் ஃபத் கொல்லப்பட்டார்.

சிவாஜியின் அதிவேக வாள்வீச்சில், ஷாயிஸ்டா கானின் இருவிரல்கள் துண்டாகின. அவர் அதற்குமேல் தாமதிக்க வில்லை. அறையில் ஜன்னல் வழியே வெளியே எகிறிக் குதித்தார். சில வேலைக்காரப் பெண்களின் உதவியுடன் அங்கிருந்து தப்பி ஓடினார். மாளிகையை விட்டு, புனேவை விட்டு.

அந்த மாளிகையில் இருந்த பெண்கள், வேலைக்காரர்கள் பலர் கொல்லப்பட்டிருந்தனர். சிவாஜியும் அதற்குமேல் தாமதிக்க வில்லை. முகலாய வீரர்கள் விழித்துக் கொள்வதற்கு முன் பாகவே தன் வீரர்களோடு நகரை விட்டு வெளியேறினார். நிறைய கொள்ளையடிக்க முடிந்ததால் மராத்தியர்களுக்குப் பரம சந்தோஷம்.

•

‘புனேவில் நடந்த சம்பவங்களுக்கெல்லாம் காரணம் ஷாயிஸ்டா கானின் பொறுப்பின்மைதான்’ - ஆலம்கீருக்குக் கடும்கோபம். ஏற்கெனவே தன் மகனை இழந்து சோகமாக இருந்த ஷாயிஸ்டா கானை ஔரங்கசீபின் இன்னொரு உத்தரவு மேலும் காயப் படுத்தியது. ‘ஷாயிஸ்டா கான் மீண்டும் வங்காளத்துக்குச் சென்று நிர்வாகப் பொறுப்பை எடுத்துக் கொள்ளட்டும்.’

ஔரங்கசீப், மராத்தியர்களை அடக்கும் பொறுப்பை தன் மகன் முவாஸ்ஸமிடம் ஒப்படைத்தார். தந்தை சொல்லை மந்திரமாகக் கருதி, இட்ட கட்டளையை செவ்வனே நிறைவேற்றும் குணம் முவாஸ்ஸமுக்குக் கிடையாது. தந்தையின் கட்டளையைக்

காதில் போட்டுக் கொள்ளவுமில்லை. ஔரங்காபாதிலிருந்து நகரவும் இல்லை. ஆக, பொறுப்பு மார்வார் ராஜா ஜஸ்வந்த் சிங்கிடம் ஒப்படைக்கப்பட்டது.

புனேவில் கிடைத்த வெற்றி, சிவாஜிக்கு மேலும் மனோதிடம் கொடுத்திருந்தது. அடுத்து அவர் குறிவைத்தது, துறைமுக நகரமான சூரத். முகலாயர்களின் முக்கியமான வணிகப் பிரதேசம். ஆனால் அங்கு நிறுத்தி வைக்கப்பட்டிருந்த முகலாயப் படை மிகச் சிறியது. 1664ன் ஜனவரியில் ஒருநாள், மராத்திய வீரர்களுடன் அதிரடியாக சூரத்துக்குள் புகுந்த சிவாஜி, செழிப்பாக அங்கிருந்து திரும்பினார்.

திருப்தியாக இருந்தது. ராய்கர் கோட்டையை அடைந்தபோது, அந்தச் செய்தி அவரது சந்தோஷத்தைப் பொசுக்கியது. 'ஷாகாஜி போன்ஸ்லே இறந்துவிட்டார். வேட்டைக்குச் சென்றபோது குதிரையிலிருந்து கீழே விழுந்ததில் பலத்த அடி. அவரைக் காப்பாற்ற முடியவில்லை.'

தந்தை இறந்ததும் சிவாஜி, போன்ஸ்லே பரம்பரையின் தலைவராக மட்டுமல்ல, மராத்தியர்களின் தலைவராகவும் ஆனார். கொங்கன் பகுதியில் பல கோட்டைகள் அவர் வசமாகி யிருந்தன. புனே, சூரத்தில் கிடைத்த வெற்றிகள் அவரது மதிப்பை பல மடங்கு உயர்த்தியிருந்தது. 'ராஜா' ஆனார் சிவாஜி. அவரது உருவம் பொறிக்கப்பட்ட நாணயங்கள் வெளியிடப் பட்டன.

தக்காணத்தில் பொறுப்பிலிருந்த ஜஸ்வந்த் சிங்காலும் மராத்தியர் களைக் கட்டுப்படுத்த முடியவில்லை. ஔரங்கசீபுக்கு இருப்பு கொள்ளவில்லை. அவராலும் நேரடியாகக் களமிறங்க முடியாத சூழல். அம்பர் ராஜா ஜெய் சிங் தலைமையில் பெரும் முகலாயப் படை ஒன்று தக்காணத்துக்குள் நுழைந்தது. உடன் சென்ற இன்னொரு முக்கிய தளபதி திலார் கான். 1665ல் ஜனவரியில் ஜஸ்வந்த் சிங்கிடமிருந்து ஜெய் சிங் தக்காணப் பொறுப்பை வாங்கிக் கொண்டார்.

முகலாயர்களிடமிருந்தும் கைப்பற்றியதும், மற்றவர்களிடம் இருந்து கைப்பற்றியதுமாக கிட்டத்தட்ட அறுபது கோட்டை களைத் தன் வசம் வைத்திருந்தார் சிவாஜி. இருந்தாலும் அனுபவம் மிக்க அறுபது வயது ராஜா ஜெய் சிங்கின்

தலைமையில் வரும் முகலாயப் படைகளோடு மோதும் எண்ணம் சிவாஜிக்கு இருக்கவில்லை. எதிரிகளோடு களத்தில் நேரடியாக மோதும் வழக்கம்தான் மராத்தியர்களுக்குக் கிடையாதே. ஆகவே, சிவாஜி ஜெய் சிங்கோடு சமாதானம் பேச தூது அனுப்பினார்.

ஜெய் சிங், முதலில் சிவாஜியின் வார்த்தைகளை நம்பவில்லை. 'அவரது வார்த்தைகளில் எவ்வளவு உண்மை கலந்திருக்கும் என்று நமக்குத் தெரியாதா என்ன?' என்று ஔரங்கசீபுக்குக் கடிதம் அனுப்பினார். திலார் கான், சிவாஜிக்கு சவால் விட்டார். 'எத்தனை வலிமையான கோட்டைகள் உங்கள் வசம் இருக்கின்றன. இது உங்கள் மண்தான். தைரியமிருந்தால் முதலில் களமிறங்கி மோதுங்கள். இயலவில்லை என்றால் சமாதானத்துக்கு இறங்கி வாருங்கள்.'

சிவாஜி தன் முடிவில் உறுதியாக இருந்தார். 'சமாதானம் பேசலாம்.' பிறகு பல கட்ட கடிதப் பேச்சுவார்த்தைகள் நடந்தன. நேரில் சந்தித்துப் பேச நாள் குறிக்கப்பட்டது. 1665, ஜூன் 21. சிவாஜியின் புரந்தர் கோட்டைக்கு அருகே ஜெய் சிங் முகாமிட்டிருந்தார். சிவாஜி, படைகள் ஏதுமின்றி ஆறு அந்தணர்களுடன் அவரைச் சந்திக்க வந்தார். 'சரணடையத்தான் வந்துள்ளேன். மன்னிப்போ, மரணமோ எது வேண்டுமானாலும் அளியுங்கள். உங்கள் விருப்பம்.'

அப்போது சிவாஜியிடம் சதித் திட்டம் எதுவும் இல்லை. முகலாயர்களிடமிருந்து கைப்பற்றிய இருபத்துமூன்று கோட்டைகளை ஒப்படைத்தார். வருடந்தோறும் முகலாயப் பேரரசுக்குக் கப்பம் கட்ட ஒப்புக் கொண்டார். ஜெய் சிங் பிஜப்பூர் மீது படையெடுக்கும்போது உதவுவதற்குச் சம்மதித்தார். தனது பன்னிரண்டு வயது மகன் சாம்புஜியை ஔரங்கசீபின் கீழ் சர்தாராகப் பணியாற்ற அனுப்புவதற்கும் உடன்பட்டார். புரந்தர் ஒப்பந்தம் கையெழுத்தானது.

இருந்தாலும் ஔரங்கசீபுக்கு அதில் உடன்பாடில்லை. ஜெய் சிங் எடுத்துச் சொல்லியும், அவருக்கு சிவாஜி மேல் நம்பிக்கை வரவில்லை. 'இனி பேரரசருக்கு உண்மையானவனாக இருப்பேன்' என்று சிவாஜியே நேரடியாக கடிதமும் அனுப்பினார். அத்தோடு மட்டுமன்றி, ஜெய் சிங்குக்கு உதவியாக பிஜப்பூரின் பகுதிகளைக் கைப்பற்றும் வேலையில் இறங்கினார். அந்த

செப்டெம்பர் 15ல் ஔரங்கசீப், சிவாஜி கோரிய மன்னிப்பை ஏற்றுக்கொள்வதாக அறிவித்தார். கூடவே கற்கள் பதிக்கப்பட்ட வாள் ஒன்றையும், கிலாத்* ஒன்றையும் சிவாஜிக்கு அனுப்பி வைத்தார்.

முதல் சில மாதங்களுக்கு மராத்தியர்கள் முகலாயர்களோடு கைகோர்த்துப் போரிட்டனர். ஜெய் சிங்குக்குப் பரம சந்தோஷம். அடுத்து பிஜப்பூரின் முக்கியக் கோட்டையான பன்ஹாலாவைக் கைப்பற்றுவதாகத் திட்டம். அது 1659ல் சிவாஜி கைப்பற்றி பின் இழந்த கோட்டை. அந்த இடமும் கோட்டையும் சிவாஜிக்கு அத்துப்படி. அவர் நினைத்தால் முகலாயப் படைகள் கொண்டு பன்ஹாலாவை மீண்டும் கைப்பற்றலாம். ஆனால் சிவாஜி அதில் ஆர்வம் காட்டாததுபோலத் தோன்றியது.

அந்தச் சமயத்தில் ஔரங்கசீப் பதவியேற்ற ஆண்டுவிழா கொண்டாட்டங்களுக்கான காலம் வந்தது. அப்போது முகலாய தலைநகரில் அவை கூட்டப்படுவது வழக்கம். பேரரசின் கட்டுப்பாட்டில் இருக்கும் ஆட்சியாளர்கள் தலைநகருக்குச் சென்று பேரரசருக்கு மரியாதை செய்வது முறை அல்லது கடமை. அந்தமுறை சிவாஜிக்கும் அதற்கான அழைப்பு ஔரங்கசீபிட மிருந்து வந்தது. 'தாமதம் செய்யாமல் உடனே ஆக்ராவுக்குக் கிளம்பி வரவும். நம்பிக்கையுடன் வரலாம். சந்தித்துவிட்டு உறுதியாகத் திரும்பிச் சென்றுவிடலாம்.'

ஜெய் சிங்கும் உடனே கிளம்பச் சொல்லி சிவாஜியை வற்புறுத் தினார். 'ஆக்ராவுக்குச் சென்று வாருங்கள். அங்கு தங்களுக்குக் கிடைக்கப் போகும் மரியாதையே தனி. சந்தோஷத்தில் திக்கு முக்காடப் போகிறீர்கள்.' இதுபோன்ற வார்த்தைகள் சிவாஜிக்கு ஆச்சரியத்தையும் கூடவே சந்தேகத்தையும் கொடுத்தன. 'இங்கே போரிட என்னுடைய உதவி அவசியம். ஆனால் என்னை ஏன் இவர் கிளம்பச் சொல்கிறார்?'

சிவாஜி தன்னுடைய ராய்கர் கோட்டைக்குத் திரும்பினார். ஜோதிடர்களை கலந்தாலோசித்தார். அவர்கள் 'ஒன்றும் ஆபத்தில்லை. எல்லாம் தங்களுக்குச் சாதகமாகத்தான் தென்படு கின்றன. திரும்ப வந்துவிடலாம்' என்று திருவாய் மலர்ந்தார்கள்.

---

★ இடுப்பில் அணியும் பட்டுத்துணி. அங்கவஸ்திரம் போன்றது. மரியாதையைக் குறிப்பது.

சிவாஜி, தன் மந்திரிகளை, தளபதிகளை ஒட்டுமொத்தமாக அழைத்துப் பேசி, எல்லையை, அரசைக் காக்கும் பொறுப்பு களை ஒப்படைத்துவிட்டு கிளம்பினார், ஆக்ரா நோக்கி.

•

மே *21, 1666*. சிவாஜி, தன் மகன் சாம்புஜியுடனும் முந்நூறு மராத்திய வீரர்களுடனும் ஆக்ராவை வந்தடைந்தார். அடுத்த நாள் பேரரசரைச் சந்திப்பதாகத் திட்டம். மறுநாள் ஜெய் சிங்கின் மகன் ராம்சிங், சிவாஜியை திவான் -ஐ-அம் அவைக்கு அழைத்துச் சென்றார். ஆலம்கீர் அங்கே இல்லை. தனது பணிகளை முடித்துவிட்டு இன்னொரு அவையான திவான்-ஐ-காஸுக்குச் சென்றிருந்தார். சிவாஜி, அங்கே அழைத்துச் செல்லப்பட்டார். ஔரங்கசீப் முன் சென்று பணிவுடன் உரிய மரியாதைகளைச் செய்தார். ஆனால் ஔரங்கசீப் கண்டு கொள்ளவில்லை. வரவேற்று ஒரு வார்த்தைகூட பேச வில்லை. சிவாஜியிடம் கோபமும் குழப்பமும் குடிகொள்ள ஆரம்பித்தன.

அவையில் சிவாஜிக்கென ஓர் இடம் ஒதுக்கப்பட்டது. மூன்றாவது வரிசையில், அமீர்களோடு அமீராக. அது 5000 ரேங்க் கொண்டவர்களுக்கான வரிசை. தனக்கு அந்த அவையில் 7000 ரேங்க் மதிப்பு கிடைக்கும் என்று எதிர்பார்த்து வந்த சிவாஜிக்குக் கடும் ஏமாற்றம். அவமானத்தில் அந்த இடத்திலிருந்து எழுந்து சென்றார். அவையிலேயே ஓர் ஓரமாகச் சென்று தலையில் கைவைத்து உட்கார்ந்துவிட்டார்.

பேரரசர் அவையில் இருக்கும்போது இந்த மாதிரி ஒழுங்கீனங்கள் நிகழ்ந்ததில்லை. ஆகவே அவையில் சலசலப்பு. என்னவென்று விசாரித்தார் ஔரங்கசீப். ராம்சிங் பதிலளித்தார். 'காட்டுக்குள் சுற்றித்திரிந்த புலிக்கு இந்த இடத்தின் வெக்கையை தாங்கிக் கொள்ள முடியவில்லை. நோய்வாய்ப்பட்டு விட்டது.'

அப்புறம் சிவாஜியின் அருகில் சென்று அவரைச் சமாதானப் படுத்த ஆரம்பித்தார் ராம்சிங். ஔரங்சீபின் கட்டளைப்படி மேலும் இரண்டு அமீர்கள் சிவாஜியை அணுகினார்கள், கையில் கிலாத் உடன். ஆனால் சிவாஜி தன்னிலை இழந்திருந்தார். 'எனக்கு கிலாதும் தேவையில்லை. உங்கள் பேரரசர் கொடுக்கும் மன்ஸப்தார் மதிப்பும் தேவையில்லை. நான் அவரது வேலைக்

காரன் கிடையாது. என்னைக் கொல்ல வேண்டுமா, சிறையிலிட வேண்டுமா, என்ன வேண்டுமானாலும் செய்து கொள்ளுங்கள்.'★

சிவாஜியின் இந்தச் செயல் அவையில் பலத்த எதிர்ப்பைக் கிளப்பியது. குறிப்பாக ராஜபுத்திரர்கள் குரலெழுப்பினார்கள், 'இவருக்குத் தண்டனை கொடுங்கள்.'

சூரத்தில் சிவாஜி அடித்த கொள்ளையினால் பேரரசரின் சகோதரி ஜஹானரா, நேரடியாகப் பாதிக்கப்பட்டிருந்தாள். அவள் அங்கு செய்துவந்த வியாபாரத்தில் நஷ்டம் ஏற்பட்டிருந்தது. ஆக அவளும் சிவாஜிக்கு எதிராகக் குரல் எழுப்பினாள். சிவாஜியால் பாதிக்கப்பட்டிருந்த ஷாயிஸ்டா கானின் ஆதரவாளர்களும் சிவாஜியைக் கைது செய்யுமாறு வலியுறுத்தினார்கள்.

சிவாஜி அவையை விட்டுக் கிளம்பினார். தான் தங்கியிருந்த மாளிகைக்கு வந்தார். அவர் ஆக்ராவை விட்டு சொல்லாமல் கிளம்பிச் சென்று ஏதேனும் கலகத்தில் இறங்கிவிட்டால்? சிவாஜியின் மாளிகையைச் சுற்றி காவல் பலப்படுத்தப்பட்டது. அதாவது சிவாஜி மாளிகைக் காவலில் வைக்கப்பட்டார், மகன் சாம்புஜியுடன்.

சிவாஜிக்கு மரண தண்டனை கொடுக்குமளவுக்கு ஔரங்கசீப் சென்றுவிட்டார். ஆனால் அதைத் தடுத்தவர் ராம்சிங். 'என் தந்தை சிவாஜியின் உயிருக்கு உத்தரவாதம் கொடுத்துதான் இங்கு அனுப்பியிருக்கிறார். எனவே சிவாஜியின் உயிருக்கு நான் பொறுப்பு. அவரைக் கொல்வதென்றால் முதலில் என்னைக் கொல்லுங்கள்.' அதற்குப் பின் ஔரங்கசீப், ராம்சிங்கிடம் ஓர் உத்தரவாதம் வாங்கியிருக்கிறார். 'சிவாஜிக்கு நீதான் பொறுப்பு. இங்கிருந்து தப்பித்துச் செல்லாமல் பாதுகாக்க வேண்டியது உன் கடமை.'

ராம்சிங் அதற்கு உத்தரவாதம் அளித்தபின்பே, ஔரங்கசீப் தன் முடிவை மாற்றினார் என்பது ராஜபுத்திர வாலாற்றாசிரியர்களின் கூற்று.

'எல்லாவற்றையும் துறந்துவிட்டு வாரணாசிக்குச் சென்று சந்நியாசி ஆகிவிடலாம் என்றிருக்கிறேன். என்னை விட்டு விடுங்கள்', 'இங்குள்ள நீரும் காற்றும் என் உடல்நிலைக்கு

---

★ *ஆதாரம் :* Ishwardas Nagar's Futuhat-i-Alamgiri

ஒத்துவரவில்லை. என்னை தக்காணத்துக்குச் செல்ல அனுமதியுங்கள்', 'என்றும் முகலாயப் பேரரசருக்காகப் பணி செய்வதே என் ஆசை, கடமை. பிஜப்பூரில் சண்டை நடந்து கொண்டிருக்கும்போது நான் அங்கிருந்தால் ராஜா ஜெய் சிங்குக்கு பேருதவியாக இருக்கும்', 'ஆலம்கீரை நேரடியாகச் சந்தித்து சில விஷயங்களை பகிர்ந்துகொள்ள விரும்புகிறேன். நேரமும் அனுமதியும் தாருங்கள்.'

மாளிகைக்குள் அடைபட்டுக் கிடந்த சிவாஜி விதவிதமாக யோசித்து, ஒளரங்கசீபுக்குக் கோரிக்கைகள், பரிசுப் பொருள்கள் அனுப்பிக் கொண்டே இருந்தார். எதையும் அவர் நம்பவில்லை. எதற்கும் பதில் சொல்லவில்லை. அந்த ஆகஸ்டில் அவரது உடல்நிலையும் சற்றே பாதிக்கப்பட்டுத்தான் இருந்தது. அந்த விஷயத்தைச் சற்றே ஊதி பெரிய விஷயம் ஆக்கினார் சிவாஜி. 'அய்யோ, கடுமையாக வயிறு வலிக்கிறதே... தாங்கமுடிய வில்லையே!'

சிவாஜிக்குத் தேவையான அளவு மருத்துவ வசதிகள் அளிக்கப் பட்டன. 'ஏழை அந்தணர்களுக்குத் தினமும் தானம் செய்தால் என் உடல்நிலை சீக்கிரம் குணமாகும். அதற்கு அனுமதி தேவை.'

அதற்கான அனுமதி மட்டும் கிடைத்தது. இரண்டு பெரிய கூடைகளில் இனிப்புகளும் உணவுப் பொருள்களும் மாளிகை யிலிருந்து வெளியே தானமாகச் சென்றன. காவலர்கள், கூடைகளை வெளியே கொண்டு செல்வதற்கு முன்பு, தீர சோதனையிட்ட பிறகே அனுமதித்தார்கள். ஒரு கட்டத்தில் அது வழக்கமான செயலாகிப் போனதால், சோதனை நின்றுபோனது.

ஆகஸ்ட் 29. தன் திட்டத்தை நிறைவேற்ற நாள் குறித்திருந்தார் சிவாஜி. அன்று மாலை அவரும் சாம்புஜியும் ஆளுக்கொரு கூடைகளில் உட்கார்ந்துகொண்டார்கள். மேலே இனிப்புகள் அடுக்கப்பட்டன. கூடைகளைத் தூக்கிச் செல்பவர்களுக்கு ஏற்கெனவே ரகசிய வெகுமதிகள் வழங்கப்பட்டிருந்தன. எந்தவிதச் சோதனையுமின்றி கூடைகள் மாளிகைக்கு வெளியே கொண்டுவரப்பட்டன. பின் நகருக்கு வெளியே. தயாராக நிறுத்திவைக்கப்பட்டிருந்த குதிரையில் சாம்புஜியுடன் ஏறி தப்பித்தார்.

மாளிகையில் காவலர்களுக்குச் சந்தேகம் வரவில்லை. காரணம் சிவாஜி கட்டிலில் நன்கு போர்த்தி தூங்குவதாக நினைத்தார்கள். கட்டிலில் படுத்திருந்தது ஹிராஜி. சிவாஜியைப் போலவே உடல்வாகு கொண்ட அவரது உறவினர். விரலில் சிவாஜியின் மோதிரம் போர்வைக்கு வெளியே தெரியும்படி கைநீட்டி படுத்திருந்தார்.

மாளிகையைவிட்டு சிவாஜி தப்பித்துப் போன விஷயம் தெரிய வரும்போது, மறுநாள் மதியம் ஆகியிருந்தது. ராம்சிங் செய்வதறியாது நின்றார். ஔரங்கசீப், அவரது அதிகாரத்தையும் பதவியையும் பறிக்கச் சொல்லி உடனடி உத்தரவிட்டார்.

●

சிவாஜி, மதுராவை அடைந்திருந்தார். முதல் வேலையாக மொட்டையடித்துக் கொண்டார். மழுங்க சவரம் செய்து கொண்டார், புருவம் உள்பட. உடலில் மணலையும் சாம்பலை யும் அள்ளிப் பூசிக்கொண்டு ஒரு பரதேசிபோல திரிந்தார். மராத்தியர்கள் சிலர் அவரோடு இணைந்தார்கள். நேரடியாகத் தெற்கு நோக்கி பயணம் செய்தால் ஆபத்து என்பதால், அலகாபாத் சென்றார். பின் வாரணாசியில் சில நாள்கள். தன் பயணத்தில் எப்போது வேண்டுமானாலும் தனக்கு ஆபத்து நிகழலாம் என்பதால் சாம்புஜியை வாரணாசியில் கவி கலாஷ் என்ற அந்தணரிடம் விட்டுவிட்டு கிளம்பினார் சிவாஜி, தெற்கு நோக்கி.

இரவில் மட்டும் பயணம். தக்காணத்தில் பல இடங்களில் முகலாயப் படைகள் பரவிக் கிடந்ததால், நேர்வழியில் பயணம் செய்யாமல், குறுக்கும் நெடுக்குமாக ஒவ்வொரு ஊர்களையும் கடந்து, அந்த நவம்பரில் ராய்கர் கோட்டையை அடைந்தார். அப்போது ஜிஜாபாய்க்கே சிவாஜியை அடையாளம் தெரிய வில்லை.

தன் இடத்துக்குத் திரும்பிய சிவாஜி, புது பலத்துடன் முகலாயர் களுக்கு எதிராகவோ, பிஜப்பூருக்கு எதிராகவே வாள் உயர்த்த வில்லை. மாறாக, அமைதியாக தன் நிர்வாகத்தைச் சீர்படுத்தும் முயற்சிகளிலும் தன் ராஜ்ஜியத்தை பலப்படுத்தும், வளப் படுத்தும் வேலைகளிலும் தீவிரமாக இருந்தார், அடுத்த மூன்று வருடங்களுக்கு.

பிஜப்பூரை முற்றுகையிடக் கிளம்பிய ஜெய் சிங்குக்கு அவநம்பிக்கையே மிஞ்சியது. மண்ணின் மைந்தர்கள் எவ்வளவு பெரிய படை வந்தாலும் தடுத்து, எதிர்த்து விரட்டத் தயாராக இருந்தார்கள். ஆனால் ஜெய் சிங், பிஜப்பூர் படையைத் தகர்த்து கோட்டையை வெல்லும் அளவுக்கு தன்னுடன் இருக்கும் முகலாயப் படைக்கு வலிமை கிடையாது என்று உணர்ந்திருந் தார். ஆயுதங்கள் உதவாத இடத்தில் ஆசைகாட்டி ஆளைக் கவிழ்க்கலாம் என்று முயற்சி செய்தார். பிஜப்பூரில் லஞ்சம் எடுபடவில்லை.

வேறுவழியின்றி பிஜப்பூர் கோட்டையை முகலாயப் படைகள் முற்றுகையிட்டன. பெரும் வெற்றி எதுவும் கிட்டவில்லை. கோல்கொண்டா வீரர்களும் பிஜப்பூர் வீரர்களுடன் கைகோர்த் திருந்தனர். ஒரு கட்டத்தில் முகலாய வீரர்கள் உணவுப் பஞ்சத் தால் தவிக்க ஆரம்பித்தார்கள். 1666 ஜனவரியில் ஜெய் சிங், பிஜப்பூரிலிருந்து படைகளை விலக்கிக் கொண்டார். ஆனால் அந்தச் சமயத்தில் பிஜப்பூர் வீரர்கள் முகலாயப் படைகளை விரட்டி விரட்டித் தாக்கினார்கள். நிறைய உயிரிழப்புகள்.

பிஜப்பூரிலிருந்து திரும்பிய சில காலத்தில் ஜெய் சிங், நோய் வாய்ப்பட்டு இறந்துபோனார் (1667, ஜூலை). தக்காணத்தை நிர்வகிக்கும் பொறுப்பு இளவரசர் முவாஸ்ஸமிடம் ஒப் படைக்கப்பட்டது. ராஜா ஜஸ்வந்த் சிங் அவருக்குத் துணையாக நியமிக்கப்பட்டார்.

•

‘பேரரசர் என்னை மன்னிக்க வேண்டும். என் உயிருக்கு ஆபத்து ஏற்பட்டுவிடுமோ என்ற அச்சத்தினால்தான் நான் ஆக்ரா விலிருந்து தப்பித்து வந்தேன்’ - 1667 ஏப்ரலில் சிவாஜி, ஔரங்கசீபுக்கு மன்னிப்புக் கடிதம் எழுதினார். அந்தச் சமயத்தில் ஔரங்கசீப், ஆப்கனிய Yusafzais பழங்குடியினரை அடக்கும் நடவடிக்கைகளில் இருந்ததால் சிவாஜிக்கு எதிராகக் களமிறங்க வில்லை.

முவாஸ்ஸம் தக்காணத்தில் பொறுப்பிலிருந்தாரே தவிர, சிவாஜிக்கு எதிராகக் களமிறங்குவதிலெல்லாம் ஆர்வம் காட்டவில்லை. உடனிருந்த ராஜா ஜஸ்வந்த் சிங், சிவாஜியுடன் நட்புறவு பாராட்ட ஆரம்பித்திருந்தார். ஆக, சிவாஜி தன்னை

நிலைநிறுத்திக் கொள்ள அந்தச் சமயத்தைப் பயன்படுத்திக் கொண்டார். ஔரங்கசீபுடனான நல்லுறவுக்காக முயற்சி செய்தார். பலனாக, சிவாஜிக்கு 'ராஜா' பட்டத்தை வழங்கினார் ஔரங்கசீப். மகாராஷ்டிராவின் பகுதிகளை சிவாஜி சுயாட்சி செய்யலாம். அவரது மகன் சாம்புஜி பேராரை எடுத்துக் கொள்ளலாம். இப்படி சில சலுகைகளுடன் சிவாஜியுடன் ஓர் ஒப்பந்தமும் அப்போது போடப்பட்டது.

புலியோ, சிவாஜியோ - பதுங்குவது பாய்வதற்காகத்தான். தான் முகலாயர்களிடம் இழந்த கோட்டைகளை மீண்டும் கைப்பற்றக் களமிறங்கினார் அவர் (1670). முதலில் அவர் குறிவைத்துக் கைப்பற்றியவை சிங்கார், புரந்தர். மீண்டும் சூரத்தில் கொள்ளை யடிக்கத் திட்டமிட்டார். திருப்தியான வேட்டை.

அப்போது தக்காணத்தில் முகலாயப் படைகளை கட்டுப்பாடு களுடன் வழிநடத்த வலிமையான தலைமை இல்லை. அதுவே சிவாஜிக்கு வசதியாக இருந்தது. அரபிக் கடலோர எல்லையில் பெரும்பகுதிகளில் மராத்தியர்களின் பலம் பல்கிப் பெருகியது. அங்கே வணிகத்தில் வேரூன்றி இருந்த போர்த்துக்கீசியர் களாலும் மராத்தியர்களைச் சமாளிக்க முடியவில்லை.

சிவாஜியின் சவால்கள் ஒவ்வொன்றும் ஔரங்கசீபின் நிம்மதி யைக் குலைத்தன. இரும்புக் கரம் கொண்டு மராத்தியர்களை நசுக்கியழித்தால்தான் தெற்கில் முகலாயப் பேரரசை விரிவுபடுத்த முடியும். இல்லையென்றால் வடக்குக்கே ஆபத்து வரலாம். சிவாஜி ஆபத்தானவர்.

சிவாஜியை அடக்கி வெல்லும் திறமை கொண்டவர் யார்? மீண்டும் மீண்டும் இளவரசர் முவாஸ்ஸமை நம்பிப் பிரயோசன மில்லை. ஜஸ்வந்த் சிங்கையும் முழுதாக நம்பமுடியவில்லை. தளபதி லுஹ்ரஷ்ப் (மஹபத் கானின் இரண்டாவது மகன்) சாதிப்பாரா?

நம்பிக்கையுடன் பெரும் படையுடன் லுஹ்ரஷ்பை அனுப்பி வைத்தார் ஔரங்கசீப். நல்லதாக செய்தி எதுவும் வரவில்லை. 1672. முவாஸ்ஸம், மஹபத் கான் எல்லோரையும் ஔரங்கசீப் தக்காணத்திலிருந்து எரிச்சலோடு திரும்ப அழைத்தார். தக்காணத் தின் புதிய கவர்னராக பகதூர் கான் என்பவர் நியமிக்கப்பட்டார். திலார் கான், அவருக்குக் கீழ் தளபதியாகத் தன் பணியைத் தொடர்ந்தார்.

பகதூர் கானின் நோக்கம் முகலாயர் வசமிருந்த பகுதிகளுக்கு மேலும் எந்தவிதச் சேதாரமும் வராமல் பாதுகாப்பதாக இருந்தது. ஆனால் திலார் சிங், மராத்தியர்களுடன் மோதி இழந்ததை மீட்கும் முனைப்புடன் இருந்தார். ஆகவே, இரு கான்களுக்கு இடையே கருத்து வேறுபாடு. சிவாஜியின் பயணம் இடையூறு இன்றி வெற்றியின் திசையில் தொடர்ந்து கொண்டிருந்தது.

அந்த டிசம்பரில் பிஜப்பூர் சோகத்தில் மூழ்கியது. பக்கவாதம் வந்து இறந்துபோனார் சுல்தான் இரண்டாம் அலி அடில் ஷா. மலங்க மலங்க விழித்துக் கொண்டிருந்த அவரது மகனை அடுத்த சுல்தானாக ஒப்புக்கு அரியணையில் உட்கார வைத்தார்கள். அவர் ஐந்து வயது சிக்கந்தர் அடில் ஷா.

பிஜப்பூர் 'வா வா' என்று அழைப்பது போலிருந்தது சிவாஜிக்கு. பகதூர் கான், வேறு மாதிரி கணக்கு போட்டார். 'மராத்தியர்கள் பிஜப்பூரில் கவனம் செலுத்தட்டும். நாம் கொஞ்ச நாளைக்கு நிம்மதியாக இருக்கலாம்.'

பன்ஹாலா கோட்டையும் சத்தாரா கோட்டையும் மராத்தியர்கள் வசமாயின. தக்காணத்தில் பெரும்பகுதி சிவாஜியின் பிடியில். சுமார் முந்நூறு கிலோ மீட்டர் நீளத்தில், பெரும்பகுதி மலைகளால் சூழப்பட்ட வலிமையான ராஜ்ஜியம். எதிரிகளால் எளிதில் அபகரிக்க முடியாதபடியான இயற்கை அரண். கூடவே கடற்கரை எல்லைகளிலும் பிரதேச எல்லைகளிலும் மராத்தியர் தங்கள் பாதுகாப்பை வலுப்படுத்தியிருந்தனர். இனி என்ன மராத்திய ராஜ்ஜியத்தின் அரசராக முடிசூட்டிக் கொள்ள வேண்டியதுதான் பாக்கி.

ஆனால் சிவாஜியால் அத்தனைச் சுலபத்தில் முடிசூட்டிக்கொள்ள முடியவில்லை. காரணம் அவர் ஷத்திரியர்தானா என்று கிளப்பப் பட்ட சந்தேகம். சிவாஜியின் தந்தை ஷாகாஜி ஒரு மராத்தியர். ஷாகாஜியின் தந்தை மாலோஜியும் ஒரு மராத்தியர். அப்படி யிருக்க சிவாஜி மட்டும் ஷத்திரியராக இருக்க வாய்ப் பில்லையே? சிவாஜி ஷத்திரியர் என்றால் அவருக்கு ஏன் சிறுவயதிலிருந்து ஒருமுறைகூட பூணூல் அணிவிக்கும் சடங்கும் நடத்தப்படவில்லை? சிவாஜி செய்துகொண்ட திருமணங்கள் எல்லாம் மராத்திய முறைப்படிதான் நடத்தப்பட்டன. ஷத்திரியர் களின் முறைப்படி ஏன் நடத்தப்படவில்லை?

இம்மாதிரியான சர்ச்சைகளுக்குத் தீர்வைத் தேடுவதிலேயே ஏறக்குறைய ஒரு வருடம் ஓடிப்போனது. சிவாஜி இந்தப் பிரச்னைகளிலிருந்து வெளிவர உதவியர் காஹாபட் என்ற வாரணாசியைச் சேர்ந்த ஓர் அந்தணர். அவர் சிவாஜியின் பரம்பரையில் யார் யார் எங்கிருந்து வந்தவர்கள் என்று ஆராய்ச்சி செய்ய ஆரம்பித்தார். அதில் ஆச்சரியமான ஒரு தீர்வும் கிடைத்தது. சில நூற்றாண்டுகளுக்கு முன் போன்ஸ்லே பரம்பரையினருக்கும் ராஜபுத்திரர்களும் நெருங்கிய ரத்தத் தொடர்பு இருப்பது தெரியவந்தது. போன்ஸ்லே பரம்பரையில் பதிமூன்றாம் நூற்றாண்டில் ராஜஸ்தானில் இருந்து மகாராஷ்டிராவுக்கு இடம்பெயர்ந்ததும் கண்டுபிடிக்கப்பட்டது.

ஆக, சிவாஜி ஷத்திரியர் என்பதற்கான ஆதாரம் முன்வைக்கப்பட்டது. அடுத்து அவரை ஷத்திரியராக பிறர் அங்கீகரிப்பதற்கான சடங்குகளை நடத்த காஹாபட் ஏற்பாடு செய்தார். அவை பல வாரங்கள் நடந்தன.

முதலில் சிவாஜி, தான் ஒரு ஷத்திரியர் என்பதால், தான் அதுவரை வணங்கி வந்த குலதெய்வத்தின் கோபத்துக்கு ஆளாகாமல் இருப்பதற்கான பரிகார பூஜைகளை நடத்தினார். அப்புறம் தன்னை ஷத்திரியராக பிறர் ஏற்றுக்கொள்ளும்படியான பூஜைகளில் பங்கேற்றார். முதலில் ஏகப்பட்ட யாகங்களுக்குப் பிறகு சிவாஜிக்கும் அவரது மகன் சாம்புஜிக்கும் பூணூல் அணிவிக்கப்பட்டது. அடுத்ததாக சிவாஜி தன் மனைவிகளை* ஷத்திரிய சடங்குகளின்படி மீண்டும் திருமணம் செய்துகொண்டார்**.

அதற்குப் பின்னர், முடிசூட்டு விழாவுக்கான ஏற்பாடுகள் நடந்தன. ராய்கர் கோட்டையில் பல பகுதிகளில் இருந்து வந்த அந்தணர்கள் குவிந்தார்கள். விழா, பல்வேறு சடங்குகளுடன் ஒன்பது நாள்கள் நடந்தது. சிவாஜி விரதங்கள் எல்லாம் இருந்தார். பூஜைகளில் கலந்துகொண்டார். அவரது எடைக்கு எடை தங்கம், வெள்ளி, இதர உலோகங்கள் எல்லாம் அந்தணர்களுக்கு தானமாக வழங்கப்பட்டன. தவிரவும் ஏகப்பட்ட பரிசுகள். கங்கை உள்ளிட்ட நதிகளின் புனித நீர், பால், தேன்,

---

★ மொத்தம் நான்கு மனைவிகள் என்கிறார்கள். அவர் அந்தப்புரத்தில் துணைவிகள் வைத்துக் கொள்ளவில்லை.

★★ *ஆதாரம்:* The Marathas 1600-1818 by Stewart Gordon

தயிர், சந்தனம் எல்லாம் கொண்டு அவருக்கு அபிஷேகங்கள் நடந்தன. பின்னர் ஜோதிடர்கள் குறித்த சுப பொழுதில், சிங்கத்தின் தோலும், புலியின் தோலும் விரிக்கப்பட்ட தங்க சிம்மாசனத்தில் அமர்ந்து முடிசூட்டிக் கொண்டார் சிவாஜி (1674, ஜுன் 16). அப்போது காஹாபட், சிவாஜிக்கு அளித்த பட்டம் சத்ரபதி★.

சிவாஜி பதவியேற்ற சிறிது காலத்துக்குள் அவரது தாயார் ஜிஜா பாய் கண்களை மூடினாள்.

பிரமாண்டமான விழா எடுத்து சிவாஜி முடிசூட்டிக் கொண்டதற்கு எதிராக, ஔரங்கசீப் நடவடிக்கை எதுவும் எடுத்ததாகத் தெரியவில்லை.

•

பட்டாபிஷேகம் முடிந்த சில காலத்தில் பீமா நதிப்பக்கம் முகலாய முகாம்களைத் தாக்கினார் சிவாஜி. அப்புறம் காந்தேஷேயும் பேராரையும். ஔரங்கசீபின் கவனம் வடமேற்கு எல்லையில் குவிந்திருக்க, சிவாஜி தெற்கில் தனது எல்லைகளை விரிவுபடுத்துவதில் கவனம் செலுத்த ஆரம்பித்தார்.

ஆனால் கர்நாடகா மீதான படையெடுப்புகளில் சிவாஜி மீண்டும் முகலாயர்களுடன் மோத வேண்டி வந்தது. தக்காண கவர்னராக இருந்த பகதூர் கான், சிவாஜியுடன் மோதி பழிதீர்க்கக் காத்திருந்தார். ஆனால் சிவாஜி வாளை உயர்த்தவே இல்லை, மாறாக வளைந்து வணங்கினார். முகலாயப் பேரரசுக்கு எக்கச்சக்க கப்பம் கட்ட தயாராக இருப்பதாகச் சொன்னார். தனிப்பட்ட முறையில் பகதூர் கானைக் கவனித்து மோதலைத் தவிர்த்தார்.

கோல்கொண்டா சுல்தான், சிவாஜிக்கு ஆயுத உதவியும் பண உதவியும் செய்வதாக ஒப்புக் கொண்டார். 1676 முதல் 1678

---

★ சத்ரபதி என்னும் பெயருக்குப் பல காரணங்கள் முன்வைக்கப்படுகின்றன. சமஸ்கிருதத்தில் இதன் பொருள், பேரரசர். இந்தி, உருது மொழிகளில், சத்ரபதி என்பதன் பொருள், அலங்காரமான வண்ணக்குடை. மராத்தியில், குடை அல்லது கூரை (சத்ர) அளிக்கும் பதி (தலைவர் அல்லது மன்னர்) என்று பொருள் வருகிறது. இங்கே கூரை என்பதை, மக்களுக்கு அளிக்கப்படும் அடைக்கலம் என்று அர்த்தப்படுத்திக்கொள்ளவேண்டும். இன்னொரு பொருளும் சொல்லப்படுகிறது. சத்ர அதாவது ஷத்திரியர்களின் அரசன்.

வரையிலான சிவாஜியின் தெற்கு நோக்கிய படையெடுப்பில் கல்யாணுக்கும் கோவாவுக்கும் இடைப்பட்ட கொங்கன் பகுதி, கிழக்கு மேற்காக சுமார் நூறு மைல்கள், கர்நாடகத்தில் பெல்காமிலிருந்து துங்கபத்திரா நதி வரை, தமிழகத்தில் வேலூர், செஞ்சிக்கோட்டை வரையிலான பகுதிகள் மராத்திய ராஜ்ஜியத்தில் சேர்ந்தன. சிவாஜி, 1678ன் பிற்பகுதியில் தனது தலைநகர் ராய்கருக்குத் திரும்பினார்.

அந்தச் சமயத்தில் திலார் கான் தலைமையில் முகலாயப் படைகள் பிஜப்பூரை மீண்டும் முற்றுகையிட்டன. பிஜப்பூர் படையினர், சிவாஜியின் உதவியை எதிர்பார்த்தனர். 'முகலாயர்கள் நம் இருவருக்கும் பொதுவான எதிரி. தங்கள் தந்தை பிஜப்பூருக்குப் பணியாற்றியவர். ஆகவே தங்களுக்கும் அந்தக் கடமை இருக்கிறது.'

சிவாஜி தன் படைகளோடு பிஜப்பூர் நோக்கிச் சென்றார். முகலாயப் படைகளின் கவனத்தைத் திருப்பும் விதமாக கோதாவரி, பீமா நதிகளுக்கு இடைப்பட்ட முகலாயப் பகுதிகளில் அதிரடித் தாக்குதலை நடத்திவிட்டு ஓடினார். கவனம் திசை திருப்பப்பட்டது. ஆனால் முகலாயப் படையில் ஒரு பிரிவினர் சிவாஜியின் படையினரைத் தாக்கியதில் சுமார் நான்காயிரம் பேர் இறந்துபோனார்கள்.

1680. கை, கால் மூட்டுகள் பயங்கரமாக வலித்தன. எழுந்து நடக்க முடியவில்லை. கடும் காய்ச்சல். வயிற்றுப் போக்கும் சேர்ந்துகொண்டது. சில வாரங்கள் படுக்கையில் கழிந்தன. சத்ரபதி சிவாஜி இறந்த தினம் ஏப்ரல் 2.

•

வடக்கில் இப்போது எந்தப் பிரச்னையும் இல்லை. ராஜபுத்திரர்களுடன் அமைதி ஒப்பந்தம் போட்டாயிற்று. ஆப்கனியர்களும் அடங்கித்தான் இருக்கிறார்கள். பிஜப்பூரும் கோல்கொண்டாவும் இன்னமும் கைக்கு எட்டாத கனவுப் பழங்களாக போக்கு காட்டிக் கொண்டிருக்கின்றன. தக்காணம் இணைந்த அகண்ட முகலாய சாம்ராஜ்யம் என்ற பேரரசர் அக்பரின் கனவு என்றுதான் நிறைவேறுமோ? பலகாலமாக குடைச்சல் கொடுத்துக் கொண்டிருந்த சிவாஜி இறந்துவிட்டார். ஆனால் மராத்தியர்கள்

சிவாஜியின் முடிசூட்டு விழாவைக்
குறிக்கும்விதமாக எழுப்பப்பட்ட சிலை

ஓயமாட்டார்கள். தெற்கும் இணைந்த முகலாயப் பேரரசும் உருவாக வேண்டுமென்றால், அங்கு சென்று மையமிட்டால்தான் இயலும்.

ஆலம்கீர் ஔரங்கசீப் முடிவு செய்திருந்தார்.

சிவாஜிக்குப் பின் அவரது மூத்த மகன் சாம்புஜி அரியணை ஏறுவதற்கு சில தடைகள் ஏற்பட்டன. சாம்புஜி அந்தணர்களுக்கு ஆதரவாகச் செயல்படாதவர். ஆக, சிவாஜியின் அவையில் பெரும்பான்மையாக இருந்த அந்தண அமைச்சர்கள் சாம்புஜியை எதிர்த்தனர். சிவாஜியின் இளைய மகன் பத்துவயது ராஜாராமை அரியணை ஏற்றும் முயற்சிகளில் இறங்கினர். ஆனால் மராத்திய

தளபதிகளின் துணையோடு சாம்புஜி, ராய்கர் கோட்டையை அடைந்தார். ஜோதிடர்கள் குறித்த நல்ல நாளில் (ஜூலை 28) மராத்திய மன்னர் ஆனார்.

கவி கலாஷ். ஆக்ராவிலிருந்து சிவாஜி தப்பித்துவந்தபோது, வாரணாசியில் அடைக்கலம் கொடுத்து, சாம்புஜிக்கு பாதுகாப்பு கொடுத்தவர். சாம்புஜி மன்னரான பின், அவருக்கு வழிகாட்டியாகச் செயல்பட்டார். ஆனால் சிவாஜியைப் போல கட்டுப்பாடுகள் நிறைந்த மன்னராக சாம்புஜி இருக்கவில்லை. மது, மாது - இந்த இரண்டு விஷயங்கள்தான் முதன்மையானதாகத் தெரிந்தன. அதுவும் அடுத்தவர் மனைவிகளை எல்லாம் கடத்தும் அளவுக்கு இறங்கிய சாம்புஜியின் செயல்கள் அவரது மதிப்பைச் சிதைத்தன.

முகலாயர்களே என் முதன்மை எதிரிகள். அவர்களை ஒழிக்க யாருடன் வேண்டுமானாலும் கைகோர்க்க நான் தயாராக இருக்கிறேன். சாம்புஜி தன்னை நிரூபிப்பதற்காக எவ்வளவு பெரிய ஆபத்தை வேண்டுமானாலும் சந்திக்கத் தயாராக இருந்தார். பின்னணியில் அவரைத் தூண்டி விட்டவர் கவி கலாஷ். அந்தச் சமயத்தில்தான் முகலாய இளவரசர் முகம்மது அக்பர் அவரிடம் வந்து அடைக்கலம் புகுந்தார். துர்காதாஸும் உடனிருக்க, ராஜபுத்திரர்களின் முழு ஆதரவும் தனக்குக் கிடைக்குமென சாம்புஜி நம்பினார். அவரது மனத்தில் இருந்த வேகம் செயலில் இல்லை. மதுவுக்குள் எல்லாம் கரைந்து கொண்டிருந்தன.

சாம்புஜிக்கு எதிராக மராத்தியர்களே சிலர் சதிகளில் இறங்கியிருந்தார்கள். தன்னையே காப்பாற்றிக் கொள்ள வேண்டிய சூழ்நிலையில் சாம்புஜியால், முகம்மது அக்பருக்கு உதவி செய்ய இயலவில்லை.

1681ல் ஔரங்சீபும் தக்காணத்துக்கு வந்து மையமிட்டார். லட்சியம், பிஜப்பூரும் கோல்கொண்டாவும். தான் அங்கிருந்தால் மராத்தியர்களில் சலசலப்பு அடங்கும் என்பதும் ஒரு காரணம். முகம்மது அக்பரைப் பிடித்து தண்டிக்க வேண்டும் என்றும் ஔரங்கசீப் களமிறங்கவில்லை. ஆனால் ஔரங்கசீபின் வருகையால் சாம்புஜியும் வாளை உறைக்குள் வைத்துக் கொண்டார். முகம்மது அக்பரும் வாலைச் சுருட்டி வைத்துக் கொண்டார்.

பிஜப்பூர், கோல்கொண்டா ஷியா சுல்தான்களுக்கு இதே வேலையாகப் போயிற்று. விசுவாசமோ, நேர்மையோ அறவே கிடையாது. எதிர்ப்பார்கள். போரிடுவார்கள். பின்பு பணிவார்கள். அமைதியாக ஒப்பந்தம் போட்டுக் கொள்வார்கள். வருடந்தோறும் கப்பமாக இவ்வளவு கட்டி விடுகிறேன் என்று வாக்குறுதி மட்டும் கொடுப்பார்கள். எல்லாவற்றையும் கொஞ்ச காலத்தில் மீறிவிடுவார்கள். சன்னி பிரிவு முகலாயப் பேரரசர்களை அவர்கள் என்றும் தலைமையாக ஏற்றுக் கொள்வதாகத் தெரியவில்லை.

எவ்வளவு காலத்துக்குத்தான் சகித்துக்கொள்ள முடியும்? வளம் நிறைந்த பிரதேசத்தை ஆளும் செருக்கு அவர்களுக்கு. தேவைக்கேற்ப மராத்தியர்களுடன் வேறு கைகோர்த்துக் கொண்டு மிரட்டுகிறார்கள். பிஜப்பூர், கோல்கொண்டா இரண்டையும் முகலாயப் பேரரசுடன் இணைப்பது தவிர இதற்கு வேறு ஒரு தீர்வு கிடையாது. ஔரங்கசீப் தன் முடிவில் தெளிவாக இருந்தார். பிஜப்பூர் முற்றுகைக்குத் தயாராகிக் கொண்டிருந்தார்.

அதற்கு முன்பு 1676ல் முகலாயப் படைகள் பகதூர் கான் தலைமையில் பிஜப்பூரை முற்றுகையிட்டன. தோல்வியைத் தழுவின. பகதூர் கான் மீது அதிருப்தியடைந்த ஔரங்கசீப், அவரை தக்காணப் பொறுப்பிலிருந்து விலக்கினார். அங்கே இரண்டாம் நிலையிலிருந்த திலார் கானிடம் பொறுப்பை ஒப்படைத்தார்.

திலார் கானின் முயற்சிகளும் தோல்வியைத் தழுவின. கூடவே பிஜப்பூர் மீது படையெடுப்பதாகச் சொல்லி, முகலாயப் பேரரசுக்கு உள்பட்ட சில பகுதிகளை மராத்தியர்களிடம் இழந்தார் (1680). 'இருப்பதைக் காப்பாற்றிக் கொள்ளவே உன்னால் முடியவில்லை. நீ எங்கே புதிய பகுதிகளை பிடிக்கப் போகிறாய்? பிஜப்பூரிலிருந்து படைகளை விலக்கு.' - ஔரங்கசீப் கோபமாக திலார் கானுக்குக் கட்டளையிட்டார்.

அந்தச் சமயத்தில் சிவாஜி இறந்துபோக, காட்சிகள் அனைத்திலும் தலைகீழ் மாற்றங்கள். ஔரங்கசீப் தக்காணத்துக்கு வந்து முதல் சில வருடங்கள் அமைதியாகத்தான் இருந்தார். அதாவது இருக்கின்ற எல்லைகளைப் பாதுகாப்பதில் கவனம் செலுத்தினார். இழப்புகள் இன்றி பார்த்துக் கொண்டார். பின்பு பிஜப்பூர் மீதான படையெடுப்புக்கு திட்டம் வகுக்கப்பட்டது.

இளவரசர் முவாஸ்ஸம் தலைமையில் முகலாயப் படை ஒன்று மராத்தியர்களை ஒடுக்குவதற்காகக் களமிறங்கியது. இளவரசர் முகம்மது அஸம் ஷா தலைமையில் இன்னொரு முகலாயப் படை, பிஜப்பூரை முற்றுகையிட்டது.

கொங்கன் பகுதியில் மராத்தியர்களோடு மோதிய முவாஸ்ஸ முக்கு பலத்த இழப்பு. பின் வாங்கினார். ஆனால் முகம்மது அஸம் ஷா, வெற்றிகரமாக சோலாபூரைக்* கைப்பற்றினார். ஆனால் பிஜப்பூரை நோக்கி முன்னேறும்போதே அவரது திட்டங்கள் முறியடிக்கப்பட்டன. துரத்தி அடிக்கப்பட்டார்.

அடுத்து இளவரசர் முவாஸ்ஸமை பிஜப்பூர் படையெடுப்புக்குத் தயாராகச் சொன்னார் ஔரங்கசீப். 'அதெல்லாம் எதற்கு? அமைதியாகப் பேசி ஒப்பந்தம் போட்டுக் கொள்ளலாம்.' முவாஸ்ஸம் படையெடுத்துச் செல்ல மறுத்துவிட்டார் (1684).

முகம்மது அஸம் ஷாவின் தலைமையில் மீண்டும் முகலாயப் படைகள் பிஜப்பூரை முற்றுகையிட்டன (1685). முன்னேற்றங்கள் ஏதுமின்றி மாதங்கள் வளர்ந்து கொண்டே சென்றன.

ஔரங்கசீபிடமிருந்து இளம் சுல்தான் சிக்கந்தர் அடில் ஷாவுக்கு உத்தரவு ஒன்று அனுப்பப்பட்டது. 'பிஜப்பூரில் பணியிலிருக்கும் வாஸிர், ஷர்ஷா கானை உடனடியாகப் பணியில் இருந்து நீக்க வேண்டும். பிஜப்பூர் எல்லையில் இருக்கும் முகலாயப் படையினருக்கு தேவையான உணவுப் பொருள்களை வழங்க வேண்டும். பிஜப்பூரின் வழித்தடங்களை முகலாயப் படைகள் உபயோகிப்பதில் உள்ள தடைகளை நீக்க வேண்டும். பிஜப்பூரின் 5000 குதிரைப் படை வீரர்கள், மராத்தியர்களை அடக்க முகலாயப் படைக்கு உதவ வேண்டும்.'

சிக்கந்தர் அடில் ஷா எதையும் மனத்தில் ஏற்றிக் கொள்ளவில்லை. மாறாக கோல்கொண்டா படை வீரர்களை உதவிக்கு அழைத்து பலத்தை அதிகப்படுத்திக் கொண்டார். மராத்தியர்களின் உதவியையும் நாடினார்.

அந்த முற்றுகைக்கு வயது ஒன்று ஆன நிலையில் ஔரங்கசீபே நேரடியாகக் களத்தில் இறங்கினார். 1686ன் ஜூலையில் பிஜப்பூருக்குச் சென்று முகலாயப் படைக்குத் தலைமை ஏற்றார்.

---

★ தற்போதைய கர்நாடக எல்லையிலுள்ள மகாராஷ்டிராவின் ஒரு நகரம்.

அடுத்த இரண்டு மாதங்கள் வெவ்வேறு வியூகங்கள் வகுக்கப் பட்டு தொடர் தாக்குதல்கள் நடந்தன. தற்காப்பு நிலையில் இருந்த பிஜப்பூர் வீரர்கள், அதற்கு மேலும் இயலாது என்ற மனநிலைக்குத் தள்ளப்பட்டிருந்தார்கள்.

செப்டெம்பர் 22. இளம் சுல்தான் சிக்கந்தர் அடில் ஷா, கோட்டையை விட்டு வெளியே வந்து முகலாயப் படைகளிடம் சரணடைந்தார். சுல்தான் உரிய மரியாதைகளுடன் ஔரங்சீபின் முகாமுக்கு அழைத்துச் செல்லப்பட்டார். அங்கே ஆலம்கீருக்கு அருகிலேயே சுல்தானுக்கும் இருக்கை அளிக்கப்பட்டது. வருட மானியம் ஒரு லட்சத்துடன் மன்ஸப்தார் ஆக்கப்பட்டார் சிக்கந்தர் அடில் ஷா. பிஜப்பூர் முகலாயப் பேரரசுடன் இணைக்கப்பட்டது.

உரிய மரியாதைகளுடன் பிஜப்பூர் நகரத்துக்குள் நுழைந்த ஔரங்கசீப், நல்ல நேரத்தில் அதன் அரியணையில் அமர்ந்து மகிழ்ந்தார்.

இந்த வெற்றி கிட்டிய சில காலத்தில் பிஜப்பூர் பிணக்காடானது. காரணம் பஞ்சம், கொள்ளை நோய்.

•

அடுத்தது கோல்கொண்டா. வலிமையான சுல்தானாக கோல் கொண்டாவை சுமார் 48 வருடங்கள் ஆட்சி செய்த அப்துல்லா குத்ப் ஷா, முகலாயர்களிடம் தேவைப்படும் நேரத்தில் நல்லுறவை வளர்க்கவும் தவறவில்லை. அதே சமயத்தில் முகலாயர்கள் கோல்கொண்டாவைக் கைப்பற்றும் வாய்ப்பை யும் வழங்கவில்லை. அப்துல்லா உல்லாசப் பேர்வழிதான். ஹைதராபாத்தில் அவர் ஆட்சியில் சோமபானத்துக்கு மட்டும் தட்டுப்பாடே ஏற்படவில்லை. கூடவே எங்கு திரும்பினாலும் பைங்கிளிகள் என்று சுகபோக வாழ்க்கை வாழ்ந்து 1672ல் இறந்தார்.

அப்துல்லாவுக்கு ஆண் வாரிசு கிடையாது. மூன்று பெண்கள். முன்பொரு முறை ஔரங்கசீபோடு செய்துகொண்ட ரகசிய ஒப்பந்தப்படி தனது இரண்டாவது மகளான பாட்ஷா பீவி சாகிபாவை, முகலாய இளவரசர் முகம்மது சுல்தானுக்கு திருமணம் செய்து வைத்தார். தனக்குப் பின் கோல்கொண்டாவின்

அரியணையில் முகம்மது சுல்தானை அமர வைப்பதாகவும் உறுதியளித்திருந்தார்.

ஆனால் அப்துல்லாவின் இறப்பு நிகழ்ந்தபோது, முகம்மது சுல்தான் ஔரங்கசீபால் குவாலியரில் சிறைபடுத்தப்பட்டிருந்தார். முதலாவது மருமகனான நிஸாமுதினுக்கு கோல்கொண்டா அமீர்களிடையே நல்ல மதிப்பு இருக்கவில்லை. ஆகவே அவர் புறக்கணிக்கப்பட்டார். மூன்றாவது மருமகனான அபுல் ஹஸன், குத்ப் ஷா பரம்பரையின் அடுத்த சுல்தான் ஆனார். தன் மாமனார் போலவே, அவரும் குடியும் கூத்துமாக ஆட்சியைத் தொடர்ந்தார்.

அபுல் ஹஸன் ஆட்சிக்கு வர பக்க பலமாகச் செயல்பட்டவர் மாதண்ணா. ஏழை அந்தணர். சாதாரண கணக்காளராக அரசாங்கப் பதவிக்குள் நுழைந்து பின் கொஞ்சம் கொஞ்சமாக அதிகார மட்டத்துக்கு உயர்ந்தவர். மாதண்ணாவும் அவரது சகோதரர் அக்கண்ணாவும் அபுல் ஹஸனைத் தங்கள் கைக்குள் போட்டுக் கொண்டு அதிகார மையமாகச் செயல்பட்டார்கள். குறிப்பாக இஸ்லாமியர்களுக்கு எதிராக அவர்கள் செய்த செயல்கள் மாபெரும் அதிருப்தியை உண்டாக்கியிருந்தன.

பிஜப்பூர் முற்றுகையின்போதே, ஔரங்கசீப் இளவரசர் முவாஸ்ஸம் தலைமையில் ஒரு படையை கோல்கொண்டாவுக்கு அனுப்பினார் (1685). ஆனால் முகலாயர்கள் கோல்கொண்டா வுக்குள் நுழைய முடியாதபடி கடுமையான தடுப்பு அரண்கள் அமைக்கப்பட்டிருந்தன. இரண்டு மாதங்களாக எதுவும் இயலாத நிலையில், முவாஸ்ஸம் கோல்கொண்டாவின் தளபதி ஒருவரை லஞ்சத்தால் மடக்கினார். பாதை கிடைத்தது.

முகலாயப் படைகள் முன்னேறி வருவதை அறிந்த உடனே, சுல்தான் அபுல் ஹஸன் எதிர்த்து களமிறங்கிப் போராடுவதைப் பற்றியெல்லாம் சிந்திக்கவே இல்லை. தன் உயிரைக் காப் பாற்றிக் கொள்ள ஹைதராபாத்துக்குச் சென்று பதுங்கிக் கொண்டார். போகும்போது, ஏகப்பட்ட செல்வங்களையும் பாதுகாப்பாக எடுத்துச் செல்ல தவறவில்லை.

அந்த முறை முகலாயர்களுக்கு நல்ல வேட்டை. ஏகப்பட்ட செல்வங்களை கொள்ளையடித்தனர். பல பெண்கள் சீரழிக்கப் பட்டனர். இத்தனை இழப்புகளுக்குப் பின் சுல்தான் அபுல் ஹஸன், ஔரங்கசீபுக்கு சமாதானத் தூது அனுப்பினார்,

'இதுவரை பாக்கி வைத்துள்ள கப்பத் தொகை அனைத்தையும் கட்டி விடுகிறேன். அதுபோக வருடந்தோறும் இரண்டு லட்சம் ஹன் கட்டி விடுகிறேன்.'

அச்சமயத்தில் சதித் திட்டம் ஒன்றில் மாதண்ணாவும் அக்கண்ணாவும் கொல்லப்பட்டனர். பிஜப்பூர் முற்றுகை தீவிரமாகியிருந்ததால், இளவரசர் முவாஸ்ஸமை கோல்கொண்டாவிலிருந்து திரும்பச் சொன்னார் ஔரங்கசீப். அதே சமயத்தில் 'கோல் கொண்டா அரசின் நாள்கள் எண்ணப்பட்டுக் கொண்டிருக் கின்றன' என்பதை அபுல் ஹஸன் பிஜப்பூர் வீழ்ந்ததுமே உணர்ந்து கொண்டார்.

ஏராளமான சமாதான முயற்சிகளை மேற்கொண்டார். தூதனுப்பிப் பார்த்தார். செல்வங்கள் அள்ளி வழங்குவதாகச் சொன்னார். நகைகளை அனுப்பிப் பார்த்தார். ஔரங்கசீப் எதற்கும் இணங்கவில்லை. தானே தலைமையேற்று கோல் கொண்டா மீது படையெடுத்து வந்தார்.

அதே சமயத்தில் அபுல் ஹஸன் காட்டிய பொருளாசையில் சிக்கிக் கொண்டார் இளவரசர் முவாஸ்ஸம். சுல்தானுக்கும் முவாஸ்ஸமுக்குமிடையேயான ரகசிய உறவு ஔரங்கசீபுக்குத் தெரியவந்தது. ஔரங்கசீப் கொஞ்சம்கூடத் தயங்கவில்லை, முவாஸ்ஸமும் அவரது மகன்களும் உடனே கைது செய்யப்பட்டு சிறையிலடைக்கப்பட்டனர் (மார்ச் 5, 1687). அவர்களது அதிகாரங்கள் பறிக்கப்பட்டன. சொத்துகள் முடக்கப்பட்டன.

போர்க்களத்தில் ஔரங்கசீபைச் சந்திப்பதைத் தவிர வேறு வழியில்லை என்ற சூழலில் அபுல் ஹஸன் போருக்குத் தயாரானார். அதிவலிமையான கோல்கொண்டா கோட்டையைப் பிடிப்பது ஒன்றும் லேசுப்பட்ட காரியமில்லையே. கோட்டைக்கு வெளிப்புறம் நின்று போராட மட்டும் நாற்பதாயிரம் குதிரை வீரர்கள் தயாராக இருந்தார்கள். முகலாயர்கள் திணறத்தான் செய்தார்கள். மோதல் எட்டு மாதங்களாக இழுத்தது. இரவு நேரங்களில் ரகசியமாகக் கோட்டைச் சுவரேறி அதிரடித் தாக்குதல் நடத்தவும் வழியில்லை. காரணம் கோட்டைச் சுவர்மேல் நாய்கள்★ காவலுக்கிருந்தன. அவை குரைத்துக் காட்டிக் கொடுத்தன.

★ சுல்தான் அபுல் ஹஸனுக்கு நாய்கள் மீது நிறைய பிரியம். அவர் செல்லமாக வளர்த்த நாயை பலவிதமான நகைகளால் அலங்கரித்து, தங்கச் சங்கிலியால் தனது அரியணைக்கு அருகிலேயே கட்டிப் போட்டிருந்தாராம்.

தோல்வியைத் தள்ளிப்போடத்தான் முடியுமே தவிர, தவிர்க்க முடியாது என்று உணர்ந்திருந்த சுல்தான், மீண்டும் ஔரங்க சீபுக்கு தூது அனுப்பி பார்த்தார். 'கோல்கொண்டாவை தங்கள் பேரரசோடு இணைப்பதில் தங்களுக்கு உடனடி லாபமில்லை. போரினால் இழந்தவற்றை சரி செய்யவே இன்னும் ஏழெட்டு ஆண்டுகள் பிடிக்கும். ஆகவே என்னை நம்புங்கள். நான் தாங்கள் எதிர்பார்ப்பதைவிட அதிக கப்பம் கட்டுகிறேன்.'

ஔரங்கசீப் மசியவில்லை. முகலாய வீரர்களுக்கு உணவுத் தட்டுப்பாடு ஏற்பட்டது. மழைக்காலம் வேறு ஆரம்பித்தது. முகலாய வீரர்கள் அதிருப்தியில் இருந்தனர். பட்டினிச் சாவுகள் நிகழ்ந்தன. இருந்தாலும் ஔரங்கசீப் பின்வாங்கவில்லை. மழைக்காலம் கொஞ்சம் சீக்கிரமாக முடிந்ததில் அவருக்கு மகிழ்ச்சி.

கோட்டைக்குள் புகுந்துவிட்டால் வெற்றியை வசமாக்கிக் கொள்ளலாம் என்ற நிலையில், அதற்கான வழியைத் தேட ஆரம்பித்தார்கள். குறுக்கு வழிதான். லஞ்சம். அந்த அக்டோபரின் ஓர் அதிகாலையில் முகலாய வீரர்கள் கோல்கொண்டா கோட்டைக்குள் நுழையும் வழியை வாங்கியிருந்தார்கள்.

அபுல் ஹசன், நேராக அந்தப்புரத்துக்கு ஓடினார். அங்குள்ள பெண்களிடம் மன்னிப்பு கேட்டார். பின் அவைக்குச் சென்றார். அரியணையில் உட்கார்ந்து கொண்டார். அங்கேயே உணவை வரவழைத்து உண்டார். ருஹுல்லா கான் என்ற முகலாயத் தளபதி அவைக்கு வந்தார். அவரை மரியாதையாக வரவேற்று உபசரித்த சுல்தான், முறைப்படி சரணடைந்தார்.

பின்பு அபுல் ஹஸம் இளவரசர் முகம்மது அஸம் ஷாவிடம் அழைத்துச் செல்லப்பட்டார். இளவரசர் அவரை ஆலம்கீரிடம் ஒப்படைத்தார்.

கோல்கொண்டா முகலாயப் பேரரசுடன் இணைக்கப்பட்டது. அபுல் ஹஸம் ஏகப்பட்ட சொத்துகளுடன் தௌலதாபாத்தில் வாழ அனுமதிக்கப்பட்டார். அவருக்கென வருட மானியமாக ஐம்பதாயிரம் ரூபாய் அறிவிக்கப்பட்டது.

1686ல் கிழக்கிந்திய கம்பெனியினர் முகலாயப் பேரரசுடன் மோதினார்கள். சூரத்தில் வியாபாரம் செய்துவந்த கம்பெனியினர்

பேரரசின் கட்டுப்பாடுகள் பலவற்றை மீறியிருந்தனர். ஆகவே ஒளரங்கசீப், கம்பெனியினர் வணிகம் செய்யும் உரிமையை நிறுத்திவைத்தார்.

கம்பெனியினர் அடங்கிப் போனார்கள். ஒளரங்கசீபுடன் பேச்சு வார்த்தை நடத்தி, அபராதத் தொகை கட்டி, தங்கள் வியாபார உரிமையை மீட்டெடுத்துக் கொண்டார்கள்.

●

சாம்புஜி கொஞ்சம் மிரண்டுதான் போயிருந்தார். பிஜப்பூரும் கோல்கொண்டாவுமே வீழ்ந்துவிட்டனவே. இளவரசர் முகமது அக்பர் பெர்சியாவுக்குத் தப்பி ஓடியிருந்தார். துர்காதாஸும் மார்வாருக்குத் திரும்பிவிட, ஒளரங்கசீபை வெல்ல வேண்டும் என்ற சாம்புஜியின் கனவு சிதைந்து போனது.

ஒளரங்கசீப், மராத்தியர்களை ஒடுக்குவதில் தன் கவனத்தைத் திருப்பியிருந்தார். அந்த இக்கட்டான சூழ்நிலையில்கூட சாம்புஜி தன் உல்லாச வாழ்க்கை முறையை மாற்றிக் கொள்ள வில்லை. சங்கமேஸ்வரா என்ற இடத்தில் ஒரு மாளிகையில் போதையுடனும் பேதைகளுடனும் மயங்கிக் கிடந்தார். காட்டுக்குள் மறைவாக இருந்த மாளிகை அது. அங்கு முகலாயர்களின் மூச்சுகூட நுழைய முடியாதென்பது சாம்புஜியின் நம்பிக்கை. அது பொய்த்தது. தக்கராப் கான் என்ற முகலாயத் தளபதி அதிரடியாக அங்கு பிரவேசித்தார். சிறு மோதல். சாம்புஜி கைது செய்யப்பட்டார். கூடவே கவி கலாஷும்.

'மராத்தியர்கள் வசமிருக்கும் பகுதிகளை எல்லாம் ஒப்படைத்து விட்டால் உங்களை விடுவிக்கிறோம்' என்று முகலாயர்கள் தரப்பில் பேசிப் பார்த்தார்கள். சாம்புஜியும் கவி கலாஷும் அதற்குச் சம்மதிக்காமல் ஒளரங்கசீபை அவமதிக்கும் வகையில் பதில் சொன்னார்கள். இருவரது நாக்குகளும் துண்டிக்கப் பட்டன. பார்வை பறிக்கப்பட்டது. ஆறு வாரங்கள் கழித்து பலவிதமான சித்ரவதைக்குப் பின் இருவருக்கும் மரண தண்டனை நிறைவேற்றப்பட்டது.

சாம்புஜியின் முடிவு இப்படிச் சொல்லப்படுகிறது. இதுபோலவும் சொல்கிறார்கள். ஒளரங்கசீப், சாம்புஜியை இஸ்லாம் மதத்துக்கு மாறச் சொல்லி கட்டாயப்படுத்தினார். அவர் மறுக்கவே மரண தண்டனை நிறைவேற்றப்பட்டது *(மார்ச் 21, 1689).*

சுல்தான் அபுல் ஹசன்

ஆனால் சாம்புஜியை மீட்க மராத்தியர்கள் படைதிரட்டி முயற்சி செய்ததாகத் தெரியவில்லை. மாறாக பலர் 'அரக்கன் ஒழிந்தான்' என்று மகிழ்ந்து கொண்டாடியதாக குறிப்புகள் சொல்லுகின்றன.

•

சாம்புஜி கைது செய்யப்பட்ட மறுவாரமே, ராய்கர் கோட்டையில் அடுத்த மராத்திய மன்னர் யார் என்பதை அந்தணர்கள் (சாம்புஜிக்கு எதிரானவர்கள்) முடிவு செய்துவிட்டார்கள். சிவாஜியின் இளையமகன் ராஜாராம். சாம்புஜிக்கும் ஆண் வாரிசு இருந்தது. சாகுஜி. ஆனால் வயது வெறும் ஆறுதான். ஆகவே பத்தொன்பது வயது ராஜாராமை ஒரு மனதாகத் தேர்ந்தெடுத்தார்கள்.

அடுத்து முகலாயர்கள் ராய்கர் கோட்டையைத்தான் குறிவைக்கக் கூடும் என்பதால், உடலளவில் வலிமையாக இல்லாத ராஜாராமை அங்கிருந்து அகற்றுவதற்கான திட்டம் தீட்டப் பட்டது. சிவாஜியின் விசுவாசியான மராத்தியார் பிரகலாத் நிராஜி, பொறுப்பை ஏற்றுக் கொண்டார். முந்நூறு மராத்திய வீரர்களுடன், ராஜாராமை அழைத்துக் கொண்டு ராய்கரிலிருந்து கிளம்பினார், தமிழகம் நோக்கி.

நடக்கக்கூட தெம்பில்லாத ராஜாராமை பல சமயங்களில் தன் தோள்களில் சுமந்துவந்த பிரகலாத், முகலாயர்கள் கண்களில் இருந்து தப்பித்து, செஞ்சியை அடைந்தார். அங்கே இருந்த சிவாஜியின் மகள் அம்பிகா பாயிடம் ராஜாராமை ஒப்படைத்தார். ஆக, பிரகலாதின் மூலம் சிவாஜியின் வம்சம் காப்பாற்றப் பட்டது.

அந்த அக்டோபரில் முகலாயப் படைகள் ராய்கரைக் கைப்பற்றின. சாம்புஜியின் வாரிசான சாகுஜி உள்பட, அவரது குடும்பத்தினர் சிறைபிடிக்கப்பட்டனர். சாகுஜியும் குடும்பத் தினரும் மாளிகைக் காவலில் வைக்கப்பட்டனர். சாகுஜிக்கு 7000 ரேங்க் கொடுத்து, (சிவாஜிக்கு வெறும் 5000 ரேங்க் கொடுத்தது நினைவிருக்கலாம்) ராஜா என்ற பட்டமும் கொடுத்து தன் பொறுப்பில் வைத்துக் கொண்டார் ஔரங்கசீப்.

சிவாஜியின் நேரடி வாரிசு ராஜாராம் ஆட்சிக்கு வருவதைத் தவிர்ப்பதற்காகவும் மராத்தியர்களின் எழுச்சியைத் தவிர்ப்பதற் காகவும் ஔரங்கசீப் செய்த ஏற்பாடுகள் இவை.

•

'ஆலம்கீர், வந்த வேலை முடிந்துவிட்டது. இனி டெல்லிக்குத் திரும்பலாம்தானே?'

தக்காணத்தை முழுமையாகக் கைப்பற்றியாகிவிட்டது. தலைமையை இழந்த மராத்தியர்கள் வலுவிழந்துவிட்டார்கள். அகண்ட முகலாயப் பேரரசு உருவாகி விட்டது. இனி தெற்கில் என்ன வேலை?

ஔரங்கசீபுக்கு நெருங்கிய அமைச்சர்கள் டெல்லிக்குத் திரும்பும் எண்ணத்தில் அவரைக் கேட்க ஆரம்பித்தார்கள். ஔரங்கசீபின் பதில் அவர்களுக்கு மிகுந்த ஏமாற்றமளித்தது. 'வேலைகள்

என்று முடிவடைவதில்லை. எப்போதும் ஏதாவது பாக்கி இருந்துகொண்டேதான் இருக்கும். உடலில் கடைசி மூச்சு இருக்கும்வரை பணி செய்வதையே நான் விரும்புகிறேன். தெற்கில் இன்னும் எனக்கு பணிகள் மிச்சமிருக்கின்றன.'

போர். போர். மீண்டும் போர். எங்களுக்கு ஓய்வே கிடையாதா? எத்தனையோ வெற்றிகள் பார்த்தாயிற்று. ஆனால் வரவேண்டிய சம்பளத் தொகைதான் இன்னும் வந்தபாடில்லை. சொந்த ஊருக்குத் திரும்பிப் போவோமா? மாட்டோமோ? முகலாய வீரர்கள் வெறுப்பில் இருந்தார்கள். முணுமுணுப்பு அதிகமான போது, ஆலம்கீரிடமிருந்து தெளிவாக ஒரு கட்டளை வந்தது. 'இஷ்டம் இல்லாதவர்கள் விலகிக் கொள்ளலாம்.'

முகலாயப் படையை விட்டு விலகியவர்கள், அடுத்த வேலை கிடைக்காமல் அல்லாடினார்கள். சிலர் மராத்தியப் படையில் சென்று இணைந்தார்கள். ஆனால் அப்போது கட்டுக்கோப்பான மராத்தியப் படை என்ற ஒன்றே இல்லையென்பதுதான் உண்மை. ஆங்காங்கே குழுவாக இயங்கிய மராத்தியர்கள், கொள்ளையடிப் பதில் மட்டுமே ஆர்வம் காட்டினார்கள்.

வடக்கில் ஔரங்கசீப் இல்லாத நிலை அங்கே நிர்வாகம் கொஞ்சம் கொஞ்சமாக சிதைய ஆரம்பித்திருந்தது. சிறு சிறு கலகங்கள் பெருகின. லஞ்சம் இன்றி எதுவும் நடக்காது என்ற நிலை. ஔரங்கசீப், தெற்கில் இருந்துகொண்டு எப்படி இவ்வளவு பெரிய பேரரசை ஆளமுடியும் என்ற விமரிசனங்கள் எழ ஆரம்பித்தன. ஆனால் ஔரங்கசீப் அதைப்பற்றியெல்லாம் பெரிதாக யோசிக்கவில்லை என்றே தோன்றுகிறது. அவரது கவனம் தெற்கில் சிதறுண்டு கிடக்கும், பேரரசோடு இணைக்கப்படாத சிறிய பகுதிகளை ஒன்றிணைப்பதிலேயே இருந்தது. ஒவ்வொரு போருக்கும் செலவளிக்கப்பட்ட தொகையை கணக்கிடும்போது மூச்சு முட்டியது. பாடுபட்டு விரிவாக்கிய பேரரசைக் கட்டிக் காக்க தேவைப்படும் தொகையை நினைக்கும்போதும் மலைப்பாக இருந்தது. ஆனாலும் அத்தனைக்குப் பிறகும் ஔரங்கசீப் ராணுவ ரீதியிலான செலவுகளுக்கே முக்கியத்துவம் கொடுத்தார்.

மரத்தை வீழ்த்திய பின், விதைகளை விட்டுவைத்தல் ஆகுமா? ராஜாராம். விட்டு வைத்தல் ஆகாது என்பதால், ஔரங்கசீப் முகலாயத் தளபதி ஸுல்ஃபிகர் கான் தலைமையில் ஒரு படையை செஞ்சி நோக்கி அனுப்பினார்.

ஸுல்ஃபிகர் கானுக்கு இடப்பட்ட உத்தரவை உத்வேகத்துடன் நிறைவேற்றும் எண்ணமெல்லாம் இருக்கவில்லை. செஞ்சி நோக்கி முன்னேறினார், மிக மெதுவாக. போகும் வழியில் பல இடங்களில் மராத்தியர்கள் முட்டுக்கட்டை போட்டார்கள். எல்லாவற்றையும் சமாளித்து ஆமை வேகத்தில் செயல்பட்ட ஸுல்ஃபிகர் கான், முற்றுகை என்ற பெயரில் சில வருடங்களை வீணடித்தார். இடைப்பட்ட காலத்தில் தமிழகத்தில் மராத்தியர்கள் தங்கள் வலிமையை பெருக்கிக் கொண்டிருந்தார்கள்.

காலவிரயம், ஔரங்கசீபுக்குள் சந்தேகத்தை விதைத்தது. ஒருவேளை ஸுல்ஃபிகர் கானுக்கும் மராத்தியர்களுக்குமிடையே ஏதாவது ரகசிய ஒப்பந்தம் ஏற்பட்டிருக்குமோ? எனவே, ஔரங்கசீப், செஞ்சியைக் கைப்பற்றும் நோக்கத்தில் முகலாய இளவரசர் காம் பக்ஷை அனுப்பினார். கூடவே அஸத் கான் என்ற தனக்கு நெருக்கமான அமைச்சரையும் அனுப்பி வைத்தார் (1694). அஸத் கான், ஸுல்ஃபிகர் கானின் தந்தை.

அடுத்த குழப்பம் அரங்கேறியது. 'காம் பக்ஷுக்கும் மராத்தியர்களுக்கும் இடையே ரகசிய நல்லுறவு இருக்கிறது.'

ஔரங்கசீபுக்கு யார் மீதும் எளிதில் நம்பிக்கை ஏற்படாது. ஆனால் எந்த நொடியிலும் யார் மீதும் அவநம்பிக்கை ஏற்பட்டு விடும். 'காம் பக்ஷைக் கைது செய்யுங்கள்.' உத்தரவு போனது. இளவரசர் கைது செய்யப்படவே, முகலாய முகாமில் ஏகக் குழப்பம். ஔரங்கசீப், பீமா நதிக்கரையில், பிரஹமபுரி என்ற இடத்தில் வந்து முகாமிட்டு போரை வழிநடத்த ஆரம்பித்தார். அதற்கு கொஞ்ச காலத்துக்கு முன்புதான் ராஜாராமின் வழிகாட்டியான பிரகலாத் நிராஜி இறந்திருந்தார். முகலாயப் படைகளிடம் செஞ்சி வீழ்ந்துவிடும் என்ற நிலையில், ராஜாராம் அங்கிருந்து தன் குடும்பத்தினருடன் தப்பித்தார். மகாராஷ்டிராவின் மலைகள் நிறைந்த பகுதியான சத்தாராவில் தஞ்சமடைந்தார். செஞ்சி வீழ்ந்தது (1698).

•

சத்தாராவில் ராஜாராம் பாதுகாப்பாக இருந்தாரே தவிர, அவரால் மீண்டும் மராத்தியர்களை ஒன்றிணைக்க முடியவில்லை. சாந்தாஜி கோர்பரே - தனது கெரில்லா போர்முறையால் முகலாயர்களை மிரளச் செய்த மராத்திய தளபதிகளுள் ஒருவர்.

தானாஜி ஜாதேவ் - சிவாஜியின் நெருங்கிய உறவினர். அமைதியானவர். திறமையானவர். வீரர். ஆனால் தானாஜிக்கும் சாந்தாஜிக்கும் இடையே ஒத்துப் போகவில்லை. மராத்தியர்கள் பிளவுபட்டிருந்தார்கள். ராஜாராமால் மராத்தியர்களை ஒன்றிணைக்க முடியவில்லை. மார்ச், 1700ல் சிங்கார் கோட்டையில் நோய்வாய்ப்பட்டு, ரத்தம் கக்கி இறந்து போனார்.

'எல்லோரும் கொண்டாடுங்கள்' - ராஜாராமின் இறப்புச் செய்தியை அறிந்ததும் ஔரங்கசீப் இட்ட கட்டளை இது.

ராஜாராமின் மனைவிகள் இருவர் அப்போது உயிரோடு இருந்தார்கள். தாரா பாய், ராஜாஸ்பாய். தாரா பாயின் ஆண் குழந்தைக்கு வைக்கப்பட்டிருந்த பெயர் இரண்டாம் சிவாஜி. ராஜாஸ்பாயின் ஆண் குழந்தை, இரண்டாம் சாம்புஜி. இரண்டு குழந்தைகளுக்கு ஆதரவாக இரண்டு குழுக்களாக மராத்தியர்கள் பிரிந்திருந்தார்கள். இதுபோக இன்னொரு குழுவாக மறைந்த சாம்புஜியின் ஆதரவாளர்கள், அவரது மகன் சாகுஜியை அடுத்த மராத்திய மன்னர் ஆக்க வேண்டும் என்று செயல்பட்டார்கள்.

தாரா பாய் புத்திசாலி, சாமர்த்தியசாலி, தைரியசாலி. ராஜாராமின் காலத்திலேயே அரசியல், ராணுவம், நிர்வாகம் என்று ஒவ்வொரு துறையிலும் தலையிட்டு ஆலோசனைகள் கூறியவர். ராஜாராம் இறந்ததும் ஒடிந்துபோய் உட்காராமல், தனது குழந்தையோடும் ஆதரவாளர்களோடும் பாதுகாப்பான ரகசிய இடம் ஒன்றில் போய் பதுங்கிக் கொண்டாள். அதோடு மட்டுமில்லாமல், ஔரங்கசீபுடன் பேச்சுவார்த்தை நடத்துவதற்குரிய நடவடிக்கைகளையும் எடுக்க ஆரம்பித்தாள்.

'மராத்தியர்கள் வசமிருக்கும் சில கோட்டைகளை முகலாயப் பேரரசுக்குத் தருகிறேன். பதிலுக்கு எனது மகன் இரண்டாம் சிவாஜியை ராஜாராமின் அதிகாரபூர்வ வாரிசாக அறிவிக்க வேண்டும். 7000 ரேங்க் கொடுத்து கௌரவிக்க வேண்டும்.'

மராத்தியர்களின் குடைச்சல் ஓய்ந்தது. இரண்டு பெண்களால், அவர்களது பாலகன்களால் ஒன்றும் செய்ய இயலாது என்று எண்ணியிருந்த ஔரங்கசீபுக்கு, தாரா பாயின் தைரியம் அதிர்ச்சியளிக்கவே செய்தது. அவர் தாரா பாயின் கோரிக்கைக்குச்

சம்மதிக்கவில்லை. அதே சமயத்தில் மராத்தியர்கள் மத்தியில் தாரா பாயின் மதிப்பு கொஞ்சம் கொஞ்சமாக அதிகரிக்கத் தொடங்கியிருந்தது.

குழுக்களாகத் திரண்டு கொள்ளையடித்தும், கெரில்லாத் தாக்குதல்கள் நடத்தியும் மராத்தியர்கள், முகலாயர்களின் தூக்கத்தைக் கெடுக்க ஆரம்பித்திருந்தார்கள். தக்க தலைமை இன்றி செயல்படுபவர்களிடம் அமைதி ஒப்பந்தம் போட முடியாத நிலை. அப்போதும்கூட மராத்தியர்கள் வசம் பல கோட்டைகள் இருக்கவே செய்தன. ஏதாவது ஒரு கோட்டையை முகலாயப் படையினர் கைப்பற்ற வந்தால், மலைப்பகுதிகளில் மறைந்திருந்த மராத்தியர்கள், பாறைகளை உருட்டிவிட்டுத் தாக்கினர். அந்தத் தாக்குதல் முறை முகலாயப் படையினர் மத்தியில் பெரும் கிலியை ஏற்படுத்தியிருந்தது.

தலைமுடி, தாடி, இமை என்று எல்லாம் வெள்ளைக்கு மாறியிருந்தன. கன்னங்களில் முதுமையின் சுருக்கங்கள். மனம் யோசிக்கும் வேகத்துக்கு உடலால் ஈடுகொடுக்க முடியவில்லை. 'எனக்கு ஓய்வு கொடுக்க வேண்டிய காலம் வந்துவிட்டது' என்று உடல் அவ்வப்போது தள்ளாட்டம் போட்டது. எண்பத்தியிரண்டு வயது ஆலம்கீர் எதையும் சட்டை செய்யவில்லை. அப்போது கூட தானே மராத்தியர்களை ஒடுக்கும் நடவடிக்கையில் நேரடியாக ஈடுபட முடிவெடுத்தார்.

பிதார் பக்த், முகலாய இளவரசர் முகம்மது அஸம் ஷாவின் பதினேழு வயது மகன். தனது தாத்தாவோடு களமிறங்கினார். உடன் ஸுல்ஃபிகர் கான். ஔரங்கசீப் பிரஹமபுரியிலிருந்து மேற்கு நோக்கிக் கிளம்பினார். மராத்தியர்கள் வசமிருந்த கோட்டைகள் ஒவ்வொன்றாகக் குறிவைக்கப்பட்டன. பசந்த்கர், சத்தாரா, ராஜ்கர், பார்லி, விசால்கர், பன்ஹாலா - ஒவ்வொரு கோட்டையாக முகலாயர்கள் வசமானது. கைப்பற்றினார்கள் என்று சொல்லமுடியாது. பெரும்பாலும் லஞ்சமே வெற்றி களுக்கு உதவியது.

ஆகவே அந்த வெற்றிகள் நிலைத்திருக்கவில்லை. முகலாயப் படையின் முதுகு தெரிந்ததும் மீண்டும் மராத்தியர்கள் பூனைபோல பதுங்கி வந்து கோட்டைகளைக் கெட்டியாகப் பிடித்துக் கொண்டார்கள். என்ன செய்வதென்றே தெரியாமல் திகைத்துதான் போயிருந்தார் ஔரங்கசீப். சாகுஜியை பெயருக்கு

மராத்திய மன்னராக அறிவித்து, அவர் ஆள சில பகுதிகளை மட்டும் கொடுத்து அமைதியைக் கொண்டு வரலாமா என்றுகூட யோசித்தார். ஆனாலும் மராத்தியர்களை எந்தவிதத்திலும் நம்ப முடியாதே. எனவே, எந்தவித முயற்சியும் எடுக்கப்படவில்லை.

●

வாஜின்ஜெரா கோட்டை. கர்நாடகாவில் குல்பர்காவிலுள்ள ஒரு கோட்டை. அதனை ஆண்டுவந்த சிற்றரசர் பிடியா நாயக். முகலாயர்களுக்குக் கட்டுப்படவில்லை. கட்டுப்படா விட்டால் படையெடுப்பதுதானே பேரரசின் தர்மம். சில ஆயிரம் வீரர்களைக் கைகாட்டிவிட்டால், காரியத்தைக் கச்சிதமாக முடித்துவிடுவார்கள். ஆனால் அந்தத் தள்ளாத எண்பத்தாறு வயதிலும் ஒளரங்கசீபே படைக்கு தலைமை தாங்கிச் சென்றார்.

பேரரசருக்கு முன் சிற்றரசரால் என்ன செய்ய இயலும்? வாஜின்ஜெரா கோட்டை வீழ்ந்தது (1705). பேரரசின் மடியில் விழுந்தது. இதுவே ஆலம்கீரின் இறுதிப் படையெடுப்பு. அவரைச் சார்ந்த அமைச்சர்கள், தளபதிகள் முதல் வீரர்கள் வரை எல்லோரும் கெஞ்ச ஆரம்பித்திருந்தார்கள்.

'பேரரசரே, எங்கள் குடும்பத்தினர் எங்களை மறந்தே போயிருப்பார்கள். நாங்கள் அவர்களை ஒருமுறையாவது பார்க்க விரும்புகிறோம்.', 'தெற்கில் போதுமான அளவு இருந்து ஆண்டு விட்டீர்கள். தயவுசெய்து வாருங்கள் ஆக்ராவுக்குச் செல்வோம்.', 'ஆலம்கீர், நான் ஒரு லட்சம் ரூபாய் கப்பமாகக் கட்டுகிறேன். என்னை டெல்லி செல்ல அனுமதியுங்கள். ஒரு வருடம் என் குடும்பத்துடன் செலவழித்துவிட்டு திரும்பிவிடுகிறேன்.'

ஒளரங்கசீபும் இந்த முறை செவிகளைத் திறந்து வைத்திருந்தார். தவிரவும் வடக்கிலும் மேற்கிலும் நிலவும் ஏகப்பட்ட குழப்பங்கள், பிரச்னைகள் அவருக்குக் கவலை கொடுத்திருந் தன. ஜாட் இனத்தவர்கள் அக்பரது கல்லறையை சிதைத்திருந் தார்கள். ராஜஸ்தானின் மார்வார்கள் கலகம் செய்ய ஆரம்பித் திருந்தார்கள். குஜராத்தில் இனு மாண்ட் என்ற கொள்ளைக் காரன், பரோடாவையே தன் பிடியில் வைத்திருந்தான். மால்வா, பிஹாரிலும் நிலைமை சரியில்லை. வறட்சி, கொள்ளை

நோய்கள், பட்டினிச்சாவுகள் என்று அங்கே பொருளாதாரம் ஏகத்துக்கும் சீரழிந்திருந்தது. நிறைவேற்ற வேண்டிய பணிகள், தீர்க்க வேண்டிய பிரச்னைகள் அவரை அங்கு அழைத்தன. மயிலாசனம் நினைவுக்கு வந்துபோனது.

'டெல்லிக்குத் திரும்பலாம்.'

ஔரங்கசீப் இந்த வார்த்தைகளைச் சொன்னதும் முகலாயப் படையினர் மத்தியில் உற்சாகம் கரைபுரண்டு ஓடியது. கிட்டத் தட்ட இருபத்தைந்து வருட தெற்கு வாசத்தை முடித்துவிட்டு கிளம்பினார் ஔரங்கசீப். ஆனால் மராத்தியர்கள் அவரை நிம்மதியாகத் திரும்பவிடவில்லை. அஹமத் நகருக்கு அருகே முகலாயப் படையினரை எதிர்கொள்ள தயாராகத் திரண்டு நின்றார்கள்.

கிழட்டு யானை எப்போது தள்ளாடிவிழும் என்று வட்டமிட்டுக் காத்திருந்தன பருந்துகள்.

●

சீக்கியர்களின் ஏழாவது குருவான ஹர் ராய் சிங்,* 1661 அக்டோபரில் இறந்துபோனார். தான் இறப்பதற்கு முன்பாகவே தனது இளைய மகன் ஹர் கிருஷன் சிங்கை தனக்கு அடுத்த குருவாக அறிவித்திருந்தார். பெரும்பான்மையான சீக்கியர்களும் ஹர் கிருஷன் சிங்கை எட்டாவது குருவாக ஏற்றுக் கொண்டிருந் தார்கள். ஆனால் ஹர் ராய் சிங்கின் இன்னொரு மகனான ராம் ராய் சிங், ஔரங்கசீபோடு நட்பு பாராட்டினார். ஔரங்கசீபின் அவையில் மந்திர, தந்திர வித்தைகள் செய்து அவரை மகிழ்வித்தார் என்றுகூட சொல்லப்படுவதுண்டு. மந்திர, தந்திரங்கள் சீக்கிய மதக் கொள்கைகளுக்கு எதிரானவை. ஆகவே, கோபப்பட்ட ஹர் ராய் சிங், தன் மகனுக்கு கட்டளை ஒன்றை இட்டார். 'நீ ஒரு பாவி. இனி ஒருபோதும் நீ என்னைச் சந்திக்கக்கூடாது.'

---

★ அதுவரை இருந்த சீக்கிய குருக்கள் காட்டு விலங்குகளை வேட்டையாடுதை வீரமான செயலாகக் கருதி வந்தார்கள். ஆனால் ஹர் ராய் சிங், அந்த வழக்கத்தை மாற்றினார். அவரும் வேட்டைக்குப் போனார். ஆனால் விலங்குகளை உயிரோடு பிடித்தார். காப்பகங்கள் ஏற்படுத்தி பாதுகாக்க ஆரம்பித்தார்.

ஹர் ராய் சிங் இறந்ததும் ராம் ராய் சிங், ஔரங்கசீபின் ஆதரவை நாடினார். 'பேரரசரே, நான் அடுத்த குருவாக தாங்கள்தான் உதவி செய்ய வேண்டும்.'

ஔரங்கசீப் பக்குவமாக மறுத்துவிட்டார். 'சீக்கியர்கள் மதம் சம்பந்தப்பட்ட விஷயங்களில் நான் தலையிடுதல் முறையாகாது.'

ஐந்து வயதில் எட்டாவது குருவாகத் தேர்ந்தெடுக்கப்பட்டார் ஹர் கிருஷன் சிங். 'என் தந்தை இறந்த பிறகு சொத்தில் எனக்கு வர வேண்டிய பங்கு வரவில்லை' - ராம் ராய் சிங், ஔரங்கசீபிடம் புகார் கொடுத்தார். இது குறித்து விசாரிக்கவோ அல்லது முகலாயப் பேரரசருக்கு மரியாதை செய்யவோ, குரு ஹர் கிருஷன் சிங் டெல்லிக்குச் சென்று ஔரங்கசீபைச் சந்தித்தே ஆக வேண்டும். சந்தித்தால் சீக்கியர்கள் கோபப்படுவார்கள், குருவுக்கு எதிராகத் திரும்புவார்கள். சந்திக்க மறுத்தால் ஔரங்கசீப் அதை மரியாதைக் குறைவாகக் கருதி குருவுக்கு எதிராக படையனுப்புவார். ராம் ராய் சிங் திட்டமிட்டுக் காய் நகர்த்தினார்.

அவர் எதிர்பார்த்தபடியே ஔரங்கசீப், டெல்லி வரச்சொல்லி குருவுக்கு அழைப்பு விடுத்தார். ஹர் கிருஷன் சிங்கும் சீக்கிய மதகுருமார்களிடம் முறைப்படி அனுமதி பெற்று டெல்லிக்கு, தன் தாயோடும் சிஷ்யர்களோடும் கிளம்பினார். வீணான மத சர்ச்சைகளைத் தவிர்ப்பதற்காக, குருவைச் சந்தித்துப் பேசும் பொறுப்பை ராஜா ஜெய் சிங்குக்கு அளித்திருந்தார் ஔரங்கசீப். ஜெய் சிங்கும் குருவை பாதுகாப்பாக டெல்லிக்கு அழைத்து வந்து தங்க வைத்தார். குருவைத் தரிசிப்பதற்காக ஏராளமான மக்கள் வந்து போனார்கள். அப்போது டெல்லியில் சின்னம்மை நோய் கடுமையாகப் பரவியிருந்தது. பாதிக்கப்பட்ட பலர், குருவைச் சந்தித்து ஆசிர்வாதம் பெற்றால் நோய் தீர்ந்துவிடும் என்ற நம்பிக்கையில் அவரைத் தேடி வந்து ஆசி பெற்றுச் சென்றார்கள்.

ஆனால் சின்னம்மை நோய் குருவைத் தாக்கியது. தனக்கு இறப்பு நெருங்கி விட்டதை உணர்ந்த குரு ராம் ராய், அடுத்த குரு யார் என்பதை அறிவிக்க முடிவு செய்தார். தன் இறுதி நிமிடத்தில் 'பாபா பக்லா' என்று சொல்லிவிட்டு கண் மூடினார் (மார்ச், 1664).

யார் அந்த பாபா பக்லா என்ற குழப்பம் நிலவ, அதைப் பயன்படுத்திக் கொண்டு பலர் தங்களுக்கு வேண்டியவர்களை அடுத்த குருவாக நியமிக்கும் முயற்சிகளில் இறங்கினர். இந்த முறையாவது தான் குருவாக முடியுமா என்ற ஆசை ராம் ராய் சிங்குக்கு இருந்தது. ஆனால் அவருக்கு யாருடைய உதவியும் கிடைக்கவில்லை. அதே சமயத்தில் மக்கான் ஷா லபானா என்ற சீக்கிய செல்வந்தர், பாபா பக்லாவைத் தேடும் முயற்சியில் இறங்கியிருந்தார்.

பக்லா என்பது ஓர் அழகிய கிராமம். அங்கே அறியப்பட்ட சீக்கிய மதகுருவாக இருந்தவர் தேஜ் பகதூர். அவரை அங்குள்ளவர்கள் 'பாபா' என்று அழைத்தனர். நாற்பத்தைந்து வயது தேஜ் பகதூர் வேறு யாருமல்ல, ஆறாவது சீக்கிய குரு ஹர் கோபிந்த் சிங்கின் மகன். மக்கான் ஷா லபானாவின் முயற்சியால் தேஜ் பகதூர் ஒன்பதாவது சீக்கிய குரு ஆனார்.

தேஜ் பக்தூர் சிறந்த வீரர். தன் இளவயதில் சில சந்தர்ப்பங்களில் முகலாயர்களுக்கு எதிராகப் போரிட்டவர். அவர் குருவான பின், காஷ்மீரைச் சேர்ந்த பிராமணர்கள் சிலர், அவரைத் தேடி வந்தார்கள். முகலாயர்கள் எங்களை இஸ்லாம் மதத்துக்கு மாறச் சொல்லி கட்டாயப்படுத்துகின்றனர் என்றும், நீங்கள்தான் எங்களைக் காப்பாற்ற வேண்டும் என்றும் அவரைக் கேட்டுக் கொண்டனர்.

தேஜ் பகதூர் அவர்களுக்கு உதவ முன்வந்தார். 'நானும் இஸ்லாம் மதத்துக்கு மாறினால்தான், அந்த பிராமணர்களும் மாறுவார்கள்' என்று ஔரங்கசீப்புக்குத் தகவல் அனுப்பினார். அதனால் மாலிக்பூர் என்ற இடத்தில் முகலாயப் படையினரால் கைது செய்யப்பட்டார். அவருக்கு இரண்டு வாய்ப்புகள் கொடுக்கப்பட்டன. ஒன்று இஸ்லாமியாராக மாற வேண்டும் அல்லது மரணம். தேஜ் பகதூர் மதம் மாறச் சம்மதிக்கவில்லை. கொல்லப்பட்டார்.

குரு தேஜ் பகதூரின் மரணத்துக்கான காரணம் இப்படியாக சில வரலாற்றாசிரியர்களால் கூறப்படுகிறது. சில ஆசிரியர்கள் வேறு மாதிரியும் கூறுகின்றனர். தேஜ் பகதூர் சீக்கியப் படைகளைக் கொண்டு வடமேற்கு இந்தியாவின் பல்வேறு இடங்களைக் கைப்பற்ற நினைத்தார். பல கொள்ளைச் சம்பவங்களிலும் ஈடுபட்டார். மேலும் தேஜ் பகதூர் மீது ஏகப்பட்ட

குரு ஹர் கிருஷன் சிங்

குற்றச்சாட்டுகள், ராம்ராய்சிங்கால் சுமத்தப்பட்டன. அதனை நம்பிய ஔரங்கசீப், அவரைக் கைது செய்யச் சொன்னார். விசாரணைக்குப் பின் அவருக்கு மரண தண்டனை அளிக்கப் பட்டது (நவம்பர், 1675).

தேஜ் பகதூர் கொல்லப்பட்ட பின் சீக்கிய-முகலாய மோதல்கள் அதிகரித்தன. குரு தேஜ் பகதூரின் மகன் கோபிந்த் சிங் தன் ஒன்பதாவது வயதில் சீக்கியர்களின் பத்தாவது குருவாகப் பொறுப்பேற்றுக் கொண்டார்.

சட்லெஜ், ரவி நதிகளுக்கிடையில் ஏகப்பட்ட மலைப் பிரதேசங்கள் இருந்தன. ஒவ்வொன்றையும் ராஜபுத்திர ஆட்சியாளர்கள் ஆண்டு வந்தார்கள். அந்தப் பகுதியில் சிவாலிக் என்ற மலைப் பிரதேசத்திலுள்ள அனந்தபூர் என்ற இடத்தை, குரு கோபிந்த் சிங் தனது தலைமையகமாகக் கொண்டு செயல்பட ஆரம்பித்தார். அதனால் இந்து ஆட்சியாளர்களுக்கும் சீக்கியர் களுக்கும் இடையே மோதல்கள் தொடர்ந்து நடக்க ஆரம்பித் தன. அந்தப் பகுதிகளில் இருந்த முகலாய நிர்வாகிகளும் குருவுக்கு எதிராக புகார்களை ஔரங்கசீபுக்கு அனுப்பிக்

கொண்டே இருந்தார்கள். பேரரசரும் சீக்கியர்களை அடக்க, அவ்வப்போது நடவடிக்கைகள் எடுத்துக் கொண்டுதான் இருந்தார்.

1696ல் இளவரசர் முவாஸ்ஸம் முகலாயப் பேரரசின் வடமேற்கு பிராந்தியங்களுக்கான கவர்னராக நியமிக்கப்பட்டார். அந்தச் சமயத்தில் முவாஸ்ஸமுக்கும் குரு கோபிந்த் சிங்குக்கும் இடையே புரிதல் ஏற்பட்டது.

1699ல் குரு கோபிந்த் சிங் கால்சா★ என்ற சீக்கியர்களின் படைப் பிரிவை அறிவித்தார். அது மற்றவர்களால் தவறாகப் புரிந்து கொள்ளப்பட்டது. இந்து ஆட்சியாளர்கள், ஔரங்கசீபிடம் கால்சா குறித்த தங்கள் பயத்தை அவதூறாகப் பரப்பினார்கள். ஔரங்கசீபும் அவற்றை நம்பினார். ராஜபுத்திரப் படைகளோடு, முகலாயப் படையும் சீக்கியர்களுக்கு எதிராகக் கிளம்பின.

1701லிருந்து 1704க்குள் அனந்தபூரைக் குறிவைத்து சீக்கியர்களுக்கும் முகலாயக் கூட்டணிப் படைகளுக்கும் இடையே மூன்று போர்கள் நடந்தன. முதல், இரண்டாம், மூன்றாம் அனந்தபூர் யுத்தம் என்றழைக்கப்படும் அந்த மூன்றிலும் குரு கோபிந்த் சிங்கின் கையே ஓங்கியிருந்தது. அனந்தபூரைக் கைப்பற்ற இயலவில்லை.

முகலாயக் கூட்டணிப் படைகள் 1705ல் அனந்தபூரை மீண்டும் குறிவைத்தன. வழக்கத்தைவிட வலிமையான, அளவில் பெரிய படையை, சர்ஹிந்தின்★★ (Sirhind) சுபேதாரான வாஸிர் கான் என்பவரது தலைமையில் ஔரங்கசீப் அனுப்பி வைத்தார். இந்தமுறை முகலாயர்களுக்கு வெற்றி.

அனந்த்பூர் சாஹிப் அவர்களால் கைப்பற்றப்பட்டது. குரு கோபிந்த் சிங் அங்கிருந்து பாதுகாப்பாக தப்பிச் செல்ல

---

★ கால்சா என்ற வார்த்தைக்குரிய பொருள் 'புனிதம்'. சீக்கியர்களுக்கு எதிராக நிகழ்த்தப்படும் கொடுமைகளுக்கு எதிராகப் போராட கோபிந்த் சிங்கால் அமைக்கப்பட்ட ராணுவ அமைப்புதான் கால்சா. அதைச் சார்ந்த வீரர்கள், சீக்கியர் என்று அடையாளம் காட்டிக் கொள்ள எப்போதும் தங்களுடன் ஐந்து விஷயங்களை (5Ks) வைத்துக் கொள்ள வேண்டும் என்று கட்டளையிட்டார் குரு. கேஷா என்ற வெட்டப்படாத தலைமுடி, கங்ஹா என்ற சீப்பு, கிர்பான் என்ற குறுவாள், காரா என்ற கைவளையம், கச்சா என்ற நீளமான கால்சட்டை.

★★ ஜமுனாவுக்கும் சட்லெஜுக்கும் இடையில், பஞ்சாபின் வடகிழக்குப் பகுதியில் அமைந்த நகரம்.

குரு தேஜ் பகதூர்

அனுமதிக்கப்பட்டார். தனது ஆதரவாளர்களுடன் புகலிடம் தேடிச் சென்றார் குரு. ஆனால் கோபிந்த் சிங்கின் இளைய மகன்கள் இருவர், வாஸிர் கானால் பிடிக்கப்பட்டனர். மதம் மாற வற்புறுத்தப்பட்டனர். மறுத்ததால் கொல்லப்பட்டனர். குருவின் தாயாரான மாதா குர்ஜி, தனது பேரன்கள் கொல்லப்பட்ட அதிர்ச்சியில் இறந்துபோனார். முகலாயப் படைகள், அனந்தபூரைச் சூறையாடின.

வாஸிர் கானின் அத்துமீறல்கள், தக்காணத்திலிருந்த ஒளரங்கசீ பின் கவனத்துக்கு வந்தன. 'பிரச்னைகளை அமைதியாகப் பேசித் தீர்த்துக் கொள்ளலாம். தக்காணத்துக்கு வாருங்கள்' - என்று ஒளரங்கசீப், கோபிந்த் சிங்குக்கு கடிதம் மூலம் அழைப்பு விடுத்தார். குருவும் பதில் அனுப்பினார். அந்தப் பதில் கடிதத்துக்கு அவர் இட்ட பெயர், 'ஸாபர்நாமா' (வெற்றியின் பாமாலை).

ஒளரங்கசீப்பைப் புகழ்ந்தும் இகழ்ந்தும் ஏராளமான வரிகள் அதில் இருந்தன. தனது குடும்பத்தினரைக் கொன்ற வாஸிர் கானை, ஒளரங்கசீப் தண்டிக்க வேண்டும் என்பது குருவின் முக்கியக் கோரிக்கையாக இருந்தது.

குரு கோபிந்த் சிங், ஔரங்கசீபைச் சந்திப்பதற்காக தக்காணத்தை நோக்கிக் கிளம்பினார். ஆனால் அந்தச் சந்திப்பு நிகழவில்லை.

மே 1705. கிருஷ்ணா நதியோரக் கிராமமான தேவாபூர். ஆலம்கீர் அங்கே முகாமிட்டிருந்தார். திட்டமிட்ட முகாம் அல்ல. அவரால் பயணம் இயலவில்லை. ஓய்வு தேவைப்பட்டது. எழுந்து நடக்க முடியாத அளவுக்கு கால் மூட்டுகளில் வலி. அடிக்கடி மயக்கம் வர ஆரம்பித்திருந்தது. இருந்தபோதும், அவ்வப்போது தர்பாரைக் கூட்டிய ஔரங்கசீப், தன்னால் இயன்ற அளவு நிர்வாகத்தைக் கவனித்துக் கொண்டுதான் இருந்தார்.

வைத்தியங்கள் எடுபடாமல் நாளுக்கு நாள் உடல்நிலை மேலும் மோசமாகிக் கொண்டேதான் சென்றது. கிட்டத்தட்ட இரண்டு வாரங்கள் படுத்த படுக்கையாகக் கிடந்த ஆலம்கீரை மிக நெருங்கியவர்கள் தவிர மற்றவர்கள் சந்திக்க இயலவில்லை. மனோதிடம்தான் ஔரங்கசீபுக்கிருந்த நோய்களின் தீவிரத்தைக் குறைத்திருக்க வேண்டும். அந்த செம்டெம்பரில் உடல்நிலை தேறினார்.

'இங்கிருந்து கிளம்பலாம்.'

முகாம் கலைக்கப்பட்டது. பயணம் ஆரம்பமானது. ரமலான் மாதம். ஆலம்கீர் நோன்பிருக்க தவறவில்லை. டெல்லியை நோக்கிய பயணத்தில் அப்போது அஹமத் நகரை அடைந்திருந்தார் (1706, ஜனவரி).

'ஔரங்காபாதின் கோட்டை பழுதுபட்டிருக்கிறது. புதுப்பிக்க ஆலம்கீரின் அனுமதி தேவை.'

அனுமதி கொடுத்தார். மீண்டும் அந்த இடங்களை எல்லாம் நான் பார்ப்பேனா? டெல்லிக்குள் காலடி எடுத்து வைப்பேனா? ஆக்ராவின் காற்றை நான் சுவாசிக்க முடியுமா? அந்த எண்பத்து வயது கிழவருக்குள் நம்பிக்கை கொஞ்சம் கொஞ்சமாக வற்றத் தொடங்கியிருந்தது.

'கௌஹராரா பேகம் இறந்துவிட்டார்.'

உயிருடன் இருந்த தனது கடைசி சகோதரியும் இறந்த செய்தி, ஔரங்கசீபை மேலும் பலவீனப்படுத்தியது. கௌஹராராவுக்காக

முறைப்படி துக்கம் அனுஷ்டித்தார் அந்த சகோதரர். ஔரங்கசீபின் பிள்ளைகள், பேரப்பிள்ளைகள் சிலர்கூட உலகை விட்டுப் போயிருந்தார்கள். பூட்டன்கள் இளைஞர்களாகி கையில் வாள் எடுத்திருந்தார்கள். பேரரசி உதய்பூரி மஹால், அறுபத்தேழு வயது இளவரசி ஜினத்-உன்-நிஷாவும் அவரை உடனிருந்து கவனித்துக் கொண்டார்கள்.

அஹமத் நகரில் ஓரளவு நலமோடு நடமாடிக் கொண்டிருந்தாலும், ஔரங்கசீபின் மனத்தில் தனக்குப் பின் தன் மகன்கள் என்ன செய்யப்போகிறார்களோ என்ற கவலை ஆக்கிரமித்திருந்தது. அப்போது ஔரங்கசீபுடன் இருந்த இளவரசர் காம் பக்ஷ் (நாற்பத்து ஒன்பது வயது, உதய்பூரி மஹாலின் மகன்). இளவரசர் அஸம் ஷாவும் தந்தையைக் காண்பதற்காக குஜராத்திலிருந்து அஹமத் நகர் வந்திருந்தார். சிங்கத்தையும் புலியையும் ஒரே கூண்டில் வைத்திருக்க முடியுமா?

எனவே ஔரங்கசீப் உடனே இரு இளவரசர்களுக்கும் ஆணைகளைப் பிறப்பித்தார். 'காம் பக்ஷ், நீ உடனே கிளம்பி பிஜப்பூர் செல்.', 'அஸம் ஷா, நீ உடனே மால்வாவுக்குச் செல்.'

காம் பக்ஷ் விடைபெற்றுச் சென்ற பொழுதில் ஔரங்கசீப் உடைந்து போயிருந்தார். அவர் அப்படிக் கண்ணீர் சிந்தி யாரும் பார்த்ததில்லை. அடுத்த சில தினங்களிலேயே அஸம் ஷாவும் அங்கிருந்து கிளம்பினார். தொழுகை வேளை தவிர மற்ற நேரங்களில் எல்லாம் படுக்கையிலேயே கிடந்தார் ஔரங்கசீப். காய்ச்சல் (பிப்ரவரி 27, 1707).

ஆலம்கீரின் வாரிசுகளும் சூடேறிதான் கிடந்தார்கள். யார் அடுத்து அரியணை ஏறுவது?

இளவரசர் முகம்மது சுல்தானும் முகம்மது அக்பரும் இறந்திருந்தார்கள். போட்டியிலிருந்த காம் பக்ஷ், முவாஸ்ஸம், முகம்மது அஸம் ஷா மூவருமே தங்கள் அறுபதைத் தாண்டிய தாத்தாக்கள் தாம். அவர்களது புதல்வர்களும் களத்தில் இருந்தார்கள். பேரன்களும். யாராவது ஒருவருக்குத்தான் அரியணை. மற்றவர்களுக்கு மேலோக பதவி. முகலாயர்களின் பரம்பரை வழக்கமல்லாவா அது. தன் சகோதரர்களோடு தான் நடத்திய யுத்தம் ஔரங்கசீபுக்கு நினைவுக்கு வந்து நின்றது. தனது இறுதி நாள்களில் அவை என்பதை அவரும் தெளிவாகவே உணர்ந்திருந்தார்.

முகலாயர்கள் / 371

'விலைமதிக்க முடியாத வைரக்கல் ஒன்றையும், நல்ல ஆண் யானை ஒன்றையும் தானமாகக் கொடுக்க வேண்டும். அப்படிச் செய்தீர்கள் என்றால் தங்களைப் பீடித்துள்ள கெட்டவைகள் எல்லாம் விலகிப் போய்விடும்' - ஜோதிடர்கள் ஆலம்கீருக்கு ஆலோசனை சொன்னார்கள். மறுத்துவிட்டார். பதிலாக ஏழைகளுக்கு 4000 ரூபாய் தானம் கொடுக்கச் சொன்னார்.

தன் வாழ்நாளின் கடைசி தருணங்களில்கூட அவர் தனக்கு எதிராகச் செயல்பட்ட மகன் முவாஸ்ஸமை மன்னிக்கத் தயாராக இல்லை. ஆனால் மனமுருக காம் பக்ஷ்-க்குத் தனது இறுதிக் கடிதத்தை அனுப்பினார்.

'...வாழ்க்கை மிகவும் மதிப்புமிக்கது. ஆனால் எதற்கும் பிரயோசனப்படாமல் கடந்து விட்டது. நான் யார், இங்கு என்ன செய்தேன் என்று புரியவில்லை. எதிர்காலம் எதுவும் எனக் கில்லை. இந்த உலகத்துக்கு நான் எதையும் கொண்டு வர வில்லை. ஆனால் இங்கிருந்து நிறைய பாவங்களைச் சுமந்து செல்கிறேன். அதற்கு என்ன தண்டனை கிடைக்கும் என்று அறியேன்.'

அஸம் ஷாவுக்கும் ஆலம்கீரிடமிருந்து கடிதம் ஒன்று சென்றது.

'...பிழைப்பேன் என்று நம்பிக்கையில்லை. இந்த மாதிரி ஒரு சூழ்நிலையில் இறைவனிடம் தொழுகை செய்வதைவிட என்னால் வேறென்ன செய்ய இயலும்? மரணம் என்னை அழைப்பதை உணர்கிறேன். விடைபெற்றுக் கொள்கிறேன்.'

தனக்கு செய்யப்பட வேண்டிய இறுதிச் சடங்குகள் குறித்தும் தெளிவாக எழுதி வைத்தார்.

'நான் செய்த குல்லாக்களை விற்ற பணம், நான்கு ரூபாயும் இரண்டு அனாக்களும் இருக்கின்றன. அதை என் இறுதிச் செலவுகளுக்கு உபயோகித்துக் கொள்ளுங்கள். குர்-ஆனைப் பிரதி எடுத்து விற்றதில் கிடைத்த பணம் முந்நூற்று ஐம்பது ரூபாய். அதை ஏழைகளுக்கும் ஃபகீர்களுக்கு தானம் செய்துவிடுங்கள். என் சவப்பெட்டி சாதாரணமானதாக இருக்க வேண்டும். அலங்காரங்கள் கூடாது. பெட்டியின் மேல் சாதாரண வெள்ளைத்துணி போர்த்தினால் போதும். வண்ணப் பட்டுத் துணிகள் கூடாது. என்னை பெட்டிக்குள் வைக்கும்போது

தொழுகையில் ஆலம்கீர்

தலையில் குல்லாவோ, தலைப்பாகையோ எதுவும் வைக்காதீர் கள். இந்தப் பாவி இறைவனைச் சந்திக்கும்போது வெறும் தலையோடுதான் செல்ல வேண்டும். என் இறுதி ஊர்வலமும் சடங்குகளும் மிக எளிமையானதாக அமைய வேண்டும்.'

*1707*, மார்ச் *3*. வெள்ளிக்கிழமை. ஔரங்கசீபுக்கு அன்று இறுதி விடியல். அதிகாலை தொழுகையை முடித்த சிறிது நேரத்துக் கெல்லாம் மயங்கி விழுந்துவிட்டார். பின் நினைவு திரும்ப வில்லை. காலை ஒன்பது மணியைத் தாண்டிய பொழுதில் பேரரசர் ஔரங்கசீபின் உயிர் பிரிந்தது.

சிறிது நேரத்துக்கெல்லாம் சூறாவளி ஒன்று வீச ஆரம்பித்தது. கடுமையாக சுழன்றடித்த காற்றில் கூடாரங்கள் சரிந்தன. மரங்கள் வீழ்ந்தன. கிளம்பிய புழுதியில் ஒருவரை ஒருவர் பார்க்க இயலவில்லை. அன்று மாலைவரை அந்தக் காற்று படுத்தியது. அதில்கூட சிலர் இறந்துபோனார்கள்.

மால்வாவை நோக்கிக் கிளம்பிய இளவரசர் அஸம் ஷா, தந்தை இறந்த செய்தியறிந்து வேகவேகமாக அஹமத் நகருக்குத்

திரும்பினார். மறுநாள், ஒளரங்கசீபின் விருப்பப்படியே அவரது இறுதிச் சடங்குகள் தௌலதாபாதுக்கு நான்கு மைல்கள் மேற்கில், மிக எளிமையான முறையில் நடத்தப்பட்டன. கூரை கிடையாது. அலங்காரங்கள் கிடையாது. வானம் பார்த்து இருக்கும்படி அமைந்த அந்த எளிமையான, அதிக உயரமில்லாத கல்லறையைச் சுற்றி செடிகள் வைக்கப்பட்டன. பூச்செடிகள் அல்ல, எல்லாம் மூலிகைத் தாவரங்கள்.

ஒளரங்கசீப் இறந்தபிறகு அவரது தலையணைக்குக் கீழிருந்து கடிதமொன்று எடுக்கப்பட்டதாகச் சொல்வார்கள். அந்தக் கடிதத்தில் கூறப்பட்டிருந்த விஷயம், 'முகலாயப் பேரரசை என் மகன்களுக்குச் சரிசமமாகப் பிரித்துக் கொடுத்துவிடுங்கள்.'

# முகலாயர்கள் வீழ்ச்சி

காலம் : 1707 - 1857

*பாபர்* நிறுவிய சாம்ராஜ்யம். அவர் ஆண்டது நான்கு ஆண்டுகள். பின் ஹுமாயூன் ஆட்சி செய்தது பன்னிரண்டு வருடங்கள். அக்பர் ஆட்சி செய்தது கிட்டத்தட்ட அரை நூற்றாண்டு. ஜஹாங்கிர், 23 வருடங்கள். ஷாஜஹானின் ஆட்சிக்காலம் 31 வருடங்கள். இறுதியாக, ஒளரங்கசீபின் 49 வருட கால ஆட்சி. ஹுமாயூன், ஷேர் ஷாவிடமும் இஸ்லாம் ஷாவிடம் சாம்ராஜ்யத்தை இழந்த பதினான்கு வருடங்களைக் கழித்தால், ஒளரங்கசீப் இறந்தபோது முகலாயர்களின் ஆட்சிக்கு வயது சுமார் 167 வருடங்கள்.

தேய்பிறைக்காலம் ஆரம்பித்திருந்தது.

மூத்தவன் இருக்கிறான், நாம் விட்டுக் கொடுத்து விடுவோம் என்று இளையவர்களும் நினைக்க வில்லை. இளையவர்களுக்குச் சேர வேண்டியதை முறைப்படி பிரித்துக் கொடுத்துவிட்டு நாம் மீதியை ஆட்சி செய்வோம் என்று மூத்தவனும் நினைக்க வில்லை. எல்லோருடைய கண்களிலும் மயிலாசனம்தான் மின்னியது. ஒட்டுமொத்த முகலாயப் பேரரசையும் கட்டியாள வேண்டும் என்ற ஆசை அனலாக தகித்தது. ஆக, யாரும் யாருக்கும் விட்டுக் கொடுப்பதாக இல்லை. முகலாயப் பேரரசை என் மகன்களுக்குச் சமமாகப் பிரித்துக் கொடுத்து விடுங்கள் என்ற ஒளரங்கசீபின் கடைசி ஆசை நிறைவேறவில்லை.

ஒளரங்கசீபின் இறப்புக்குப் பிறகு அவரது இரண்டாவது மகன் முகம்மது முவாஸ்ஸம், மூன்றாவது

மகன் முகம்மது அஸம் ஷா, ஐந்தாவது மகன் முகம்மது காம் பக்ஷ் - மூவரும் அரியணையைக் கைப்பற்றுவதற்காகக் களம் இறங்கியிருந்தார்கள்.

முவாஸ்ஸம் அப்போது காபுலின் நிர்வாகத்தில் இருந்தார். உடனடியாக ஆக்ராவுக்கு செல்ல வேண்டும். ஆட்சியைக் கைப்பற்ற வேண்டும். இல்லையென்றால் தாமதத்துக்கு விலையாக வாழ்க்கையையே கொடுக்க வேண்டியது வரும். அஸம் ஷா குஜராத்தில் இருந்தார். காம் பக்ஷ் தக்காணப் பகுதிகளில் இருந்தார்.

ஆக அரியணைக்குச் சற்றே அருகில் இருந்தது அஸம் ஷாதான். அவருக்கு முகலாய அமைச்சர்களில் முக்கியஸ்தரான அஸத் கானின் பரிபூரண ஆதரவு கிடைத்தது. தன்னை அடுத்த முகலாயப் பேரரசராக அறிவித்துக் கொண்ட அஸம் ஷா, அஹமத் நகரில் தனக்குத் தானே முடிசூட்டிக் கொண்டார். அடுத்தது? டெல்லியையும் ஆக்ராவையும் கைப்பற்ற வேண்டும்.

முவாஸ்ஸம் வங்காளத்தில் பொறுப்பில் இருந்த தன் மகன் முகம்மது அஸிம் மிர்ஸாவுக்குச் செய்தி அனுப்பியிருந்தார். ‘உடனே ஆக்ரா சென்று கஜானாவைக் கைப்பற்றிக் கொள்.’ முவாஸ்ஸமும் அவசரமாக ஆக்ரா நோக்கி நகர ஆரம்பித்திருந் தார். முகம்மது அஸிம் மிர்ஸா கஜானாவிலிருந்த பெரும்பாலான பணத்தைக் கைப்பற்றினார். சீக்கியர்களின் ஆதரவு கிடைத்தால் தன் வலிமை பெருகும் என்று முவாஸ்ஸம் கணக்குபோட்டார். உதவிகேட்டு குரு கோபிந்த் சிங்குக்குக் கடிதம் அனுப்பினார். ‘என் ஆட்சியில் பிற மதத்தினருக்கு சம உரிமைகள் வழங்கப் படும்’ என்று கடிதத்தில் உத்தரவாதம் கொடுத்தார்.

குரு கோபிந்த் சிங், சந்திக்க வரும் முன்பே ஔரங்கசீப் இறந்துபோயிருந்தார். அந்தச் சந்திப்பு நிகழ்ந்திருந்தால் சீக்கிய - முகலாயர்கள் உறவு ஒருவேளை வலுவடைந்திருக்கலாம். இப்போது முவாஸ்ஸமிடமிருந்து உதவி கேட்டு கடிதம். குரு கோபிந்த் சிங், தரம் சிங் என்ற சீக்கியத் தளபதியின் தலைமையில் சில ஆயிரம் சீக்கிய வீரர்களை அனுப்பி வைத்தார். முவாஸ்ஸம் பேரரசராகி விட்டால், வாஸிர் கான் உள்ளிட்ட தனது முகலாய எதிரிகளுக்குத் தண்டனை கொடுப்பார் என்பது குருவின் எண்ணம்.

ஆக்ராவுக்கு தெற்கே ஜாஜவ் (Jajau) என்ற இடம் ரத்தம் பார்க்கக் காத்திருந்தது. அந்த ஜூனில் முவாஸ்ஸமின் படைகளும் அஸம் ஷாவின் படைகளும் கடுமையாக மோதிக் கொண்டன. இருபக்கமும் ஆயிரக்கணக்கான உயிரிழப்புகள். இருந்தாலும் முவாஸ்ஸமின் கை ஓங்கி இருந்தது. போர்க்களத்தில் இருந்த அஸம் ஷாவின் இரு புதல்வர்களான பிடார் பக்த் மிர்ஸாவும், வாலாஜா பகதூரும் கொல்லப்பட்டனர். அஸம் ஷாவின் வீரர்களால் தாக்குப்பிடிக்க முடியவில்லை. அஸம் ஷாவும் கொல்லப்பட்டார் (ஜூன் 19). முவாஸ்ஸமுக்கே வெற்றி. போரில் அஸம் ஷாவின் ஆதரவாக இருந்த முகலாயத் தளபதிகள், அமைச்சர்கள் பலரும் சிறைபிடிக்கப்பட்டனர், கொல்லப்பட்டனர்.

பகதூர் ஷா - முவாஸ்ஸம் தனக்கு வைத்துக் கொண்ட பெயர் இது. அஸம் ஷா என்பது அவருக்கு வழங்கப்பட்ட இன்னொரு பட்டப்பெயர். தனது அறுபத்து நான்காவது வயதில் டெல்லியில் முகலாயப் பேரரசராக அரியணை ஏறினார்.

பகதூர் ஷா, குரு கோபிந்த் சிங்குக்கு நன்றி கூறும் விதமாக அவருக்கு அழைப்பு விடுத்தார். 'தங்களைச் சந்திக்க விரும்புகிறேன். ஆக்ராவுக்கு வாருங்கள்.' குருவும் சென்றார். சகல மரியாதைகளுடனும் அந்தச் சந்திப்பு நிகழ்ந்தது (ஜூலை 24). கோபிந்த் சிங் அங்கே சில நாள்கள் தங்கினார். பல சீக்கியர்களையும் அவரது மகன்களையும் கொன்ற வாஸிர் கானை தன்னிடம் ஒப்படைக்கச் சொல்லி பகதூர் ஷாவிடம் கேட்டுக் கொண்டார்.

பகதூர் ஷா ஒரு வருட அவகாசம் கேட்டார். இஸ்லாமியரான வாஸிர் கானுக்கு எதிராக நடவடிக்கை எடுத்தால் தன் ஆட்சிக்கு ஏதாவது ஆபத்து வந்துவிடுமோ என்று தயங்கினார்.

பகதூர் ஷா அரியணை ஏறிய புதிதில் ராஜபுத்திரர்கள் அமைதியாக இருப்பதுபோலத்தான் தெரிந்தது. ஆனால் மார்வாரின் அஜித் சிங், மேவாரின் ரானா அமர்சிங், அம்பரின் இரண்டாம் ஜெய் சிங் மூவரும் தனக்கு எதிராகக் கைகோர்த்திருக்கிறார்கள் என்ற விஷயம் பகதூர் ஷாவுக்குத் தெரிய வந்தது. அங்கே நிலைமையை கட்டுப்பாட்டுக்குள் கொண்டு வருவதற்காக, பகதூர் ஷா கிளம்பினார். குருவையும் தன்னோடு அழைத்துச் சென்றார். 1708ல் அம்பர் முகலாயர்களது கட்டுப்பாட்டில் வந்தது. இரண்டாம் ஜெய் சிங் நீக்கப்பட்டு அந்த இடத்தில்

முதலாம் பகதூர் ஷா

அவரது சகோதரர் விஜய் சிங் வைக்கப்பட்டார். மார்வாரும் பகதூர் ஷாவின் கட்டுப்பாட்டுக்குள் கொண்டுவரப்பட்டது.

அந்த நேரத்தில் பகதூர் ஷாவுக்கு ஒரு செய்தி கிடைத்தது. 'தக்காணத்தில் காம் பக்ஷ் தன்னைப் பேரரசராக அறிவித்துக் கொண்டுள்ளார்.'

சகோதரனோ, சொந்த மகனோ - இன்னொருவனை விட்டு வைத்திருக்கும் வரை அரியணைக்கு உத்தரவாதமில்லையே. பகதூர் ஷா, காம் பக்ஷுக்கு எதிராகப் போரிடுவதற்காக தக்காணம் நோக்கிக் கிளம்பினார். மீண்டும் குருவின் உதவியைக் கேட்டார். அவர் சம்மதித்தார்*. 1709ன் ஆரம்பத்தில் ஹைதரா

---

* குரு கோபிந்த் சிங்கை பகதூர் ஷா மன்ஸப்தார் ஆக்கிக் கொண்டார். அதனால்தான் அவர் பகதூர் ஷாவோடு போர்களில் பங்கேற்றார் என்று சில வரலாற்றாசிரியர்கள் சொல்லியிருக்கிறார்கள். அதைச் சிலர் மறுத்திருக்கிறார்கள். கோபிந்த் சிங், பகதூர் ஷாவுடன் ஒன்றிணைந்து செயல்பட்டதன் நோக்கம், அவர் மூலமாக வாஸிர் கானைத் தண்டிக்க வேண்டும் என்பதுதான். பகதூர் ஷாவின் அதிகாரபூர்வ வரலாறான 'பகதூர் ஷா நாமா'விலும் குரு கோபிந்த் சிங் முகலாயப் பேரரசின் பணியாளர் என்று குறிப்பிடப்படவில்லை.

பாத்துக்கு அருகில் காம் பக்ஷூக்கும் பகதூர் ஷாவுக்குமிடையே போர் நடந்தது. இந்தமுறையும் பகதூர் ஷா, சீக்கியர்களின் உதவியால் வென்றார். களத்தில் தீரத்தோடு செயல்பட்ட காம் பக்ஷூம் விழுப்புண்களோடு சாய்ந்தார். இறந்தார் (ஜனவரி 14). அவரது மகனான ஷாஸ்தா பரிக்குவல்லா மிர்ஸாவும் வீழ்ந்தார். பகதூர் ஷா நிம்மதி பெருமூச்சு விட்டார், 'இனி அரியணைக்கு ஆபத்தில்லை!'

நாள்கள் நகர்ந்தன. பகதூர் ஷா, வாஸிர் கானுக்கு எதிராக நடவடிக்கை எடுக்கும் நிலையில் இல்லை என்று கோபிந்த் சிங் உணர்ந்து கொண்டார். எனவே பயணத்தில் ஹிங்கோலி என்ற இடத்தில் பகதூர் ஷாவைப் பிரிந்தார். கோதாவரி கரையோரம் நன்டெட் (Nanded) என்ற இடத்தில் முகாமிட்டார். அங்கே குருவைத் தேடி அவரது ஆதரவாளர்கள் பலர் திரண்டார்கள்.

1708 செப்டெம்பரில் நாற்பது வயது மதிக்கத்தக்க ஒரு நபர் குருவைச் சந்திக்க வந்தார். 'நான் உங்கள் அடிமை (banda)' என்று குருவின் பாதங்களில் சரணாகதி அடைந்தார். குரு கோபிந்த் சிங், அவரை சீக்கிய மதத்துக்கு மாற்றி, பெயர் ஒன்றையும் சூட்டினார், 'பண்டா பகதூர்.*'

தர்பாரில் தனது ஆதரவாளர்களுடன் கலந்து பேசிய குரு கோபிந்த் சிங், பண்டா பகதூரை சீக்கியர்களின் படைத்தளபதியாக நியமித்தார். வாஸிர் கானை வீழ்த்துவது குறித்த திட்டங்கள் பேசப்பட்டன.

ஒரு சமயம், குரு தன் கூடாரத்தில் தனியாக இருந்தார். இரண்டு பதான்கள் உள்ளே அதிரடியாக நுழைந்தனர். கோபிந்த் சிங் தாக்கப்பட்டார். ஆயுதம் அவரது வயிற்றைக் கிழித்தது. எல்லாம் வாஸிர் கானின் சதிதான். செய்தியறிந்த பகதூர் ஷா, பதறிப் போனார்.

உடனே தன்னிடமிருந்த ஐரோப்பிய மருத்துவர் கோலேவை (Coley) குருவுக்குச் சிகிச்சையளிக்க அனுப்பி வைத்தார்.

---

★ பண்டா பகதூர் எங்கிருந்து வந்தவர் என்பது குறித்த பல்வேறு குழப்பங்கள் உண்டு. அவர் ஒரு சீக்கியர், பிராமணர், மராத்தியர் என்று பல்வேறுவிதமாகக் கூறுகிறார்கள். அவர் ஒரு ராஜபுத்திரர் என்பது வேறு பல வரலாற்று ஆசிரியர்களின் வாதம். அவரது ஆரம்பகால வாழ்க்கை குறித்த தெளிவான தகவல்கள் தெரியவில்லை.

பலனில்லை. கோபிந்த் சிங், டிசம்பர் 7 அன்று இறந்து போனார்*.

•

சாகுஜி, ஒளரங்கசீபின் கண்காணிப்பில் வளர்க்கப்பட்ட சிவாஜியின் வழியில் வந்த வாரிசு. சாம்புஜியின் மகன். அஸம் ஷா, சாகுஜியை விடுதலை செய்தார். மராத்தியர்களோடு எப்போதும் ரகசியத் தொடர்பு வைத்திருந்த முகலாயத் தளபதி ஸுல்ஃபிகர் கான்தான் அதன் பின்னணியில் இருந்தார்.

பகதூர் ஷா ஆட்சிக்கு வந்தபிறகு, அவரது ஆதரவும் சாகுஜிக்குக் கிடைத்தது. அவருக்கு சத்தாராவை ஆண்டு கொண்டிருந்த தாரா பாயை ஒழிக்க வேண்டும் என்பதே எண்ணமாக இருந்தது. சாகுஜி, தாரா பாயிடம் பேச்சு வார்த்தை நடத்தினார். 'நானே அடுத்த மராத்திய சத்ரபதி. தாங்கள் எனக்குக் கீழ் பணிபுரியலாம்.'

தனது மகன் இரண்டாம் சிவாஜியை அடுத்த மராத்திய மன்னர் ஆக்க வேண்டுமென்பது தாரா பாயின் லட்சியம். ஆகவே சாகுஜியின் வார்த்தைகளை மதிக்கவில்லை. கேத்** (Khed) என்ற இடத்தில் சாகுஜியின் படைகளும் தாரா பாயின் படைகளும் கடுமையாக மோதிக் கொண்டன (அக்டோபர், 1707). சாகுஜிக்கு ஆதரவாக வலிமை சேர்த்தவர் பாலாஜி விஸ்வநாத்# என்ற மராத்தியர். தாரா பாய்க்குப் பின்னடைவு. அவள் தன் மகன் இரண்டாம் சிவாஜியோடு கோல்ஹா பூருக்குத் தப்பிச் சென்றாள்.

சாகுஜி, சத்தாரா ராஜ்ஜியத்தின் சத்ரபதியாகப் பொறுப்பேற்றுக் கொண்டார். ஆனால் ஆட்சி செய்ததென்னவோ பிரதம மந்திரி

---

★ கோபிந்த் சிங்தான் சீக்கியர்களின் கடைசி குரு. பதினோராவது குரு என்று யாரும் கிடையாது. கோபிந்த் சிங், பத்து சீக்கிய குருக்களாலும் அருளப்பட்ட விஷயங்கள் அடங்கிய புனித நூலான குரு கிரந்த் சாஹிப்தான், சீக்கியர்களின் நிரந்தர குரு என்று அறிவித்தார். கிரந்த சாஹிபை முழுமையாக்கியவர், கோபிந்த் சிங்தான்.

★★ இன்றைய மகாராஷ்டிராவில் சத்தாரா மாவட்டத்திலுள்ள ஒரு நகரம்.

\# பிராமணக் குடும்பத்தில் பிறந்தவர். மராத்திய தளபதி தானாஜி ஜாதேவிடம் கணக்காளராகப் பணிபுரிந்தவர். பின் புனேயின் சுபேதாராக உயர்ந்தார். தன் திறமையினாலும் சாதுர்யத்தினாலும் சாகுஜியின் நம்பிக்கைக்குரியவரானார்.

யாக (பேஷ்வா) நியமிக்கப்பட்ட பாலாஜி விஸ்வநாத். தாரா பாய், கோல்ஹாபூரை மராத்தியர்களின் மற்றொரு ராஜ்ஜியமாக அறிவித்தாள். அதன் ஆட்சியாளராக இரண்டாம் சிவாஜியை நியமித்தாள். ராஜாராமின் இன்னொரு மனைவியான ராஜாஸ் பாய்க்குப் பிறந்த மகனான இரண்டாம் சாம்புஜி, அரசியல் சூழ்ச்சியால் இரண்டாம் சிவாஜியைச் சிறைபடுத்தினார் (1726ல் அவர் சின்னம்மை தாக்கி இறந்தார்). தாரா பாய் முடக்கப் பட்டாள். இரண்டாம் சாம்புஜி, கோல்ஹாபூரின் ஆட்சியாளர் ஆனார்.

•

அத்தனைப் பெரிய பேரரசைக் கட்டிக்காக்கும் விதமாக பகதூர் ஷா, ராஜபுத்திரர்களுடனும் மராத்தியர்களுடனும் நல்லுறவு வளர்க்க விரும்பினார். அதற்காக ஜிஸியாவை நீக்க முன் வரவில்லை. நிர்வாகம் சீர்குலைந்திருந்ததால் வரி வசூலும் கறாராக நடக்கவில்லை. ஔரங்கசீப் கொண்டு வந்திருந்த பல சட்ட திட்டங்கள் காணாமல் போயிருந்தன. ஔரங்கசீபின் காலத்தில் ஒதுக்கி ஒழிக்கப்பட்ட இசைக் கலைஞர்களும், நடனக் கலைஞர்களும் பகதூர் ஷாவின் காலத்தில் மறுஜென்மம் எடுத்தார்கள்.

அஸத் கான், ஔரங்கசீபுக்கு நெருக்கமானவராக இருந்தவர். வாரிசுரிமைப் போரில் அஸம் ஷாவுக்கு ஆதரவு கொடுத்தவர். இருந்தாலும் பின்பு பகதூர் ஷாவோடு கைகோர்த்துக் கொண்டார். நல்லுறவை வளர்த்துக் கொண்டார். ஔரங்கசீபின் அவையிலிருந்த இன்னொரு முக்கிய வாஸிர், முனிம் கான் (லாகூரின் கவர்னராக இருந்தவர்). அவரும் பகதூர் ஷாவின் நிர்வாகத்தில் பக்க பலமாக இருந்தார். ஆனால் அஸத் கானுக்கும் முனிம் கானுக்கும் ஒத்துப் போகவில்லை. இருவரில் யார் பெரியவர் என்ற போட்டியில் நிர்வாகத்தில் ஏகக் குளறுபடிகள் நிகழ்ந்தன. அத்தனை வயதுக்கு மேல் அரியணை ஏறிய பகதூர் ஷாவால் எதையும் சமாளிக்க இயலவில்லை.

•

குரு கோபிந்த் சிங் கொல்லப்படவும் சீக்கியர்கள் கொதித்தெழுந் தார்கள். சீக்கியர்களின் படைத்தளபதியாக குருவால் அறிவிக்கப் பட்டிருந்த பண்டா பகதூரின் தலைமையில் திரண்டார்கள்.

வாஸிர் கானைப் பழி தீர்ப்பதே அவர்களது முக்கிய நோக்கமாக இருந்தது. சிவாலிக் மலைப்பிரதேசப் பகுதிகளான சமனா, குராம், ஸாட், பானூர் உள்ளிட்ட பல இடங்களைக் கைப்பற்றினர். அடுத்தது சர்ஹிந்தான்.

பண்டா பகதூரின் சீக்கியப் படை ஒன்றும் போர்ப் பயிற்சிகளில் தேர்ந்தது கிடையாது. அவர்களிடம் யானைகள், குதிரைகள்கூட கிடையாது. முறையான ஆயுதங்கள் இல்லை. ஆனால் வாஸிர் கான் மீதுள்ள வெறியில் சுமார் முப்பதாயிரம் பேர் வரை திரண்டிருந்தார்கள். வாஸிர் கான் முகலாயப் படைகளோடு அவர்களை எதிர்கொண்டார். போர் நடந்த இடம், சாப்பர் சிரி (Chhappar chiri). பண்டா பகதூரும் பிற சீக்கிய தளபதிகளும் வியூகம் அமைத்து வாஸிர் கானைச் சுற்றி வளைத்தனர். அவர் கொல்லப்பட்டார். வெற்றி சீக்கியர்களுக்கே. வாஸிர் கானின் தலை மட்டும் தனியே வெட்டப்பட்டு, அவமானப்படுத்தப்பட்டது. முகலாயர்கள் சர்ஹிந்தை இழந்தனர் (மே, 1710). அதைச் சுற்றியுள்ள சில பகுதிகளையும் கைப்பற்றிய பண்டா பகதூர், தனி ராஜ்ஜியம் ஒன்றை உருவாக்கினார்*.

தக்காணத்திலிருந்த பகதூர் ஷா கொதித்துப் போயிருந்தார். நிலைமையைக் கட்டுப்பாட்டுக்குள் கொண்டுவர வேண்டுமென்றால், பண்டா பகதூரை அடக்கியாக வேண்டும் அல்லது அடக்கம் செய்ய வேண்டும். 'நானக்கின் வழிவந்தவர்களை எங்கு கண்டாலும் விடாதீர்கள். கொல்லுங்கள்' என்று முகலாய நிர்வாகிகளுக்குக் கடுமையான கட்டளை ஒன்றைப் பிறப்பித்தார்.

பகதூர் ஷா, வடக்கு நோக்கிக் கிளம்பினார். எனவே பண்டா பகதூர், சிவாலிக் மலைப்பகுதியிலேயே தலைமறைவாக வாழ ஆரம்பித்தார். பகதூர் ஷா, சீக்கியர்களை அடக்கி இழந்தவற்றை மீட்பதற்காக லாகூர் வந்தடைந்தார். ஆனால் உடலளவில் மிகவும் தளர்ந்து போயிருந்தார். நோய்களுடன் படுக்கையில் விழுந்தார். சில காலத்தில் இறந்தார் (பிப்ரவரி 27, 1712).

---

★ பதினோராவது குரு என்று இனி யாரும் கிடையாது என்று பத்தாவது குரு கோபிந்த் சிங் அறிவித்துவிட்டிருக்க, சீக்கியர்கள் தங்களின் அடுத்த தலைவர்போல உருவெடுத்த பண்டா பகதூரை 'போலி குரு' (False Guru) என்ற பட்டப்பெயரோடு அழைத்தார்கள்.

பண்டா பகதூர்

ஒரு மயிலாசனம். குறிவைத்து பகதூர் ஷாவின் நான்கு மகன்கள் ஓடிக் கொண்டிருந்தார்கள். ஔரங்கசீபின் காலத்திலிருந்தே அதிகாரம் வாய்ந்த தளபதியாக இருந்த ஸுல்ஃபிகர் கான், மூத்த இளவரசர் ஜஹந்தர் ஷாவுக்கு ஆதரவாகக் களமிறங்கினார். வங்கம், பிகாரின் நிர்வாகப் பொறுப்பிலிருந்த இரண்டாவது இளவரசர் அஸிம்-உஸ்-ஸான், மற்ற மூவரைவிட வலிமை வாய்ந்த படையைக் கொண்டிருந்தார். அவரை வெல்வது எளிதல்ல என்பதை உணர்ந்த ஸுல்ஃபிகர் கான், ஜஹந்தர் ஷாவையும் மற்ற இரண்டு இளைய இளவரசர்களையும் (ரஃபி-உஸ்-ஸான், ஜஹான் ஷா) கைகோர்க்க வைத்தார்.

மூவரும் இணைந்து அஸிம்-உஸ்-ஸானின் படைகளைத் தோற்கடித்தனர். அஸிம்-உஸ்-ஸான், களத்திலிருந்து யானை ஒன்றின் மீதேறி தப்பித்துப் போனார். ஜீலம் நதியில் காயம்பட்ட அவரது யானை நீருக்குள் சிக்கிக் கொண்டது. அவர் நதியில் மூழ்கி இறந்துபோனார் (மார்ச் 18, 1712).

இளைய இளவரசர்களின் துணையோடு காரியம் சாதித்தாகி விட்டது. இனி அவர்கள் இருந்து என்ன பயன்? ரஃபி-உஸ்-

ஸானும், ஜஹான் ஷாவும் கொல்லப்பட்டனர். ஸுல்ஃபிகர் கானின் ஆசிர்வாதத்தோடு ஜஹந்தர் ஷா*, மயிலாசனம் ஏறினார்.

அதிகாரம் எல்லாம் ஸுல்ஃபிகர் கானின் கையில்தான் இருந்தது. பொம்மைபோலச் செயல்பட்ட ஜஹந்தர் ஷாவுக்கு எந்நேரமும் போதை தேவைப்பட்டது. லால் கன்வார் என்ற நடனப் பெண்ணைத் திருமணம் செய்திருந்தார் அவர். அவளும் அவளது உறவினர்களும் தலைகால் புரியாமல் ஆடினர். பேரரசில் வரி வசூல் பெருமளவில் பாதிக்கப்பட்டிருந்தது. ஸுல்ஃபிகர் கானுக்கு எதிராகப் பலர் திரண்டிருந்தார்கள். ஜஹந்தர் ஷாவின் ஆட்சியும் நெடுநாள் நீடிக்கவில்லை.

அஸிம்-உஸ்-ஸானின் மகன்கள், ஆபத்தாக முளைத்திருந்தனர். ஜஹந்தர் ஷா, தனது சகோதரனின் மூத்த மகனைக் கொன்றார். ஆனால் இரண்டாவது மகனான ஃபருக் ஷியார், படைகளோடு வந்து டெல்லியைக் கைப்பற்றினார். ஜஹந்தர் ஷாவைச் சுற்றிவளைத்தார். செங்கோட்டையில் திரிபோலி சிறையில் அடைத்துவைத்தார். அங்கு ஜஹந்தர் ஷா கொல்லப்பட்டார் (பிப்ரவரி 12, 1713). அவரது உடல் வீதி வீதியாக இழுத்து வரப்பட்டு அவமானப்படுத்தப்பட்டது. அதே சமயத்தில் ஸுல்ஃபிகர் கானுக்கும் முடிவு கட்டப்பட்டது. லான் கன்வார் கொல்லப்பட்டாள். போட்டியாக வருவார்கள் என்று கருதப் பட்ட சில முகலாய வாரிசுகளின் கண்கள் குருடாக்கப்பட்டன. அவர்கள் சிறையிலடைக்கப்பட்டார்கள்.

ஃபருக் ஷியார் முகலாயப் பேரரசர் ஆனார். உண்மையில் அவர் ஒரு கருவிதான். அவரைப் பின்னாலிருந்து இருவர் இயக்கிக் கொண்டிருந்தார்கள். அவர்கள் சயீத் சகோதரர்கள.

●

அப்துல்லா கான், ஹுசைன் அலி - சயீத் சகோதரர்கள் என்றழைக்கப்பட்ட இந்த இருவரும்தான் 1713 முதல் 1720 வரை முகலாயப் பேரரசைக் கைக்குள் வைத்திருந்தார்கள். யாரிவர்கள்?

---

★   இளவரசராக இருந்தபோது ஜஹந்தர் ஷா திறமையான வணிகராக விளங்கினார். இந்தியப் பெருங்கடல் முழுவதும் பயணம் செய்திருக் கிறார்.

சயீத் மியான், அஜ்மீரிலும் பிஜப்பூரிலும் முகலாய சுபேதாராகப் பணியாற்றிவர். அவருக்குப் பிறந்தவர்கள்தான் அப்துல்லா கானும், ஹுசைன் அலியும்*. பகதூர் ஷா, மயிலாசனத்தைக் கைப்பற்ற தனது சகோதரர்களுடன் நடத்திய போரில் அவருக்குக்காக சயீத் சகோதரர்கள் பங்கேற்றார்கள். பகதூர் ஷா, பேரரசர் ஆன பின் அந்தச் சகோதரர்களுக்குப் பதவி கொடுத்து கௌரவித்தார். பிகாரில் ஹுசைன் அலிக்கு ஒரு பதவி வழங்கப்பட்டது. அலகாபாத்தில் அப்துல்லா கானுக்கு ஒரு பதவி வழங்கப்பட்டது. இரண்டையுமே நிர்வகித்த இளவரசர் அஸிம்-உஸ்-ஸானுடன் சயீத் சகோதரர்கள் நல்லுறவு வளர்த்துக் கொண்டார்கள்.

பகதூர் ஷாவின் மறைவுக்குப் பிறகு நடந்த அரியணை யுத்தத்தில், அஸிம்-உஸ்-ஸான், ஜஹந்தர் ஷாவால் கொல்லப் பட்டார். சயீத் சகோதரர்கள் அஸிம்-உஸ்-ஸானின் இரண்டாவது மகனான ஃபருக் ஷியாரை அரியணை ஏற்றும் முயற்சியில் இறங்கினர். அதில் வெற்றியும் பெற்றனர்.

பேரரசரான ஃபருக் ஷியார், சயீத் சகோதரர்களுக்கு உயர் பதவிகள் அளித்தார். அப்துல்லா கானுக்கு பிரதம அமைச்சர் பதவியும், ஹுசைன் அலிக்குத் தலைமைத் தளபதி பதவியும் அளிக்கப்பட்டன. அவர்களுக்கு ஏராளமான சிறப்புப் பட்டங்கள் வழங்கப்பட்டன. சயீத் சகோதரர்களுக்குக் கொடுக்கப்பட்ட முக்கியத்துவம், முகலாய அவையிலிருந்த பிற சன்னி இஸ்லாமியர்களைக் கோபப்பட வைத்தது. சயீத் சகோதரர் களுக்கு எதிராக ஒரு குழுவினர் இயங்கினார்கள். அவர்களுக்கு தலைமையாக இருந்தவர் அமைச்சர் மிர்ஜும்லா. அவரும் ஃபருக் ஷியாருக்கு நெருங்கியவர்தான். ஆக, மிர்ஜும்லாவுக்கும் சயீத் சகோதரர்களுக்குமான அரசியல் மோதல்கள் பல விதங்களில் வெளிப்பட்டன.

மராத்தியர்களிடமிருந்து ஒழுங்காக வரி வசூல் செய்ய வேண்டு மென்றால் வலிமையான, நம்பகமான நபர் ஒருவரை

---

★ ஷியா பிரிவைச் சேர்ந்தவர்கள். ஒளரங்கசீபின் அதிகாரபூர்வ வரலாறான 'அகம்-ஐ-ஆலம்கீரி'யில் சயீத்கள் குறித்து தன் சந்ததியினருக்கு எச்சரிக்கை விடுத்துள்ளார். 'பர்ஹாவைச் சார்ந்த சயீத்களிடம் எப்போதும் ஜாக்கிரதையாக இருக்கவேண்டும். சயீத்களிடம் அன்பு செலுத்தி, உயர் பதவிக்குக் கொண்டுவந்துவிடாதீர்கள். ஏனென்றால் அவர்கள் அரியணையைக் கைப்பற்றக் கணக்குப் போடுவார்கள்.'

தக்காணத்தின் கவர்னராக நியமிக்க வேண்டும் என்ற சூழலில் ஃபருக் ஷியார், கமாருதின் சின் குலிஜ் கான்* என்பவரைத் தேர்ந்தெடுத்தார். அவருக்கு 'நிஜாம்-உல்-முல்க்' என்ற புதிய பட்டத்தைச் சூட்டி தக்காணத்துக்கு அனுப்பி வைத்தார். அங்கே சென்ற நிஜாம்-உல்-முல்க், தக்காணத்தில் தன் அதிகாரத்தைப் பெருக்கிக் கொள்ளும் காரியங்களில் இறங்கினார்.

ஃபருக் ஷியாருக்கும் சயீத் சகோதரர்களுக்குமான நல்லுறவு அதிக காலம் நீடிக்கவில்லை. சயீத் சகோதரர்களை ஒரே இடத்தில் வைத்திருந்தால் ஆபத்து என்று கருதிய ஃபருக் ஷியார், ஹுசைன் அலியைத் தக்காணத்துக்குப் போகச் சொன்னார். அங்கே நிஜாம்-உல்-முல்க், ஹுசைன் அலியை அடக்கி வைப்பார் என்பது ஃபருக் ஷியாரின் கணக்கு. ஆனால் தன் சகோதரர் அப்துல்லா கானைத் தனியாக டெல்லியில் விட்டு விட்டுச் செல்ல முடியாதென மறுத்தார் ஹுசைன் அலி. பிறகு வேறொரு நிபந்தனையை முன்வைத்தார். 'மிர்ஜும்லாவை டெல்லியில் இருந்து வேறு இடத்துக்கு மாற்றினால், நான் தக்காணத்துக்குச் செல்கிறேன்.'

ஃபருக் ஷியார், மிர்ஜும்லாவை பிகாருக்கு மாற்ற ஒப்புக் கொள்ளவே, ஹுசைன் அலி தக்காணத்துக்குச் சென்றார். ஆனால் நிஜாம்-உல்-முல்க், ஹுசைன் அலியை ஒடுக்குவதற்கு ஒத்துழைக்கவில்லை. ஹுசைன் அலி, அங்கு சென்றும் தன் அதிகாரத்தை நிலைநாட்டினார். வேறு வழி தெரியாத ஃபருக் ஷியார், ஹுசைன் அலியை தீர்த்துக் கட்டும் சதிகளில் இறங்கினார். தனக்கு எதிரான கொலை முயற்சிகளில் ஒவ்வொன்றிலும் ஹுசைன் அலி லாகவமாகத் தப்பினார்.

●

ஃபருக் ஷியார், இன்னொரு புறம் பண்டா பகதூரை ஒடுக்கும் நடவடிக்கைகளில் இறங்கியிருந்தார். பண்டாவின் வசமிருந்த

---

★ கமாருதினின் தந்தை காஸி உதின் ஔரங்கசீபிடம் தளபதியாகப் பணிபுரிந்தவர். கமாருதின் என்ற பெயரைச் சூட்டியதே ஔரங்கசீப்தான். பரம்பரை பரம்பரையாக முகலாயப் பேரரசர்களிடம் பணியாற்றியவர்கள் அவர்கள். இளைஞராக வளர்ந்த கமாருதின் தன் தந்தையோடு இணைந்து போர்களில் பங்கெடுத்தார். பின் ஔரங்கசீபால் 5000 ரேங்குகள் வழங்கப்பட்டு தளபதி ஆக்கப்பட்டார். ஔரங்கசீபின் இறப்புக்குப் பிறகு பகதூர் ஷாவிடம் பணிபுரிந்தார்.

குர்தாஸ்பூர், காஷ்மீரின் முகலாய கவர்னரிடம் வீழ்ந்தது. கொல்லப்பட்ட சீக்கியர்கள் தலை மட்டும், நீண்ட கேசங் களோடு டெல்லிக்கு அனுப்பி வைக்கப்பட்டன. பலர் கைது செய்யப்பட்டனர். பண்டா பகதூர் சில ஆயிரம் ஆதரவாளர் களோடு அங்கிருந்து தப்பினார் (1715). அருகில் கோட்டை ஒன்றில் பதுங்கினார். முகலாய வீரர்களால் கோட்டைச் சுவரை உடைத்து, முன்னேற முடியவில்லை. முற்றுகை நீடித்தது. சீக்கியர்கள் பலர், உணவின்றி இறந்துபோயினர். அதற்குமேலும் தாக்குப் பிடிக்க இயலாது என்ற நிலையில் பண்டா பகதூர் கோட்டைக் கதவைத் திறந்துவிடச் சொன்னார்.

ஸக்காரியா கான் என்ற தளபதியின் தலைமையில் முகலாய வீரர்கள் உள்ளே பாய்ந்தனர். ஆங்காங்கே பிணங்கள். எலும்பும் தோலுமாக பிணமாகப் போகும் நிலையில் பலர். பண்டா பகதூர் உள்பட நூற்றுக்கணக்கானோர் கைது செய்யப்பட்டார்கள். வலுவான சங்கிலிகளால் பிணைக்கப்பட்ட பண்டாவும் குடும்பத் தினரும் மற்றவர்களும், பலத்த பாதுகாப்புடன் லாகூருக்குக் கொண்டு வரப்பட்டார்கள். அங்கிருந்து டெல்லிக்கு. வரும் வழியில் முகலாயப் படையிடம் சிக்கிக் கைதான சீக்கியர்களும் உண்டு.

'இவர்களை ஊர்வலமாக அழைத்துக் கொண்டுவாருங்கள். அது மக்களுக்கு விருந்தாக அமையட்டும்' - பேரரசர் ஃபருக் ஷியார் உத்தரவிட்டார். முதலில் சில ஆயிரம் முகலாய வீரர்கள், சீக்கியர்களின் தலைகளை கைகளில் ஏந்தியும் வாள்களில் குத்தியும் எடுத்து வந்தனர். பின்னால் பண்டா பகதூர், இரும்புக் கூண்டில் அடைக்கப்பட்டு யானை மீது கொண்டுவரப்பட்டார். அப்புறம் சங்கிலியால் பிணைக்கப்பட்ட சீக்கியர்கள். அடுத்த ஒரு வாரத்துக்கு மரண தண்டனைகள் தொடர்ந்து நிறைவேறின. கொல்லப்பட்டவர்களின் தலைகள் நகரின் முக்கிய இடங்களில் தொங்கவிடப்பட்டன. உடல்கள், பிணந்திண்ணிப் பறவை களுக்குப் போடப்பட்டன. முக்கிய சீக்கிய தளபதிகளுக்கும் பண்டாவுக்குமான நாள் குறிக்கப்பட்டது.

ஜூன் 9, 1716. சீக்கிய தளபதிகள் பல்வேறு விதமாக சித்ரவதை செய்யப்பட்டனர். அவர்களுக்கு இரண்டு வாய்ப்புகள் முன்வைக்கபட்டன. 'இஸ்லாம் மதத்துக்கு மாறு அல்லது மடிந்து போ.' எல்லோரும் தேர்ந்தெடுத்தது மரணத்தைத்தான். யானை மேல் இரும்புக் கூண்டு. உள்ளே பண்டா பகதூர். மடியில்

அவரது நான்கு வயது மகன் அஜய் சிங். ஊர்வலமாகக் கொண்டு வரப்பட்டார். அவரது கையில் வாளொன்று திணிக்கப்பட்டது. மகனைக் கொல்லச் சொல்லி அவரை வற்புறுத்தினர். அவர் கதறி மறுத்தார். முகலாய வீரர்கள், பண்டா பகதூரின் மடியில் வைத்தே அந்தச் சிறுவனை துண்டுகளாக வெட்டிப்போட்டனர். அந்த ரத்தமும் சதைத்துண்டுகளும் அவர் மேல் பூசப்பட்டன. மகனின் உடலிலிருந்து வெளியிலெடுக்கப்பட்ட கல்லீரலை தந்தையின் வாயில் திணித்தனர். உறைந்து உட்கார்ந்திருந்தார் அவர்.

ஒருவன், பண்டா பகதூரின் இரு கண்களையும் தோண்டி எடுத்தான். அவர் வலியை வெளிப்படுத்தவில்லை. பின் அவரது கால்கள் வெட்டப்பட்டன. அடுத்தது கைகள். மீதமிருந்த உடலையும் பல துண்டங்களாக வெட்டி வெறியைத் தீர்த்துக் கொண்டனர்*.

பல சீக்கியர்கள் சவரம் செய்துகொண்டும் கேசத்தை வெட்டிக் கொண்டும் தங்களது அடையாளங்களை இழந்து தலைமறைவாக வாழ்ந்தனர். அதே நேரத்தில் சீக்கியர்கள் பெருமளவில் எழுச்சியடைந்ததும் பண்டா பகதூரின் மரணத்துக்குப் பிறகுதான்.

•

1717ல் இந்திய சரித்திரத்தை மாற்றியமைத்த மிக முக்கியமான சம்பவம் ஒன்று நிகழ்ந்தது. கிழக்கிந்திய கம்பெனிக்காரர்கள், வங்காளத்தில் வியாபாரம் செய்ய நீண்ட காலமாக வரிவிலக்கு கேட்டுக் கொண்டிருந்தார்கள். 1717ல் ஃபருக் ஷியார், கிழக்கிந்திய கம்பெனிக்கு அந்த உரிமையை வழங்கினார். வருடத்துக்கு வெறும் மூவாயிரம் ரூபாய் செலுத்தினால் போதும், வங்காளத்தில் வியாபாரம் செய்ய அவர்களுக்கு வேறு வரி கிடையாது.

ஃபருக் ஷியார் எதற்காக இந்த வரிவிலக்கைக் கொடுத்தார் என்பது குறித்து பல்வேறு கருத்துகள் உள்ளன. பேரரசர் உடல்நிலை பாதிக்கப்பட்டிருந்தார். கம்பெனியின் மருத்துவரும் அறுவை சிகிச்சை நிபுணருமான வில்லியம் ஹேமில்டன் என்பவர் பேரரரசருக்கு சிகிச்சையளித்து குணப்படுத்தினார். அதற்குப் பதிலாகத்தான் வரிவிலக்கு கொடுக்கப்பட்டது என்றும் சொல்லப்படுவதுண்டு.

---

* Mohammed Harisi, Khafi Khan, Thornton உள்ளிட்ட பல வரலாற்று ஆசிரியர்கள் பண்டா பகதூரின் மரண தண்டனை சம்பவத்தை விரிவாக எழுதியுள்ளனர்.

சூரத்தில் முகலாய கப்பல்படையை, பிரிட்டிஷ் கப்பல்படை தாக்கும் அபாயம் இருந்தது. எனவே கம்பெனிக்கு வரிவிலக்கு கொடுத்ததாகவும் சொல்கிறார்கள். வரிவிலக்கை அளித்தது ஃபருக் ஷியார் அல்ல, அப்துல்லா கான்தான் என்றொரு கருத்தும் உண்டு.

●

ஃபருக் ஷியார் மிகவும் நம்பியிருந்த மிர்ஜும்லா பிகாரில் பேரரசுக்கு வருமானம் பெற்றுத் தரும் எந்த நடவடிக்கையையும் எடுக்கவில்லை. டெல்லிக்குத் திரும்பினார். பேரரசர் கோபத்தில் மிர்ஜும்லாவுக்கு அளிக்கப்பட்டிருந்த அதிகாரங்களையும் பட்டங்களையும் நீக்கினார். ஆனால் மிர்ஜும்லாவோ, ஃபருக் ஷியாருக்கு அதிர்ச்சி கொடுக்கும் வகையில் அப்துல்லா கானோடு கைகோர்த்துக் கொண்டார். அப்துல்லா கான், மிர்ஜும்லாவுக்கு லாகூரின் நிர்வாகப் பொறுப்பை அளித்தார்.

ஜாட்கள் வழக்கம்போல கலகத்தில் ஈடுபட்டிருந்தனர். ஃபருக் ஷியார் அவர்களை அடக்கும் நடவடிக்கைகளை எடுக்க நினைக்க, அப்துல்லா கானோ, ஜாட்டின் தலைவர் சுராமனிடம் லஞ்சம் பெற்றுக்கொண்டு அவர்களை சுதந்தரமாகச் செயல்பட அனுமதித்தார். ஆக, பேரரசராக இருந்தும் ஃபருக் ஷியாரால் சயீத் சகோதரர்களை எதிர்த்து ஒன்றும் செய்ய இயலாத நிலை.

தக்காணத்திலிருந்த ஹுசைன் அலி, மராத்திய சத்ரபதி சாகுஜியுடனும், பாலாஜி விஸ்வநாத்துடனும் பேச்சுவார்த்தை நடத்தினார். தக்காணத்தில் சில பகுதிகளை மராத்தியர்களுக்கு விட்டுத் தருகிறேன். டெல்லியைக் கைப்பற்ற நீங்கள் எனக்குப் படை உதவி செய்ய வேண்டும். ஹுசைன் அலி, பாலாஜி விஸ்வநாத்துடன் ஒப்பந்தம்* போட்டுக் கொண்டார் (1718).

★ 1707ல் சாகுஜி மட்டும்தான் டெல்லியிலிருந்து விடுவிக்கப்பட்டார். ஆனால் அவரது தாய் உள்பட குடும்பத்தினர் பலர், அதுவரை டெல்லியில் சிறையில்தான் இருந்தனர். அவர்களை விடுவிக்க வேண்டும் என்பதே ஒப்பந்தத்தின் முக்கிய அம்சம். தக்காணத்தில் முகலாயர்களின் கட்டுப்பாட்டிலுள்ள ஆறு மாகாணங்களுக்கான வரி வசூல் (Chauth, Sardeshmukhi) உரிமையை மராத்தியர்களுக்கு வழங்க வேண்டும், சத்ரபதி சிவாஜி ஆண்ட பிரதேசங்களை ஆளும் உரிமையை சாகுஜிக்கு அளிக்க வேண்டும் போன்றவை ஒப்பந்தத்தின் பிற அம்சங்கள்.

அதே சமயத்தில் ஃபருக் ஷியார், அப்துல்லா கானை முடக்க அவரது பதவியில் முகம்மது முராட் என்பவரை நியமிக்க நினைத்தார். அப்துல்லா கானோடு போராட, படை திரட்டும் முயற்சியில் ஈடுபட்டார். நிஜாம்-உல்-முல்க் உள்பட பலரிடம் ஆதரவு கேட்டார். ஆனால் ஃபருக் ஷியாருக்கு ஆதரவாக வந்தது மார்வாரின் அஜித் சிங் மட்டுமே. அப்துல்லா கானும் பேரரசருக்கு எதிராகப் படைதிரட்டிக் கொண்டிருந்தார். லாகூரிலிருந்து வந்த மிர்ஜூம்லா அப்துல்லா கானோடு இணைந்துகொண்டார். ஹுசைன் அலி, பதினைந்தாயிரம் பேர் அடங்கிய மராத்தியப் படையோடு டெல்லிக்கு வந்தார்.

மோதல். ஃபருக் ஷியாரால் முகலாய அந்தப்புரத்துக்குள் தப்பி ஓடத்தான் முடிந்தது. விடாமல் துரத்திப் பிடித்த அப்துல்லா கான், ஃபருக் ஷியாரை சிறையிலடைத்தார். அங்கே அவருக்கு விதவிதமான கொடுமைகள். பட்டினி போட்டார்கள். ஊசியால் கண்களைக் குத்தி குருடாக்கினார்கள். பின்பு சயீத் சகோதரர் களின் கட்டளைப்படி ஃபருக் ஷியார் சிறையிலேயே கொல்லப் பட்டார்★ (ஏப்ரல் 29, 1719).

•

சயீத் சகோதரர்கள் யாரை கைகாட்டுகிறார்களோ அவர்களே மயிலாசனத்தில் அடுத்த முகலயாப் பேரரசராக அமரலாம் என்ற சூழல். முகலாய வம்சத்தின் வாரிசுகளாக நிறைய பொம்மை இளவரசர்கள் அவர்களது கைகளில் விளையாடக் கிடைத்தனர்.

முதலில் அவர்கள் விளையாட எடுத்த பொம்மை, ரஃபி-உத்-தராஜட். அவர் முதலாம் பகதூர் ஷாவின் பேரன், ரஃபி-உஸ்-ஸானின் இளைய மகன். ரஃபி-உத்-தராஜட்டுக்கு பத்தாவது முகலாயப் பேரரசர் என்ற பாக்கியம் கிட்டியது (மே 28, 1719). தலையாட்டுவது மட்டுமே உன் வேலை, வாலாட்டினால் வாள்களுக்கு வேலை கொடுக்க வேண்டியது வரும் என்று அவரை மிரட்டாமல் மிரட்டி ஆட்டி வைத்தனர் சயீத் சகோதரர்கள்.

ஒரு கிராமத்தின் அதிகாரியாக ஒரு நபரை நியமிக்கச் சொல்லும் கடிதமொன்றில் ரஃபி-உத்-தராஜட் கையெழுத்திட்டார்.

---

★ ஃபருக் ஷியார் இறக்கும்போது அவருக்கு முப்பத்தைந்து வயது. அவருடைய இரு மகன்களும் சிறுவயதிலேயே இறந்துபோயிருந்தார்கள்.

மறுநாள் அதோபோலொரு கடிதம் அவரிடம் கையெழுத்துக் காக நீட்டப்பட்டது. அதே கிராமம்தான், ஆனால் அதிகாரியாக வேறொரு நபரது பெயர். 'இது வேறு கிராமமா அல்லது அதேதானா?' - பேரரசர் பரிதாபமாகக் கேட்டார். நேற்று நியமிக்கப்பட்ட நபரைவிட, இந்தப் புதிய நபர் அதிக பணம் தருவதாக ஒப்புக் கொண்டுள்ளார் என்று பதில் வந்தது.

நிர்வாகத்தில் லஞ்சம் அந்த அளவுக்குப் புரையோடிப் போயிருந்தது. எந்தத் திறமையும் இல்லாத ரஃபி-உத்-தராஜட்டுக்குத் தலைவலியாக வந்தார் நேகு ஷியார். அவர் ஒளரங்கசீபின் நேரடிப் பேரன், முகம்மது அக்பரின் மகன். முகம்மது அக்பர் பெர்சியாவுக்குத் தப்பிச் சென்றபின், ஆக்ராவுக்குக் கொண்டுவரப்பட்டு, அங்கே கோட்டையில் வளர்க்கப்பட்டவர். அத்தனை வருடங்கள் ஆக்ரா கோட்டையில் ஒரு கைதிபோல முடக்கி வைக்கப்பட்டிருந்த அவர், தனது நாற்பதாவது வயதில் திடீரென சிலிர்த்தெழுந்தார்.

ரஃபி-உத்-தராஜட் சின்னப்பையன். என்னைவிட இருபது வயது இளையவன். அவனைவிட அதிக உரிமை எனக்கிருக்கிறது. நானே இனி முகலாயப் பேரரசர் என்று ஆக்ராவில் அதே சமயத்தில் அறிவித்துக் கொண்டார். இந்நிலையில் பதவியேற்ற ஒரு வாரத்திலேயே ரஃபி-உத்-தராஜட் நோயுற்று படுக்கையில் விழுந்தார். சயீத் சகோதரர்களிடம் அவர் கேட்டுக்கொண்ட கடைசி ஆசை, 'என் இளைய சகோதரன் ரஃபி-உத்-தௌலாவை அடுத்த பேரரசராக ஆக்க வேண்டும்' என்பதுதான்.

சயீத் சகோதரர்கள் ரஃபி-உத்-தராஜட்டைப் பதவியிறக்கம் செய்தார்கள் (ஜூன் 6). அடுத்த பொம்மையான ரஃபி-உத்-தௌலாவை (இவருக்கு இரண்டாம் ஷாஜஹான் என்ற பட்டப் பெயரும் உண்டு) மயிலாசனம் ஏற்றினர். அந்த நிம்மதியிலேயே போய்ச் சேர்ந்தார் ரஃபி-உத்-தராஜட் (ஜூன் 13, 1719). மிகக் குறைவான நாள்கள் ஆட்சியிலிருந்த முகலாயப் பேரரசர் ரஃபி-உத்-தராஜட்தான்.

பதினோராவது முகலாயப் பேரரசர் என்ற பெருமையைத் தவிர ரஃபி-உத்-தௌலாவைப் பற்றிச் சொல்ல ஒன்றுமில்லை. அடுத்த மூன்றே மாதங்களில் அவரும் இறந்தார் (செப்டெம்பர் 19). அரசியல் காரணங்களுக்காக சயீத் சகோதரர்கள் கொன்றிருக்கக்கூடும் என்ற சந்தேகமும் உண்டு.

சயீத் சகோதரர்கள் தனக்குத் தானே முடிசூட்டிக் கொண்ட நேகு ஷியாரை ஆக்ராவில் சுற்றி வளைத்தனர். சாலிம்கரில் சிறைவைத்தார்கள்*. அடுத்த பொம்மையைத் தேர்ந்தெடுத்தார்கள். முகம்மது ஷா. முதலாம் பகதூர் ஷாவின் பேரன். அதாவது அவரது நான்காவது மகனான ஜஹான் ஷா பகதூரின் பதினெட்டு வயது மகன்.

இஸ்லாமியர்களின் ஆதரவு சயீத் சகோதரர்களுக்கு மிகக் குறைவாகவே இருந்தது. அதாவது முகலாய அவையில் பொறுப்பிலிருந்த இஸ்லாமியர்கள் இரண்டாகப் பிளவுபட்டுக் கிடந்தார்கள். இந்துஸ்தானி பிரிவு என்பது ஒன்று. இந்தியாவிலேயே பிறந்து வளர்ந்தவர்கள், அல்லது வெகுகாலம் முன்பே இந்தியாவில் குடியேறியவர்கள் இந்துஸ்தானி பிரிவு. அதற்கு ஷியா பிரிவைச் சேர்ந்த சயீத் சகோதரர்கள் தலைமையேற்றிருந்தார்கள். துரானி, இரானி, ஆப்கனிய இஸ்லாமியர்கள் எல்லாம் எதிர் பிரிவில் இருந்தார்கள். அவர்கள் பெரும்பாலும் ஷியா பிரிவினர். அவர்கள் துருக்கி, இரான், ஆப்கன், மத்திய ஆசியாவின் பிற இடங்களிலிருந்தும் இந்தியாவுக்கு வந்து குடியேறியவர்கள். ஒளரங்கசீப் தக்காணத்தில் இருந்த காலத்தில், செய்த போர்களில் இந்தப் பிரிவினரே ராணுவத்தின் முதுகெலும்பாக செயல்பட்டனர். ஆனால் சயீத் சகோதரர்களின் சர்வாதிகார நடவடிக்கைகளால் துரானி, இரானி, ஆப்கன் பிரிவினர் தங்கள் செல்வாக்கை இழக்க ஆரம்பித்தனர். பலர் சயீத் சகோதரர்களால் பதவிகளிலிருந்து துரத்தி அடிக்கப்பட்டனர்.

சயீத் சகோதரர்கள் தங்கள் கரத்தை மேலும் பலப்படுத்தும் விதமாக, இந்துக்களுக்கு ஆதரவான நடவடிக்கைகளில் இறங்கினர். முதல் கட்டமாக ஜிஸியா நீக்கப்பட்டது. பசுவதை தடை செய்யப்பட்டது. ராஜபுத்திரர்கள் முக்கிய பதவிகளில் அமர்த்தப்பட்டனர். ஜாட்களுக்கும் நல்ல மதிப்பு கொடுக்கப்பட்டது. மராத்தியர்களோடு நல்லுறவு பேணப்பட்டது. மார்வாரின் அஜித் சிங்கும், மேவாரின் அம்பரின் ஜெய் சிங்கும்

---

★ முறையாக பேரரசராக அங்கீகரிக்கப்படாத நேகு ஷியாரை முகலாயப் பேரரசர்களின் பட்டியலில் சிலர் சேர்ப்பதில்லை. அதே காலகட்டத்தில் ரஃபி சகோதரர்களும் முகலாயப் பேரரசர்களாக ஆட்சியில் இருந்ததால் நேர்ந்த குழப்பம் இது. பன்னிரெண்டாவது முகலாயப் பேரரசராக நேகு ஷியாரை எடுத்துக் கொண்டால், அவரது ஆட்சிக்காலம் சுமார் மூன்று மாதங்கள். மே முதல் ஆகஸ்ட் 13, 1719 வரை. நேகு ஷியார் சாலிம்கர் சிறையில் 1723ல் இறந்தார்.

சயீத் சகோதரர்களுக்கு அமோக ஆதரவு கொடுத்தனர். அப்துல்லா கான், ரத்தன் சந்த் என்ற தனக்கு வேண்டிய சாமானியர் ஒருவருக்கு உயர் பதவி கொடுத்து கௌரவித்தார். சாமானியர்கள் பலரும் இப்படி உயர் பதவிகளை அடைந்திருந்தார்கள்.

ஆனால் பேரரசராக நியமிக்கப்பட்டிருந்த முகம்மது ஷா சுதந்தரமாகச் சிறைபடுத்தப்பட்டிருந்தார். பேரரசர் இருமினால், தும்மினால், ஏப்பம் விட்டால்கூட சயீத் சகோதரர்களுக்குத் தகவல் சென்றது. வெறுப்பில் இருந்தார் முகம்மது ஷா.

கடும் வெறுப்பில் இருந்தார்கள் துரானி, இரானி, ஆப்கனிய பிரிவினர். அவர்களுக்குத் தலைமைபோலச் செயல்பட்டவர் நிஜாம்-உல்-முல்க். அவரை டெல்லியில் வைத்திருந்தால் சரிப்படாது என்று எண்ணிய சயீத் சகோதரர்கள், மால்வாவுக்கு மாற்றினார்கள். எந்த எதிர்ப்பும் காட்டாமல் டெல்லியிலிருந்து கிளம்பிய நிஜாம்-உல்-முல்க், நேராக தக்காணத்துக்குச் சென்றார். அங்கே அஸிர்கர், பூர்ஹான்பூர் உள்ளிட்ட கோட்டைகளைக் கைப்பற்றினார். அப்போது நடந்த மோதலில் அலம் அலி கான் என்பவர் கொல்லப்பட்டார். அவர், ஹுசைன் அலியின் வளர்ப்பு மகன்.

பேரரசரின் தாயரான ஹஸரத் பேகமும் சயீத் சகோதரர்களை ஒழிக்க வேண்டும் என்ற எண்ணத்தில்தான் இருந்தாள். சயீத் சகோதரர்களின் எதிர்ப்பு கோஷ்டியைச் சேர்ந்த இதிமத்-உத்-தௌலா, ஹைதர் கான், சாதத் கான் என்ற மூவருடன் சேர்ந்து சதித் திட்டம் ஒன்றைத் தீட்டினாள். திட்டப்படி ஹைதர் கான், ஹுசைன் அலிக்காகக் காத்திருந்தார். கையில் ஒரு மனு. அவை முடிந்து வெளியே வந்த ஹுசைன் அலிமுன் பணிவாகச் சென்ற ஹைதர் கான், மனுவைக் கொடுத்தார். அதை அவர் வாசித்துக் கொண்டிருக்கும் வேளையில் ஹைதர் கான் அவரைக் கொன்றார் (அக்டோபர் 8, 1720).

உயிரில் பாதியை இழந்துபோல துடிதுடித்துப் போனார் அப்துல்லா கான். நிறைவேற்றப்பட்ட சதியில் முகம்மது ஷாவுக்கும் பங்கிருப்பது அறிந்து அவரைப் பதவியிலிருந்து நீக்கினார். புதிய முகலாயப் பேரரசராக முகம்மது இப்ராஹிம் என்ற அடுத்த பொம்மையை உட்கார வைத்தார் (அக்டோபர் 17). முகம்மது இப்ராஹிம் வேறு யாருமல்ல, ரஃபி-உத்-தராஜட்டின் இன்னொரு சகோதரர்தான்.

முகம்மது ஷா

பதவியிறக்கம் செய்யப்பட்ட முகம்மது ஷா, நிஜாம்-உல்-முல்குடன் கைகோர்த்தார். அப்துல்லா கானுக்கு எதிராகப் படை ஒன்று திரட்டினார். அந்த நவம்பரில் ஹசன்பூரில் முகம்மது ஷா, நிஜாம்-உல்-முல்கின் கூட்டணி படைக்கும், அப்துல்லா கானின் ஆதரவு படைக்குமிடையே போர் நடந்தது. அப்துல்லா கானின் படைகள் வீழ்ந்தன. அவர் சிறைபிடிக்கப்பட்டார். 1722, அக்டோபர் 11 அன்று அவருக்கு விஷம் கொடுக்கப்பட்டது.

சயீத் சகோதரர்கள் அரியணை ஏற்றிய கடைசி நபரான முகம்மது இப்ராஹிமின் பேரரசர் பதவி பறிக்கப்பட்டது (நவம்பர் 13). அவர் டெல்லியில் தக்க மரியாதைகளுடன் சிறையிலடைக்கப் பட்டார். ஒரு மாதம்கூட ஆட்சி செய்ய முடியாத அந்தப் பேரரசர், 1746 வரைசிறையில் வாழ்ந்து, இறந்தார்.

சயீத் சகோதரர்கள் குறித்த நல்ல விஷயங்களும் வரலாற்று ஆசிரியர்களால் சொல்லப்பட்டுள்ளன. பேரரசர் அக்பரைப் போலவே மதச் சார்ப்பற்ற ஒரு நிர்வாகத்தை அவர்களால் அளிக்க முடிந்தது. இந்துக்கள் அதிகாரம் பெற்றிருந்தனர். தான, தருமங்கள் அதிகம் செய்யப்பட்டன. ஔரங்கசீபுக்குப் பிறகான முகலாயப் பேரரசர்களைவிட, சயீத் சகோதரர்கள் அதிக நிர்வாகத் திறம் கொண்டிருந்தனர் என்றும் சொல்கிறார்கள்.

மீண்டும் மயிலாசனத்தில் அமர்ந்தார் முகம்மது ஷா. சயீத் சகோதரர்கள் ஒழிந்தார்கள். இனி ஆபத்தில்லை. பாபர் முதல் தாத்தா பகதூர் ஷா வரை சேர்த்து வைத்த இத்தனை சொத்துகளும் எதற்கு இருக்கின்றன? பேரன் நான் பேரரசராக ஆண்டு அனுபவிப்பதற்குத்தான். ஒய்யார அழகிகளுக்கும் ஓபியத்துக்கு அடிமையாகிக் கிடந்தார். எந்நேரமும் இன்பக் கடலில் மூழ்கிக் கிடந்த முகம்மது ஷாவுக்கு நிலைத்த பட்டப்பெயர் ரங்கீலா.

அந்தப்புரத்திலிருந்து பேரரசர் வெளியே வருகிறார் என்றால் அது ஏதாவது கேளிக்கை நிகழ்ச்சிகளைக் கண்டுகளிப்பதற்காக மட்டும்தான் இருக்கும். பாதுகாப்பான உயரத்தில் அமர்ந்து யானைகளை மோதவிட்டுப் பார்ப்பார். வெவ்வேறு காட்டு விலங்குகளை விதவிதமாக மோதவிட்டு ரசிப்பார். அவருக்கு மென்மையான மனதும். நிறைய பறவைகள் வளர்த்தார். அவை தோட்டங்களை விட்டு போகாதபடி கண்காணிக்கச் சொன்னார். அந்தப் பறவைகள் போலவே பேரரசரும் டெல்லியை விட்டு எங்கும் செல்ல விரும்பவில்லை.

நாற்பது வயதுக்கு மேல் உடல் கொஞ்சம் தளர ஆரம்பித்த நேரத்தில் அவரது புத்தி, பக்தி மார்க்கத்தை நோக்கிப் பாய்ந்தது. ஃபகீர்கள் சூழ விவாதங்களில் பொழுதைப் போக்க ஆரம்பித்தார். முகம்மது ஷாவின் அபிமானிகளாக தங்களைக் காட்டிக் கொண்டு, அவரது அதிகாரத்தை துஷ்பிரயோகம் செய்தவர்களும் உண்டு. அவர்மீது அக்கறை கொண்டு அறிவுரை சொன்னவர்களும் உண்டு. எதையும் அவர் கண்டுகொள்ள வில்லை.

பாபர் முதல் ஔரங்கசீப் வரையிலான பேரரசர்கள் சிறுகச் சிறுக விரிவாக்கிய பிரம்மாண்ட முகலாயப் பேரரசு, துண்டு துண்டு களாக நொறுங்கிக் கரைய ஆரம்பித்தது முகம்மது ஷாவின் காலத்தில்தான்.

•

நிஜாம்-உல்-முல்க், 1722லிருந்து 1724 வரை முகம்மது ஷாவின் பிரதம அமைச்சராக இருந்தார். ஆனால் அவரது உள் மனத்திலிருந்த ஆசை, டெல்லி தலைமையிலிருந்து விடுபட்டு, தக்காணத்தில் தனியே ஒரு ராஜ்ஜியத்தை அமைத்துக் கொண்டு சுதந்தரமாகச் செயல்பட வேண்டும் என்பதுதான்.

1724ல் அவர் தக்காண கவர்னர் பதவியை கேட்டு வாங்கிக் கொண்டார். அங்கே சென்று மேலும் சில பகுதிகளைத் தன் கட்டுப்பாடுக்குள் கொண்டு வந்து சுயாட்சி செய்ய ஆரம்பித்தார். அஸஃப் ஜாவின் இந்தப் போக்கு டெல்லியில் அதிருப்தியை ஏற்படுத்தியிருந்தது. காந்தேஷ் பகுதியின் கவர்னராக இருந்த முபாரிஷ் கான் என்பவரை, அஸஃப் ஜாவுக்கு எதிராகக் களமிறங்கினார். பேராரின் ஷாகர்கேல்டா (Shakarkhelda) என்ற இடத்தில் போர் நடந்தது. முபாரிஷ் கான் கொல்லப்பட்டார். நிஜாம்-உல்-முல்குக்கே வெற்றி. முபாரிஷ் கானின் தலையை மட்டும் டெல்லிக்கு அனுப்பி வைத்தார். அதற்கு அர்த்தம், 'ஹைதராபாத் இனி என் ராஜ்ஜியம்.'

முகம்மது ஷாவால் என்ன செய்ய இயலும்? ஹைதராபாதின் நிஜாமை வாழ்த்தி அவருக்கு 'அஸஃப் ஜா' என்ற பட்டத்தை வழங்கினார்.

அதே ஆண்டில் அவுத் என்னும் பகுதியை (Oudh, உத்தர பிரதேசம்) நிர்வகிக்கும் பொறுப்பு சாதத் கான் என்ற முகலாய அமைச்சர் பெற்றார். அவரும் அவுதின் நவாபாக தன்னை அறிவித்துக் கொண்டு ஆட்சி செய்ய ஆரம்பித்திருந்தார். சாதத் கான் ஷியா பிரிவைச் சேர்ந்த பெர்சியர்.

•

நாதிர் குலி (Nadir Quli) - துருக்கிய அஃஸர் பழங்குடி இனத்தைச் சேர்ந்தவர். பெர்சியப் பேரரசின் வடகிழக்குப் பகுதியான கொரஸனின் பிராந்தியத்தில் ஓர் ஏழை விவசாயிக்கு மகனாகப் பிறந்தவர் (1688). சிறுவயதிலேயே தந்தையை இழந்து, சில காலம் அடிமையாக வாழ்ந்தவர். பின் அங்கிருந்து தப்பி கொள்ளைக் கூட்டம் ஒன்றில் இணைந்தார். சிறுவயதிலேயே கொள்ளைக்கூட்டம் ஒன்றுக்கு தலைவரும் ஆனார். பின் பெர்சியப் படையில் பணியில் சேர்ந்தார். தன் திறமையினாலும் சாதுர்யத்தினாலும் சீக்கிரமாகவே தளபதி யாக உயர்வடைந்தார்.

சுல்தான் ஹுஸைன், பெர்சியாவை ஆண்ட ஸஃபாவித் பரம்பரை யில் வந்த திராணியில்லாத பேரரசர். அவரது ஆட்சிக் காலத்தில் பெர்சியர்கள், ஆப்கனியர்களிடம் தங்களுடைய பகுதிகள் பலவற்றை இழந்திருந்தனர் (1722). குறிப்பாக காந்தஹார்,

இஸ்ஃபஹான் (பேரரசின் தலைநகரம்). நாதிர் குலி, இழந்த பகுதிகளை ஆப்கனியர்களிடமிருந்து மீட்கும் பொறுப்பைத் தன் தோள்களின் போட்டுக் கொண்டார். தானே படை ஒன்றை உருவாக்கி, ஆதரவைத் திரட்டிக் கொண்டு களத்தில் இறங்கினார்.

ஹுசைன் அலியின் மகனான இளவரசர் இரண்டாம் தஹ்மஸ்ப் (Tahmasp) தன்னைத் தானே பெர்சியாவின் அடுத்த ஷாவாக (பேரரசர்) அறிவித்துக் கொண்டார். கூடவே, தளபதி நாதிர் குலியின் உதவியை நாடினார்.

நாதிர் குலி, முறையாகத் திட்டமிட்டு, ஆப்கனியர்களிடம் போரிட்டு இழந்தவற்றைக் கொஞ்சம் கொஞ்சமாக மீட்க ஆரம்பித்தார். 1729ல் தலைநகரம் இஸ்ஃபஹான் உள்ளிட்ட அனைத்தையும் ஆப்கனியர்களின் பிடியிலிருந்து மீட்டார். ஷா இரண்டாம தஹ்மஸ்ப்க்கு பெரும் மகிழ்ச்சி. நாதிர் குலிக்கு தன் சகோதரி ஒருத்தியை மணம் முடித்து வைத்தார். பேரரசின் பெரும் பகுதியை ஆளும் உரிமையை நாதிர் குலிக்கு வழங்கி கௌரவித்தார். நாதிரின் உருவம் பொறிக்கப்பட்ட நாணயங்களும் வெளியிடப்பட்டன.

1736ல் சஃபாவித் பரம்பரையின் கடைசி ஆட்சியாளரான இரண்டாம் தஹ்மஸ்ப் இறந்துபோனார். ஜோதிடர்கள் குறித்துக் கொடுத்த நல்ல நாளில் பெர்சியாவின் ஷா ஆனார் நாதிர். அவரது பார்வை காந்தாஹாரின் மேல் குவிந்தது. காந்தஹாரை ஆப்கனியர்களிடமிருந்து கைப்பற்றாத வரை பெர்சியாவின் அமைதிக்கு எந்த உத்தரவாதமும் இல்லை என்பதால், அதன் மீது படையெடுத்தார் (1738, மார்ச்). அதற்கு முன்பாகவே முகலாயப் பேரரசருக்குத் தன் தூதுவர் மூலமாக கடிதம் ஒன்றை அனுப்பியிருந்தார்.

‘காந்தஹாரில் இருந்து ஆப்கனியர்கள் யாராவது காபுலில் தஞ்சம் புக வந்தால் தாங்கள் அனுமதிக்கக் கூடாது.’

சம்மதித்திருந்தார் முகம்மது ஷா. ஆனால் நாதிர் ஷாவின் காந்தஹார் படையெடுப்பினால் பல ஆப்கனியர்கள் காபுலில் அடைக்கலம் புகுந்தார்கள். ஆனால் முகம்மது ஷா எந்தவித நடவடிக்கையும் எடுக்கவில்லை. ‘முகலாயப் பேரரசின் எல்லைக்குள் நுழைய வேண்டாம்’ என்று நாதிர் ஷா தன்

நாதிர் ஷா

படையினரைத் தடுத்து வைத்திருந்தார். பெர்சிய தூதுவரை மீண்டும் டெல்லிக்கு அனுப்பினார். ஆனால் ஜலாலாபாத்திலேயே பெர்சியத் தூதுவர் முகலாய வீரர்களால் தாக்கப் பட்டார்.

நாதிர் ஷா இந்தியாவின் மீது படையெடுக்க முடிவெடுத்தார். முகலாயப் பேரரசு வலிமை இழந்து கொண்டிருக்கிறது, பெரிய அளவில் எதிர்ப்புகள் இருக்காது என்ற நம்பிக்கை அவரைத் தூண்டியது. கொட்டிக் கிடக்கும் ஏராளமான செல்வங்களைச் சுலபமாகக் கொள்ளையடிக்கலாம் என்ற ஆசை அவரை இந்தியா நோக்கி ஈர்த்தது. முகலாய அமீர்கள் சிலர், இந்தியாவுக்குப் படையெடுத்து வரச்சொல்லி நாதிர் ஷாவுக்கு ரகசிய அழைப்பு விடுத்தார்கள் என்றும் சொல்லப்படுவதுண்டு.

கஜினியையும் காபுலையும் எளிதாகக் கைப்பற்றிய நாதிர் ஷாவுக்கு, கைபர் கணவாயைத் தாண்டுவது அவ்வளவு பெரிய விஷயமாக இருக்கவில்லை. சிறு சிறு எதிர்ப்புகள் உதிர்ந்து போயின. 1738 நவம்பரில் பெஸாவரை அடைந்தார். டிசம்பரில் சிந்து நதியைக் கடந்து பஞ்சாபுக்கு படைகளோடு முன்னேறினார். ஸக்காரியா கான் என்ற பஞ்சாபின் முகலாயத் தளபதியால் வலிமையாகவெல்லாம் எதிர்க்க முடியவில்லை. அந்தத் தளபதி, நாதிர் ஷாவுக்குப் பணிந்தார். பின்பு லாகூரிலிருந்து முன்னேறி

னார். சுலபமாகத் தடைகளைத் தகர்த்து முன்னேறினார் நாதிர் ஷா. பெர்சியப் படைகளின் முன்னேற்றம் குறித்த எந்தத் தகவலும் முகம்மது ஷாவுக்கோ மற்ற முகலாய அமைச்சர்களுக்கோ செல்லவில்லை. அந்த அளவுக்கு நிர்வாகம் நசிந்து போயிருந்தது. நாதிர் ஷா டெல்லியை நோக்கி வருகிறார் என்ற தகவல் தெரிந்ததும்தான் முகம்மது ஷாவுக்கு உதறல் எடுக்க ஆரம்பித்திருந்தது.

படைகளைத் திரட்ட ஆரம்பித்தார். சுமார் 80000 வீரர்கள் கொண்ட முகலாயப் படை. பக்க பலமாக நிஜாம்-உல்-முல்க், தலைமைத் தளபதி கான் தௌரான் மற்றும் அவுதின் நவாப் சாதத் கான். ஆயத்தமானாரே தவிர முகம்மது ஷாவுக்கு போர்க்களத்தில் நாதிர் ஷாவை எதிர்கொள்ளும் அளவுக்கு மனவலிமை இல்லை. அதுபோக நாதிர் ஷாவின் பலம் குறித்தும் அவர் அறிந்திருக்க வில்லை.

1739 பிப்ரவரியில் நாதிர் ஷாவின் படைகளும் முகலாயப் படைகளும் பானிபட்டுக்கு இருபது மைல்கள் வடக்கே கர்னால் என்ற இடத்தில் மோதிக் கொண்டன. முகலாயப் படையிடம் எந்த வியூகமும் இல்லை. மூன்றே மணிநேரம்தான். முகலாயப் படைகள் சிதறின. சாதத் கான் சிறைபிடிக்கப்பட்டார். தலைமைத் தளபதி கான் தௌரான் போரில் காயமடைந்து பின் இறந்தார்.

முகலாயப் பேரரசரின் விருப்பப்படி நிஜாம்-உல்-முல்க், நாதிர் ஷாவுடன் சமாதானம் பேசுவதற்கான தீவிர முயற்சிகளில் இறங்கியிருந்தார். பண பேரம் நடந்தது. ஐம்பது லட்சம் கேட்டார் நாதிர் ஷா. உடனடியாக இருபது லட்சம், பின் பத்து பத்தாக மூன்று தவணைகளில் முப்பது லட்சம். முகம்மது ஷா நிபந்தனைகளுக்கெல்லாம் மறுகேள்வியின்றி ஒப்புக் கொண்டார்.

வெற்றிகரமாக சமாதானம் பேசி நாதிர் ஷாவை அமைதிப் படுத்திய நிஜாம்-உல்-முல்கைக் கொண்டாடினார் முகம்மது ஷா. கான் தௌரானின் தலைமைத் தளபதி பதவியை நிஜாம்-உல்-முல்குக்கு வழங்கினார். இந்த விஷயங்களெல்லாம் நாதிர் ஷாவின் பிடியில் கைதியாக இருந்த சாதத் கானின் காதுகளைச் சென்றடைந்தது. அவருக்குள் பொறாமை புகைந்தது. கெஞ்சிக் கூத்தாடி நாதிர் ஷாவிடம் பேசும் வாய்ப்பைப் பெற்றார்.

‘வெறும் ஐம்பது லட்சம்தானா? உங்களை நன்றாக ஏமாற்றப் பார்க்கிறார்கள். டெல்லிக்குச் சென்றால் நீங்கள் பணமாக மட்டும் இருபது கோடிவரை அள்ளிக் கொள்ளலாம். மற்ற செல்வங்களெல்லாம் தனி. என் வார்த்தைகளை நம்புங்கள் ஷா!’

சாதத் கான் நாதிர் ஷாவுக்குள் ஆசையை மூட்டினார். நாதிர் ஷா தன் படைகளோடு டெல்லியை அடைந்தார் (மார்ச் 20, 1739). முகம்மது ஷா ஓரம் கட்டப்பட்டார். குத்பா நடத்தப்பட்டது. அதில் நாதிர் ஷா இந்தியாவின் பேரரசராக அறிவிக்கப்பட்டார். நாதிர் ஷாவின் உருவம் பொறிக்கப்பட்ட நாணயங்கள் வெளியிடப்பட்டன.

அடுத்த இரண்டாவது நாளே எங்கிருந்தோ கிளம்பிய வதந்தி ஒன்று வெகுவேகமாகப் பரவியது. ‘நாதிர் ஷாவைக் கொன்று விட்டார்கள்.’

அவ்வளவு மக்களிடையேயும் முகலாய வீரர்களிடையேயும் திடீர் எழுச்சி. பெர்சிய வீரர்களை நையப்புடைத்தார். சுமார் 700 பெர்சிய வீரர்கள் அந்த வன்முறையில் கொல்லப்பட்டார்கள். நாதிர் ஷா கோபத்தில் துடித்தெழுந்தார். ‘விடாதீர்கள். தீர்த்துக் கட்டுங்கள்’ என்று அரசாணை ஒன்றைப் பிறப்பித்தார்.

வெறிகொண்ட பெர்சிய வீரர்களின் ஆயுதங்கள் ரத்தத்தால் குளித்தன. யாரையும் அவர்கள் விட்டுவைக்கவில்லை. வீடு புகுந்து வெட்டிச் சாய்த்தார்கள். தேடித்தேடி சாவைக் கொடுத்தார்கள். டெல்லியெங்கும் உயிர்க் கதறல். மரண ஓலம். அந்தப் படுகொலையில் கிட்டத்தட்ட 30,000 பேர் கொல்லப் பட்டிருக்கக் கூடும் என்பது வரலாற்றாசிரியர்களின் கணிப்பு.

முகம்மது ஷா, நாதிர் ஷாவிடம் கெஞ்சிக் கேட்டுக் கொண்ட பின், படுகொலைகளை நிறுத்தச்சொல்லி உத்தரவிட்டார் அவர்.

அடுத்த இரண்டு மாதங்கள் நாதிர் ஷா டெல்லியில் இருந்தார். முடிந்த மட்டும் கொள்ளையடிக்கச் சொல்லி தன் வீரர்களுக்கு உத்தரவிட்டிருந்தார். அவர்கள் கபளீகரம் செய்தனர். எளியவர்களின் குடிசைகளைக்கூட அவர்கள் விட்டுவைக்க வில்லை.

‘இருபது கோடி வந்தாக வேண்டும். அதற்கு நீ பொறுப்பு’ - நாதிர் ஷா, சாதத் கானுக்குக் கடுமையான உத்தரவு போட்டிருந்தார்.

ஆப்கனிய வீரர்கள்

வீணாக நாதிர் ஷாவைத் தூண்டிவிட்ட வில்லன் சாதத் கானுக்கு விழி பிதுங்கியது. உத்தரவை நிறைவேற்றாவிட்டால் மரண தண்டனை நிச்சயம். எனவே அவரே விஷம் குடித்து உலகிலிருந்து விடைபெற்றார். சாதத் கானின் மருமகனான சஃப்தார் ஜங், இரண்டு கோடி ரூபாய் வரை கொள்ளையடித்து, நாதிர் ஷாவிடம் கொடுத்து, மதிப்பைப் பெற்றுக்கொண்டார். அவர் அவுதின் அடுத்த நவாப் ஆனார்.

நாதிர் கொள்ளையடித்த பணம் மட்டும் முப்பது கோடி இருக்கும். தவிர நகைகள், விலையுயர்ந்த உலோகங்கள், பொக்கிஷங்கள் தனி. கோஹினூர் வைரம், தர்யா-ஏ- நூர் வைரம் உள்ளிட்டவையும் பறிபோயின. அதுபோக நூறு யானைகள், 7000 குதிரைகள், 10,000 ஒட்டகங்கள், சில நூறு அடிமைகள், எழுத்தாளர்கள், சிற்பிகள், கட்டடக் கலைஞர்கள், தச்சர்கள் என்று பட்டியல் நீளமானது. ஷாஜஹான் செதுக்கிச் செதுக்கி

*முகலாயர்கள்* / 403

வடிவமைத்த மயிலாசனத்தையும் நாதிர் ஷா விட்டுவைக்க வில்லை. அப்படியே பெயர்த்து எடுத்துப்போகும் வாய்ப்பிருந்தால் அவர் தாஜ்மஹாலைக்கூட விட்டுவைத்திருந்திருக்க மாட்டார்.

காஷ்மீர், சிந்து பகுதிகளையெல்லாம் நாதிர் ஷாவுக்கு விட்டுத்தர முகம்மது ஷா ஒப்புக் கொண்டார். அதுதவிர பஞ்சாப் கவர்னர் வருடந்தோறும் இருபது லட்சம் ரூபாய் கப்பம் கட்ட வேண்டும் என்று சம்மதிக்க வைக்கப்பட்டார். முகலாய இளவரசி நஸிர் மிர்ஸாவை, தன் மகனுக்குத் திருமணம் செய்துவைக்கச் சொல்லி வற்புறுத்தினார் நாதிர் ஷா. முகம்மது ஷாவும் வேறுவழியின்றி ஒப்புக் கொண்டார்.

டெல்லியின் எழில், மதிப்பு எல்லாவற்றையும் சுரண்டித் தீர்த்தபின், நாதிர் ஷா அங்கிருந்து கிளம்ப முடிவெடுத்தார். போவதற்கு முன் முகம்மது ஷாவை உட்கார வைத்து 'ஒழுங்கு மரியாதையாக நிர்வாகத்தை கவனி' என்று உபதேசம் செய்தார். 'அழைத்தால், பெர்சியப் படைகள் எப்போது வேண்டுமானாலும் உதவிக்கு வரும்' என்று தைரியம் கொடுத்தார்.

முகம்மது ஷாவுக்கு நாதிர் ஷா கொடுத்த முக்கியமான எச்சரிக்கை, 'யாரை வேண்டுமானாலும் நம்பு. ஆனால் தந்திரமும் சுயநலமும் நிறைந்த நிஜாம்-உல்-முல்கை மட்டும் ஒரு போதும் நம்பாதே. எந்த நேரம் வேண்டுமானாலும் அவராலும் அவரைச் சார்ந்தவர்களாலும் பிரச்னைகள் வரலாம்.'

தாற்காலிக இடைவேளைக்குப் பிறகு முகம்மது ஷா மீண்டும் முகலாய் பேரரசராக அறிவிக்கப்பட்டார். அவரது நாணயங்கள் மீண்டும் வெளியிடப்பட்டன. வேட்டை முடிந்து மூட்டை முடிச்சுகளுடன், பிரியாவிடை பெற்று பெர்சியா நோக்கிக் கிளம்பினார்.

மயிலாசனத்தை இழந்த முகலாய அவையான திவான்-இ-அம், விதவையாகக் காட்சியளித்தது.

●

ஜூன் 1747. ஏகப்பட்ட அரசியல் எதிரிகள். நாதிர் ஷா, தன்னைச் சுற்றி பின்னப்பட்ட சதிவலை ஒன்றில் வசமாகச் சிக்கிக் கொண்டார். கூடாரம் ஒன்றில் சில துருக்கிய வீரர்கள் நாதிர்

ஷாவைத் தாக்கினார்கள். இருவரைக் கொன்றார். நாதிர் ஷாவும் கொல்லப்பட்டார்.

அந்த இடத்துக்கு ஓடோடி வந்தார் ஒருவர். அஹமத் கான் அப்தாலி★. நாதிர் ஷாவின் விசுவாசமான தளபதி. தனது ஷாவின் தலை துண்டாகக் கிடப்பதைப் பார்த்து கதறி அழுதார். அந்த உடலுக்கு உரிய மரியாதைகளைச் செய்துவிட்டு அங்கிருந்து வேகமாகக் கிளம்பினார்.

அஹமத் கான் காந்தஹாருக்கு வந்தார். பலரது ஆதரவோடு புதிய ஆப்கன் ராஜ்ஜியத்தை நிறுவினார். அப்தாலி புதிய ஷாவாக முடிசூட்டிக் கொண்டார்.

நாதிர் ஷாவோடு இந்தியா மீது படையெடுத்த அனுபவம். ருசி கண்ட நாக்கு. அஹமத் ஷா அப்தாலி மீண்டும் ஒரு படை யெடுப்புக்குத் திட்டமிட்டார். 1748ல் லாகூரைக் கைப்பற்றினார். டெல்லி வரை முன்னேறுவதுதான் எண்ணம். ஆனால் அந்தச் சமயத்தில் முகலாய அவையில் இளரத்தம் பாய்ந்து கொண்டிருந் தது. எல்லாம் நாதிர் ஷாவின் படையெடுப்பு தந்த பாதிப்பு.

பேரரசர் முகம்மது ஷாவின் மகனான அகமது ஷா பகதூரின் தலைமையில் முகலாயப் படை திரண்டது. அகமது ஷாவும் ஒன்றும் பிரமாதமான வீரர் எல்லாம் இல்லை. பட்டத்து இளவரசர் என்பதால் அந்த மரியாதை. பிரதம அமைச்சரின் மகன் மிர் மன்னு, அவருடைய உறவினர் காஸி-உத்-தின், அவுதின் நவாப் சஃப்தார் ஜங் தோள் கொடுத்தார்கள். ஆப்கனிய படைகளும் முகலாயப் படைகளும் சர்ஹிந்தில் அந்த மார்ச் 3ல் மோதிக் கொண்டார்கள். ஆப்கனியர்களுக்குத் தோல்வி. அஹமத் ஷா அப்தாலி காபுலுக்குத் துரத்தியடிக்கப்பட்டார்.

போர் முகாமில் தன் கூடாரத்தில் தொழுகையிலிருந்த முகலாய அமைச்சர் கமாரூதின் சதி ஒன்றில் கொல்லப்பட்டார். பேரரசர் முகம்மது ஷாவின் வலது கை அவர். ஆத்ம நண்பர். கமாரூதினின் இறப்புச் செய்தி, முகம்மது ஷாவை உலுக்கியது. மனத்தளவில்

---

★ அஹமத் கான் அப்தாலி முல்டானில் 1723ல் பிறந்தவர். ஆப்கனியர். நாதிர் ஷா அரியணை ஏறியபின், அவரது நம்பிக்கைக்குரிய தளபதி ஆனார். நாதிர் ஷாவின் இந்தியப் படையெடுப்பிலும் பங்கேற்றார். தனக்குப் பின் அப்தாலிதான், ஷாவாக வேண்டும் என்று நாதிர் ஷாவே கூறியிருக்கிறார்.

மிகவும் பாதிக்கப்பட்ட அவர், படுக்கையில் விழுந்தார். இறந்தார் (ஏப்ரல் 26, 1748).

அதே ஆண்டில் நிஜாம்-உல்-முல்கும் இறந்துபோனார்.

●

முகலாயப் பேரரசு வீழ ஆரம்பித்த நிலையில் மராத்தியர்களின் எழுச்சியும் வளர்ச்சியும் அசாத்தியமானதாக இருந்தது. தக்காணத்திலும் அதற்குத் தெற்கில் பல இடங்களிலும் மராத்தியர்கள் தங்கள் எல்லைகளை விரிவாக்கிக் கொண்டிருந் தார்கள். முகலாயர்களின் பிடி தளர்ந்த பகுதிகளில் மராத்தியர் களின் கை ஓங்கிக் கொண்டிருந்தது. பேஷ்வா பாலாஜி விஸ்வநாத், தேர்ந்த ஒரு நிர்வாகியாக, தலைவராக மராத்தியர் களை வழிநடத்தினார். ஸ்திரப்படுத்தினார்.

1720ல் பாலாஜி விஸ்வநாத் இறந்தார். அவரது மகனான பாஜி ராவ் அடுத்த பேஷ்வா ஆனார். சாகுஜி, பாஜி ராவின் வார்த்தை களுக்கு பெருமதிப்பு கொடுத்தார். அதுவரை இருந்த மராத்தியத் தலைவர்கள், தளபதிகள் எல்லாம் தெற்கில் தங்கள் எல்லைகளை விஸ்தரிப்பதில்தான் முழு கவனத்தையும் செலுத்தி வந்தனர். ஆனால் பாஜி ராவ் வடக்கு நோக்கி பார்வையைத் திருப்பினார். 'தக்காணத்திலிருந்து வடக்கே நகர்ந்து மத்திய இந்தியாவில் நாம் கால் பதிப்போம். முகலாயப் பேரரசு வீழ்ந்து கொண்டிருக்கிறது. பெண் பித்தர்களும் போதையில் கரைபவர்களுமே பேரரசர் களாக ஆண்டு கொண்டிருக்கின்றனர். அவர்களை அடித்துத் துரத்த வேண்டிய தருணம் வந்துவிட்டது. வடக்கில் குவிந்துள்ள செல்வங்களை நமதாக்கிக் கொள்வோம். கிருஷ்ணாவிலிருந்து சிந்து நதி வரை மராத்தியக் கொடிகள் பறக்கட்டும்.'

பாஜி ராவின் வார்த்தைகளைக் கேட்ட மராத்திய தளபதிகள் சிலர் எதிர்ப்பு காட்டினார்கள். வடக்கு சரிப்படாது, தக்காணம்தான் நமக்கு உகந்தது என்று வாதம் செய்தார்கள். பாஜி ராவ் அவர்களுக்கு எடுத்துச் சொன்னார், 'அடிமரத்தை வெட்டினால் போதும், கிளைகள் தானாக விழுந்துவிடும்.'

பாஜி ராவ், தான் களமிறங்கிய போர்கள் எதிலும் தோல்வியைச் சந்திக்காதவர். அவரது தலைமையில் மராத்திய படைகள் பல வெற்றிகளைப் பெற்றன. தார், ஔரங்காபாத், அகமதாபாத், உதய்பூர், பிரோஸாபாத் என மராத்தியர்களின் எல்லை

விரிவடைந்தது. பாஜி ராவின் ஆலோசனைப்படி, மராத்தியர்களின் தலைநகரம் சத்தாராவிலிருந்து புனேவுக்கு மாற்றப்பட்டது. குதிரைப் படையை வழி நடத்திச் செல்வதிலும் அதை போர்க்களத்தில் உபயோகித்து எதிரிகளைத் திணறச் செய்வதில் பாஜி ராவுக்கு நிகராக வேறு மராத்திய தளபதிகளைச் சொல்ல முடியாது.

சிவாஜி உபயோகித்த கெரில்லா தாக்குதல் முறையை பாஜி ராவ் உபயோகப்படுத்தவில்லை. முதலில் எதிரிகளுக்குத் தேவையான அத்தியாவசியப் பொருள்கள் செல்லும் வழிகளைக் கைப்பற்றுவார். பின் எதிரிப் படையை மொத்தமாகச் சுற்றி வளைக்கத் திட்டமிடுவார். பின் எதிரிகள் எதிர்பாராத திசையில் படைகளோடு தோன்றி ஊடுருவி அதிவேகத் தாக்குதலை நடத்துவார். எதிரிகள் தாக்குதல் உத்தியை உணரும் முன்பே, அவர்களைச் சீர்குலைத்துவிடுவதே பாஜி ராவ் கடைபிடித்த முதன்மையான போர் தந்திரம்.

மராத்தியர்களின் அதிவேக வளர்ச்சியை, நிஜாம்-உல்-முல்கால் சகித்துக் கொள்ள முடியவில்லை. பாஜி ராவை ஒடுக்க வேண்டும் என்று நினைத்தார். அதற்காக கோல்ஹாபூரின் ஆட்சியாளரும் சாகுஜியின் எதிரியுமான இரண்டாம் சாம்புஜியுடன் கூட்டு வைத்துக்கொண்டார். பாஜி ராவின் படைகளும் நிஜாம்-உல்-முல்கின் கூட்டுப் படைகளும் பால்கேடில்* மோதிக் கொண்டன (மார்ச் 1728). பாஜி ராவுக்கே வெற்றி. இரண்டாம் சாம்புஜி, 1731ல் சாகுஜியின் தலைமையை ஏற்றுக் கொண்டார். பாஜி ராவின் முயற்சியால் அதற்கான ஒப்பந்தம் (Treaty of Warna) ஏப்ரலில் கையெழுத்தானது.

1737ல் மராத்தியர்கள் டெல்லியிலும் கால் வைத்தனர். பாஜி ராவின் தலைமையில் நடந்த வேட்டையில் அங்கே கொள்ளைச் சம்பவங்கள் நடந்ததாகக் கூறப்படுவதுண்டு. அப்போதைய முகலாயப் பேரரசர் முகம்மது ஷா, மராத்தியர்களை அடக்க நிஜாம்-உல்-முல்கைத்தான் அழைத்தார். அந்த டிசம்பரில் போபாலில் நடந்த போரில், நிஜாம் தலைமையிலான முகலாயப் படைகள் தோற்கடிக்கப்பட்டன.

நிஜாமால் டெல்லிக்குள் தலைகாட்ட முடியவில்லை. அவர் பாஜி ராவோடு அமைதிப் பேச்சுவார்த்தை நடத்தினார். மால்வை

---

★ Palkhed, மகாராஷ்டிராவின் நாஸிக்குக்கு அருகிலுள்ள ஊர்.

முதலாம் பாஜி ராவ்

மராத்தியர்களுக்குக் கொடுப்பது, நர்மதா முதல் சம்பல் வரையிலான பிரதேசங்களை மராத்தியர்களுக்கு அளிப்பது, போர்ச் செலவுகளுக்காக ஐம்பது லட்சம் அளிப்பது உள்பட சில நிபந்தனைகளுடன் ஓர் அமைதி ஒப்பந்தம் போடப்பட்டது. இந்த வெற்றிக்குப் பிறகே மராத்தியர்களின் கை இந்தியாவில் ஓங்கி உயர்ந்தது.

நாதிர் ஷாவின் படையெடுப்புச் செய்தி பாஜி ராவுக்கு வந்து சேர்ந்தது. அவருக்கு எதிராக கூட்டணிப் படை ஒன்றை அமைத்து டெல்லியைக் காப்பாற்ற வேண்டும் என்று பாஜி ராவ் நினைத்தார். ஆனால் திடீரென காய்ச்சலில் விழுந்த பாஜி ராவின் உடல்நிலை தேறவே இல்லை. இறந்துபோனார் (ஏப்ரல் 28, 1740).

சிவாஜிக்குப் பிறகு வலிமையான மராத்திய ராஜ்ஜியம் ஒன்றை அமைத்தவர் பாஜி ராவ்தான். மராத்திய பேஷ்வாக்களில் தலைசிறந்தவரும் அவரே. அடுத்த பேஷ்வாவாக அவரது மகன் நானாசாகேப் (என்ற பாலாஜி பாஜி ராவ்) நியமிக்கப்பட்டார்.

பாஜி ராவைப் போலவே நானேசாகேபும் சாகுஜிக்கு நிர்வாகத்தில் பேருதவி செய்தார். அவரது காலத்திலும் மராத்தியர்களின்

வலிமையும் வளர்ச்சியும் அபரிமிதமாகவே இருந்தது. சாகுஜிக்கு வாரிசு கிடையாது. இறந்துபோன இரண்டாம் சிவாஜிக்கு, அவரது கடைசி காலத்தில் ஓர் ஆண் குழந்தை பிறந்தது. அந்தக் குழந்தை ராஜபுத்திரர்களால் ரகசியமாக வளர்க்கப்பட்டது. அந்தக் குழந்தைக்கு வைக்கப்பட்ட பெயர் இரண்டாம் ராஜாராம்.

குழந்தை இல்லாத சாகுஜி, இரண்டாம் ராஜாராமைத் தன் வாரிசாகத் தத்தெடுத்துக் கொண்டார் (1745). தனக்குப் பின் ராஜ்ஜியத்தை ஆளும் உரிமையை பேஷ்வாக்களுக்கு வழங்க முடிவு செய்தார். சாகுஜி, டிசம்பர் 15, 1749 அன்று இறந்து போனார். மராத்திய ராஜ்ஜியத்தை ஆளும் அதிகாரம் பேஷ்வா வான நானேசாகிபின் கைகளுக்குச் சென்றது. பெயரளவில் ராஜாவாக இரண்டாம் ராஜாராம் முடிசூட்டப்பட்டார்.

•

புதிய முகலாயப் பேரரசர் அகமது ஷாவுக்கு அந்தப்புரத்துக்குச் செல்வதும் சுற்றுலா செல்வதும் ஒன்றுதான். உள்ளே சென்றால் என்றால் வாரக்கணக்கில்கூட அங்கேயே தங்கி விடுவார். அந்தப்புரமே உலகம். சர்வம் அழகிகள் மயம். ஓர் ஆணின் முகத்தைக்கூட அந்தச் சமயத்தில் பார்க்க விரும்ப மாட்டார். அப்படிப்பட்ட இருபத்துமூன்று வயது அகமது ஷாதான் பதினைந்தாவது முகலாயப் பேரரசராகப் பதவி யேற்றார். அவுதின் நவாப் சஃப்தார் ஐங், பிரதம அமைச்ச ரானார்.

சிதற ஆரம்பித்திருந்த முகலாயப் பேரரசு சிதைய ஆரம்பித்தது அகமது ஷாவின் ஆட்சிக் காலத்தில்தான். தனது முதல் படையெடுப்பில் கிடைத்த தோல்வி, அஹமத் ஷா அப்தாலியை முடக்கிப் போடவில்லை. இந்தியாவில் ஒரு குறிப்பிட்ட பகுதியையாவது பிடித்து, அதில் ஆப்கனிய ஆட்சியை நிறுவ வேண்டும் என்பது அவரது எண்ணம். வெறி. 1750லேயே அடுத்த இந்தியப் படையெடுப்புக்குத் தயாரானார்.

சிந்து நதியைக் கடந்து பஞ்சாபில் படைகளோடு முற்றுகை யிட்டார். லாகூரின் கவர்னராக மிர் மன்னு அப்போதுதான் நியமிக்கப்பட்டிருந்தார். அப்தாலியை எதிர்த்துப் போரிடும்

நிலையில் மிர் மன்னு இல்லை. இருந்தாலும் கடமைக்கு, எதிரிகளை முன்னேற விடாமல் தடுக்கப் போராடினார். தோற்றுப்போனார். டெல்லியிலிருந்து உதவி வரும் என்பது மிர் மன்னுவின் நினைப்பு. ஆனால் டெல்லியில் முகலாய அவையிலிருந்த துருக்கிய இஸ்லாமியர்களுக்கும் பெர்சிய இஸ்லாமியர்களுக்கும் அரசியல் மோதல் நடந்துகொண்டிருந்தது. எந்த உதவியும் கிடைக்கப் போவதில்லை என்று அறிந்து சரணடைந்தார் மிர் மன்னு. பஞ்சாபின் மாகாணங்களிலிருந்து வரும் வருமானத்தில் குறிப்பிட்ட அளவு கப்பமாக அப்தாலிக்குக் கட்டிவிடுவதாகச் சொன்னார். அஹமத் ஷா அப்தாலி திரும்பிப் போனார்.

மிர் மன்னு கொடுத்த வாக்கைக் காப்பாற்றவில்லை. எனவே அப்தாலி, மூன்றாவது முறையும் இந்தியா மீது படையெடுத்து வந்தார் (1752). மிர் மன்னு டெல்லியின் உதவியை நாடினார். சஃப்தார் ஜங், படைகளோடு உதவ வருவார் என்று நினைத்தார். ஆனால் சஃப்தார் ஜங் உதவிக்கு வரவில்லை. மிர் மன்னு தோற்கடிக்கப்பட்டார்.

முகலாயப் பேரரசர் அகமது ஷாவுக்கு பயம். அப்தாலி டெல்லியை நோக்கி வந்துவிட்டால்? மோதவா முடியும்? அப்தாலி டெல்லியை நோக்கித்தான் வந்தார். அவர் டெல்லியை அடைவதற்கு முன்பாகவே முகலாயப் பேரரசர் சமாதானக் கொடியைத் தூக்கிக் கொண்டு நின்றார்.

அப்தாலி அந்த முறை படையெடுத்து வந்ததற்குப் பலனாக பஞ்சாபையும் முல்டானையும் தாரை வார்த்துக் கொடுத்தார் அகமது ஷா. அப்தாலி, மிர் மன்னுவை பஞ்சாபின் கவர்னராக நியமித்தார். 'என் உத்தரவின்படிதான் எல்லாம் நடக்க வேண்டும். என் அனுமதியின்றி எந்தச் செய்தியும் இங்கிருந்து வெளியே போகக்கூடாது.' மிர் மன்னுவுக்குக் கட்டளையிட்டுவிட்டு, அஹமத் ஷா அப்தாலி இந்தியாவை விட்டுக் கிளம்பினார்.

•

சுயபுத்தியில்லாத அகமது ஷாவை ஆட்டுவித்தவர்கள் இரண்டு பேர். ஒருவர் அவரது தாய் உதம்பாய் (எ) குட்ஸியா பேகம். இன்னொருவர் அந்தப்புரத்தின் தலைமைக் காவலாளியாக

அஹமத் ஷா அப்தாலி

இருந்த ஜாவித் கான்*. உதம்பாய்க்கு ஜாவித் கான் என்றால் உயிர். அகமது ஷாவுக்கு தன் தாய்மேல் பாசம் அதிகம். எனவே உதம்பாயும் ஜாவித் கானும் அவரை ஆட்டுவித்தனர்.

முகலாய அவையில் இருந்த துருக்கிய இஸ்லாமியர்களுக்கும் பெர்சிய இஸ்லாமியர்களுக்குமான மோதல் உச்சகட்டத்தை அடைந்திருந்தது. இதை சன்னி - ஷியா மோதல் என்றே சொல்லலாம். அவுதின் நவாபான சஃப்தார் ஜங்குக்கும் (ஷியா), ஜாவித் கானுக்கும் சுத்தமாகப் பிடிக்கவில்லை.

ஜாவித் கான், துருக்கிய இஸ்லாமியர்களுடன் சேர்ந்து செய்த அரசியல் சூழ்ச்சியால் சஃப்தார் ஜங்கின் அதிகாரங்கள் பறிபோயின. மராத்தியர்களின் துணையோடு அப்தாலியின் படையெடுப்பை (1752) முறியடிக்க அவர் திட்டமிட்டார். ஆனால் சஃப்தார் ஜங், டெல்லிக்கு வருவதற்கு முன்பாகவே, ஜாவித் கானின் ஆலோசனைப்படி, அகமது ஷா பஞ்சாபையும் முல்டானையும் அப்தாலிக்குத் தாரை வார்த்துக் கொடுத்திருந் தார். அந்தக் கோபத்தில் சதித்திட்டம் தீட்டி, ஜாவித் கானைக்

---

★ அந்தப்புரத்தின் தலைமைக் காவலாளியாக ஆண்மையற்றவர்களையோ, ஆண்மை அகற்றப்பட்டவர்களையோ அல்லது திருநங்கைகளையோ தான் நியமித்திருப்பார்கள். ஜாவித் கான் இதில் எந்த வகை என்பது குறித்த தகவல் கிடைக்கவில்லை.

கொன்று பழிதீர்த்துக் கொண்டார் சஃப்தார் ஜங் (ஆகஸ்ட், 1752). அகமது ஷாவையும் தன் பிடியில் வைத்துக் கொண்டார்.

டெல்லியில் முகலாய அவையின் துருக்கிய இஸ்லாமியர்களுக்கும் பெர்சிய இஸ்லாமியர்களுக்குமான அரசியல் மோதல்கள் வீதிக்கு வந்தன. சஃப்தார் ஜங்குக்கு எதிரான அணியில் இரு முக்கிய நபர்கள் களமிறங்கினார்கள். ஒருவர் புதிய முகலாய தலைமைத் தளபதியாகப் பொறுப்பேற்றிருந்த இரண்டாம் காஸி-உத்-தின்*. இன்னொருவர் புதிய பிரதம அமைச்சரான இண்டிஸம்-உத்-தௌலா (மிர் மன்னுவின் சகோதரர்).

ஒரு கட்டத்தில் சஃப்தார் ஜங், தனது ஆதரவாளர்களின் ஆலோசனைப்படி டெல்லியிலிருந்து வெளியேற முடிவெடுத்தார். அவுதையும் அலகாபாதின் நிர்வாகப் பொறுப்பை ஏற்றுக்கொண்டு அங்கு சென்றார் (நவம்பர், 1753).

காஸ்-உத்-தின், அதிகார வெறி பிடித்தவர். தன் அணியிலிருந்த இண்டிஸம்-உத்-தௌலாவையே துரத்தியடித்துவிட்டு, பிரதம அமைச்சர் பதவியை எடுத்துக் கொண்டார். அகமது ஷாவை ஆட்டிப் படைத்த காஸி-உத்-தினுக்கு நிர்வாகத் திறமை சுத்தமாகக் கிடையாது. முகலாய அவையின் ஆதரவும் கிடைக்கவில்லை.

வடக்கில் மராத்தியர்களின் அதிகார எல்லை விரிவடைந்து கொண்டிருந்தது. 1753ல் சிக்கந்தரபாதை (உத்தரபிரதேசத்தில் உள்ள ஒரு நகரம்) மராத்தியர்கள் முற்றுகையிட்டு வென்றார்கள். அந்தப் பகுதியில் தன் குடும்பப் பெண்களோடு முகாமிட்டிருந்த பேரரசர் அகமது ஷா நடுநடுங்கிப் போனார். உயிர் பயத்தில், யாரைப் பற்றியும் கவலைப்படாமல் தான் மட்டும் பாதுகாப்பாக டெல்லிக்குத் தப்பி வந்து பதுங்கிக் கொண்டார். மராத்திய வீரர்களிடம் சிக்கிய முகலாயப் பெண்கள், தங்கள் செல்வங்களை இழந்தனர். பின் சாதாரண மாட்டு வண்டிகளில் டெல்லிக்கு அனுப்பி வைக்கப்பட்டனர்.

அதன் பின்னர் காஸி-உத்-தின், மராத்தியர்களுடன் கைகோர்த்துக் கொண்டார். எதற்கும் லாயக்கில்லாத ஒருவரை பேரரசராக எதற்கு

---

★ ஹைதராபாத்தின் முதல் நிஜாமான உல்-முல்கின் பேரன். இமத்-உல்-முல்க் என்பது அவருக்கு வழங்கப்பட்ட பட்டம்.

விட்டு வைத்திருக்க வேண்டும்? காஸி-உத்-தின், பிரதம அமைச்சர் பதவியையும் தானே கைப்பற்றிக் கொண்டார். 1754, ஜூன் 2 அன்று காஸி-உத்-தின், அகமது ஷாவைக் கைது செய்தார். அவரது ஆறு வருட ஆட்சிக்கு ஒரு முடிவு கட்டப் பட்டது. அகமது ஷா, பார்வை பறிக்கப்பட்டு, சிறையில் அடைக்கப்பட்டார். ஐம்பது வயது வரை சிறையில் வாழ்ந்தார். 1775 பிறந்த முதல்நாளில் தூக்கத்திலேயே இறந்தார்.

1754லேயே சஃப்தார் ஜங்கும் இறந்துபோகவே காஸி-உத்-தினுக்குக் கொண்டாட்டமாகிப் போனது.

●

அழகான நிலைக்கண்ணாடி உடைந்திருந்தது. உடைந்ததில் சற்றே பெரிய துண்டாக எஞ்சிக் கிடந்தது முகலாயப் பேரரசு. சில்லு, சில்லாக நொறுங்கிப் போன துண்டுகளுக்காக பலரும் போட்டிக் கொண்டிருந்தனர்.

தக்காணத்தில் வியாபித்திருந்த மராத்தியர்களின் ஆட்சி வடக்கு நோக்கியும் வளர்ந்து கொண்டிருந்தது. குஜராத்தையும் மராத்தியர்கள் வசப்படுத்தியிருந்தார்கள். வங்காளம், பிகார், ஒரிஸ்ஸா போன்றவை முகலாய கவர்னராக இருந்த அலிவர்டி கானின் தனிப்பட்ட கட்டுப்பாட்டுக்குள் சென்றிருந்தன. அவுதும் அலகாபாத்தும் சுயாட்சியில் இருந்தன. ஆப்கனிய படை யெடுப்புகளால் பஞ்சாப், முகலாயப் பேரரசின் கட்டுப்பாட்டில் இருந்து தானாகவே விலகியிருந்தது. ஆப்கனிய பழங்குடியின ரான ரோஹில்லாஸ் (Rohillas), ரோஹில்கண்ட்* என்ற புதிய மாகாணத்தை உருவாக்கி தனியாக ஆட்சி செய்ய ஆரம்பித்திருந் தனர். தனி சமஸ்தானமான ஹைதராபாத்தை முதலாம் அஸஃப் ஜாவின் (நிஜாம்-உல்-முல்க்) பரம்பரையினர் ஆட்சி செய்து கொண்டிருந்தார்கள். எஞ்சியிருந்த பிரதேசங்களில் இந்து ஆட்சியாளர்கள் கைகள் ஓங்கியிருந்தன. கிழக்கிந்திய கம்பெனி வியாபாரிகளின் ஆக்கிரமிப்புகளும் ஆங்காங்கே ஆரம்பித் திருந்தன.

இப்படிப்பட்ட சூழலில், காஸி-உத்-தினின் ஆசியோடு பதினாறாவது முகலாயப் பேரரசராக ஐம்பத்தைந்து வயது

---

★ உத்தரபிரதேசத்தின் வடமேற்குப் பகுதி.

அஸிஸ்-உத்-தின் ஆக்கப்பட்டார். அவர் எட்டாவது முகலாயப் பேரரசரான ஜஹந்தர் ஷாவின் இரண்டாவது மகன். அஸிஸ்-உத்-தின் தனக்கு வைத்துக் கொண்ட பட்டப் பெயர் இரண்டாம் ஆலம்கீர்.

ஏதோ ஆசையில் அப்படி ஓர் உயர்வான பெயரை வைத்துக் கொண்டாரே தவிர, நிஜத்தில் அவர் ஓர் அப்பாவி. ஜஹந்தர் ஷா கொல்லப்பட்ட பின்பு (1713), அஸிஸ்-உத்-தின் சிறைபிடிக்கப் பட்டார். அவரது வாழ்வின் பெரும்பகுதி அங்குதான் கழிந்தது. அந்தக் கொடுமையான வாழ்க்கையில் தனது திறமை, வலிமை, இளமை அனைத்தையும் இழந்திருந்தார். அப்படிப்பட்ட ஒருவர்தான் காஸி-உத்-தின்னுக்குத் தேவைப்பட்டார். ஆகவே அவர் இரண்டாம் ஆலம்கீர் ஆனார். தொழுகை செய்வது, புத்தகங்கள் படிப்பது, உண்ணுவது, உறங்குவது, காஸி-உத்-தின்னுக்கு அடிபணிந்து நடப்பது - இரண்டாம் ஆலம்கீரின் அன்றாடக் கடமைகள் இவையே.

காஸி-உத்-தின், அஹமத் ஷா அப்தாலியிடம் இழந்த பஞ்சாபை மீண்டும் முகலாயர்கள் வசத்தில் கொண்டு வந்தார். நான்காவது முறையாக இந்தியப் படையெடுப்பை நிகழ்த்தி னார் அஹமத் ஷா அப்தாலி (டிசம்பர், 1756). மீண்டும் பஞ்சாப் ஆப்கனியர்கள் கையில். அப்தாலி டெல்லி நோக்கி படைகளை நகர்த்தினார். சொல்லிக் கொள்ளும்படியான எதிர்ப்புகள் எதுவுமில்லை. காஸி-உத்-தின் அப்தாலியின் திருவடிகளில் சரணடைந்தார்.

நாதிர் ஷாவின் காலத்தில் நடந்த படுகொலைகள், துயரங்கள், கொள்ளைச் சம்பவங்கள் மீண்டும் ஒருமுறை அரங்கேறின (ஜனவரி, 1757). ஆப்கனியப் படைகள் மதுராவையும் ஆக்ராவை யும்கூட விட்டுவைக்கவில்லை. சுமார் ஒரு மாதம் டெல்லியில் தங்கியிருந்த அப்தாலிக்கு அடித்த கொள்ளையில் சுமார் பன்னிரண்டு கோடி வரை சேர்ந்தது.

பஞ்சாப், காஷ்மீர், சிந்து மாகாணங்கள் மற்றும் சிர்ஹிந்த் வரையிலான பகுதிகளை முறைப்படி ஆப்கனிய அரசுடன் அப்தாலி இணைத்துக் கொண்டார். லாகூரின் ஆப்கனிய கவர்னராக தனது மகன் தைமுர் ஷாவை நியமித்தார். கூடவே தைமுர் ஷாவுக்கு இரண்டாம் ஆலம்கீரின் மகளைத் திருமணம் செய்து வைத்தார். போதாதென்று, தானும் முகலாய வம்சத்தில்

வந்த இரு இளவரசிகளைத்* திருமணம் செய்து கொண்டார். முகலாய அந்தப்புரத்திலிருந்து பல பெண்களைத் தேர்ந்தெடுத்து ஆப்கனிய அந்தப்புரத்துக்கு அழைத்துச் சென்றார்.

அஹமத் ஷா அப்தாலி, இந்தியாவை விட்டுக் கிளம்புவதற்கு முன்பாக முக்கியமான காரியம் ஒன்றைச் செய்தார். இரண்டாம் ஆலம்கீரே முகலாயப் பேரரசராக ஆட்சியைத் தொடரவும், காஸி-உத்-தின் பிரதம அமைச்சராக இருந்து கொள்ளவும் அனுமதித்தார். கூடவே தனது பிரதிநிதியாக நஜிப்-உத்-தௌலா** என்பவரை டெல்லியில் விட்டுச் சென்றார். அதாவது முகலாயப் பேரரசைப் பாதுகாக்க, சகல உரிமைகளுடனும் நியமிக்கப்பட்ட ஆப்கனியப் பிரதிநிதி அவர்.

அந்த ஏப்ரலில் அப்தாலி ஆப்கனிஸ்தானுக்குத் திரும்பிச் சென்றதுமே இரண்டாம் ஆலம்கீருக்குத் தலைவலி ஆரம்பமானது. காஸி-உத்-தினுக்கும் நஜிப்-உத்-தௌலாவுக்குமான உரசல்கள் ஆரம்பமாயின. அவை மோதல்களாக மாறின. நஜிப்-உத்-தௌலா, காஸி-உத்-தினின் அதிகாரங்களை முடக்கினார். டெல்லியை முழுமையாகத் தன் கட்டுப்பாட்டுக்குள் கொண்டுவந்து சர்வாதிகாரி போல் நடக்க ஆரம்பித்தார்.

இந்த நிலையில் காஸி-உத்-தின் மராத்தியர்களின் உதவியை நாடினார். பேஷ்வா நானாசாகேப், தளபதி ரகுநாத் ராவ் தலைமையில் மராத்திய படைகளை அனுப்பி வைத்தார். அந்தப் படைகள் 1757 ஆகஸ்டில் டெல்லியைத் தாக்கின. நஜிப்-உத்-தௌலா பணிய வைக்கப்பட்டார். பின்பு டெல்லியிருந்து துரத்தியடிக்கப்பட்டார். மீண்டும் காஸி-உத்-தினின் கைகளில் டெல்லி வழங்கப்பட்டது.

மராத்திய படைகள் அத்தோடு நிற்கவில்லை. ரகுநாத் ராவ், மல்ஹர் ராவ் ஆகியோரது தலைமையில் பஞ்சாபைக் கைப்பற்றின. லாகூரின் ஆப்கனிய கவர்னரான தைமூர் ஷாவும் துரத்தியடிக்கப்பட்டார். சிர்ஹிந்த் வரையிலான பகுதிகள் மராத்தியர்களால் பிடிக்கப்பட்டன. 1758 ஏப்ரலில் அதினா பெக்

---

★ பேரரசர் அகமது ஷாவின் மகள் ஒருத்தி, பேரரசர் முகம்மது ஷாவின் மகள் இன்னொருத்தி.

★★ நஜிப் கான் என்றும் அழைக்கப்பட்டார். ரோஹில்லா பழங்குடி இனத்தைச் சார்ந்தவர். ரோஹில்கண்டின் வடக்கே நஜிபாபாத் என்ற தனக்கென தனி நகரத்தை உருவாக்கியவர்.

கான் என்பவரை (மராத்தியர்களுக்குக் கட்டுப்பட்டு நடக்கும்) பஞ்சாபின் கவர்னராக நியமித்துவிட்டு மராத்தியர்கள் திரும்பினார்கள்.

●

தன்னால்தான் வலிமையான பேரரசராக இருக்க முடியவில்லை, தன் மகனாவது வருங்காலத்தில் சிறந்த பேரரசராக வர வேண்டும் என்று இரண்டாம் ஆலம்கீர் ஆசைப்பட்டார். அலி கௌஹர் அவரது மூத்த மகன். இரண்டாம் ஆலம்கீர் பேரரசர் என்பதால் பெயரளவுக்கு இளவரசராக அழைக்கப்பட்டார். ஆனால் காஸி-உத்-தின், அலி கௌஹருக்கு இளவரசருக்குரிய எந்தச் சலுகைகளையும் அளிக்க விடவில்லை. அதுபோக அலி கௌஹரின் நடவடிக்கைகள் யாவும் காஸி-உத்-தின்னால் கண்காணிக்கப்பட்டன.

இரண்டாம் ஆலம்கீர், முதல் முறையாக துணிச்சலுடன் ஒரு காரியம் செய்தார். தன் மகனை டெல்லியிலிருந்து தப்பித்துப் போகச் சொன்னார். தன் குடும்பத்தினரிடமிருந்து பிரியாவிடை பெற்றுக் கிளம்பினார் அலி கௌஹர். வெவ்வேறு பகுதிகளில் அடையாளம் காட்டிக் கொள்ளாமல் திரிந்த அவர், பின்பு பிகாரை அடைந்தார். அங்கிருந்த முகலாய ஆதரவாளர்களின் தயவோடு அலி கௌஹரின் நாள்கள் கழிந்தன. 'உன் மகனைத் திரும்பி வரச்சொல்' - என்று காஸி-உத்-தின், இரண்டாம் ஆலம்கீருக்கு நெருக்கடி கொடுத்துக் கொண்டே இருந்தார். அதே சமயத்தில் இளவரசரை ஏதாவது ஒரு வழியில் மடக்க முடியுமா என்று திட்டமிட்டுக் கொண்டும் இருந்தார்.

பல இடங்களில் சுற்றித் திரிந்த அலி கௌஹருக்கு மராத்தியர்களின் உறவு கிடைத்தது. அவுதின் நவாபான சுஜா-உத்-தௌலாவின் நட்பு கிடைத்தது. எந்த நேரம் வேண்டுமானாலும் காஸி-உத்-தின்னால் தனது தந்தைக்கும் குடும்பத்தினருக்கு ஆபத்து நேரலாம் என்ற பயத்துடனேயே அலி கௌஹரின் காலம் கழிந்தது. 1759 டிசம்பரில் அந்தச் செய்தி அவரை அடைந்தது. 'பேரரசர் இரண்டாம் ஆலம்கீர் இறந்துவிட்டார்.'

காஸி-உத்-தின் ஆலம்கீரை கொன்றொழித்திருந்தார். கொன்ற தற்கான முறையான காரணம் தெரியவில்லை. இன்னொரு முறை அஹமத் ஷா அப்தாலி இந்தியா மீது படையெடுத்து

சுஜா-உத்-தௌலா

வருவதற்கான சூழல் 1759ல் அமைந்தது. அப்தாலி மீண்டும் டெல்லியைக் கைப்பற்றி இரண்டாம் ஆலம்கீர் மூலமாக தன்னை ஒழித்துக் கட்டிவிடுவாரோ என்று காஸி-உத்-தின்னுக்கு பயம். எனவேதான் பேரரசரை கடும் சித்ரவதைகளுக்கு ஆளாக்கி, அவமானப்படுத்திக் கொன்றார் என்கிறார்கள் (நவம்பர் 29). அவரது உடல் யமுனை நதிக்கரையில் எறியப்பட்டது. பின்பு மக்கள் சிலர் அதைக் கண்டெடுத்து, மரியாதையுடன் அடக்கம் செய்தார்கள்.

அலி கௌஹர் அப்போது பிகாரில் இருந்தார். தன்னைத் தானே அடுத்த முகலாயப் பேரரசராக அறிவித்துக் கொண்டார். அவர் தனக்கு வழங்கிக் கொண்ட பட்டப்பெயர் இரண்டாம் ஷா ஆலம். சுஜா-உத்-தௌலாவை தனது பிரதம அமைச்சராக நியமித்துக் கொண்டார். டெல்லியை நோக்கிப் படையெடுப்ப தற்கான ஏற்பாடுகளில் இறங்கினார்.

அதே சமயத்தில் காஸி-உத்-தினின் கையில் இன்னொரு முகலாய பொம்மை சிக்கியிருந்தது. முஹி உல்-மிலத். ஔரங்க சீபின் கடைசி மகனான காம் பக்ஷின் பேரன். காஸி-உத்-தின் அவருக்கு மூன்றாம் ஷாஜஹான் என்ற பட்டப்பெயர் சூட்டி, முகலாயப் பேரரசர் ஆக்கியிருந்தார்.

பஞ்சாப் வரை சென்று படையெடுத்து வென்ற மராத்தியர்கள், அதைத் தக்கவைத்துக் கொள்ளும் அளவுக்கு அங்கே வலிமையான படையை நிறுத்தி வைக்கவில்லை. மராத்தியர்களின் சார்பில் கவர்னராக நியமிக்கப்பட்ட அதினா பெக் கான் 1759ல் இறந்துபோக, புதிய மராத்திய கவர்னராக சாபாஜி சிந்தியா என்பவர் நியமிக்கப்பட்டார்.

தனது மகன் தைமுர் ஷா லாகூரிலிருந்து துரத்திடிக்கப்பட்ட சம்பவத்தால் கோபமடைந்த அஹமத் ஷா அப்தாலி, ஐந்தாவது முறையாக இந்தியாவை நோக்கி படையெடுத்து வந்தார். பஞ்சாப்தான் முதல் இலக்கு. சாபாஜி சிந்தியா தோற்றுப்போனார் (நவம்பர், 1759). அப்தாலி, டெல்லியை நோக்கி முன்னேற ஆரம்பித்தார்.

டிசம்பரில் தத்தாஜி சிந்தியா தலைமையிலான மராத்தியப் படைகள், ஆப்கனியர்களின் முன்னேற்றத்தைத் தடுப்பதற்காக தானேஸ்வரில் போரிட்டன. மராத்தியர்கள் மீண்டும் தோற்றுப் போனார்கள். அப்தாலி, ஜனவரி 1760ல் மீண்டும் டெல்லிக்குள் நுழைந்தார். காஸி-உத்-தின் அங்கிருந்து தப்பித்து ஜாட்களிடம் அடைக்கலம் புகுந்தார். பேரரசராக பெயரளவில் வைக்கப் பட்டிருந்த மூன்றாம் ஷாஜஹானுக்குப் பாதுகாப்பாக சிலரை வைத்துவிட்டு, அப்தாலி ஜாட்களை அடக்கக் கிளம்பினார்.

மராத்திய தளபதி மல்ஹர் ராவ், ஜாட்களின் துணையுடன் சிக்கந்தரபாதில் ஆப்கனியப் படையை எதிர்கொண்டு தோற்றுப் போனார். பேஷ்வா நானாசாகேப், தனது பதினேழு வயது மகன் விஸ்வாஸின் தலைமையிலும், மராத்திய தளபதி சதாசிவ ராவ் பாவோவின் தலைமையிலும் அடுத்த படையை அனுப்பினார். சதாசிவ ராவ், டெல்லியைக் கைப்பற்றினார். பொம்மைப் பேரரசர் மூன்றாம் ஷாஜஹானைப் பதவியிறக்கம் செய்தார் (அக்டோபர் 10, 1760). மராத்தியர்கள், இரண்டாம் ஷா ஆலமை அடுத்த முகலாயப் பேரரசராக அங்கீகரித்தார்கள். இரண்டாம் ஷா ஆலமின் மகன், சிறுவன் ஜவான் பக்தை தங்கள் கட்டுப் பாட்டுக்குள் எடுத்துக் கொண்டனர். பேரரசின் நிர்வாகத்தை அந்தச் சிறுவன் மராத்தியர்களின் துணையோடு கவனித்துக் கொள்வதுபோல தாற்காலிக ஏற்பாட்டைச் செய்தார்கள்.

மராத்தியர்களின் அதீத வளர்ச்சியால் பாதிக்கப்பட்டிருந்த இஸ்லாமிய ஆட்சியாளர்கள், அஹமத் ஷா அப்தாலியோடு

கைகோர்க்க முன்வந்தார்கள். நஜிப்-உத்-தௌலா, அவுதின் சுஜா-உத்-தௌலாவை தனது ஷியா அணியில் இழுத்திருந்தார். ரோஹில்கண்டின் ரோஹில்லா தளபதிகளான ஹபிஸ் ரெஹ்மத் கான், சாதுல்லா கான் ஆகியோர் அப்தாலிக்கு ஆதரவாக இணைந்திருந்தார்கள்.

தங்கள் ராஜ்ஜியத்தை விரிவாக்கும் எண்ணத்தில் மராத்தியர்கள் ராஜபுத்திரர்கள் மீது படையெடுத்திருந்தார்கள். கோபத்திலிருந்த ராஜபுத்திரர்கள், மராத்தியர்களுக்குக் கைகொடுக்கவில்லை. போரில் பங்கேற்பவில்லை. ஜாட்கள், பல்வேறு நிபந்தனைகளுடன் மராத்தியர்களுக்கு துணை வந்தார்கள். ஆனால் போர் ஆரம்பமாவதற்கு முன்பாகவே ஜாட்டின் தலைவர் சூரஜ் மாலுக்கும் மராத்திய தளபதி சதாசிவ ராவுக்கும் கருத்து வேறுபாடு. ஜாட்கள் ஆதரவை விலக்கிக் கொண்டார்கள்.

1760 அக்டோபர் 29ல் மராத்தியப் படைகள் படைகள் டெல்லியின் வடக்குப் பகுதியிலிருந்து பானிபட்டை அடைந்தன. நவம்பர் 1ல் அப்தாலியின் படைகள் அதற்கு எதிர்த் திசையில் பானிபட்டை அடைந்தன.

மூன்றாவது பானிபட் யுத்தம்.

போர் உடனடியாக ஆரம்பமாகவில்லை. முதல் சில வாரங்களுக்கு சிறு சிறு மோதல்கள் மட்டும் நடந்தன. மராத்தியர்கள் களமிறங்கி முன்னேறாமல், எதிரிகள் முன்னேற விடாமல் தடுத்தாட்கொண்டார்கள். அதே சமயத்தில் மராத்தியர்களுக்கு உணவு கிடைக்கவில்லை. அத்தியாவசியப் பொருள்களுக்குத் தட்டுப்பாடு. அவுதின் சுஜா-உத்-தௌலா, எதிரணியில் இணைந்ததால் ஏற்பட்ட விளைவு. அஹமத் ஷா அப்தாலி, ஏதாவது ஒரு வகையில் பேச்சுவார்த்தை மூலம் போரைத் தவிர்க்க வழியிருக்கிறதா என்று யோசித்தபடி, பொறுமை காத்தார். அந்த நவம்பர், டிசம்பரில் யுத்தம் ஆரம்பமாகவில்லை.

1761ன் ஜனவரியில் இரு தரப்பினரும் யுத்தத்துக்குத் தயாராக ஆரம்பித்தார்கள். ஆப்கனியக் கூட்டணிப் படையின் மொத்த பலம் 60,000 வீரர்கள். அதில் அப்தாலியின் ஆப்கனிய வீரர்கள் சுமார் 30,000 (குதிரை வீரர்கள் 23,000, தரைப்படை வீரர்கள் 7,000). அவரது இந்தியக் கூட்டணிப் படையின் வீரர்கள் சுமார் 30,000

(குதிரை வீரர்கள் 7,000, தரைப்படை வீரர்கள் 23,000). தவிர, ஆப்கனியர்களிடம் துப்பாக்கிகள், பீரங்கிகள் உள்ளிட்ட நவீன ரக ஆயுதங்கள் இருந்தன. பல்வேறு போர்க்களங்களைச் சந்தித்திருந்த அனுபவசாலியான அப்தாலி தன் படையினரை மிகவும் கட்டுக்கோப்புடன் வைத்திருந்தார். எந்தவிதமான ஒழுங்கீனம் நிகழ்ந்தாலும் அதற்கு மரண தண்டனை என்ற சட்டம் இருந்ததால், வீரர்கள் ஒழுங்குடன் தங்கள் தலைமை சொல்வதைக் கேட்டு நடந்து கொண்டார்கள்.

மராத்தியர்கள் படையில் குதிரை வீரர்கள், தரைப்படை வீரர்கள் எல்லாம் சேர்த்து சுமார் 45,000. நானாசாகேப், பிரெஞ்சுக்காரர் களிடமிருந்து துப்பாக்கி உள்ளிட்ட நவீன ரக ஆயுதங்களையும் வாங்கியிருந்தார். ஆக, ஆப்கனியர்களை எதிர்கொள்ளு மளவுக்கு மராத்தியப் படைகளும் வலிமை வாய்ந்ததாகவே இருந்தன. ஆனால் எதிரிகளைத் திணறடிப்பதற்கான போர் வியூகங்களை வகுத்துக் கொடுக்குமளவுக்கு சரியான மராத்திய தலைமை அமையவில்லை.

ஜனவரி 14 அன்று காலையில் மூன்றாம் பானிபட் யுத்தம் ஆரம்ப மானது. ஆரம்பத்தில் சில தினங்கள் மட்டுமே மராத்தியர்களின் கை ஓங்கி இருந்தது. அந்தச் சமயத்தில் ரோஹில்லாக்கள், மராத்தியப் படைகளிடம் சிக்கிச் சிதைந்தார்கள். அதற்குப் பின்பு ஆப்கனியர்களின் ஆட்டம் ஆரம்பமானது. சுமார் இரண்டரை மாதங்கள் நீண்ட போரில் மராத்தியர்களால் தோல்வியைத் தள்ளிப் போட முடிந்ததே தவிர, வெற்றியின் பக்கம் திரும்பிக்கூட பார்க்க முடியவில்லை. அப்தாலி, திறமையாக வியூகங்கள் அமைத்து மராத்தியத் தளபதிகள் ஒவ்வொருவரை யாக வீழ்த்தினார்.

ஆயிரக்கணக்கான மராத்திய வீரர்கள் கொல்லப்பட்டிருந் தார்கள். சதாசிவ ராவ், கொல்லப்பட்டார். விஸ்வாஸும் கொல்லப்பட்டார். மூன்றாவது பானிபட் யுத்தம் முடிவுக்கு வந்தது.

பேஷ்வா நானாசாகேப் புனேவிலிருந்து கிளம்பி அஹமத் நகர் அருகே கோதாவரி நதிக்கரையில் தனது படையோடு முகா மிட்டிருந்தார். சதாசிவ ராவிடமிருந்து வெற்றிச் செய்தி வரும் என்பது அவரது எதிர்பார்ப்பு. ஆனால் வந்த செய்தியால் இடிந்துபோனார்.

மராத்திய வீரர்

சத்தாரா, புனே உள்ளிட்ட மராத்தியர்களின் பகுதி மக்கள் அனைவருமே சோகத்தில் மூழ்கினார்கள். போரில் கிட்டத்தட்ட ஒரு தலைமுறையை அவர்கள் இழந்திருந்தார்கள். ஆயிரக் கணக்கான குதிரைகள், கால்நடைகள், ஒட்டகங்கள், 500 யானைகள், ஏகப்பட்ட நகைகள், தங்கம், வெள்ளி, முத்துகளை அப்தாலி, மராத்தியர்களிடம் கொள்ளையடித்திருந்தார். சதாசிவ ராவையும் தனது மூத்த மகன் விஸ்வாஸையும் இருபத்தேழு முக்கியமான மராத்திய தளபதிகளையும் இழந்திருந்த நானா சாகேப், அதிர்ச்சியிலிருந்து மீளமுடியாமல் படுத்த படுக்கை யானார். ஜூன் 23ல் அவர் இறந்துபோனார்.

•

அஹமத் ஷா அப்தாலி, அந்த ஜனவரி இறுதியில் டெல்லிக்குள் நுழைந்தார். கொண்டாட்டங்களில் கலந்துகொண்டார். போரில் தனக்குத் தோள்கொடுத்த கூட்டணிப் படையினருக்கு நன்றி சொன்னார். அலகாபாதில் சுஜா-உத்-தௌலாவின் பொறுப்பி லிருந்த இரண்டாம் ஷா ஆலமையே பதினெட்டாவது முகலாயப் பேரரசராகவும், டெல்லியிலிருந்த அவரது மகன் ஜவான் பக்தை பிரதிநிதியாகவும், பட்டத்து இளவரசராகவும் அங்கீகரித்தார். ஆப்கனிய பிரதிநிதி நஜிப்-உத்-தௌலாவை தலைமைத் தளபதியாக நியமித்தார்.

பானிபட் போரில் வெற்றி கிட்டினால் சுஜா-உத்-தௌலாவை முகலாயப் பிரதம மந்திரி ஆக்குவதாக நஜிப்-உத்-தௌலா ஆசை காட்டியிருந்தார். ஆனால் அதை நிறைவேற்றவில்லை. கோபமடைந்த சுஜா-உத்-தௌலா உடனடியாக லக்னோவுக்குத் திரும்பினார். மூன்றாம் பானிபட் முடிந்ததும் காஸி-உத்-தின் ஆப்கனியர்களிடம் சிக்கிக் கொள்ளாமல் மதுராவுக்குச் சென்று அங்கே ஜாட்களின் தலைவர் சூரஜ்மா லிடம் தஞ்சமடைந்தார்*.

ஐந்தாவது இந்திய படையெடுப்பின்போது அஹமத் ஷா அப்தாலிக்கு எதிர்பார்த்த அளவு லாபம் கிடைக்கவில்லை. செலவு அதிகமாக இருந்தது. தனது படையிருக்குக் கொடுக்க வேண்டிய சம்பள பாக்கியே அவரை மூச்சு திணற வைத்தது. இதனால் படையினரிடையே குழப்பம். வீரர்கள் ஆப்கனுக்குத் திரும்பும் மனநிலையில் இருந்தார்கள். அதற்கு மேலும் அங்கிருந்தால் படையினரின் ஒத்துழைப்பு கிடைக்காது என்று எண்ணி ஆப்கனுக்குத் திரும்பிச் சென்றார் (மார்ச், 1761).

பஞ்சாப், காஷ்மீர், சிந்து, சிர்ஹந்த் ஆகிய பகுதிகளில் ஆப்கனிய ஆட்சியை நிலைநிறுத்திவிட்டு, டெல்லி, ஆக்ரா, மதுரா போன்ற இடங்களுக்கு தேவைப்படும்போதெல்லாம் வந்து கொள்ளை யடித்துச் செல்லலாம் என்பதே அஹமத் ஷா அப்தாலியின் திட்டமாக இருந்தது. ஆனால் ஆப்கனியப் படையெடுப்புகளால் பெரிதும் பாதிக்கப்பட்டிருந்த சீக்கியர்கள், கொதிப்போடு இருந்தார்கள். நவம்பரில் நியமிக்கப்பட்டிருந்த ஆப்கனிய கவர்னர் குவாஜா அபித் கானைத் துரத்தியடித்துவிட்டு லாகூரைக் கைப்பற்றினார்கள்.

அப்தாலி, சீக்கியர்களைச் சிதைப்பதற்காகவே 1762 பிப்ரவரியில் மீண்டும் இந்தியா மீது படையெடுத்தார். மேலர்கோட்லாவில்

---

★ காஸி-உத்-தின் அதற்குப் பின்பு டெல்லியைக் கைப்பற்றும் முயற்சிகள் எதிலும் இறங்கவில்லை. பல ஆண்டுகள் ஒவ்வொரு இடமாகத் தலைமறைவாக வாழ்ந்த அவர், 1791ல் சூரத்தில் பிரிட்டிஷ் போலீஸாரால் கைது செய்யப்பட்டார். பின்பு பிரிட்டிஷார் அவருக்குப் பயணச் செலவுக்கான தொகையைக் கொடுத்து மெக்காவுக்கு யாத்திரை அனுப்பி வைத்தனர். மெக்காவிலிருந்து திரும்பிய அவர் காபுலுக்குச் சென்றார். அங்கே முகலாய இளவரசர் ஒருவரோடு இணைந்து இந்தியாவைக் கைப்பற்ற திட்டம் போட்டார். அது நிறைவேறவில்லை. பின்பு பண்டல்கண்டில் சில ஆண்டுகள் வாழ்ந்தார். 1800ல் இறந்துபோனார்.

நடந்த போரில் பத்தாயிரத்துக்கும் மேற்பட்ட சீக்கியர்கள் ஆப்கனிய வீரர்களால் கொல்லப்பட்டனர். உடனே ஆப்கனுக்குத் திரும்பிய அப்தாலி, வழியில் அமிரித்ஸருக்குள் நுழைந்து பொற்கோயிலைச் சேதப்படுத்தி விட்டுச் சென்றார்.

மீண்டும் ஒருமுறை தோற்பதற்கு சீக்கியர்கள் தயாராக இல்லை. ஆப்கனியர்கள் மீண்டும் வந்தால் எதிர்கொண்டு விரட்டுமளவுக்கு தங்கள் வலிமையையும் பாதுகாப்பு அரண்களையும் பெருக்க ஆரம்பித்தனர். அஹமத் ஷா அப்தாலியின் ஏழாவது இந்தியப் படையெடுப்பு 1764-65ல் நிகழ்ந்தது. ‘சீக்கியர்களுக்கு எதிரான ஜிகாத்’ என்று அறிவித்துவிட்டுதான் அவர் இந்தியாவுக்குள் நுழைந்தார். சிர்ஹந்துக்கு அருகே சீக்கியர்கள் ஆப்கனியர்களை அடித்துத் துரத்தினர். தங்கள் வெற்றியைக் கொண்டாடினர்.

எதிரிகள் எளிதில் நுழைய முடியாதபடியாக லாகூர் வலிமைப் படுத்தப்பட்டது. சீக்கியர்கள் ஆங்காங்கே தாக்குதல் நடத்தி, கொள்ளைகள் அடித்து தங்கள் பணபலத்தைப் பெருக்கிக் கொண்டிருந்தார்கள். ஆப்கனிய பிரதியாக டெல்லியிலிருந்த நஜிப்-உத்-தௌலாவுக்குத் தலைவலியாக இருந்தது. அவர் மீண்டும் அப்தாலியை படையெடுத்து வரச்சொல்லி அழைப்பு விடுத்தார்.

1766 டிசம்பரில் அப்தாலியின் எட்டாவது இந்தியப் படையெடுப்பு நடந்தது. ஆனால் அப்தாலியால் சீக்கியர்களை எதிர்கொள்ள முடியவில்லை. ஆயிரக்கணக்கான ஆப்கனிய வீரர்களை இழந்தார். அமைதிப் பேச்சுவார்த்தை நடத்தவும் முயற்சி செய்தார். ஆனால் சீக்கியர்கள் அதற்கெல்லாம் இடமளிக்கவில்லை. பல்வேறு முயற்சிகளுக்குப் பின், பஞ்சாபை முழுவதுமாக சீக்கியர்களிடமே கொடுத்துவிட்டு ஆப்கனுக்குத் திரும்பினார். மராத்தியர்களிடமிருந்து ஆப்கனியர்களுக்குச் சென்ற பஞ்சாப், 1767ல் மீண்டும் சீக்கியர்கள் வசமே திரும்ப வந்தது.

1768 டிசம்பரிலும் 1769 டிசம்பரிலும் அப்தாலி, இந்தியாவின் வடமேற்கு எல்லைப் பகுதிகளில் தனது ஒன்பதாவது, பத்தாவது படையெடுப்பை நடத்தினார். ஆனால் இரண்டு படையெடுப்புகளுமே ஆப்கனிய வீரர்களின் ஒத்துழைப்பு இல்லாததால் பாதியிலேயே கைவிடப்பட்டன.

பத்து முறை இந்தியாவின் மீது படையெடுத்த அஹமத் ஷா அப்தாலி, 1773ல் இறந்துபோனார். அவரது மகன் தைமுர் ஷா அரியணை ஏறினார்.

•

1651. இளவரசர் சுஜா வங்கத்தில் ஹுக்ளியில் தொழிற்சாலை ஆரம்பிக்க கிழக்கிந்திய கம்பெனிக்கு அனுமதி வழங்கினார். கம்பெனியினர் வங்கத்தில் கட்டிய முதல் தொழிற்சாலை அதுவே. அதற்குப்பின் காஸிம்பஸார், பாட்னா போன்ற இடங்களில் கம்பெனியினர் தொழிற்சாலைகளை அமைத்து வியாபாரத்தை வளர்த்தார்கள். கடலோர நகரங்களில் அழுத்தமாக நங்கூரம் பாய்ச்சியிருந்த கம்பெனியினர், ஆங்காங்கே தங்களுக்கான கோட்டைகளையும் அமைத்திருந்தனர். 1698ல் கம்பெனியினர் முகலாய சுபேதார் ஒருவரிடமிருந்து ரூ. 1200 கொடுத்து சில கிராமங்களை (Sutanuti, Kalikata, Govindapur) வாங்கினார்கள். அதுவே பின்னாளில் கல்கத்தா நகரமாக வளர்ந்தது. அங்கே வில்லியம் கோட்டை கட்டப்பட்டது (1706).

1717ல் ஃபருக் ஷியார், கிழக்கிந்திய கம்பெனிக்கு வங்காளத்தில் வியாபாரம் செய்ய வரிவிலக்கு அளித்ததும் அவர்களது வியாபாரம் பல்கிப் பெருகியது. 1741ல் பிகாரின் துணை கவர்னரான நவாப் அலிவர்டிகான் வங்கத்தின் முகலாய கவர்னரைக் கொன்றுவிட்டு, தான் அந்தப் பதவியை எடுத்துக் கொண்டார். அடுத்த பதினைந்து வருடங்கள் பிகாரும் வங்கமும் அவரது கட்டுப்பாட்டில்தான் இருந்தன. ஆனால் அதில் பெரும்பகுதி மராத்தியர்களுடனான மோதலிலேயே கழிந்தது. கிழக்கிந்திய கம்பெனியினர், மராத்தியர்களின் படையெடுப்பைக் காரணம் காட்டி வில்லியம் கோட்டையின் பாதுகாப்பை பலப்படுத்த அனுமதி கேட்டனர். அலிவர்டி கான் அனுமதியளித்தார். ஓங்கி உயர்ந்த மதில்கள், பாதுகாப்புக் கோபுரங்கள், சுற்றிலும் அகழி என வில்லியம் கோட்டை வலிமை பெற்றது.

வங்கத்தில் அடித்தளமிட்டிருந்த பிரிட்டிஷாரும், பாண்டிச்சேரியில் அடித்தளம் அமைத்திருந்த பிரெஞ்சுக்காரர்களும் கொஞ்சம் கொஞ்சமாக இந்திய ஆட்சியாளர்களின் உள்விவகாரங்களில் தலையிட ஆரம்பித்திருந்தார்கள். நிஜாம்-உல்-முல்க் இறந்த

பிறகு, ஹைதராபாதின் அடுத்த நிஜாம் யார் என்று அஸஃப் ஜா பரம்பரை வாரிசுகளிடையே கடும் மோதல் நிலவியது. அவர்களில் ஒரு பிரிவினருக்கு பிரிட்டிஷரும், எதிர் பிரிவினருக்கு பிரெஞ்சுக்காரர்களும் ஆதரவு கொடுத்தனர்.

அலிவர்டி கான் 1756ல் இறந்துபோனார். புதிய நவாபாக அவரது இருபத்து மூன்று வயது பேரன் சிராஜ்-உத்-தௌலா பதவி யேற்றார். அலிவர்டிகானுக்கு மகன்கள் கிடையாது. மூன்று மகள்கள். சிராஜ்-உத்-தௌலா மூன்றாவது மகளது மகன். அலிவர்டி கானின் முதல் மகளான காஸெட்டி பேகம், சிராஜ்-உத்-தௌலாவை விரும்பவில்லை. ஆக அங்கே குழப்பம் நிலவியது. காஸெட்டி பேகம் கல்கத்தாவுக்குச் சென்றாள். அங்கே பிரிட்டிஷாரின் உதவியை நாடினாள். சிராஜ்-உத்-தௌலாவை விரும்பாத வேறு சிலரும் பிரிட்டிஷாரிடம் சென்றிருந்தனர்.

வங்கத்தில் நவாபின் அவையில் பிரெஞ்சு கிழக்கு இந்திய கம்பெனியும் நல்லுறவு வைத்திருந்தது. அதனால் பிரெஞ்சுக் காரர்களின் வியாபாரம் நல்ல வளர்ச்சியில் இருந்தது. ஏற்கெனவே இந்த விஷயத்தில் பகைமை கொண்டிருந்த பிரிட்டிஷார், சிராஜ்-உத்-தௌலாவுக்கு எதிராகச் செயல்பட ஆரம்பித்தார்கள்.

ஐரோப்பாவில் நிகழ்ந்து கொண்டிருந்த பிரிட்டன் - பிரான்ஸ் மோதலின் பாதிப்பு இந்தியாவிலும் பிரதிபலித்தது. வில்லியம் கோட்டையில் பிரிட்டிஷார் பிரெஞ்சுக்காரர்களிடமிருந்து பாதுகாத்துக் கொள்வதற்காக அளவுக்கதிகமாக நவீன ஆயுதங் களைக் குவிக்க ஆரம்பித்திருந்தார்கள். அதுபோக அனுமதி எதுவும் பெறாமல் புதிய கோட்டைகளைக் கட்ட ஆரம்பித்திருந் தனர். இதெல்லாம் சிராஜ்-உத்-தௌலாவுக்குக் கோபத்தைக் கொடுத்தது. அதுபோக, குடும்ப விவகாரத்தில் கம்பெனி யினரின் தலையீட்டை அவரால் பொறுத்துக் கொள்ள முடிய வில்லை. எனவே சிராஜ் பிரெஞ்சுக்காரர்களின் துணையோடு, கிழக்கிந்திய கம்பெனியினரை எதிர்த்துப் போரிட முடிவு செய்தார்.

சிராஜ்-உத்-தௌலா, வில்லியம் கோட்டையை முற்றுகை யிட்டுக் கைப்பற்றினார். அங்கே பிரிட்டிஷ் ஆண்கள், பெண்கள், குழந்தைகள் உள்பட 146 பேர் ஓர் அறையில் சிறை

வைக்கப்பட்டனர். மறுநாள் அதில் 23 பேர் மட்டுமே உயிரோடு இருந்தார்கள். போதிய காற்று இல்லாததால் இந்தத் துயரச் சம்பவம் நிகழ்ந்திருந்தது (ஜூன் 20). Black Hole சம்பவம் என்றழைக்கப்படும் இதுதான் பிரிட்டிஷாரை நவாபுக்கு எதிராக களமிறங்க வைத்தது.

ராபர்ட் கிளைவின் தலைமையில் மெட்ராஸிலிருந்து கிழக் கிந்திய கம்பெனியின் படைகள் வங்கத்துக்கு வந்தன. 950 பிரிட்டிஷ் வீரர்கள், 2100 இந்தியச் சிப்பாய்கள். நவாபின் படை சுமார் 50000 வீரர்களைக் கொண்டது. அதில் 16000 வீரர்கள், நவாபின் தளபதியான மிர் ஜாபரின் தலைமையில் இயங்கினார் கள். அதுபோக நவீன ரக துப்பாக்கிகளை, பீரங்கிகளை இயக்க 40 பிரெஞ்சு வீரர்களும் இணைந்திருந்தார்கள்.

மேற்கு வங்கத்தில் பாகிரதி நதிக்கருகே அமைந்த பிளாசி (Plassey) என்ற இடத்தில் ஜூன் 23, 1757 அன்று காலையில் யுத்தம் ஆரம்பமானது. சிராஜ்-உத்-தௌலா தனக்குக் கீழிருந்த சில ஆயிரம் வீரர்களோடு முழு நம்பிக்கையுடன் களமிறங்கினார். ஆனால் முன்பாகவே மிர் ஜாபர் உள்ளிட்ட முக்கியமான தளபதிகளை பிரிட்டிஷார் லஞ்சம் கொடுத்து மடக்கியிருந் தார்கள். ஆக அந்தத் தளபதிகள் தங்கள் கட்டுப்பாட்டிலுள்ள வீரர்களோடு போரிடாமல் விலகிச் சென்றார்கள்.

இந்த நம்பிக்கை துரோகத்தால் நவாபின் படைகள் அதிக இழப்பைச் சந்தித்தன. அன்று மாலையில் சிராஜ்-உத்-தௌலா பின்வாங்கினார். களத்திலிருந்து தப்பித்து ஓடினார். ஜூலை 2 அன்று பிடிபட்டார். கொல்லப்பட்டார். கம்பெனியினர், காஸெட்டி பேகத்தையும் இன்னொரு மகளையும் படகுப் பயணம் ஒன்றில் நீரில் மூழ்கடித்துக் கொன்றார்கள். முதன்மை யான நம்பிக்கை துரோகியான மிர் ஜாபர், கம்பெனியினரால் புதிய நவாபாக நியமிக்கப்பட்டார்.

பிளாசி யுத்தத்தில் கிழக்கு இந்திய கம்பெனியினருக்குக் கிடைத்த வெற்றி, பிரிட்டிஷ்-இந்தியா அமைவதற்கான அடித் தளத்தை அமைத்துக் கொடுத்தது.

•

1759. பேரரசர் ஆவதற்கு முன் இரண்டாம் ஷா ஆலம், பிகாரைக் கைப்பற்றுவதற்காக படைதிரட்டிக் கொண்டிருந்தார். வங்கத்தை

ஆக்கிரமித்திருந்த ராபர்ட் கிளைவ், மிர் ஜாபரின் துணையுடன் இரண்டாம் ஷா ஆலமைத் துரத்தியடித்தார்.

மிர் ஜாபரால் நீண்ட காலத்துக்கு பிரிட்டிஷாருக்குக் கட்டுப்பட்டு அடிமையாக இருக்க இயலவில்லை. எனவே அவர் டச்சுக்காரர்களுடன் நல்லுறவு பேண ஆரம்பித்திருந்தார். பிரிட்டிஷாருக்கு எதிராக டச்சுக்காரர்களைத் தூண்டிவிட்டார். ஏழு கப்பல்களில் படையெடுத்து வந்த டச்சுக்காரர்களை, பிரிட்டிஷார் சின்சுரா (மேற்கு வங்கம்) என்ற இடத்தில் வைத்துத் தோற்கடித்தார்கள் (நவம்பர், 1759). பின்பு மிர் ஜாபரை நவாப் பதவியிலிருந்து தூக்கியெறிந்தனர்.

வங்கத்தின் புதிய நவாபாக மிர் ஜாபரின் மருமகனான மிர் காஸிம் அலிகானை நியமித்தார்கள். சிலகாலம் கம்பெனியாருக்குக் கட்டுப்பட்டு நடந்த மிர் காஸிம், பின்பு சுதந்தரமாகச் செயல்பட ஆரம்பித்தார். அது கம்பெனியினருடன் மோதலை விளைவித்தது. மிர் காஸிம் அவுதுக்குச் சென்று அடைக்கலம் புகுந்தார்.

கிழக்கிந்திய கம்பெனியினருக்கு எதிராக, மிர் காஸிமுடன், அவுதின் நவாப் சுஜா-உத்-தௌலாவும், முகலாயப் பேரரசர் இரண்டாம் ஷா ஆலமும் ஒன்றிணைந்திருந்தார்கள். மேஜர் மன்ரோ தலைமையில் 7072 கிழக்கிந்திய கம்பெனி படையினர் (857 பிரிட்டிஷ் வீரர்கள், 5297 இந்தியச் சிப்பாய்கள்) திரண்டிருந்தார்கள். மிர் காஸிமின் கூட்டணிப் படையில் சுமார் 40000 முதல் 60000 வரையில் வீரர்கள் இருந்தனர்.

1764ல் பிகாரில் கங்கை நதியோரம் அமைந்த பக்ஸார் (Buxar) என்ற இடத்தில் யுத்தம்★ ஆரம்பமானது. சரியான ஒருங்கிணைப்பு இல்லாத கூட்டணிப் படைகள் களத்தில் திணறின. வெறும் 7072 வீரர்களைக் கொண்ட கம்பெனிப் படையினர் ஆரம்பத்திலிருந்தே ஆதிக்கம் செலுத்தினர். காரணம் அவர்கள் வசமிருந்த நவீன ஆயுதங்கள். அன்று மாலைக்குள்ளாகவே யுத்தம் முடிவுக்கு வந்தது. கம்பெனிப் படையில் உயிரிழப்பு 847. கூட்டணிப் படையில் இரண்டு ஆயிரத்துக்கும் மேல். ஆயிரக்கணக்கானோர் படுகாயம் அடைந்திருந்தார்கள்.

---

★ அக்டோபர் 22, நவம்பர் 6, நவம்பர் 16 என்று யுத்தம் நடந்த தேதி பலவாறாகக் குறிப்பிடப்படுகிறது.

பிளாசி யுத்தத்துக்குப் பின் மிர்ஜாபர், கிளைவைச் சந்தித்தல்

கூட்டணிப் படையினர் பின்வாங்கிவிட, பிரிட்டிஷாருக்கே வெற்றி.

போருக்குப் பின், இரு தரப்பினரும் பேச்சுவார்த்தை நடத்தினார்கள். அலகாபாத் ஒப்பந்தம் கையெழுத்தானது. சுஜா-உத்-தௌலாவுக்கு கம்பெனியினருக்கு போர் செலவுத் தொகையாக ஐம்பது லட்சம் கொடுக்க வேண்டும். காரா, அலகாபாத் ஆகியன முகலாயப் பேரரசருக்கு ஒதுக்கப்படும். அவை தவிர சுஜா-உத்-தௌலா ஆண்ட மற்ற பிரதேசங்கள் அவரிடமே திருப்பியளிக்கப்படும் என்பதே ஒப்பந்தத்தில் முக்கிய அம்சம்.

முகலாயப் பேரரசர் இரண்டாம் ஷா ஆலம், கம்பெனியினரின் ஓய்வூதியம் பெறுபவராக மாறிப்போனார். முகலாயப் படைகள், பணியாளர்கள் எல்லாவற்றையும் கவனித்துக் கொள்ள அவருக்கு கம்பெனி ஒதுக்கிய மாதத்தொகை ரூ. 4,50,000. பேரரசர், வங்கம், பிகார், ஒரிஸ்ஸா ஆகியவற்றின் வரி வசூல் உரிமையை கிழக்கிந்திய கம்பெனிக்குத் தாரை வார்த்துக் கொடுத்தார்.

கம்பெனியிடம் அடிபணிந்த மிர் ஜாபர், மீண்டும் வங்கத்தின் பொம்மை நவாபாக அமர வைக்கப்பட்டார். பக்ஸார் யுத்தத்தில் கிடைத்த வெற்றியினால் பிரிட்டிஷ் கிழக்கு இந்திய கம்பெனியின் அதிகாரம் இந்தியாவில் வேரூன்றியது.

●

மூன்றாம் பானிபட் யுத்தத்தில் தரையோடு தரையாக வீழ்த்தப் பட்ட மராத்தியர்கள் அடுத்த பத்தாண்டுகளுக்குள் கண்ட எழுச்சி அலாதியானது. இழந்த படைபலத்தை மீண்டும் உருவாக்கி யிருந்தார்கள். மைசூர் சாம்ராஜ்ஜியத்தின் புதிய முகமாக முளைத்திருந்த ஹைதர் அலியைப் போரில் தோற்கடித்திருந் தார்கள். ஹைதராபாத் நிஜாமும் மராத்தியர்களிடம் தோற்றுப் போயிருந்தார்.

1761ல் நானேசாகேபுக்குப் பின் பேஷ்வாவாக பொறுப்பேற்ற அவரது மகன் (முதலாம்) மாதவ ராவுக்கு அப்போது வயது வெறும் பதினாறு. எனவே அவரது பிரதிநிதியாக நானாசாகே பின் தம்பி ரகுநாத் ராவ் நியமிக்கப்பட்டார். எப்படியாவது பேஷ்வா பதவியைக் கைப்பற்ற வேண்டும் என்ற ஆசை ரகுநாத் ராவுக்கு இருந்தது. அவர், மராத்தியர்களுக்கு ஆகவே ஆகாத ஹைதராபாத் நிஜாம் இரண்டாம் அஸஃப் ஜாவுக்கு ஆதரவான போக்கையும் மேற்கொண்டிருந்தார். காலப்போக்கில் சித்தப்பா ரகுநாத் ராவுக்கும் மகன் பேஷ்வா மாதவ ராவுக்கும் இடையே புகைச்சல் உண்டானது. அது பல்வேறு விஷயங்களில் தொடர்ந்தது.

மாதவ ராவ் இரண்டு படைகளைத் தயார் செய்தார். ஒன்றை வடக்கு நோக்கி அனுப்பினார். மூன்றாம் பானிபட்டில் இழந்த பகுதிகளை மீட்பதற்காக. இன்னொன்றை தெற்கு நோக்கி அனுப்பினார். மீண்டும் வாலாட்டத் தொடங்கியிருந்த ஹைதர் அலியை அடக்குவதற்காக. அந்தப் போரில் ஹைதர் அலிக்கு எதிராக பேஷ்வாவே களமிறங்கினார். ஆனால் உடல்நிலை சரியில்லாததால் பாதியிலேயே திரும்பினார். தளபதி திரிம்பக் ராவ் தலைமையில் மராத்தியப் படைகள் ஹைதர் அலியைத் தோற்கடித்தன.

வடக்கில் கணிசமான வெற்றிகள் கிட்டின. மால்வா, பண்டல் கண்ட் ஆகியவற்றை மராத்தியர்கள் மீண்டும் அடைந்தார்கள்.

ஜாட், ரோஹில்லாக்களுக்கு எதிராகவும் வெற்றி பெற்றார்கள். மராத்தியர்கள் மீண்டும் டெல்லியைக் கைப்பற்றினார்கள்.

பிரிட்டிஷாரின் பிடியில் சிக்கியிருந்த முகலாயப் பேரரசர் இரண்டாம் ஷா ஆலமை, மராத்தியர்கள் டெல்லிக்கு வரவழைத்தார்கள் (ஜனவரி 1772). பேரரசராகி சுமார் பன்னிரண்டு ஆண்டுகள் டெல்லிக்குள் நுழைய முடியாமலிருந்த இரண்டாம் ஷா ஆலமுக்கு செங்கோட்டையில் முறைப்படி முடிசூட்டு விழா நடத்தப்பட்டது. மராத்தியர்களின் துணையோடும் பாதுகாப்போடும் இரண்டாம் ஷா ஆலம் ஆட்சி செய்ய ஆரம்பித்தார்.

1772க்குப் பின் நடந்த ஒரு மாற்றம் மிக முக்கியமானது. பேஷ்வாவின் தலைமைக்குக் கட்டுப்பட்டு சில மாகாணங்களை ஆட்சி செய்துவந்த மராத்திய தளபதிகள் சிலர், சுயாட்சி செய்ய ஆரம்பித்தனர். இந்தூர் - ஹோல்கர் பரம்பரையினர் கட்டுப்பாட்டிலும், குவாலியர் - சிந்தியா பரம்பரையினர் கட்டுப்பாட்டிலும், பரோடா - கெய்க்வாட் பரம்பரையினர் கட்டுப்பாட்டிலும், நாக்பூர் - போன்ஸ்லே பரம்பரையினர் கட்டுப்பாட்டிலும் சென்றன.

பேஷ்வா மாதவ ராவ் நோய்வாய்ப்பட்டு இறந்துபோனார் (நவம்பர் 1772). அவரது இளைய சகோதரர் நாராயண ராவ் அடுத்த பேஷ்வா ஆனார். சித்தப்பா ரகுநாத் ராவ் வில்லன் ஆனார். சதித்திட்டம் ஒன்றில் நாராயணராவைக் கொன்றார் (1773). தன்னை அடுத்த பேஷ்வாவாக அறிவித்துக் கொண்டார்.

அதே சமயத்தில் நாராயண ராவின் மனைவியான கங்கா பாய், தனக்குப் பிறந்த இரண்டாம் மாதவ ராவ் என்னும் குழந்தையை அடுத்த பேஷ்வாவாக்க, போராடினாள். நானா பத்னிஸ் என்பவர் மராத்தியர்களின் முக்கிய தளபதி. அவரோடு சேர்ந்து மேலும் பதினோரு மராத்திய தளபதிகள் இருந்தார்கள். அந்த பன்னிரண்டு பேரின் ஆதரவும் கங்காபாய்க்குக் கிடைத்தது. இந்த நிலையில் ரகுநாத் ராவ், தனது பதவியைத் தக்க வைத்துக்கொள்ள பம்பாயில் பிரிட்டிஷாரின் உதவியை நாடிச் சென்றார்.

இந்த நிகழ்வே முதலாம் ஆங்கிலேய - மராத்திய போருக்கு அடிகோலியது. ஓர் ஒப்பந்தத்தால் ஆரம்பித்து, இன்னொரு

ஒப்பந்தத்தால் முடிவுக்கு வந்த யுத்தம் அது. ரகுநாத் ராவுடன் கம்பெனியினர் பேச்சுவார்த்தை நடத்தினர். சூரத் ஒப்பந்தம் கையெழுத்தானது (மார்ச் 7, 1777). அதன்படி ரகுநாத் ராவ் சூரத், பாரோச் உள்ளிட்ட மாகாணங்களின் வருமானத்தை பிரிட்டிஷாருக்கு விட்டுத்தரவேண்டும். சால்சட்டே (Salsette, பம்பாய்க்கு அருகிலுள்ள தீவு), பாஸெய்ன் (Basseine) கோட்டை போன்றவற்றை கம்பெனியினருக்குக் கொடுக்க வேண்டும். பதிலாக கம்பெனியினர் ரகுநாத் ராவுக்கு 2500 வீரர்களை அளிப்பார்கள்.

ஆனால் பிரிட்டிஷ் கல்கத்தா கவுன்சில்*, சூரத் ஒப்பந்தத்தை செல்லாது என்று அறிவித்தது. மராத்தியர்களுடன் புதிதாக புரந்தர் ஒப்பந்தம் ஒன்றை ஏற்படுத்தியது. அதன்படி ரகுநாத் ராவ் கம்பெனியிடம் ஓய்வூதியம் பெறுபவர் ஆனார். நானா பத்னிஸ் தலைமையிலான மராத்தியர்கள் புரந்தர் ஒப்பந்தத்தை எல்லாம் மதிக்கவில்லை. மேற்கு கடற்கரைப் பகுதியில் பிரெஞ்சுக்காரர்கள் துறைமுகம் ஒன்றை அமைத்துக் கொள்ள அனுமதி கொடுத்தார்கள். இது பிரிட்டிஷாரை உஷ்ணப் படுத்தியது.

மராத்தியர்களுடன் போரிட கம்பெனிப் படை ஒன்று புனேவை நோக்கி வந்தது. பெருமளவில் இந்தியச் சிப்பாய்கள் அடங்கிய கம்பெனி படையின் பலம் 35,000. மராத்தியர்கள் பலம் 80,000. வலிமைமிக்க தளபதியான மாகாட்ஜி சிந்தியா (Mahadji Sindia) மராத்தியப் படைக்குத் தலைமை ஏற்றிருந்தார். புனேவுக்கு மேற்கே வாட்கான் (Wadgaon) என்ற இடத்தில் கம்பெனிப் படைகளும் மராத்தியப் படைகளும் மோதிக் கொண்டன. மாகாட்ஜி அமைத்துக் கொடுத்த வியூகங்களின்படி, மராத்திய குதிரைப் படைகள் கம்பெனிப் படையை பல்வேறு முனைகளி லிருந்தும் தாக்கிச் சிதறடித்தன. கம்பெனி படையினருக்கான அத்தியாவசிய பொருள்கள் வரும் வழிகள் அடைக்கப்பட்டன. கம்பெனிப் படை 1779 ஜனவரியில் மராத்தியர்களிடம் சரணடைந்தது.

பின் வாட்கான் ஒப்பந்தம் கையெழுத்தானது. அதன்படி பம்பாய் பிரிட்டிஷ் அரசு, 1775க்குப் பின் கம்பெனியின் வசம் வந்த பிரதேசங்கள் அனைத்தையும் மீண்டும் மராத்தியர்களிடம் திருப்பியளித்தது.

வங்கத்தின் பிரிட்டிஷ் கவர்னர் ஜெனரலாக பொறுப்பேற்றிருந்த வாரன் ஹேஸ்டிங்ஸால் வாட்கான் ஒப்பந்தத்தை ஏற்றுக் கொள்ள முடியவில்லை. அவர் மராத்தியர்களுக்கு எதிராக கம்பெனி படைகளை அதிக அளவில் ஆங்காங்கே அனுப்பி னார். வெவ்வெறு ஜெனரல்களின் தலைமையில் சென்ற கம்பெனி படைகள், அலகாபாத், குவாலியர், பாஸெய்ன் கோட்டை போன்றவற்றைக் கைப்பற்றின. ஆனால் ஹேஸ்டிங்ஸ், மாகாட்ஜி சிந்தியாவுக்கு எதிராக அனுப்பியிருந்த கம்பெனி படை சிப்ரி (Sipri) என்ற இடத்தில் அவரால் வீழ்த்தப் பட்டது.

அதற்குப் பிறகு மாகாட்ஜி சிந்தியா, பிரிட்டிஷாருடன் புதிய ஒப்பந்தம் ஒன்றை ஏற்படுத்திக் கொண்டார். 1782 மேயில் சல்பாய் என்ற இடத்தில் அந்த ஒப்பந்தம் கையெழுத்தானது. அதன்படி இரண்டாம் மாதவ ராவ் பேஷ்வாவாக அங்கீகரிக்கப் பட்டார். அடுத்த இருபது ஆண்டுகளுக்கு மராத்தியர்களும் பிரிட்டிஷாரும் தங்களுக்குள் அமைதியைக் கடைபிடிப்பதாக ஒப்புக் கொண்டிருந்தார்கள்.

இந்த ஒப்பந்தத்தின் மூலம் முதலாம் ஆங்கிலேய - மராத்திய போர் முடிவுக்கு வந்தது.

•

இரண்டாம் ஷா ஆலம் டெல்லியில் வந்து ஆட்சிப் பொறுப்பை ஏற்றதும் செய்த முதல் காரியம், முகலாயப் படையை மறு சீரமைத்ததுதான். அந்தப் படையினர், மராத்தியர்களுடன் சேர்ந்து ரோஹில்லாக்களுக்கு எதிராகப் போரிட்டு டெல்லிக்குத் தெற்கிலுள்ள பல பகுதிகளை மீட்டனர். மீட்கப்பட்ட ஆக்ராவிலிருந்து கிடைத்த வருமானம், முகலாய வீரர்களுக்குச் சம்பளம் கொடுக்க உதவியது. இருந்தாலும் மறுபிறவி எடுத்த அந்த முகலாயப் படை வலிமை வாய்ந்ததோ, நவீன ஆயுதங் களின் பலம் கொண்டதோ அல்ல. அப்போதிருந்த படையின ருக்கு முறையான போர்ப்பயிற்சிகள்கூட அளிக்கப்படவில்லை.

மராத்தியர்கள் டெல்லியைக் கைப்பற்றுவதற்கு முன்பாகவே முகலாய தலைமைத் தளபதியாக நீடித்திருந்த நஜிப்-உத்-தௌலா இறந்து போயிருந்தார் (அக்டோபர் 31, 1770).

இரண்டாம் மாதவ ராவ்

அவருக்குப் பின் அந்தப் பதவிக்கு அவரது மகன் ஸபிதா கான் வந்தார். 1771ல் மராத்தியர்கள் டெல்லியைக் கைப்பற்றியபோது ஸபிதா கான் அங்கிருந்து தப்பி ஓடியிருந்தார். பேரரசராக முறைப்படி முடிசூட்டிக் கொண்டிருந்த இரண்டாம் ஷா ஆலமுக்கு மரியாதை செய்ய ஸபிதா கானுக்கு அழைப்பு விடுக்கப்பட்டது. ஆனால் அவர் அதை நிராகரித்தார். நஜிப்-உத்-தௌலாவின் காலத்திலிருந்தே அவர் பேரரசுக்குச் செலுத்த வேண்டிய வரி தொகை கட்டப்படவில்லை. பேரரசருக்கும் ஸபிதா கானுக்குமான மோதல்கள் வலுத்தன. டெல்லியிலிருந்து விலகியிருந்த ஸபிதா கான், சீக்கியர்களுடன் கைகோர்த்துக் கொண்டார்.

தேவைப்படும்போதெல்லாம் டெல்லிக்குப் படையெடுத்து வந்து கொள்ளையடித்துச் செல்வது சீக்கியர்களின் வழக்கம். 1778ல் சீக்கியர்கள், ஸபிதா கானுடன் சேர்ந்து படையெடுத்து வந்தார்கள். முகலாயப் படைகள் இளவரசர் ஜவான் பக்த் தலைமையிலும், பிரதம அமைச்சர் அப்துல் அஹித் கான் தலைமையிலும் சீக்கியர்களுடன் மோதச் சென்றன. வலிமை வாய்ந்தது முகலாயப் படைதான். ஆனால் அப்துல் அஹித் கான், சீக்கியர்களிடம் லஞ்சம் வாங்கிக் கொண்டு ஆயிரக்கணக்கான

முகலாய வீரர்களை வெறுமனே நிறுத்தி வைத்தார். இளவரசர் தலைமையில் போரிட்ட சுமார் ஐயாயிரம் வீரர்கள் தாக்குப் பிடிக்க முடியாமல் பின்வாங்கினார்கள்.

சீக்கியர்களுடனான தோல்விக்குப் பிறகு இன்னொரு முகலாயத் தளபதி நஜஃப் கானால் அப்துல் அஹித் கான் கைது செய்யப்பட்டார். நஜஃப் கான்*, இரண்டாம் ஷா ஆலமுக்கு மிகவும் விசுவாசமானவர். பேரரசருக்கு நிர்வாகத்தில் பக்க பலமாகச் செயல்பட்டார்.

அதற்கு அடுத்த ஆண்டில் சீக்கியர்களுடன் மீண்டும் மோதல். ஸபிதா கான் - சீக்கியக் கூட்டுப்படையினர், நஜஃப் கானுடன் மோதினர். ஸபிதா கான் தோற்கடிக்கப்பட்டார். இந்தப் போரிலும் நஜஃப் கானுக்கே வெற்றி கிடைத்தது. ஆனால் சில காலத்திலேயே நஜஃப் கானும் இறந்துபோனார்.

நிர்வாகத்தில் ஏகப்பட்ட குளறுபடிகள், சச்சரவுகள். அந்தச் சூழலில் இரண்டாம் ஆலம் ஷா தவறாக முடிவெடுத்தார். நம்பிக்கை துரோகியான அப்துல் அஹித் கானைப் பிரதம அமைச்சர் பதவிக்கு மீண்டும் கொண்டு வந்தார். ஸபிதா கானின் மகன் குலாம் காதிர் (நஜிப்-உத்-தௌலாவின் பேரன்) ரோஹில்லாக்களின் புதிய தளபதியாகியிருந்தார். அப்துல் அஹித் கானுக்கும் ரோஹில்லாக்களுக்குமான ரகசிய உறவு தொடர்ந்தது.

சுற்றிலும் எதிரிகள். எந்தப் பக்கம் யார் என்ன சதி செய்கிறார்கள் என்று புரிந்து கொள்ள முடியாத அபாயகரமான சூழல். பேரரசர் இரண்டாம் ஷா ஆலம், தன் பாதுகாப்புக்கு ஒருவரை மட்டும் மலைபோல நம்பினார். மராத்தியத் தளபதி மாகாட்ஜி சிந்தியா. முகலாயப் பேரரசரின் பிரதிநிதியாக செயல்பட்டுக் கொண்டு இருந்த மாகாட்ஜி, டெல்லியைக் கட்டிக் காக்கும் பொறுப்பையும் தன் கைகளில் எடுத்திருந்தார். மாகாட்ஜி டெல்லியிலிருந்த நாள்களில், இரண்டாம் ஷா ஆலமின் பொழுதுகள் நிம்மதியாகக் கழிந்தன. ஆனால் மாகாட்ஜிக்கு பல்வேறு பொறுப்புகள். எல்லா நேரமும் அவரால் டெல்லியிலிருக்க முடியவில்லை.

---

★ நஜஃப் கான் பெர்சியர். சஃபாவி பரம்பரையில் வந்தவர். 1772 முதல் 1782 வரை முகலாயத் தளபதியாக இருந்தார்.

மாகாட்ஜி, டெல்லியில் இல்லாத ஒரு சமயத்தில் குலாம் காதிர் செங்கோட்டையைக் கைப்பற்றினார் (1788). இரண்டாம் ஷா ஆலம் சுமார் 250 மில்லியன் சொத்தை அங்கே பதுக்கி வைத்திருப்பதாக அவருக்கு ஒரு பொய்யான தகவல் கிடைத்திருந்தது. குலாம் காதிர், அந்தச் சொத்துகள் இருக்குமிடத்தைக் காட்டிக் கொடுக்கச் சொல்லி பேரரசரை மிரட்டினார். அவர் எதிர்த்தார். குலாம் காதிர், இரண்டாம் ஷா ஆலமை சிறைப்படுத்தி சித்ரவதை செய்தார். முதலில் பேரரசரின் கண்கள் கூர்மையான ஊசிகளால் குத்தப்பட்டன. பின் கருவிழிகள் பிடுங்கப்பட்டன. வேறுவகையில் இரண்டாம் ஷா ஆலம் அவமானப்படுத்தப்பட்டார்.

குலாம் காதிர், முன்னாள் பேரரசர் அகமது ஷாவின் மகனான நான்காம் ஜஹான் ஷாவை புதிய முகலாயப் பேரரசராக அரியணை ஏற்றினார் (29 ஆகஸ்ட்).

விஷயமறிந்து மராத்தியப் படைகளுடன் விரைந்து டெல்லிக்கு வந்த மாகாட்ஜி, இரண்டாம் ஷா ஆலமை மீட்டார். சுற்று வட்டாரத்தில் பதுங்கியிருந்த குலாம் காதிர் சிறைபிடிக்கப்பட்டார். பேரரசரின் கட்டளைக்கேற்ப பல்வேறு விதமாக சித்ரவதை செய்யப்பட்டு கொல்லப்பட்டார் (மார்ச், 1789). பதவியிறக்கப்பட்ட நான்காம் ஜஹான் ஷாவுக்கும் மரண தண்டனை நிறைவேற்றப்பட்டது.

பார்வையை இழந்த இரண்டாம் ஷா ஆலம், செங்கோட்டைக்குள் அடுத்தவர் உதவியுடன் முடங்கி வாழும் நிலைக்குத் தள்ளப்பட்டார். 1795ல் மாகாட்ஜி சிந்தியாவும் இறந்துபோக, பேரரசரின் நிலை மிகவும் பரிதாபகரமாகிப் போனது.

●

சல்பாய் ஒப்பந்தத்துக்குப் பிறகு பேஷ்வாவாக அங்கீகரிக்கப்பட்ட இரண்டாம் மாதவ ராவ், தளபதி நானா பத்னீஸின் தலையாட்டி பொம்மையாக இருந்தார். நானாவின் வார்த்தையை மீறி பேஷ்வாவால் செயல்பட முடியவில்லை. இரண்டாம் மாதவ ராவ், இருபத்தோரு வயதிலேயே தற்கொலை செய்து கொண்டார் (1795). அவருக்கு வாரிசுகள் கிடையாது.

அதன்பிறகு பேஷ்வா பதவியைக் கைப்பற்றியவர், பல்புட்டா பாஜி ராவ் என்ற இரண்டாம் பாஜி ராவ். கலகக்கார முன்னாள்

முகலாயர்கள் / 435

பேஷ்வா ரகுநாத் ராவின் மகன். இவரும் லேசுப்பட்டவரல்ல. இரக்கமற்றவர்தான். அதிகாரத் திமிர் பிடித்தவர்தான். இரண்டாம் பாஜி ராவைத் தூற்றும் மராத்திய நாட்டுப்புறப் பாடல்கள்கூட உள்ளன.

1800 வரை இரண்டாம் பாஜி ராவைக் கட்டுப்படுத்த தளபதி நானா பத்னிஸ் இருந்தார். அந்த ஆண்டில் அவர் இறந்துபோகவே, இரண்டாம் பாஜி ராவின் மமதை அதிகமானது. மராத்திய சமஸ்தானங்களான இந்தூரின் மகாராஜா யஷ்வந்த் ராவ் ஹோல்கரும், குவாலியரின் மகாராஜா தௌலத் ராவ் சிந்தியாவும்* பேஷ்வா பதவியைக் குறிவைத்துக் களமிறங் கினார்கள். ஹோல்கர், புனேவை நோக்கிப் படைதிரட்டி வந்தார் (1802). இரண்டாம் பாஜி ராவுடன் மோதினார். அந்த புனே யுத்தத்தில் தோற்றுப்போன இரண்டாம் பாஜி ராவ் பம்பாய்க்குத் தப்பி ஓடினார். பிரிட்டிஷாரின் பாதங்களைச் சரணடைந்தார் (செப்டெம்பர் 1802). இதற்காகத்தானே காத்திருந்தோம் என்று அகமகிழ்ந்த கிழக்கிந்திய கம்பெனியினர், இருபது ஆண்டு அமைதி ஒப்பந்தத்துக்கு முடிவு கட்டினர்.

அந்தச் சமயத்தில் துணைப் படை திட்டம் (Subsidiary System) என்றொரு புதிய முறையை பிரிட்டிஷ் கவர்னர் ஜெனரல் மார்க்குவேஸ் வெல்லெஸ்லே கொண்டு வந்திருந்தார். பதினெட்டாம் நூற்றாண்டின் இறுதியில் இந்தியாவில் எந்த ராஜ்ஜியமும் வலிமையானதாக இருக்கவில்லை. கம்பெனியர் தங்கள் பிரித்தாளும் சூழ்ச்சியினால் யாரையும் வலிமையாக இருக்கவிடவில்லை. தேசமெங்கும் சின்னச் சின்னதாக அநேக ராஜ்ஜியங்கள் பலவீனமாக இருந்தன. அவர்களுக்குப் பாதுகாப்பு கொடுக்கிறோம் என்ற போர்வையில் துணைப் படைத் திட்டத்தை வெல்லெஸ்லி அறிமுகப்படுத்தியிருந்தார்.

உங்கள் ராஜ்ஜியத்துக்கு கம்பெனியினர் படைகள் அனுப்பி பாதுகாப்பு தருவார்கள். பதிலுக்கு நீங்கள் கம்பெனிப் படையைப் போஷாக்குடன் பராமரித்தால் போதும். படைக்கு ஆகும் இதர செலவுகளைச் சமாளிக்க, உங்கள் ராஜ்ஜியத்தின் ஏதாவது ஒரு சிறு பகுதியை கம்பெனிக்கென தாரை வார்த்துக் கொடுத்தல் அவசியம். பிரிட்டிஷ் பிரதிநிதி

---

★ மாகாட்ஜி சிந்தியாவின் மகன்.

ஒருவர் (Resident) ராஜ்ஜியத்தில் உற்ற தோழனாக நியமிக்கப் படுவார். அவர், மாண்புமிகு மன்னருக்கு நிர்வாகம் செய்ய தோள் கொடுப்பார்.

இவைதான் துணைப் படைத் திட்டத்தின் முக்கியக் கூறுகள். இத்திட்டத்துக்கு பலர் எதிர்ப்பு தெரிவிக்க, ஹைதராபாத் நிஜாம் முதன் முதலில் ஆதரவு தெரிவித்து ஏற்றுக் கொண் டார். இந்த வலையில்தான் இரண்டாம் பாஜி ராவும் சிக்க வைக்கப்பட்டார்.

பேஷ்வாவாக உம்மையே நீடிக்க வைக்கிறோம். பதிலுக்கு மராத்திய எல்லைக்குள் கம்பெனி படையை நீர் அனுமதிக்க வேண்டும். அதன் பராமரிப்புச் செலவுகளைக் கவனித்துக் கொள்ள வேண்டும். அதுபோக, புனேவில் நிர்வாகத்தில் தோள்கொடுக்க பிரிட்டிஷ் பிரதிநிதி ஒருவர் நியமிக்கப் படுவார்.

அவர்கள் கூறிய நிபந்தனைகளுக்கெல்லாம் இரண்டாம் பாஜி ராவ் சம்மதித்தார். புதிதாக பாஸைன் ஒப்பந்தம் ஒன்றை உருவாக்கினார்கள். ஹோல்கரும் சிந்தியாவும், நாக்பூரை ஆண்ட போன்ஸ்லே பரம்பரை ஆட்சியாளர்களும் பாஸைன் ஒப்பந்தத்தை எதிர்த்தார்கள். எனவே இரண்டாவது ஆங்கிலேய - மராத்திய போர் ஆரம்பமானது.

ஜெனரல் லேக் தலைமையிலான கம்பெனி படைகள், தௌலத் ராவ் படைகளுடன் பட்பர்கஞ்ச் என்ற இடத்தில் மோதின (செப்டெம்பர், 1803). தௌலத் ராவ் தோற்றுப்போக, டெல்லியும் ஆக்ராவும் லேக்கின் கட்டுப்பாட்டில் வந்தன. அதுவரை மராத்தியர்களின் ஆதரவோடு வாழ்ந்துவந்த இரண்டாம் ஷா ஆலம், பிரிட்டிஷாரின் கட்டுப்பாட்டுக்குள் கொண்டு வரப்பட்டார். வருடத்துக்கு பன்னிரண்டு லட்சம் என்று ஓய்வூதியம் நிர்ணயித்த பிரிட்டிஷார், பேரரசரை பெயரளவில் டெல்லியின் அரசர் ஆக்கி, ஓரமாக உட்கார வைத்தனர். டெல்லியில் பிரிட்டிஷ் பிரதிநிதி ஒருவரையும் அமர்த்தினர். எல்லாம் வங்கத்தின் கவர்னர் ஜெனரல் வெல்லஸ்லி தலைமையில் நடந்த ஏற்பாடு.

பரம்பரை பரம்பரையாக ஆண்டு அனுபவித்த செங் கோட்டையில் இரண்டாம் ஷா ஆலமும் அவரைச் சார்ந்த

நூற்றுக்கணக்கான குடும்பத்தினரும் சுதந்தரமிழந்து சுவா சித்துக் கொண்டிருந்தார்கள்.

1803, டிசம்பர் 17ல் நாக்பூர் படைகளும் கம்பெனி படைகளும் லாஸ்வரி (Laswari) என்ற இடத்தில் மோதிக் கொண்டன. பிரிட்டிஷாருக்கே வெற்றி. டிசம்பர் 30ல் குவாலியர் படைகளும் கம்பெனி படைகளும் அஸாயே (Assaye) என்ற இடத்தில் மோதிக் கொண்டன. அதிலும் பிரிட்டிஷாருக்கே வெற்றி. நாக்பூர், குவாலியர் ஆட்சியாளர் தாங்கள் அடைந்த தோல்வி யினால், தங்கள் ஆளுகைக்குள்பட்ட பிரதேசங்களில் சிலவற்றை கம்பெனியாருக்குத் தாரை வார்த்துக் கொடுக்க வேண்டியதா யிற்று.

இந்தூரின் ஹோல்கர்களுக்கும் கம்பெனியினருக்குமான மோதல்கள், 1805ல் அமைதிப் பேச்சுவார்த்தையின் மூலம் முடிவுக்கு வந்தன. ஒரிஸ்ஸா, பண்டல்கண்ட் உள்ளிட்ட சில பிரதேசங்கள் கம்பெனியினர் வசமானது.

பேஷ்வா இரண்டாம் பாஜி ராவ் பிரிட்டிஷாரின் ஆதரவுடன் தன் பொது வாழ்க்கையைத் தொடர்ந்தார்.

●

நவம்பர் 19, 1806. பேரரசர் இரண்டாம் ஷா ஆலமின் இறுதி நாள் அது. ஔரங்கசீபுக்குப் பிறகு அதிக காலம் (ஏறக்குறைய நாற்பத்தாறு ஆண்டுகள்) பெயரளவிலாவது முகலாயப் பேரரசராக இருந்தவர் அவரே.

இரண்டாம் ஷா ஆலமின் மூத்த மகன் ஜவான் பக்த், 1788லேயே இறந்து போயிருந்தார். அவரது இரண்டாவது மகனான இரண்டாம் அக்பர் ஷா, 'டெல்லியின் அரசர்' என்ற பதவியில் முடிசூட்டிக் கொண்டார். (ஆக, கடைசி முகலாயப் பேரரசர் என்று இரண்டாம் ஷா ஆலமைத்தான் சொல்ல வேண்டும்.) அதிகாரம் குறைவுதான். கம்பெனியினர் ஏதாவது சொன்னால் செவிசாய்த்துத் தலையாட்ட வேண்டும். மற்ற நேரங்களில் இசையையும் நடனத்தையும் ரசித்து தலையாட்டிக் கொண்டிருந் தார். அவையைக் கூட்டி அரட்டை அடிக்கலாம். வெளியிலிருந்து வந்து யாராவது மதிப்பு, மரியாதை செய்தால் தாராளமாக ஏற்றுக்கொள்ளலாம். ஐரோப்பியர்களுக்கு விருந்தளிக்கலாம்.

இரண்டாம் அக்பர் ஷா

பழைய நினைப்புகளோடு விட்டத்தைப் பார்த்து சுதந்தரமாக கனவு காணலாம். அவ்வளவுதான்.

தங்கள் அதிகாரத்தைப் பரவலாக்க கம்பெனியினருக்கு துணைப் படை திட்டம் உற்றதுணையாக இருந்தது. மராத்தியர்கள்தான் அதுவரை தீராத தலைவலியாக இருந்துவந்தார்கள். கோல்காபுரை மட்டும் ஓர் ஒப்பந்தம் மூலம் கம்பெனியின் நிர்வாகத்துக்கு இணங்கச் செய்தார்கள்* *(1812)*. ஆனால் இந்தூர் ஹோல்கர்களும், நாக்பூர் போன்ஸ்லேக்களும் விடாமல் முறுக்கிக் கொண்டிருந்தார்கள். இந்தச் சமயத்தில் பிண்டாரிகள்** என்ற கொள்ளைக்காரர்களின் தொல்லை இந்தியாவின் மத்தியப் பகுதிகளில் அதிகமாக இருந்தது. பிண்டாரிகளுக்கு மராத்தியர்களின் ஆதரவும் இருந்து வந்தது. பேஷ்வா இரண்டாம் பாஜி

---

★ பிரிட்டிஷ் இந்தியாவிலும் சிறிய சமஸ்தானமாக இருந்துவந்த மராத்திய சமஸ்தானமான கோல்காபுர், இந்திய சுதந்தரத்துக்குப் பின் பம்பாயுடன் இணைக்கப்பட்டது.

★ பிண்டாரிகளைச் சிலர் பதான்கள் என்கிறார்கள். சிலர் பொதுவாக ஆப்கனியர்கள் என்கிறார்கள். மராத்தியர்களின் ராணுவத்தோடு நீண்ட காலம் தொடர்புடையவர்கள் இவர்கள். குதிரைகள் வந்து கொள்ளையடிப்பது இவர்களது வழக்கமாக இருந்துவந்தது. பிண்டாரிகளுக்கென தலைவர் என்று யாரும் கிடையாது.

ராவ்கூட பிரிட்டிஷாரின் கட்டுப்பாடுகளையும் நச்சரிப்புகளையும் பொறுத்துக் கொள்ள முடியாமல், அவற்றிலிருந்து விடுபடுவதற்கான சந்தர்ப்பத்தை எதிர் நோக்கியிருந்தார்.

பிண்டாரிக்களை அடக்கப்போகிறோம் என்று பிரிட்டிஷார் களமிறங்கினார்கள். கம்பெனிப் படைகள் தயாராகின. பிண்டாரிகள் மீது கைவைத்தால் மராத்தியர்களுக்குப் பொறுக்காது. பொங்கி எழுவார்கள். போர் செய்து மொத்தமாக அடக்கி விடலாம் என்பது கவர்னர் ஜெனரல் ஹேஸ்டிங்ஸின் திட்டம்.

நினைத்தது நடந்தது. மூன்றாவது ஆங்கிலேய - மராத்திய போர் (1817 - 18) ஆரம்பமானது. ஒருபுறம் ஹோல்கர்கள் மோதினார்கள். இன்னொரு பக்கம் போன்ஸ்லேக்கள் பொங்கினார்கள். குவாலியரின் சிந்தியாக்கள் மட்டும் இங்கும் சாயாமல் அங்கும் சேராமல் அமைதி காத்துக் கொண்டார்கள். நடந்த மோதல்கள் அனைத்திலும் கம்பெனிப் படைகளுக்கே வெற்றி.

பேஷ்வா இரண்டாம் பாஜி ராவ், பித்தூர் என்ற இடத்தில் சிறைவைக்கப்பட்டார். அவருக்கு கம்பெனியினர் வருடம் எட்டு லட்சம் ஓய்வூதியம் பேசி உட்கார வைத்தனர்*. பேஷ்வா ஆண்ட ராஜ்ஜியத்தின் ஒரு பகுதியை மட்டும் தனியே பிரித்த கம்பெனியினர், அதை ஆள்வதற்கு பிரதாப் சிங் என்பவரை நியமித்தனர். அந்த சிறு ராஜ்ஜியத்தின் தலைநகரம் சத்தாரா. பிரதாப் சிங், சிவாஜியின் வழியில் வந்த ஒரு வாரிசு. மற்ற பகுதிகள் கம்பெனியின் நிர்வாகத்துக்குள் கொண்டு வரப்பட்டன.

நாக்பூரும் கம்பெனியின் நிர்வாகத்தின் கீழ் இணைக்கப்பட்டது. இந்தூர், குவாலியர், பரோடா சமஸ்தானங்கள் கம்பெனியினருக்குக் கட்டுப்பட்டு நடக்கும் சமஸ்தானங்களாக மாறின. மராத்தியர்களின் ராஜ்ஜியம் முற்றிலும் முறிந்து போனது.

●

டெல்லியின் அரசர் இரண்டாம் அக்பர் ஷா அந்தப்புரத்தில் மட்டுமே சுதந்தரமாக இருந்தார். கம்பெனியால் அங்கே மூக்கை நுழைக்கமுடியாது என்பதால். அவருக்கு நான்கு அரசிகள். இருபத்தியிரண்டு மனைவிகள். இவை அதிகாரபூர்வமாக

---

★ 1853ல் இரண்டாம் பாஜி ராவ் இறந்துபோனார்.

செய்துகொண்ட திருமணங்கள். துணைவிகள், ஆசைநாயகிகளின் கணக்குகள் தெரியவில்லை. அவருக்குப் பிறந்த இளவரசர்கள் பதினான்கு. இளவரசிகள் எண்ணிக்கை எக்கச்சக்கம்.

இரண்டாம் அக்பர் ஷா, தன் வாழ்நாளில் செய்த உருப்படியான காரியமாக ஒன்றே ஒன்றைச் சொல்லலாம். ராஜா ராம்மோகன் ராயை★, முகலாயப் பிரதிநிதியாக லண்டனுக்கு அனுப்பி வைத்தார் (1831). செங்கோட்டையின் அந்தப்புரத்தில் செழுமையாக வாழ்ந்த டெல்லியின் அரசர், செப்டெம்பர் 28, 1837 அன்று இறந்துபோனார்.

பிரிட்டிஷார், பட்டத்து இளவரசராக இருந்த இரண்டாம் பகதூர் ஷாவை★★ டெல்லியின் அடுத்த அரசராக அங்கீகரித்தனர். முடிசூட்டினர்.

●

மகாராஜாக்கள் யாரும் மகாராஜாவாக இல்லை. இருக்க முடியவில்லை. ராஜ்ஜியங்கள் எதுவும் தனித்துவமான வலிமையோடும் இல்லை. தோள் கொடுக்கிறோம் என்று வந்த கம்பெனியின் துணைப் படை, தோள்களில் ஏறி அமர்ந்து அதிகாரம் செய்ய ஆரம்பித்திருந்தது. இந்தியா, ஏறக்குறைய பிரிட்டிஷ் இந்தியாவாக உடை மாற்றிக் கொண்டிருந்தது.

1848ல் கவர்னர் ஜெனரலாகப் பதவியேற்றிருந்த டல்ஹௌசி கொண்டு வந்த அவகாசியிலிக் கொள்கை என்கிற நாடிழக்கும் கொள்கையினால் (Doctrine of Lapse) மேலும் சில ராஜ்ஜியங்கள் இல்லாமல் போயின. இந்தத் திட்டத்தின்படி, துணைப் படைத்திட்டத்தை ஏற்றுக்கொண்டுள்ள ஏதாவது ஒரு சமஸ்தானத்தின் மகாராஜா, அல்லது ஒரு பகுதியின் அரசர் அல்லது சிற்றரசர், முறையான வாரிசு இல்லாமல் இறந்து போகும் பட்சத்தில், அந்தச் சமஸ்தானம் அல்லது பகுதி, பிரிட்டிஷ் கிழக்கிந்திய கம்பெனியின் அதிகாரத்தின் கீழ் தானாக வந்துவிடும்.

---

★ சதி கொடுமைக்கு இந்தியாவில் தடை கொண்டு வர வேண்டும் என்பது குறித்து வலியுறுத்த ராம் மோகன் ராய் லண்டன் சென்றார்.

★★ இரண்டாம் அக்பர் ஷாவின் இரண்டாவது மகன். முதல் மகன் அப்போது உயிரோடு இருக்கவில்லை.

இரண்டாம் பகதூர் ஷா

கிட்டூர், ஜெய்ப்பூர், சம்பல்பூர், ஜான்சி போன்ற பகுதிகளின் ஆட்சியாளர்கள், முறையான வாரிசின்றி இறந்துபோகவே, அவை தானாக கம்பெனியின் அதிகாரத்துக்குக் கீழ் வந்தன. சத்தாராவின் ஆட்சியாளராக கம்பெனியினரால் நியமிக்கப்பட்ட பிரதாப் சிங் இறந்தபின் அவரது சகோதரர் ஷாஜி ஆட்சிக்கு வந்தார். ஷாஜி வாரிசின்றி 1848ல் இறந்துபோக, சத்தாரா பம்பாயுடன் இணைக்கப்பட்டது. 1854ல் நாக்பூரும் 1856ல் அவுதும் இத்திட்டத்தால் இல்லாது போயின.

•

டெல்லியின் அரசர் இரண்டாம் பகதூர் ஷா, எல்லா நேரமும் ஏதாவது ஒரு பணியில் தன்னை ஈடுபடுத்திக் கொண்டிருந்தார். பிரிட்டிஷாரின் ஓய்வூதியம் தங்கு தடையின்றி வந்து கொண்டிருந்தது. அரசர் என்ற மரியாதைக்காக, ஒரு சிறு பகுதியின் வரி வசூலிக்கும் உரிமையும் அவருக்கு வழங்கப் பட்டிருந்தது. கௌரவத்துக்காக சின்னதாக ஒரு படையை அவர் வைத்துக் கொள்ள அனுமதிக்கப்பட்டிருந்தது. மற்றபடி வேறெந்த விஷயத்தையும் யோசிக்க வேண்டிய அவசியம் இல்லாததால் இரண்டாம் பகதூர் ஷா, கலைகளின் பக்கம் தன் நாட்டத்தைத் திருப்பியிருந்தார்.

தனது அவையில் கவிஞர்களோடு கால நேரம் தெரியாமல் கவிதை வளர்த்தார். மிர்ஸா காலிப் என்ற உருது கவிஞரிடம் கவிதை எழுதக் கற்றுக் கொண்டார். முகலாயப் பேரரசின் வரலாற்றை உருதில் கவிதை வடிவில் எழுதுமாறு மிர்ஸா காலிபை கேட்டுக் கொண்டார். 'ஸாஃபர்' - இரண்டாம் பகதூர் ஷா, தனக்குச் சூட்டிக் கொண்ட புனைப்பெயர் இதுவே. இந்தியாவில் இருந்த சிறந்த உருது கவிஞர்களுள் ஸாஃபருக்கும் தனி இடம் உண்டு.

சூஃபிக்களோடு சேர்ந்து தத்துவங்கள் பேசி மகிழ்ந்தார். வரைவதில் அவருக்கு கொள்ளை இஷ்டம். சித்திர எழுத்துக் களை எழுதுவதிலும் (Calligraphy) கைதேர்ந்தவர். இசை கேட்பதில் அலாதி பிரியம். மதக் கூட்டங்களில் கலந்து கொண்டார். வேட்டைக்குச் சென்றார். பண்டிகைகளைக் கொண் டாடி மகிழ்ந்தார். ஹோலி, தசரா போன்ற இந்துப் பண்டிகை களும் அதில் அடங்கும்.

ஹாட்ஸன் இரண்டாம் பகதூர் ஷாவைக் கைது செய்தல்

எக்கச்சக்கமான திருமணங்கள் செய்து கொண்டார். ஏழு அரசிகள். ஐம்பதுக்கும் மேற்பட்ட துணைவிகள். 1846ல் தனது அன்பு அரசி ஸீனத்துக்காக, மாளிகை ஒன்றை எழுப்பினார். பிரிட்டிஷாரின் அனுமதி பெற்றுதான். ஸீனத் மஹால் என்றழைக்கப்பட்ட அந்த மாளிகையே, முகலாயர்களால் எழுப்பப்பட்ட கடைசி ஆடம்பரக் கட்டடம்.

பசு, பன்றி மாமிசத்தின் கொழுப்பு தடவப்பட்ட தோட்டாக் களை உபயோகிக்க மாட்டோம் என்று இந்து சிப்பாய்களும் இஸ்லாமிய சிப்பாய்களும் ஒன்றிணைந்து கலகத்தில் குதித்ததே 1857ல் ஆரம்பித்த சிப்பாய் கலகத்துக்கான முக்கியமான காரண மாகச் சொல்லப்படுகிறது. அது மட்டும் காரணமல்ல. கம்பெனி யின் படையில் பணியிலிருந்த இந்தியச் சிப்பாய்களுக்கு உரிய மதிப்பும் மரியாதையும் கிடைக்கவில்லை. பல்வேறு விதங்களில் கொடுமைகளுக்கு ஆளாயினர். கேவலமாக நடத்தப்பட்டனர். குறைவான சம்பளம் முதல் ஒழுக்கமின்மை என்று குற்றம் சாட்டப்பட்டு மரணதண்டனை நிறைவேற்றப்பட்ட சில சிப்பாய்களின் மரணம் வரை - கலகத்துக்குப் பல்வேறு காரணி களைச் சொல்லலாம்.

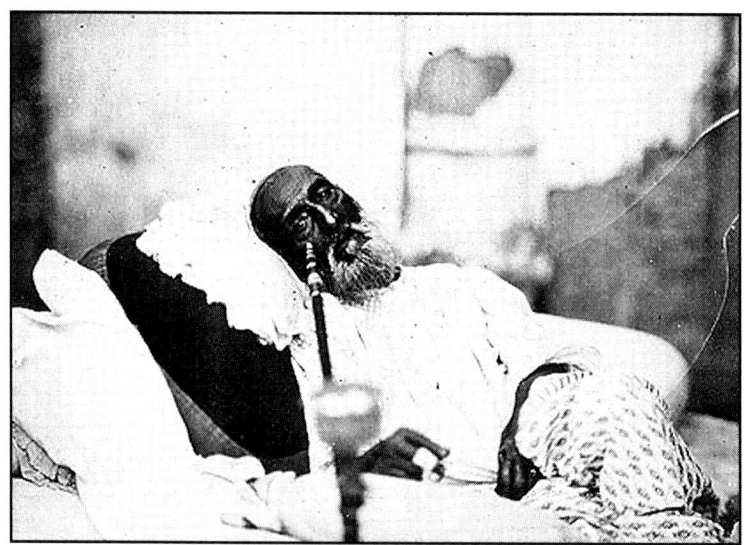

ரங்கூனில் பகதூர் ஷா

மரண தண்டனை நிறைவேற்றப்பட்ட மங்கள் பாண்டே, ஜான்சியைத் தக்கவைக்கப் போராடிய ராணி லட்சுமி பாய், தாத்தியா தோபே, நானா சாகேப் - ஆகியோரை சிப்பாய் கலகத்துக்கான முகங்களாகச் சொல்லலாம். இறுதியாக இந்தக் கலகத்தின் தலைமைத் தளபதியாக இணைக்கப்பட்டவர் டெல்லியின் அரசர் இரண்டாம் பகதூர் ஷா.

மே 10, 1857ல் மீரட் நகரில் ஆரம்பித்த சிப்பாய்களின் கலகம் பின் உத்தரபிரதேசம், மத்தியபிரதேசம், டெல்லி, குர்கான் என்று ஒவ்வொரு இடமாகப் பரவியது. பிரிட்டிஷாரின் ஒடுக்குமுறைகளால் கொதிப்படைந்திருந்த ஏராளமான பொதுமக்களும் கலகத்தில் பங்கேற்றனர். ஆரம்பத்தில் சுடும் சரிவைச் சந்தித்த கிழக்கிந்திய கம்பெனியின் படைகள் பின்பு பிடியை இறுக்கின.

ஜூன் 20, 1858ல் குவாலியரின் வீழ்ச்சியோடு சிப்பாய் கலகம் முடிவுக்கு வந்தது. சரியான தலைமை இல்லாததும், சீக்கியர்கள், பிற சமஸ்தானங்களின் ஆட்சியாளர்களின் ஆதரவு கிடைக்காததுமே சிப்பாய்க் கலகத்தின் தோல்விக்கான முதன்மைக் காரணங்கள்.

ஆனால் டெல்லியில் முறியடிக்கப்பட்ட கலகம், தலைமைத் தளபதியாக முன்னிறுத்தப்பட்ட இரண்டாம் பகதூர் ஷாவின் நிலைமையைப் பரிதாபமானதாக மாற்றியது. இரண்டாம் பகதூர் ஷா, தன் மகன்களோடும் பேரன்களோடும் டெல்லிக்கு வெளியே ஹுமாயூனின் கல்லறையில் சென்று ஒளிந்து கொண்டார். வெளியே பாதுகாப்புச் சிறிய படை ஒன்று.

மேஜர் வில்லியம் ஹாட்ஸனின் தலைமையில் வந்த படை, ஹுமாயூனின் கல்லறையை முற்றுகையிட்டது (மார்ச் 29, 1858).

இரண்டாம் பகதூர் ஷாவின் மகன்களும் பேரன்களும் அவர் முன்பாகவே கொல்லப்பட்டார்கள். அவர்களது தலைகள் மட்டும் டெல்லியின் குனி தர்வாஸா என்ற இடத்தில் காட்சிக்கு வைக்கப்பட்டன. அரசர் இரண்டாம் பகதூர் ஷாவின் பதவி பறிக்கப்பட்டது. அவர் ரங்கூனுக்கு (பர்மா) கைதியாக அனுப்பி வைக்கப்பட்டார்.

சிப்பாய் கலகத்துக்குப் பிறகு இந்தியாவில் பிரிட்டிஷ் கிழக்கிந்திய கம்பெனியின் ஆட்சிக்கு முடிவு கொண்டுவரப்பட்டது. பிரிட்டிஷ் முடியாட்சி அமல்படுத்தப்பட்டது.

இரண்டாம் பகதூர் ஷாவின் இறுதி நாள்கள் ரங்கூனில் கழிந்தன. நவம்பர் 7, 1862ல் முகலாயர்களின் கடைசி அரசரான இரண்டாம் பகதூர் ஷா, தனது எண்பத்தேழாவது வயதில் இறந்து போனார்.

# தாஜ்மஹால்
## சில குறிப்புகள்

மும்தாஜை இழந்த ஷாஜஹானுக்கு சுற்றி நிற்கும் தீர்க்கப்பட வேண்டிய பிரச்னைகள், முளைத்து நிற்கும் எதிரிகள், மக்களுக்காக உடனடியாக நிறை வேற்ற வேண்டிய திட்டங்கள், வலுப்படுத்தப்பட வேண்டிய நிர்வாக அமைப்பு போன்ற எதுவுமே முக்கியமானதாகத் தோன்றவில்லை. தாஜ் மஹாலை அவர் நினைவாக்க வேண்டிய கனவாக எண்ணவில்லை, நிறைவேற்ற வேண்டிய கடமை யாகக் கருதினார்.

ஜோதிடர்களின் ஆலோசனைப்படி யமுனை நதிக் கரையோரமாக, ஆக்ரா நகருக்குத் தெற்கே ஓர் இடத்தைத் தேர்ந்தெடுத்தார் ஷாஜஹான். அது அம்பர் ராஜா மன்சிங்கின் இடம். அவரது பேரன் ராஜா ஜெய்சிங்கின் வசம் இருந்தது. ஜெய்சிங், எந்தவித பிரதி உபகாரமுமின்றி நிலத்தைக் கொடுக்க தயாராக இருந்தார். ஆனால் ஷாஜஹான், வருங்காலத்தில் ஏதாவது சர்ச்சைகள் வந்துவிடக் கூடாது என்பதற்காக, அந்த நிலத்துக்குப் பதிலாக வேறு நிலங்களை ஜெய்சிங்குக்கு அளித்தார்.

தாஜ்மஹால் கட்டுவதற்கான முதல்கட்டப் பணிகள் 1632 ஜனவரியில் ஆரம்பிக்கப்பட்டன. முன்பாகவே மும்தாஜின் உடல் பர்ஹான்பூரில் ஸெய்னாபாத் தோட்டத்தில் தாற்காலிகமாக அடக்கம் செய்யப்

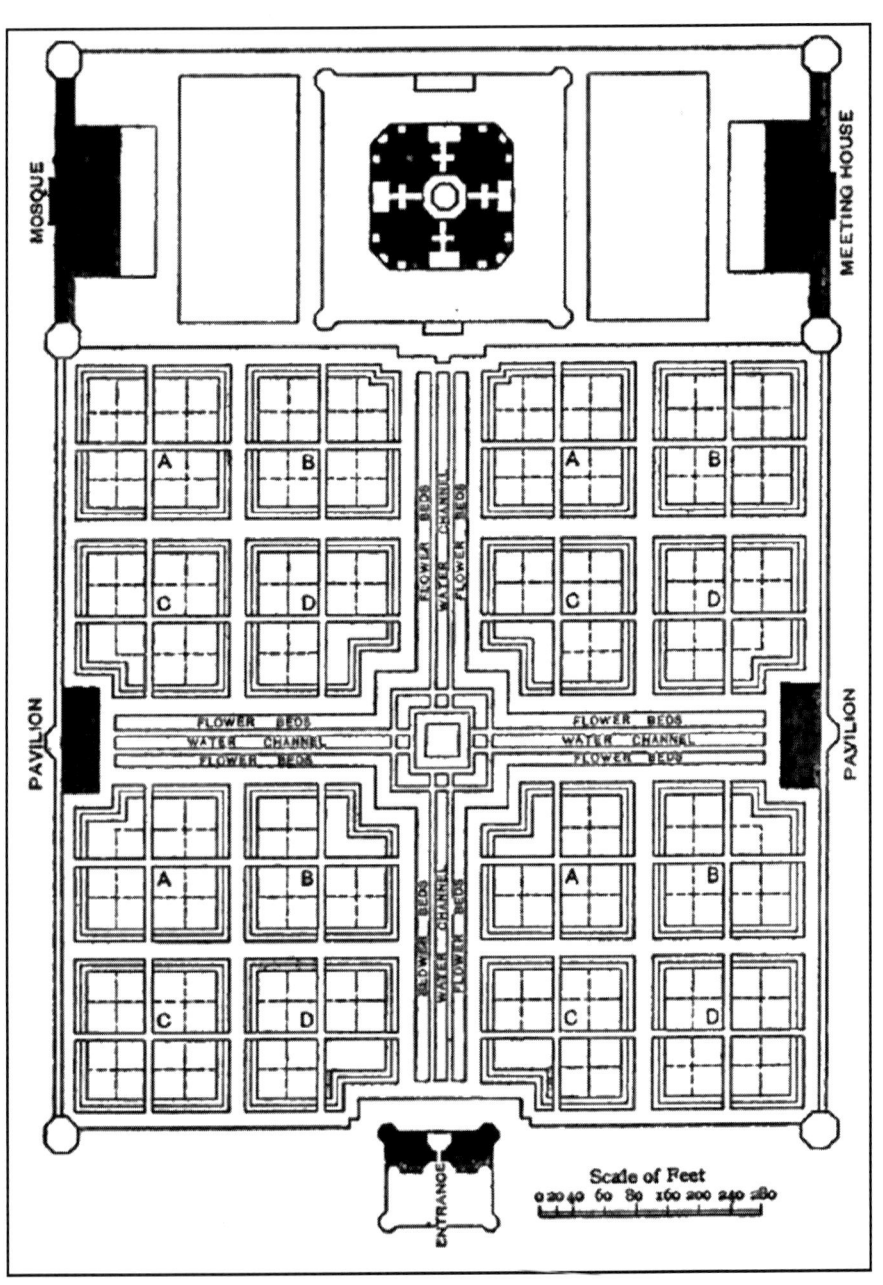

தாஜ்மஹால் வளாகத்தின் அமைப்பு வரைபடம்

பட்டிருந்தது. ஆக்ராவில் தாஜ்மஹாலுக்கான கட்டுமானப் பணிகள் ஆரம்பமான நிலையில் மும்தாஜின் உடலை ஆக்ராவுக்குக் கொண்டுவர ஷாஜஹான் உத்தரவிட்டார்.

இளவரசர் ஷா சுஜாவின் தலைமையில் முகலாய வீரர்கள் சூழ, மும்தாஜின் உடல் அடங்கிய பெட்டி ஆக்ராவுக்குக் கொண்டு வரப்பட்டது. வழியெங்கும் குர்-ஆன் வாசிக்கப்பட அந்த ஊர்வலம் ஒவ்வொரு ஊராகக் கடந்தது. ஏழை, எளியவர்களுக்கு உணவு, காசுகள், பானங்கள் வழங்கப்பட்டன. ஆக்ராவை வந்தடைந்த மும்தாஜின் உடல் அங்கே இரண்டாவது முறையாக சகல மரியாதைகளுடன் தாற்காலிகமாக அடக்கம் செய்யப் பட்டது. தாஜ்மஹாலுக்கான பணிகள் நடைபெற்றுக் கொண் டிருந்த இடத்துக்குச் சற்று தள்ளி அமைந்திருந்த அந்தச் சமாதிக் கென தாற்காலிகக் கட்டடம் ஒன்று எழுப்பப்பட்டது. அதன் பெயர் gunbad-i-mukthasari.

பேரரசு முழுவதும் உள்ள ஆயிரக்கணக்கான சிற்பிகள் ஆக்ராவுக்கு அழைத்துவரப்பட்டார்கள். பணியில் ஈடுபடுத்தப்பட்டார்கள். அவர்கள்போக ஆயிரக்கணக்கான கட்டடத் தொழிலாளர்களும் கூலித் தொழிலாளர்களும் வருடக்கணக்கில் ஆக்ராவில் தங்கி பணிபுரிந்தார்கள். சுமார் 20,000 பேர் என்றொரு குறிப்பு உண்டு.

முதல் கட்டமாக, யமுனை நதிக்கரையில் மூன்று ஏக்கர் நிலப் பரப்பு கொண்ட பகுதி தோண்டப்பட்டது. பின் ஆற்று மட்டத் திலிருந்து ஐம்பது மீட்டர் உயரத்துக்கு மண் நிரப்பப்பட்டு, இறுக்கப்பட்டு, சமப்படுத்தப்பட்டது. மும்தாஜின் சமாதி அமையவிருந்த இடத்தில் ஆழமான கிணறு போன்ற அமைப்பு கள் தோண்டப்பட்டன. அதில் கற்களும், சிறு பாறைகளும் இட்டு நிரப்பப்பட்டு பலமான அஸ்திவாரம் போடப்பட்டது. ஆயிரக்கணக்கானோரின் ஆறுமாத உழைப்பில் முதலில் தாஜ்மஹாலில் அடித்தளம் தயாரானது. அங்கே குறிப்பிட்ட இடத்தில் சகல மரியாதைகளுடனும் மும்தாஜின் உடல் அடங்கிய பெட்டி*, மூன்றாவது முறையாக அடக்கம் செய்யப் பட்டது (மே 26, 1633).

---

* மும்தாஜின் உடலை எப்படி பாதுகாத்தார்கள் என்பதற்கான சரியான தகவல்கள் இல்லை. முதல் முறை அடக்கம் செய்வதற்கு முன்பாகவே சவப்பெட்டிக்குள் மூலிகைகளை நிரப்பிவிட்டார்கள் என்று சொல்லப்படுவதுண்டு. அவை என்னென்ன மாதிரியான மூலிகைகள் என்பது குறித்த முறையான தகவல்கள் இல்லை.

அடித்தளத்தில் அமைந்துள்ள ஷாஜஹான், மும்தாஜின் நிஜ சமாதி

சமர்கண்டிலுள்ள தைமூரின் நினைவு மாளிகை (குர்-இ அமீர்), டெல்லியிலுள்ள ஹுமாயூனின் நினைவிடமான இத்மத்-உத்-தௌலா, ஷாஜஹான் டெல்லியில் கட்டிய ஜமா மஸ்ஜித் போன்றவையே தாஜ்மஹாலின் அமைப்புக்கான முன்னோடிக் கட்டடங்கள். அவை பாரசீக கட்டடக் கலைப்படி அமைந்தவை. சிவப்புக் கற்களால் ஆனவை. ஆனால் தாஜ்மஹாலை பாரசீகக் கட்டடக்கலையும் முகலாயர்களின் கட்டடக்கலையும் கலந்து மேம்படுத்தி அமைக்கத் திட்டமிட்டார் ஷாஜஹான்.

சதுர வடிவக் கட்டடத்தின் மேலே பெரிய வெங்காயத்தைக் கவிழ்த்துப் போட்டது போன்ற பிரம்மாண்டமான குவிமாடம் (டூம்). உச்சியில் கலசம். அழகிய வளைவைக் கொண்ட பெரிய வாசல். சுற்றிலும் சில சிறிய டூம்கள். கட்டடத்துக்கு முன்பாகத் தோட்டம். நீரூற்றுகள். இதுதான் அடிப்படை அமைப்பு. தாஜ் மஹாலின் கட்டட அமைப்பும் இதே போலத்தான் திட்டமிடப் பட்டது. ஆனால் ஷாஜஹான் அதனை முழுக்க முழுக்க வெள்ளை மார்பிள் கற்களால் உருவாக்க உத்தரவிட்டிருந்தார்.

கட்டட வேலைகளுக்கு மூங்கிலால் ஆன சாரங்களுக்குப் பதிலாக, செங்கற்களால் தற்காலிக அமைப்புகள் ஏற்படுத்தப் பட்டன. கல் தூக்குவது முதல் பல கடினமான வேலைகளுக்குப் பெண்களும் அதிக அளவில் பயன்படுத்தப்பட்டனர். பெரிய

பெரிய கற்களைக்கூட மனிதர்களே சுமந்தனர். சலவைக்கற்களை கட்டிடக் களத்துக்கு எடுத்துச் செல்வதற்கு பதினைந்து கிலோ மீட்டர் நீளமான சாய்தளப் பாதை ஒன்று மண் போட்டு இறுக்கி அமைக்கப்பட்டது. எருதுகள் இழுத்துச் செல்லும் வண்டிகள் மூலம் இந்தப் பாதையில் வெள்ளை மார்பிள் கற்கள் கொண்டு செல்லப்பட்டன.

தாஜ்மஹாலின் மையம் மும்தாஜின் சமாதி அமைந்த கட்டடம் தான். இதன் அடிப்பகுதி பல அறைகளைக் கொண்டதாகக் கட்டப்பட்டன. கட்டடத்தின் எல்லாப் பக்கங்களுமே சமச்சீராக இருக்கும்படி அமைக்கப்பட்டன. அடித்தளத்தின் ஒவ்வொரு மூலைக்கும் ஒவ்வொன்றாக நான்கு மினார்கள் சம உயரத்தில் அமைக்கப்பட்டன. மைய சமாதிக் கட்டடத்தின் கீழ்த்தளத்தில் தான் மும்தாஜின் உடலைக் கொண்ட நிஜ சமாதி இருக்கிறது. மேல்பக்கம், இருப்பது மும்தாஜின் அடையாள சமாதிதான்.

அதேபோல ஹாஜஹான் இறந்ததும் அவரது உடல், தாஜ்மஹாலில் மும்தாஜின் நிஜ சமாதிக்கு அருகிலேயே புதைக்கப்பட்டது. மேல்தளத்தில் அவருக்கும் ஓர் அடையாள சமாதி அமைக்கப்பட்டது. பேரரசர் என்பதால் அவரது அடையாள சமாதி, மும்தாஜின் அடையாள சமாதியைவிட சற்றே உயரம் அதிகம் இருக்கும்படி கட்டப்பட்டது.

மையக்கட்டடத்தின் பெரிய டூம், 35 மீட்டர் உயரம் கொண்டது. வெங்காய வடிவம் கொண்ட இது, ஏழு மீட்டர் உயரத்தில் அமைந்த ஓர் உருளை வடிவ அமைப்பின் மேல் இருக்கும்படி கட்டப்பட்டுள்ளது. உச்சியில் தாமரையைக் கவிழ்த்துப் போட்டதுபோல அலங்கார அமைப்பு. அதன் மேல் தங்கக் கலசம் ஒன்று. அதை இந்துக்களின் கோபுரக் கலசத்திலிருந்து வேறு படுத்திக் காட்டுவதற்காக உச்சியில் ஒரு பிறை நிலவையும் வடிவமைத்திருந்தார்கள்.*

---

★ பத்தொன்பதாம் நூற்றாண்டின் ஆரம்பத்தில் அந்தத் தங்கக் கலசம் அகற்றப்பட்டு அதற்குப் பதிலாக, தங்கமுலாம் பூசப்பட்ட அதேபோன்ற வெண்கலக் கலசம் பொருத்தப்பட்டதாகச் சொல்கிறார்கள். கலசத்திலுள்ள பிறை குறித்தும் சர்ச்சையான கருத்துகள் உண்டு. ‘இந்தப் பிறை, இஸ்லாமியர்கள் பொதுவாகப் பயன்படுத்தும் சாய்ந்த பிறைபோலன்றி, இரு முனைகளுமே மேல்நோக்கி இருக்கும்படி சமச்சீராக அமைக்கப் பட்டுள்ளது. அதுவும் கலசத்தில் இதைப் பொருத்தப்பட்டிருக்கும் விதத்தில், இந்துக்களின் கடவுளான சிவனின் கையிலிருக்கும் சூலாயுதத் தின் வடிவமாகத் தெரிகிறது.’

தாஜ்மஹாலின் மேல்புற கலசம்

மையத்திலுள்ள பெரிய டூமைச் சுற்றி, நான்கு சிறிய, வெங்காய வடிவ டூம்கள் உள்ளன. அவற்றில் கீழ்புறம் திறந்த அமைப்பு கொண்டவை. அவற்றின் வழியே சூரிய ஒளி கட்டடத்துக்குள் செல்லும்படி அமைக்கப்பட்டுள்ளது.

மையக் கட்டடத்தின் சதுரவடிவ அமைப்பின் நான்கு முனைகளிலும் நான்கு மினார்கள். 400 மீட்டர் உயரத் தூண்களின் உச்சியில் டூம்கள். கீழே அகலமாக ஆரம்பித்து மேலே போகப்போக ஒடுங்கும் வடிவமைப்பு. இடையில் குறிப்பிட்ட இடைவெளியில் மூன்று உப்பரிகைகள். உச்சியில் மூன்றாவது உப்பரிகை. இந்த டூம்களும், மைய டூமைப் போன்றே தாமரை வடிவத்தின் மேல் கலசம் அமைந்த அமைப்பைக் கொண்டவை. இந்தக் கலசங்களில் பிறை நிலவு கிடையாது.

கட்டடங்களில் மனித உருவங்களையோ, விலங்குகள், பறவைகள் உள்ளிட்ட உருவங்களையோ அழகுக்காகப் பயன்படுத்தக் கூடாது என்பதே இஸ்லாமிய மரபு. எனவே ஷாஜஹான், தாஜ்மஹாலை அழகூட்ட, செடி, கொடி உருவங்களைச் செதுக்கச் சொன்னார். மார்பிள்களில் சூரியகாந்தக்கற்கள் பதிக்கப்பட்டு, அதில் துலிப், ஐரிஸ், ராஸ் மலர்கள் செதுக்கப்பட்டன. சித்திர எழுத்துகளை (calligraphy) பயன்படுத்தச் சொன்னார். அமானத் கான் என்பவரால் துலுத் (Thuluth) என்ற வகை

சித்திர எழுத்துகள்

எழுத்துகள் செதுக்கப்பட்டன. இறுதித் தீர்ப்புக்கான நாளில், இறைவன் சொல்லும் செய்திகள் குறித்த அத்தியாயங்கள் தாஜ்மஹாலில் பல இடங்களிலும், தோட்டத்துக்கு முன் இருக்கும் பிரம்மாண்ட நுழைவாசலிலும் அழகான எழுத்துகளால் அமைக்கப்பட்டன. ஷாஜஹான், மையக்கட்டடத்தின் உட்புறக் கூடத்தை அழகூட்டுவதற்காக விலையுயர்ந்த கற்களைப் பதிக்க வைத்தார்.

தாஜ்மகாலின் மையக்கட்டடத்துக்கு முன்புறம் பாரசீக முறைப்படி அமைக்கப்பட்ட பூங்கா. 300 மீட்டர் நீளம், 300 மீட்டர் அகலமும் கொண்டது. பதினாறு சதுரங்களாகப் பிரிக்கப்பட்ட பூங்கா. ஒவ்வொரு சதுரத்துக்கும் இடையில் நடைபாதை. நடுவில் குளம். ஆங்காங்கே செயற்கை நீரூற்றுகள், மரங்கள். இஸ்லாமிய நூலொன்றில், சுவர்க்கம் என்பது, மையத்தில் அமைந்துள்ள ஓர் ஊற்றிலிருந்து நான்கு திசைகளிலும் பாயும் ஆறுகளைக் கொண்ட ஒரு பூங்கா எனக் கூறப்பட்டுள்ளது. தாஜ்மஹாலில் அமைக்கப்பட்ட பூங்காவும் இதன் குறியீட்டு வடிவமாகக் கருதப்படுவதுண்டு.

1613ல் தாஜ்மஹால் கட்டட அளவில் முழுமை பெற்றது. ஆனால் அதற்கு அடுத்த நான்கு அல்லது ஐந்து ஆண்டுகள் தோட்டம்

தாஜ்மஹாலுக்கு பின்புறம் யமுனை

அமைக்கும் பணிகள் நடந்திருக்கலாம் என்று கருதப்படுகிறது. அதன்படி 1648ல் தாஜ்மஹால் வளாகம் முழுமை பெற்றிருக்க வேண்டும்.

தாஜ்மஹாலை வடிவமைத்த தலைமை வடிவமைப்பாளர் என்று யாரையும் குறிப்பிட்டுச் சொல்வதற்கில்லை. ஏனென்றால் ஷாஜஹானே முழுப் பொறுப்பையும் எடுத்துக் கொண்டிருந்தார். சிற்பிகளுடனும் கட்டடக்கலை வல்லுநர்களுடம் அடிக்கடி கலந்து பேசி அவர்களுக்கு யோசனைகள் சொல்வது முதல் முடிவுகள் எடுப்பது வரை எல்லாவற்றையும் அவரே பார்த்துக் கொண்டார்.

இரண்டு கட்டடக்கலை வல்லுநர்களைக் குறிப்பிட்டுச் சொல்லலாம். லாகூரைச் சேர்ந்த உஸ்தாத் அகமது லாகூரி. இன்னொருவர் அப்துல் கரீம். இருவரது மேற்பார்வையிலும் பணிகள் நடந்தன.

இன்னொரு சம்பவமும் காலம் காலமாகக் கூறப்படுவதுண்டு. தாஜ்மஹாலை வடிவமைத்த கட்டடக் கலை நிபுணருக்கு ஏகப்பட்ட பரிசுகள் கொடுத்து கௌரவித்த ஷாஜஹான், அந்த நிபுணரின் கைகளைத் துண்டிக்கச் சொல்லி உத்தரவிட்டாராம். அந்த நிபுணர், தாஜ்மஹால் போன்ற வேறொரு பெருமைமிரு சின்னத்தை வேறெங்கும் உருவாக்கிவிடக் கூடாது என்பதற்காக அந்தத் துண்டிப்பாம். இந்தச் சம்பவத்துக்கான சரியான ஆதாரம் கிடையாது.

தாஜ்மஹாலின் வளாகத்தைச் சுற்றி சுவர் உண்டு. அந்தச் சுவர்களுக்கு வெளியே ஷாஜஹானின் பிற மனைவிகளுடைய சமாதிகள் சில அமைந்துள்ளன. அதே பகுதியில் சற்றே பெரிய கட்டடம் ஒன்று இருக்கிறது. அது மும்தாஜின் பிரியத்துக்குரிய பணிப்பெண்ணின் சமாதி. தாஜ்மஹாலுக்குப் பின்னால், அதாவது யமுனை ஆற்றை ஒட்டிய பகுதியில் சுவர் கிடையாது.

1632ல் தாஜ்மஹால் கட்டுவதற்கு ஆகும் செலவாகக் கணக்கிடப் பட்ட தொகை, 30 முதல் 40 லட்சம் வரை. முழுவதுமாகக் கட்டி முடிக்கப்பட்ட பின் ஆன செலவு சுமார் 50 லட்சம். இதில் கட்டுமானப் பணிக்கான பொருள்கள் வாங்கியதிலிருந்து பணியாளர்களுக்கான கூலி வரை அனைத்தும் அடக்கம்*. ஷாஜஹான் பேரரசின் வருட வருமானத்தில் மூன்றில் ஒரு பகுதியை தாஜ்மஹாலுக்காகச் செலவிட்டார். வேறு சில மதிப்பீடுகளும் உண்டு. 1653ல் ஆக்ராவுக்கு வந்த பிரான்ஸைச் சேர்ந்த பயணி Tavernierன் குறிப்புகளின்படி தாஜ்மஹால் கட்டுவதற்கு ஆன செலவின் உத்தேச மதிப்பு மூன்று கோடி. இன்னும் சிலர் வேறு சில மதிப்பை முன்வைக்கிறார்கள். ஆனால் நிஜமாக ஆன செலவு எவ்வளவு என்பதற்கான உறுதியான விடை கிடையாது.

தாஜ்மஹாலை ஷாஜஹான் கட்டியதன் நோக்கம் என்ன என்பதை அந்தக் கட்டடத்தில் செதுக்கப்பட்டுள்ள குர்-ஆனின் அத்தியாயங்களிலிருந்து அறிந்து கொள்ளலாம் என்பது ஆராய்ச்சியாளர்களின் கருத்து. தாஜ்மஹாலில் வாசலில் செதுக்கப்பட்டிருப்பது குர்-ஆனின் எண்பத்து ஒன்பதாவது அத்தியாயம். 'என் சொர்க்கத்துக்கு வா' என்று இறைவன் செய்தி சொல்வதாக அமைந்த வரிகள். ஷாஜஹான், சொர்க்கத்தின் பிரதியாகத்தான் தாஜ் மஹாலை வடிவமைத்திருக்கிறார் என்கிறார்கள் ஆராய்ச்சி யாளர்கள்.

தாஜ்மஹாலின் மொத்தம் குர்-ஆனின் பதினைந்து அத்தியாயங்களிலுள்ள செய்திகள் செதுக்கப்பட்டுள்ளன. சூரா அல்லது அத்தியாயம் எண் 36 (Ya-seen), 39 (Az-Zumar), 48 (Al-Fath), 67 (Al-Mulk), 77 (Al-Mursalat), 81 (At-Takwir), 82 (Al-Infitar), 84 (Al-Inshiqaq), 89 (Al-Fajr), 91 (Ash-Shams), 93 (Ad-Dhuha), 94 (Ash-Sharh), 95 (At-Tin), 98 (Al-Bayyina), 112 (Al-Ikhlas).

---

★ ஆதாரம்: The Complete Taj Mahal By Ebba Koch Thames & Hudson, 2006

தீர்ப்பு என்ற வகையில் இறைவன் சொல்லும் செய்தி, தனக்குக் கட்டுப்பட்டு உண்மையுடன் நடந்து கொள்பவர்களுக்கு இறைவன் சொர்க்கத்தில் கொடுத்த வாக்குறுதிகள், இறைவனுக்கு உண்மையாக நடந்து கொள்பவர்கள் சொர்க்கத்துக்குச் செல்லும்போது, இறைவனை அவரது ஆசனத்தில் தரிசிக்கலாம் என்ற செய்தி, போன்ற பல விஷயங்கள் இந்த அத்தியாயங்களில் அடக்கம். குறிப்பாக மும்தாஜின் சமாதியிலுள்ள வாசகங்கள் அதனைக் கடவுள் அமரும் ஆசனமாக அர்த்தப்படுத்துவதாகச் சொல்கிறார்கள்.

ஷாஜஹான், தாஜ்மஹாலைக் காதலின் சின்னமாகக் கருதினார் என்பதைவிட, கடவுள் வாழும் சொர்க்கமாகவே நினைத்தார் என்பதற்கான ஆதாரமாக, அவர் சொல்லியுள்ள இந்த வரிகளையே சொல்லலாம்*.

குற்றங்கள் எல்லாம் இங்கே மண்டியிடுகின்றன.
பாவமன்னிப்பு கேட்பவன் இங்கே பரிசுத்தமடைகிறான்.
குற்றம் புரிந்த ஒருவன் இந்த மாளிகையைத் தேடிவரும்போது
அவனது பாவங்கள் எல்லாம் கழுவப்படுகின்றன.
இந்த மாளிகையைப் பார்க்கும் என் மூச்சில் சோகம் நிறைகிறது.
சூரிய, சந்திரனின் கண்களிலிருந்து நீர்த்துளிகள் கசிகின்றன.
படைத்தவனின் மேன்மையான திறனைப் பிரதிபலிப்பதாக
இந்தச் சின்னம் பூமியில் அமைக்கப்பட்டுள்ளது.

அரும்பாடுபட்டு உருவாக்கிய தாஜ்மஹாலைப் பராமரிப்பதற்காக ஷாஜஹான் அறக்கட்டளை (Waqf) ஒன்றை உருவாக்கினார். அதற்கு மூன்று லட்சம் ரூபாய் அளித்தார். தாஜ்மஹாலின் பராமரிப்புச் செலவுகளுக்காக, ஆக்ராவைச் சுற்றியுள்ள முப்பது கிராமங்களின் வருமானம் ஒதுக்கப்பட்டது. அதுபோக, தாஜ்மஹாலைச் சுற்றியுள்ள சந்தை சார்ந்த வருமானமும் ஒதுக்கப்பட்டது. ஷாஜஹான் உருவாக்கிய அந்த அறக்கட்டளை ஔரங்சீப் காலத்திலும், அவருக்குப் பிறகான பேரரசர்கள் காலத்திலும் இயங்கியது. ஆனால் ஔரங்கசீபுக்குப் பிறகான காலத்தில் தாஜ்மஹாலைப் பராமரிப்பதில் எந்தப் பேரரசரும் அதிக அக்கறை எடுத்துக் கொள்ளவில்லை. 1761ல் ஜாட்களின்

---

★ Muslim Rule In India V.D. Mahajan, Savitri Mahajan - Published in 1965, S. Chand, Delhi.

தலைவர் சூரஜ் மால், ஆக்ராவைக் கொள்ளையடித்தபோது, தாஜ்மஹாலுக்குள்ளும் புகுந்து அங்குள்ள கதவுகளை கழற்றி எடுத்துச் சென்றார் என்று சொல்லப்படுவதுண்டு. தாஜ்மஹாலின் பாதுகாப்புக்காகவும் பராமரிப்புக்காகவும் ஷாஜஹான் உருவாக்கிய அறக்கட்டளைக்கு 1803ல் பிரிட்டிஷாரால் முடிவு கட்டப்பட்டது.

ஆசை ஆசையாக தாஜ்மஹாலை எழுப்பிய ஷாஜஹானுக்கு இன்னொரு பேராசையும் இருந்திருக்கிறது. தாஜ்மஹாலை ஒட்டிய யமுனையின் மறுகரையில் தனது சமாதிக்கென ஒரு மஹாலை எழுப்பவேண்டும். தாஜ்மஹாலின் பிரதிபோல, நிழல்போல. அதாவது கருப்பு நிற தாஜ்மஹால் ஒன்றை எழுப்பும் எண்ணம் ஒன்று ஷாஜஹானுக்கு இருந்திருக்கிறது. அதற்கான பணிகள் நடைபெற்றதற்கான முறையான ஆதாரங்கள் இல்லை. தாஜ்மஹாலுக்கென ஏகத்துக்கும் செலவழித்த ஷாஜஹான், நிர்வாகம், மக்கள் நலன் குறித்து கொஞ்சம்கூட சிந்தித்துப் பார்க்கவில்லைதான். இதில் கருப்பு நிறத் தாஜ்மஹால் என்று அடுத்ததாக ஒரு திட்டத்தையும் ஆரம்பித்துவிட்டால் பெரும் சீரழிவு ஏற்படும் என்ற பயந்த ஔரங்கசீப், தன் தந்தைக்கு எதிராகக் களமிறங்கினார். ஔரங்கசீப், தாராவை வீழ்த்தி, ஷாஜஹானை ஒடுக்கி, அரியணையைக் கைப்பற்றியதற்கு இதுவும் ஒரு காரணமாகச் சொல்லப்படுவதுண்டு.

ஒருவேளை ஔரங்கசீபுக்குப் பதிலாக தாரா பேரரசராக ஆகியிருந்தால், இப்போது இரண்டு தாஜ்மஹால்கள் இருந்திருக்கலாம்.

# முகலாயர்கள் ஆட்சியில் சமூகம், பொருளாதாரம்

முகலாயர்களின் ஆட்சிக்காலத்தில் எல்லா பேரரசர்களின் வாழ்க்கையிலும் போர்கள் நிறைந்திருந்ததால், யாருடைய காலத்தையும் இந்தியாவின் பொற்காலம் என்று குறிப்பிட்டுச் சொல்ல இயலாது. மற்ற முகலாயப் பேரரசர்களின் காலத்தைவிட அக்பரின் ஆட்சிக் காலத்தில் நிர்வாகம் சிறப்பாக இருந்தது. எல்லாம் ஷேர் ஷா அமைத்துக் கொடுத்த பாதை. ஷாஜஹான், மக்களின் அடிப்படைத் தேவைகளைப் பற்றிக் கூட கவலைப்படவில்லை. தனது ஆடம்பரத் தேவைகளை நிறைவேற்றுவதில் கவனம் செலுத்திய பேரரசராக இருந்தார். ஆனால் அதற்கு நேர்மாறாக இருந்தார் ஔரங்கசீப். அவரது ஆட்சிக் காலத்தில் எந்தவிதமான அநாவசியமான செலவுகளும் அனுமதிக்கப்படவில்லை. பேரரசு பரந்து விரிந்துகொண்டே சென்றதால், நிர்வாகத்தில் பல குறைபாடுகள் இருந்தன. ஆனால் மக்களின் அடிப்படைத் தேவைகளுக்குப் பாதிப்பு வரவில்லை.

பாபர் முதல் ஔரங்கசீப் வரை, எல்லோருடைய ஆட்சிக்காலத்திலும் பேரரசர்களைச் சார்ந்தவர்களும் அரசாங்கப் பணியில் இருந்தவர்களும் செழிப்பாக வாழ்ந்தார்கள். பெரு வணிகர்கள் நிறைவாழ்வு வாழ்ந்தார்கள். பிற வணிகர்களுக்கும்

குறையின்றி இருந்தார்கள். அடித்தட்டு மக்கள் மட்டும் அதே நிலையில் இருந்தார்கள்.

ஷேர் ஷாவைப் பின்பற்றி, அக்பரும் விவசாயிகளுக்கான நிலத்தை பட்டா போட்டுக் கொடுத்தார். ஔரங்கசீபின் காலத்தில் விவசாயிகளுக்கான கடன் தொகை தாராளமாகக் கிடைத்தது. ஆனால் எப்போதும்போல விவசாயிகளின் வாழ்க்கையை பருவமழைதான் தீர்மானித்தது. வங்கத்திலும் பிகாரிலும் செழிப்பாக விளைந்த கரும்புகள் இந்தியாவின் பிற பகுதிகளுக்கு அனுப்பப்பட்டன. வட இந்தியாவின் பல பகுதிகளில் இயற்கை சாயங்களுக்கான பயிர்கள் விளைவிக்கப் பட்டன. பருத்தி, பட்டுவின் தேவை அதிகமாக இருந்ததால் அவை பல பகுதிகளில் உற்பத்தி செய்யப்பட்டன. 1605ல்தான் புகையிலையைப் பயிரிட ஆரம்பித்தார்கள்.

ஆனால் பஞ்ச காலங்களில் பெரும் பாதிப்பைச் சந்தித்தவர்கள் விவசாயிகள்தான். பஞ்சம் வந்தாலும் சமாளிக்குமளவுக்கு எந்த முகலாயப் பேரரசரும் திறமையோடும் முன்னெச்சரிக்கை யோடும் செயல்படவில்லை. அக்பர் காலத்தில் மூன்று பெரிய பஞ்சங்கள் ஏற்பட்டன. 1556 - 57, 1573 - 74, 1595 - 1598. இந்தக் காலகட்டத்தில் கடுமையான பஞ்சம் வட மாநிலங்களைத் தாக்கியது. அதுவும் அந்த மூன்றாவது பஞ்சத்தில், உயிர் வாழ மனிதர்கள் சக மனிதர்களையே கொன்று தின்னுமளவுக்குப் போனார்கள். பலர் இந்தியாவை விட்டே சென்றிருந்தார்கள்.

அடுத்து ஷாஜஹான் ஆட்சிக்காலத்தில் 1630 - 32ல் பஞ்சம் தாக்கியது. ஆங்காங்கே உணவுத் தொட்டிகள் திறக்க உத்தர விட்ட ஷாஜஹானால், பஞ்ச நிவாரணப் பணிகளை மேற் கொள்ளுமளவுக்கு போதிய நிதியை ஒதுக்க முடியவில்லை.

பிரிட்டிஷாரும் போர்த்துக்கீசியர்களும் பிரெஞ்சுக்காரர்களும் புதிய தொழிற்சாலைகளை ஏற்படுத்துவதில் தீவிரம் காட்டினார் கள். முகலாயப் பேரரசில் அதிகம் உற்பத்தி செய்யப்பட்டவை பருத்தி ஆடைகள்தான். ஒரிஸ்ஸா முதல் வங்கம் வரையிலான அனைத்து பகுதிகளும் ஒரு பெரிய பருத்தி தொழிற்சாலை யாகவே காட்சியளித்தன. மஸ்லின் துணிகளைத் தயாரிப்பதில் தாக்கா சிறந்து விளங்கியது. வங்கம் முழுவதிலுமே பட்டுத் துணி தயாரிப்பு மும்மரமாக நடந்தது. முகலாயப் பேரரசர்

களுக்கும் அவர்களது குடும்பத்தினர்களுக்குமான உடைகள் வங்கத்திலேயே தயாராகின. கிழக்கிந்திய கம்பெனியினரின் வருகைக்குப் பிறகு, துணி ஏற்றுமதியும் ஆரம்பமானது. கைவினைப் பொருள்கள், மரப்பெட்டிகள், கம்பளங்கள், ஆபரணங்கள், சதுரங்கப் பலகைகள், எழுதுகோல்கள், மிளகு, ஓபியம், தங்கம், வெள்ளி போன்ற உலோகங்கள், வாசனைத் திரவியங்கள் - போன்றவை ஏற்றுமதி செய்யப்பட்ட பிற பொருள்கள். குதிரை ஏற்றுமதியும் தொடர்ந்து நடந்தது.

பால், காய்கறிகள், தானியங்கள், இறைச்சி போன்ற மக்களுக்குத் தேவையான அத்தியாவசியப் பொருள்கள் சாமானியர்களுக்குச் சங்கடம் தராத விலையிலேயே கிடைத்தன (பஞ்ச காலங்கள் தவிர). ஆனால் சாமானியர்களின் வருமானத்தில்தான் முன்னேற்றம் ஏற்படவில்லை. எனவே முகலாயர்களின் ஆட்சிக் காலத்தில் எல்லோரிடமும் எல்லாமும் கொட்டிக் கிடக்கும் பொற்காலம் எதுவும் வரவில்லை.

அக்பர் காலத்தில் நாணயங்கள் முறைப்படுத்தப்பட்டன. தங்கம், வெள்ளி, செப்பினால் ஆன சுமார் இருபத்தாறு விதமான எடை, மதிப்புள்ள நாணயங்கள் புழக்கத்துக்கு கொண்டு வரப்பட்டன. ஜலாலி என்றழைக்கப்பட்ட சதுர வடிவிலான வெள்ளி நாணயங்களையும் அக்பர் கொண்டுவந்தார். அக்பரது நாணய முறையைப் பின்பற்றிதான், அவருக்குப் பின் வந்தவர்களும் நாணயங்களை வடிவமைத்தார்கள்.

முகலாயப் பேரரசர்களில் அக்பர் தவிர மற்றவர்கள் எல்லாம் தீவிர இஸ்லாமியர்களாகவே இருந்தார்கள். பொதுமக்களில் இந்துக்களும் சரி, இஸ்லாமியர்களும் சரி, பலர் ஜோதிடத்தில் நம்பிக்கையோடு இருந்தார்கள். மூட நம்பிக்கைகள் புரையோடிப் போயிருந்தன. குழந்தைத் திருமணம், உடன்கட்டை ஏறுதல், வரதட்சணை வாங்குதல் போன்ற சமூக அவலங்கள் நிறைந்தே இருந்தன. அக்பர் காலத்தில் இவற்றுக்கெதிரான நடவடிக்கைகள் நிகழ்ந்தன.

மணமகள், மணமகன் - இருவரும் சம்மதித்த பிறகே திருமணங்களை நடத்த வேண்டும் என்றொரு சட்டத்தைக் கொண்டு வந்தார் அக்பர். குழந்தைத் திருமணங்களைத் தடுக்கவும், வரதட்சணைக் கொடுமைகளை ஒழிக்கவும் முயற்சி செய்தார். ஆனால் அக்பருக்குத் தோல்வியே கிட்டியது.

பதினெட்டாம் நூற்றாண்டில் மத்தியில் விதவை மறுமணங்களை ஆதரித்து சிலர் குரல் கொடுத்தார்கள். அதனை நடைமுறைப் படுத்த முயற்சி செய்தார்கள். அவர்களுக்கும் தோல்வியே கிடைத்தது.

முகலாயப் பேரரசர்களில் சிறந்த கல்விமானாக ஹுமாயூனைச் சொல்லலாம். பாபர் முதல் ஔரங்கசீப் வரை, எல்லோருமே கல்வி நிறுவனங்களை ஆரம்பிப்பதில் ஆர்வம் செலுத்தினார்கள். அக்பருக்கு நூல்களில் பிரியம் இருக்கவில்லை என்றாலும் பஃதேபூர் சிக்ரி, ஆக்ரா உள்ளிட்ட சில இடங்களில் கல்லூரி களை ஏற்படுத்தினார். மதராஸாக்களில் இஸ்லாமியச் சிறுவர் களுக்கு கல்வி புகட்டப்பட்டது. மத நல்லிணக்கத்துக்காகப் பாடுபட்ட அக்பர், மதராஸாக்களில் இந்துக்களும் கல்வி கற்க ஏற்பாடு செய்தார். வாரிசின்றி இறந்துபோகும் பணக்காரர்களின் சொத்துகள், ஏதாவது ஒரு கல்வி நிறுவனத்துக்கோ, மசூதி களைப் பழுது பார்ப்பதற்கோ பயன்படும்படியான திட்டத்தை ஜஹாங்கிர் கொண்டுவந்தார்.

உயர்குடியைச் சேர்ந்த இஸ்லாமியப் பெண்களுக்கும் மட்டும் வீட்டிலேயே கல்வி கற்கும் வாய்ப்பு வழங்கப்பட்டது. அதுபோல கோயில்களிலும் குருகுலங்களிலும் இந்துச் சிறுவர் களுக்கான கல்வி கிடைத்தது. நடுத்தர வகுப்பைச் சார்ந்த இந்துச் சிறுமிகள், சிறுவர்களுடன் சேர்ந்து கல்வி கற்க வாய்ப்பு வழங்கப்பட்டிருந்தது. முகலாய இளவரசிகளில் பெரும் பாலானோர் கல்வியில் சிறந்து விளங்கினார்கள்.

கல்வி விஷயத்தில், பாபரது பரம்பரையிலேயே எல்லோரையும் விட பலபடிகள் உயர்வாக இருந்தவர் இளவரசர் தாரா சுகோக். அரபிக், பெர்சியன், சமஸ்கிருதம் மூன்றிலுமே சிறந்து விளங்கிய அவர், சூஃபி தத்துவங்களிலும் கரை கண்டிருந்தார். உபநிடதங்கள், யோக வசிஷ்ட ராமாயணம், பகவத் கீதை போன்றவற்றை பெர்சியனுக்கு மொழி பெயர்த்திருந்தார். தாரா அளவுக்கு இல்லாவிட்டாலும் ஔரங்கசீபும் நிறையவே கற்றிருந்தார். ஆனால் அவர் குர்-ஆனைப் பிரதி எடுப்பதைத் தவிர வேறு எழுத்துப் பணிகளில் தன்னை ஈடுபடுத்திக் கொள்ளவில்லை.

ஔரங்கசீபின் ஆட்சிக் காலத்துக்குப் பிறகு பல காலத்துக்கு இந்தியப் பொருளாதாரம் வீழ்ச்சியை மட்டுமே சந்தித்தது.

நிலையான ஆட்சி தரும் திறமையான பேரரசர்கள் யாரும் ஔரங்கசீபுக்குப் பிறகு வரவில்லை. பல காலம் ஆட்சியில் இருந்த முகமது ஷா, இரண்டாம் ஷா ஆலம் போன்ற முகலாயப் பேரரசர்கள்கூட, பெரும்பாடுபட்டு தங்களைத் தாங்களே காப்பாற்றிக் கொள்ளும் நிலையில்தான் இருந்தார்கள். ஒருபுறம் மராத்தியர்கள், மறுபுறம் சீக்கியர்கள், இன்னொரு புறம் ராஜபுத்திரர்கள், ஆங்காங்கே கிழக்கிந்திய கம்பெனியினர் என்று பேரரசைத் துண்டு போட ஆரம்பித்திருந்ததால் மக்களின் பாடு திண்டாட்டமாகிப் போனது. ஆப்கனியப் படையெடுப்புகளும் நிகழ்த்தப்பட்ட கொள்ளைகளும் பொருளாதாரத்தைக் கூறு போட்டன.

நிலையில்லாத பேரரசு. தொடர்ந்து ஆட்சி மாற்றங்கள். முறையான நாணய முறைகூட இல்லாத நிலை. வேலையின்மை பெரிய வியாதியாக பீடித்தது. பாதுகாப்பற்ற சூழல். ஆக, எங்கும் புதிது புதிதாக கொள்ளைக்காரர்கள் உருவானார்கள். சட்டம், ஒழுங்கு போன்றவை அர்த்தம் இழந்திருந்தன. இம்மாதிரியான துர்பாக்கியமான சூழ்நிலைதான் கிழக்கிந்திய கம்பெனியினரின் வளர்ச்சிக்கு பேருதவி புரிந்தது.

அக்பரது காலமான பதினாறாம் நூற்றாண்டில், அமர்கோட்டில் ஒரு ரூபாய்க்கு நான்கு ஆடுகள் வாங்கலாம் என்ற நிலையிருந்ததாக வரலாற்றாசிரியர்கள் குறிப்பிட்டிருக்கிறார்கள். ஆனால் பதினெட்டாம் நூற்றாண்டில் எல்லாம் சிதைந்து போயிருந்தது. அது இந்தியப் பொருளாதாரத்தின் இருண்ட காலம்.

# முகலாய அந்தப்புரம்

அந்தப்புரம் என்று சொல்லலாம். சமத்துவபுரம் என்றும் சொல்லலாம். முகலாயப் பேரரசர்களின் அந்தப்புரமாக இருந்தாலும் அங்கே மதபேதமில்லாமல் அனைத்துப் பெண்களும் இடம் பெற்றிருந்தார்கள். இஸ்லாமியப் பெண்களோடு ராஜபுத்திரப் பெண்களும் இணைந்து வாழ்ந்தார்கள். கிறித்தவப் பெண்களுக்கும் இடம் இருந்தது.

பாபருடைய, ஹுமாயூனுடைய அந்தப்புரத்தில் சில நூறு பெண்கள் இடம் பெற்றிருந்தார்கள். அதற்குப் பின் வந்த பேரரசர்களின் அந்தப்புரத்தில் ஆயிரத்துக்குக் குறைவாக எண்ணிக்கையைச் சொல்ல முடியாது.

திருமண உறவின் மூலம் வரும் பெண்கள், பரிசுப் பொருள்களாக வருபவர்கள், போரினால் சிறைப் பிடிக்கப்பட்டு வருபவர்கள், அடிமைகளாக வாங்கப்படுபவர்கள், அங்கே வாழும் பெண்களுக்குப் பிறக்கும் பெண் குழந்தைகள் என்று ஒவ்வொரு பேரரசரின் காலத்திலும் அந்தப்புரத்தில் பெண்களின் எண்ணிக்கை அதிகரித்துக் கொண்டேதான் சென்றது.

யாரெல்லாம் அந்தப்புரத்தில் இருந்தார்கள்?

பேரரசிகள். பேரரசரின் மகள்களான இளவரசிகள். பேரரச ருடைய தாய், வளர்ப்புத்தாய், பாட்டி, இதர உறவுக்காரப் பெண்கள். பேரரசருடைய இதர மனைவிகள், துணைவிகள். அப்புறம் ஆசைநாயகிகள், நடனப் பெண்கள், பிற கலைகள் சார்ந்த பெண்கள், அடிமைப் பெண்கள், வேலைக்காரப் பெண்கள். இவர்கள் தவிர ஜோதிடம் சொல்லும் பெண்கள் முக்கியமாக இடம்பெற்றிருந்தார்கள். பெண் காவலாளிகள், திருநங்கைகள் (Eunuchs) பாதுகாப்புப் பணியில் ஈடுபடுத்தப்பட்டிருந்தார்கள். அவர்களில் சிலர் ஒற்றர்களாகச் செயல்பட்டார்கள்.

அந்தப்புரத்தின் நிர்வாகத்தில் கடுமையான சட்டங்கள் இருந்தாலும் வசதிகளுக்குக் குறைவில்லாமல்தான் இருந்தது. நிர்வாகத்தில் சில அடுக்குகள் இருந்தன. அந்தப்புரவாசிகளின் தேவைகளை நிறைவேற்றுவது முதல் பாதுகாப்பைக் கவனிப்பது வரை துறைகள் தனித்தனியாகப் பிரிக்கப்பட்டிருந் தன. ஒவ்வொரு துறைக்கும் பொறுப்பாக ஒருவர். ஒட்டுமொத்த அந்தப்புரத்தின் தலைவியாக பேரரசரின் தாய் அல்லது பேரரசி, சில சமயங்களில் பேரரசர்களின் சகோதரி. பேரரசருக்கு முதல் ஆண் வாரிசைப் பெற்றுக் கொடுக்கும் அரசிக்கு பெரும் மதிப்பு கிடைத்தது. அதுபோக, பேரரசரோடு இருக்கும் நெருக்கத்தின் அளவைப் பொருத்து அரசிகளுக்கான மதிப்பு மாறுபடும்.

பேரரசரின் மூலம் குழந்தை பெற்றுக் கொள்வதை அரசிகளும், பிற மனைவிகளும் பெரும் பாக்கியமாகக் கருதினார்கள். துணைவிகளும் தங்களுக்கு அப்படி ஓர் ஆண் குழந்தை பிறக்காதா என்ற ஏக்கத்தோடுதான் வாழ்ந்தார்கள். அவ்வாறு குழந்தை பெற்றுக்கொள்ளும் ஒரு துணைவிக்கு மனைவி அந்தஸ்து கிடைக்க வாய்ப்பு இருந்தது. ஆனால் ஆண் வாரிசைப் பெற்றுக் கொடுக்க இயலாத அரசிகள், பேரரசரின் பிற அரசிகளுக்குப் பிறக்கும் ஆண் வாரிசுகளை வளர்ப்பதில் கவனம் செலுத்தினார்கள். இளவரசர் ஷாஜஹானை வளர்த்தது அக்பரின் முதல் மனைவியான ரஹ‍ீய்யா பேகம். ஷாஜஹானின் மகன் இளவரசர் சுஜாவை வளர்த்தது பேரரசி நூர்ஜஹான்.

பாபர் முதல் அனைத்து முகலாயப் பேரரசர்களும் தங்கள் தாய் மீதும் வளர்ப்புத்தாய் மீதும் மிகுந்த பாசத்துடனும் மரியாதை யுடனும்தான் வாழ்ந்திருக்கிறார்கள். ஒவ்வொரு பேரரசருடைய

சுயசரிதையும் அதைச் சொல்கிறது. ஒருமுறை அக்பரின் தாய் லாகூரிலிருந்து ஆக்ராவுக்குப் பல்லக்கில் பயணம் செய்தார். பாதுகாப்பாக அக்பரும் உடன் சென்றார். இடையில் ஆற்றைக் கடக்க வேண்டிய சமயத்தில் அக்பரும் பல்லக்கைச் சுமந்து கொண்டு சென்றாராம்.

பேரரசருக்குப் பிறந்த இளவரசர்களை வளர்ப்பதற்கு பெற்ற தாய் தவிர ஏகப்பட்ட செவிலித்தாய்கள் இருப்பார்கள். அதில் ஒரு பெண் மட்டும், இளவரசருக்குப் பால் கொடுக்கும் உரிமை பெற்றிருப்பாள். அவள் வளர்ப்புத்தாய். பின்னாளில் அந்த இளவரசர் பேரரசர் ஆகும் பட்சத்தில் வளர்ப்புத்தாய்க்கும் பெற்ற தாய்க்குரிய மரியாதை கிடைத்தது. இப்படி மாகம் அனகா (அக்பரின் வளர்ப்புத்தாய்) போன்ற சிலர், அரசியலிலும் முக்கிய பங்கு வகித்தார்கள்.

அந்தப்புரத்தில் இருந்தபடியே நிர்வாகத்திலும் அதிக அதிகாரத் துடன் விளங்கிய பேரரசியாக நூர்ஜஹானைச் சொல்லலாம். அடுத்த இடம் மும்தாஜுக்கு. நூர்ஜஹானின் கோரிக்கைகளை ஜஹாங்கிர் தட்டிக் கழித்ததில்லை. அதேபோல மும்தாஜின் வார்த்தைகளுக்கு ஷாஜஹான் முதல் மரியாதை கொடுத்தார். நூர்ஜஹான், மும்தாஜ் இருவருமே கடல் வணிகத்திலும் ஈடுபட்டனர். பேரரசிகளின், இளவரசிகளின் வெளித் தொடர்புகளை நிர்வகிப்பதற்கென்றே பிரத்யேக நபர்கள் நியமிக்கப்பட்டிருந்தார்கள்.

பெண் குழந்தைகள் பிறப்பதையே வெறுத்த அந்தக் காலத்தில், முகலாயப் பேரரசர்கள் தங்களுக்குப் பிறந்த பெண் வாரிசுகளை முழு மகிழ்ச்சியுடன் வரவேற்றார்கள். ஹுமாயூன் காலம் வரை முகலாய இளவரசிகளுக்குத் திருமணம் செய்துவைப்பது நடைமுறையில் இருந்து வந்தது. ஹுமாயூன், இளவயதிலேயே விதவையான தன் தங்கை குல்பதனை மீண்டும் அரவணைத்து, தன்னுடனேயே வைத்துக்கொண்டார். ஆனால் அக்பர் காலத்தி லிருந்து முகலாய இளவரசிகளுக்கான திருமணம் தடை செய்யப் பட்டது என்கிறார்கள் பல வரலாற்று ஆசிரியர்கள். காரணம்? அரியணைக்கான போட்டியைக் குறைப்பதற்காகத்தான்.

ஒரு பேரரசர் இறந்தபிறகு அடுத்து யார் அரியணை ஏறுவது என்பதைப் போர்கள்தான் தீர்மானம் செய்தன. மகன்களும் மகன் வழி வந்த பேரன்களும் போட்டியில் இருந்தார்கள். இதில் மகள்

முகலாயர்கள் / 465

அந்தப்புரத்தைக் குறிக்கும் முகலாயர் கால ஓவியம்

வழி ஆண் வாரிசுகளும் களத்தில் இருந்தால் தாங்காது என்பதால் தான் முகலாய இளவரசிகளைத் திருமணம் செய்துகொடுப்பதைத் தவிர்க்க ஆரம்பித்தார்கள். இதை நடைமுறைப் படுத்தியது அக்பர் என்று குற்றம் சாட்டுபவர்களும் உண்டு. அக்பர் அப்படிப்பட்டவரல்ல, தன் மகள்களுக்கே அவர் திருமணம் செய்துவைத்திருக்கிறார். நெருங்கிய உறவுகளுக்குள்ளான திருமணத்தை மட்டுமே அக்பர் தடுத்தார் என்று வாதம் செய்பவர்களும் உண்டு.

ஆனால் ஜஹாங்கிரோ, ஷாஜஹானோ தங்கள் சகோதரிகளுக்கோ, மகள்களுக்கோ திருமணம் செய்து வைக்கவில்லை. ஆனால் ஔரங்கசீப் அந்த வழக்கத்தை மாற்றினார். தனது நான்காவது மகளான ஸப்தத்-உன்-னிஷா பேகத்துக்குத் திருமணம் நடத்திவைத்தார். மருமகன், வேறு யாருமல்ல, அவரது சகோதரர் தாராவின் மூன்றாவது மகன் சிபிர் சுகோக். ஔரங்கசீப், தனது இன்னொரு மகளான மெஹ்ர்-உன்-னிஷாவுக்கும் திருமணம் நடத்தி வைத்தார். மருமகன், அவரது இன்னொரு சகோதரரான முராட் பக்ஷின் மகனான இஷாட் பக்ஷ்.

பெரும்பான்மையான இளவரசிகளுக்குத்தான் திருமண பாக்கியம் வாய்க்கவில்லையே தவிர, பேரரசர்களும் இளவரசர்களும் இஷ்டம்போல திருமணங்கள் செய்துகொண்டார்கள். நான்கு மனைவிகள் என்று யாரும் கட்டுப்பாடு வைத்துக் கொள்ளவில்லை, ஔரங்கசீப் உள்பட. அவர் முறைப்படி நான்கு திருமணங்கள் செய்துகொண்டார். அத்தோடு நிறுத்திக் கொள்ளவில்லை. ஐந்துக்கும் மேற்பட்ட துணைவிகளுடன்தான் வாழ்ந்தார்.

பேரரசர்களின் வாழ்வில் துணைவிகள் (இரண்டாம் நிலை மனைவிகள் என்றுகூடச் சொல்லலாம்) எப்படி இடம்பிடித்தார்கள்? எல்லாம் அரசியல் காரணங்கள். போர்த் தோல்விகள் முதற்கொண்டு அரசியல் ஒப்பந்தங்கள் வரை சொல்லலாம். இவற்றின் மூலம் முகலாய அந்தப்புரத்துக்குள் பேரரசரின் துணைவியாக நுழைந்தவர்கள் எக்கச்சக்கம். துணைவிகளாக இந்துக்கள் அதிகம் இருந்தனர். குறிப்பாக ராஜபுத்திரப் பெண்கள்.

அடுத்தது ஆசைநாயகிகள். பேரரசரைத் திருமணம் செய்து கொள்ளாதவர்கள், ஆனால் அவரோடு மனைவி போலவே

வாழ்ந்தவர்கள். முகலாய அந்தப்புரத்தில் ஆசைநாயகிகளுக்கும் உயர்வான அந்தஸ்தே அளிக்கப்பட்டது. அவர்களுக்குப் பிறக்கும் வாரிசுகள்கூட நல்ல நிலையிலேயே வளர்க்கப் பட்டார்கள். சிங்கார், பியார், மகான், பாதாம், நாஸுக் பதான் - போன்றவை ஆசைநாயகிகளுக்குப் பொதுவாகச் சூட்டப்பட்ட பெயர்கள். ஆசைநாயகிகளாக இருந்துகொண்டே பேரரசரின் மனத்தில் இடம்பிடித்து அதிகாரத்தோடு விளங்கிய பெண்களும் இருந்தார்கள். ஜஹாங்கிரின் மகனான இளவரசர் ஷாரியார்கூட அவரது ஆசைநாயகிக்குப் பிறந்தவர்தான்.

அக்பரும் ஷாஜஹானும் அதிக எண்ணிக்கையில் ஆசைநாயகி களைக் கொண்டிருந்தார்கள். ஒளரங்கசீபுக்கும் ஆசைநாயகி கள் உண்டு. குறிப்பிட்டுச் சொல்லக்கூடிய பெண், உதய்பூரி மஹால். தாராவின் அந்தப்புரத்தில் அடிமையாக இருந்த ஒரு பெண். தாரா வீழ்ந்த பிறகு உதய்பூரி, ஒளரங்கசீபிடம் வந்து விட்டாள். அவளை ஒளரங்கசீப் தனது மனைவி போலத்தான் நடத்தினார்.

முகலாய அந்தப்புரத்தில் அடிப்படைத் தேவைகளில் குறையே இருந்தது கிடையாது. ஆடம்பரத் தேவைகளுக்கும் பஞ்சம் இல்லை. அழகான தோட்டம், பகட்டான அறைகள், வளமை யான உணவு, வண்ணமயமான பொழுதுபோக்குகள் என்று பெரும்பாலும் சொகுசு வாழ்க்கைதான். ஆனாலென்ன, கூண்டுக்குள் சுதந்தரமாக வாழ வேண்டும்.

மத்பக் (Matbakh) என்பது அந்தப்புர சமையலறை. அங்கே நீர், பழரசம், உற்சாக பானங்கள் தரும் பணியிலிருப்பவருக்குப் பெயர் அக்பர்கானா (Akbarkhana). கோடைகாலங்களில் குளிர் பானங்கள், குளிர் நீர் எல்லாம் தந்து உபசரிப்பார். பழங்கள் தருபவர் பெயர் மாய்வாகானா (Maywakhana). ரொட்டி முதலிய உணவுப் பொருள்கள் தருபவர் ரிகாப்கானா (Rikabkhana). இவைதவிர உடை, நகை, பிற அலங்காரப் பொருள்கள், அத்தியாவசியப் பொருள்கள் விநியோகம் செய்பவர் கர்கானா (karkhana).

மத்பக் என்ற சமையலறை அந்தப்புரத்திலிருந்து சற்றே ஒதுங்கியிருக்கும். அங்கே பல பிரதேசங்களைச் சேர்ந்த சமையல் நிபுணர்கள் பணியமர்த்தப்பட்டிருந்தார்கள். முகலாயப் பேரரசர்கள் தங்கள் அந்தப்புரப் பெண்களுக்கான உணவு

விஷயத்தில் தாராளமாக செலவழித்தார்கள். பேரரசர்கள் தலைநகரத்தில் இருக்கும் பட்சத்தில் அவர்களது உணவு பெரும்பாலும் அந்தப்புரத்தில்தான் இருக்கும்.

புதிய உணவு வகைகளை அந்தப்புரத்தில் அறிமுகப்படுத்துவதில் ஆர்வம் செலுத்தினார்கள். விதவிதமான அரிசி, கோதுமை உணவு வகைகள் முதல் பலவகையான பானங்கள் வரை பதார்த்தங்கள் காலை முதல் இரவு குறையாமல் கமகமத்துக் கொண்டே இருந்தன. ஆனால் யார் யாருக்கு என்னென்ன மாதிரியான உணவு வகை என்பதில் தரம் பிரிக்கப்பட்டிருந்தது. பேரரசிகள், இளவரசிகள், பேரரசரின் தாய், நெருங்கிய உறவினர்களுக்கெல்லாம் தரம் உயர்ந்த, அதிக எண்ணிக்கை யிலான பதார்த்தங்கள் தினமும் உண்டு. அவர்களுக்கு அடுத்த நிலையில் இருப்பவர்களுக்கு அதைவிட குறைந்த எண்ணிக்கை யிலான பதார்த்தங்கள். நடனப்பெண்களுக்கு அதைவிடக் குறைவு. கீழ்நிலையில் இருப்பவர்களுக்கு வயிற்றுக்கு உணவு. நாக்கும் உதடுகளும் சிவக்க 'பான்' போடும் பழக்கம் பெரும் பாலான அந்தப்புரப் பெண்களுக்கு இருந்தது.

பொழுதுபோக்கு? நடனத்துக்கும் இசைக்கும் குறைவில்லை. சிறிய சிறிய விளையாட்டுகளும் உண்டு. தங்கள் உடலைப் பராமரிப்பதிலும், அலங்காரம் செய்துகொள்வதிலும் பெரும் பாலும் நேரத்தைச் செலவழித்தார்கள். குழந்தைகளைப் பராமரிப்பதில் கவனம் செலுத்தினார்கள். கல்வி அறிவு பெற்ற பெண்கள் புத்தகங்கள் வாசித்தார்கள்.

அந்தப்புரத்தில் வாழும் சூழல் எப்படி இருந்தது? அரண்மனை யிலோ, கோட்டையிலோ ஒரு பகுதியாக அந்தப்புரம் அமைந் திருந்தது. (டெல்லி, ஆக்ரா, லாகூர், பஃதேபூர் சிக்ரியின் அரண்மனைகளிலும் கோட்டைகளிலும் ஒரு பகுதியாக அந்தப்புரம் அமைந்திருப்பதைக் காணலாம்.) பேரரசிகளுக்கும் பேரரசர்களுக்கு மிக நெருக்கமான பெண்களுக்கு மட்டுமே தனி அறைகள் ஒதுக்கப்பட்டன. மற்றவர்கள் எல்லாம் ஒருவரோடு ஒருவர் சேர்ந்து வாழும்படியான அமைப்புதான். பெண்களின் அந்தஸ்தைப் பொருத்து அறையில் எத்தனை பேர் என்பது அமையும். ஒரே அறையில் சுமார் நூறு அடிமைப் பெண்கள்கூட சேர்ந்து வாழும் நிலை இருந்தது.

சில முகலாயப் பெண்களுக்கு மட்டும் கோட்டைகளுக்கு வெளியே தனியே மாளிகையில் வாழும் வாய்ப்பு அமைந்தது. நூர்ஜஹானுக்கும் ஜஹானராவுக்கும் ஆக்ரா, லாகூர், காஷ்மீரில் தனி மாளிகைகள் இருந்தன. அக்பரது மனைவி ரஹஃய்யா பேகத்துக்கு ஆக்ராவில் யமுனை நதிக்கரையில் தனி மாளிகை இருந்தது.

முகலாயக் கோட்டைகளிலும் சரி, மாளிகைகளிலும் சரி, வெப்பத்தைத் தணிக்கும் வகையில் ஆங்காங்கே நீரோட்டம் இருக்கும்படியான அமைப்புகள் கட்டப்பட்டிருந்தன. வயல்களில் ஏற்றம் இறைக்கும் முறையில் ஆழமான கிணறுகளில் இருந்து சிறிய சிறிய வாளிகளில் நீர் இறைக்கப்பட்டது. அதற்கு செக்கு சுற்றுவதுபோல எருதுகள் பயன்படுத்தப்பட்டன. பேரரசர்கள் போரில் வென்று, கைப்பற்றி வரும் ஆடம்பர, அலங்கார, கலைப்பொருள்கள் எல்லாம் அந்தப்புரத்தை அலங்கரித்தன. குறிப்பாக தரையெங்கும் பெர்சியக் கம்பளங்கள் படுத்திருந்தன. பெண்கள் குளிப்பதற்காக பிரத்யேக நீச்சல் குளங்களும் நீரூற்றுகளும் அமைக்கப்பட்டிருந்தன. அழகிய பூக்கள் நிறைந்த தோட்டங்கள் உருவாக்கப்பட்டிருந்தன. அந்தப்புரத்தில் மணம் பரப்ப, ஆங்காங்கே வாசனைப் பொருள்களை எரிக்கும் வழக்கம் இருந்தது.

பேரரசிகளுக்கு, இளவரசிகளுக்கு மானியத் தொகை வழங்கப்பட்டது. ரேங்க் முதல் பேரரசருடனான நெருக்கம் வரை பல காரணிகள் தொகையைத் தீர்மானித்தன. சில பேரரசிகள், பேரரசர்களின் தாயார்கள் ஏதாவது சில பகுதிகளின் ஜாஹிரை அனுபவிக்கும் உரிமையையும் பெற்றிருந்தார்கள். அப்படி நூர்ஜஹான் அனுபவித்தவை எக்கச்சக்கம். தவிர சில பகுதிகளின் சிலவிதமான வரி வசூல் உரிமையும் நூர்ஜஹானுக்கு வழங்கப்பட்டிருந்தது.

சர்வ வசதிகளும் அந்தப்புரத்துக்குள் இருக்க, முகலாயப் பெண்களுக்குச் செலவு என்பதே கிடையாதுதான். எனில், அந்தப்புரப் பெண்கள் அதனை எப்படிச் செலவழித்தார்கள்?

பெரும்பாலும் ஆடம்பரச் செலவுகள்தான். உடைகள் முதல் அழகுப் பொருள்கள் வரை வாங்கிக் குவித்தார்கள். வாங்குவது என்றால் வெளியில் சென்று வாங்குவது அல்ல. தேவைகளுக்கு ஏற்ப எல்லாம் அந்தப்புரத்துக்குள்ளே தருவிக்கப்பட்டன.

மும்தாஜ் தனக்குக் கிடைக்கும் வருவாயைக் கொண்டு பலவிதமான தான, தரும காரியங்களைச் செய்தாள். சில பெண்கள் நினைவிடங்கள், மசூதிகள் எழுப்பினார்கள். நூர்ஜஹான், மும்தாஜ் போன்ற பேரரசிகள், தங்கள் பிரதிநிதிகள் மூலமாக கடல் வணிகத்தில் ஈடுபட்டு லாபம் சம்பாதித்தார்கள்.

போர் வெற்றிகளைக் கொண்டாடவும், நௌரோஸ் போன்ற பண்டிகை தினங்களிலும் பேரரசர்கள் தங்களது அந்தப்புரப் பெண்களுக்கு பரிசுகளை, பணத்தை அள்ளிக் கொடுப்பது ஒரு கலாசாரமாக இருந்து வந்தது. ஒட்டுமொத்தமாகப் பார்த்தால் அதிக அளவிலான பரிசுகளைக் கொடுத்தவர் ஷாஜஹான். அதுவும் மும்தாஜுக்கு. பின்னாளில் எளிமையைக் கடைபிடித்த ஔரங்கசீப்கூட, தான் பேரரசர் ஆன சந்தோஷத்தைக் கொண்டாடுகையில் தன் மனைவிகளுக்கு, மகள்களுக்கு, சகோதரிகளுக்கு அள்ளிக் கொடுத்ததாக தகவல்கள் இருக்கின்றன. பேரரசர்கள் அளிக்கும் பரிசுகளைத் தவிர, வெளி நாடுகளில் இருந்து வரும் பரிசுப் பொருள்களும், வியாபாரிகள் தங்கள் காரியங்களைச் சாதிப்பதற்காகப் பேரரசர்களுக்கு அளிக்கும் பரிசுப் பொருள்களும் அந்தப்புரத்தை, பெண்களை அழகுபடுத்தின.

ஒரு பேரரசரின் இறப்போ, அல்லது ஆட்சி மாற்றமோ அவரைச் சார்ந்த பெண்களின் வாழ்க்கைக்கு ஆபத்தாக அமையவில்லை. அடுத்து பேரரசராக வரும் இளவரசர், அந்தப் பெண்களையும் உரிய மரியாதையோடு நடத்தவே செய்தார். ஜஹாங்கிரின் இறப்புக்குப் பின் நூர்ஜஹான் எந்தவிதத் துன்பத்தையும் அனுபவிக்கவில்லை. பேரரசராகப் பொறுப்பேற்ற ஷாஜஹான், நூர்ஜஹானுக்கு ஒழுங்காக வருட மானியம் அளித்து, குறைவில்லா வாழ்க்கைக்கு வழிசெய்தார். மும்தாஜின் இறப்புக்குப் பின், அவளது சொத்துக்களில் பாதிக்குமேல், ஷாஜஹானின் செல்ல மகளான ஜஹானராவின் கைகளுக்கு வந்தது. அவள், தாராவுக்கு ஆதரவாக மட்டுமே செயல்பட்டாள். தாராவை வீழ்த்தி ஔரங்கசீப் ஆட்சிக்கு வந்தபிறகு, ஜஹானரா எந்தவிதமான கஷ்டத்தையும் அனுபவிக்கவில்லை. மாறாக, ஔரங்கசீப் அவளுக்குரிய மானியத்தை அதிகரிக்கவே செய்தார்.

அந்தப்புரப் பெண்களுக்கு கல்வி அளிக்கப்பட்டதோ இல்லையோ, மதக்கல்வி கட்டாயமாக இருந்தது. குறிப்பாக

முகலாய இளவரசிகள் பலர், சிறுவயதிலேயே குர்-ஆனை மனப்பாடமாகச் சொல்லும் அளவுக்கு தேர்ச்சி பெற்றிருந்தார்கள். உயர் கல்வி கற்ற முகலாயப் பெண்கள் குறைவே. நூர்ஜஹான், ஜஹானரா, ஸெப்-உன்-னிஷா ஆகியோரை அதிகம் படித்தவர்கள் பட்டியலில் சொல்லலாம்.

அந்தப்புரத்திலிருந்த இந்து அரசிகளுக்கும் இந்துப் பெண்களுக்கும் அவர்கள் விருப்பப்படி வழிபாட்டு உரிமை வழங்கப்பட்டிருந்தது. அதை நடைமுறைக்குக் கொண்டு வந்தவர் அக்பர். இளவரசி ஜஹானரா சூஃபியிஸத்தில் அதிக ஈடுபாடு காட்டினாள். ரமலான், ஈத் உள்ளிட்ட இஸ்லாமியப் பண்டிகைகளுடன் அந்தப்புரத்தில் ஹோலி, தீபாவளி, ரக்ஷா பந்தன், ஜன்மாஷ்டமி, சிவராத்திரி உள்ளிட்டவையும் கொண்டாடப்பட்டன. எல்லாவற்றையும்விட நௌரோஸ் பண்டிகைதான் அதிகக் கொண்டாட்டங்களைக் கொண்டிருந்தது.

முகலாயப் பெண்கள் ஹஜ் பயணம் மேற்கொள்ள விரும்பினால், அதற்குரிய ஏற்பாடுகளை எல்லாப் பேரரசர்களும் தவறாமல் செய்துகொடுத்தார்கள். வேறு புனிதப் பயணங்களுக்கும் ஏற்பாடு செய்து கொடுத்தார்கள். முகலாயப் பெண்கள் செய்த அதிக தூரப் பயணம் என்றால் அது மெக்காவுக்கான பயணமாகத்தான் இருக்க முடியும்.

மற்றபடி வெளியில் திரியும் சுதந்தரம் பெண்களுக்கு மறுக்கப்பட்டிருந்தது. பேரரசிகள், அரசிகள், இளவரசிகளுக்குக்கூட கட்டுப்பாடுகளுடன் கூடிய சுதந்தரம்தான் வழங்கப்பட்டிருந்தது. அந்தப்புரம் பெண்கள் வெளியில் வருகிறார்கள் என்றால் அந்த இடங்களில் மக்கள் நடமாட்டத்துக்குத் தடை போடப்பட்டது. முழுவதுமாக மூடிய பல்லாக்குகளில், யானைகளில் அல்லது வேறு வண்டிகளில் பெண்கள், பாதுகாப்புப் படையினர் புடைசூழ வலம் வந்தார்கள். பல்லக்கு சுமப்பவர்கூட உள்ளிருக்கும் பெண்ணை பார்க்கமுடியாது என்ற அளவிலான கடுமையான கட்டுப்பாடுகள்.

அந்தப்புரக் கட்டுப்பாடுகளை மீறி, ஒரு பெண் வெளியில் வந்து மாட்டிக் கொண்டால், தண்டனை கடுமையானதாக இருந்தது. மரண தண்டனைகூட சாதாரணமாக வழங்கப்பட்டது. ஆனால் நூர்ஜஹான் அந்தப்புரத்துக்கு வந்தபின் இந்தக் கடுமையான

முகலாய இளவரசி ஒருத்தியின் ஓவியம்

கட்டுப்பாடுகளில் சில தளர்த்தப்பட்டன. அதற்கு முன்பு வரை முகலாயப் பெண்களை ஓவியமாகத் தீட்டுவது என்பது வழக்கத்தில் இல்லை. நூர்ஜஹானின் காலத்திலிருந்து தூரிகைகள் முகலாயப் பெண்களைப் பிரசவித்தன.

வெளியில் மட்டுமல்ல, அந்தப்புரத்துக்குள்கூட ஒரெல்லை வரைதான் பெண்கள் நடமாட அனுமதிக்கப்பட்டிருந்தார்கள். அந்த எல்லை பெண் காவலர்களால் பாதுகாக்கப்பட்டது. அந்த எல்லைக்கு வெளியே திருநங்கைகள் காவல் காத்தார்கள். பெண்களின் மாளிகைக்குள்ளோ அல்லது அந்தப்புரத்துக் குள்ளோ வெளி நபர்கள் (ஆண்களோ, பெண்களோ) நுழைந்து விடவே முடியாது. அந்தப்புரத்தில் பணிபுரியும் பெண்கள்கூட கடுமையான பாதுகாப்பைக் கடந்துதான் உள்ளே செல்ல வேண்டியதிருந்தது. முகலாய அமைச்சர்களின் வீட்டுப் பெண்களுக்கு உள்ளே செல்லும் அனுமதி உண்டு.

இவர்கள் தவிர உள்ளே செல்லும் உரிமை படைத்த இன்னொரு பிரிவினர், ஐரோப்பிய மருத்துவர்கள் மற்றும் வைத்தியர்கள். அவர்களும் ஓர் எல்லை வரைதான் உள்ளே செல்ல இயலும். கனமான திரை அல்லது தடுப்பு இருக்கும். அதற்கு வெளிப் பக்கம் வைத்தியர். உள்பக்கம் நோயுற்ற பெண். துவாரத்தின்

அல்லது இடைவெளியின் வழியே கையை மட்டும் அந்தப் பெண் நீட்ட, நாடி பிடித்துப் பார்த்து வைத்தியம் செய்ய வேண்டியதுதான்.

அந்த அளவுக்கு கடுமையான பாதுகாப்பு. ஆக பிற ஆண்களின் மூச்சுக்காற்றுகூட நுழைய முடியாத அந்தப்புரத்தில் காதல் என்பது தடை செய்யப்பட்ட விஷயமாகத்தான் இருந்தது.

இந்த விஷயத்தைப் பொருத்தவரையில் எல்லாப் பேரரசர்களும் பெண்களுக்கு வில்லனாகத்தான் இருந்திருக்கிறார்கள். அதிக அளவில் பெண்களை அந்தப்புரத்தில் வைத்துப் பேணிக் காப்பதை கௌரவத்தின் சின்னமாகக் கருதினார்கள். ஆனால் தங்கள் மனைவிகள், ஆசைநாயகிகள் தவிர, பிற பெண்களின் இயற்கையான உணர்வுகளுக்கு மதிப்பு கொடுக்க வேண்டும் என்று அவர்கள் நினைக்கவில்லை. தனது சகோதரியோ, மகளோ தான் விதித்த கட்டுப்பாடுகளுக்கு அடங்கி வாழ்ந்து தனக்கான மதிப்பை அளிக்க வேண்டும் என்ற சுயநலமே பேரரசர்களிடம் இருந்திருக்கிறது.

கட்டுப்பாடுகள் என்றால் அறைக்குள் பெண்களை அடைத்து வைத்தல், வெளி நபர்களை உள்ளே அனுமதிக்காமல் இருத்தல் மட்டுமல்ல. கேரட், முள்ளங்கி மற்றும் அதை ஒத்த வடிவங்கள் கொண்ட காய்கறிகளையோ, பொருள்களையோ அந்தப்புரத்துக்குள் அனுமதிக்காத அளவுக்குக் கடுமையான கட்டுப்பாடு.

உணர்வுகளுக்கு வடிகாலைத் தேடுவது இயற்கைதானே. கடுமையான கட்டுப்பாடுகள் தவறுகளுக்கு வழிவகுத்தன. முறையில்லாத ஓரின உறவுகள் நடைமுறையில் இருந்தன. அதிகாரம் கொண்ட பெண்களின் ரகசியக் காதல் விளையாட்டு களும் அரங்கேறின. திரையைத் தாண்டி நீளும் வைத்தியர்களின் மருத்துவர்களின் கைகள் சிற்றின்பங்களுக்கு பயன்படுத்தப் பட்டன. முகலாய அந்தப்புரத்துக்கு ஒரு மருத்துவராக சென்றுள்ள வரலாற்றாசிரியர் Manucci தன் குறிப்புகளில் இப்படி எழுதி வைத்துள்ளார்.

'திரைக்குள் நாடி பிடித்துப் பார்ப்பதற்காக என் கைகளை நுழைத்தால் இறுகப் பிடித்துக் கொள்வார்கள். முத்தத்தால் நனைப்பார்கள். செல்லமாகக் கடிப்பார்கள். ஆசைமிகுதியில்

சில பெண்களின் மார்பகங்களும் என் கைகளில் உரசும். எல்லாம் காவலர்களின் கண்களில்படாதவாறு நடக்கும்.'

திருநங்கைகள் சிலர், அந்தப்புரப் பெண்களில் தேவைகளுக்குப் பலியாவதுண்டு. காவல்களை மீறி, சில முகலாயப் பெண்கள் சில வெளி ஆண்களை அந்தப்புரத்துக்குள் வரவழைத்ததும் உண்டு அல்லது காவலர்களுக்கு லஞ்சம் கொடுத்து காரியத்தைச் சாதிப்பார்கள். மாட்டிக் கொண்ட ரகசியக் காதலன்களும், அந்தப்புரப் பெண்களும் பல்வேறு சித்ரவதைகளுக்குப் பிறகு மரணப் பரிசை அடைந்திருக்கிறார்கள்.

உணர்வுகளைக் கட்டுப்படுத்த முடியாத பல பெண்கள், போதைப் பொருள்களை நாட ஆரம்பித்தார்கள். தற்கொலை களும் நிகழ்ந்ததுண்டு.

பெரும்பாலான அந்தப்புரப் பெண்களின் மரணம் கவனத்தில் கொள்ளப்படவில்லை. பேரரசிகள், இளவரசிகள், பேரரசர் களின் தாயார்கள், வளர்ப்புத் தாயார்களின் மரணங்களுக்கு முறைப்படி துக்கம் அனுஷ்டிக்கப்பட்டன. பேரரசி மும்தாஜின் நினைவு தினத்தை, அதற்கான சடங்குகளை ஷாஜஹான் தான் இறக்கும்வரை முறைப்படி நடத்தினார்.

அந்தப்புரத்தில் பிற பெண்கள் நோய்வாய்ப்பட்டால், அவர்கள் அந்தப்புரத்தை விட்டு பிமர் கானா என்ற இடத்துக்கு மாற்றப்பட்டனர். அவர்களது மரணம் கண்டுகொள்ளப்பட மாட்டாது.

வசதிகளையும் வாழ்க்கை முறையையும் வைத்து முகலாய அந்தப்புரத்தை சொர்க்கம் என்றே வருணிக்கலாம். ஆனால் அந்தச் சொர்க்கத்துக்கு கதவுகள் கிடையாது. ஏனென்றால் அங்கே வாசல்களே இல்லை.

# கால வரிசை

| பக்கம் | ஆண்டு | நிகழ்வு |
|---|---|---|
| 34 | 1483 | பாபர் பிறந்தார். |
| 25 | 1489 | சிக்கந்தர் லோடி டெல்லியின் சுல்தான் ஆனார். |
| | 1489-1490 | அடில் ஷாகி பரம்பரையினரின் ஆட்சி பிஜப்பூரில் மலர்ந்தது. |
| | 1490 | நிஷாம் ஷாகி பரம்பரையினரின் ஆட்சி அஹமத் நகரில் மலர்ந்தது. |
| 35 | 1494 | பாபர் ஃபெர்கானாவின் சுல்தான் ஆனார். |
| 36 | 1497 | பாபர் சமர்கண்டை முதல் முறையாகக் கைப்பற்றினார். |
| 192 | 1498 | வாஸ்கோ ட காமா இந்தியா வந்தார். |
| 37 | 1500 | பாபர் சமர்கண்டை இரண்டாவது முறையாகக் கைப்பற்றினார். |
| 40 | 1504 | பாபர் காபுலைக் கைப்பற்றினார். |
| 26 | 1504 | சிக்கந்தர் லோடியால் ஆக்ரா நகரம் உருவாக்கப்பட்டது. |
| | 1505 | விஜயநகர ராஜ்ஜியத்தில் துளுவ வம்சத்தின் ஆட்சி மலர்ந்தது. |
| 44 | 1507 | ஹுமாயூன் பிறந்தார். |

| | | |
|---|---|---|
| 139 | 1509 | கிருஷ்ண தேவராயர் விஜயநகரப் பேரரசர் ஆனார். |
| 192 | 1510 | போர்த்துக்கீசியர்கள் கோவாவைக் கைப்பற்றினர். |
| 42 | 1511 | பாபர் ட்ரான்ஸோக்ஸியானாவை கைப்பற்றினார். |
| 26 | 1517 | சிக்கந்தர் லோடி இறந்தார். இப்ராஹிம் லோடி புதிய சுல்தானாகப் பதவியேற்றார். |
| 46-53 | 1526 | முதலாம் பானிபட் யுத்தத்தில் லோடியை வென்ற பாபர், டெல்லியின் அரசரானார். |
| 58-59 | 1527 | பாபர், கானுவா போரில் ரானா சங்காவைத் தோற்கடித்தார். |
| 63 | 1529 | மஹ்மூத் லோடியின் தலைமையிலான படைகளை பாபர் தோற்கடித்தார். |
| | 1529 | கிருஷ்ண தேவராயர் இறந்து போனார். |
| 67 | 1530 | பாபர் இறந்தார். |
| 71 | 1530 | ஹுமாயூன் அடுத்த முகலாயப் பேரரசரானார். |
| 75 | 1533 | குஜராத்தின் பகதூர் ஷா சித்துரைக் கைப்பற்றினார். |
| 77 | 1535 | ஹுமாயூன் போரில் பகதூர் ஷாவைத் தோற்கடித்தார். பகதூர் ஷா தப்பி ஓடினார். |
| 79 | 1537 | பகதூர் ஷா இறந்தார். |
| | 1538 | குரு நானக் மறைந்தார். |
| 82 | 1539 | ஷேர் கான், சாவ்ஸா போரில் ஹுமாயூனைத் தோற்கடித்தார். |
| 85 | 1540 | கன்னோஜ் போரில் ஹுமாயூன் மீண்டும் ஷேர் ஷாவிடம் தோற்றுப்போனார். |
| 89 | 1542 | ஹுமாயூன் மனைவியான ஹமீதா பானு பேகத்துக்கு அக்பர் பிறந்தார். |
| 90 | 1544 | ஷேர் ஷா, ராஜஸ்தானைக் கைப்பற்றினார். |
| 91 | 1544 | ஹுமாயூன், பெர்சியா சென்றடைந்தார். |

முகலாயர்கள் / 477

| | | |
|---|---|---|
| 96 | 1545 | ஷேர் ஷா இறந்து போனார். இஸ்லாம் ஷா புதிய மன்னரானார். |
| | 1552 | சீக்கியர்களின் இரண்டாம் குருவான அங்கத் இறந்து போனார். அமர் தாஸ் மூன்றாவது குரு ஆனார். |
| 96 | 1553 | இஸ்லாம் ஷா இறந்து போனார். |
| 97 | 1555 | இப்ராஹிம் ஷா டெல்லியின் அடுத்த ஷாவாகப் பதவியில் அமர்ந்தார். |
| 99 | 1555 | டெல்லி மீண்டும் ஹுமாயூன் வசமானது. |
| 101 | 1556 | பிப்ரவரியில் ஹுமாயூன் இறந்து போனார். |
| 106 | 1556 | அக்பர் புதிய முகலாயப் பேரரசராகப் பதவியேற்றார். |
| 109-110 | 1556 | இரண்டாம் பானிபட் போரில் பைரம் கான், ஹெமுவைத் தோற்கடித்தார். |
| 113 | 1561 | பைரம் கான் கொல்லப்பட்டார். |
| 116 | 1561 | முகலாயர்களின் மால்வா படையெடுப்பில் ராணி ரூப்மதி தற்கொலை செய்து கொண்டார். |
| 120 | 1562 | அக்பர், ராஜபுத்திரர்களுடனான முதல் திருமண உறவை ஏற்படுத்திக் கொண்டார். அம்பர் ராஜா பர்மாலின் மகள் ஹிரா கன்வாரி (அ) ஜோதாபாயை மணந்து கொண்டார். |
| 122 | 1564 | முகலாயர்களின் கோண்ட்வானா மீதான படையெடுப்பு. ராணி துர்காவதி தற்கொலை செய்து கொண்டார். |
| 139 | 1565 | தலைக்கோட்டை யுத்தம் நடந்தது. |
| 123 | 1567 | முகலாயப் படைகள் சித்தூர் கோட்டையை முற்றுகையிட்டன. |
| 124 | 1568 | முகலாயப் படைகள் சித்தூர் கோட்டையைக் கைப்பற்றின. |
| 143 | 1569 | அக்பரின் மகன் சலீம் (ஜஹாங்கிர்) பிறந்தார். |
| 149 | 1571 | அக்பர் பதேஃபூர் சிக்ரியை உருவாக்கினார். |

| | | |
|---|---|---|
| 128 | 1573 | அக்பர் சூரத்தைக் கைப்பற்றினார். குஜராத் முழுவதும் அக்பரின் கட்டுப்பாட்டில் வந்தது. |
| 128 | 1573 | போர்த்துக்கீசியர்கள் முகலாயர்களுடன் உறவை ஏற்படுத்திக் கொண்டனர். |
| | 1574 | சீக்கியர்களின் மூன்றாம் குருவான அமர் தாஸ் மரணடைந்தார். ராம் தாஸ் நான்காம் குருவானார். |
| 126 | 1576 | முகலாயர்கள், ரானா பிரதாப் சிங் படைகளுடன் ஹல்திகாட் என்னுமிடத்தில் போரிட்டார். |
| 129-131 | 1576 | அக்பரின் வங்காளப் படையெடுப்பு. போரில் தாவுத் கொல்லப்பட்டார். வங்காளம் முகலாயப் பேரரசோடு இணைக்கப்பட்டது. |
| | 1580 | இப்ராஹிம் அடில் ஷா, பிஜப்பூரின் புதிய சுல்தான் ஆனார். |
| 131 | 1581 | அக்பர் காபுலை ஆண்ட தனது சகோதரர் மிர்ஸா முகம்மது ஹக்கிமை தன் கட்டுப்பாட்டுக்குள் கொண்டு வந்தார். |
| | 1581 | சீக்கிய குரு ராம் தாஸ் இறந்து போனார். அர்ஜுன் சிங் ஐந்தாவது குருவானார். |
| 153 | 1581 | அக்பர், தீன்-இ லாஹி என்ற புதிய மதத்தை உருவாக்கினார். |
| 137 | 1586 | காஷ்மீர் முகலாயப் பேரரசுடன் இணைக்கப் பட்டது. |
| 137 | 1591 | முகலாயப் படைகள் சிந்துவைக் கைப் பற்றின. |
| 184 | 1592 | இளவரசர் குர்ராம் (ஷாஜஹான்) பிறந்தார். |
| 137-138 | 1595 | காந்தஹார், பலுசிஸ்தானம் ஆகியவை முகலாயப் பேரரசுடன் இணைக்கப்பட்டன. |
| 140 | 1595 | அஹமத் நகர் மீது முகலாயர்கள் படையெடுத்தார்கள். |
| | 1597 | ரானா பிரதாப் சிங் இறந்து போனார். |

| | | |
|---|---|---|
| 193 | 1600 | Governor and Company of Merchants of London Trading with the East Indies என்ற பெயரில் கிழக்கிந்திய கம்பெனி ஆரம்பிக்கப்பட்டது. |
| 166 | 1600 | இளவரசர் சலீம் கலகத்தில் இறங்கினார். |
| 142 | 1601 | அக்பர் அஸிர்கர் கோட்டையைக் கைப்பற்றினார். |
| 168 | 1602 | மத்திய பிரதேசத்தின் ஆர்ச்சாவைச் சேர்ந்த பிரபல கொள்ளைக்காரன் பீர்சிங் பண்டேலா, அபுல் பாஸ்லைக் கொன்றான். |
| | 1602 | டச்சு கிழக்கிந்திய கம்பெனி உருவாகியது. |
| 172 | 1605 | அக்பர் இறந்தார். |
| 175 | 1606 | ஜஹாங்கிர் புதிய முகலாயப் பேரரசரானார். |
| 178-182 | 1606 | இளவரசர் குஷ்ரவ், ஜஹாங்கிருக்கு எதிராகக் கலகத்தில் ஈடுபட்டார். குஷ்ரவ் சிறை பிடிக்கப்பட்டார். |
| 183 | 1606 | சீக்கியர்களின் ஐந்தாம் குரு அர்ஜுன் சிங், ஜஹாங்கிரால் கொல்லப்பட்டார். ஹர்கோபிந்த் சிங் அடுத்த குரு ஆனார். |
| 200 | 1607 | நூர்ஜஹானின் முதல் கணவரான ஷேர் ஆப்கன் கொல்லப்பட்டார். |
| 193 | 1609 | வில்லியம் ஹாக்கின்ஸ், கிழக்கிந்திய கம்பெனி சார்பாக முதன்முதலாக ஆக்ராவுக்கு வந்தார். |
| 200 | 1611 | ஜஹாங்கிர், நூர்ஜஹானைத் திருமணம் செய்து கொண்டார். |
| 194 | 1611 | ஹாக்கின்ஸ், இந்தியாவிலிருந்து திரும்பினார். |
| 194 | 1611 | மசூலிப்பட்டிணத்தில் கிழக்கிந்திய கம்பெனியினர் தங்களது தொழிற்சாலையை ஏற்படுத்தினார்கள். |
| 206, 226 | 1612 | இளவரசர் குர்ராம் (ஹாஜஹான்), மும்தாஜை மணந்து கொண்டார். |

| | | |
|---|---|---|
| 188 | 1612 | முகலாய கவர்னர் இஸ்லாம் ஷா, வங்காளத்தில் ஆப்கனியர்களைத் தோற்கடித்தார். |
| 195 | 1615 | சர் தாமஸ் ரோ இந்தியாவுக்கு வந்தார். |
| 186 | 1615 | இளவரசர் குர்ராம் மேவாரைப் பிடித்தார். |
| | 1616 | டச்சு கம்பெனியினர் சூரத்தில் தங்களது தொழிற்சாலையை அமைத்தனர். |
| 187 | 1616 | இந்தியாவை பிளேக் நோய் தாக்கியது. |
| 190 | 1616 | இளவரசர் குர்ராம் தக்காணத்தின் மீது படையெடுத்தார். அஹமத் நகர், காந்தேஷ், பிஜப்பூர் உள்ளிட்ட மாகாணங்கள் முகலாயர்களின் ஆளுகையை ஏற்றுக் கொண்டன. |
| 196 | 1618 | சர் தாமஸ் ரோ, கிழக்கிந்திய கம்பெனி சார்பாக வியாபாரம் செய்யும் உரிமையை பேரரசர் ஜஹாங்கிரிடம் இருந்து பெற்றார். |
| 227 | 1618 | ஔரங்கசீப் பிறந்தார். |
| 197 | 1620 | மாலிக் அம்பர், தக்காணத்தில் பர்ஹான்பூர், மாண்டு, அஹமத் நகர் பகுதிகளைக் கைப்பற்றினார். ஷாஜஹான் மீண்டும் அவற்றைத் தன் வசப்படுத்தினார். |
| 207 | 1622 | இளவரசர் குஷ்ரவ் இறந்து போனார். |
| 203 | 1622 | பெர்சிய அரசர் ஷா அப்பாஸ் காந்தஹாரைக் கைப்பற்றினார். |
| 208 | 1622 | காந்தஹாரைக் கைப்பற்றுமாறு ஜஹாங்கிர் வழங்கிய ஆணையை ஷாஜஹான் ஏற்க மறுத்தார். |
| 209 | 1624 | ஷாஜஹானின் கலகம் ஒடுக்கப்பட்டது. |
| | 1625 | டச்சுக்காரர்கள் சின்சுராவில் தங்களது தொழிற்சாலையை அமைத்தனர். |
| 197 | 1626 | மாலிக் அம்பர் இறந்தார். |
| 214-218 | 1626 | மஹபத் கான் கலகத்தில் ஈடுபட்டார். |
| 219 | 1627 | ஜஹாங்கிர் இறந்து போனார். |
| 324 | 1627 | சிவாஜி பிறந்தார். |

| | | |
|---|---|---|
| 225 | 1628 | ஷாஜஹான் புதிய முகலாயப் பேரரசர் ஆனார். |
| 233 | 1629 | கான் ஜஹான் லோதி, ஷாஜஹானுக்கு எதிராகக் கலகத்தில் ஈடுபட்டார். |
| 238 | 1631 | மும்தாஜ் பேகம் இறந்து போனார். |
| 234 | 1631 | போரில் கான் ஜஹான் லோதி இறந்து போனார். |
| | 1632 | தாஜ்மஹால் கட்டுவதற்கான பணிகள் ஆரம்பிக்கப்பட்டன. |
| 242-243 | 1633 | முகலாயப் படைகள் அஹமத் நகரைக் கைப்பற்றின. |
| 243 | 1634 | மஹபத் கான் இறந்து போனார். கிழக்கிந்திய கம்பெனியினர் வங்கத்தில் வணிகம் செய்ய அனுமதி பெற்றனர். |
| 244 | 1636 | பிஜப்பூர், கோல்கொண்டா மன்னர்கள் ஷாஜஹானுடன் ஒப்பந்தம் செய்து கொண்டனர். |
| 247 | 1636 | ஔரங்கசீப் தக்காணத்தின் ஆளுநர் ஆனார். |
| 245 | 1636 | ஷாகாஜி, பிஜப்பூர் அரசுப் பணியில் சேர்ந்தார். |
| 248 | 1638 | காந்தஹார் மீண்டும் முகலாயர்களால் கைப்பற்றப்பட்டது. |
| 225 | 1645 | நூர்ஜஹான் இறந்து போனார். |
| 253 | 1645 | ஔரங்கசீப் குஜராத்தின் ஆளுநராக நியமிக்கப்பட்டார். |
| 325 | 1646 | சிவாஜி தோர்ணாவைக் கைப்பற்றினார். |
| 255 | 1649 | காந்தஹாரை பெர்சியர்கள் மீட்டனர். |
| 424 | 1651 | இளவரசர் சுஜா, கிழக்கிந்திய கம்பெனிக்கு ஹூக்ளியில் தொழிற்சாலை ஆரம்பிக்க அனுமதி வழங்கினார். |
| 258 | 1653 | தக்காணத்தின் ஆளுநராக ஔரங்கசீப் இரண்டாவது முறையாக நியமிக்கப் பட்டார். |

| | | |
|---|---|---|
| 326 | 1653 | சிவாஜியின் மூத்த சகோதரர் சாம்பாஜி கொல்லப்பட்டார். |
| 261 | 1656 | பிஜப்பூர் சுல்தான் முகம்மது அடில் ஷா இறந்து போனார். |
| 328 | 1656 | சிவாஜி, புனேவுக்கு தெற்கே மகாபலீஸ்வரர் மலைப்பகுதியில் இருந்த ஜாவ்லியைச் கைப்பற்றினார். |
| 260 | 1656 | கோல்கொண்டா மீது முகலாயர்கள் தாக்குதல் நடத்தினார்கள். |
| | 1657 | ஔரங்கசீப் பீஜப்பூரின் மீது படையெடுத்தார். |
| 265 | 1657 | ஷாஜகானின் உடல்நிலை பாதிக்கப்பட்டது. |
| 272-273 | 1658 | சாமுகர் போரில் ஔரங்கசீப், தாராவை வென்றார். ஔரங்கசீப் புதிய முகலாயப் பேரரசர் ஆனார். |
| 276 | 1658 | ஷாஜஹான் சிறைப்படுத்தப்பட்டார். |
| 282 | 1659 | ஔரங்கசீப், கஜ்வா போரில் இளவரசர் சுஜாவைத் தோற்கடித்தார். |
| 284 | 1659 | ஔரங்கசீப் தியோரய் போரில் தாராவைத் தோற்கடித்தார். |
| 287 | 1659 | தோற்று ஓடிய தாரா கைது செய்யப்பட்டு கொல்லப்பட்டார். |
| 329-331 | 1659 | அப்ஸல் கான் சிவாஜியால் கொல்லப் பட்டார். |
| 333 | 1660 | ஔரங்கசீப், தக்காணத்தின் புதிய கவர்னராக ஷாயிஸ்டா கானை நியமித்தார். |
| 280 | 1661 | இளவரசர் முராட்டுக்கு ஔரங்கசீப் மரண தண்டனை வழங்கினார். |
| 283 | 1661 | மெக் பழங்குடியினர் இளவரசர் சுஜாவைக் கொன்றார்கள். |
| 364 | 1661 | சீக்கியர்களின் ஏழாவது குருவான ஹர் ராய் சிங் இறந்து போனார். ஹர் கிருஷன் சிங், அடுத்த சீக்கிய குருவானார். |

| | | |
|---|---|---|
| 288 | 1662 | தாராவின் மூத்த மகன் சுலைமான் சுகோக் கொல்லப்பட்டார். |
| 292 | 1663 | மிர் ஜும்லா இறந்து போனார். |
| 334 | 1663 | ஷாயிஸ்டா கான் சிவாஜியின் தாக்குதலி லிருந்து தப்பி ஓடினார். ஒளரங்கசீப் அவரை மீண்டும் வங்காளத்தின் கவர்னர் ஆக்கினார். |
| 334 | 1664 | சிவாஜி சூரத்தைக் கொள்ளையடித்தார். |
| 365-366 | 1664 | சீக்கியர்களின் எட்டாவது குரு ஹர் கிருஷன் சிங் அம்மை நோயால் இறந்து போனார். தேஜ் பகதூர் அடுத்த குருவானார். |
| 335 | 1664 | சிவாஜி ராஜா பட்டம் பெற்றார். |
| 295 | 1666 | ஷாஜஹான் இறந்து போனார். |
| 338-340 | 1666 | ஆக்ரா சென்றபோது ஒளரங்கசீபால் கைது செய்யப்பட்ட சிவாஜி, சிறையிலிருந்து தப்பினார். |
| 304 | 1667 | ஆப்கனிய பதான் பழங்குடியினரான Yusafzais கலகத்தில் ஈடுபட்டனர். |
| 342 | 1667 | அம்பரின் ராஜா ஜெய்சிங் இறந்து போனார். |
| | 1668 | முதலாவது பிரெஞ்சு தொழிற்சாலை சூரத்தில் அமைக்கப்பட்டது. |
| | 1668 | பம்பாய் கிழக்கிந்திய கம்பெனியின் வசம் வந்தது. |
| 312 | 1669 | ஜாட்கள் கோக்லேவின் தலைமையில் கலகத்தில் ஈடுபட்டனர். |
| 343 | 1670 | மராத்தியர்கள் மீண்டும் சூரத்தைக் கொள்ளையடித்தனர். |
| 304 | 1671 | ஆப்கன் அஃப்ரீதி பழங்குடியினர் முகலாயர்களுக்கு எதிராகப் போரிட்டனர். |
| 298 | 1671 | ஒளரங்கசீப், தனது சகோதரி ரோஷனரா பேகத்துக்கு மரண தண்டனை வழங்கினார். |
| 314 | 1672 | சத்னாமிக்கள் முகலாயர்களுக்கு எதிராக கலகத்தில் ஈடுபட்டார்கள். |
| 344 | 1672 | பிஜப்பூர் சுல்தான் இரண்டாம் அலி அடில் ஷா இறந்து போனார். |

| | | |
|---|---|---|
| 344-346 | 1674 | சிவாஜி சத்ரபதி என்ற பட்டத்துடன் அரியணை ஏறினார். |
| 367 | 1675 | சீக்கிய குரு தேஜ் பகதூர் கொல்லப்பட்டார். அவரது மகன் கோபிந்த் சிங் புதிய குருவானார். |
| 306 | 1678 | மார்வார் ராஜா ஜஸ்வந்த் சிங் இறந்து போனார். |
| 308 | 1679 | ஒளரங்கசீப், ஜிஸியா வரியை மீண்டும் விதித்தார். |
| 315 | 1679 | முகலாயர்கள் மார்வார் மீது படையெடுத்தனர். |
| 347 | 1680 | சத்ரபதி சிவாஜி இறந்து போனார். |
| 318 | 1680 | இளவரசர் முகம்மது அக்பர் ஒளரங்கசீப்புக்கு எதிராகக் களமிறங்கினார். |
| 348 | 1681 | ஒளரங்கசீப் தக்காணத்துக்கு தனது இருப்பிடத்தை மாற்றிக்கொண்டார். |
| 322 | 1681 | முகம்மது அக்பர் சிவாஜியின் மகன் சாம்புஜியிடம் தஞ்சம் புகுந்தார். |
| 313 | 1681 | ராஜாராம் தலைமையில் ஜாட்கள் மீண்டும் கலகத்தில் ஈடுபட்டனர். |
| 298 | 1681 | ஜஹானரா பேகம் இறந்து போனார். |
| 352 | 1686 | பிஜப்பூரை முகலாயர்கள் கைப்பற்றினார்கள். |
| 355 | 1687 | கோல்கோண்டாவும் முகலாயர்கள் கட்டுப்பாட்டில் வந்தது. |
| 322 | 1687 | முகம்மது அக்பர் பெர்சியாவுக்கு இடம் பெயர்ந்தார். |
| 356-357 | 1689 | ஒளரங்கசீப், சிவாஜியின் மகன் சாம்புஜிக்கு மரணதண்டனை வழங்கினார். அவரது குடும்பத்தினர் சிறைப்பிடிக்கப்பட்டார்கள். |
| 357-358 | 1689 | சிவாஜியின் இளைய மகன் ராஜாராம் பட்டத்துக்கு வந்தார். பாதுகாப்புக் காரணங்களுக்காக செஞ்சிக்கு இடம் மாற்றப்பட்டார். |

முகலாயர்கள் / 485

| | | |
|---|---|---|
| 357-358 | 1692 | மராத்தியர்கள் தக்காணத்தில் மீண்டும் எழுச்சி பெற்றனர். |
| 368 | 1699 | குரு கோபிந்த் சிங் கால்சாவை அறிவித்தார். |
| 361 | 1700 | ராஜாராம் இறந்து போனார். சத்தாரா ராஜ்ஜியத்தின் வருங்கால மன்னராக தனது மகன் இரண்டாம் சிவாஜியை அறிவித்த ராஜாராமின் மனைவிகளுள் ஒருவரான தாராபாய், தானே ஆட்சிப் பிரதிநிதியாக நிர்வாகத்தைக் கையில் எடுத்துக் கொண்டாள். |
| 322 | 1704 | முகம்மது அக்பர் இறந்துபோனார். |
| 363 | 1705 | கர்நாடகாவில் குல்பர்காவிலுள்ள வாஜின் ஜெரா கோட்டையை ஒளரங்கசீப் கைப்பற்றினார். |
| 370 | 1706 | கௌஹராரா பேகம் இறந்து போனார். |
| 373 | 1707 | ஒளரங்கசீப் இறந்து போனார். |
| 379 | 1707 | ஜாஜவ் போரில் வென்ற முவாஸ்ஸம், பகதூர் ஷா என்ற பட்டத்துடன் அரியணை ஏறினார். |
| 382 | 1708 | சாகுஜி, மராத்தியர்களின் புதிய மன்னர் ஆனார். |
| 380-381 | 1708 | சீக்கியர்களின் கடைசி குருவான கோபிந்த் சிங் கொல்லப்பட்டார். |
| 384 | 1708 | பண்டா பகதூர் சீக்கியர்களின் தலைவர் ஆனார். |
| 384 | 1712 | பகதூர் ஷா இறந்து போனார். அவரது மகன் ஜஹந்தர் ஷா புதிய முகலாய பேரரசர் ஆனார். |
| 386-387 | 1713 | ஜஹந்தர் ஷா கொல்லப்பட்டார். ஃபருக் ஷியார் அடுத்த முகலாயப் பேரரசர் ஆனார். அப்துல்லா கானுக்கு பிரதம அமைச்சராகவும், ஹுசைன் அலி தலைமைத் தளபதியாகவும் நியமிக்கப்பட்டனர். |
| 382-383 | 1713 | பாலாஜி விஸ்வநாத் மராத்தியர்களின் முதல் பேஷ்வா ஆனார். |

| | | |
|---|---|---|
| 389-390 | 1716 | சீக்கிய தளபதி பண்டா பகதூர் கொல்லப் பட்டார். |
| 390 | 1717 | வங்காளத்தில் வியாபாரம் செய்யும் உரிமையை ஃபருக் ஷியார், கிழக்கிந்திய கம்பெனிக்கு வழங்கினார். |
| 392 | 1719 | ஃபருக் ஷியார் கொல்லப்பட்டார். |
| 394 | 1719 | முகமது ஷா புதிய முகலாயப் பேரரசர் ஆனார். |
| 395 | 1720 | சயீத் சகோதரர்களில் ஒருவரான ஹுசைன் அலி கொல்லப்பட்டார். |
| 406 | 1720 | முதலாம் பாஜி ராவ் புதிய பேஷ்வா ஆனார். |
| 396 | 1722 | அப்துல்லா கான் கொல்லப்பட்டார். |
| 398 | 1724 | சாதத் கான் அவுத்தின் நவாபாக நியமிக்கப்பட்டார். |
| 398 | 1724 | நிஜாம்-உல்-முல்க் தக்காணத்தை சுதந்தரமாக நிர்வகிக்க ஆரம்பித்தார். |
| 407 | 1731 | Treaty of Warna உருவானது. ஒப்பந்தத்தில் இரண்டாம் சாம்புஜியும் சாகுஜியும் கையெழுத்திட்டனர். |
| 407 | 1737 | பாஜி ராவ், டெல்லியின் மீது தாக்குதல் நடத்தினார். |
| 401-402 | 1739 | நாதிர் ஷா டெல்லியைக் கைப்பற்றினார். |
| 403 | 1739 | சாதத் கான் தற்கொலை செய்துகொண்டார். |
| 408 | 1740 | பாலாஜி பாஜி ராவ் புதிய பேஷ்வா ஆனார். |
| 409 | 1745 | சாகுஜி, இரண்டாம் ராஜாராமைத் தன் வாரிசாகத் தத்தெடுத்துக் கொண்டார். |
| 404-405 | 1747 | நாதிர் ஷா கொல்லப்பட்டார். புதிய ஆப்கன் ராஜ்ஜியத்தை அஹமத் ஷா அப்தாலி நிறுவினார். |
| 405 | 1748 | அஹமத் ஷா அப்தாலியின் ஆப்கனியப் படைகளை முகலாயப் படைகள் சர்ஹிந்தில் தோற்கடித்தன. |
| 405-406 | 1748 | முகலாயப் பேரரசர் முகம்மது ஷா இறந்தார். அகமது ஷா புதிய முகலாயப் பேரரசர் ஆனார். |

| | | |
|---|---|---|
| 406 | 1748 | ஹைதராபாத் நிஜாம்-உல்-முல்க் இறந்து போனார். |
| 409 | 1749 | சாகுஜி இறந்து போனார். |
| 410 | 1752 | அஹமத் ஷா அப்தாலி மூன்றாவது முறையாக இந்தியா மீது படையெடுத்தார். |
| 412 | 1752 | சஃப்தார் ஜங், ஜாவித் கானைக் கொன்றார். |
| 413 | 1754 | காஸி-உத்-தின், முகலாயப் பேரரசர் அகமது ஷாவைக் கைது செய்தார். சிறையில் அவரது பார்வை பறிக்கப்பட்டது. |
| 414 | 1754 | இரண்டாம் ஆலம்கீர் புதிய முகலாயப் பேரரசரானார். |
| 413 | 1754 | அவுத் நவாப் சஃப்தார்ஜங் இறந்து போனார். |
| 425 | 1756 | வங்காள நவாப் அலிவர்டி கான் இறந்துபோனார். சிராஜ்-உத்-தௌலா புதிய நவாப் ஆனார். |
| 426 | 1756 | சிராஜ்-உத்-தௌலா, கல்கத்தா வில்லியம் கோட்டையைக் கைப்பற்றினார். |
| 414 | 1756-57 | நான்காவது முறையாக அஹமத் ஷா அப்தாலி இந்திய படையெடுப்பை நிகழ்த்தினார். ஆக்ரா, மதுரா நகரங்கள் சூறையாடப்பட்டன. |
| 426 | 1757 | பிளாசிப் போரில் சிராஜ்-உத்-தௌலா ஆங்கிலேயர்களால் தோற்கடிக்கப்பட்டார். |
| 415 | 1757 | ஆகஸ்டில் மராத்தியர்கள் டெல்லி மீது படையெடுத்தனர். |
| 426 | 1757 | மிர் ஜாபர் வங்காளத்தின் புதிய நவாப் ஆக்கப்பட்டார். |
| 415 | 1758 | பஞ்சாப் மராத்தியர்களின் கட்டுப்பாட்டில் வந்தது. |
| 416 | 1759 | காஸி-உத்-தின் முகலாயப் பேரரசர் இரண்டாம் ஆலம்கீரைக் கொன்றார். |
| 417 | 1759 | அலி கௌஹர், இரண்டாம் ஷா ஆலம் என்ற பட்டத்துடன் தன்னை அடுத்த முகலாயப் பேரரசராக அறிவித்துக் கொண்டார். |

| | | |
|---|---|---|
| 418 | 1759 | அகமது ஷா அப்தாலியின் அடுத்த படையெடுப்பு நடந்தது. |
| 427 | 1760 | மிர் காசிம் அடுத்த வங்காள நவாபாக நியமிக்கப்பட்டார். |
| 420 | 1761 | மூன்றாம் பானிபட் யுத்தத்தில் மராத்தியர்கள் தோற்றுப்போனார்கள். |
| 429 | 1761 | பேஷ்வா பாலாஜி பாஜி ராவ் இறந்து போனார். அவரது மகன் மாதவ ராவ் அடுத்த பேஷ்வா ஆனார். |
| 429 | 1763 | மிர் காசிம் வங்காள நவாப் பொறுப்பிலிருந்து நீக்கப்பட்டார். மிர்ஜாபர் மீண்டும் அந்தப் பதவிக்கு நியமிக்கப்பட்டார். |
| | 1762, 1764-65, 1766, 1768-1769 | இந்த ஆண்டுகளில் அகமது ஷா அப்தாலி தொடர்ச்சியாக இந்தியா மீது படையெடுத்தார். |
| 427 | 1764 | பக்ஸார் போர் நடைபெற்றது. |
| 433 | 1771 | மராத்தியர்கள் உதவியுடன் முகலாயப் பேரரசர் இரண்டாம் ஷா ஆலம் டெல்லிக்குத் திரும்பினார். |
| 430 | 1772 | பேஷ்வா மாதவ ராவ் இறந்துபோனார். |
| 430 | 1773 | பேஷ்வா நாராயண ராவ் கொல்லப்பட்டார். |
| 424 | 1773 | அகமது ஷா அப்தாலி இறந்து போனார். |
| | 1774 | வாரன் ஹேஸ்டிங்ஸ் முதலாவது கவர்னர் ஜெனரல் ஆனார். |
| 431-432 | 1775-1782 | முதலாவது மராத்திய - ஆங்கிலேய யுத்தம் நடைபெற்றது. |
| 432 | 1782 | சல்பாய் ஒப்பந்தம் கையெழுத்தானது. இரண்டாம் மாதவ ராவ் பேஷ்வா ஆனார். |
| 435 | 1788 | குலாம் காதிர், இரண்டாம் ஷா ஆலமின் கண்களைக் குருடாக்கினார். |
| 435 | 1789 | குலாம் காதிர் கொல்லப்பட்டார். |

| | | |
|---|---|---|
| 435 | 1795 | மாகாட்ஜி சிந்தியா இறந்து போனார். இரண்டாம் மாதவ ராவ் தற்கொலை செய்து கொண்டார். |
| 437-438 | 1803-1805 | இரண்டாம் மராத்திய - ஆங்கிலேய யுத்தம் நடைபெற்றது. |
| 428 | 1803 | இரண்டாம் ஷா ஆலம் பிரிட்டிஷாரிடம் ஓய்வூதியம் பெறுபவர் ஆனார். |
| 438 | 1806 | இரண்டாம் ஷா ஆலம் இறந்து போனார். இரண்டாம் அக்பர் ஷா, புதிய முகலாய அரசர் ஆனார். |
| 440 | 1817 - 1818 | மூன்றாவது ஆங்கிலேய - மராத்திய போர் நடைபெற்றது. |
| 440 | 1818 | பிரதாப் சிங் சத்தாராவின் ராஜா ஆனார். |
| 441 | 1837 | இரண்டாம் அக்பர் ஷா இறந்து போனார். இரண்டாம் பகதூர் ஷா புதிய அரசர் ஆனார். |
| | 1848 | டல்ஹௌசி புதிய கவர்னர் ஜெனரல் ஆனார். |
| 443 | 1848 | சத்தாரா, பம்பாய் மாகாணத்துடன் இணைக்கப்பட்டது. |
| 444 | 1857 | சிப்பாய் கலகம் தொடங்கியது. |
| 446 | 1858 | பகதூர் ஷா கைது செய்யப்பட்டு ரங்கூனுக்கு நாடு கடத்தப்பட்டார். |
| 446 | 1862 | இரண்டாம் பகதூர் ஷா ரங்கூனில் இறந்து போனார். |

# உதவியவை

## புத்தகங்கள்

The Mughal Empire From Babar To Aurangzeb By S.M. Jaffar, Published by S.Muhammad Sadiq Khan, Kissa Khani, Peshawar, 1936.

The Baburnama: Memoirs of Babur, prince and emperor By Babur (Emperor of Hindustan), Wheeler McIntosh Thacksto 2002.

Memoirs of the Emperor Jahangueir By Jahangir (Emperor of Hindustan), 1829, Google Books.

Massir-I-Alamgiri A History of the Emperor Aurangzeb, Translated By Saqi Must'ad KhanPublisherRoyal Asiatic Society of Bengal, 1947.

Emperors of the Peacock Throne, The Saga of Great Mughals, By Abraham Eraly, Penguin Books, 1997.

Travels in the Mogul Empire, A.D. 1656 1668, By Francois Bernier, Publisher: Asian Educational Services.

Medieval India By Satish Chandra, National Council of Educational Research and Training, 1998.

The Last Mughal, The Fall of a Dynasty, Delhi 1857 By William Dalrymple, Penguin Books, 2007.

A Short History of the Muslim Rule in India By Ishwari Prasad, Indian Press (Publications) Private Ltd., Allahabad.

History of India, By Sinha and Banerjee, A. Mukherjee & Co., Private Ltd., Calcutta, 1967.

Mughal Rule In India By S.M. Edwardes, H.L.O. Garrett, Publisher: Atlantic Publishers & Distributors (P) Ltd.

A New Look at Modern Indian History, By B.L. Grover, S. Grover, S.Chand & Company Ltd., New Delhi, 1995.

The History of India: The Hindú and Mahometan Periods By Mountstuart Elphinstone, Edward Byles Cowell, Published by J. urray, 1889.

The Fall of the Moghul Empire of Hindustan by H. G. Keene - OXFORD, 1887.

A History of India Volume Two By Percival Spear, Penguin Books, 1987

The history of Nadir Shah: formerly called Thamas Kuli Khan, The Present Emperor of Persia (1742) - by James Fraser, Printer by W.Straban.

The Mughal Empire By John F. Richards, Cambridge University Press, 1995.

Fall of the Mughal Empire - Vol. I (4th Edn.) By Sarkar, Jadunath, Publisher: Orient BlackSwan.

The Marathas 16001818, Series: The New Cambridge History of India, By Stewart Gordon - University of Michigan, Ann Arbor.

Mughal Romance By Chob Singh Verma, Prakash Books, 2007.

The Mughal of India By Harbans Mukhia, Blackwell Publishing, 2004.

The Last Nizam The Rise and Fall of India's Greatest Princely State By John Zubrzycki, PICADOR, 2007.

An Advanced History of India, By R.C. Majumdar, H.C. Raychaudhuri, Kalikinkar Datta The Macmillan Company of India Limited, 1978.

Advanced study in the history of modern India 1707-1813, By Jaswant Lal Mehta, Publisher: New Dawn Press Group.

Royal Mughal Ladies by Dr. Soma Mukherjee - Gyan Publishing House 2001.

Akbar, Emperor of India, A Picture of Life and Customs from the Sixteenth Century, By Dr. Richard Von Garbe, Translated from the German By Lydia G. Robinson, Chicago

The Open Court Publishing Company, 1909.

Later Mughals By William Irvine, Vol. 1, 1707 1720, Published By S.C.Sarkar.

Advanced History of Modern India (1707 - 1803) By J L Mehta.

History of medieval India: from 1000 A.D. to 1707 A.D. By Radhey Shyam Chaurasia - Atlantic Publishers & Distributors, 2002.

From Plassey to partition: a history of modern India, By Sekhara Bandyopadhyaya, Publisher: Orient BlackSwan.

Medival India : A Comprehensive History of India : Medival India Pt II., By P.N. Chopra, B.N. Puri, M.N. Das, Publisher: Sterling Publishers Pvt. Ltd.

The Complete Taj Mahal By Ebba Koch Thames & Hudson, 2006

வரலாற்றின் வெளிச்சத்தில் ஒளரங்கஜேப் - செ. திவான் - சுஹைனா பதிப்பகம், பாளையங்கோட்டை, *1999.*

## ஆவணப் படங்கள்

Warrior Empire - The Mughals - History Channel, 2006.

The Mystery of the Taj Mahal - BBC Documentaries

## இணையத் தளங்கள்

http://www.royalark.net/India4/delhi.htm

http://www.haryana-online.com/history/1st_battle_of_panipat.htm

http://www.indiavisitinformation.com/Indian-History/First-Battle-Panipat.shtml

http://www.storyofpakistan.com/person.asp?perid=P055

http://www.haryana-online.com/history/battle_of_panipat_ii.htm

http://www.articlesbase.com/antiques-articles/first-battle-ofpanipat-468025.html

http://www.thedailystar.net/2004/06/27/d406271502101.htm

http://www.india-intro.com/index.php?option=com_content&view=category&layout=blog&id=35&Itemid=74

http://en.wikipedia.org/wiki/Battle_of_Tukaroi

http://articles.hosuronline.com/articleD.asp?pID=989&PCat=17

http://navcity.wordpress.com/2008/01/12/kathak/

http://en.wikipedia.org/wiki/Nizam_Shahi_dynasty

http://answers.yahoo.com/question/index?qid=20081218225518AAxK6Dy

http://articles.hosuronline.com/articleD.asp?pID=990&PCat=17

http://en.wikipedia.org/wiki/Newroz_as_celebrated_by_Kurds

http://articles.hosuronline.com/articleD.asp?pID=991&PCat=17

http://www.india9.com/i9show/Dawar-Bakhsh-32312.htm

http://en.wikipedia.org/wiki/Malik_Ambar

http://www.san.beck.org/2-9-MughalEmpire1526-1707.html

http://www.san.beck.org/2-10-Marathas1707-1800.html

http://www.san.beck.org/20-1-BritishIndia1800-48.html

http://articles.hosuronline.com/articleD.asp?pID=989&PCat=17

http://en.wikipedia.org/wiki/Banda_Bahadur

http://www.stephen-knapp.com/true_story_of_the_taj_mahal.htm

http://www.india-forum.com/forums/index.php?showtopic=1244&st=30

http://www.lonympics.co.uk/Marathas.htm

http://www.royalark.net/India4/satara2.htm

http://www.bbc.co.uk/dna/h2q/alabaster/A5220

http://www.nriol.com/indianparents/kasi-viswanath-temple.asp

http://forums.ratedesi.com/showthread.php?t=55892

http://www.indianetzone.com/22/later_mughal_emperors.htm

http://www.indianetzone.com/23/sayyid_brothers_later_muhgal_politics.htm

http://indusvalleyrising.blogspot.com/2005/08/why-akbar-did-not-become-christian.html

http://airavat.googlepages.com/aurangzeb%27safghanwar

http://airavat.googlepages.com/shivaji%27scampaigns

http://en.wikipedia.org/wiki/Mughal_Empire#List_of_Mughal_Emperors

## கட்டுரைகள்

Guru Gobind Singhs Relations with Bahadur Shah: A Reassessment Article by

Dr. K.S. Dhillon, Reader in History, Punjabi University, Patiala, India.

Paradise on Earth When the Moguls Ruled India Article By Mike Edwards, National Geographic, April 1985.

## பத்திரிகை

The Mughals Fascinating Facts About the Mughal Empire, Manorama Tell Me Why August 2009.